മനോരോഗക്ലിനിക്കിലെ കൊലപാതകം

പി.ഡി. ജയിംസ്

നോവൽ

മനോരോഗക്ലിനിക്കിലെ കൊലപാതകം

പി.ഡി. ജയിംസ്

വിവർത്തനം
ഡോ. അശോക് ഡിക്രൂസ്

ഗ്രീൻ ബുക്സ്

green books private limited
gb building, civil lane road, ayyanthole,
thrissur- 680 003, kerala, ph: +91 487-2381066, 2381039
website: www.greenbooksindia.com
e-mail: info@greenbooksindia.com

original title
(english)
a mind to murder

malayalam
manorogaclinikkile kolapathakam
by
p.d. james

translated by
dr. ashok d'cruz

first published february 2018

منحة الترجمة
Translation Grant
صندوق منحة الشارقة للترجمة
Sharjah Translation Grant Fund

cover design : rajesh chalode

branches:
thrissur 0487-2422515
palakkad 0491-2546162
kannur 0497-2763038
thiruvananthapuram 0471-2335301

isbn : 978-93-87331-54-9

GBPL/993/2018

മുഖക്കുറി

മനോരോഗ ക്ലിനിക്കിലെ കൊലപാതകത്തെ കേന്ദ്ര ബിന്ദുവാക്കിയ രചന. കുറ്റാന്വേഷണത്തിന്റെ പശ്ചാത്തലത്തിൽ ഭൗതിക ലോകങ്ങളുടെ പരിസരവർണ്ണനകൾ, നിറക്കൂട്ടുകൾ. കഥാപാത്രങ്ങളുടെ മാനസിക ഘടനകളെ ക്യാമറക്കണ്ണുകൾ ഒപ്പിയെടുത്തതുപോലെ പകർത്തുന്ന സവിശേഷമായ മനഃശാസ്ത്ര കുറ്റാന്വേഷണ നോവൽ.

കൃഷ്ണദാസ്
മാനേജിങ് എഡിറ്റർ

എഡ്വാർഡ് ഗോൾഡൻ ജയിംസിന്

അക്കാലത്ത് വളരെക്കുറിച്ച് മനോരോഗാശുപത്രികളും ക്ലിനിക്കുകളും മാത്രമേ ലണ്ടൻ നഗരത്തിൽ ഉണ്ടായിരുന്നുള്ളൂ. സ്വയം ഭരണാധികാരമുണ്ടായി രുന്നെങ്കിലും ദേശീയ ആരോഗ്യനയങ്ങൾക്കനുസരിച്ചു മാത്രമാണ് അവ പ്രവർത്തിച്ചിരുന്നത്. അതുകൊണ്ടുതന്നെ അത്തരം ക്ലിനിക്കുകളുടെ ചികിത്സാരീതികൾക്കു മാത്രമല്ല ഭരണനിർവഹണ ത്തിനുപോലും ഒരു പൊതുസ്വഭാവമുണ്ടായിരുന്നു. അവയിൽ ഭൂരിഭാഗവും സ്റ്റീൻ ക്ലിനിക്കുമായി ബന്ധപ്പെട്ടാണ് പ്രവർത്തിച്ചിരുന്നത്.

ആദ്യമേതന്നെ ഒരു കാര്യം വ്യക്തമായി പറയട്ടെ, ലണ്ടൻ ചത്വരത്തിൽ സ്ഥിതി ചെയ്യുന്ന ഒരു സാങ്കല്പിക സ്ഥാപനമാണ് സ്റ്റീൻ ക്ലിനിക്ക്. എന്നുവെച്ചാൽ, ആ ക്ലിനിക്കിലെ രോഗികളോ ജോലിക്കാരോ ഡോക്ടർമാരോ തൂപ്പുകാരോ വന്നുപോകുന്ന സാധാരണ മനുഷ്യരോ പരിതാപകരമായ സാഹചര്യങ്ങളോ, മനഃശാസ്ത്ര പ്രതിഭാസങ്ങളോ എല്ലാംതന്നെ ഒരു കുറ്റാന്വേഷണ നോവലിസ്റ്റിന്റെ സങ്കല്പസൃഷ്ടികൾ മാത്രമാകുന്നു.

പി.ഡി. ജയിംസ്

ഒന്ന്

സ്റ്റീൻ ക്ലിനിക്കിലെ മനോരോഗവിദഗ്ധനായ ഡോ. പോൾ സ്റ്റെയ്നർ, താഴത്തെ നിലയിലെ കൺസൾട്ടിംഗ് മുറിയിലിരുന്ന്, ദീർഘനേരമായി ഒരു രോഗിയെ കേൾക്കുകയായിരുന്നു. അയാളാകട്ടെ അന്നേരം പറഞ്ഞു കൊണ്ടിരുന്നത് മൂന്നാം വിവാഹത്തിന്റെ തകർച്ചയെക്കുറിച്ചായിരുന്നു. ഇരിക്കുന്ന കസേരയുടെ പ്രത്യേകതകൊണ്ടാണോ എന്തോ ശ്രീമാൻ ബർഗി ആവശ്യത്തിനും അനാവശ്യത്തിനുമൊക്കെ ഒരുപാട് വിശദീകരണങ്ങൾ നൽകിക്കൊണ്ടിരുന്നു. സശ്രദ്ധം കേൾക്കുന്ന മട്ടിൽ തല ഒരു പ്രത്യേക രീതിയിൽ ചരിച്ച് അയാളെത്തന്നെ നോക്കിക്കൊണ്ടിരിക്കുകയായിരുന്നു ഡോ. സ്റ്റെയ്നർ. കൺസൾട്ടേഷൻ സമയത്ത് ഡോക്ടർ എങ്ങനെയാണ് ഇരിക്കേണ്ടതെന്നുപോലും ആശുപത്രി മാനേജ്മെന്റ് കമ്മിറ്റി നിഷ്കർഷിച്ചിട്ടുണ്ട്. ഒട്ടും ആകർഷകമോ സുഖകരമോ ആയിരുന്നില്ലെങ്കിൽകൂടി ഡോ. സ്റ്റെയ്നർ തലയും താങ്ങിയുള്ള ആ ഇരിപ്പ് തുടർന്നു. ഇടയ്ക്കിടെ കഴുത്തിലെ മാംസപേശികൾ മുന്നറിയിപ്പുപോലെ നൽകിക്കൊണ്ടിരുന്ന കുത്തിത്തിരിപ്പുകൾ കൊണ്ടുമാത്രമാണ്, അത് ഒരു വെള്ളിയാഴ്ച വൈകുന്നേരമാണെന്നും താനിപ്പോൾ മനോരോഗ ക്ലിനിക്കിലെ കൺസൾട്ടിംഗ് മുറിയിലാണെന്നുമുള്ള തോന്നൽ ഡോ. സ്റ്റെയ്നർക്ക് ഉണ്ടായിക്കൊണ്ടിരുന്നത്.

ഒക്ടോബർ ആയിരുന്നിട്ടും അന്ന് ചൂടുണ്ടായിരുന്നു. രണ്ടാഴ്ച മുമ്പു വരെ ക്ലിനിക്കിലെ ജീവനക്കാർ തണുപ്പിന്റെ ആധിക്യംകൊണ്ട് വിറയ്ക്കുകയും വിളറുകയും ചെയ്തിരുന്നു. ശരത്ക്കാലമെത്തിയപ്പോഴേക്കും നഗരത്തിൽ പൊതുഇടങ്ങൾ ചൂടാക്കാനുള്ള കേന്ദ്രീകൃത സംവിധാനങ്ങളുമെത്തി. അതോടെ, ചുറ്റും നല്ലതുപോലെ കാണാൻ കഴിയുന്ന ദിവസങ്ങളായിരുന്നിട്ടുപോലും പാതയോരങ്ങളിൽ, മഞ്ഞുകാലത്തെ ഓർമ്മിപ്പിക്കുന്ന ചെറുമഞ്ഞവെളിച്ചങ്ങൾ നിരന്നു. വേനലെത്തുമ്പോൾ വിരിഞ്ഞു വിലസുന്ന ഡാലിയ പൂക്കളെ അനുസ്മരിപ്പിക്കുന്ന മോടിയിലായിരുന്നു നഗരത്തിലെ ആ ക്രമീകരണം. ഏഴുമണി ആകുന്നതേയുള്ളൂ. പുറത്ത്, പകലിന്റെ ഊഷ്മളത രാത്രിയുടെ തണുപ്പിന് വഴിമാറിക്കൊടുക്കുന്നു. എന്നാൽ, ഇവിടെ ക്ലിനിക്കിന്റെ ഉള്ളിൽ ഉച്ചച്ചൂട് കെണിയിലകപ്പെട്ടതു

പോലെ കുടുങ്ങിക്കിടന്നു. ഒരുപാട് സംസാരങ്ങളുടെ ഇടയിൽപ്പെട്ടതു കൊണ്ടാകാം വായു കനംതൂങ്ങി ചലനമറ്റ് നിന്നു.

ഭാര്യമാരുടെ കുറ്റങ്ങളും കുറവുകളും പറയുന്നത് ബർഗി അപ്പോഴും തുടരുന്നുണ്ടായിരുന്നു. പിന്നീടുള്ള ഡോ. സ്റ്റെയ്നറുടെ അഭിപ്രായരൂപീ കരണത്തിൽ, ഉച്ചയ്ക്കു കഴിച്ച അമിതഭക്ഷണത്തിന്റെയോ വൈകിട്ട് ചായ യോടൊപ്പം കഴിച്ച ക്രീം ബിസ്ക്കറ്റിന്റെയോ സ്വാധീനം ഒട്ടുമുണ്ടായിരു ന്നില്ല. എങ്കിലും ബർഗിയുടെ മൂന്ന് ഭാര്യമാരിൽ നിന്ന് കണ്ടെത്താനാവുന്ന കുറവുകളിൽ ഒന്നുപോലും ഓർത്തെടുക്കാൻ അയാൾക്ക് കഴിഞ്ഞില്ല. എന്നു മാത്രമല്ല, ആകെക്കൂടി ആ സ്ത്രീകൾ ചെയ്ത തെറ്റ് ബർഗിയെ പ്പോലെ ഒരാളെ ഭർത്താവായി തെരഞ്ഞെടുത്തു എന്നതു മാത്രമാണ് എന്നു കണ്ടെത്തുകയും ചെയ്തു. സ്വന്തം കുറവുകളെ തിരിച്ചറിയാനോ അംഗീകരിക്കാനോ ബർഗി ഒരിക്കലും തയ്യാറായിരുന്നില്ല എന്നതാണ് വാസ്തവം.

തന്റെ മുന്നിലിരിക്കുന്ന രോഗിയുടെ പെരുമാറ്റത്തിൽ ഡോ. സ്റ്റെയ്നർക്ക് യാതൊരു മുഷിച്ചിലും തോന്നിയില്ല. അഥവാ അങ്ങനെ തോന്നാൻ പാടില്ലെന്ന് ഉന്നതാധികാരസമിതി പ്രത്യേകം ഓർമ്മിപ്പിച്ചി ട്ടുണ്ട്. ഡോ. സ്റ്റെയ്നറെ സംബന്ധിച്ചിടത്തോളം അത്തരം ചില തോന്നലു കളുണ്ടായിട്ടുള്ളത് സ്വന്തം സ്വസ്ഥതയെ മുൻനിർത്തി മാത്രമാണ്. അവയിൽ പലതും തീർച്ചയായും സ്റ്റീൻ ക്ലിനിക്കിലെ ഭരണനിർവഹണ സംവിധാനത്തെ സംബന്ധിച്ചുള്ളതായിരുന്നു. അഡ്മിനിസ്ട്രേറ്റീവ് ഓഫീസറായ മിസ് ബോലമിനോട് പല കാര്യങ്ങളിലും അയാൾക്ക് കടുത്ത വിയോജിപ്പുണ്ടായിരുന്നു. ഒരു സെഷനിൽ എത്ര രോഗികളെ പരിശോധിക്കണമെന്ന കാര്യത്തിലും യാത്രാച്ചെലവുകളുടെ മേലുള്ള കർശന നിയന്ത്രണങ്ങളുടെ കാര്യത്തിലും അയാൾ ബോലമിനോട് പരസ്യമായി അമർഷം പ്രകടിപ്പിച്ചിരുന്നു.

വെള്ളിയാഴ്ച വൈകുന്നേരങ്ങളിൽ ഡോ. ജെയിംസ് ബാഗ്ലിയുടെ ഇലക്ട്രോ-കൺവൽസിവ് തെറാപ്പി (ECT)യുള്ളതുകൊണ്ട്, തന്നെ ക്കാണാനെത്തുന്ന ഏറെ ബുദ്ധിയുള്ളവരും എന്നാൽ വേഗം സ്വഭാവം മാറുന്നവരുമായ രോഗികൾക്കും നഗരവാസികളല്ലാത്ത വീട്ടമ്മമാർക്കും വിശ്രമമുറിയിലെ ഇരിപ്പിടങ്ങൾ കിട്ടാതെ വലയുന്ന അവസ്ഥ ഡോ. സ്റ്റെയ്നറെ അസ്വസ്ഥനാക്കാറുണ്ട്. എന്നാൽ ആൾക്കൂട്ടത്തെ കാണുന്നത് ഡോ. ബാഗ്ലിക്ക് സന്തോഷപ്രദമായ കാര്യമാണുതാനും.

കാര്യങ്ങൾ അങ്ങനെയൊക്കെയാണെങ്കിലും മൂന്നാംനിലയിലെ കൺസൾട്ടിംഗ് മുറിയിലേക്ക് മാറാൻ ഡോ. സ്റ്റെയ്നർ ഒരുക്കമല്ല. ജോർജിയൻ മാതൃകയിൽ നിർമ്മിച്ചിരിക്കുന്ന ആ മുറികൾ കൃത്യമായ അനുപാതക്രമത്തിലല്ല നിർമ്മിച്ചിരിക്കുന്നതെന്നാണ് അയാളുടെ വാദം. മാത്രമല്ല, ആ മുറികൾ രോഗാനുകൂല നിർമ്മിതിയാണെന്നും അയാൾ കരുതുന്നു. സമയക്രമം മാറ്റാനും അയാൾ തയ്യാറായിരുന്നില്ല. ഡോ. ബാഗ്ലി വേണമെങ്കിൽ മാറിക്കോട്ടെ എന്നായിരുന്നു ഡോ. സ്റ്റെയ്നറുടെ

പക്ഷം. എന്നാൽ ഡോ. ബാഗ്ലി അക്കാര്യത്തിൽ ഉറച്ചുനിന്നു. അപ്പോഴാണ് ബോലമിന്റെ സ്വാധീനത്തെക്കുറിച്ച് ഡോ. സ്റ്റെയ്നർക്ക് ബോധ്യമാകുന്നത്. അതിനിടയിലാണ്, താഴത്തെ നില ശബ്ദം കടക്കാത്ത രീതിയിൽ മാറ്റിപ്പണിയണമെന്ന ആവശ്യം ഡോ. സ്റ്റെയ്നർ ആശുപത്രി മാനേജ്മെന്റ് കമ്മിറ്റി മുമ്പാകെ വയ്ക്കുന്നത്. ചെലവ് കൂടുതലാണെന്ന കാരണത്താൽ കമ്മിറ്റി ആവശ്യം നിരാകരിച്ചു. അതേസമയം ബാഗ്ലി ആവശ്യപ്പെട്ട എന്തോ ഒരു കുണ്ടാമണ്ടി യന്ത്രം വലിയ തുക മുടക്കി വാങ്ങിക്കൊടുക്കുകയും ചെയ്തു. എന്തായാലും എല്ലാറ്റിന്റെയും പിന്നിൽ ബോലമിന്റെ ഇടപെടലുകളാണെന്ന് ഡോ. സ്റ്റെയ്നർക്ക് മനസ്സിലായി. അതുകൊണ്ടുതന്നെ, തന്റെ നീരസം താല്കാലികമായെങ്കിലും മറന്നുകളയാൻ അയാൾ തീരുമാനിച്ചു.

എങ്കിലും, ഇ.സി.ടി. സെഷനുകളുടെ അസ്വസ്ഥത അങ്ങനെ പെട്ടെന്നു മറന്നുകളയാൻ അയാൾക്ക് കഴിഞ്ഞില്ല. വെള്ളിയാഴ്ച രാത്രികളിലെ പോക്കുവരവുകളുടെ കടുത്ത ഒച്ച തടുക്കാൻ ക്ലിനിക്ക് കെട്ടിടത്തിന്റെ ആരംഭകാലത്തുതന്നെ പിടിപ്പിച്ച ഓക്കുമരത്തിന്റെ കനമുള്ള കതകിനും കഴിഞ്ഞില്ല. വൈകീട്ട് ആറുമണിയാകുമ്പോൾ മുൻവാതിലുകൾ അടയ്ക്കും. ബുക്ക് ചെയ്തവരും അല്ലാത്തവരുമായി പിന്നീട് വരുന്ന രോഗികളെല്ലാം മറ്റു ചില കുറുക്കുവഴികളിലൂടെയാണ് ഉള്ളിൽ കയറിപ്പറ്റുക. കഴിഞ്ഞ അഞ്ചുവർഷങ്ങളായി അതാണ് പതിവ്. ആരുടെയും കണ്ണിൽപ്പെടാതെ താഴത്തെ നിലയിലെ കക്കൂസിനടുത്തെങ്ങാനും പതുങ്ങിനിൽക്കുന്നതിനിടയിൽ ആരെങ്കിലും കൊലപ്പെടുത്തിയാൽ പോലും അറിയില്ല.

മുൻവാതിലിലെ മണി മുഴങ്ങുന്ന ശബ്ദമാണ് ഡോ. സ്റ്റെയ്നറുടെ സൈക്കോതെറാപ്പി സെഷൻ ആരംഭിക്കുന്നതിന്റെയും അവസാനിക്കുന്നതിന്റെയും അടയാളം. അയാളുടെ മുറിയിലേക്ക് കടന്നുവരുന്നുവരുടെയും മുറിയിൽ നിന്ന് പോകുന്നവരുടെയും ശബ്ദങ്ങളും കൂട്ടിരിപ്പുകാരായി എത്തിയവരുടെ ഹൃദയമിടിപ്പിന്റെ ക്രമം തെറ്റിയ ശബ്ദങ്ങളും മാത്രമാണ് അനുബന്ധമായി കേൾക്കാനാവുക. സിസ്റ്റർ ആംബ്രോസിനോട് യാത്ര പറഞ്ഞുപോകുന്ന രോഗികളുടെയും കൂട്ടിരിപ്പുകാരുടെയും ശബ്ദങ്ങളും വല്ലപ്പോഴുമൊക്കെ അന്തരീക്ഷത്തിലെ നിശ്ശബ്ദതയെ ഭഞ്ജിക്കാറുണ്ട്. ബന്ധുക്കളായോ കൂട്ടിരിപ്പുകാരായോ രോഗികളെ അനുഗമിക്കുന്നവർ എന്തിനാണ് അവരോട് ഇത്രയും ഉറക്കെ സംസാരിക്കുന്നത് എന്നോർത്ത് ഡോ. സ്റ്റെയ്നർ അദ്ഭുതപ്പെടാറുണ്ട്. ഒരുപക്ഷേ ബാഗ്ലിയുടെ യന്ത്രത്തോടൊപ്പം ഒരു നിശ്ചിതസമയം കഴിച്ചുകൂട്ടിയതുകൊണ്ടാവാം അതെന്ന് അയാൾ ആശ്വസിച്ചു.

ആ ക്ലിനിക്കിലെ ഏറ്റവും അവലക്ഷണം പിടിച്ച തൂപ്പുകാരിയായിരുന്നു ശ്രീമതി ഷോർട്ട്ഹൗസ്. അതിരാവിലെതന്നെ ഷോർട്ട്ഹൗസ് ജോലികൾ തീർക്കുന്നുണ്ടാവുമെന്ന് കരുതുന്നവർക്ക് തെറ്റി. അത്തരമൊരു സമ്പ്രദായം അവിടെയുണ്ടായിരുന്നെങ്കിൽ മറ്റുള്ള എല്ലാവർക്കും

ആശ്വാസമാകുമായിരുന്നു. പക്ഷേ വൈകുന്നേരങ്ങളിൽ രണ്ടുമണിക്കൂറെങ്കിലും അധികസമയം കിട്ടിയെങ്കിൽ മാത്രമേ ഷോർട്ട്ഹൗസിന് അവരുടെ ജോലി പൂർത്തീകരിക്കാൻ കഴിയുമായിരുന്നുള്ളൂ. ബോലം അതൊക്കെ അനുവദിച്ചുകൊടുക്കുകയും ചെയ്തിരുന്നു. സ്വാഭാവികമായും ഷോർട്ട് ഹൗസ് അതൊരു പതിവാക്കി.

ഇ.സി.ടി. രോഗികളോട് ഒരു പ്രത്യേക താത്പര്യം കാണിച്ചുവന്നിരുന്നതിനാൽ, ഡോ. സ്റ്റെയ്നറുടെ മുറി വൃത്തിയാക്കാൻ വെള്ളിയാഴ്ച വൈകുന്നേരങ്ങളിൽ ഷോർട്ട്ഹൗസ് വല്ലപ്പോഴും മാത്രമാണ് എത്തിയിരുന്നത്. ഇ.സി.ടി. രോഗികളോട് ആ സ്ത്രീ അനുഭാവം കാണിക്കുന്നതിന് ഒരു കാരണമുണ്ട്; ഒരിക്കൽ ഷോർട്ട്ഹൗസിന്റെ ഭർത്താവും ഡോ. ബാഗ്ലിയുടെ ചികിത്സയിൽ കഴിഞ്ഞിരുന്നു. അതുകൊണ്ടുതന്നെ ഡോ. ബാഗ്ലിയുടെ പരിശോധനാസമയം കഴിയുന്നതുവരെ താഴത്തെ നിലയിലും ഓഫീസിനു മുന്നിലുമായി ആ സ്ത്രീ വെറുതെ ചുറ്റിത്തിരിയുന്നുണ്ടാവും. ഡോ. സ്റ്റെയ്നർ ഇക്കാര്യം ഒന്നിലേറെ തവണ മെഡിക്കൽ കമ്മിറ്റിക്കു മുമ്പാകെ അവതരിപ്പിച്ചതാണ്. എന്നാൽ അപ്പോഴൊക്കെ അയാളുടെ സഹപ്രവർത്തകർ അക്കാര്യത്തിൽ യാതൊരു താത്പര്യവും കാട്ടിയില്ല. മറ്റുള്ളവരുടെ കൺവെട്ടത്തു വരാതെ ജോലിയിൽ വ്യാപൃതയാകാനും രോഗികളോട് കൊച്ചുവർത്തമാനം പറഞ്ഞ് നേരം കളയരുതെന്നു ശാസിക്കാനും അവിടെ ആരുമുണ്ടായിരുന്നില്ല. മറ്റു ജോലിക്കാരുടെ കാര്യത്തിൽ ആവശ്യമില്ലാതെ കർശന നിലപാടുകൾ സ്വീകരിക്കുന്ന ബോലം പോലും ഷോർട്ട്ഹൗസിന്റെ ചെയ്തികൾ കണ്ടില്ലെന്നു നടിച്ചു.

ഒരു തൂപ്പുജോലി കിട്ടാൻപോലും പ്രയാസം നേരിടുന്ന സമയത്താണ് ആ സ്ത്രീ വല്ലവിധേനയും കയറിപ്പറ്റിയതെന്ന കാര്യം എല്ലാവർക്കും അറിയാമായിരുന്നു. ദൗർബല്യം ഒന്നും പരിഹരിക്കുന്നില്ല. എങ്കിലും ബാഗ്ലി ഒരിക്കലും ഷോർട്ട്ഹൗസിനെക്കുറിച്ച് എവിടെയും പരാതിപ്പെട്ടിട്ടില്ല. അക്കാര്യത്തിൽ ബോലമിന് അയാളോട് നീരസം തോന്നിയിട്ടുമില്ല. ഒരുപക്ഷേ ആ പാവം സ്ത്രീ അയാളുമായി പ്രേമബന്ധത്തിലെങ്ങാനും ചെന്നുവീണിട്ടുണ്ടാവണം. വാസ്തവത്തിൽ ബാഗ്ലിയാണ് മുന്നിട്ടിറങ്ങേണ്ടത്. എന്നാൽ അതുണ്ടാവുമെന്നു തോന്നുന്നില്ല. അയാളുടെ വെളുത്ത കോട്ടുകണ്ടാൽ ഒരു രണ്ടാംകിട ദന്തഡോക്ടറാണെന്നേ തോന്നൂ. സത്യമാണ്, ഒരു കൺസൾട്ടന്റ് ഡോക്ടറുടെ അന്തസ്സും പദവിയും എന്താണെന്ന് അയാൾക്ക് ഇതേവരെ ബോധ്യമായിട്ടില്ല.

ആരുടെയോ കാൽപ്പെരുമാറ്റം ഇടനാഴിയിൽ കേൾക്കുന്നു. അത് ഒരുപക്ഷേ ആ വയസ്സൻ തിപ്പെറ്റ് ആയിരിക്കും. കടുത്ത സ്കിസോഫ്രിനിക് രോഗിയായ അയാൾ കഴിഞ്ഞ ഒമ്പതു വർഷങ്ങളായി എല്ലാ വെള്ളിയാഴ്ചകളിലും ഡോ. ബാഗ്ലിയെ കാണാൻ മുടങ്ങാതെ വരുന്നുണ്ട്. തിപ്പെറ്റിനെക്കുറിച്ചുള്ള ചിന്ത ഡോ. സ്റ്റെയ്നറെ കൂടുതൽ അസ്വസ്ഥനാക്കി. സ്റ്റീൻ ക്ലിനിക്കിന് ഒട്ടും ചേർന്ന വ്യക്തിയല്ല ആ മനുഷ്യൻ. അയാൾക്ക് മറ്റേതെങ്കിലുമൊരു ധർമ്മാശുപത്രിയിലോ അഭയകേന്ദ്രത്തിലോ

പോയിക്കൂടേ എന്ന് ഡോ. സ്റ്റെയ്ൻ ആലോചിച്ചു. നല്ല നിലയിൽ പ്രവർത്തിക്കുന്ന ഒരു സ്ഥാപനത്തിന് ഒട്ടും ചേർന്നതല്ല തിപ്പെറ്റിന്റെ സാന്നിധ്യം. എന്നാൽ പെട്ടെന്ന് അയാളുടെ ചിന്തകൾ മറ്റൊരു വഴിക്ക് നീങ്ങി. തിപ്പെറ്റ് നിർദ്ദേശിച്ചതുകൊണ്ടുമാത്രം വെള്ളിയാഴ്ചകളിൽ തന്നെ കാണാനെത്തുന്ന, എന്തും സശ്രദ്ധം തിരഞ്ഞെടുക്കുന്ന ഒരു രോഗിയെക്കുറിച്ച് അയാൾ ഓർത്തു.

സത്യത്തിൽ തിപ്പെറ്റ് പോലും അവിടെ സുരക്ഷിതനായിരുന്നില്ല. ഒരു ദിവസം ബാഗ്ലിയെ ബുദ്ധിമുട്ടിക്കുന്ന ഒരു സംഭവം അവിടെ നടന്നു. സഹപ്രവർത്തകൻ കുഴപ്പത്തിലായെന്നറിഞ്ഞപ്പോൾ ഏറ്റവുമധികം സന്തോഷിച്ചത് ഡോ. സ്റ്റെയ്നർ ആയിരുന്നു. വാസ്തവത്തിൽ, അങ്ങനെയൊരു കാര്യം സംഭവിക്കാൻ യാതൊരു സാധ്യതയും ഉണ്ടായിരുന്നില്ല! ആശുപത്രിവക കാർസർവീസ് നടത്തുന്ന ഡ്രൈവർ ഒരു രോഗിയെ വിളിക്കാൻ വരികയും മുൻവാതിലിന്റെ ബെല്ല് അമർത്തുകയും ചെയ്തു. ചെവി തുളയ്ക്കുന്ന ഒച്ച അവിടമാകെ മുഴങ്ങി. ശബ്ദം കേട്ട് മുറ്റത്തേക്ക് ഓടിച്ചെന്ന ഷോർട്ട്ഹൗസ് അവരെ കഴിയുന്നത്ര വേഗം അവിടെനിന്ന് കയറ്റിവിടാൻ ശ്രമിച്ചു. എന്നാൽ ആ സ്ത്രീയുടെ പരുക്കൻ ശബ്ദം മുമ്പുണ്ടായിരുന്ന ബെല്ലിന്റെ ശബ്ദത്തേക്കാൾ അരോചകമായി അവിടമാകെ പ്രകമ്പനം കൊണ്ടു.

"സുഖമായി പോയ്വരൂ, കുട്ടികളേ. ഭേദമായില്ലെങ്കിൽ അടുത്തയാഴ്ച വീണ്ടും കാണാം. സൂക്ഷിച്ച് പോണേ!"

ഡോ. സ്റ്റെയ്നർ കണ്ണുകൾ ചിമ്മിത്തുറന്നു. അപ്പോഴും അയാൾക്കു മുന്നിലുണ്ടായിരുന്ന രോഗി, തന്റെ ഇഷ്ടവിനോദമായ വീമ്പുപറച്ചിൽ നിർത്തിയിട്ടുണ്ടായിരുന്നില്ല. സത്യത്തിൽ, കഴിഞ്ഞ ഇരുപതു മിനിട്ടുകളായി തുടരുന്ന ശ്രീമാൻ ബർഗിയുടെ ആവലാതിപ്പെടലുകളും ചിണുങ്ങലുകളും ഡോ. സ്റ്റെയ്നർ കേട്ടതേയില്ല.

"എനിക്ക് ഒളിച്ചുവയ്ക്കാൻ ഒന്നുമില്ല. കാരണം ഞാനൊരു സാധാരണക്കാരനാണ്. ഞാനൊരിക്കലും മുരടനായ ചെകുത്താൻ ആയിരുന്നില്ല. പക്ഷേ തേടയ്ക്കും സിൽവിയയ്ക്കും അത് മനസ്സിലാക്കാൻ കഴിഞ്ഞില്ല. തീർച്ചയായും അങ്ങനെയെന്തൊക്കെയോ ആഴത്തിൽ പതിഞ്ഞുപോയി. ജൂൺമാസത്തിലെ ഒരു സെഷനിൽ ഞാൻ ഡോക്ടറോട് പറഞ്ഞത് ഓർമ്മ കാണുമല്ലോ? അതിൽനിന്ന് ചില അടിസ്ഥാന സംഗതികൾ ഉരുത്തിരിഞ്ഞു വന്നിട്ടുണ്ടാവുമെന്ന് കരുതുന്നു."

ചോദ്യത്തിലെ സെഷനെ ഓർത്തെടുക്കാൻ ഡോക്ടർക്ക് കഴിഞ്ഞതേയില്ല. അല്ലെങ്കിൽത്തന്നെ ബർഗി പറയുന്ന അടിസ്ഥാനകാരണങ്ങളെ ഓർത്തുവയ്ക്കേണ്ട കാര്യമുണ്ടെന്ന് അയാൾക്ക് തോന്നിയിട്ടുമില്ല. പൊടുന്നനെ അസുഖകരമായ ഒരു നിശ്ശബ്ദത അവർക്കിടയിൽ വന്നുപെട്ടു. മുന്നിലിരുന്ന നോട്ട്പാഡിൽ അലസമായി കുത്തിവരച്ചുകൊണ്ടിരുന്ന ഡോ. സ്റ്റെയ്നർ പെട്ടെന്ന് അതിലെന്തോ ഒരു രൂപം കണ്ടെത്താൻ

കഴിഞ്ഞതുപോലെ രസം പിടിച്ചുകൊണ്ട്, കടലാസ് തലകീഴായി പിടിച്ചു നോക്കി. ഒരു നിമിഷം അയാളുടെ ഉപബോധമനസ്സ് ഉണർന്നു. പക്ഷേ അത്രയും നേരമായിട്ടും മുന്നിലിരുന്ന രോഗിയുടെ ഉപബോധമനസ്സിനെ ഉണർത്താൻ അയാൾക്ക് കഴിഞ്ഞതുമില്ല.

അപ്രതീക്ഷിതമായി പുറത്തുനിന്നു കേട്ട ശബ്ദം അയാളുടെ ശ്രദ്ധ തിരിച്ചു. ആദ്യം നേർത്ത ശബ്ദമായിരുന്നെങ്കിലും ക്രമേണ അതിന് കനം കൂടി വന്നു. ഒരു പെണ്ണിന്റെ നിലവിളിയായിരുന്നു അത്. ഭയാനകവും ഇടതടവില്ലാത്തതുമായ ആ ശബ്ദം മനുഷ്യന്റേതാണെന്നുപോലും ആദ്യ കേൾവിയിൽ തോന്നുമായിരുന്നില്ല. ആ ശബ്ദം ഏല്പിച്ച ആഘാതം ഡോ. സ്റ്റെയ്നറെ തീർത്തും അസ്വസ്ഥനാക്കി. സഹജഭാവം ഭീരുത്വ മായതുകൊണ്ടും അയാളുടെ ജോലി വികാരത്തള്ളലുകളെ അതിജീവി ക്കാൻ പരിശീലിപ്പിക്കുന്നതായതുകൊണ്ടും പെട്ടെന്നുണ്ടായ പ്രതിസന്ധി മറികടക്കാൻ അയാൾ നന്നേ പ്രയാസപ്പെട്ടു. ഭയംകൊണ്ടുണ്ടായ മനഃക്ഷോഭം അതിജീവിക്കാൻ അയാൾ കസേരയിൽനിന്ന് ചാടിയെണീറ്റു.

"ഇല്ല! ഒരിക്കലുമില്ല, ഇതൊന്നും ശരിയല്ല! ബോലം അവിടെ എന്തെ ടുക്കുവാണോ എന്തോ? ആർക്കെങ്കിലും ഒരു ഉത്തരവാദിത്വമുണ്ടോ?, എന്താ ഇവിടെ നടക്കുന്നത്?"

"എന്താ അത്?"

കോഴിക്കൂട്ടിൽ നിന്ന് പിടികൂടുന്നതിന് തൊട്ടുമുമ്പ് കള്ളക്കുറുക്കൻ ചാടിയിറങ്ങുന്നതുപോലെ, ആ ചോദ്യം പാതി തൊണ്ടയിലും മറുപാതി ചുണ്ടിലും ഒട്ടിനിന്നു.

"ഒന്നുമില്ല. ഒന്നും സംഭവിച്ചിട്ടില്ല. ഏതോ ഒരു സ്ത്രീക്ക് ഹിസ്റ്റീരിയ ബാധിച്ചതാണ്. മറ്റൊന്നുമില്ല. ഇവിടെത്തന്നെ ഇരുന്നോളൂ. ഞാനൊന്നു നോക്കിയിട്ട് വരാം."

ഡോ. സ്റ്റെയ്നർ അയാളോട് ആജ്ഞാപിച്ചു.

ബർഗി കസേരയിലേക്ക് വീണ്ടും തകർന്നടിഞ്ഞെങ്കിലും അയാളുടെ കാതുകളും കണ്ണുകളും വാതിൽപ്പടിയിൽ തന്നെയായിരുന്നു. ഡോ. സ്റ്റെയ്നർ ഇടനാഴിയിലൂടെ ഹാളിലേക്ക് നടന്നു.

പെട്ടെന്ന് കുറേപ്പേർ അയാൾക്ക് അഭിമുഖമായി വന്നു. ജൂനിയർ ടൈപ്പിസ്റ്റായ ജനിഫർ ഫ്രൈഡിയെ ചുമലിൽ തട്ടി ആശ്വസിപ്പിച്ചുകൊണ്ട് ക്ലിനിക്കിലെ കാവൽക്കാരിലൊരാളായ പീറ്റർ നാഗൽ നിൽക്കുന്നു. അയാ ളുടെ ചുമലിലേക്ക് ചാഞ്ഞുകിടക്കുകയായിരുന്നു ജനിഫർ. ഷോർട്ട് ഹൗസും അവർക്കൊപ്പമുണ്ടായിരുന്നു. ആ പെണ്ണിന്റെ കരച്ചിൽ അതി നോടകം ഏങ്ങലടികൾക്കു വഴിമാറിയിരുന്നു. എങ്കിലും അവളുടെ ശരീര ത്തിന്റെ വിറയലും വിളർച്ചയും മരണത്തെ ഓർമ്മിപ്പിച്ചു.

"എന്താ കാര്യം? എന്താ അവൾക്കു സംഭവിച്ചത്?" ഡോ. സ്റ്റെയ്നർ രൂക്ഷമായി ചോദിച്ചു.

അവിടെയുണ്ടായിരുന്നവരിൽ ആർക്കെങ്കിലും മറുപടി പറയാൻ അവസരം കിട്ടുന്നതിനു മുമ്പ് ഇ.സി.ടി. മുറി തുറന്ന് ഡോ. ബാഗ്ലി പുറത്തേക്കു വന്നു. അയാളോടൊപ്പം സിസ്റ്റർ ആംബ്രോസും അനസ്തോഷ്യാ ഡോക്ടറായ ഡോ. മേരി ഇൻഗ്രാമും ഉണ്ടായിരുന്നു. പെട്ടെന്ന് അവിടമാകെ ജനനിബിഡമായി.

"ശാന്തരാകൂ, അവളൊരു നല്ല കുട്ടിയാണ്!"

ഡോ. ബാഗ്ലി പതിഞ്ഞ ശബ്ദത്തിൽ പറഞ്ഞു.

"ഞങ്ങൾ ഒരു ക്ലിനിക്ക് നടത്തിക്കൊണ്ടുപോകാൻ ശ്രമിക്കുകയാണ്."

എന്ന് എല്ലാവരോടുമായി പറഞ്ഞിട്ട്, പീറ്റർ നാഗലിനു നേർക്ക് തിരിഞ്ഞ് സ്വകാര്യമായി ചോദിച്ചു:

"ശരിക്കും എന്താ സംഭവിച്ചത്?"

നാഗൽ മറുപടി പറയാൻ ഭാവിച്ചപ്പോഴേക്കും പെട്ടെന്ന് ആത്മനിയന്ത്രണം വീണ്ടെടുത്ത ഫ്രെഡി ഡോ. ബാഗ്ലിയെ നോക്കി വ്യക്തമായി പറഞ്ഞു:

"അത് ബോലം തന്നെയാണ്. ബോലം മരിച്ചു. അവരെ ആരോ കൊന്നതാണ്. ബേസ്മെന്റിലെ രേഖകൾ സൂക്ഷിക്കുന്ന മുറിയിൽ വെച്ച് ആരോ കൊലപ്പെടുത്തിയിരിക്കുന്നു. ഞാൻ ബോഡി കണ്ടതാണ്. അത് ശരിക്കുമൊരു കൊലപാതകം തന്നെ!"

വീണ്ടും അവൾ നാഗലിന്റെ ചുമലിലേക്ക് ചാഞ്ഞു. എന്നിട്ട് നേർത്ത ശബ്ദത്തിൽ കരയാൻ തുടങ്ങി. നേരത്തെ അവൾക്കുണ്ടായിരുന്ന ഭയാനകമായ വിറയൽ മാറിയെന്നു തോന്നി. ഡോ. ബാഗ്ലി കാവൽക്കാരനോടു പറഞ്ഞു:

"അവളെ പരിചരണമുറിയിലേക്ക് കൊണ്ടുപോകൂ. കുറച്ചുനേരം അവൾ അവിടെ കിടക്കട്ടെ. പിന്നെ, അവൾക്കെന്തെങ്കിലും കുടിക്കാൻ കൊടുക്കണം. ദാ, ഈ താക്കോൽ പിടിക്കൂ. ഞാനുടനെ വരാം."

എന്നിട്ട് അയാൾ മറ്റുള്ളവരോടൊപ്പം ബേസ്മെന്റിലേക്ക് ഇറങ്ങിച്ചെന്നു. ആ പെൺകുട്ടിയാകട്ടെ നാഗലിന്റെ പരിചരണത്തിൽ ചികിത്സാമുറിയിലേക്കും നടന്നു.

സ്റ്റീൻ ക്ലിനിക്കിന്റെ ബേസ്മെന്റിലും നല്ല വെളിച്ചമുണ്ടായിരുന്നു. മിക്ക മനോരോഗാശുപത്രികളിലെയുംപോലെ അവിടെയും മുഴുവൻ മുറികളും എന്തെങ്കിലുമൊക്കെ ആവശ്യങ്ങൾക്കുവേണ്ടി ഉപയോഗിച്ചിരുന്നു. പടിക്കെട്ടുകൾക്കു താഴെയായി, ആവിമുറി കൂടാതെ ടെലിഫോൺ ഉപകരണങ്ങളുടെ മുറിയും കാവൽക്കാരുടെ മുറികളും മെഡിക്കൽ രേഖകളുടെ സൂക്ഷിപ്പുമുറിയും ക്രമീകരിച്ചിരുന്നു. ആ കെട്ടിടത്തിനു തൊട്ടുമുന്നിലായി രോഗം ഭേദപ്പെട്ടുവരുന്ന രോഗികൾക്കുള്ള പ്രത്യേക മുറിയും ഉണ്ടായിരുന്നു.

ആ ചെറുസംഘം പടിക്കെട്ടുകളിറങ്ങി താഴേക്കെത്തിയതും മറ്റൊരു വാതിൽ തുറന്ന്, കൊല്ലപ്പെട്ട ബോലമിന്റെ ബന്ധുവായ ബോലം നേഴ്സ് എല്ലാവരേയും അമ്പരപ്പോടെ നോക്കി. അവളുടെ വെളുത്ത യൂണിഫോമിനിടയിലൂടെ അവ്യക്തമായ ഒരു മുറിപ്പാട് കാണപ്പെട്ടുവെങ്കിലും മുറിയിൽ പതുങ്ങിനിന്ന ഇരുട്ട് അതിനെ മായ്ച്ചുകളഞ്ഞു. അവളുടെ തീർത്തും ദുർബലമായ ശബ്ദം ഇടനാഴിയിലൂടെ അവരുടെ അരികിലേക്കെത്തി.

“എന്തെങ്കിലും പ്രശ്നമുണ്ടോ? കുറച്ചുമുമ്പ് ഞാനൊരു നിലവിളി ശബ്ദം കേട്ടതായി തോന്നി.”

സിസ്റ്റർ ആംബ്രോസ് അതിന് പരുക്കൻമട്ടിലുള്ള ഒരു മറുപടിയാണ് നൽകിയത്:

“ഇവിടെ പ്രത്യേകിച്ച് പ്രശ്നങ്ങളൊന്നുമില്ല, നേഴ്സ്. നിങ്ങള് പോയി നിങ്ങടെ പണി നോക്ക്.”

ആ വെളുത്ത രൂപം വാതിലിനു പിന്നിൽ അപ്രത്യക്ഷമായി. നേഴ്സിനോടു സംസാരിച്ച അതേഭാവത്തിൽ സിസ്റ്റർ ആംബ്രോസ് ഷോർട്ട് ഹൗസിനു നേർക്ക് തിരിഞ്ഞു:

“ഷോർട്ട്ഹൗസും ഇവിടെ നിൽക്കേണ്ട കാര്യമൊന്നുമില്ല. മുകളിലെ കാര്യങ്ങൾ നോക്കി അവിടെത്തന്നെ നിന്നാൽ മതി. ങാ, പിന്നെ, പ്രെഡിക്ക് ചിലപ്പോൾ ഒരു ചായ വേണ്ടിവരും. നീ പോയി അതുണ്ടാക്കിക്കൊടുക്കാൻ നോക്ക്!”

ഷോർട്ട്ഹൗസ് എന്തൊക്കെയോ പിറുപിറുത്തുകൊണ്ട് ഒട്ടും താത്പര്യമില്ലാത്തമട്ടിൽ അവിടം വിട്ടുപോയി. അവശേഷിച്ച മൂന്നു ഡോക്ടർമാരും സിസ്റ്ററും താഴേക്കിറങ്ങി.

മെഡിക്കൽ രേഖകൾ സൂക്ഷിക്കുന്ന മുറി അവരുടെ വലതുഭാഗത്തായിരുന്നു. കൃത്യമായി പറഞ്ഞാൽ കാവൽക്കാരുടെ വിശ്രമമുറിക്കും ആർട്ട് തെറാപ്പി ഡിപ്പാർട്ടുമെന്റിനും ഇടയിൽ. ആ മുറിയുടെ വാതിൽ അല്പം തുറന്നുകിടക്കുകയായിരുന്നു. മുറിയിൽ വെളിച്ചവും ഉണ്ടായിരുന്നു.

പതിവിനു വിപരീതമായി, ഡോ. സ്റ്റെയ്നർ തീരെ ചെറിയ കാര്യങ്ങളിൽപ്പോലും കൂടുതൽ ശ്രദ്ധാലുവായി. അതിന്റെ ഫലമായി ശ്രദ്ധയിൽപ്പെട്ട കാര്യമാണ് മുറിയുടെ താക്കോൽ പൂട്ടിൽ തന്നെയുണ്ട് എന്നത്. മറ്റാരും അക്കാര്യം ഗൗനിച്ചില്ല. അവിടെയുണ്ടായിരുന്ന സ്റ്റീൽ ഷെൽഫുകളിൽ ഫയലുകളും ഫോൾഡറുകളും തിങ്ങിനിറഞ്ഞിരുന്നു. മുകളിലേക്കും വശങ്ങളിലേക്കുമുള്ള തട്ടുകൾ ഇടുങ്ങിയതായിരുന്നെങ്കിലും കൃത്യമായ അകലം പാലിച്ചിട്ടുണ്ടായിരുന്നു. എല്ലാറ്റിനെയും വേർതിരിച്ചറിയാൻ പാകത്തിനുള്ള ഫ്ളൂറസെന്റ് വെളിച്ചവും കാണാം. ആ മുറിയിലെ ഉയരമുള്ള നാല് ജനാലകളും തുറക്കാൻ കഴിയാത്തവിധം ഷെൽഫുകൾ തടസ്സം സൃഷ്ടിച്ചിരിക്കുകയാണ്. വായു കടക്കാത്ത

കുടുസ്സുമുറി ആയതുകൊണ്ടുതന്നെ പൊടിപടലങ്ങൾപോലും അപൂർവ മായി മാത്രമേ അവിടേക്ക് എത്താറുള്ളൂ.

ആ ചെറുസംഘം താഴേക്കിറങ്ങി ആദ്യത്തെ ഇടനാഴിയിലൂടെ ഇടതു വശത്തേക്ക് തിരിഞ്ഞു. അവിടെ ജനാലയല്ലാതെ ചെറിയ തുരപ്പു മാത്ര മായി ഒരിടമുണ്ട്. ഒരു മേശയും കസേരയും അവിടെയുണ്ട്. അവിടെ വെച്ചാണ് ഫയലുകൾ തരംതിരിക്കുന്നതും ഷെൽഫിലേക്ക് അടുക്കി വയ്ക്കാൻ കൈമാറുന്നതും. അവിടമാകെ താറുമാറായി കിടക്കുകയാണ്. കസേര ചരിഞ്ഞുവീണുകിടക്കുന്നു. രേഖകൾ നിലത്ത് ചിതറിക്കിട ക്കുന്നു. ചില ഫയലുകളുടെ കവറുകൾ ചീന്തിയെടുത്തിരിക്കുന്നു, എന്നാൽ ഉള്ളിലെ രേഖകൾക്ക് യാതൊരു കേടുപാടുമില്ല. മറ്റു ചില കടലാസുകൾ ചുരുട്ടി ഷെൽഫുകളുടെ വിടവുകളിൽ തിരുകിക്കയറ്റിയിരി ക്കുന്നു. കടലാസിന് കടക്കാനാവാത്ത ഇടങ്ങളിൽപ്പോലും അങ്ങനെ ചെയ്തിരിക്കുന്നു. ഈ ആശയക്കുഴപ്പങ്ങൾക്കു നടുവിലായി, കടലാസു കടലിനു കുറുകെ ഒഫീലിയ ദേവതയെപ്പോലെ എനിഡ് ബോലമിന്റെ ശരീരം പൊങ്ങിക്കിടക്കുന്നു. അവളുടെ മാറിൽ ഒരു വിചിത്രരൂപം പറ്റി ച്ചേർന്നുകിടക്കുന്നു. തടിയിൽ തീർത്ത ആ ഭീകരരൂപത്തെ കണ്ടാൽ ത്തന്നെ അറപ്പു തോന്നുമായിരുന്നു. ഏറ്റവും ദാരുണമായ കാഴ്ച എന്താണെന്നുവെച്ചാൽ, അമ്മ കുഞ്ഞിനെ മാറോടണച്ചു കിടക്കുന്നതു പോലെയായിരുന്നു അവൾ കിടന്നിരുന്നത്.

അവൾ കൊല്ലപ്പെട്ടിരിക്കുന്നു എന്ന കാര്യത്തിൽ ആർക്കും സംശയ മുണ്ടായിരുന്നില്ല. ഭയത്തിന്റേയും ജുഗുപ്സയുടേയും ഒത്ത നടുവിലാ യിരിക്കുമ്പോഴും ഡോ. സ്റ്റെയ്നർ അന്തിമതീർപ്പു കല്പിക്കുന്ന കാര്യ ത്തിലും മരണം സ്ഥിരീകരിക്കുന്ന കാര്യത്തിലും അതീവ ജാഗ്രത പുലർത്തി. അവളുടെ കൈകളിലിരിക്കുന്ന തടിയുരുപ്പടി കണ്ട് ഉറപ്പു വരുത്തിയ അയാൾ അലറി:

“തീപ്പെറ്റ്! ഇത് അയാളുടെ ഉരുപ്പടിയാണ്! ഇതിനെക്കുറിച്ച് പറയു മ്പോഴൊക്കെ അയാൾ അഭിമാനം കൊള്ളുമായിരുന്നു. അയാളവിടെ? ബാഗ്ലീ, അയാൾ നിങ്ങളുടെ പേഷ്യന്റാണ്! ഒരുപക്ഷേ താങ്കൾക്ക് ഇക്കാര്യം കൂടുതൽ എളുപ്പം കൈകാര്യം ചെയ്യാൻ കഴിഞ്ഞേക്കും!”

അന്നേരം കൺമുന്നിലുണ്ടായിരുന്നെങ്കിൽ തിപ്പെറ്റിനെ ഒന്നു തല്ലു മായിരുന്നു എന്നമട്ടിൽ അയാൾ കൈകൾ കൂട്ടിത്തിരുമ്മി അരിശം കൊണ്ടു.

ഡോ. ബാഗ്ലി അവളുടെ ശവശരീരത്തിനടുത്തേക്ക് കുനിഞ്ഞിട്ട് ശാന്ത സ്വരത്തിൽ പറഞ്ഞു:

“തിപ്പെറ്റ് ഇന്നു വൈകീട്ട് ഇവിടെ വന്നതേയില്ല.”

“പക്ഷേ അയാൾ എല്ലാ വെള്ളിയാഴ്ചകളിലും ഇവിടെ വരാറുണ്ടല്ലോ! അത് അയാളുടെ കൈവശമുണ്ടായിരുന്ന ഉരുപ്പടി തന്നെയാണ്! അതു തന്നെയാണ് ആയുധം!”

ആ വിഷമാവസ്ഥയിലും ഡോ. സ്റ്റെയ്നർ മുറവിളികൂട്ടി.

ഡോ. ബാഗ്ലി തള്ളവിരൽകൊണ്ട് മെല്ലെ ബോലമിന്റെ ഇടത്തേ കൺപോള ഉയർത്തിനോക്കി. അതിനിടയിൽ മുകളിലേക്ക് നോക്കാതെ തന്നെ പറഞ്ഞു:

"സെന്റ് ലൂക്ക് ആശുപത്രിയിൽ നിന്ന് ഇന്നു രാവിലെ ഒരു ഫോൺ കോളുണ്ടായിരുന്നു. ന്യൂമോണിയ ബാധിതനായ തിപ്പെറ്റിനെ അവിടെ അഡ്മിറ്റ് ചെയ്തിരിക്കുകയാണെന്ന്. കഴിഞ്ഞ തിങ്കളാഴ്ച, അങ്ങനെയാണ് എനിക്കിപ്പോൾ തോന്നുന്നത്, എന്തോ ആയിക്കോട്ടെ, ഏതായാലും അയാൾ ഇന്നു വൈകീട്ട് ഇവിടെ ഉണ്ടായിരുന്നില്ല."

പെട്ടെന്ന് അയാൾ ഒരു വിസ്മയശബ്ദം പുറപ്പെടുവിച്ചു. അപ്പോഴേക്കും ഒപ്പമുണ്ടായിരുന്ന രണ്ട് സ്ത്രീകളും കുനിഞ്ഞ് സൂക്ഷ്മമായി ശവശരീരത്തെ നോക്കി. ആ പരിശോധന കണ്ടുനിൽക്കാൻ ഡോ. സ്റ്റെയ്നർക്കായില്ലെങ്കിലും ഡോ, ബാഗ്ലി പറയുന്നത് അയാൾ കേട്ടു:

"അവളെ കുത്തി പരിക്കേല്പിച്ചിട്ടുമുണ്ട്. ഹൃദയത്തിനോട് ചേർന്നാണ് മുറിവ്. കറുത്ത പിടിയുള്ള കത്തി. ഇത്, ആ നാഗലിന്റേതല്ലേ, സിസ്റ്റർ?"

ഒരു നിമിഷത്തെ നിശ്ശബ്ദതയ്ക്കുശേഷം ഡോ. സ്റ്റെയ്ൻ സിസ്റ്ററുടെ മറുപടി കേട്ടു:

"ഇത് കണ്ടിട്ട് അതുപോലെ തോന്നുന്നു, ഡോക്ടർ. അവൻ ഉപയോഗിക്കുന്ന എല്ലാ ഉപകരണങ്ങൾക്കും കറുത്ത പിടിയാണ്. അവയെല്ലാം കാവൽക്കാരുടെ വിശ്രമമുറിയിലാണ് സൂക്ഷിക്കുന്നതും. ആർക്കു വേണമെങ്കിലും ചെന്നു പരിശോധിക്കാം."

"ആരോ അതൊക്കെ മുമ്പേതന്നെ പരിശോധിച്ചിരിക്കുന്നു." എന്നു പറഞ്ഞുകൊണ്ട് ഡോ. ബാഗ്ലി എഴുന്നേറ്റു നിന്നു. എന്നിട്ട് ശവശരീരത്തിൽ നിന്ന് കണ്ണെടുക്കാതെ പറഞ്ഞു:

"സിസ്റ്റർ ഒരു കാര്യം ചെയ്യൂ, മുൻവശത്തെ വാതിലിൽ നിൽക്കുന്ന കല്ലിയെ ഫോൺ ചെയ്ത്, അയാളെ പരിഭ്രമിപ്പിക്കാതെ, ഇനി ആരെയും ഉള്ളിലേക്ക് കടത്തിവിടരുതെന്നും രോഗികൾ ഉൾപ്പെടെ ആരെയും പുറത്തുപോകാൻ അനുവദിക്കരുതെന്നും പറയുക. എന്നിട്ട് ഡോ. ഈതറീഗിനോട് താഴേക്ക് ഇറങ്ങിവരാൻ പറയുക. എനിക്കു തോന്നുന്നത് അയാളിപ്പോഴും കൺസൾട്ടിംഗ് മുറിയിൽ ആയിരിക്കുമെന്നാണ്."

"അല്ല, നമുക്ക് വിവരം പൊലീസിനെ അറിയിക്കണ്ടേ?"

ഡോ. ഇൻഗ്രാം അത്യധികം പരിഭ്രാന്തിയോടെ അങ്ങനെ ചോദിക്കുമ്പോൾ ആ സ്ത്രീയുടെ മുഖം ഒരു മുയലിന്റെ മുഖംപോലെ ചുവന്നു തുടുത്തിരുന്നു. ആ ചോദ്യം കേട്ടപ്പോഴാണ് ഡോ. ഇൻഗ്രാമിനെ ഡോ. ബാഗ്ലി ശ്രദ്ധിക്കുന്നത്. നാടകീയത മുറ്റിനിന്ന ആ സന്ദർഭത്തിൽ ഡോ. ഇൻഗ്രാം ഒപ്പമുണ്ടെന്ന കാര്യംപോലും മറന്നുപോയി എന്നു തോന്നിപ്പിക്കുന്ന വിധമായിരുന്നു ഡോ. ബാഗ്ലി ഇൻഗ്രാമിനെ നോക്കിയത്.

"ഏതായാലും മെഡിക്കൽ ഡയറക്ടർ വരട്ടെ!"

ഡോ. ബാഗ്ലി പറഞ്ഞു.

എന്തൊക്കെയോ പിറുപിറുത്തുകൊണ്ട് സിസ്റ്റർ ആംബ്രോസ് അവിടെ നിന്ന് നടന്നുമറഞ്ഞു. ഏറ്റവുമടുത്തുള്ള ടെലിഫോൺ, രേഖകൾ സൂക്ഷിച്ചിരിക്കുന്ന മുറിക്കു പുറത്ത് വാതിലിനോടു ചേർന്നുതന്നെ ഉണ്ടായിരുന്നു. അതുകൊണ്ടുതന്നെ, കടലാസുകളുടെ കരകരശബ്ദവും താണ്ടി സിസ്റ്റർ ആംബ്രോസിന്റെ പിറുപിറുക്കലുകൾ കടന്നുവരാൻവേണ്ടി ഡോ. സ്റ്റെയ്നർ കാതുകൾ പരമാവധി തുറന്നുവച്ചു. അതിനിടയിൽ ഒരിക്കൽക്കൂടി അയാൾ ബോലമിന്റെ മൃതദേഹത്തെ ഉറ്റുനോക്കി. ജീവിച്ചിരുന്നപ്പോൾ അവൾ നിർദ്ദയയായ ഭീകരരൂപിയാണെന്നായിരുന്നു അയാൾക്കു തോന്നിയത്. മരണവും അതുപോലെതന്നെ അവളോട് പെരുമാറിയിരിക്കുന്നു.

നിലത്ത് മലർന്നു കിടക്കുകയായിരുന്ന അവളുടെ കാലുകൾ കവച്ചുവച്ച നിലയിലായിരുന്നു. അതുകൊണ്ടുതന്നെ, പിങ്ക് നിറത്തിലുള്ള അവളുടെ കമ്പിളി നിക്കർ വ്യക്തമായി കാണാൻ കഴിയുമായിരുന്നു. നഗ്നത ദൃശ്യമായിരുന്നെങ്കിലും ഒട്ടും അന്തസ്സില്ലാത്ത കിടപ്പായിപ്പോയി അത്. അവളുടെ കനത്ത വട്ടമുഖം അന്നേരം ശാന്തമായിരുന്നു. നെറ്റിയിലേക്ക് രണ്ടായി മടങ്ങിക്കിടക്കുന്ന മുടിയിഴകൾക്ക് യാതൊരു കുഴപ്പവും സംഭവിച്ചിട്ടില്ല. അതുപോലെതന്നെ, എല്ലായ്പോഴും സുന്ദരിയായി സംരക്ഷിച്ചുപോരുന്ന ബോലമിന്റെ കേശഭാരത്തിനും ഇടിവുതട്ടിയിട്ടില്ല. അന്നേരം ഡോ. സ്റ്റെയ്നർ സ്വകാര്യഭാവനയിൽ കണ്ടത്, എക്കാലത്തേക്കുമായി അലങ്കരിക്കപ്പെട്ട അവളുടെ കേശാലങ്കാരമായിരുന്നു. അദ്ഭുതമെന്നു പറയട്ടെ, അവളുടെ പുരികങ്ങളും യാതൊരു മാറ്റവും കൂടാതെ സ്വസ്ഥമായിരുന്നു.

മരണത്തിന്റെ അന്തസ്സില്ലാത്ത പെരുമാറ്റം ഡോ. സ്റ്റെയ്നറെ ഒരേ സമയം അമ്പരപ്പിക്കുകയും ഭയപ്പെടുത്തുകയും ചെയ്തു. അങ്ങനെ ആദ്യമായി അവളോട് സഹതാപം തോന്നുകയും ചെയ്തു. എങ്കിലും അവളോടുള്ള വിദ്വേഷം അയാളുടെ ഉള്ളിൽ നീറി. ആക്ഷേപകരവും പരിഹാസ്യവും അമ്പരപ്പിക്കുന്നതും നികൃഷ്ടവുമായി എന്തിനോടെങ്കിലും അനുഭാവം പ്രകടിപ്പിക്കുന്നതിൽ വലിയ കാര്യമൊന്നുമില്ലെന്ന് അയാൾക്കു തോന്നി. ആ വൃത്തികെട്ട വാക്ക് വീണ്ടും അയാളുടെ മനസ്സിൽ പമ്പരംപോലെ ചുറ്റിത്തിരിഞ്ഞു. നികൃഷ്ടം! അവളുടെ പാവാട താഴേക്ക് ഇറക്കിയിടാൻ അയാൾക്കു തോന്നി; മാംസളമായ അവളുടെ കാലുകൾ അയാളെ അസ്വസ്ഥനാക്കി. അതുപോലെതന്നെ, മൂക്കിൽ നിന്ന് സ്ഥാനംതെറ്റി തൂങ്ങിയാടുന്ന കണ്ണട ഇടതുചെവിയിലേക്ക് തിരുകിവച്ചു കൊടുക്കാനും അയാൾക്കു തോന്നി. അവളുടെ കണ്ണുകൾ പാതി അടഞ്ഞ നിലയിലായിരുന്നു. മര്യാദയില്ലാതെ പെരുമാറിയ മരണത്തോടുള്ള അമർഷം മുഴുവൻ അവളുടെ ചുണ്ടുകളിലുണ്ടായിരുന്നു.

ഡോ. സ്റ്റെയ്നറിന് ആ കാഴ്ച അപരിചിതമായിരുന്നില്ല: ജീവിച്ചിരുന്നപ്പോഴും ഏതാണ്ട് ഇതേ ഭാവം തന്നെയായിരുന്നു അവളുടെ മുഖത്തുണ്ടായിരുന്നത്. യാത്രാച്ചെലവുകളുടെ കാര്യം പറഞ്ഞ് പരസ്പരം ഏറ്റുമുട്ടുമ്പോഴും അവൾക്ക് ഇതേ ഭാവം തന്നെയായിരുന്നു എന്ന് അയാൾ ഓർത്തു.

പെട്ടെന്ന് പൊട്ടിമുളച്ച ചിരി കടിച്ചമർത്താൻ അയാൾ നന്നേ പാടുപെട്ടു. വല്ലവിധേനയും ചിരി കുഴിച്ചുമൂടി. പെട്ടെന്നുണ്ടായ അമ്പരപ്പും അത്യാകാംക്ഷയും കൂടിച്ചേർന്നപ്പോഴുണ്ടായ അത്യാഹിതമായിരുന്നു ചിരിയായി വന്നുവീണത് എന്ന് അയാൾ തിരിച്ചറിഞ്ഞു. പൊടുന്നനെ എന്തുചെയ്യണമെന്നറിയാതെ അയാൾ സഹപ്രവർത്തകർക്ക് പുറം തിരിഞ്ഞ്, ഫയലുകൾ അടുക്കിവച്ചിരുന്ന ഷെൽഫിന്റെ ലോഹത്തണുപ്പിൽ നെറ്റിയും മൂക്കും ചുണ്ടുകളും മുട്ടിച്ച് നിന്നു. എങ്കിലും ഏറെനേരം അയാൾക്ക് അങ്ങനെ നിൽക്കാനായില്ല. പഴകിയ കടലാസിന്റെ പൂത്ത മണം അയാളുടെ മൂക്കിലെ രോമങ്ങളെപ്പോലും അസ്വസ്ഥമാക്കി.

സിസ്റ്റർ ആംബ്രോസ് മടങ്ങിവന്ന കാര്യം അയാളറിഞ്ഞില്ല. പെട്ടെന്ന്, സിസ്റ്റർ സംസാരിക്കുന്ന ശബ്ദം കേട്ടപ്പോഴാണ് അയാൾ അക്കാര്യം അറിയുന്നതുതന്നെ.

"ഡോ. ഈതറീഗ് താഴേക്ക് വന്നുകൊണ്ടിരിക്കുകയാണ്. പിന്നെ, കല്ലി വാതിലിനടുത്തുതന്നെയുണ്ട്. ആരെയും പുറത്തേക്ക് വിടരുതെന്ന് ഞാൻ അവനോടു പറഞ്ഞിട്ടുണ്ട്. ഡോ. സ്റ്റെയ്നറുടെ പേഷ്യന്റ് അവിടെ എന്തൊക്കെയോ ബഹളം വയ്ക്കുന്നുണ്ടെന്നു തോന്നുന്നു."

"ഞാൻ തന്നെ പോയി അയാളെ കൈകാര്യം ചെയ്യുന്നതാണ് നല്ലതെന്നു തോന്നുന്നു."

അത്തരമൊരു തീരുമാനമെടുത്തതോടെ ഡോ. സ്റ്റെയ്നർക്ക് ആത്മനിയന്ത്രണം തിരിച്ചുകിട്ടി. എങ്കിലും മെഡിക്കൽ ഡയറക്ടർ വരുന്നതുവരെ മറ്റുള്ളവർക്കൊപ്പം അവിടെത്തന്നെ ചുറ്റിപ്പറ്റി നിൽക്കുന്നതാണ് നല്ലതെന്ന് അയാൾക്കു തോന്നി. പ്രത്യേകിച്ചെന്തെങ്കിലും വിദഗ്ധോപദേശം കൊടുക്കാൻ വേണ്ടിയൊന്നുമല്ല, അയാളുടെ വായിൽനിന്ന് എന്തെങ്കിലും വീണുകിട്ടുമോ എന്നറിയാൻ വേണ്ടിയായിരുന്നു ഡോ. സ്റ്റെയ്നർ ശ്രമിച്ചത്. മറ്റൊരുതരത്തിൽ പറഞ്ഞാൽ, മൃതദേഹത്തോടൊപ്പം നിൽക്കാനുള്ള കടുത്ത ആഗ്രഹവും അയാൾക്കുണ്ടായിരുന്നു. ഒരു ഓപ്പറേഷൻ തിയേറ്ററിന് സമാനമായ വെളിച്ചമായിരുന്നു അന്നേരം ആ മുറിയിൽ ഉണ്ടായിരുന്നത്. എങ്കിലും ഇടുങ്ങിയ മുറികളിൽ അകപ്പെടുന്നവർക്കുണ്ടാകുന്ന അകാരണമായ ഭയംപോലെ അത്യുഷ്ണം അയാൾക്ക് അനുഭവപ്പെട്ടു; കെണിയിലകപ്പെട്ട മൃഗത്തിനെപ്പോലെ. ആ മുറിയിലെ ഫയലുകൾ തിങ്ങിനിറഞ്ഞിരിക്കുന്ന ഷെൽഫുകൾ ഓരോന്നോരോന്നായി അടുത്തടുത്തുവന്ന് ഞെക്കിഞെരുക്കിക്കളയുമോ എന്ന് അയാൾ ഭയന്നു. അത് ഒഴിവാക്കാനെന്നോണം കടലാസുകൊണ്ടുള്ള

ശവമഞ്ചത്തിൽ കിടക്കുന്ന വികൃതരൂപത്തെത്തന്നെ അയാൾ നോക്കി നിന്നു.

"ഓ, ഞാനെങ്ങും പോകുന്നില്ല. ഇവിടെത്തന്നെ നിൽക്കും. മറ്റു രോഗികളെപ്പോലെതന്നെ ബർഗിയും അവിടെ കാത്തിരിക്കട്ടെ."

ഡോ. സ്റ്റെയ്നർ തീരുമാനിച്ചു.

ഒപ്പമുണ്ടായിരുന്ന ആരും കുറേനേരത്തേക്ക് ഒന്നും മിണ്ടിയില്ല. ഡോ. സ്റ്റെയ്നർ സിസ്റ്റർ ആംബ്രോസിനെ നോക്കി. അവരുടെ മുഖം വിളറി വെളുത്തിട്ടുണ്ട് എന്നതൊഴിച്ചാൽ മാറ്റങ്ങളൊന്നുമില്ല. ഏപ്രണിന്റെ കീശയിൽ കൈകൾ തിരുകി, അക്ഷോഭ്യയായി നിൽക്കുന്നു. ഏതാണ്ട് നാല്പത് വർഷങ്ങളായിട്ടുണ്ടാവും ആ സ്ത്രീ നഴ്സിംഗ് മേഖലയിൽ എത്തിയിട്ട്. എങ്കിലും ഡോക്ടർക്കും രോഗികൾക്കും ഇടനിലക്കാരിയായി നിൽക്കുന്നതുപോലെയല്ല ഇപ്പോൾ സംഭവിച്ചിരിക്കുന്ന കാര്യങ്ങൾ. ഡോ. ബാഗ്ലി പോക്കറ്റിൽനിന്ന് യാന്ത്രികമായി സിഗരറ്റ് പാക്കറ്റ് വലിച്ചെടുത്തു. എന്നിട്ട് കൈയിലിരിക്കുന്ന സിഗരറ്റിനെ അമ്പരപ്പോടെ നോക്കിയിട്ട് തിരികെ പോക്കറ്റിലേക്കുതന്നെ ഇടുകയും ചെയ്തു. ഡോ. ഇൻഗ്രാം നിശ്ശബ്ദനായി കരയുന്നതുപോലെ കാണപ്പെട്ടു. ഇടയ്ക്കെപ്പോഴോ അവൾ പിറുപിറുക്കുന്നതുപോലെ ഡോ. സ്റ്റെയ്നർക്കു തോന്നി.

"പാവം പെണ്ണ്. പാവം പെണ്ണ്."

പെട്ടെന്ന് അവർ ഒരു കാൽപ്പെരുമാറ്റം കേട്ടു. അത് മെഡിക്കൽ ഡയറക്ടറുടേതായിരുന്നു. അയാൾക്കൊപ്പം സീനിയർ സൈക്കോളജിസ്റ്റായ ഫ്രെഡറിക്ക സാക്സനും ഉണ്ടായിരുന്നു. അന്നേരം ഡോ. ഈതറീഗ് ശവശരീരത്തിനടുത്ത് മുട്ടുകുത്തി ഇരിക്കാൻ തുടങ്ങുകയായിരുന്നു. അയാൾ ബോലമിനെ ചുംബിക്കാൻ ശ്രമിക്കുന്ന മട്ടിൽ അവളുടെ മുഖത്തിനടുത്തേക്ക് മുഖം കൊണ്ടുപോയെങ്കിലും സ്പർശിക്കാതെ മടങ്ങി. ആ കാഴ്ച കണ്ട സാക്സൻ ഡോ. ബാഗ്ലിയെ രൂക്ഷമായി നോക്കുന്നത് ഡോ. സ്റ്റെയ്നറുടെ ചെറിയ കണ്ണുകൾ കണ്ടുപിടിച്ചു. അത് അവിടെ നിന്ന എല്ലാവരെയും അനാവശ്യമായൊരു തിടുക്കത്തിന് നിർബന്ധിക്കുകയും ചെയ്തു.

"എന്താ സംഭവിച്ചത്? അവൾ മരിച്ചോ?"

സാക്സൻ സ്വകാര്യമായി ചോദിച്ചു.

"അതെ. കൊലപാതകം തന്നെയാണ്."

ബാഗ്ലിയുടെ ശബ്ദത്തിന് യാതൊരു ഭാവമാറ്റവും ഉണ്ടായിരുന്നില്ല. സാക്സൻ അതുകേട്ട് അന്ധാളിച്ചതുപോലെ തോന്നി. അവിശ്വസനീയമായ ഒരു നിമിഷംകൊണ്ട് ആ സ്ത്രീ സ്വയം വിസ്തരിക്കാൻ തുടങ്ങിയതുപോലെ ഡോ. സ്റ്റെയ്നർക്കു തോന്നി.

"ആരാ ഇത് ചെയ്തത്? ഒരിക്കലും പാവം വൃദ്ധനായ തിപ്പെറ്റ് ആയിരിക്കില്ല! പക്ഷേ അത് അയാളുടെ കൈവശമുണ്ടായിരുന്ന ഏലസ്സാണ്, അക്കാര്യം എനിക്കുറപ്പാണ്."

"അതെ. പക്ഷേ അയാൾ ഇവിടെയില്ല. അയാളിപ്പോൾ സെന്റ് ലൂക്ക് ആശുപത്രിയിൽ ന്യുമോണിയ ബാധിതനായി ചികിത്സയിലാണ്."

"അയ്യോ, എന്റെ ദൈവമേ! പിന്നെ ആരാ?" എന്നു ചോദിച്ചുകൊണ്ട് ആ സ്ത്രീ ഡോ. ബാഗ്ലിയുടെ അരികിലേക്ക് ചെന്നു. അപ്പോഴേക്കും ഡോ. ഈതറീഗ് എഴുന്നേറ്റുനിന്നു.

"താങ്കൾ പറഞ്ഞത് ശരിയാണ്. അവൾ കൊല്ലപ്പെട്ടിരിക്കുന്നു. മാത്രമല്ല നെഞ്ചിൽ കുത്തേറ്റിട്ടുമുണ്ട്. ഞാനേതായാലും മുകളിലേക്കു ചെന്ന് പൊലീസിൽ വിവരമറിയിക്കട്ടെ. മാത്രമല്ല, മറ്റുള്ള ജീവനക്കാരെയും ഇക്കാര്യം അറിയിക്കണം. എന്തായാലും നമ്മൾ ഒന്നിച്ചുതന്നെയുണ്ടാകണം. ഈ കെട്ടിടം മുഴുവൻ നന്നായി പരിശോധിക്കണം. പിന്നെ, ഒന്നിലും തൊടാതിരിക്കാൻ പ്രത്യേകം ശ്രദ്ധിക്കണം."

ഡോ. ബാഗ്ലിയുടെ കണ്ണുകളെ നേരിടാനുള്ള ധൈര്യം ഡോ. സ്റ്റെയ്നർക്കുണ്ടായില്ല. ഡോ. ഈതറീഗ് വീണ്ടും ശാന്തനായി. ബാഗ്ലിക്കും അതേ വികാരമായിരിക്കുമെന്ന് അയാൾക്കു തോന്നി.

പെട്ടെന്ന് അവർ മറ്റൊരു കാൽപ്പെരുമാറ്റം കേട്ടു. അത് സീനിയർ സൈക്കാട്രിക് സോഷ്യൽ വർക്കറായ രൂത്ത് കെറ്റിലിന്റേതായിരുന്നു. ഫയലുകൾ ക്രമംതെറ്റിയ ഷെൽഫുകൾക്കിടയിലൂടെ ആ സ്ത്രീയുടെ മുഖം നീണ്ടുവന്നു.

"ഓ, ഡയറക്ടർ, താങ്കളിവിടെ ഉണ്ടായിരുന്നോ?"

ശ്വാസമടക്കിപ്പിടിച്ച ശബ്ദത്തിൽ കെറ്റിൽ ചോദിച്ചു.

(ഡോ. ഈതറീഗ് കഴിഞ്ഞാൽ, ഒരുപക്ഷേ സ്റ്റീൻ ക്ലിനിക്കിലെ ജീവനക്കാർക്കിടയിൽ ഏറ്റവും വകതിരിവില്ലാത്തത് ഈ സ്ത്രീക്കായിരിക്കും, ദൈവത്തിനറിയാം എന്താണ് കാരണമെന്ന്. പ്രകൃതിചികിത്സാ ക്ലിനിക്കിലെ ശബ്ദങ്ങളാണ് ഇപ്പോൾ ചുറ്റും കേൾക്കുന്നതെന്ന് ഡോ. സ്റ്റെയ്നർക്കു തോന്നി.)

"കല്ലി എന്നോടു പറഞ്ഞു താങ്കൾ ഇവിടേക്ക് വന്നിട്ടുണ്ടെന്ന്. തിരക്കിലല്ലല്ലോ, അല്ലേ? എനിക്ക്... എനിക്കൊരു കാര്യം പറയാനുണ്ട്. അതു പറഞ്ഞില്ലെങ്കിൽ ഒരുപക്ഷേ എന്റെ തല പൊട്ടിത്തെറിക്കും. എനിക്കിവിടെ കൂടുതൽ പ്രശ്നങ്ങളുണ്ടാക്കണമെന്നൊന്നുമില്ല. പക്ഷേ ഇക്കാര്യം എനിക്ക് പറയാതിരിക്കാനും കഴിയില്ല. കാരണം, അത് ബോലവുമായി ബന്ധപ്പെട്ടതാണ്! തിങ്കളാഴ്ച രാവിലെ പത്തുമണിക്ക് എന്നെ കാണാൻവേണ്ടി ഒരു പുതിയ രോഗിയെ ബോലം ബുക്ക് ചെയ്തിരുന്നു. എന്റെ ഡയറിയിൽ ഞാൻ അക്കാര്യം കണ്ടതാണ്. പക്ഷേ അങ്ങനെയൊരാൾ എന്നെ കാണാനെത്തിയില്ല. ആരോ കരുതിക്കൂട്ടി ചെയ്തതാണ് അതൊക്കെ... എനിക്ക് പേടിയാകുന്നു. ബോലമിനെക്കുറിച്ച് ആർക്കോ എന്തെല്ലാമോ അറിയാമെന്നു തോന്നുന്നു ഡയറക്ടർ."

ഡോ. ബാഗ്ലി ആരോടെന്നില്ലാതെ പരുഷമായി പറഞ്ഞു:

"ആർക്കോ എന്തൊക്കെയോ അറിയാം."

അതേസമയം ആഡം ഡാൽഗ്ലിഷ് മറ്റൊരിടത്ത് തിരക്കിലായിരുന്നു. കുറ്റാന്വേഷണ വിഭാഗത്തിൽ സൂപ്രണ്ടായിരുന്ന ഡാൽഗ്ലിഷ്, അയാളുടെ ആദ്യപുസ്തകത്തിന്റെ മൂന്നാംപതിപ്പ് പുറത്തിറങ്ങിയതിന്റെ ആഘോഷത്തിൽ പങ്കെടുക്കുകയായിരുന്നു. ആദ്യപുസ്തകം കവിതാസമാഹാരമായിരുന്നതുകൊണ്ടുതന്നെ, തന്റെ കഴിവിൽ അമിത ആത്മവിശ്വാസമൊന്നും അയാൾക്കുണ്ടായിരുന്നില്ല. കവിതകളിൽ പ്രതിഫലിക്കുന്ന ധ്വന്യാത്മകതയും വിരക്തിയുടെ ഭാവവും വിശ്രമമില്ലാത്ത മനസ്സും സാധാരണക്കാർക്കിടയിൽ അയാളെ പ്രിയങ്കരനാക്കി. സ്വന്തം ഇഷ്ടങ്ങളിൽ ജീവിക്കുന്നവർ വിരലിലെണ്ണാവുന്നവർ മാത്രമേയുള്ളൂ എന്നതായിരുന്നു അയാളുടെ പക്ഷം. അതിനിടയിൽ അയാൾക്ക് ബോധ്യമായി, താനിപ്പോൾ കഴിയുന്നത് സാഹിത്യ ഏജന്റുമാരും റോയൽറ്റിയും പകർപ്പവകാശവും ഒക്കെയുള്ള മഹാസമുദ്രത്തിലാണെന്ന്. അതിനാകട്ടെ, അതിന്റേതായ വെല്ലുവിളികൾ അതിജീവിക്കേണ്ടിവരും. അതൊക്കെ മുന്നിൽക്കണ്ടുകൊണ്ടാണ് ഈ ആഘോഷങ്ങൾ സംഘടിപ്പിച്ചിരിക്കുന്നത്. സ്ഥിരതയുള്ള ആവേശവും എന്തും സഹിക്കാനുള്ള കഴിവുമാണ് ജീവിതത്തെ ഇത്രമേൽ അപ്രതീക്ഷിതവും ആസ്വാദ്യകരവുമാക്കുന്നതെന്ന് അയാൾക്കു തോന്നി.

ഹോണും ഇല്ലിംഗ്‌വർത്തും പ്രസാധകർ എന്ന നിലയിലുള്ള ദാരിദ്ര്യം ആഘോഷത്തിലും കാണിക്കുന്നുണ്ട്. സ്പെയിൻകാർ വെറുതെ കുടിച്ചു പാഴാക്കിക്കളയുന്ന 'ഷെറി' മാത്രമാണ് ഇവിടെ അവർ വിളമ്പുന്നത്. കുടി തുടങ്ങി ആദ്യപത്തുമിനിട്ട് കഴിയുമ്പോൾത്തന്നെ തന്റെ പുസ്തകത്തിന്മേൽ അവർക്കു കിട്ടിയ ലാഭം നഷ്ടപ്പെട്ടിട്ടുണ്ടാവുമെന്ന് അയാൾ കണക്കുകൂട്ടി. ഒരുപക്ഷേ അതുകൊണ്ടായിരിക്കും പണ്ടത്തെ പ്രതാപിയായ സർ ഹ്യൂബർട്ട് ഇല്ലിംഗ്‌വർത്ത് ഡാൽഗ്ലിഷിന് കൈകൊടുത്തപ്പോഴും മുഖം പ്രസന്നമാകാതിരുന്നത്. മറ്റൊരു എഴുത്തുകാരന്റെ വിജയം കൂടി അടുത്തുതന്നെ ആഘോഷിക്കേണ്ടിവരുമെന്ന് അതിനിടയിൽ അയാൾ സങ്കടത്തോടെ പിറുപിറുക്കുന്നുണ്ടായിരുന്നു. അയാളെ സംബന്ധിച്ചിടത്തോളം എഴുത്തുകാർ വിലമതിക്കാനാവാത്ത കുട്ടികളെപ്പോലെയാണ്; എത്രയൊക്കെ വാശി കാണിച്ചാലും കുറുമ്പുകാട്ടിയാലും നിലവിളിച്ചാലും നിയന്ത്രണം വിടാതെ കിടക്കയിലെത്തുംവരെ സകലതും സഹിച്ച്, എടുത്തുകൊണ്ട് നടക്കണം.

സർ ഹ്യൂബർട്ടിന്റെ ചെറുസന്ദർശനമൊഴികെ മറ്റെല്ലാം സാധാരണമട്ടിലായിരുന്നു. വളരെക്കുറച്ച് അതിഥികൾക്കു മാത്രമേ അറിയൂ ഡാൽഗ്ലിഷ് ഒരു കുറ്റാന്വേഷണ ഉദ്യോഗസ്ഥനാണെന്ന്. അതുകൊണ്ടുതന്നെ തൊഴിലിനെക്കുറിച്ച് അയാൾ എന്തെങ്കിലും സംസാരിക്കുമെന്ന് ആരും പ്രതീക്ഷിച്ചതുമില്ല. എന്നാൽ അപ്രതീക്ഷിതമായിട്ടാണ് അത് സംഭവിച്ചത്. കൊലപാതകങ്ങൾ അന്വേഷിക്കുന്ന ഒരാൾക്ക് കവിതകൾ എഴുതാൻ കഴിയും, അതിന് ബിരുദങ്ങൾ ബാധകമല്ല, എന്നു പറഞ്ഞുകൊണ്ടാണ് ഡാൽഗ്ലിഷ് അയാളുടെ സംഭാഷണം ആരംഭിച്ചതുതന്നെ.

എല്ലാവരുടെയും ആഗ്രഹം കൊലയാളികൾ പിടിക്കപ്പെടണമെന്നു തന്നെയാണ്. എന്നാൽ അതിനുശേഷം എന്താണ് അവർക്കു സംഭവിക്കുന്നതെന്ന് ആരെങ്കിലും ആലോചിച്ചിട്ടുണ്ടോ; എന്തായിരിക്കും അവർക്കുമേൽ ചുമത്തപ്പെട്ട കുറ്റം? പിന്നീട് അവരെക്കൊണ്ട് ചെയ്യിക്കുന്നതെന്ന്? ചിലർക്ക് കൊലയാളിഗ്രൂപ്പിൽ അംഗമാകുന്നതായിരിക്കും ഹരം. മറ്റു ചിലർക്ക് കൈപ്പിഴ സംഭവിക്കുന്നതാണ് കൊലപാതകമായി മാറുന്നത്. ഏതായാലും അന്വേഷണത്തിന്റെ ആവേശം രണ്ടു സാഹചര്യങ്ങളിലും ഒന്നുതന്നെ. ഒരു എഴുത്തുകാരൻ, കുറ്റാന്വേഷകന്റെ ഉള്ളിലുണ്ടെങ്കിൽ അയാൾക്ക് ഒരുപക്ഷേ സകലതിനോടും വിരക്തി തോന്നിയേക്കാം. എന്നാൽ ഡാൽഗ്ലിഷിന്റെ കാര്യത്തിൽ അതല്ല സംഭവിച്ചത്. രചനാ പശ്ചാത്തലം വിവരിച്ചതിനുശേഷം ഡാൽഗ്ലിഷിന് ആരാധകരുടെ എണ്ണം കൂടി. എഴുത്തുകാരൻ എന്ന നിലയിലുള്ള ഉത്സാഹം ആഹ്ലാദത്തിന് വഴിമാറി.

ആഘോഷം തുടങ്ങി ആദ്യമണിക്കൂറിൽ തിരക്ക് അനുഭവപ്പെട്ടെങ്കിലും ഏഴുമണി കഴിഞ്ഞതോടെ ജയിംസ് വാട്ട് ചിമ്മിനിക്ക് സമീപം ഏകനായി. ഒരു നേർത്ത വിറകുകൊള്ളി മാത്രമാണ് നെരിപ്പോടിൽ അവശേഷിക്കുന്നത്. അവിടമാകെ ഒരുതരം മുഷിപ്പൻ ഗന്ധം പരന്നു. അതൊരു വല്ലാത്ത നിമിഷം തന്നെയായിരുന്നു. വളരെപ്പെട്ടെന്ന് ആൾക്കൂട്ടത്തിന് നടുവിൽനിന്ന് ഒറ്റപ്പെടലിന്റെ തുരുത്തിലേക്ക് മാറിയതിന്റെ കനം അയാളിൽ കൂടുകെട്ടി. റിമോട്ട് കൺട്രോളറിൽ മ്യൂട്ട് ബട്ടൺ ഞെക്കിയ അവസ്ഥപോലെ ചുറ്റുമുള്ള സകലശബ്ദങ്ങളും ഒഴിഞ്ഞുപോയിരിക്കുന്നു. മുറിയിലെ നേർത്ത വെളിച്ചത്തിൽ തലതിരിച്ച് ചുറ്റും നോക്കി. മുറിയുടെ അന്യാദൃശമായ അനുപാതക്രമമൊഴികെ മറ്റൊന്നും അയാളുടെ ശ്രദ്ധയാകർഷിച്ചില്ല. അപ്രതീക്ഷിതമായി ഡെബോറ റിസ്കോ അവിടേക്കു വന്നു. അവൾ വളരെ ശാന്തയായി കാണപ്പെട്ടു. അന്നേരം അവളെ കണ്ടതിലുള്ള അമ്പരപ്പ് അയാൾക്ക് വിട്ടുമാറിയിരുന്നില്ല. എങ്കിലും, അയാൾ ഒരുതരം സമാധാനവും സന്തോഷവും അനുഭവിച്ചു. കൗമാരക്കാരൻ ആദ്യപ്രേമം വെളിപ്പെടുത്തിയതുപോലെയായിരുന്നു അത്. അവളാകട്ടെ, കൈയിൽ ഗ്ലാസേന്തിയ അയാളെ ഒരു നിമിഷം ഒന്നു നോക്കിയിട്ട് മുറിയിലൂടെ നടന്നുനീങ്ങി.

തീർത്തും അപ്രതീക്ഷിതമായിരുന്നു അവളുടെ രംഗപ്രവേശം എന്നതുകൊണ്ടുതന്നെ, ഏറെ നേരമായി അവൾ അവിടെത്തന്നെ ഉണ്ടായിരുന്നോ എന്നുപോലും അയാൾക്ക് സംശയം തോന്നി.

"നിന്നെ ഇവിടെ വച്ചു കാണുമെന്ന് ഞാൻ തീരെ പ്രതീക്ഷിച്ചില്ല."

എന്തെങ്കിലും പറയണമല്ലോ എന്നു കരുതി അയാൾ പറഞ്ഞുതുടങ്ങി.

"എന്തായാലും ഞാനിവിടെ വരേണ്ടതാണല്ലോ."

അവൾ പറഞ്ഞതുകേട്ട് അയാൾ ആകാംക്ഷയോടെ നോക്കിയപ്പോൾ അവൾ തുടർന്നു:

"ശരിക്കും ഞാൻ ഇവിടെത്തന്നെയാണ് ജോലി ചെയ്യുന്നത്. അമ്മയുടെ മരണശേഷം ഫെലിക്സ് ഹേൺ എനിക്ക് ഈ ജോലി തന്നു. എനിക്കിത് ഉപകാരപ്പെട്ടു. ഷോർട്ട് ഹാൻഡും ടൈപ്പിംഗും അറിയാം. ഒരു കോഴ്സ് ചെയ്തിരുന്നു."

അയാൾ ചിരിച്ചു.

"നിന്റെ ശബ്ദം കേട്ടിട്ട് എല്ലാം കെട്ടടങ്ങിയപോലെ തോന്നുന്നു."

"ഒരർത്ഥത്തിൽ, അത് ശരിയാണ്."

അവൾ പറഞ്ഞത് പൂർണമായും അയാൾക്ക് മനസ്സിലായില്ലെങ്കിലും അങ്ങനെ ഭാവിച്ചില്ല. അവളുടെ മറുപടിക്കുശേഷം കുറേനേരം രണ്ടുപേരും നിശ്ശബ്ദരായി. അന്നേരം ഡാൽഗ്ലിഷ് അവരുടെ ആദ്യ കൂടിക്കാഴ്ചയെക്കുറിച്ച് ഓർക്കുകയായിരുന്നു. കഴിഞ്ഞ മൂന്നു വർഷത്തിനിടയിൽ അയാൾക്കു നേരിടേണ്ടിവന്ന ഏറ്റവും വൈകാരികമായ സന്ദർഭം അതായിരുന്നു. എത്ര ഭീകരമായ പുണ്ണും ആ വ്രണത്തിനു മുന്നിൽ പിടിച്ചുനിൽക്കില്ല. അവളുടെ അമ്മ മരണപ്പെട്ട വാർത്ത പത്രങ്ങളിൽ വന്നത് ഏതാണ്ട് ആറുമാസങ്ങൾക്കു മുമ്പായിരുന്നു. എങ്കിലും ഔപചാരികമായ ആശ്വാസവാക്കുകൾ പകരാനോ എന്തെങ്കിലും സന്ദേശങ്ങൾ അയയ്ക്കാൻപോലുമോ അയാൾക്ക് കഴിഞ്ഞില്ല. എല്ലാറ്റിനും ഉപരിയായി അയാളും ആ മരണത്തിൽ അറിഞ്ഞോ അറിയാതെയോ ഒരു പങ്കുവഹിച്ചിരുന്നു. ഇപ്പോൾ അതൊക്കെ ആലോചിച്ചിട്ട് എന്തു കാര്യംയ ഇപ്പോൾ അയാളുടെ കവിതയെക്കുറിച്ചും അവളുടെ ജോലിയെക്കുറിച്ചും സംസാരിക്കുന്നതാണ് രണ്ടുപേർക്കും അഭികാമ്യം. അവർക്കിടയിൽ സംഭവിച്ച ലഘുഭാഷണത്തേക്കാളുപരി അയാളുടെ മനസ്സിൽ അന്നേരം മറ്റൊരു ചിന്ത കടന്നുപൊയ്ക്കൊണ്ടിരുന്നു.

ഇപ്പോൾ അത്താഴത്തിനു ക്ഷണിച്ചാൽ എന്തായിരിക്കും അവളുടെ മറുപടി - ഒരുപക്ഷേ സാധാരണ ചെയ്യാറുള്ളതുപോലെ എന്തെങ്കിലും പറഞ്ഞ് ഒഴിവാക്കുമോ; അതോ, മറ്റൊരു തുടക്കത്തിന് മുൻകൈ എടുത്തുകൊണ്ട് വഴങ്ങിക്കൊടുക്കുമോ - ചിന്തകൾ പലവഴിക്ക് പാഞ്ഞു. അവളിപ്പോൾ തന്നെക്കുറിച്ച് എന്തായിരിക്കും ചിന്തിക്കുന്നതെന്ന കാര്യത്തിൽ അയാൾക്ക് വല്ലാത്ത ആശങ്കയുണ്ടായിരുന്നു. അവരുടെ അവസാന കൂടിക്കാഴ്ചയിൽപ്പോലും മനസ്സിൽ തെളിഞ്ഞ അനുരാഗത്തീപ്പൊരി ഇപ്പോഴും അയാളുടെയുള്ളിൽ മിന്നുന്നുണ്ടായിരുന്നു. അക്കാര്യം അവൾക്ക് സമ്മതമാണെങ്കിൽ - ഒന്നുകിൽ അനുരാഗത്തീപ്പൊരി അല്ലെങ്കിൽ സുന്ദര സായാഹ്നം - അതോടെ അയാളുടെ ഏകാന്തജീവിതം അവസാനിച്ചേനേ. അനിവാര്യമായ എന്തോ ഒന്ന് അയാളെ തുറിച്ചുനോക്കി ഭീഷണിപ്പെടുത്തി.

പ്രസവത്തോടെ ഭാര്യ മരിച്ചതിൽപ്പിന്നെ വേദന അയാളെ ചുറ്റിവരിയുകയായിരുന്നു. അഭ്യാസികൾക്ക് എളുപ്പം വഴങ്ങുന്ന കസർത്തിനപ്പുറം ലൈംഗികവേഴ്ചയെ അയാൾ കണ്ടില്ല.

ചിട്ടവട്ടങ്ങൾക്കനുസരിച്ച്, സാമ്പ്രദായിക ഭാവചലനങ്ങളോടെ ആടിത്തിമിർക്കുന്ന കെട്ടുകാഴ്ചയ്ക്കപ്പുറം പ്രണയത്തെ അയാൾ കണ്ടില്ല. പക്ഷേ അവൾ അതൊന്നും അംഗീകരിച്ചില്ല. അവൾക്ക് എന്തുകൊണ്ടാണ് അയാളിൽ അത്രമാത്രം കമ്പം തോന്നിയതെന്ന കാര്യത്തിൽ അയാൾക്ക് ഒരെത്തുംപിടിയും കിട്ടിയില്ല. അയാളുടെ ഇംഗിതങ്ങളെ പരിലാളിക്കുന്നതിനു വേണ്ടിയായിരിക്കും അവൾ അയാളിലേക്ക് കടന്നുവന്നത്. അയാൾ ഭാഗ്യം പരീക്ഷിക്കാൻതന്നെ തീരുമാനിച്ചു. എന്താണ് പറയേണ്ടതെന്നും അത് എങ്ങനെയാണ് അവതരിപ്പിക്കേണ്ടതെന്നും അയാൾ മനസ്സിൽ പലവുരു പറഞ്ഞുനോക്കി. വർഷങ്ങൾക്കുശേഷം ഒരു കൗമാര മനസ്സിന്റെ അനിശ്ചിതാവസ്ഥ തന്നിലേക്കെത്തിയതോർത്ത് അയാൾ അദ്ഭുതപ്പെട്ടു.

അപ്രതീക്ഷിതമായി ഒരു നിഴലനക്കം അയാളുടെ ചുമലിൽ പതിഞ്ഞു – ചെയർമാന്റെ സെക്രട്ടറിയായിരുന്നു അത്. അയാൾക്ക് ഒരു ഫോണുണ്ട് എന്നു പറയാനായിരുന്നു അവൾ വന്നത്.

"അത് പൂമുഖത്താണ്, മിസ്റ്റർ ഡാൽഗ്ലിഷ്."

പൂമുഖത്തുനിന്ന് ഫോൺ ചെയ്യാൻ ഹേൺ ആന്റ് ഇല്ലിംഗ്‌വർത്തിന്റെ പുസ്തകരചയിതാക്കൾക്ക് പ്രത്യേക അനുവാദം നൽകിയിരുന്നു.

അയാൾ പുഞ്ചിരിച്ചുകൊണ്ട് ഡെബോറ വിസ്‌കോയോട് ക്ഷമാപണം നടത്തി. അവൾ ഭാവമാറ്റം കൂടാതെ ചുമലുകൾ കുലുക്കി.

"ഒരു നിമിഷം, ഞാനിപ്പോൾ വരാം."

അതു പറയുമ്പോഴും അയാൾക്കറിയില്ലായിരുന്നു ആ ഫോൺ സംഭാഷണം എത്രനേരം നീണ്ടുനിൽക്കുമെന്നും അവിടേക്ക് തിരികെ വരാൻ കഴിയുമോ എന്ന കാര്യവും.

പൂമുഖത്തിന് തൊട്ടടുത്തായുള്ള ഒരു ചെറിയ കൂട്ടിനുള്ളിലായിരുന്നു ഫോൺ. കൈയെഴുത്തുപ്രതികളും പ്രൂഫുകളും പൊടിപിടിച്ച ഫയലുകളും കൂടിക്കലർന്നുകിടന്ന അവിടമാകെ പൊടിപടലങ്ങൾ നിറഞ്ഞിരുന്നു. അതിനിടയിൽ ഞെരുങ്ങിനിന്നാണ് ഫോണിൽ സംസാരിക്കേണ്ടത്. ഹേൺ ആന്റ് ഇല്ലിംഗ്‌വർത്ത് പുസ്തകരചയിതാക്കളുടെ സ്വസ്ഥതയാണോ അസ്വസ്ഥതയാണോ പ്രസാധകർ വിറ്റു കാശാക്കുന്നതെന്ന തോന്നലായിരിക്കും അതിനുള്ളിൽ കയറിയാൽ എഴുത്തുകാർക്ക് ഉണ്ടാകുന്നത്.

ഫോണിന്റെ മറുതലയ്ക്കൽ പരിചിതമായ ശബ്ദമായിരുന്നു. "ഹലോ ആഡം, എങ്ങനെയുണ്ട് ആഘോഷം? നന്നായി നടക്കുന്നുണ്ടോ? ഇടയ്ക്കുകയറി തടസ്സപ്പെടുത്തിയതിൽ ക്ഷമിക്കുക. ഇനി പറയുന്ന കാര്യം ശ്രദ്ധിക്കുക. സ്റ്റീൻ ക്ലിനിക്ക്, നമ്പർ 31. ആ സ്ഥലം നിനക്കറിയാം. അപ്പർ

ക്ലാസ് മനോരോഗികളെ മാത്രം ചികിത്സിക്കുന്ന ഒരിടമാണത്. അവരുടെ സെക്രട്ടറിയോ അഡ്മിനിസ്ട്രേറ്റീവ് ഓഫീസറോ അങ്ങനെ ഏതോ സ്ഥാനത്തിരിക്കുന്ന ഒരു സ്ത്രീ കൊല്ലപ്പെട്ടിരിക്കുന്നു. തലയ്ക്ക് ക്ഷതമേറ്റിട്ടുണ്ട്. കൂടാതെ, വളരെ വിദഗ്ധമായി ഹൃദയഭാഗത്ത് ഏല്പിക്കപ്പെട്ട ആഴത്തിലുള്ള ഒരു മുറിവുമുണ്ട്. നമ്മുടെ ആൾക്കാർ അവിടേക്ക് പുറപ്പെട്ടിട്ടുണ്ട്. നിന്നോടൊപ്പം ഞാൻ മാർട്ടിനേയും അയയ്ക്കുന്നു. അവൻ നിന്നെ സഹായിക്കും."

"താങ്ക്യൂ സർ. എപ്പോഴാണ് ഇക്കാര്യം റിപ്പോർട്ട് ചെയ്യപ്പെട്ടത്?"

"മൂന്നു മിനിട്ട് മുമ്പ് മെഡിക്കൽ ഡയറക്ടറാണ് വിളിച്ചത്. അയാളാണ് എനിക്ക് ഇത്തരമൊരു ലഘുചിത്രം തന്നത്. ആ ക്ലിനിക്കിലെ ഒരു രോഗി തന്നെയാണ് പ്രതി എന്നാണ് അയാളുടെ സംശയം. പക്ഷേ പ്രതി എന്നു കരുതുന്നയാൾ കൃത്യം നടന്ന സമയത്ത് മറ്റൊരിടത്തായിരുന്നു എന്നാണ് പറയപ്പെടുന്നത്. അതിനുശേഷം ഒരു ഡോക്ടർ സ്റ്റെയ്നറും വിളിച്ചിരുന്നു. അഞ്ചു വർഷങ്ങൾക്കുമുമ്പ് ഒരു അത്താഴവിരുന്നിൽവച്ച് തമ്മിൽ പരിചയപ്പെട്ടിരുന്ന കാര്യം അയാൾ പറഞ്ഞു. മരിച്ചുപോയ അയാളുടെ അളിയനായിരുന്നത്രേ അത്താഴവിരുന്ന് സംഘടിപ്പിച്ചത്. കൊലയാളിക്ക് മാനസികരോഗിയുടേതിന് സമാനമായ പല പ്രത്യേകതകളുമുണ്ടെന്ന് കരുതുന്നതായും ആ ഡോക്ടർ എന്നോട് പറഞ്ഞു. അവരൊക്കെ നല്ല കുറ്റാന്വേഷണ നോവലുകൾ വായിക്കുന്നവരാണെന്നു തോന്നുന്നു. ആരും തന്നെ മൃതദേഹത്തെ സ്പർശിച്ചിട്ടുമില്ല. ആരെയുംതന്നെ ആ കെട്ടിടം വിട്ട് പുറത്തുപോകാൻ അനുവദിച്ചിട്ടുമില്ല. മാത്രമല്ല, നിരീക്ഷണവിധേയമായി എല്ലാവരെയും ഒരു മുറിക്കുള്ളിൽ ഇരുത്തിയിരിക്കുകയുമാണ്. ആഡം, നീ അവിടേക്ക് പെട്ടെന്ന് എത്തിയില്ലെങ്കിൽ, ഒരുപക്ഷേ അവർതന്നെ ക്രൈം കണ്ടെത്തുമെന്നാണ് തോന്നുന്നത്."

"ആരാണ് മെഡിക്കൽ ഓഫീസർ?"

ഡാൽഗ്ലിഷ് ചോദിച്ചു.

"ഡോ. ഹെൻറി ഈതറീഗ്. നീ അയാളെ ടെലിവിഷനിൽ കണ്ടിട്ടുണ്ട്. പ്രഗദ്ഭനായ മനോരോഗ ചികിത്സകൻ, കറകളഞ്ഞ പ്രൊഫഷണൽ, ആകർഷണീയ രൂപം, യാഥാസ്ഥിതികനും വിശ്വസ്തനുമായ മനുഷ്യൻ."

"ഞാൻ കോടതിയിൽ വെച്ച് അയാളെ കണ്ടിട്ടുണ്ട്."

ഡാൽഗ്ലിഷ് പറഞ്ഞു.

"തീർച്ചയായും. ആ റൗട്ട്ലെഡ്ജ് കേസിന്റെ കാര്യം ഓർമ്മയില്ലേ? റൗട്ട്ലെഡ്ജ് കേസിനെ മറക്കാതിരിക്കാൻ എന്നെ സംബന്ധിച്ചിടത്തോളം മറ്റൊരു കാരണം കൂടിയുണ്ട്. അക്ഷരാർത്ഥത്തിൽ, എന്റെ കണ്ണുകൾ തുടയ്ക്കാൻ തൂവാലയെടുത്ത സന്ദർഭമായിരുന്നു അത്. ഡിഫൻസ് കൗൺസിലിന്റെ സ്വാഭാവിക തിരഞ്ഞെടുപ്പായിരുന്നു ഈതറീഗ് അയാളെ

ത്തന്നെ കിട്ടുമെങ്കിൽ. അവരുടെ മോങ്ങൽ നിനക്കോർമ്മയില്ലേ? ആദരണീയനും ഇംഗ്ലീഷ് നന്നായി കൈകാര്യം ചെയ്യാനറിയാവുന്നയാളും ജൂറിയെ ഞെട്ടിക്കാതെയും വിധികർത്താക്കളെ ശത്രുക്കളാക്കാതെയും സഹകരിക്കുന്ന ഒരു മനോരോഗ ചികിത്സകനെ ആവശ്യമുണ്ടെന്നായിരുന്നു അവരുടെ ആവലാതി. അതിന് ഒരൊറ്റ ഉത്തരമേ ഉണ്ടായിരുന്നുള്ളൂ – ഈതറീഗ്. ങാ, ശരി, കാര്യങ്ങളെല്ലാം എത്രയും വേഗം നേരെയാകട്ടെ!"

അസിസ്റ്റന്റ് കമ്മീഷണറുടെ ശുഭാപ്തിവിശ്വാസം ആഘോഷരാവിനെ അലങ്കോലമാക്കി. ആഘോഷങ്ങൾ പാതിവഴിയിൽ മുറിഞ്ഞു. ഡാൽഗ്ലിഷ് ആതിഥേയനോട് നന്ദി പറഞ്ഞ് അന്നേരം കൺമുന്നിൽ വന്നുപെട്ടവരോട് അലസമായി കൈവീശി യാത്രപറഞ്ഞുകൊണ്ട് അവിടെ നിന്നിറങ്ങി. അയാൾ ഡെബോറാ റിസ്കോയെ ഒരിക്കൽക്കൂടി കണ്ടില്ല; അഥവാ, അതിന് ശ്രമിച്ചതുമില്ല. ഏറ്റെടുത്തിരിക്കുന്ന ജോലിയിൽ മുഴുകിയതിന്റെ ആവേശവും; ഒരു നിമിഷത്തെ ബുദ്ധിമോശംകൊണ്ട് അപഹാസ്യനായിപ്പോയേക്കാമായിരുന്ന ഒരു സാഹചര്യത്തിൽനിന്ന് തലനാരിഴയ്ക്ക് രക്ഷപ്പെട്ടതിന്റെ ആശ്വാസവും അന്നേരം അയാൾക്കുണ്ടായിരുന്നു. യാതൊരു ഉറപ്പുമില്ലാത്ത, നിരാശമാത്രം ലഭിക്കാനിടയുള്ള ആകസ്മിക സമാഗമം മാത്രമായിരുന്നു അതെന്ന് അയാൾക്കു തോന്നി. ഏതായാലും കഴിഞ്ഞത് കഴിഞ്ഞു.

നീണ്ടുകൂർത്ത മേൽക്കൂരകളോടുകൂടിയ ജോർജിയൻ മാതൃകയിലുള്ള കെട്ടിടത്തിലായിരുന്നു സ്റ്റീൻ ക്ലിനിക്ക് പ്രവർത്തിച്ചിരുന്നത്. സ്റ്റീൻ ക്ലിനിക്കിലേക്കുള്ള നടപ്പാതയിലൂടെ നടന്നുനീങ്ങുമ്പോൾ നിർണായകമായ എന്തെങ്കിലും വിവരങ്ങൾ ലഭിക്കുമെന്ന പ്രതീക്ഷ ഡാൽഗ്ലിഷിനുണ്ടായിരുന്നു. അസാധാരണമാംവിധം സ്വബോധമുള്ളവർക്കു മാത്രമേ സ്റ്റീൻ ക്ലിനിക്കിൽ ചികിത്സയ്ക്കായി പ്രവേശനം ലഭിക്കുകയുള്ളൂ എന്ന ഫലിതോക്തി അന്നാട്ടിൽ പ്രചരിച്ചിരുന്നു. തീർച്ചയായും ആ സ്ഥാപനത്തിന്റെ ഖ്യാതിയെത്തന്നെയാണ് അത് സൂചിപ്പിക്കുന്നത്. എങ്കിലും അത്ര മാത്രം പ്രശസ്തി ആ സ്ഥാപനം അർഹിക്കുന്നില്ലെന്ന് ഡാൽഗ്ലിഷിന് തോന്നി. അവിടെ രോഗികളെ ചികിത്സിക്കാൻ തിരഞ്ഞെടുക്കുന്നത്, രോഗത്തിന്റെ തീവ്രതയുടെ അടിസ്ഥാനത്തിലല്ല, മറിച്ച്, രോഗിയുടെ കഴിവും സാമ്പത്തികസ്ഥിതിയും സമൂഹത്തിലെ പദവികളും പരിഗണിച്ചു മാത്രമാണ്. ആദ്യത്തെ സൈക്കോതെറാപ്പി സെഷനിലേക്കു കടക്കും മുമ്പ് കൗതുകകരങ്ങളായ പലവിധ നിരീക്ഷണ പരീക്ഷണങ്ങളിലൂടെ അവരെ കടത്തിവിടും.

സ്റ്റീൻ ക്ലിനിക്കിൽ മോഡി ഗ്ലിയാനി എന്ന പേരിൽ ഒരു പെയിന്റിംഗ് ഉണ്ടായിരുന്നതായി ഡാൽഗ്ലിഷ് ഓർത്തു. അത് അത്ര വിഖ്യാതപെയിന്റിംഗൊന്നുമല്ല. അതു വരച്ച ചിത്രകാരന്റെ ഏറ്റവും മികച്ച രചനയുമല്ല. എന്നു മാത്രമല്ല അത് ഏതെങ്കിലും പ്രസ്ഥാനങ്ങളുടെ പ്രതിനിധാനവുമല്ല. എങ്കിലും അതൊരു മോഡി ഗ്ലിയാനിയാണെന്ന കാര്യം ആർക്കും

നിഷേധിക്കാനാവില്ല. ഒന്നാംനിലയിലെ സ്വീകരണമുറിയിലായിരുന്നു ആ ചിത്രത്തിന്റെ സ്ഥാനം. മനോഗുണമുള്ള ഏതോ ഒരു മുൻമനോരോഗി നൽകിയതായിരുന്നു ആ ചിത്രം. ഏതായാലും പൊതുജനമധ്യത്തിൽ ആ ചിത്രം ക്ലിനിക്കിന് മറ്റൊരു മുഖം നൽകി. റെഡ്ക്രോസിന്റെ ചിത്രശേഖരത്തിൽനിന്നുള്ള ഏതെങ്കിലും ചിത്രങ്ങൾ പകർത്തി ചുമരിൽ തൂക്കുക എന്നതായിരുന്നു ദേശീയ ആരോഗ്യ നയമനുസരിച്ച് പ്രവർത്തിക്കുന്ന മറ്റു ക്ലിനിക്കുകൾ പിന്തുടർന്നുവന്നത്. രണ്ടാംകിട സ്ഥാപനം എന്ന നിലയിൽനിന്ന് ഒന്നാംകിട സ്ഥാപനമായി സ്റ്റീൻ ക്ലിനിക്കിനെ ഉയർത്താൻ അവിടത്തെ ജീവനക്കാർക്ക് ഒരൊറ്റ ദിവസം മതി. എന്നാൽ, അതൊരു രണ്ടാംകിട സ്ഥാപനമാണെന്നു തെളിയിക്കാൻ വീണ്ടും വീണ്ടും അവർ പരിശ്രമിച്ചുകൊണ്ടിരിക്കുകയാണ്.

ആ കെട്ടിടത്തിന്റെ ടുറസ്സും ജോർജിയൻ മാതൃകയിലുള്ളതായിരുന്നു. അത് തെക്കുഭാഗത്തായിട്ടാണുള്ളത്. അതിന്റെ പിന്നിലായി തീരെ ചെറിയ ഒരു ഇടനാഴിയുണ്ട്. അത് ചെന്നവസാനിക്കുന്നത് ലിങ്കൺ ചത്വരത്തിലെ ഒരു സങ്കേതത്തിലാണ്. അവിടെ അഴികൾ ഉറപ്പിച്ച ഒരു അടിത്തറയുണ്ട്. ശരിക്കും പറഞ്ഞാൽ അത് വീടിന്റെ മുന്നിൽ നിന്നു തുടങ്ങി, ഇരുവശങ്ങളിലേക്കുമായി തിരിഞ്ഞ് കതകിനോടു ചേർന്ന് രണ്ട് ഉരുക്കുവിളക്കുകാലുകളിലാണ് ചെന്നവസാനിക്കുന്നത്. വാതിലിന്റെ വലതുവശത്തായി ആശുപത്രി മാനേജ്മെന്റ് കമ്മിറ്റി അംഗങ്ങളുടെ പേരുകൾ രേഖപ്പെടുത്തിയ വെങ്കലഫലകം കാണാം. അതിനു താഴെയായി 'സ്റ്റീൻ ക്ലിനിക്' എന്നു കൊത്തിവച്ചിരിക്കുന്നതും കാണാം. മറ്റൊരു വിവരങ്ങളും നൽകിയിട്ടില്ല. സ്റ്റീൻ ക്ലിനിക്ക് അവരുടെ പ്രവർത്തനങ്ങളെക്കുറിച്ച് പരസ്യങ്ങൾ നൽകാറില്ല. തനി നാടൻ മനോരോഗികളുടെ കാര്യത്തിൽ അവർക്ക് യാതൊരു താത്പര്യവുമില്ല എന്നുതന്നെയാണ് അതിനർത്ഥം. ആ കെട്ടിടത്തിനു മുന്നിൽ നാല് കാറുകൾ പാർക്ക് ചെയ്തിട്ടുണ്ടായിരുന്നെങ്കിലും പൊലീസ് എത്തിയതിന്റെ യാതൊരു ലക്ഷണവും ഉണ്ടായിരുന്നില്ല. ആ കെട്ടിടം തികച്ചും ശാന്തമായിരുന്നു. മുൻവാതിൽ അടഞ്ഞുകിടക്കുകയായിരുന്നെങ്കിലും താഴത്തെ നിലയിൽ നിന്നുള്ള ഫാൻലൈറ്റിന്റെ അരണ്ട വെളിച്ചം തിരശ്ശീലകൾക്കിടയിലൂടെ പുറത്തേക്ക് വരുന്നുണ്ട്.

കോളിംഗ് ബെല്ലിൽനിന്ന് വിരലെടുക്കുംമുമ്പുതന്നെ വാതിൽ മലർക്കെ തുറന്നു. അവർ അയാൾക്കുവേണ്ടി കാത്തിരിക്കുകയായിരുന്നു. ആജാനുബാഹുവായ ഒരു കാവൽക്കാരൻ - യൂണിഫോം കണ്ടാലറിയാം അയാളുടെ കാവൽക്കാരനാണെന്ന് - ഒന്നും ഉരിയാടാതെ വാതിൽ തുറന്നുപിടിച്ചുകൊണ്ടുനിന്നു. ശരത്ക്കാല രാത്രിയുടെ നേർത്ത കുളിരിൽനിന്ന് കെട്ടിടത്തിനുള്ളിലേക്കു കയറിയപ്പോൾ അയാൾക്ക് ഇളംചൂട് അനുഭവപ്പെട്ടു. വാതിലിന് ഇടതുവശത്തായി ചില്ലുപാകിയ സ്വീകരണമേശയും തൊട്ടടുത്തായി ഒരു ടെലഫോൺ ബൂത്തും ഉണ്ടായിരുന്നു. കടുത്ത മനഃക്ലേശം മൂലമായിരിക്കണം, ഒരു നിമിഷമോ

അതിലേറെയോ കഴിയുംമുമ്പേ കാവൽക്കാരൻ അവിടെ കയറി ഇരിപ്പുറപ്പിച്ചു. അയാൾ ചുറ്റുമൊന്ന് കണ്ണോടിച്ചശേഷം, കരഞ്ഞുകലങ്ങിയ കണ്ണുകളോടെ ഡാൽഗ്ലിഷിനെ നോക്കി. എന്നിട്ട് വീണ്ടും സൂപ്രണ്ടിന്റെ വരവിനെന്നപോലെ കണ്ണും നട്ടിരിക്കാൻ തുടങ്ങി. ഹാളിൽ വച്ചുതന്നെ മെഡിക്കൽ ഡയറക്ടർ ഹസ്തദാനം ചെയ്തുകൊണ്ട് അതിഥിയെ സ്വീകരിച്ചു.

"സൂപ്രണ്ട് ഡാൽഗ്ലിഷല്ലേ? താങ്കളെ കണ്ടതിൽ വളരെ സന്തോഷമുണ്ട്. എന്റെ സഹപ്രവർത്തകരെ ഒന്നു പരിചയപ്പെടുത്തട്ടെ? ഇത് ഡോ. ജയിംസ് ബാഗ്ലി. അത്, ആശുപത്രി മാനേജ്മെന്റ് കമ്മിറ്റിയുടെ സെക്രട്ടറി മിസ്റ്റർ ലൗഡർ."

"താങ്കൾ വളരെപ്പെട്ടെന്നുതന്നെ എത്തിച്ചേർന്നു, അല്ലേ സാർ?"

ഡാൽഗ്ലിഷ് ലൗഡറോട് ചോദിച്ചു.

"രണ്ടു മിനിട്ടുമുമ്പ് ഞാനിവിടെ എത്തിച്ചേരുന്നതുവരെ എനിക്കീ കൊലപാതകത്തെക്കുറിച്ച് അറിയില്ലായിരുന്നു. ഇന്ന് ഉച്ചഭക്ഷണസമയത്ത് മിസ് ബോലം എന്നെ ഫോൺ ചെയ്തിട്ട് അത്യാവശ്യമായി എന്നോടെന്തോ പറയാനുണ്ടെന്നു പറഞ്ഞു. ഇവിടെന്തോ കുഴപ്പമുണ്ടെന്നും അതിന് നിർദ്ദേശങ്ങളും അഭിപ്രായങ്ങളും ആരായുന്ന മട്ടിലായിരുന്നു എന്നോട് സംസാരിച്ചത്. അതുകൊണ്ടാണ് ഞാൻ കഴിയുന്നത്രവേഗം ഇവിടെയെത്തിയത്. ഇവിടെയെത്തിയപ്പോഴാണ് മിസ് ബോലം കൊല്ലപ്പെട്ട വിവരം അറിയുന്നത്. അത്തരമൊരു സാഹചര്യം വച്ചുനോക്കുകയാണെങ്കിൽ, എനിക്കു തോന്നുന്നത് എന്തോ ഗുരുതരമായ ഒരു സംഗതി അവൾക്കറിയാമായിരുന്നു എന്നാണ്."

"അതെന്തോ ആയിക്കോട്ടെ, നിങ്ങളെന്തായാലും ഒരുപാട് വൈകിപ്പോയി. എനിക്കെന്തോ പേടിയാകുന്നു."

ഡോ. ഈതറീഗ് പറഞ്ഞു.

ടെലിവിഷനിൽ കാണുന്നതുപോലെയല്ല അയാൾ. നേരിൽ കാണുമ്പോൾ അല്പം നീളക്കുറവ് അനുഭവപ്പെടുന്നതായി ഡാൽഗ്ലിഷിന് തോന്നി. മുന്നോട്ടുന്തിയ അയാളുടെ നെറ്റിയും അതിനു പിറകിലായി ദിവ്യപരിവേഷം പോലെ കാണപ്പെടുന്ന നരച്ച തലമുടിയും ശിശുസഹജമായ ഒരു ബാഹ്യരൂപം നൽകുന്നുണ്ടെങ്കിലും ശരീരം അതിനു ചേർന്നതല്ല. പ്രായം ചെന്നതിന്റെ സകല ലക്ഷണങ്ങളും ശരീരത്തിൽ പ്രകടമാണ്. അയാളുടെ പ്രായമെന്തെന്ന് ഊഹിക്കാനാവില്ലെങ്കിലും, അയാൾക്ക് അറുപത്തിയഞ്ചോ എഴുപതോ വയസ്സുണ്ടാകുമെന്ന് ഡാൽഗ്ലിഷ് കണക്കുകൂട്ടി. ഒരു കൺസൾട്ടന്റ് ഡോക്ടർക്ക് വിരമിക്കാനുള്ള പ്രായം കൂടിയാണത്. അയാളുടെ ചുമലുകൾക്ക് ഒരിക്കലും മാറ്റിയെടുക്കാനാവാത്ത വളവും പെയിന്റടിച്ചതുപോലെയുള്ള കവിളുകളിൽ കറുത്ത പുള്ളിക്കുത്തുകളും നരച്ചുതുടങ്ങിയ പുരികങ്ങൾക്കു താഴെ തിളക്കമറ്റ് നീലിച്ച കണ്ണുകളും ഇടംപിടിച്ചിരിക്കുന്നു. അത്തരം

നിർജീവമായ കണ്ണുകളും ദുർബലമായ ഒച്ചയും ഒരിക്കലും ഒരു മെഡിക്കൽ ഡയറക്ടർക്ക് ചേർന്നതല്ല എന്ന് ഡാൽഗ്ലിഷിന് തോന്നി.

അതിന് നേർവിപരീതമായിരുന്നു ഡോ. ബാഗ്ലിയുടെ ശരീരപ്രകൃതി. അയാൾക്ക് ആറടി ഉയരമുണ്ടായിരുന്നു. ഏതാണ്ട് ഡാൽഗ്ലിഷിന്റെ അതേ ഉയരം. എങ്കിലും പെട്ടെന്നു കാണുമ്പോൾ ക്ഷീണിതഭാവമായിരുന്നു അയാൾക്ക്. ഇടിഞ്ഞുതൂങ്ങിയ ചുമലുകളിൽ കിടന്ന നീളൻ വെള്ള ക്കുപ്പായത്തിന്, അതുകൊണ്ടുതന്നെ പതിവിലും നീളം തോന്നിച്ചു. ചെറുപ്പക്കാരനായിരുന്നെങ്കിലും മെഡിക്കൽ ഡയറക്ടറുടെ ഊർജസ്വലത അയാൾക്കുണ്ടായിരുന്നില്ല. അയാളുടെ നീളൻ തലമുടിക്ക് അരണ്ട ചാര നിറമായിരുന്നു. ഇടയ്ക്കിടെ നെറ്റിയിലേക്കു വീഴുന്ന തലമുടിയിഴകളെ പുകയില തിങ്ങിയ കൈവിരലുകൾകൊണ്ട് അയാൾ അലസമായി മാടിയൊതുക്കാറുണ്ടായിരുന്നു. ഒട്ടും മാംസളമല്ലാത്ത മുഖമായിരുന്നെ ങ്കിൽകൂടി, അയാൾ സുന്ദരനായിരുന്നു. എങ്കിലും കണ്ണുകൾക്കും ചർമ്മ ത്തിനും സഹജമായ ക്ഷീണം തോന്നിച്ചു.

മെഡിക്കൽ ഡയറക്ടർ പറഞ്ഞു:

“അങ്ങനെയെങ്കിൽ, താങ്കൾ നേരെ മൃതദേഹം കിടക്കുന്ന ഇടത്തേക്ക് പൊയ്ക്കൊള്ളൂ. വിരോധമില്ലെങ്കിൽ, ഞങ്ങളുടെ രണ്ടാം കാവൽക്കാര നായ പീറ്റർ നെഗലിനെ താങ്കൾക്കൊപ്പം സംഭവസ്ഥലത്തേക്കു വിടാം. അയാളുടെ കത്തിയാണല്ലോ കൃത്യം നടത്താൻ ഉപയോഗിച്ച ആയുധം - അവൻ ആളൊരു പാവമാ, അവന് അങ്ങനെയൊന്നും ചെയ്യാൻ കഴിയില്ല - പിന്നെ, തീർച്ചയായും അയാളെയും താങ്കൾക്ക് ചോദ്യം ചെയ്യേണ്ടിവരുമല്ലോ.”

“അന്നേരം ഇവിടെയുണ്ടായിരുന്ന സകലരേയും ചോദ്യം ചെയ്യേണ്ടി വരുമെന്നാണ് തോന്നുന്നത്.”

ഡാൽഗ്ലിഷ് മറുപടിയെന്നോണം പറഞ്ഞു.

മെഡിക്കൽ ഡയറക്ടർ ചുമതലകൾ ഏറ്റെടുക്കുകയും ഏല്പിക്കു കയും ചെയ്തുതുടങ്ങി എന്നു കണ്ടതോടെ, അതുവരെ നിശ്ശബ്ദനായി രുന്ന ഡോ. ബാഗ്ലി ഉള്ളുകൊണ്ട് സന്തോഷിച്ചു. ലൗഡറും നിരീക്ഷക നായി അവർക്കൊപ്പം കൂടി. അവരും അടിത്തട്ടിലെ പടിക്കെട്ടുകൾക്കരി കിലേക്ക് നീങ്ങുന്ന കാര്യം ഡാൽഗ്ലിഷിന്റെ കണ്ണുകൾ വേഗം പിടി ച്ചെടുത്തു. അയാളുടെ കണ്ണേറിന്റെ അർത്ഥം മനസ്സിലാക്കാൻ ആർക്കും കഴിഞ്ഞില്ല. കൂട്ടത്തിലാരോ പരിഹാസരൂപേണ തന്നെ നോക്കുന്നതു പോലെ ഡാൽഗ്ലിഷിന് തോന്നി.

ഡാൽഗ്ലിഷ് മൃതദേഹത്തിനടുത്തേക്ക് കുനിഞ്ഞിരുന്നപ്പോൾ ഒപ്പ മുണ്ടായിരുന്നവർ നിശ്ശബ്ദരായി. ബ്ലൗസിലും മുലക്കച്ചയിലും മാത്രമാണ് അയാൾ ആകെ സ്പർശിച്ചത്. രണ്ടിന്റെയും കുടുക്കുകൾ അഴിഞ്ഞ നിലയിലായിരുന്നു. മുറിവേല്പിച്ച കത്തിയുടെ പിടി വ്യക്തമായി കാണാൻ

വേണ്ടിയായിരുന്നു അയാൾ അങ്ങനെ ചെയ്തത്. കത്തിപ്പിടിവരെ ശരീരത്തിൽ തറഞ്ഞുകയറിയിരുന്നെങ്കിലും രക്തം വാർന്നുപോയതായി കണ്ടില്ല. ആ സ്ത്രീയുടെ മുലക്കച്ച സ്ഥാനം തെറ്റിയിരുന്നതുകൊണ്ട് മാറിടം കൂടുതൽ അനാവൃതമായി. കരുതിക്കൂട്ടിയുള്ള ഹീനകൃത്യമാണ് നടന്നതെന്ന് ഒറ്റനോട്ടത്തിൽ വ്യക്തമായിരുന്നു. മാത്രമല്ല, കൊലപാതകിക്ക് മനുഷ്യശരീരത്തെക്കുറിച്ച് നല്ല ധാരണയുണ്ട്. അല്ലെങ്കിൽപ്പിന്നെ കത്തി ഹൃദയഭാഗത്തുതന്നെ തുളച്ചുകയറ്റാനുള്ള മിടുക്ക് എങ്ങനെയുണ്ടാകും? അങ്ങനെ പല സാധ്യതകളെക്കുറിച്ചും അയാൾ ആലോചിച്ചു.

അയാൾ എഴുന്നേറ്റുനിന്ന് പീറ്റർ നെഗലിനോടു ചോദിച്ചു:

"ആ കത്തി നിന്റേതാണോ?"

"ആണെന്നു തോന്നുന്നു. മാത്രമല്ല, എന്റെ കത്തി ഇപ്പോൾ പെട്ടിയിൽ കാണാനുമില്ല."

സാധാരണ പ്രയോഗിക്കാറുള്ള 'സർ' എന്ന വിളി ഒഴിവാക്കിയതൊഴിച്ചാൽ, ആ ശബ്ദത്തിന് ധിക്കാരമോ നീരസമോ തോന്നിയില്ല. അതുകൊണ്ടുതന്നെ ഡാൽഗ്ലിഷ് ചോദിച്ചു: "പിന്നെ, അതെങ്ങനെയായിരിക്കും ഇവിടെയെത്തിയത്?"

"ആ, എനിക്കൊന്നും അറിയില്ല. എനിക്കെന്തെങ്കിലും അറിയാമായിരുന്നെങ്കിൽ, ഞാൻ പറയുമായിരുന്നല്ലോ?"

അപ്രതീക്ഷിതമായൊരു നീക്കത്തിലൂടെ, മെഡിക്കൽ ഡയറക്ടർ നീരസത്തോടെ നെറ്റി ചുളിച്ചുകൊണ്ട് ഒരു മുന്നറിയിപ്പിന്റെയോ താക്കീതിന്റെയോ ഭാവത്തിൽ നാഗലിന്റെ ചുമലിൽ സ്പർശിച്ചു. എന്നിട്ട്, ഡാൽഗ്ലിഷിനോട് കൂടിയാലോചിക്കുകപോലും ചെയ്യാതെ മൃദുസ്വരത്തിൽ പറഞ്ഞു:

"ഇവിടെ നിന്നത് മതി നാഗൽ. ഇനി നീ പുറത്തുപൊയ്ക്കോളൂ, അതല്ലേ നല്ലത്?"

മറുത്തൊരക്ഷരം പോലും പറയാതെ. ആ കാവൽക്കാരൻ അവരെ വിട്ടുപോയിട്ടും ഡാൽഗ്ലിഷ് യാതൊരു എതിർപ്പും പ്രകടിപ്പിച്ചില്ല.

"പാവം പയ്യൻ! അവന്റെ കത്തി ഉപയോഗിച്ചാണ് കൊലപാതകം നടന്നതെന്നറിഞ്ഞപ്പോൾ മുതൽ അവൻ അമ്പരന്നിരിക്കുകയാണ്. ഈ കൊലപാതകത്തിൽ അവനുകൂടി പങ്കുണ്ടെന്ന് വരുത്തിത്തീർക്കുമോ എന്ന ആശങ്ക അവനുണ്ട്. നിങ്ങൾക്കറിയാമോ സൂപ്രണ്ടേ, കൊലപാതകം നടന്നു എന്നു പറയപ്പെടുന്ന സമയത്ത് ഇവിടെ ഇല്ലാതിരുന്ന ഞങ്ങളുടെ ചുരുക്കം ചില ജീവനക്കാരിലൊരാളാണ് നാഗൽ."

ഡാൽഗ്ലിഷ് അക്കാര്യം കണക്കിലെടുത്തോ എന്ന് പിടികൊടുക്കാത്ത മട്ടിൽ സ്വാഭാവികമായി ചോദിച്ചു:

"എപ്പോഴാണ് കൃത്യം നടന്നത് എന്നതിനെക്കുറിച്ച് എന്തെങ്കിലും നിഗമനങ്ങളുണ്ടോ?"

ഡോ. ഈതറീഗ് ആയിരുന്നു മറുപടി കൊടുത്തത്.

"എനിക്കു തോന്നുന്നത് സംഭവം നടന്നിട്ട് വളരെ കുറച്ചു സമയം മാത്രമേ ആയിട്ടുള്ളൂ എന്നാണ്. ഡോ. ബാഗ്ലിയുടെയും അഭിപ്രായം അതു തന്നെയാണ്. ക്ലിനിക്കിനുള്ളിൽ ഇന്ന് അത്യാവശ്യം ചൂട് അനുഭവപ്പെടുന്നുണ്ട്. മുറികൾ ചൂടാക്കുന്ന ഞങ്ങളുടെ സംവിധാനം ഇപ്പോൾ പ്രവർത്തിച്ചു തുടങ്ങിയതേയുള്ളൂ – അതുകൊണ്ടുതന്നെ മൃതദേഹം സാവധാനത്തിലായിരിക്കും തണുത്ത് മരവിക്കുക. മരണത്തിനു പിന്നാലെ ശരീരം മരവിച്ചോ എന്ന് ഞാൻ തൊട്ടുനോക്കിയിട്ടൊന്നുമില്ല. എന്നെ സംബന്ധിച്ചിടത്തോളം, അതെ, അങ്ങനെയുള്ള കാര്യങ്ങളിൽ ഞാനിപ്പോഴും ഒരു സാധാരണക്കാരനാണ്. എന്റെ കണക്കുകൂട്ടൽ ശരിയാണെങ്കിൽ, ബോലം കൊല്ലപ്പെട്ടിട്ട് ഒരു മണിക്കൂർപോലും തികഞ്ഞിട്ടില്ല. ഞങ്ങൾ താങ്കളെ കാത്തിരുന്നപ്പോൾ സ്വാഭാവികമായും സംസാരിച്ച വിഷയം, ആരാണ് ബോലമിനെ അവസാനമായി ജീവനോടെ കണ്ടതെന്നായിരുന്നു. അതേ, ബോലമിനെ അവസാനമായി ജീവനോടെ കണ്ടത് സിസ്റ്റർ ആംബ്രോസായിരുന്നു. അത് ആറ് ഇരുപതിനായിരുന്നു. ഞങ്ങളുടെ മുതിർന്ന കാവൽക്കാരനായ കല്ലി പറഞ്ഞത്, ഏകദേശം ആറ് പതിനഞ്ചായപ്പോൾ ബോലം അയാളെ ഫോണിൽ വിളിച്ച്, ലൗഡർ എത്തിയാൽ അടിത്തട്ടിലെ ഓഫീസിലേക്ക് ചെല്ലാൻ നിർദ്ദേശിച്ചു എന്നാണ്. അല്പനേരം കഴിഞ്ഞപ്പോൾ താഴത്തെ നിലയിലെ ഇ.സി.ടി. മുറിയിൽനിന്ന് സിസ്റ്റർ പുറത്തിറങ്ങി, ഹാളിലൂടെ രോഗികളോടൊപ്പം വന്ന കൂട്ടിരിപ്പുകാർക്കുള്ള വിശ്രമമുറിയിലേക്കു പോയി. രോഗിയായ ഭാര്യയെ എപ്പോഴാണ് വീട്ടിലേക്ക് കൊണ്ടുപോകാൻ കഴിയുകയെന്ന ഭർത്താവിന്റെ ആകാംക്ഷാനിർഭരമായ ചോദ്യത്തിനുള്ള ഉത്തരവുമായിട്ടാണ് സിസ്റ്റർ അവിടേക്ക് പോയത്. അന്നേരമാണ് താഴേക്ക് പടിക്കെട്ടുകൾ ഇറങ്ങിപ്പോകുന്ന ബോലമിനെ ഹാളിൽവെച്ച് സിസ്റ്റർ കാണുന്നത്. അതിനുശേഷം ആരും ബോലമിനെ ജീവനോടെ കണ്ടിട്ടില്ല."

"കൊലയാളി ഒഴികെ."

ഡാൽഗ്ലിഷ് കൂട്ടിച്ചേർത്തു.

ഡോ. ഈതറീഗ് അമ്പരപ്പോടെ അയാളെ നോക്കി.

"അതെ. തീർച്ചയായും, അത് അങ്ങനെത്തന്നെ ആയിരിക്കുമല്ലോ. ഞാനുദ്ദേശിച്ചത് ഞങ്ങളാരും പിന്നീട് അവളെ ജീവനോടെ കണ്ടിട്ടില്ല എന്നാണ്. ഞാൻ സിസ്റ്റർ ആംബ്രോസിനോട് അന്നേരം സമയമെത്രയായിട്ടുണ്ടാവുമെന്ന് ചോദിച്ചിരുന്നു. സിസ്റ്റർ തറപ്പിച്ചു പറയുന്നത് എന്താണെന്നുവച്ചാൽ..."

"സിസ്റ്റർ ആംബ്രോസിനെയും മറ്റേ കാവൽക്കാരനെയും ഞാൻ കാണുന്നുണ്ട്."

"തീർച്ചയായും. സ്വാഭാവികമായും താങ്കൾക്ക് എല്ലാവരെയും കാണേണ്ടിവരുമല്ലോ. ഞങ്ങൾ അക്കാര്യം പ്രതീക്ഷിച്ചതാണ്. താങ്കളെ

കാത്തിരിക്കുന്നതിനിടയിൽ ഞങ്ങൾ വീടുകളിലേക്ക് ഫോൺ ചെയ്ത്, ഇന്നു രാത്രി വരാൻ അല്പം വൈകുമെന്ന് പറഞ്ഞിട്ടുണ്ട്. പക്ഷേ കാരണമെന്താണെന്നു പറഞ്ഞിട്ടില്ല. ഈ കെട്ടിടത്തിന്റെ അടിത്തട്ടിലെ വാതിലും താഴത്തെ നിലയിൽനിന്ന് പിന്നിലൂടെ കയറാനുള്ള വാതിലും അടച്ചു കുറ്റിയിട്ടുണ്ടെന്ന് ഞങ്ങൾ ഇതിനോടകം തന്നെ പരിശോധിച്ച് ഉറപ്പു വരുത്തിയിട്ടുണ്ട്. സ്വാഭാവികമായും അവിടങ്ങളിലൊന്നും ആരും സ്പർശിച്ചിട്ടുമില്ല. കൺസൾട്ടിംഗ് മുറിക്കു മുന്നിൽ ഒരു ജീവനക്കാരനെ നിയോഗിച്ചിട്ടുണ്ട്. കാത്തിരിപ്പു മുറിയിൽ രോഗികൾക്കും കൂട്ടിരിപ്പുകാർക്കുമൊപ്പം സിസ്റ്ററും ബോം നേഴ്സും ഉണ്ട്. താങ്കളും ലൗഡറുമല്ലാതെ മറ്റാരേയും സംഭവശേഷം ഉള്ളിലേക്ക് കടത്തിവിട്ടിട്ടുമില്ല."

"ഡോക്ടർ, നിങ്ങൾ എല്ലാക്കാര്യങ്ങളും കൃത്യമായിത്തന്നെ ചെയ്തിരിക്കുന്നു."

എന്നു പറഞ്ഞുകൊണ്ട് ഡാൽഗ്ലിഷ് കാൽമുട്ടിൽ കൈകളൂന്നി, കുനിഞ്ഞുനിന്ന് മൃതദേഹത്തെ നോക്കി ചോദിച്ചു:

"ആരാണ് ആദ്യം കണ്ടത്?"

ഞങ്ങളുടെ മെഡിക്കൽ സെക്രട്ടറിമാരിലൊരാളായ ജനിഫർ പ്രൈഡിയാണ് ആദ്യം കണ്ടത്. ഞങ്ങളുടെ മുതിർന്ന കാവൽക്കാരൻ കല്ലിക്ക്, കലശലായ വയറുവേദന കാരണം കുറച്ചുനേരത്തെ വീട്ടിൽ പോയാൽ കൊള്ളാമെന്നു പറഞ്ഞു. അതിന് അനുവാദം ചോദിക്കാൻ ബോലമിനെ അന്വേഷിക്കുന്നതിനിടയിലാണ് അവൾ സംഭവം കണ്ടത്. ആകസ്മികമായ കാഴ്ച പ്രൈഡിയെ പിടിച്ചുലച്ചുവെങ്കിലും വല്ല വിധേനയും അവൾ കാര്യങ്ങൾ എന്നോടുവന്നു പറഞ്ഞിരുന്നു..."

"അക്കാര്യം അവളിൽനിന്ന് നേരിട്ടു കേൾക്കുന്നതാണ് നല്ലതെന്ന് എനിക്കു തോന്നുന്നു. അതിരിക്കട്ടെ, ഈ വാതിൽ അപ്പോഴും പൂട്ടിയിരിക്കുമോ?"

അയാളുടെ സംസാരരീതിയിലെ വിനയം അവരെ അദ്ഭുതപ്പെടുത്തി. മെഡിക്കൽ ഡയറക്ടറുടെ മറുപടിയിലും സ്വരഭേദമുണ്ടായിരുന്നില്ല:

"അതാണ് പതിവ്. അതിന്റെ താക്കോലുൾപ്പെടെ ക്ലിനിക്കിലെ മറ്റു താക്കോലുകളും സൂക്ഷിക്കുന്നത് അടിത്തട്ടിലെ കാവൽക്കാരുടെ ഡ്യൂട്ടി മുറിയിലെ ബോർഡിലാണ്. ആ കത്തിയും ആ മുറിയിലാണുണ്ടായിരുന്നത്."

"അപ്പോൾ ഈ മരത്തിന്റെ ഉരുപ്പടിയോ?"

"അത് ആർട്ട് തെറാപ്പി മുറിയിലേക്കുള്ള ഇടനാഴിയിൽ ഉണ്ടായിരുന്നതാണ്. ഞങ്ങളുടെ ഒരു രോഗിയാണ് അത് നിർമ്മിച്ചത്."

മെഡിക്കൽ ഡയറക്ടർ മാത്രമായിരുന്നു മറുപടി പറഞ്ഞുകൊണ്ടിരുന്നത്. അത്രയും നേരം ഡോ. ബാഗ്ലി ഒരൊറ്റയക്ഷരം പോലും മിണ്ടിയില്ല. പെട്ടെന്ന് അയാൾ ഇടയ്ക്കു കയറി പറഞ്ഞു:

“ഈ മരയുരുപ്പടികൊണ്ട് അവളെ അടിച്ചുവീഴ്ത്തിയ ശേഷമായിരിക്കണം ഹൃദയത്തിൽ മുറിവുണ്ടാക്കിയത്. ഒന്നുകിൽ കൃത്യമായി അറിയാവുന്നയാൾ, അല്ലെങ്കിൽ ഭാഗ്യംകൊണ്ട് ഹൃദയഭാഗത്തുതന്നെ പരിക്കേറ്റു. ആർക്കും എപ്പോൾ വേണമെങ്കിലും കടന്നുവരാവുന്നതും പരിശോധിക്കാവുന്നതുമായ ഈ മെഡിക്കൽ രേഖകൾകൊണ്ട് ആർക്കെന്തു നേട്ടം? അവൾ കടലാസുകൾക്കുമീതെ കിടക്കുന്നതുകൊണ്ടുതന്നെ, എല്ലാം തട്ടിമറിഞ്ഞുവീണതിനു ശേഷമായിരിക്കണം കൊലപാതകം നടന്നതെന്ന കാര്യം ഉറപ്പിക്കാം.”

“ഒരുപക്ഷേ ഒരു പിടിവലി നടന്നതുകൊണ്ടുമാകാം.”

ഡോ. ഈതറീഗ് കൂട്ടിച്ചേർത്തു.

“അങ്ങനെ തോന്നുന്നില്ല. ഷെൽഫുകൾ ബോധപൂർവം വലിച്ചിട്ടിരിക്കുകയാണ്. അതിന് എന്തെങ്കിലുമൊരു കാരണവും കാണും. എന്നാലും കൊലപാതകത്തിനുള്ള കാരണം എന്താണെന്നു വ്യക്തമല്ല.”

അത്രയും നേരം പുറത്ത് കാത്തുനിൽക്കുകയായിരുന്ന പീറ്റർ നാഗൽ അന്നേരം മുറിക്കുള്ളിലേക്ക് കയറിച്ചെന്നു.

“സർ, പുറത്തെ വാതിലിൽ ആരോ ബെല്ലടിക്കുന്നു. ബാക്കിയുള്ള പൊലീസുകാരായിരിക്കുമോ അത്?”

രേഖകൾ സൂക്ഷിക്കുന്ന മുറിയിൽ ശബ്ദം തീരെ കടക്കുന്നില്ല എന്ന കാര്യം ഡാൽഗ്ലിഷ് പ്രത്യേകം ശ്രദ്ധിച്ചു. മുൻവാതിലിൽ ബെല്ലടിച്ചിട്ടും ഉള്ളിൽ കേൾക്കാൻ കഴിയുന്നില്ല.

“ശരി. നമുക്ക് മുകളിലേക്കു പോകാം.”

അയാൾ പറഞ്ഞു.

അവർ പടിക്കെട്ടുകൾക്കടുത്തേക്ക് നീങ്ങിയപ്പോൾ ഡോ. ഈതറീഗ് പറഞ്ഞു:

“ഇത്ര പെട്ടെന്ന് താങ്കൾ രോഗികളെ കാണാൻ പോകുന്നത് കാണുമ്പോൾ എനിക്ക് അദ്ഭുതം തോന്നുന്നു. ഇപ്പോൾ രണ്ടുപേർ മാത്രമാണ് ഞങ്ങളോടൊപ്പമുള്ളത്. ഒരാൾ പുരുഷനാണ്. എന്റെ സഹപ്രവർത്തകൻ ഡോ. സ്റ്റെയ്നറുടെ സൈക്കോതെറാപ്പി രോഗിയാണ് അയാൾ. മറ്റൊന്ന് ഒരു സ്ത്രീയാണ്. ലൈസർജിക് ആസിഡ് ചികിത്സയ്ക്കായി അടിത്തട്ടിലെ ചികിത്സാമുറിയിലാണ് ആ സ്ത്രീ ഇപ്പോഴുള്ളത്. ആ സ്ത്രീയുടെ ചികിത്സയെക്കുറിച്ച് ഡോ. ബാഗ്ലി വിശദീകരിക്കും – അത് അയാളുടെ രോഗിയാണ് – പക്ഷേ ഒരു കാര്യം ഉറപ്പാണ്, ആ സ്ത്രീ അല്പം മുമ്പു മാത്രമാണ് കിടക്കയിൽ എഴുന്നേറ്റിരുന്നതുതന്നെ. അതുകൊണ്ട്, കൊലപാതകത്തെക്കുറിച്ച് ആ സ്ത്രീ അറിഞ്ഞിട്ടുപോലുമുണ്ടാകില്ല. ചികിത്സയിലായതുകൊണ്ട് ഈ രോഗികൾ നേരാംവണ്ണം പ്രതികരിക്കുമെന്നു തോന്നുന്നില്ല. വൈകുന്നേരം മുഴുവൻ ബോലം നഴ്സ് ആ സ്ത്രീക്കൊപ്പമുണ്ടായിരുന്നു.”

"ബോലം നഴ്സോ? കൊല്ലപ്പെട്ട സ്ത്രീയുമായി അവർക്കെന്തെങ്കിലും ബന്ധമുണ്ടോ?"

"അവളുടെ കസിനാണ്."

ഡോ. ബാഗ്ലി ചുരുക്കിപ്പറഞ്ഞു.

"ഡോക്ടർ, താങ്കളുടെ രോഗിയുടെ അവസ്ഥയെന്താണ്? ചികിത്സയ്ക്കിടയിൽ ബോലം നഴ്സ് അവളെ തനിച്ചാക്കി പുറത്തെങ്ങാനും പോയാൽ അറിയാൻ കഴിയുന്ന പരുവത്തിലാണോ?"

ഡോ. ബാഗ്ലി ചുരുങ്ങിയ വാക്കുകളിൽ മറുപടി നൽകി:

"ബോലം നഴ്സ് ഒരിക്കലും അവളെ തനിച്ചാക്കി പോവുകയില്ല."

ഹാളിൽ കേട്ടുകൊണ്ടിരുന്ന അവ്യക്ത ഭാഷണങ്ങളെ നേരിടാൻ അവർ പടിക്കെട്ടുകൾ കയറി മുകളിലേക്കു പോയി.

എത്രമാത്രം അപരിചിതവും ഒറ്റപ്പെട്ടതുമായ ഒരു ലോകമാണ് സ്റ്റീൻ ക്ലിനിക്ക് എന്നു വിളിച്ചോതുന്നതായിരുന്നു മുൻവാതിലിൽ കേട്ട മണി മുഴക്കം. അത്യന്തം ദാരുണമായ കൊലപാതകങ്ങൾപോലും തെളിയിക്കാൻ മിടുക്കു കാട്ടിയവർ, ഒട്ടും പരിഭ്രാന്തരാകാതെ അന്വേഷണത്തിന്റെ തിരക്കിലേക്ക് നീങ്ങി. പൊലീസ് സർജനും ഫോട്ടോഗ്രാഫർക്കുമൊപ്പം ഡാൽഗ്ലിഷ് രേഖകൾ സൂക്ഷിക്കുന്ന മുറിയിലേക്ക് അപ്രത്യക്ഷനായി. മുഴുത്ത പെരുച്ചാഴിയെപ്പോലെ തോന്നിപ്പിക്കുന്ന ഫോട്ടോഗ്രാഫർ, വാതിൽപ്പടിയിലും പൂട്ടിലും ആയുധത്തിലും തിപ്പെറ്റിന്റെ മരയുരുപ്പടിയിലും ശ്രദ്ധ പതിപ്പിച്ചു. അന്വേഷണസംഘത്തിലുണ്ടായിരുന്ന മറ്റുള്ളവർ, ടെലിവിഷൻ പരിപാടികളിലെ നടന്മാരെപ്പോലെ, സകല മുറികളിലും മേശക്കീഴിലും അനധികൃതമായി കടന്നുകൂടിയ ആരെങ്കിലുമുണ്ടോയെന്ന് തിരഞ്ഞു. എന്നിട്ട് താഴത്തെ നിലയിലെയും അടിത്തട്ടിലെയും വാതിലുകൾ ഉള്ളിൽനിന്ന് സുരക്ഷിതമായി പൂട്ടിയിട്ടുണ്ട് എന്ന് ഉറപ്പുവരുത്തി. ക്ലിനിക്കിലെ എല്ലാ ജീവനക്കാരെയും അത്തരം അന്വേഷണങ്ങളിൽനിന്ന് മാറ്റിനിർത്തിയിരുന്നു. താഴത്തെ നിലയിലെ കൺസൾട്ടിംഗ് മുറികളോടു ചേർന്നുള്ള കാത്തിരിപ്പ് മുറിയിൽ കൂടുതൽ ഇരിപ്പിടങ്ങൾ ക്രമീകരിച്ചുകൊണ്ട്, എല്ലാ ജീവനക്കാരും ഒത്തുകൂടി. എല്ലാവരുടെയും മുഖത്ത് ആശങ്കയും പരിഭ്രാന്തിയും ഉണ്ടായിരുന്നെങ്കിലും സെക്രട്ടറി മാത്രം ഭാവഭേദം കൂടാതെ നിന്നു. രോഗികൾ ഇരിക്കുന്ന ഹാളിൽ സ്വയം ഒരു കാവൽ നായയുടെ ചുമതല ഏറ്റെടുത്തുകൊണ്ട്, അഭിമുഖത്തിന് തന്റെ ഊഴമെത്തുന്നതുംകാത്ത് അയാൾ ജാഗരൂകനായി നിന്നു.

ബോലമിന്റെ ഓഫീസായിരുന്നു ഡാൽഗ്ലിഷ് തന്റെ അന്നേരത്തെ ഉപയോഗത്തിനായി തിരഞ്ഞെടുത്തത്. താഴത്തെ നിലയിലെ മുഖ്യ ഓഫീസിനും ഇ.സി.ടി. ചികിത്സാമുറിക്കും ഇടയിലുള്ള ഒരു കുടുസ്സുമുറിയായിരുന്നു അത്. അതിനു പിന്നിലായി റിക്കവറി മുറിയും ഉണ്ടായിരുന്നു. മുന്നിൽ രണ്ട് കൺസൾട്ടിംഗ് മുറികളും ഒപ്പം രോഗികളുടെ

കാത്തിരിപ്പ് മുറികളും. വലിയൊരു മുറി പകുത്തെടുത്തായിരുന്നു ഓഫീസ് മുറി നിർമ്മിച്ചിരുന്നത്. അതുകൊണ്ടുതന്നെ അതിന്റെ അനുപാതക്രമമില്ലായ്മ ഓഫീസിനെ അനാകർഷകമാക്കി മാറ്റി. ഫയലുകൾ നിരത്തിവയ്ക്കുന്ന കാബിനറ്റിൽ കാണപ്പെടുന്ന വലിയ പാത്രത്തിലെ ചെറിയ ക്രിസാന്തിമം പൂക്കളാണ് ഓഫീസ് രൂപകല്പനയിലെ അനുസരണയില്ലായ്മയ്ക്ക് മറ്റൊരു ദൃഷ്ടാന്തം. ഓഫീസ് ഡെസ്കിലെ ഏക ആഡംബരവസ്തു ഒരു ഡെസ്ക് കലണ്ടറാണ്. കുറിപ്പെഴുതാനുള്ള കടലാസും ചെറിയ ചില ഫോൾഡറുകളും കൂടിച്ചേർന്നാൽ ആ ഓഫീസ് പൂർണമായി.

ചുറ്റുമൊന്ന് കണ്ണോടിച്ചശേഷം ഡാൽഗ്ലിഷ് പറഞ്ഞു:

“അത്യന്തം വിചിത്രം തന്നെ. ഇതെല്ലാം ജീവനക്കാരെക്കുറിച്ചുള്ള പരാതിക്കെട്ടുകളാണെന്നു തോന്നുന്നു. എല്ലാം വനിതാ ജീവനക്കാരുടേതുമാണ്. ഏറ്റവും വിചിത്രമായ കാര്യവും അതുതന്നെ. പക്ഷേ അക്കൂട്ടത്തിലൊന്നും മരണപ്പെട്ട സ്ത്രീയുടെ പേര് പരാമർശിച്ചിട്ടില്ല. എന്തിനായിരിക്കാം ആ സ്ത്രീ ഇത് ചെയ്തതെന്നാണ് എന്നെ അദ്ഭുതപ്പെടുത്തുന്നത്.”

“ഒരുപക്ഷേ ജീവനക്കാരുടെ അവധി സംബന്ധിച്ചുള്ള വാർഷിക കണക്കെടുപ്പോ, അതുപോലുള്ള എന്തെങ്കിലുമോ പരിശോധിക്കുന്നതിനുവേണ്ടി എടുത്തുവെച്ച ഫയലുകളായിരിക്കും അത്.”

സർജന്റ് മാർട്ടിൻ അയാളുടെ നിഗമനം പങ്കുവച്ചു.

“ആയിരിക്കാം. എനിക്കും അങ്ങനെതന്നെയാണ് തോന്നുന്നത്. പക്ഷേ എന്തുകൊണ്ടായിരിക്കും സ്ത്രീകൾ മാത്രം? ഓ, ഒരുപക്ഷേ, ഇപ്പോൾ അതിന് അത്ര പ്രാധാന്യമൊന്നും ഉണ്ടാവില്ല. കുറിപ്പുകൾ എഴുതുന്ന ചെറുപുസ്തകത്തിൽനിന്ന് എന്തെങ്കിലും കിട്ടുമോയെന്നു നോക്കാം.”

ഭരണസമിതി അംഗമായിരുന്നിട്ടുപോലും കാര്യങ്ങൾ ഓർത്തുവയ്ക്കുന്ന കാര്യത്തിൽ ബോലമിന് താത്പര്യമില്ലാത്തതുപോലെയായിരുന്നു ആ ചെറുപുസ്ത്തത്തിൽ കാണപ്പെട്ട കുറിപ്പുകൾ. ഏറ്റവും മുകളിലുണ്ടായിരുന്ന കടലാസിൽ തീയതി രേഖപ്പെടുത്തിയശേഷം, അലസമായി, കുട്ടികളുടേതിന് സമാനമായ കൈയക്ഷരത്തിൽ ഇങ്ങനെ എഴുതിയിരുന്നു:

മെഡിക്കൽ കമ്മിറ്റി - കൗമാരവിഭാഗം തുടങ്ങുന്നതു സംബന്ധിച്ച് എം.ഡി. സംസാരിച്ചു.

നാഗൽ പറഞ്ഞത് - കല്ലിൻസ്കിയുടെ മുറിയിലെ ജനാലച്ചട്ടത്തിൽ ഘടിപ്പിച്ചിരുന്ന ചരട് പൊട്ടിയിരിക്കുന്നു.

ഷോർട്ട്ഹൗസ്-? ലീവ്.

ഈ കുറിപ്പുകൾ സ്വയം വിശദീകരണക്ഷമമായിരുന്നെങ്കിലും, അതിനുതാഴെ കുറിച്ചത് - തിരക്കിട്ട് എഴുതിയതുകൊണ്ടായിരിക്കുമെന്നു തോന്നുന്നു - ഒട്ടും സ്പഷ്ടമായിരുന്നില്ല.

സ്ത്രീ. ഇവിടെ എട്ടുവർഷം. ഒന്നാംതിങ്കളാഴ്ച വരും.

"ഈ കുറിപ്പുകൾ കണ്ടിട്ട് ഒരു ടെലിഫോൺ സംഭാഷണമാണെന്നു തോന്നുന്നു. തീർച്ചയായും, അതൊരു സ്വകാര്യ സംഭാഷണമാകാനാണ് സാധ്യത. ക്ലിനിക്കുമായി യാതൊരു ബന്ധവുമില്ലാത്ത സംഭാഷണം. അതൊരുപക്ഷേ, ഒരു ഡോക്ടർ രോഗിയെ കണ്ടെത്താൻ ശ്രമിക്കുന്നതോ, അല്ലെങ്കിൽ അതുപോലെയുള്ള മറ്റെന്തെങ്കിലുമോ ആകാനും സാധ്യതയുണ്ട്. എന്തോ ഒരു സംഗതി അല്ലെങ്കിൽ ആരോ ഒരാൾ ആദ്യ തിങ്കളാഴ്ച അല്ലെങ്കിൽ ഒന്നാംതീയതി തിങ്കളാഴ്ച എത്തിച്ചേരുമെന്നു പ്രതീക്ഷിക്കുന്നു. അങ്ങനെ സാധ്യതയുള്ള വിശദീകരണങ്ങൾ ഏതാണ്ട് ഒരു ഡസനെങ്കിലും ഉണ്ടാകും. പക്ഷേ ഈ കൊലപാതകവുമായി അതിനെന്തു ബന്ധം. എങ്കിലും ഒരു കാര്യം ഉറപ്പാണ്, ഈ അടുത്ത സമയത്ത് ആരോ ഒരാൾ ഫോൺ ചെയ്ത് ഒരു സ്ത്രീയെക്കുറിച്ച് ബോലമിനോട് അന്വേഷിച്ചിട്ടുണ്ട്. അതിനുവേണ്ടിയായിരിക്കും ബോലം വനിതാ ജീവനക്കാരെ സംബന്ധിക്കുന്ന ഫയലുകൾ എടുത്തുവെച്ചത്. പക്ഷേ എന്തിന്? അവരിൽ ആരാണ് എട്ടുവർഷം മുമ്പ് ഇവിടെയുണ്ടായിരുന്നതെന്ന് പരിശോധിക്കണം. എങ്കിലും ഇതൊക്കെ അത്ര പ്രസക്തമായ കാര്യങ്ങളാണോ? നമുക്കിപ്പോൾ കിട്ടിയ അനുമാനങ്ങളിൽ തൽക്കാലം സന്തോഷിക്കാം. എന്നിട്ട് താഴേക്കുചെന്ന് ഇവിടെയുള്ളവരെയൊക്കെ ഒന്നും കാണാം. എനിക്കാദ്യം ആ ടൈപ്പിസ്റ്റിനെ കാണണം. അവളാണല്ലോ മൃതദേഹം ആദ്യമായി കണ്ടത്. ഈതറീഗ് പറയുന്നത് ആകസ്മികമായുണ്ടായ ആഘാതം അവളെ മാനസികമായി തളർത്തിയെന്നാണ്. ഒരുപക്ഷേ, അവളിപ്പോൾ സാധാരണനിലയിലായിട്ടുണ്ടാവുമെന്ന് പ്രതീക്ഷിക്കാം. അല്ലെങ്കിൽ ഇന്നു രാത്രി ഇവിടെത്തന്നെ നമ്മൾ കഴിയേണ്ടിവരും."

ഡാൽഗ്ലിഷ് പറഞ്ഞു.

എന്നാൽ ജനിഫർ പ്രൈഡി അപ്പോഴേക്കും തികച്ചും ശാന്തയായിരുന്നു. ആദ്യമുണ്ടായ അമ്പരപ്പുകളെയും പരിഭ്രാന്തിയെയും അതിജീവിച്ചു കഴിഞ്ഞ അവൾ എന്തൊക്കെയോ കുടിക്കാനും തുടങ്ങിയിരുന്നു. അവളുടെ മുഖം കരച്ചിലിൽനിന്ന് മുക്തമായിരുന്നെങ്കിലും കരഞ്ഞു കലങ്ങിയ കണ്ണുകളിൽ അസ്വാഭാവിക തിളക്കം കാണാമായിരുന്നു. അവളുടെ കഥ അവൾ സാമാന്യം നന്നായി അവതരിപ്പിച്ചു. മിക്കവാറും വൈകുന്നേരങ്ങളിൽ താഴത്തെ നിലയിലെ മുഖ്യഓഫീസുമായി ബന്ധപ്പെട്ട് അവൾ തിരക്കിലായിരിക്കും. ഒരു രോഗിക്ക് പരിശോധനാസമയം അനുവദിക്കുന്നതുമായി ബന്ധപ്പെട്ട് അഡ്മിനിസ്ട്രേറ്റീവ് ഓഫീസറുടെ കാര്യാലയത്തിലേക്ക് തിരക്കിട്ട് പോകുമ്പോഴാണ് ബോലമിനെ അവസാനമായി കണ്ടതെന്നും അന്നേരം സമയം ഏതാണ്ട് അഞ്ചേമുക്കാൽ

ആയിരുന്നെന്നും അവൾ പറഞ്ഞു. പതിവു രീതിയിൽതന്നെയാണ് ബോലം അവളോട് പെരുമാറിയത്. മുഖ്യഓഫീസിൽ നിന്നിറങ്ങിയ അവൾ ഏതാണ്ട് 6.10 ആയപ്പോഴാണ് പീറ്റർ നാഗലിനെ കാണുന്നത്. കോട്ട് ധരിച്ചിരുന്ന അയാൾ അയയ്ക്കാനുള്ള കത്തുകൾ കൊണ്ടു പോകാനായി വന്നതായിരുന്നു. തപാൽ ബുക്കിൽ അയയ്ക്കാനുള്ള കത്തുകളുടെ വിവരങ്ങൾ എഴുതിച്ചേർത്തശേഷം കത്തുകൾ അയാൾക്ക് കൈമാറി. ഏകദേശം ആറേകാൽ അല്ലെങ്കിൽ 6.20 ആയപ്പോഴേക്കും ഷോർട്ട്ഹൗസും അവർക്കൊപ്പം കൂടി. ബോലമിന്റെ ഓഫീസിൽനിന്നാണ് വരുന്നതെന്നും അവധി സംബന്ധിച്ച അവരുടെ വാർഷികരേഖകളിലെ ചില സംശയങ്ങൾ മാറ്റിയതാണെന്നും പറഞ്ഞു.

പീറ്റർ നാഗൽ കത്തുകൾ അയച്ച് മടങ്ങിവരുന്നതുവരെ, ഷോർട്ട് ഹൗസ് അവൾക്കൊപ്പമുണ്ടായിരുന്നു. ഏതാണ്ട് പത്തുമിനിട്ട് കഴിഞ്ഞ പ്പോൾ നാഗൽ മടങ്ങിയെത്തി. നാഗൽ അടിത്തട്ടിലെ കാവൽക്കാരുടെ മുറിയിലേക്ക് പോയി കോട്ട് ഊരിയിടുകയും ഓഫീസിലെ പൂച്ചയായ ടൈഗറിന് എന്തോ തീറ്റ കൊടുക്കുകയും ചെയ്തിട്ട് മുകളിലേക്ക് കയറി വന്നു. പൂച്ച അയാൾക്കൊപ്പം കൂടി. ടൈഗറിന് ഭക്ഷണം കൊടുക്കാൻ അവളും ചേർന്നു. എന്നിട്ട് അവർ ഒന്നിച്ച് മുഖ്യഓഫീസിലേക്ക് മടങ്ങി പ്പോയി. ഏതാണ്ട് ഏഴുമണി ആയപ്പോഴേക്കും മുതിർന്ന കാവൽ ക്കാരനായ കല്ലി, അയാളുടെ വയറുവേദനയെക്കുറിച്ച് വീണ്ടും ആവലാതി പറയാൻ തുടങ്ങി. രാവിലെ മുതൽ കലശലായ വയറുവേദന അയാളെ ശല്യപ്പെടുത്തുന്നുണ്ടായിരുന്നു.

കല്ലിയെ വീട്ടിൽ പോകാൻ വിസമ്മതിച്ചുകൊണ്ടുതന്നെ, കല്ലിക്ക് അത്യാവശ്യത്തിന് മാറിനിൽക്കേണ്ടിവരുമ്പോഴെല്ലാം, ഫ്രെഡിക്കൊപ്പം മറ്റൊരു സെക്രട്ടറിയായ ബോസ്റ്റോക്കും പിന്നെ പീറ്റർ നാഗലും മാറി മാറി നിന്നു. എങ്കിലും പിന്നീട് അയാൾ വീട്ടിൽ പോകാൻ തയ്യാറായ തോടെ ഫ്രെഡി ബോലമിന്റെ ഓഫീസിലേക്ക് കല്ലിയുടെ അവധി അപേക്ഷയുമായി ചെന്നു. ബോലമിനെ ഓഫീസിൽ കണ്ടില്ല. താഴത്തെ നിലയിലെ നഴ്സുമാരുടെ ഡ്യൂട്ടിമുറിയിൽ ചെന്നുനോക്കി. അവിടെവച്ച് സിസ്റ്റർ ആംബ്രോസ് അവളോടു പറഞ്ഞു, ഏതാണ്ട് മുപ്പതു മിനിട്ടു കൾക്കു മുമ്പ് ഹാളിലൂടെ അടിത്തട്ടിലേക്കുള്ള പടിക്കെട്ടിനെ ലക്ഷ്യമാക്കി അഡ്മിനിസ്ട്രേറ്റീവ് ഓഫീസർ നടന്നുപോകുന്നത് കണ്ടുവെന്ന്. രേഖകൾ സൂക്ഷിക്കുന്ന മുറി സാധാരണയായി പൂട്ടിയിരിക്കും. എന്നാൽ താഴിൽ താക്കോൽ കിടക്കുന്നതും വാതിൽ ചാരിയിരിക്കുന്നതും കണ്ടതു കൊണ്ടാണ് അവൾ അവിടേക്കു ചെന്ന് ഉള്ളിലേക്ക് നോക്കിയത്.

മുറിക്കുള്ളിൽ വെളിച്ചമുണ്ടായിരുന്നു. അപ്പോഴാണ് അവൾ മൃതദേഹം കാണുന്നത് - അതു പറയുമ്പോൾ അവളുടെ ശബ്ദമിടറി - അങ്ങനെ യാണ് സഹായത്തിനുവേണ്ടി നിലവിളിച്ചുകൊണ്ട് മുകളിലേക്ക് ഓടിക്കയറിയത്. ഇല്ല, അവിടെയുള്ള യാതൊന്നിലും അവൾ സ്പർശിച്ചിട്ടില്ല. മെഡിക്കൽ രേഖകൾ എങ്ങനെയാണ് ബോലമിന് ചുറ്റും

ചിതറിയതെന്ന് അവൾക്കറിയില്ല. ബോലം കൊല്ലപ്പെട്ട കാര്യം എങ്ങനെയാണ് അവൾക്ക് മനസ്സിലായതെന്നും അവൾക്കറിയില്ല. ബോലമിനെ കണ്ടപ്പോൾ മരണപ്പെട്ടതുപോലെ തോന്നി എന്നാണ് അവൾ പറഞ്ഞത്. എങ്ങനെയാണ് ആ മരണം കൊലപാതകമാണെന്ന് അവൾ ഉറപ്പിച്ചതെന്നും അവൾക്കറിയില്ല. ബോലമിന്റെ തലയിൽ ക്ഷതമേറ്റിരുന്നതായി അവൾക്കു തോന്നി. പിന്നെ, തിപ്പെറ്റിന്റെ മരഉരുപ്പടി മൃതദേഹത്തിൽ കിടക്കുന്നതും അവൾ കണ്ടു. തിപ്പെറ്റ് ഷെൽഫുകൾക്കിടയിൽ ഒളിച്ചിരിക്കുന്നുണ്ടെന്നും അയാൾ തന്നെയും ആക്രമിക്കാൻ ചാടി പുറത്തു വരുമെന്നും അവൾ ഭയന്നു. എല്ലാവരും പറയുന്നത് അയാൾ അപകടകാരിയല്ലെന്നാണ് - ചുരുങ്ങിയപക്ഷം ഡോ. സ്റ്റെയ്നർ ഒഴികെ മറ്റെല്ലാവരും - എല്ലാറ്റിനും ഉപരിയായി, അയാൾ ഒരു മാനസികരോഗിയായിരിക്കെ, ആർക്കാണ് അയാളുടെ കാര്യത്തിൽ ഉറപ്പു പറയാൻ കഴിയുക? ഇല്ല, അവൾക്കറിയില്ലായിരുന്നു അന്നേദിവസം തിപ്പെറ്റ് ആ ക്ലിനിക്കിൽ ഉണ്ടായിരുന്നില്ലെന്ന്. അക്കാര്യമറിയിച്ചുകൊണ്ട് ആശുപത്രിയിൽനിന്ന് ഫോൺ വിളി വന്നപ്പോൾ എടുത്തത് പീറ്റർ നാഗലായിരുന്നു. അയാൾ അക്കാര്യം ബോലമിനോട് പറഞ്ഞിരുന്നെങ്കിലും പ്രൈഡിയോട് പറഞ്ഞിരുന്നില്ല. ബോലമിന്റെ നെഞ്ചിൽ തറഞ്ഞിരുന്ന കത്തി അവൾ കണ്ടിരുന്നില്ല. പിന്നീട് പൊലീസ് വരുന്നതും കാത്ത് ക്ലിനിക്കിലെ ജീവനക്കാരെല്ലാം കൺസൾട്ടിംഗ് മുറിക്കു മുന്നിൽ ഒത്തുകൂടിയപ്പോൾ, ഡോ. ഈതറീഗ് പറയുന്നതു കേട്ടപ്പോഴാണ് അവൾ അക്കാര്യം അറിയുന്നത്. പീറ്റർ നാഗൽ ആയുധങ്ങൾ സൂക്ഷിക്കുന്നത് എവിടെയാണെന്നും അടിത്തട്ടിലെ രേഖകൾ സൂക്ഷിക്കുന്ന മുറിയുടെ താക്കോലുകൾ എവിടെയാണ് സൂക്ഷിക്കാറുള്ളതെന്നും മിക്ക ജീവനക്കാർക്കും അറിയാമെന്നാണ് അവൾ കരുതുന്നത്. പന്ത്രണ്ടാം നമ്പർ കൊളുത്തിലാണ് അത് പതിവായി തൂക്കുന്നത്. മറ്റു താക്കോലുകളെ അപേക്ഷിച്ച് ആ താക്കോലിന് അല്പം തിളക്കം കൂടുതലാണ്. മാത്രമല്ല, അതിന്മേൽ തിരിച്ചറിയാനുള്ള ലേബലുകളൊന്നും ഒട്ടിച്ചിട്ടുമില്ല.

"ഞാൻ ഇനി ചോദിക്കുന്ന കാര്യം വളരെ ശ്രദ്ധയോടെ കേട്ടിട്ട് മറുപടി പറയണം. പൂച്ചയ്ക്ക് തീറ്റ കൊടുത്തുകൊണ്ട് നാഗലിനെ സഹായിക്കാൻ അടിത്തട്ടിലേക്ക് ഇറങ്ങിച്ചെല്ലുമ്പോൾ രേഖകൾ സൂക്ഷിക്കുന്ന മുറിയുടെ വാതിൽ ചാരിയിട്ടുള്ളതുപോലെയും മുറിയിൽ വെളിച്ചമുണ്ടായിരുന്നതുപോലെയും ഓർക്കുന്നുണ്ടോ?"

ഡാൽഗ്ലിഷ് ചോദിച്ചു.

അവളുടെ ഈറനണിഞ്ഞ മുടിയിഴകൾ പിന്നിലേക്ക് മാടിയൊതുക്കി പെട്ടെന്നുണ്ടായ പരിഭ്രമത്തിൽ പറഞ്ഞു:

"ഞാൻ... എനിക്കെന്തോ ഓർത്തെടുക്കാൻ കഴിയുന്നില്ല. ഞാൻ ആ വാതിൽ കടന്നുപോയിട്ടില്ല. ഞാൻ നേരെ പോയത് പടിക്കെട്ടുകളുടെ ചുവട്ടിലുള്ള കാവൽക്കാരുടെ മുറിയിലേക്കാണ്. പീറ്റർ അന്നേരം

ടൈഗറിന്റെ പാത്രം വൃത്തിയാക്കുകയായിരുന്നു. അതിന് മുമ്പ് കൊടുത്ത ഭക്ഷണം മുഴുവൻ കഴിക്കാതിരുന്നതുകൊണ്ട് ഞങ്ങൾ പാത്രത്തിൽ ഒട്ടിപ്പിടിച്ചിരുന്ന അവശിഷ്ടങ്ങൾ ചുരണ്ടിക്കളയുകയും സിങ്കിലിട്ട് പാത്രം കഴുകുകയും ചെയ്യുകയായിരുന്നു. രേഖകൾ സൂക്ഷിക്കുന്ന മുറിയുടെ അടുത്തേക്ക് ഞങ്ങൾ പോയില്ല."

"പക്ഷേ പടിക്കെട്ടുകൾ ഇറങ്ങിവരുമ്പോൾ ആ വാതിൽ കാണാമായിരുന്നല്ലോ, വാതിൽ ചാരിയിരുന്നെങ്കിൽ അന്നേരം ശ്രദ്ധിക്കേണ്ടതല്ലേ? പ്രത്യേകിച്ചും ആ മുറിയിൽ അങ്ങനെയൊരു പതിവില്ലാത്തതുകൊണ്ട്?"

"ഇല്ല, അങ്ങനെയൊന്നുമില്ല. മെഡിക്കൽ രേഖകൾ അത്യാവശ്യമായി വരുമ്പോൾ ആർക്കുവേണമെങ്കിലും അവിടെ ചെല്ലാവുന്നതേയുള്ളൂ. ഞാനെന്താണ് ഉദ്ദേശിച്ചതെന്നുവച്ചാൽ, വാതിൽ തുറന്നുകിടന്നാലും ഞാനവിടേക്ക് കടന്നുചെന്നു നോക്കേണ്ട കാര്യമില്ല. കാരണം, ആരെങ്കിലും എന്തെങ്കിലും ആവശ്യങ്ങൾക്കുവേണ്ടി രേഖകൾ പരിശോധിക്കുന്നതിൽ ഞാൻ തലയിടേണ്ട കാര്യമില്ലല്ലോ. എങ്കിലും വാതിൽ മലർക്കെ തുറന്നുകിടന്നിരുന്നെങ്കിൽ ഞാൻ ശ്രദ്ധിക്കുമായിരുന്നു. അങ്ങനെ ഉണ്ടായിട്ടില്ല എന്നാണ് എനിക്കു തോന്നുന്നത്. അല്ലെങ്കിൽ, എനിക്ക് അക്കാര്യം ഓർത്തെടുക്കാൻ കഴിയുന്നില്ല, സത്യമായും എനിക്കതിന് കഴിയുന്നില്ല."

ബോലമിനെക്കുറിച്ച് പ്രൈഡിയോടുള്ള ചോദ്യങ്ങൾ ഡാൽഗ്ലിഷ് അവസാനിപ്പിച്ചു. പ്രൈഡിക്ക് ബോലമിനെ ക്ലിനിക്കിന് പുറത്തും പരിചയമുണ്ടെന്ന് അയാൾക്കു ബോധ്യമായി. പ്രൈഡിയും കുടുംബവും സംബന്ധിക്കുന്ന അതേ ഇടവകപ്പള്ളിയിലെ അംഗമായിരുന്നു ബോലമും. മാത്രമല്ല, ബോലമിന്റെ പ്രേരണയാലാണ് ക്ലിനിക്കിലെ ജോലിയിൽ പ്രൈഡി പ്രവേശിച്ചത്.

"എനിഡിനു വേണ്ടിയായിരുന്നില്ലെങ്കിൽ ഞാൻ ഈ ജോലി തിരഞ്ഞെടുക്കുകയില്ലായിരുന്നു. തീർച്ചയായും, ഞാനൊരിക്കലും ക്ലിനിക്കിനുള്ളിൽ അവളെ അങ്ങനെ വിളിച്ചിട്ടില്ല. അവൾക്കത് ഇഷ്ടമായിരുന്നതുമില്ല."

ക്ലിനിക്കിനു പുറത്തുവെച്ചാണ് ക്രിസ്ത്യൻ പേരുകൾ വിളിക്കാൻ അവൾക്കിഷ്ടമെന്ന് വൈമനസ്യത്തോടെയെങ്കിലും പ്രൈഡി പറയാതെ പറഞ്ഞു. എന്നിട്ട് അവൾ തുടർന്നു:

"അവളാണ് എനിക്കീ ജോലി തരപ്പെടുത്തിയത് എന്നല്ല ഞാൻ പറഞ്ഞതിന്റെ അർത്ഥം. ലൗഡറും ഡോ. ഈതറീഗും ചേർന്ന് ഇന്റർവ്യൂ നടത്തിയിട്ടുതന്നെയാണ് എന്നെ ഇവിടെ നിയമിച്ചത്. പക്ഷേ എനിക്കറിയാം അവൾ എനിക്കുവേണ്ടി ശിപാർശ ചെയ്തിട്ടുണ്ടാവും. എന്റെ ഷോർട്ട് ഹാൻഡും ടൈപ്പിംഗും അത്ര മെച്ചപ്പെട്ടതൊന്നുമായിരുന്നില്ല - രണ്ടു വർഷം മുമ്പ് ഞാൻ വരുമ്പോഴുള്ള കാര്യമാണ് പറയുന്നത് -

എന്നിട്ടും, ഭാഗ്യവശാൽ എനിക്കിവിടെ ജോലി കിട്ടി. ക്ലിനിക്കിൽ വച്ച് അധികമൊന്നും ഞാൻ എനിഡിനെ കണ്ടിട്ടില്ല. എങ്കിലും അവൾ എന്നോട് അനുകമ്പയോടെ പെരുമാറി. ഹോസ്പിറ്റൽ അഡ്മിനിസ്ട്രേഷനിൽ ഒരു ഡിപ്ലോമ കോഴ്സ് ചെയ്യാൻ അവൾ എന്നോട് ആവശ്യപ്പെട്ടിരുന്നു. ജീവിതകാലം മുഴുവൻ ഒരു ഷോർട്ട്ഹാൻഡ് ടൈപ്പിസ്റ്റായി ഞാൻ തുടരുന്നതിൽ അർത്ഥമില്ലെന്ന് അവൾക്ക് തോന്നിയിട്ടുണ്ടാവണം."

ഫ്രെഡി ഏറ്റവുമൊടുവിൽ പറഞ്ഞ ജീവിതാഭിലാഷവും കരിയറിലെ ഭാവിയും മാത്രമാണ് ഡാൽഗ്ലിഷിന് വിചിത്രമായി തോന്നിയത്. എങ്കിലും അതൊന്നും അയാളിൽ മതിപ്പുളവാക്കിയില്ല. ഈ കുട്ടി എത്രയുംവേഗം വിവാഹിതയാവുമെന്നും അതോടെ കരിയർ മോഹങ്ങൾ അവസാനിക്കുമെന്നും അയാൾക്കു തോന്നി. ഷോർട്ട്ഹാൻഡ് ടൈപ്പിസ്റ്റ് ജീവിതം അവസാനിപ്പിക്കാൻ ആ പെണ്ണിനു മുന്നിൽ തടസ്സം നിൽക്കുന്നത് ഒരു ഡിപ്ലോമ മാത്രമായിരുന്നു. ഇത്തരമൊരാളെ ബോലം അനുയായി ആക്കിയല്ലോ എന്നോർത്തപ്പോൾ അയാൾക്ക് അവളോട് സഹതാപം തോന്നി. അവൾ സുന്ദരിയും വിശ്വസ്തയും നിഷ്കളങ്കയും ആയിരുന്നെങ്കിലും ബുദ്ധിയുടെ കാര്യത്തിൽ എന്തോ ഒരു കുറവുണ്ടെന്ന് അയാൾക്കു തോന്നി. അവളുടെ പ്രായം പതിനേഴ് എന്നല്ല ഇരുപത്തിരണ്ട് എന്നാണ് രേഖകളിൽ നൽകിയിരിക്കുന്നതെന്ന കാര്യം അയാൾ സ്വയം ഓർമ്മിപ്പിച്ചു. മുതിർന്നവരുടെ ആകാരവടിവും രൂപസൗകുമാര്യവും അവൾക്ക് ഉണ്ടായിരുന്നെങ്കിലും മെലിഞ്ഞ മുഖവും അതിന്റെ ചായക്കൂടുപോലെ കാണപ്പെടുന്ന നീണ്ട തലമുടിയും ഒരു കുട്ടിയുടെ മുഖത്തെ ഓർമ്മിപ്പിച്ചു.

അഡ്മിനിസ്ട്രേറ്റീവ് ഓഫീസറെക്കുറിച്ച് വളരെ കുറച്ച് കാര്യങ്ങൾ മാത്രമേ അവൾ അയാളോട് പറഞ്ഞിരുന്നുള്ളൂ. അടുത്തകാലത്തായി യാതൊരു ഭാവമാറ്റവും അവൾ ബോലമിൽ കണ്ടിരുന്നില്ല. ബോലം എന്തുകൊണ്ടാണ് ലൗഡറിനെ വിളിച്ചതെന്നോ, ക്ലിനിക്കിൽ ബോലമിനെ അലട്ടിയിരുന്ന വിഷയങ്ങളെന്തെന്നോ അവൾക്ക് അറിയില്ലായിരുന്നു. എല്ലാ കാര്യങ്ങളും പതിവുരീതികളിൽ തന്നെയാണ് നടന്നിരുന്നത്. അവളുടെ അറിവിൽപ്പെട്ടിടത്തോളം ബോലമിന് ശത്രുക്കളൊന്നുമില്ലായിരുന്നു. തീർച്ചയായും ആരും അവളെ വകവരുത്താൻ ആഗ്രഹിച്ചിരുന്നതായും അറിവില്ല.

"അങ്ങനെയെങ്കിൽ, നിങ്ങൾക്കറിയാവുന്നിടത്തോളം അവൾ ഇവിടെ സന്തുഷ്ടയായിരുന്നു, അല്ലേ? ഇവിടെനിന്ന് അവളോരു മാറ്റം ആഗ്രഹിക്കാത്തത് എന്തുകൊണ്ടാണെന്ന കാര്യമാണ് എന്നെ അദ്ഭുതപ്പെടുത്തുന്നത്. ഒരു മനോരോഗ ക്ലിനിക്കിന്റെ ഭരണനിർവഹണം അത്ര എളുപ്പമുള്ള പണിയാണോ?"

"ഓ, അങ്ങനെയൊന്നുമല്ല! എനിക്കറിയില്ല എനിഡ് ചില നേരം കാര്യങ്ങളൊക്കെ എങ്ങനെയാണ് നടത്തിക്കൊണ്ടുപോകുന്നതെന്ന്. പക്ഷേ അവളൊരു മാറ്റം ആഗ്രഹിച്ചിരുന്നില്ല എന്ന കാര്യം ഉറപ്പാണ്. താങ്കളെ

ആരോ തെറ്റിദ്ധരിപ്പിച്ചിരിക്കുകയാണ്. അങ്ങനെ പെട്ടെന്ന് തളർന്നു പോകുന്നവളല്ല അവൾ. മറ്റുള്ളവർക്ക് ആവശ്യമുണ്ടെന്ന് അവൾക്കു തോന്നിയാൽ, അവൾ ഏതറ്റംവരെയും പോകും. മറ്റൊരുതരത്തിൽ പറഞ്ഞാൽ ഈ ക്ലിനിക്ക് പോലും അവൾക്കൊരു വെല്ലുവിളിയായിരുന്നു."

ബോലമിനെക്കുറിച്ച് അവൾ പറഞ്ഞ ഏറ്റവും നിർണായകമായ വിവരം അതായിരുന്നു. പ്രാഥമിക അഭിമുഖം പൂർത്തിയാകുന്നതുവരെ മറ്റുള്ളവർക്കൊപ്പം പുറത്ത് കാത്തിരിക്കണമെന്ന് പറഞ്ഞുകൊണ്ട് അയാൾ അവളെ വിട്ടു. ഭരണനിർവഹണം ഒരു വെല്ലുവിളിയാണ്, അവളൊരു പോർക്കളത്തിലായിരുന്നു എന്നിങ്ങനെയുള്ള അസംബന്ധങ്ങളെ തൽക്കാലം വിട്ടുകളയാൻ ഡാൽഗ്ലിഷ് തീരുമാനിച്ചു. എന്നിട്ട് പീറ്റർ നാഗലിനെ വിളിപ്പിച്ചു.

കൊലപാതകി ഉപയോഗിച്ച കത്തി തന്റേതായിരുന്നു എന്ന കാര്യമാണ് ആ ജൂനിയർ കാവൽക്കാരനെ ഏറ്റവും കൂടുതൽ ആശങ്കാകുലനാക്കിയത്. എങ്കിലും ഡാൽഗ്ലിഷിന്റെ ചോദ്യങ്ങൾക്ക് അയാൾ വിനയപൂർവ്വം ശാന്തമായി മറുപടി നൽകി. പക്ഷേ ക്ലിനിക്കിന്റെ നടപടിക്രമങ്ങളുമായി ബന്ധപ്പെട്ട ചില കാര്യങ്ങൾ ചർച്ച ചെയ്തപ്പോൾ, അത് തന്നെ സംബന്ധിക്കുന്ന കാര്യമാണോ എന്ന് അയാൾക്ക് സംശയം തോന്നി.

പിംലികോയിലെ മേൽവിലാസമാണ് ക്ലിനിക്കിലെ രേഖകളിൽ നൽകിയിരിക്കുന്നതെന്നും ഇരുപത്തിയേഴ് വയസ്സുള്ള അയാൾ രണ്ടു വർഷം മുമ്പായിരുന്നു ക്ലിനിക്കിലെ ജോലിയിൽ പ്രവേശിച്ചതെന്നും അതിനുമുമ്പ് ഒരു പ്രൊവിൻഷ്യൽ ആർട്ട് സ്കൂളിലായിരുന്നു ജോലി ചെയ്തിരുന്നതെന്നും അയാൾ സ്ഥിരീകരിച്ചു. അയാളുടെ ശബ്ദത്തിന് ഒട്ടും പതർച്ചയുണ്ടായിരുന്നില്ല. ചെളി നിറത്തിലുള്ള അയാളുടെ വലിയ കണ്ണുകൾ നിസ്സംഗത മാത്രമായിരുന്നു പ്രകടിപ്പിച്ചത്. ചെറുതെങ്കിലും കരുത്തുറ്റ ശരീരഘടനയ്ക്ക് ഒട്ടും ചേരാത്തവിധം അസാധാരണമാംവിധം നീളമുള്ള കൈകളാണ് അയാൾക്കുള്ളതെന്ന കാര്യം ഡാൽഗ്ലിഷ് പ്രത്യേകം ശ്രദ്ധിച്ചു. കറുത്ത് ഇടതൂർന്ന ചുരുണ്ട മുടിയിഴകൾ അയാളുടെ മുഖത്തിന് സവിശേഷഭാവം പകർന്നു. പാവം, വയസ്സൻ കല്ലിയുമായി തട്ടിച്ചു നോക്കിയാൽ രണ്ടുപേരും രണ്ടു തട്ടിലായിരിക്കും.

ഫ്രെഡി പറഞ്ഞ കഥ നാഗൽ ആവർത്തിച്ചുറപ്പിച്ചു. അയാളുടെ കത്തി യാതൊരു ഭാവഭേദവും കൂടാതെ തിരിച്ചറിഞ്ഞ അയാൾ, അവസാനമായി അത് കണ്ടത് രാവിലെ എട്ടുമണിക്കാണെന്നും കൂട്ടിച്ചേർത്തു. രാവിലെ എട്ടുമണിക്ക് ജോലിയിൽ പ്രവേശിക്കാൻ വന്നപ്പോൾ - പ്രത്യേകിച്ച് കാരണമൊന്നും കൂടാതെ - ആയുധപ്പെട്ടി തുറന്നുനോക്കിയിരുന്നു. അന്നേരം എല്ലാം അവിടെത്തന്നെ ഉണ്ടായിരുന്നു. സാധാരണ ആ പെട്ടി എവിടെയാണ് സൂക്ഷിക്കുന്നതെന്ന് മറ്റുള്ളവർക്ക് അറിയുമായിരുന്നോ എന്ന ഡാൽഗ്ലിഷിന്റെ ചോദ്യത്തിന് നാഗമിന്റെ മറുപടി ഇങ്ങനെയായിരുന്നു:

"ഇല്ല എന്ന് ഉത്തരം പറയണമെങ്കിൽ, ഞാനൊരു മണ്ടനായിരിക്കണം, അല്ലേ?"

"ഇപ്പഴോ പിന്നീടോ, സത്യമല്ലാതെ മറ്റെന്തെങ്കിലും പറയുന്നുണ്ടെങ്കിൽ താങ്കളൊരു മണ്ടനായിത്തീരും."

"എനിക്കു തോന്നുന്നത് അക്കാര്യം മിക്കവാറും എല്ലാ ജീവനക്കാർക്കും അറിയുമെന്നാണ്. അറിയാത്തവർക്ക് എളുപ്പം അത് കണ്ടുപിടിക്കാൻ കഴിയില്ലെന്നു മാത്രം. പിന്നെ, കാവൽക്കാരുടെ വിശ്രമമുറി ഞങ്ങൾ പൂട്ടാറില്ല."

"അത് ബുദ്ധിശൂന്യമാണെന്നു കരുതുന്നുണ്ടോ? രോഗികൾക്ക് അതിന് കഴിയുമോ?"

"അവരാരും സ്വന്തം നിലയ്ക്ക് അടിത്തട്ടിലേക്ക് ഇറങ്ങിവരാറില്ല. ലൈസർജിക് ആസിഡ് രോഗികൾ മാത്രം ആരുടെയെങ്കിലും ഒപ്പവും ആർട്ട് തെറാപ്പി രോഗികൾ സാധാരണയായി കർശന നിരീക്ഷണത്തിലുമായിരിക്കും വരുന്നത്. മാത്രമല്ല, കുറെക്കാലമായി ആ വിഭാഗം അവിടെയല്ല പ്രവർത്തിക്കുന്നത്. കാരണം, വെളിച്ചക്കുറവ് അത്തരക്കാർക്ക് ഒട്ടും ചേർന്നതല്ല. അതൊരു താൽക്കാലിക വിഭാഗം മാത്രമാണ്."

"പിന്നെ, ഇപ്പോഴത് എവിടെയാണ്?"

"മൂന്നാംനിലയിൽ. പിന്നീട്, വൈവാഹിക പ്രശ്നവേദി (MPD)ക്ക് കൂടുതൽ വലിപ്പമുള്ള മുറി ആവശ്യമുണ്ടെന്ന് ക്ലിനിക്കിലെ മെഡിക്കൽ കമ്മിറ്റി തീരുമാനിച്ചതോടെ ശ്രീമതി ബാംഗർട്ടന് - ആ സ്ത്രീയായിരുന്നു ആർട്ട് തെറാപ്പിസ്റ്റ് - അതും നഷ്ടമായി. ആ സ്ഥലം തിരികെക്കിട്ടാൻ വേണ്ടി അവർ ഒത്തിരി ബഹളം കൂട്ടിയതാണ്. പക്ഷേ അടിത്തട്ടിലേക്ക് ഇറങ്ങിച്ചെല്ലുന്നത് മാനസികപ്രശ്നങ്ങളുണ്ടാക്കുന്നതായി എം.പി.ഡി. രോഗികൾ പരാതിപ്പെട്ടതോടെ എല്ലാം പഴയപടിയായി."

"ഇപ്പോൾ ആരാണത് നടത്തിക്കൊണ്ടുപോകുന്നത്?"

"ഡോ. സ്റ്റെയ്നറും മനോരോഗ സാമൂഹ്യ പ്രവർത്തകയായ കല്ലിൻസ്കിയും ചേർന്ന്. അതൊരു ക്ലബ്ബാണ്. വിവാഹബന്ധം വേർപ്പെടുത്തിയവരും വിവാഹം കഴിഞ്ഞിട്ടും സന്തോഷകരമായി ജീവിക്കാൻ കഴിയാത്തവരുമൊക്കെ ആ കൂട്ടത്തിലുണ്ട്. കൊലപാതകവുമായി അതിന് ഏതെങ്കിലും തരത്തിൽ ബന്ധമുള്ളതായി എനിക്കു തോന്നുന്നില്ല."

"എനിക്കും തോന്നുന്നില്ല. ആർട്ട് തെറാപ്പി വിഭാഗം എവിടെയും ഉറച്ചു നിൽക്കാതെ തെന്നിക്കളിക്കുന്നത് എന്തുകൊണ്ടായിരിക്കുമെന്ന എന്റെ ആകാംക്ഷയെ ശമിപ്പിക്കാൻ മാത്രമാണ് ഞാൻ അക്കാര്യം തിരക്കിയത്. അതിരിക്കട്ടെ, തിപ്പെറ്റ് ഇന്നു വരുന്നില്ലെന്ന കാര്യം എപ്പോഴാണ് താങ്കൾ അറിഞ്ഞത്?"

"ഇന്നു രാവിലെ ഏതാണ്ട് ഒമ്പതുമണിയായിട്ടുണ്ടാകും. ആ കിളവൻ

പയ്യൻ സെന്റ് ലൂക്ക് ആശുപത്രിയിലാണെന്നു കേട്ടു. ഞാനക്കാര്യം ബോലമിനോടും സിസ്റ്ററിനോടും പറഞ്ഞു."

"മറ്റാരോടെങ്കിലും?"

"എനിക്ക് തോന്നുന്നത്, ഞാനക്കാര്യം കല്ലിയോട് സൂചിപ്പിച്ചു വെന്നാണ്. ഇന്നത്തെ ദിവസം മുഴുവൻ വയറുവേദനകൊണ്ട് വിഷമി ക്കുകയായിരുന്നു അയാൾ."

"അത് ഞാനറിഞ്ഞു. ശരിക്കും അയാൾക്കെന്താ സംഭവിച്ചത്?"

"ആർക്ക് കല്ലിക്കോ? ബോലം അയാളെ ആശുപത്രിയിലേക്ക് പറഞ്ഞ യച്ചിരുന്നു. പരിശോധനയിൽ അവർക്കൊന്നും കണ്ടെത്താനായില്ല. ആരെങ്കിലും പരിഭ്രമിപ്പിക്കുമ്പോഴൊക്കെ അയാൾക്ക് അത്തരം വയറു വേദന ഉണ്ടാവാറുണ്ട്. അവര് പറയുന്നത് ഇത് മാനസിക കാരണങ്ങളാലു ണ്ടാകുന്ന ശാരീരിക രോഗമാണെന്നാണ്."

"ഇന്നു രാവിലെ അയാളെ പരിഭ്രമിപ്പിച്ചത് എന്തായിരിക്കും?"

"ഞാൻ തന്നെ. ഇന്നു രാവിലെ ഞാൻ എത്തുന്നതിനു മുമ്പ് അയാൾ എത്തിയിരുന്നു. എന്നിട്ട് തപാൽ തരംതിരിക്കാൻ തുടങ്ങി. സത്യത്തിൽ അത് എന്റെ ജോലിയാണ്. സ്വന്തം ജോലിയിൽ മാത്രം ശ്രദ്ധിച്ചാൽ മതിയെന്ന് ഞാൻ അയാളോട് കർശനമായി പറഞ്ഞു."

വൈകുന്നേരം നടന്ന സംഭവങ്ങളാരോന്നും കൂടുതൽ ക്ഷമയോടെ ഡാൽഗ്ലിഷ് കേട്ടിരുന്നു. അയാളുടെ കഥയും പ്രൈഡിയുടെ കഥപോലെ തന്നെ. മാത്രമല്ല, കത്തുകൾ അയച്ചിട്ട് തിരികെ വരുമ്പോൾ രേഖകൾ സൂക്ഷിക്കുന്ന മുറിയുടെ വാതിൽ ചാരിയിരിക്കുകയായിരുന്നോ എന്ന് പ്രൈഡിയെപ്പോലെതന്നെ അയാൾക്കും ഉറപ്പിച്ചു പറയാൻ സാധിച്ചില്ല. അലക്കാനുള്ള തുണി എടുത്തുവച്ചോ എന്നറിയാൻ ബോലം നേഴ്സിനെ കാണാൻ പോകുമ്പോൾ ആ വാതിൽ കടന്നുപോയിരുന്നതായി അയാൾ സമ്മതിച്ചു. സാധാരണയായി ആ മുറി പൂട്ടിക്കിടക്കുന്നതിനാൽ, മുറി തുറന്നുകിടക്കുകയായിരുന്നോ അടഞ്ഞുകിടക്കുകയായിരുന്നോ എന്ന കാര്യം അയാൾ ശ്രദ്ധിച്ചില്ല. നിർണായകമായ വഴിത്തിരിവായേക്കാവുന്ന ആ വിവരം മാത്രം ഇനിയും വ്യക്തമാകാത്തതിൽ ഡാൽഗ്ലിഷ് അസ്വസ്ഥ നായി. പക്ഷേ നാഗൽ അയാളുടെ നിലപാടിൽ ഉറച്ചുനിന്നു. അയാൾ ശ്രദ്ധിച്ചില്ല. അല്ലെങ്കിൽ, അയാൾക്ക് വ്യക്തമായി പറയാൻ കഴിയുന്നില്ല. കാവൽക്കാരുടെ വിശ്രമമുറിയിലെ ബോർഡിൽ ആ മുറിയുടെ താക്കോലുണ്ടായിരുന്നോ എന്ന കാര്യവും അയാൾ ശ്രദ്ധിച്ചില്ല. അത് കണ്ടെത്താൻ എളുപ്പമായിരുന്നു. ബോർഡിൽ ആകെയുള്ളത് 22 കൊളുത്തുകളാണ്. മിക്കവാറും താക്കോലുകൾ ഉപയോഗത്തിലായിരി ക്കുന്നതുകൊണ്ടുതന്നെ അവിടെ ഉണ്ടാകാനിടയില്ല. ഡാൽഗ്ലിഷ് അയാളോടു ചോദിച്ചു:

"പ്രൈഡിയോടൊപ്പം താങ്കൾ പൂച്ചയ്ക്ക് തീറ്റ കൊടുക്കുമ്പോൾ ബോലമിന്റെ ശരീരം തൊട്ടടുത്തുള്ള രേഖകൾ സൂക്ഷിക്കുന്ന മുറിയിൽ

വിറങ്ങലിച്ചു കിടക്കുകയായിരുന്നുവെന്ന വസ്തുത ഇപ്പോഴെങ്കിലും ബോധ്യമായിക്കാണുമല്ലോ? അതുകൊണ്ടുതന്നെ, ആ മുറിയുടെ വാതിൽ തുറന്നാണോ അടഞ്ഞാണോ കിടന്നിരുന്നതെന്ന് ഓർത്തെടുക്കുന്ന കാര്യം എത്രമാത്രം പ്രാധാന്യമർഹിക്കുന്നതാണെന്ന് ബോധ്യപ്പെട്ടിട്ടു ണ്ടാകുമല്ലോ?"

"ജനിഫർ പ്രൈഡി പിന്നീട് താഴേക്കിറങ്ങി വന്നപ്പോൾ അത് ചാരിയിരിക്കുകയായിരുന്നു. അങ്ങനെയാണ് അവൾ പറഞ്ഞത്. അവളൊരിക്കലും കള്ളം പറയുകയില്ല. ഞാൻ കത്തുകൾ അയയ്ക്കാൻ പോയപ്പോൾ അത് അടഞ്ഞുകിടക്കുകയായിരുന്നെങ്കിൽ 6.25നും ഏഴിനു മിടയിൽ ആരോ ആ വാതിൽ തുറന്നിട്ടുണ്ട്. അക്കാര്യത്തിൽ മാറ്റ മുണ്ടെന്നു തോന്നുന്നില്ല. ആ വാതിലിന്റെ കാര്യത്തിൽ എനിക്ക് എന്തെങ്കിലും ഓർത്തെടുക്കാൻ കഴിഞ്ഞിരുന്നെങ്കിൽ കാര്യങ്ങൾ കൂടുതൽ എളുപ്പമായേനെ. പക്ഷേ എനിക്കതിന് കഴിയുന്നില്ല. എന്റെ ലോക്കറിൽ ഞാൻ കോട്ട് തൂക്കിയശേഷം, നേരെ പോയത് ബോലം നേഴ്സിന്റെ അടുത്തേക്കാണ്; അലക്കുതുണിയെക്കുറിച്ച് അന്വേഷിക്കാൻ. എന്നിട്ട്, ഞാൻ വിശ്രമമുറിയിലേക്ക് മടങ്ങിപ്പോയി. അപ്പോഴാണ് പടി ക്കെട്ടുകളുടെ ചുവട്ടിൽവെച്ച് ഞാൻ ജനിയെ കാണുന്നത്.

യാതൊരു വികാരവിക്ഷോഭവുമില്ലാതെയാണ് അയാൾ അത്രയും നേരം സംസാരിച്ചത്.

"അങ്ങനെയാണ് അതു സംഭവിച്ചത്. ഇഷ്ടപ്പെട്ടാലും ഇല്ലെങ്കിലും അങ്ങനെതന്നെയാണ് അത് സംഭവിച്ചത്."

അയാളൊരു അപകടത്തിലേക്കാണ് നീങ്ങിക്കൊണ്ടിരിക്കുന്നത് എന്നു തിരിച്ചറിയാനുള്ള ബുദ്ധിയൊന്നും അയാൾക്കുണ്ടായിരുന്നില്ല. അല്ലെങ്കിൽ അറിയാവുന്ന സത്യം മുഴുവൻ വെളിപ്പെടുത്താൻ അത്രയും ബുദ്ധി മതിയെന്നാവും അയാൾക്കു തോന്നിയത്.

പുതുതായി എന്തെങ്കിലും ഓർമ്മ വരുന്നുണ്ടെങ്കിൽ അതുകൂടി പൊലീസുകാരോട് പറഞ്ഞിട്ട് പൊയ്ക്കൊള്ളാൻ ഡാൽഗ്ലിഷ് അയാളോടു പറഞ്ഞു.

സിസ്റ്റർ ആംബ്രോസിനെയായിരുന്നു പിന്നീട് കണ്ടത്. യുദ്ധസജ്ജ മായ പടക്കപ്പൽ, വെളുത്ത ലിനൻ കവചിതങ്ങളുമായി വരുന്നതുപോലെ, ആ സ്ത്രീ മുറിയിലേക്ക് തള്ളിക്കയറി. പശമുക്കി വടിപോലെ വച്ചിരി ക്കുന്ന ഏപ്രണും അതിനുമുകളിൽ ഒരു മാർച്ചട്ടയും. മാറിൽ നേഴ്സിംഗ് ബാഡ്ജ് ധരിച്ചിരിക്കുന്നതുകണ്ടാൽ യുദ്ധമെഡലുകളാണെന്നു തോന്നും. തൊപ്പിയുടെ ഇരുവശങ്ങളിലേക്കും ചിതറിത്തെറിച്ചു കിടക്കുന്ന ചാരനിറ മുള്ള തലമുടി ആ സ്ത്രീയുടെ നെറ്റിയെ ഉപാധികളില്ലാതെ മൂടിക്കള യുന്നു. മട്ടും മാതിരിയുമൊക്കെ കണ്ടപ്പോൾ ആ സ്ത്രീയെ കൈകാര്യം ചെയ്യുന്നത് അല്പം പ്രയാസമായിരിക്കുമെന്ന് ഡാൽഗ്ലിഷിന് തോന്നി.

അതുകൊണ്ടുതന്നെ, അയാൾ ഉപചാരപൂർവ്വമായിരുന്നു ആ സ്ത്രീയോട് പെരുമാറിയത്. നേരിട്ട ഓരോ ചോദ്യങ്ങൾക്കും പരുഷമായ നീരസം കലർന്ന മറുപടിയായിരുന്നു ആ സ്ത്രീ നൽകിയത്. അടിത്തട്ടിലെ പടിക്കെട്ടുകളെ ലക്ഷ്യമാക്കി ഹാളിലൂടെ നടന്നുപോകുന്നത് കണ്ടുവെന്നും അപ്പോൾ ഏകദേശം 6.20ന് ആയിരുന്നുവെന്നും സിസ്റ്റർ സ്ഥിരീകരിച്ചു. അന്നേരം അവർക്കിടയിൽ സംഭാഷണങ്ങളൊന്നും നടന്നില്ലെന്നും പതിവുപോലെ ബോലം ഒന്നു നോക്കിയിട്ട് കടന്നുപോയെന്നും അവർ കൂട്ടിച്ചേർത്തു. സിസ്റ്റർ ആംബ്രോസ് ഇ.സി.ടി. മുറിയിൽനിന്ന് മടങ്ങിയെത്തുമ്പോഴായിരുന്നു ബോലം കണ്ണിൽനിന്ന് മറയുന്നത്... അപ്പോൾ മുതൽ പിന്നീട് ബോലമിന്റെ ശവശരീരം കണ്ടെത്തുന്നതുവരെ ഡോ. ഇൻഗ്രാം ഒപ്പമുണ്ടായിരുന്നു. അത്രയും നേരം ഡോ. ബാഗ്ലിയും അവരോടൊപ്പമുണ്ടായിരുന്നോ എന്ന് ഡാൽഗ്ലിഷ് ചോദിച്ചപ്പോൾ, അക്കാര്യം ഡോക്ടറോടുതന്നെ നേരിട്ടുചോദിക്കൂ എന്നായിരുന്നു പ്രതികരണം. കരുതിക്കൂട്ടി ചോദിച്ചതല്ലെന്നു മയത്തിൽ പറഞ്ഞ് ഡാൽഗ്ലിഷ് തടിയൂരി. ക്ലിനിക്കിനെക്കുറിച്ച് ഡോക്ടർക്ക് എന്തു വിവരവും നൽകാൻ കഴിയുന്ന ഒരാളാണ് സിസ്റ്ററെന്ന് ഡാൽഗ്ലിഷിന് മനസ്സിലായി.

ബോലമിന്റെ വ്യക്തിബന്ധങ്ങളെക്കുറിച്ച് ചില ചോദ്യങ്ങൾ ചോദിച്ചെങ്കിലും അയാൾക്ക് ഒന്നും കിട്ടിയില്ല. തുടർചോദ്യങ്ങളിലൂടെ സമ്മർദ്ദം ചെലുത്തിയതുമില്ല. ഒരുപക്ഷേ മറ്റുള്ളവരേക്കാൾ മാനസികാഘാതമേറ്റത് ആ സ്ത്രീക്കാണെന്നുപോലും ഡാൽഗ്ലിഷിനു തോന്നി. ബോലമിന്റെ കൊലപാതകദൃശ്യം കണ്ടതിന്റെ ഞെട്ടൽ ഇതുവരെ അവരിൽനിന്ന് മാറിയിട്ടില്ല. അത്തരം കാഴ്ചകൾ ചിലരെ രോഗികളാക്കും. സിസ്റ്ററും അത്തരമൊരു അവസ്ഥയുടെ വക്കത്തായിരുന്നു. ഡാൽഗ്ലിഷിന്റെ ചോദ്യങ്ങൾക്കു മുന്നിൽപോലും ആ സ്ത്രീക്ക് തന്റെ യഥാർത്ഥ വികാരങ്ങളെ കുടഞ്ഞിടാൻ കഴിഞ്ഞില്ല. മറ്റൊരർത്ഥത്തിൽ പറഞ്ഞാൽ ആ ക്ലിനിക്കിലുണ്ടായിരുന്ന സകലരും ആ ദാരുണസംഭവത്തിന്റെ ഇരകളാണ്. അത്തരം സാക്ഷികളോട് ചോദ്യങ്ങൾ ചോദിക്കുമ്പോൾ സഹകരണമുണ്ടാകാൻ വേണ്ടി ചിലപ്പോൾ സമ്മർദ്ദം ചെലുത്തേണ്ടിവരും. ഒരുപക്ഷേ, പിന്നീട് സിസ്റ്റർ ആംബ്രോസിന് കുറേക്കൂടി അനായാസമായി സംസാരിക്കാൻ കഴിഞ്ഞേക്കും. ഇപ്പോഴത്തെ അവസ്ഥ വച്ചുനോക്കിയാൽ ആ സ്ത്രീയോട് സംസാരിക്കുന്നതുകൊണ്ട് സമയനഷ്ടമുണ്ടാകും എന്നല്ലാതെ യാതൊരു പ്രയോജനവും ഉണ്ടാകാനിടയില്ല. ഒരു തുമ്പുപോലും നിർണായകമാണ്. 6.20ന് അടിത്തട്ടിലെ പടിക്കെട്ടുകളിറങ്ങി പോകുന്നതുവരെ ബോലം ജീവനോടെയുണ്ടായിരുന്നു. ഏഴുമണിയായപ്പോഴേക്ക് അവളുടെ മൃതദേഹം കണ്ടെത്തി. അതിനിടയിലുള്ള നാല്പത് മിനിട്ടുകളാണ് നിർണായകം. ഇവിടെയുള്ള ഏതോ ജീവനക്കാരുടെയുള്ളിൽ അതിന്റെ രഹസ്യമുണ്ട്. അന്വേഷണത്തിലൂടെ ആ രഹസ്യം മറനീക്കി പുറത്തുകൊണ്ടുവരണം. ഈ ഘട്ടത്തിൽ അത് ഒരല്പം പ്രയാസമാണ്.

പുറത്തു നിന്നൊരാൾ ക്ലിനിക്കിനുള്ളിൽ എങ്ങനെയോ അതിക്രമിച്ചു കയറി ബോലമിനെ കൊല്ലാൻ തക്കം പാർത്തിരുന്നു എന്നു വിശ്വസിക്കാൻ ഡാൽഗ്ലിഷിനു കഴിഞ്ഞില്ല. കൊലയാളി മിക്കവാറും ഈ കെട്ടിടത്തിനുള്ളിൽ തന്നെയുണ്ടാവണം. തന്ത്രപരമായ ചോദ്യം ചെയ്യലിലൂടെ മാത്രമേ കൊലയാളിയേയും അയാളുടെ യഥാർത്ഥ ഉദ്ദേശ്യവും പുറത്തു കൊണ്ടുവരാൻ കഴിയൂ. കുറ്റകൃത്യം നടന്ന സമയം മറ്റൊരിടത്തായിരുന്നു എന്നു വാദിക്കുന്നവരെ, ഒരിക്കൽക്കൂടി വിളിപ്പിക്കാമെന്ന് ഡാൽഗ്ലിഷ് തീരുമാനിച്ചു. സിസ്റ്റർ ആംബ്രോസിന്റെ സഹകരണത്തിന് നന്ദിപറഞ്ഞുകൊണ്ട് അവരെ ആ മുറിയിൽനിന്ന് ഒഴിവാക്കി - സ്റ്റീൽ വളയങ്ങളുള്ള കണ്ണടയ്ക്കു മുകളിലൂടെ അയാൾ ഒരു നോട്ടമെറിഞ്ഞു. ആ സ്ത്രീയുടെ കാര്യത്തിൽ ഇതുവരെ ഒരു തീരുമാനമായിട്ടില്ല എന്ന സൂചനയായിരുന്നു അത് - വാതിലിൽ നിൽക്കുന്ന കോൺസ്റ്റബിളിനോട് മിസ്റ്റർ ലൗഡറെ അകത്തേക്ക് കയറ്റിവിടാൻ നിർദ്ദേശിച്ചു.

രണ്ട്

ഗ്രൂപ്പ് സെക്രട്ടറിയെ തൊട്ടടുത്തുനിന്ന് നിരീക്ഷിക്കാൻ ഡാൽഗ്ലിഷിന് കിട്ടിയ ആദ്യ അവസരമായിരുന്നു അത്. അയാളുടെ തടിച്ചുകൊഴുത്ത ശരീരവും കുഞ്ഞൻ കണ്ണുകളെ മൂടിയിരിക്കുന്ന ചതുരാകൃതിയിലുള്ള കട്ടിക്കണ്ണടയും വെടിപ്പായി തുന്നിയ വസ്ത്രവും കണ്ടാൽ, ഒരു ഗ്രാമീണ ഡോക്ടറോ അല്ലെങ്കിൽ ഒരു ചെറുപട്ടണത്തിലെ വക്കീലോ ആണെന്നു പോലും കരുതുകയില്ല. മറിച്ച്, അധികാരവും അന്തസ്സും കൈപ്പിടിയി ലൊതുക്കിയ ഒരു ഉദ്യോഗസ്ഥ ദുഷ്പ്രഭുവാണെന്നേ തോന്നൂ. അധികാര ത്തിന്റെ ആത്മവിശ്വാസം അയാളുടെ ഓരോ ചലനങ്ങളെയും അനായാസ മാക്കി. ഒരു കാര്യത്തിലും തിടുക്കം കാട്ടാതെ, ഡാൽഗ്ലിഷിന്റെ ചിന്ത കളെപ്പോലും കീഴ്മേൽ മറിക്കുന്ന കൂർമബുദ്ധിയുമായിട്ടാണ് അയാൾ പ്രത്യക്ഷപ്പെട്ടത്.

ഡാൽഗ്ലിഷിന് അഭിമുഖമായിട്ടാണ് അയാൾ ഇരുന്നത്. വന്നയുടനെ സൗകര്യാർത്ഥം കസേര മുന്നോട്ട് വലിച്ചിടുകയും ഔപചാരികതയുടെ പേരിൽപോലും ക്ഷമാപണം നടത്താതിരിക്കുകയും ചെയ്തുകൊണ്ട്, ഒരു പോക്കറ്റിൽനിന്ന് പൈപ്പും മറുപോക്കറ്റിൽനിന്ന് പുകയിലപ്പൊതിയും എടുത്ത് നേരംപോക്കിന് തയ്യാറാണെന്ന മട്ടിൽ ഇരുന്നു. എന്നിട്ട്, മാർട്ടിനെ അടുത്തേക്ക് തലയാട്ടി വിളിച്ച്, രാജ്യത്തിന്റെ വടക്കൻപ്രദേശങ്ങളിൽ മാത്രം ഉപയോഗിക്കുന്ന ഉച്ചാരണഭേദത്തോടെ സാവകാശം പറഞ്ഞു:

"റജിനാൾഡ് ഐവൻ ലൗഡർ. ജനനത്തീയതി, 1905 ഏപ്രിൽ 21. മേൽവിലാസം, 42 മേക്ക് പീസ് അവന്യൂ, ഷിഗ്വെൽ, എസ്സെക്സ്. തൊഴിൽ, ഗ്രൂപ്പ് സെക്രട്ടറി, ഈസ്റ്റ് സെൻട്രൽ ഹോസ്പിറ്റൽ മാനേജ്മെന്റ് കമ്മിറ്റി. ഇനിയെന്താ സൂപ്രണ്ടേ, ഇനിയെന്താ നിങ്ങൾക്കറിയേണ്ടത്?"

"അതേതായാലും നന്നായി. ഞാൻ ഭയന്നുപോയി. പിന്നെ, ആദ്യം തന്നെ ചോദിക്കട്ടേ, ആരാണ് ബോലമിനെ കൊന്നതെന്ന കാര്യത്തിൽ എന്തെങ്കിലും അറിവുണ്ടോ?" ഡാൽഗ്ലിഷ് പതിഞ്ഞ ശബ്ദത്തിൽ ചോദിച്ചു.

അപ്പോഴേക്കും ഗ്രൂപ്പ് സെക്രട്ടറി പൈപ്പ് കത്തിച്ചു കഴിഞ്ഞിരുന്നു.

കൈമുട്ടുകൾ മേശമേൽ ഊന്നി പൈപ്പിന്റെ തിളക്കത്തിൽ അയാൾ സന്തുഷ്ടി പ്രകടിപ്പിച്ചു.

“എനിക്കത് അറിയാമെന്നാണ് ഞാൻ കരുതുന്നത്. മുമ്പേതന്നെ അക്കാര്യം ഞാൻ താങ്കളോട് പറയാൻ തുടങ്ങിയതുമാണ്. പേടിക്കണ്ട. പക്ഷേ ഇല്ല. അത്തരമൊരു സഹായം താങ്കളെപ്പോലൊരാൾക്ക് ചെയ്തു തരുന്നത് ശരിയല്ല.”

“മിസ്. ബോലമിന് ശത്രുക്കളാരും ഇല്ലായിരുന്നുവെന്നാണോ താങ്കൾ പറഞ്ഞുവരുന്നത്?”

“ശത്രുക്കൾ? സൂപ്രണ്ടേ, അതൊരു കടുത്ത പ്രയോഗമായിപ്പോയി! എന്നെപ്പോലെതന്നെ അവളെയും ഇഷ്ടപ്പെടുന്നവർ വളരെക്കുറച്ചേ ഉണ്ടായിരുന്നുള്ളൂ. ഒരുപക്ഷേ നിങ്ങളുടെ കാര്യവും അതുതന്നെയാവും സംശയമില്ല. പക്ഷേ ഏതുസമയവും കൊല്ലപ്പെട്ടേക്കാം എന്നു കരുതി ജീവിക്കാനൊക്കുമോ? ഇല്ല, അവൾക്ക് ശത്രുക്കളുണ്ടെന്ന് ഞാൻ പറഞ്ഞിട്ടില്ല. അവളുടെ സ്വകാര്യജീവിതത്തെക്കുറിച്ച് എനിക്കൊന്നുമറിയില്ല. അത് എന്നെ സംബന്ധിക്കുന്ന കാര്യവുമല്ല.”

“സ്റ്റീൻ ക്ലിനിക്കിനെക്കുറിച്ചും അതിൽ അവൾ വഹിച്ചിരുന്ന ഉത്തരവാദിത്വങ്ങളെക്കുറിച്ചും പറയാമോ? ക്ലിനിക്കിന് ജനങ്ങൾക്കിടയിൽ നല്ല മതിപ്പുണ്ടെന്ന് കേട്ടിട്ടുണ്ട്. ഇവിടെ എന്താണ് സംഭവിച്ചതെന്ന വ്യക്തമായ ചിത്രം ലഭിക്കുന്നതിന് അത് സഹായകമാകും.”

“എന്തു സംഭവിച്ചു എന്നതിന്റെ വ്യക്തമായ ചിത്രമോ?”

ഗ്രൂപ്പ് സെക്രട്ടറിയുടെ ചുണ്ടുകൾ കോച്ചിവലിയുന്നതുപോലെ ഡാൽഗ്ലിഷിന് തോന്നി. അത് ഒരുപക്ഷേ അയാളുടെ ഭാവനാസൃഷ്ടിയുമായിരിക്കും.

“എനിക്ക് പറയാൻ കഴിയുന്നതിനേക്കാൾ കാര്യങ്ങൾ മെഡിക്കൽ ഡയറക്ടർക്ക് പറയാൻ കഴിഞ്ഞേക്കും - ചികിത്സാസംബന്ധിയായ കാര്യങ്ങൾക്ക് അതാണ് ഉചിതം. എങ്കിലും ഒരു സാരാംശം നൽകാൻ എനിക്കും കഴിയും. കുടുംബപ്രശ്നങ്ങൾക്കിടയിൽ ശ്രീമാൻ ഹയ്മാൻ സ്റ്റെയ്ൻ ആയിരുന്നു ഈ സ്ഥാപനം തുടങ്ങിയത്. പ്രായംചെന്ന ആ മനുഷ്യന് കുട്ടികളുണ്ടാകാനിടയില്ല എന്ന അവസ്ഥയിൽനിന്നാണ് കഥ ആരംഭിക്കുന്നത്. അങ്ങനെയിരിക്കെ, അദ്ദേഹം ചില സൈക്കോതെറാപ്പിയൊക്കെ നടത്തി ക്രമേണ അഞ്ചുമക്കളുടെ പിതാവാകുന്നു. അദ്ദേഹത്തിന്റെ മരണശേഷം, മക്കൾ പ്രിയങ്കരനായ പപ്പയുടെ ഓർമ്മയ്ക്ക് സ്ഥാപനത്തെ വമ്പൻ സാമ്പത്തിക പിന്തുണ നൽകി നിലനിർത്തി. എന്നിട്ട് മക്കൾ പേരിനെ ഇംഗ്ലീഷീകരിച്ച് സ്റ്റീൻ ക്ലിനിക്ക് എന്നാക്കി മാറ്റി - അതാണ് പേരുമാറിയതിന്റെ കാരണമെന്നാണ് ഞാൻ കരുതുന്നത് - ആ പാവം ഹയ്മൻ ഇങ്ങനെയൊക്കെ എപ്പോഴെങ്കിലും ചിന്തിച്ചിരുന്നോ എന്ന് ഞാൻ പലപ്പോഴും അദ്ഭുതപ്പെടാറുണ്ട്.”

“ഇപ്പോഴും സാമ്പത്തികസഹായം കിട്ടാറുണ്ടോ?”

“ഉണ്ടല്ലോ. 1946ലെ ആക്ട് പിന്തുടരാൻ തീരുമാനിച്ച ദിവസം മുതൽ സ്റ്റേറ്റ് ഫണ്ട് കിട്ടുന്നുണ്ട്. ഒരുപാടൊന്നുമില്ല, വളരെക്കുറച്ചു വിഹിതം മാത്രം. ഗവണ്മെന്റ് സ്ഥാപനങ്ങൾക്ക് കൂടുതൽ വിഹിതം നൽകുന്നതിലാണ് എല്ലാവർക്കും താത്പര്യം. എന്നാൽ 1948നു മുമ്പ് തുടങ്ങിയ ഇതുപോലുള്ള സ്ഥാപനങ്ങൾ വളരെ നല്ല രീതിയിൽ പ്രവർത്തിക്കുന്നുമുണ്ട്. അടിസ്ഥാന സൗകര്യ വികസനത്തിനും ഉപകരണങ്ങൾ വാങ്ങുന്നതിലുമാണ് അത്തരം സ്ഥാപനങ്ങളുടെ ശ്രദ്ധ. അക്കാര്യത്തിൽ ഈ സ്ഥാപനത്തിലെ ഹോസ്പിറ്റൽ മാനേജ്മെന്റ് കമ്മിറ്റി സ്തുത്യർഹമായ സേവനമാണ് കാഴ്ചവയ്ക്കുന്നത്.”

“ഇത്തരം ക്ലിനിക്കുകളുടെ ഭരണനിർവഹണം ശ്രമകരമാണോ? ഞാനെന്തുകൊണ്ടാണ് ചോദിച്ചതെന്നുവച്ചാൽ, ഒരുപാട് വ്യക്തിത്വപ്രശ്നങ്ങളുള്ളവരെയാണല്ലോ നിത്യവും കൈകാര്യം ചെയ്യേണ്ടിവരുന്നത്.”

“ചെറിയ ക്ലിനിക്കുകൾ നേരിടേണ്ടിവരുന്ന പ്രശ്നങ്ങളൊന്നും ഇവിടെയില്ല. പിന്നെ, വ്യക്തിത്വപ്രശ്നങ്ങൾ എല്ലായിടങ്ങളിലും സാധാരണമാണല്ലോ. ഏറ്റവും കൂടുതൽ അച്ചടക്കം പാലിക്കുമെന്ന് നമ്മൾ കരുതുന്ന സൈക്യാട്രിസ്റ്റുകളെയും സർജന്മാരെയും ദിവസേന കൈകാര്യം ചെയ്യുന്നതാണ് ഇപ്പോൾ എന്റെ പ്രധാന ജോലി.”

“ബോലം ഒരു മികച്ച അഡ്മിനിസ്ട്രേറ്റർ ആയിരുന്നെന്ന് താങ്കൾ കരുതുന്നുണ്ടോ?”

“എന്നു ചോദിച്ചാൽ... അവൾക്ക് കഴിവുണ്ടായിരുന്നു. എനിക്കിതേവരെ അവളെക്കുറിച്ച് പരാതികളൊന്നും കിട്ടിയിട്ടില്ല. എങ്കിലും അവൾ അല്പം കർക്കശക്കാരിയായിരുന്നുവെന്നാണ് എനിക്ക് തോന്നുന്നത്. മന്ത്രാലയത്തിൽ നിന്നുള്ള സർക്കുലറുകൾ, ദൈവത്തിൽനിന്നുള്ള കുറിമാനങ്ങളായി കണക്കാക്കേണ്ടതില്ല. ബോലമിന് അതുപോലെ നടപടി നേരിടേണ്ടതായി വന്നുവോ എന്നുതന്നെ സംശയമാണ്. എന്തായാലും ആ പെണ്ണ് മനസ്സാക്ഷി അനുസരിച്ച് സത്യസന്ധമായി പ്രവർത്തിക്കുന്ന ഒരു ഉദ്യോഗസ്ഥയായിരുന്നു. വ്യക്തതയില്ലാത്ത ഒരു മറുപടി എപ്പോഴെങ്കിലും അവൾ അയച്ചതായി എന്റെ ഓർമ്മയിലില്ല.”

“പാവം ദുഷ്ട!”

അവളുടെ ഔദ്യോഗിക ശവക്കല്ലറയിൽ അങ്ങനെയായിരിക്കും രേഖപ്പെടുത്തുക എന്ന് ഡാൽഗ്ലിഷ് സങ്കല്പിച്ചു. എന്നിട്ട്, ലൗഡറോട് ചോദിച്ചു:

“അവൾ ഇവിടെ പോപ്പുലർ ആയിരുന്നോ? ഉദാഹരണത്തിന്, മെഡിക്കൽ സ്റ്റാഫുകൾക്കിടയിൽ?”

“അതിപ്പോൾ, നിങ്ങൾ, അവരോടുതന്നെ ചോദിക്കേണ്ടിവരും സൂപ്രണ്ടേ. അങ്ങനെയായിരുന്നില്ല അവൾ എന്നു ചിന്തിക്കാൻ എനിക്ക് പ്രത്യേകിച്ച് കാരണമൊന്നും തോന്നുന്നില്ല.”

"അവളെ ഈ ക്ലിനിക്കിൽനിന്ന് പുറത്താക്കുന്ന കാര്യത്തിൽ മെഡിക്കൽ കമ്മിറ്റിയിൽ താങ്കൾക്കുമേൽ എന്തെങ്കിലും സമ്മർദ്ദങ്ങളുണ്ടായിരുന്നോ?"

ചാരനിറമുള്ള ആ കുഞ്ഞൻ കണ്ണുകൾ പെട്ടെന്ന് വിവർണമായി. ഒരു നിമിഷത്തെ നിശ്ശബ്ദതയ്ക്കുശേഷം ഗ്രൂപ്പ് സെക്രട്ടറി ശാന്തനായി മറുപടി പറഞ്ഞു:

"ഔദ്യോഗികമായി അത്തരം ആവശ്യങ്ങളൊന്നും എനിക്കു മുന്നിൽ വന്നിട്ടില്ല."

"പക്ഷേ അനൗദ്യോഗികമായി?"

"ചില നേരങ്ങളിൽ എനിക്കും അങ്ങനെ തോന്നിയിട്ടുണ്ട്, ഒരു തൊഴിൽമാറ്റം ബോലമിന് സഹായകമാകുമെന്ന്. അതത്ര മോശം ആശയമൊന്നുമല്ല, സൂപ്രണ്ടേ! ഒരു ചെറിയ യൂണിറ്റിലെ ഏതൊരു ഓഫീസർക്കും അതൊരു മനോരോഗ ക്ലിനിക്കാണെങ്കിൽ പ്രത്യേകിച്ചും മാറ്റം ഗുണം ചെയ്യുകയേ ഉള്ളൂ. എങ്കിലും മെഡിക്കൽ കമ്മിറ്റികളുടെ തോന്ന്യാസത്തിനനുസരിച്ച് ജീവനക്കാരെ സ്ഥലംമാറ്റുന്ന ഒരാളല്ല ഞാൻ. അക്കാര്യത്തിൽ എന്നെ സമ്മതിക്കണം, ഇല്ല! ശരി. ഞാൻ പറഞ്ഞുവന്നത്, ഔദ്യോഗികമായി അത്തരം ആവശ്യങ്ങളൊന്നും ഉയർന്നുവന്നിട്ടില്ല. പക്ഷേ ബോലം സ്വമേധയാ ഒരു സ്ഥലംമാറ്റത്തിന് അപേക്ഷിച്ചിരുന്നെങ്കിൽ, അതിന്റെ ഫലം മറ്റൊന്നായേനേ. അങ്ങനെയാണെങ്കിൽ പോലും. അതത്ര എളുപ്പവുമായിരിക്കില്ല. അവളൊരു ജനൽ അഡ്മിനിസ്ട്രേറ്റീവ് ഓഫീസറായിരുന്നു. ആ ഗ്രേഡിലുള്ള പോസ്റ്റുകൾ ഞങ്ങളെ സംബന്ധിച്ചിടത്തോളം വിരളവുമായിരുന്നു."

ബോലമിന്റെ ഫോൺവിളിയെക്കുറിച്ചാണ് ഡാൽഗ്ലിഷ് പിന്നീട് അന്വേഷിച്ചത്. 1.10നായിരുന്നു ബോലം ഫോൺ ചെയ്തെന്ന കാര്യം ലൗഡർ സ്ഥിരീകരിച്ചു. ഉച്ചഭക്ഷണത്തിന് പോകാൻ തുടങ്ങുമ്പോഴായിരുന്നു ആ ഫോൺ വന്നത്. അതുകൊണ്ടാണ് സമയം കൃത്യമായി ഓർത്തുവച്ചത്. വ്യക്തിപരമായി സംസാരിക്കാൻ താത്പര്യമുണ്ടെന്ന കാര്യം അവൾ അറിയിച്ചത് അയാളുടെ സെക്രട്ടറി മുഖേനയായിരുന്നു. വളരെ അത്യാവശ്യമായി അയാളെ കാണണമെന്നും അവൾ പറഞ്ഞു.

"എന്തായിരുന്നു ആ സംഭാഷണമെന്ന് വ്യക്തമായി ഓർക്കുന്നുണ്ടോ?"

"അവൾ പറഞ്ഞത് ഏറിയോ കുറഞ്ഞോ ഇങ്ങനെയാണ്:

'വളരെ അത്യാവശ്യമായി താങ്കളെ ഒന്നു കാണാൻ കഴിയുമോ? താങ്കൾ തീർച്ചയായും അറിഞ്ഞിരിക്കേണ്ട ചില കാര്യങ്ങൾ ഇവിടെ നടന്നുകൊണ്ടിരിക്കുന്നതായി എനിക്കു തോന്നുന്നു. ഇക്കാര്യത്തിൽ എനിക്ക് താങ്കളുടെ ഉപദേശം ആവശ്യമുണ്ട്. ഇതൊക്കെ ഞാനിവിടെ വരുന്നതിനുമുമ്പ് തന്നെ തുടങ്ങിയതാണ്.' ഞാൻ പറഞ്ഞു, എനിക്ക്

ഇന്ന് ഉച്ചയ്ക്കുശേഷം അവളെ കാണാൻ കഴിയില്ല. കാരണം രണ്ടര മുതൽ പൊതുധനകാര്യ കമ്മിറ്റിയും അതിനുശേഷം ഉപദേശകസമിതി യോഗവും ഉണ്ടെന്നു പറഞ്ഞു. തിങ്കളാഴ്ച വരെ കാത്തിരിക്കാൻ കഴി യില്ലെങ്കിൽ എന്താണ് സംഭവം എന്നതിന്റെ ഏകദേശരൂപമെങ്കിലും നൽകാൻ പറഞ്ഞു - മറുപടി പറയാൻ അവൾ അറച്ചുനിൽക്കുന്നതിനിടെ, വൈകീട്ട് വീട്ടിൽ പോകുന്നവഴി ഞാൻ അവിടെയിറങ്ങാമെന്നു പറഞ്ഞു. വെള്ളിയാഴ്ചകളിൽ അവരുടെ ക്ലിനിക്ക് വൈകിയും പ്രവർത്തിക്കുമെന്ന് എനിക്കറിയാമായിരുന്നു. 6.30 മുതൽ അവൾ ഓഫീസിലുണ്ടാകുമെന്നും അവിടെവച്ച് തനിച്ച് സംസാരിക്കാമെന്നും പറഞ്ഞുകൊണ്ട് ഫോൺ വച്ചു. പക്ഷേ ഉപദേശകസമിതി യോഗം ഞാൻ പ്രതീക്ഷിച്ചതിലേറെ വൈകി - ആ കമ്മിറ്റി എപ്പോഴും അങ്ങനെതന്നെയാണ് - അതുകൊണ്ട് 7.30ന് തൊട്ടുമുമ്പാണ് ഞാനിവിടെ എത്തിയത്. അക്കാര്യം താങ്കൾക്കും അറിയാമല്ലോ. മൃതദേഹം കണ്ടെത്തിയ സമയത്ത് ഞാൻ കമ്മിറ്റി മീറ്റിംഗിലായിരുന്നു, അക്കാര്യത്തിൽ താങ്കൾക്ക് സംശയമുണ്ടാകാനിട യില്ലെന്നു തോന്നുന്നു."

"ബോലം പറഞ്ഞ കാര്യം താങ്കൾ ശരിക്കും ഗൗരവത്തിലെടുത്തി രുന്നോ? നിസ്സാര സംഗതികൾക്കുപോലും താങ്കളെ വിളിക്കുകയും കാണണമെന്നു പറഞ്ഞ് ബുദ്ധിമുട്ടിക്കുകയും ചെയ്യുന്ന തരത്തിലുള്ള സ്ത്രീയായിരുന്നോ ബോലം. അതോ അവൾ പറയുന്നതൊക്കെ കളവാ ണെന്നായിരുന്നോ തോന്നിയത്?"

ആ ചോദ്യത്തിന് മറുപടി പറയുംമുമ്പ് ഗ്രൂപ്പ് സെക്രട്ടറി ഒരു നിമിഷം ആലോചിച്ചു.

"ഞാനത് ഗൗരവമായിത്തന്നെയാണ് കണ്ടത്. അതുകൊണ്ടാണല്ലോ ഞാൻ ഇന്നു രാത്രിതന്നെ എത്തിയത്."

"പക്ഷേ അക്കാര്യം എന്തായിരുന്നു എന്നതിനെക്കുറിച്ച് താങ്കൾക്ക് ഒരു സൂചനപോലുമില്ല, അല്ലേ?"

"ഇല്ല. അതുതന്നെയാണ് ഞാൻ ഭയക്കുന്നതും. ബുധനാഴ്ചയായി രുന്നു അക്കാര്യം അവൾക്ക് ബോധ്യമായിരുന്നതെങ്കിൽ, അന്ന് ഉച്ചയ്ക്കു ശേഷം നടന്ന കമ്മിറ്റി മീറ്റിംഗിനുശേഷം അതെന്നോട് വെളിപ്പെടുത്താ മായിരുന്നു. അങ്ങനെയെങ്കിൽ ഈ അനിഷ്ടസംഭവം ഒഴിവാക്കപ്പെട്ടേനേ. സാന്ദർഭികമായി പറയട്ടെ, അന്നാണ് ഞാനവളെ അവസാനമായി കാണുന്നത്. അന്നേരം അവർക്ക് പ്രത്യേകിച്ച് പ്രശ്നമെന്തെങ്കിലും ഉള്ള തായി തോന്നിയില്ല."

"ബോലമിന്റെ സ്വകാര്യജീവിതത്തെക്കുറിച്ച് എന്തെങ്കിലും അറി യാമോ?"

ഗ്രൂപ്പ് സെക്രട്ടറിയോട് ഡാൽഗ്ലിഷ് ചോദിച്ചു.

"വളരെ കുറച്ചു മാത്രം. അവൾക്ക് അടുത്ത ബന്ധുക്കളൊന്നുമില്ലാ യിരുന്നു. കെൻസിംഗ്ടണിലെ ഒരു ഫ്ളാറ്റിൽ ഒറ്റയ്ക്കായിരുന്നു

താമസിച്ചിരുന്നത്. ഒരുപക്ഷേ, ബോലം നഴ്സിന് അതേക്കുറിച്ച് കൂടുതൽ പറയാൻ കഴിഞ്ഞേക്കും. അവർ കസിൻസാണ്. അവളുടെ ജീവിച്ചിരിക്കുന്ന അടുത്ത ബന്ധു എന്നു പറയാൻ ബോലം നഴ്സ് മാത്രമേ ഉണ്ടാവൂ എന്നാണ് എനിക്കു തോന്നുന്നത്. അവളുടേത് തീർത്തും സ്വകാര്യമായ ഒരു ജീവിതരീതിയായിരുന്നു. അവളെക്കുറിച്ചുള്ള ഔദ്യോഗിക വിവരങ്ങൾ കരിയർ ഫയലിൽ ഉണ്ടാകും. മറ്റേതൊരു ജീവനക്കാരെയുംപോലെ ബോലമിനെ സംബന്ധിക്കുന്ന വിവരങ്ങളുടെ ഫയലും അതീവശ്രദ്ധയോടെ ഇവിടെ സൂക്ഷിച്ചിട്ടുണ്ടാവും, അക്കാര്യത്തിൽ സംശയമില്ല."

ഇരുന്ന കസേരയിൽനിന്ന് എഴുന്നേൽക്കാതെ ഒരു വശത്തേക്ക് ചരിഞ്ഞ്, ഫയലുകൾ ഇരിക്കുന്ന കാബിനറ്റിന്റെ ഏറ്റവും മുകളിലത്തെ വലിപ്പ് തുറന്ന് അയാൾ ഒരു ഫയൽ വലിച്ചെടുത്തു.

"ദാ, കിട്ടിപ്പോയ്. എനിഡ് കൺസ്റ്റൻസ് ബോലം. ഓഹോ, 1949 ഒക്ടോബർ മാസത്തിൽ അവൾ ജോലിയിൽ പ്രവേശിക്കുമ്പോൾ ഒരു ഷോർട്ട്ഹാൻഡ് ടൈപ്പിസ്റ്റായിരുന്നു. കേന്ദ്രകാര്യാലയത്തിൽ പതിനെട്ടു മാസം ചെലവഴിച്ചശേഷം ഞങ്ങളുടെതന്നെ നെഞ്ചുരോഗ ക്ലിനിക്കിലേക്ക് ഒരു ബി ഗ്രേഡ് ജീവനക്കാരിയായി 1951 ഏപ്രിൽ 19ന് ചേർന്നു. അവിടെ ജോലി ചെയ്യുമ്പോഴാണ് 1957 മെയ് 14ന് ഇവിടെ ഒഴിവുവന്ന അഡ്മിനിസ്ട്രേറ്റീവ് ഓഫീസറുടെ ഒഴിവിലേക്ക് അപേക്ഷിക്കുന്നത്. അവളുടെ ഭാഗ്യംകൊണ്ടാണ് അന്ന് ആ ഡി ഗ്രേഡ് ഉദ്യോഗം ലഭിക്കുന്നത്. അന്ന് ഞങ്ങൾക്ക് ഇത്ര ശക്തമായ സംവിധാനങ്ങളൊന്നുമില്ല, ഞാനോർക്കുന്നുണ്ട്. 1958ൽ നോയൽ ഹാൾ റിപ്പോർട്ട് വന്നതിനുശേഷമാണ് പ്രാദേശിക ബോർഡുകൾ രൂപീകൃതമാകുന്നതും ഒരു പൊതുഭരണത്തിൻകീഴിലാകുന്നതും. മറ്റു വിവരങ്ങളും ഇവിടെത്തന്നെയുണ്ട്. ജനനത്തീയതി, 1922 ഡിസംബർ 12. മേൽവിലാസം, 37 എ ബാലന്റയിൻ മാനൻഷൻസ്, എസ്. ഡബ്ല്യൂ.8. അതിനുശേഷം അവളുടെ നികുതി കോഡാണ് രേഖപ്പെടുത്തിയിരിക്കുന്നത്. തുടർന്ന് ദേശീയ ഇൻഷുറൻസ് നമ്പറും ഇൻക്രിമെന്റ് തീയതിയും. ഇവിടെ ജോലിയിൽ പ്രവേശിച്ചശേഷം ഒരാഴ്ച മാത്രമാണ് ആകെ അവധിയെടുത്തിരിക്കുന്നത്. 1959ൽ പകർച്ചപ്പനി പിടിപെട്ടതുകൊണ്ടായിരുന്നു അത്. അവളുടെ അപേക്ഷാഫോമിന്റേയും നിയമന ഉത്തരവിന്റെയും അസ്സൽ രേഖകൾ അടങ്ങിയ ഫയൽ ഗ്രൂപ്പിന്റെ മുഖ്യകാര്യാലയത്തിലുണ്ടാവും."

അയാൾ ഫയൽ ഡാൽഗ്ലിഷിന് കൈമാറി. ഡാൽഗ്ലിഷ് അതിലൂടെ ഒന്നു കണ്ണോടിച്ചശേഷം ചോദിച്ചു:

"ഇതിൽ പറയുന്നതനുസരിച്ച് അവളുടെ നേരത്തെയുള്ള തൊഴിൽദാതാവ് ബോട്ട്ലി ഗവേഷണകേന്ദ്രമാണ്. എയ്റോനോട്ടിക് ഗവേഷണ കേന്ദ്രമായിരുന്ന അത്സർ മാർക്ക് ഈതറീഗിന്റെ ഉടമസ്ഥതയിലുള്ളതല്ലേ? ഡോ. ഈതറീഗിന്റെ സഹോദരനല്ലേ അയാൾ?"

"ഡോ. ഈതറീഗിന്റെ സഹോദരനെ പരിചയമുണ്ടെന്ന് ഈ ജോലിക്ക് നിയമനം ലഭിക്കുമ്പോൾ ബോലം എന്നോട് സൂചിപ്പിച്ചിരുന്നു. ഓ, അതിൽ അത്ര വലിയ കാര്യമൊന്നുമില്ല. അവൾ ബോട്ട്ലിയിൽ വെറുമൊരു ഷോർട്ട്ഹാൻഡ് ടൈപ്പിസ്റ്റ് മാത്രമായിരുന്നു. അത് തീർത്തും യാദൃച്ഛികമാണ്. അവളുടെ അപേക്ഷയോടൊപ്പം സർ മാർക്ക് ഒരു റഫറൻസ് കത്ത് വച്ചിരുന്നതായി ഓർക്കുന്നു. അത് തീർച്ചയായും അവളുടെ ഫയലിൽ ഉണ്ടാവും."

"എനിക്കൊരു കാര്യം അറിഞ്ഞാൽ കൊള്ളാമെന്നുണ്ട് ലൗഡർ, അതായത്, ബോലം മരിച്ച സാഹചര്യത്തിൽ എന്തൊക്കെ ക്രമീകരണങ്ങൾ നടത്താനാണ് നിങ്ങൾ ഉദ്ദേശിക്കുന്നത്?"

ഗ്രൂപ്പ് സെക്രട്ടറി ആ ഫയൽ തിരികെ കാബിനറ്റിലേക്ക് വച്ചു.

"അതേക്കുറിച്ചൊന്നും ഇതുവരെ ആലോചിച്ചിട്ടില്ല. കമ്മിറ്റിയുമായി കൂടിയാലോചിച്ചാൽ മാത്രമേ ഇത്തരം അസാധാരണ സാഹചര്യങ്ങളെ മറികടക്കാനുള്ള സാധ്യതകൾ കണ്ടെത്താനാകൂ. എങ്കിലും, ഞാൻ ശിപാർശ ചെയ്യുന്നത് ഇവിടത്തെ മുതിർന്ന മെഡിക്കൽ സ്റ്റെനോഗ്രാഫറായ ശ്രീമതി ബോസ്റ്റോക്കിന് താൽക്കാലിക ചുമതല കൈമാറണമെന്നാണ്. ആ സ്ത്രീക്ക് അങ്ങനെ ചെയ്യാൻ കഴിയുമെങ്കിൽ - അങ്ങനെ ചെയ്യാൻ കഴിയുമെന്നാണ് ഞാൻ കരുതുന്നത് - അവളായിരിക്കും ആ സ്ഥാനത്തേക്കുള്ള ഏറ്റവും കരുത്തുറ്റ ഉദ്യോഗാർത്ഥി. പക്ഷേ, ആ പോസ്റ്റിലേക്ക് പരസ്യം നൽകുകയാണ് പതിവ്."

ഡാൽഗ്ലിഷ് അതേക്കുറിച്ച് അഭിപ്രായമൊന്നും പറഞ്ഞില്ലെങ്കിലും അയാൾക്ക് ആ വിഷയത്തിൽ താത്പര്യം തോന്നി. ബോലമിന്റെ പിൻഗാമിയെ സംബന്ധിച്ചുള്ള വിഷയത്തിൽ ഇത്ര പെട്ടെന്ന് ഒരു തീരുമാനത്തിലെത്തിച്ചേരാൻ ലൗഡർക്ക് കഴിഞ്ഞിട്ടുണ്ടെങ്കിൽ അതിനർത്ഥം അയാൾ നേരത്തെതന്നെ ഈ വിഷയത്തെക്കുറിച്ച് ചിന്തിച്ചിരുന്നു എന്നാണ്. മെഡിക്കൽ സ്റ്റാഫിന്റെ സമീപനങ്ങൾ ഒരുപക്ഷേ അനൗപചാരികമായിരിക്കാം, എങ്കിലും അവർ ഗ്രൂപ്പ് സെക്രട്ടറിയുടെ വാക്കുകൾക്കായിരിക്കും കൂടുതൽ വിലകല്പിക്കുക. ഡാൽഗ്ലിഷ് വീണ്ടും ബോലമിന്റെ ടെലിഫോൺ വിളിയിലേക്കുതന്നെ മടങ്ങിയെത്തി. അതാണല്ലോ ലൗഡറെ ക്ലിനിക്കിൽ എത്തിച്ചത്. ഡാൽഗ്ലിഷ് പറഞ്ഞു:

"ബോലമിന്റെ വാക്കുകൾ ശരിക്കും എന്നെ ഞെട്ടിച്ചുകളഞ്ഞു. അവൾ ഇവിടേക്ക് വരുന്നതിനു മുമ്പുതന്നെ തുടങ്ങിയ, അതീവഗൗരവമുള്ള ചില കാര്യങ്ങളെക്കുറിച്ചാണ് എന്നോട് പറയാനുണ്ടായിരുന്നത്. അതിൽനിന്ന് വ്യക്തമാകുന്ന രണ്ടു കാര്യങ്ങളുണ്ട്. ഒന്നാമത്, അക്കാര്യത്തെക്കുറിച്ച് അവൾക്ക് തീരുമാനത്തിലെത്തിച്ചേരാൻ കഴിഞ്ഞിട്ടില്ല. ചില ആശങ്കകൾ മാത്രമേയുള്ളൂ. രണ്ടാമത്, ഏതെങ്കിലുമൊരു പ്രത്യേക സംഭവമല്ല അവളെ ആശയക്കുഴപ്പത്തിലാക്കുന്നത്, കുറേക്കാലമായി തുടർന്നുവരുന്ന എന്തോ കാര്യമാണത്. ഒരുപക്ഷേ അത് പിടിക്കപ്പെടാതെ

തുടർന്നുപോകുന്ന മോഷണമോ, അതുപോലെ എന്തെങ്കിലുമോ ആവാം."

"എങ്കിലും സൂപ്രണ്ട് സൂചിപ്പിച്ചതുപോലെ അത് മോഷണം ആയിരിക്കാനിടയില്ല. എന്നു കരുതി ഇവിടെ മോഷണം നടന്നിട്ടില്ലെന്നല്ല. ഈ അടുത്തകാലത്ത് ഇവിടെയൊരു മോഷണം നടന്നു. പക്ഷേ അതൊരു ഒറ്റപ്പെട്ട സംഭവം മാത്രമാണ്. എത്രയോ വർഷങ്ങളായി ഞാനിവിടെയുണ്ടെങ്കിലും അത്തരമൊരു കാര്യം ഇതുവരെ ശ്രദ്ധയിൽപ്പെട്ടിട്ടില്ല. അല്ലെങ്കിൽത്തന്നെ അതും കൊലപാതകവുമായി എന്തെങ്കിലും ബന്ധമുണ്ടെന്ന് എനിക്കു തോന്നുന്നില്ല. ആ സംഭവം നടന്നത് കഷ്ടിച്ച് ഒരാഴ്ച മുമ്പാണ്. എന്റെ ഓർമ്മ ശരിയാണെങ്കിൽ കഴിഞ്ഞ ചൊവ്വാഴ്ച. സാധാരണ കല്ലിയും നാഗലുമായിരിക്കും ക്ലിനിക്കിൽനിന്ന് അവസാനം പോകുന്നവർ. ആ ദിവസം കല്ലി നാഗലിനെ ക്യൂൻസ് ഹെഡിലേക്ക് കുടിക്കാൻ ക്ഷണിച്ചു. ക്യൂൻസ് ഹെഡ് താങ്കൾക്കറിയാമെന്നാണ് ഞാൻ കരുതുന്നത്. ബീഫ് സ്റ്റീക്ക് സ്ട്രീറ്റിന്റെ ഓരത്തായി കാണുന്ന പബ്ബിനെക്കുറിച്ചാണ് ഞാൻ പറഞ്ഞത്. ഒന്നുരണ്ട് അസാധാരണ സംഗതികൾ ഈ കഥയിലുണ്ട്. അതിൽ ഏറ്റവും വിചിത്രമായ കാര്യം കല്ലി നാഗലിനെ മദ്യപിക്കാൻ ക്ഷണിച്ചതാണ്. അവർ ഒരിക്കലും ഉറ്റ ചങ്ങാതിമാരാണെന്ന് എനിക്കു തോന്നിയിട്ടില്ല. ഏതായാലും, നാഗൽ കല്ലിയുടെ ക്ഷണം സ്വീകരിച്ചു. രണ്ടുപേരും ഏതാണ്ട് ഏഴുമണിയോടെ ക്യൂൻസ് ഹെഡിലെത്തി. ഏകദേശം അരമണിക്കൂർ കഴിഞ്ഞപ്പോൾ കല്ലിയുടെ ഒരു സ്നേഹിതനെ അപ്രതീക്ഷിതമായി അവിടെവച്ച് കണ്ടുമുട്ടി. കല്ലിയെ അന്നേരം അവിടെക്കണ്ടതിൽ അയാൾക്കും അദ്ഭുതം തോന്നിയതായി പറഞ്ഞു.

തൊട്ടുമുമ്പ് അയാൾ ക്ലിനിക്കിനു മുന്നിലൂടെ വരുമ്പോൾ ഉള്ളിൽ അരണ്ട വെളിച്ചമുള്ളതായി ജനാലയിലൂടെ കണ്ടുവെന്നും ആരോ ഒരാൾ ഒരു ടോർച്ചുമായി ചുറ്റിത്തിരിയുന്നതുപോലെ തോന്നിയെന്നും അയാൾ പറഞ്ഞു. നാഗലും കല്ലിയും ഉടൻതന്നെ ക്ലിനിക്കിലേക്കു ചെന്നു. ബേസ്മെന്റിനു പിന്നിലുള്ള ഒരു ജനാല പൊട്ടിയതായി, അഥവാ പൊട്ടിച്ചതായി അവരുടെ അന്വേഷണത്തിൽ കണ്ടെത്തി. അതൊരു ബുദ്ധിപരമായ നീക്കം തന്നെയായിരുന്നു. എന്നാൽ തുടരന്വേഷണത്തിന് കല്ലി വേണ്ടത്ര താത്പര്യം കാട്ടിയില്ല. അറുപത്തിയഞ്ച് വയസ്സുള്ള, ദുർബലനായ അയാളെ അക്കാര്യത്തിൽ ഞാനൊരിക്കലും കുറ്റം പറയില്ല. എന്നാൽ, പിന്നീടുള്ള അടക്കംപറച്ചിലുകൾക്കുശേഷം, നാഗൽ ഉള്ളിലേക്കു കടക്കാനും കല്ലി പൊലീസിനെ ഫോൺ ചെയ്യാനും തീരുമാനിച്ചു. നിങ്ങളുടെ ആൾക്കാർ വേഗമെത്തിയെങ്കിലും അതിക്രമിച്ചു കടന്നയാളെ കണ്ടെത്താനായില്ല. നാഗൽ കെട്ടിടത്തിനുള്ളിലേക്ക് അള്ളിപ്പിടിച്ചു കയറുകയും കല്ലി ഫോൺ വിളിക്കാൻ പോവുകയും ചെയ്ത സമയം കൊണ്ട് നുഴഞ്ഞു കയറ്റക്കാരൻ രക്ഷപ്പെട്ടുകളഞ്ഞു."

"അതിന്റെ അന്വേഷണം എവിടെവരെ എത്തിയെന്ന് ഞാനൊന്ന് തിരക്കട്ടെ. പക്ഷേ ഈ രണ്ട് കുറ്റകൃത്യങ്ങളും തമ്മിൽ പ്രഥമദൃഷ്ട്യാ എന്തെങ്കിലും ബന്ധമുണ്ടെന്ന് തീർത്തും പറയാനാകില്ലെന്ന് ഞാൻ സമ്മതിക്കുന്നു. അതിരിക്കട്ടെ, അന്ന് എന്തൊക്കെ കൊണ്ടുപോയി?" ഡാൽഗ്ലിഷ് ചോദിച്ചു.

"മനോരോഗ സാമൂഹ്യപ്രവർത്തകയുടെ മേശവലിപ്പിൽനിന്ന് പതിനഞ്ച് പൗണ്ട് നഷ്ടപ്പെട്ടു. വാതിൽ പൂട്ടിയിരുന്നെങ്കിലും കുത്തിത്തുറന്നാണ് മോഷ്ടാവ് ഉള്ളിൽ കടന്നത്. പണം ഒരു കവറിലായിരുന്നു സൂക്ഷിച്ചിരുന്നത്. ഒരാഴ്ച മുമ്പ് അഡ്മിനിസ്ട്രേറ്റീവ് സെക്രട്ടറിയുടെ പേരിൽ വന്ന കത്തിൽ മേൽവിലാസം എഴുതിയിരുന്നത് പച്ചമഷി ഉപയോഗിച്ചായിരുന്നു. അതിനുള്ളിൽ കത്തൊന്നും ഉണ്ടായിരുന്നില്ല, പകരം ഒരു കുറിപ്പുമാത്രം. 'കൃതജ്ഞതാപൂർവം ഒരു രോഗി' എന്നു മാത്രമായിരുന്നു കുറിപ്പിലുണ്ടായിരുന്നത്. ആ മേശവലിപ്പിലുണ്ടായിരുന്ന മറ്റു സാധനങ്ങൾ കീറിക്കളയുകയോ വാരിവലിച്ചിടുകയോ ചെയ്ത നിലയിലായിരുന്നു. മറ്റൊന്നും മോഷ്ടിക്കപ്പെട്ടിട്ടുണ്ടായിരുന്നില്ല. രേഖകൾ സൂക്ഷിക്കുന്ന മറ്റു ചില കാബിനുകളും ബോലമിന്റെ ഓഫീസിലെ മേശവലിപ്പും തുറക്കാൻ ശ്രമം നടന്നിരുന്നതായി പിന്നീട് ശ്രദ്ധയിൽപ്പെട്ടു. പക്ഷേ, ഒന്നും നഷ്ടപ്പെട്ടിരുന്നില്ല."

ചുമരലമാരയിലായിരുന്നോ പതിനഞ്ച് പൗണ്ട് സൂക്ഷിച്ചിരുന്നതെന്ന് ഡാൽഗ്ലിഷ് ചോദിച്ചു.

"സൂപ്രണ്ടേ, നിങ്ങൾ പറഞ്ഞത് നൂറുശതമാനം ശരിയാണ്. പക്ഷേ, ആ പണം ചെലവഴിക്കുന്നതിൽ ചെറിയൊരു ബുദ്ധിമുട്ടുണ്ടായിരുന്നു. അക്കാര്യം അറിയിച്ചുകൊണ്ട് ബോലം എന്നെ വിളിച്ചിരുന്നു. അവൾ കരുതിയത്, അത് എത്രയും വേഗം ക്ലിനിക്കിന്റെ ഫ്രീമണി അക്കൗണ്ടിലേക്ക് മാറ്റണമെന്നായിരുന്നു. എങ്കിൽ മാത്രമേ ഹൗസ് കമ്മിറ്റിക്ക് ആ തുക ചെലവാക്കാൻ കഴിയുകയുള്ളൂ. അതുതന്നെയാണ് അതിന്റെ ശരിയായ നടപടിക്രമവും. ഞാനത് അവളോട് പറഞ്ഞു. അല്പനേരം കഴിഞ്ഞ് മെഡിക്കൽ ഡയറക്ടർ എന്നെ ഫോണിൽ വിളിച്ചു. രോഗികളുടെ കാത്തിരിപ്പ് മുറിയിൽ പൂപ്പാത്രങ്ങൾ വാങ്ങിവയ്ക്കാൻ പണം ചെലവഴിക്കാൻ അയാൾക്കു കഴിയുമോ എന്നറിയാനായിരുന്നു ആ ഫോൺവിളി. പൂപ്പാത്രങ്ങൾ ആവശ്യപ്പെട്ടത് ശരിക്കും വേണ്ടതുതന്നെയാണെന്ന് എനിക്കും തോന്നി. സർക്കാരിതര ഫണ്ടിൽനിന്ന് പണം അനുവദിക്കാൻ നിർദ്ദേശിച്ചുകൊണ്ട് ഹൗസ് കമ്മിറ്റിയുടെ ചെയർമാനെ ചുമതലപ്പെടുത്തുകയും ചെയ്തു. എനിക്കു തോന്നുന്നത്, പൂപ്പാത്രങ്ങൾ തിരഞ്ഞെടുക്കാൻ ഡോ. ഈതറീഗ് കെറ്റിലിനോട് ആവശ്യപ്പെടുകയും അതിനുള്ള പണം ബോലമിന്റെ പക്കൽനിന്ന് വാങ്ങാൻ നിർദ്ദേശിക്കുകയും ചെയ്തുവെന്നാണ്. ആ തീരുമാനം ഞാൻ ബോലമിനെ ഉടൻതന്നെ അറിയിക്കുകയും പൂപ്പാത്രങ്ങൾ വാങ്ങിവയ്ക്കുമെന്ന്

കരുതുകയും ചെയ്തു. പക്ഷേ, അതിനിടയിൽ എന്തുകൊണ്ടോ ആ പദ്ധതി മാറ്റുകയും പണം തിരികെ അഡ്മിനിസ്ട്രേറ്റീവ് ഓഫീസറുടെ പക്കൽ ഏല്പിക്കുന്നതിനു പകരം, സ്വന്തം മേശവലിപ്പിൽ സൂക്ഷിക്കുകയും ചെയ്തു."

"അതവിടെയുണ്ടെന്ന് ഇവിടെയുള്ള ജീവനക്കാരിൽ എത്രപേർക്ക് അറിയാമായിരുന്നു?"

"അതുതന്നെയാണ് അന്ന് പൊലീസും ചോദിച്ചത്. എനിക്കു തോന്നുന്നത് മിക്കവർക്കും അക്കാര്യം അറിയാമായിരുന്നുവെന്നാണ്. കെറ്റിൽ പൂപ്പാത്രം വാങ്ങിയിരുന്നെങ്കിൽ അക്കാര്യവും എല്ലാവരുടെയും ശ്രദ്ധയിൽപ്പെട്ടേനേ. പണം താൽക്കാലികമായി കൈവശം സൂക്ഷിക്കുകയല്ലാതെ കെറ്റിൽ മടക്കിക്കൊടുക്കാനിടയില്ലെന്നും അവർ ഊഹിച്ചിട്ടുണ്ടാവണം. ആ, എനിക്കറിയില്ല. എന്തായാലും പതിനഞ്ച് പൗണ്ടിന്റെ കാര്യം വളരെ നിഗൂഢമായിരിക്കുന്നു. കുഴപ്പങ്ങളുണ്ടാക്കുകയല്ലാതെ മറ്റൊന്നും അതിനെക്കൊണ്ട് സാധിച്ചിട്ടുമില്ല. എന്തായാലും ഇവിടെയുള്ള ആരുമല്ല അത് മോഷ്ടിച്ചത്. കല്ലി മാത്രമാണ് മോഷ്ടാവിനെ ഒരു നിമിഷമെങ്കിലും കണ്ടത്. പക്ഷേ അയാൾക്കും അതാരാണെന്ന് അറിയില്ല. ഒരു മിന്നായം പോലെ മാത്രമേ കല്ലി അയാളെ കണ്ടിട്ടുള്ളൂ. എങ്കിലും കാഴ്ചയിൽ ഒരു മാന്യനെപ്പോലെയാണ് തോന്നിച്ചതെന്നാണ് അയാൾ പറയുന്നത്. മാന്യതയുടെ അളവുകോൽ എന്താണെന്നൊന്നും എന്നോട് ചോദിച്ചേക്കരുത്. അയാൾ അങ്ങനെയാണ് പറഞ്ഞത്.

രണ്ടു കുറ്റകൃത്യങ്ങളും തമ്മിൽ പ്രകടമായ ബന്ധമൊന്നും കണ്ടില്ലെങ്കിലും ആ സംഭവം വിചിത്രമായി തോന്നിയതുകൊണ്ട് തുടരന്വേഷണം വേണ്ടിവരുമെന്ന് ഡാൽഗ്ലിഷിന് തോന്നി. ഗ്രൂപ്പ് സെക്രട്ടറിയെ ബോലം ഫോൺ വിളിച്ചതുപോലും കൊലപാതകവുമായി ഏതെങ്കിലും തരത്തിൽ ബന്ധപ്പെട്ടിട്ടുണ്ടോ എന്ന് ഇതേവരെ തീർച്ചപ്പെടുത്തിയിട്ടില്ല. എങ്കിലും, ഇപ്പോഴും അതിന്മേൽ തൂങ്ങിയാണ് അന്വേഷണം പുരോഗമിക്കുന്നത്. എന്തായിരിക്കും അവൾ പറയാൻ ശ്രമിച്ചതെന്ന് സാധ്യമെങ്കിൽ കണ്ടെത്തുകയാണ് ഇപ്പോൾ വേണ്ടതെന്നു തോന്നിയ ഡാൽഗ്ലിഷ് ഒരിക്കൽക്കൂടി ലൗഡറുടെ സഹായം തേടി.

"ഞാനക്കാര്യം പറഞ്ഞുകഴിഞ്ഞല്ലോ, സൂപ്രണ്ടേ! അവൾ എന്താണുദ്ദേശിച്ചതെന്ന് എനിക്കൊരു പിടിയുമില്ല. ഇവിടെ എന്തെങ്കിലും പ്രശ്നമുണ്ടെന്ന് എനിക്കു നേരത്തെ തോന്നിയിരുന്നെങ്കിൽ ബോലമിന്റെ ഫോൺ വരാനൊന്നും ഞാൻ കാത്തുനിൽക്കുകയില്ലായിരുന്നു. ഗ്രൂപ്പ് ഓഫീസുകൾ യൂണിറ്റുകളിൽ നിന്ന് അകന്നുമാറിയൊന്നുമല്ല കഴിയുന്നത്. എനിക്ക് അറിയേണ്ട കാര്യങ്ങൾ ഞാൻതന്നെ താത്പര്യമെടുത്ത് അറിയാറുണ്ട്; അന്വേഷിക്കാറുമുണ്ട്. ആ ഫോൺ വിളിയുമായി ബന്ധപ്പെട്ടാണ് ഈ കൊലപാതകം നടന്നിരിക്കുന്നത് എങ്കിൽ അതീവ ഗുരുതരമായ എന്തോ പ്രശ്നം ഇവിടെ നടക്കുന്നുണ്ട്. നിങ്ങളുടെ യാത്രാച്ചെലവ്

അനുവദിക്കാതിരിക്കുന്നതുമായി ബന്ധപ്പെട്ടോ, വാർഷിക അവധിയിൽ കൂടുതൽ ആവശ്യപ്പെട്ടത് അനുവദിക്കാതിരുന്നതുകൊണ്ടോ ഗ്രൂപ്പ് സെക്രട്ടറിയെ നിങ്ങൾ കൊലപ്പെടുത്തുമോ, എന്തോ എനിക്കങ്ങനെ തോന്നുന്നില്ല."

"അങ്ങനെതന്നെ."

ഡാൽഗ്ലിഷ് പറഞ്ഞു. ഗ്രൂപ്പ് സെക്രട്ടറിയുടെ മുഖം സൂക്ഷ്മമായി നിരീക്ഷിച്ചുകൊണ്ട് ഊന്നിപ്പറയാതെ തുടർന്നു:

"എന്നുവെച്ചാൽ, ചില സംഗതികൾക്ക് ഒരു മനുഷ്യനെ തൊഴിൽപരമായി നശിപ്പിക്കാൻ കഴിഞ്ഞേക്കും. ഒരുപക്ഷേ ഏതെങ്കിലുമൊരു രോഗിയുമായുള്ള ലൈംഗികബന്ധം - അങ്ങനെ ഗുരുതരമായ എന്തെങ്കിലും കാര്യം..."

ലൗഡറുടെ മുഖത്ത് യാതൊരു ഭാവമാറ്റവും ഉണ്ടായില്ല.

"അതിന്റെ ഗൗരവമെന്താണെന്ന് എല്ലാ ഡോക്ടർമാർക്കും അറിയാം, പ്രത്യേകിച്ച് മനോരോഗവിദഗ്ധന്മാർക്ക്. ഞരമ്പുരോഗിയായ ഒരു സ്ത്രീയാണ് മുന്നിലിരിക്കുന്നതെങ്കിൽ എത്രമാത്രം ശ്രദ്ധാലുവായിരിക്കണമെന്ന കാര്യം എല്ലാ സൈക്യാട്രിസ്റ്റുകൾക്കും അറിയാം. സത്യം പറഞ്ഞാൽ, ഞാനതിൽ വിശ്വസിക്കുന്നില്ല. ഇവിടെയുള്ള എല്ലാ ഡോക്ടർമാരും മിടുക്കന്മാരാണ്; ചിലരാകട്ടെ ലോകശ്രദ്ധ പിടിച്ചുപറ്റിയവരും. ഒരു പൊട്ടനായിരുന്നെങ്കിൽ അങ്ങനെയൊരു ഖ്യാതി നേടാനാവില്ലല്ലോ. അത്തരക്കാരാരും ഒരു കൊലപാതകം ചെയ്യുമെന്ന് എനിക്കു തോന്നുന്നില്ല."

"എങ്കിൽ ഡോക്ടർമാരല്ലാത്ത ജീവനക്കാരുടെ കാര്യത്തിൽ എന്തു പറയുന്നു? അവർ ഒരുപക്ഷേ അത്രകണ്ട് സമർത്ഥരല്ലായിരിക്കും, എങ്കിലും അവരെയും വിശ്വസ്തരാണെന്ന് കരുതാനാകുമോ?"

ഗ്രൂപ്പ് സെക്രട്ടറി അക്ഷോഭ്യനായി മറുപടി കൊടുത്തു:

"സിസ്റ്റർ ആംബ്രോസ് ഇവിടെ ജോലി ചെയ്യാൻ തുടങ്ങിയിട്ട് ഇരുപത് വർഷത്തോളമായി. ബോലം നേഴ്സ് ഇവിടെ വന്നിട്ട് അഞ്ചുവർഷം കഴിഞ്ഞു. അവരെ രണ്ടുപേരെയും ഞാൻ പൂർണമായി വിശ്വസിക്കുന്നു. മറ്റുള്ള ക്ലർക്കുമാരെല്ലാം മികച്ച റഫറൻസുകളായി വന്നവർ തന്നെയാണ്. അതുപോലെതന്നെയാണ് രണ്ട് കാവൽക്കാരും - കല്ലിയും നാഗലും."

ചുണ്ടുകൾ അല്പം ഏങ്കോണിച്ചുകൊണ്ട് അയാൾ തുടർന്നു:

"അവരാരെങ്കിലും കൊലപാതകം നടത്താൻ സാധ്യതയുണ്ടോ എന്നു നോക്കിയിട്ടല്ല ജോലിയിൽ പ്രവേശിപ്പിച്ചത്. അവർക്കങ്ങനെ ചെയ്യാൻ കഴിയില്ല എന്നുതന്നെയാണ് ഇപ്പോഴും ഞാൻ കരുതുന്നത്. കല്ലി അല്പം മദ്യപിക്കുന്ന കൂട്ടത്തിലാണ്. അയാളുടെ സേവനകാലം അവസാനിക്കാൻ ഇനി നാലുമാസം കൂടിയേ ബാക്കിയുള്ളൂ എന്നതാണ് ഏറ്റവും രസകരമായ കാര്യം. ഒച്ചയുണ്ടാക്കാതെ ഒരു ചുണ്ടെലിയെപ്പോലും അയാൾക്ക്

കൊല്ലാൻ കഴിയുമോ എന്ന കാര്യത്തിൽ എനിക്ക് സംശയമുണ്ട്. സാധാരണ ആശുപത്രി കാവൽക്കാരിൽനിന്ന് ഒരുപടി ഉയരെയാണ് നാഗലിന്റെ സ്ഥാനം. അയാളൊരു കലാവിദ്യാർത്ഥിയാണ്. ചില്ലറ ചെലവിനുള്ള പണം കണ്ടെത്താൻ വേണ്ടി മാത്രമാണ് ഇവിടെ പണി യെടുക്കുന്നതെന്നാണ് ഞാൻ അയാളെക്കുറിച്ച് മനസ്സിലാക്കിയിരി ക്കുന്നത്. അയാൾ ഞങ്ങൾക്കൊപ്പം ചേർന്നിട്ട് രണ്ടു വർഷമായിട്ടേയുള്ളൂ. ബോലം വരുന്നതിനു മുമ്പ് അയാളും ഇവിടെയുണ്ടായിരുന്നില്ല എന്നു ചുരുക്കം. സ്ത്രീവിഷയത്തിൽ താത്പര്യമുള്ളയാളാണ് നാഗൽ എന്നു കരുതിയാൽപ്പോലും - അയാൾ അത്തരക്കാരനല്ല - ഇന്നു നടന്ന അനിഷ്ടസംഭവത്തിൽ അയാൾ പങ്കുകാരനായിരിക്കുമെന്ന് ഞാൻ കരുതുന്നില്ല. അയാളുടെ കത്തി ഉപയോഗിച്ചാണ് കൊലയാളി കൃത്യം നടത്തിയത് എന്ന കാര്യം ഞാൻ അംഗീകരിക്കുന്നു. എങ്കിലും, അത് ആരുടെ കൈകൾക്കും വഴങ്ങുന്നതേയുള്ളൂ എന്ന കാര്യംകൂടി ഓർക്കണം. കാരണം ചിത്രകാരൻ പെയിന്റ് ചെയ്യാനുപയോഗിക്കുന്ന ചെറുകത്തി യാണത്. വെട്ടാനും മുറിക്കാനും ഉപയോഗിക്കുന്ന കത്തിയല്ല. എല്ലാവരും ഒരുപക്ഷേ താങ്കളെങ്കിലും കരുതുന്നതുപോലെ കാവൽക്കാരുടെ വിശ്രമമുറിയിലുള്ള നാഗലിന്റെ ആയുധപ്പെട്ടിയിൽ, യഥാർത്ഥത്തിൽ ആയുധങ്ങളല്ല ഉള്ളത്. അതൊക്കെ ചിത്രം വരയ്ക്കാനുള്ള അയാളുടെ ഉപകരണങ്ങൾ മാത്രമാണ്. ശരിക്കും അതൊരു ഉപകരണപ്പെട്ടി മാത്ര മാണ്."

"എങ്കിലും പരിചയമുള്ള ഒരാൾ തന്നെയാണ് എല്ലാം ചെയ്ത തെന്നാണ് എനിക്കു തോന്നുന്നത്. തിപ്പെറ്റിന്റെ മര ഉരുപ്പടി എവിടെ യാണെന്നും നാഗലിന്റെ പെയിന്റിംഗ് കത്തി എവിടെയാണ് സൂക്ഷിക്കുന്ന തെന്നും പഴയ രേഖകൾ സൂക്ഷിക്കുന്ന മുറിയുടെ താക്കോൽ കാവൽ ക്കാരുടെ വിശ്രമമുറിയിലെ ഏത് ബോർഡിലാണ് തൂങ്ങിക്കിടക്കുന്ന തെന്നും ആർട്ട് തെറാപ്പി മുറിയിലെ റബ്ബർ ഏപ്രൺ സുരക്ഷയ്ക്കുവേണ്ടി ഉപയോഗിക്കാമെന്നും അറിയാവുന്ന ഒരാളാണ് കൊലയാളി. അയാൾക്ക് തീർച്ചയായും വൈദ്യശാസ്ത്ര അറിവുകളും ഉണ്ടായിരിക്കും. എല്ലാറ്റിനും ഉപരിയായി, കൊലപാതകി ഇപ്പോഴും പുറത്തുകടക്കാനാവാതെ ഈ ക്ലിനിക്കിനുള്ളിൽ തന്നെ കുടുങ്ങിയിരിക്കുകയുമാണ്. അടിത്തട്ടിലെ വാതിലും താഴത്തെ നിലയിലെ പുറത്തേക്കുള്ള വാതിലും പൂട്ടിയിരി ക്കുന്നു. പോരാത്തതിന് മുൻവാതിലിൽ കല്ലി ജാഗ്രതയോടെ നിലയുറ പ്പിച്ചിട്ടുമുണ്ട്."

"കല്ലിക്ക് വയറുവേദനയുണ്ടായിരുന്നു. അയാൾ ആരെയെങ്കിലും വിട്ടു പോയിട്ടുണ്ടാകുമോ?"

"അങ്ങനെ സംഭവിക്കുമെന്ന് താങ്കൾ കരുതുന്നുണ്ടോ?"

ഡാൽഗ്ലിഷ് ചോദിച്ചു. ഗ്രൂപ്പ് സെക്രട്ടറി ആ ചോദ്യത്തിന് മറുപടി പറഞ്ഞില്ല.

ആദ്യകാഴ്ചയിൽ തന്നെ മരിയൻ ബോലം സുന്ദരിയാണെന്ന് ആരും സമ്മതിക്കും. നേഴ്സിന്റെ യൂണിഫോം അക്കാര്യം അരക്കിട്ടുറപ്പിക്കുകയും ചെയ്യും. അവളുടെ അഴകാർന്ന മുടിയിഴകൾക്ക് അലങ്കാരമായിരുന്നു നേഴ്സിന്റെ വെളുത്ത തൊപ്പി. രണ്ടാമത്തെ നോട്ടത്തിൽ അഴക് ആദരവിന് വഴിമാറും. അവയവങ്ങളോരോന്നായി വിലയിരുത്താൻ തുടങ്ങിയാൽ, അല്പം പ്രയാസപ്പെടേണ്ടിവരും. അവളുടെ മൂക്കിന് ലേശം നീളക്കൂടുതലും ചുണ്ടുകൾക്ക് കനക്കുറവും തോന്നിക്കും. എങ്കിലും സന്ധ്യയ്ക്ക് സാധാരണവേഷത്തിൽ വീട്ടിലേക്ക് പോകാൻ തിടുക്കംകൂട്ടുമ്പോൾ മേൽപ്പറഞ്ഞ കാര്യങ്ങളൊന്നും വേർതിരിച്ചറിയാൻ സാധിച്ചുകൊള്ളണമെന്നില്ല. എന്നാലും പശമുക്കിയ ലിനൻ തുണിയെപ്പോലെ തോന്നിക്കുന്ന ചർമ്മവും കണ്ണുകൾ പാതിമറച്ചു കൊണ്ട് ഇളകിപ്പറക്കുന്ന മഞ്ഞത്തലമുടിയും ആരുടെയും കണ്ണിൽപ്പെടാതെ പോവുകയുമില്ല. വിശാലമായ നെറ്റിത്തടവും നീണ്ടമൂക്കും മാത്രമാണ് അവളെയും മരണപ്പെട്ട കസിനെയും ഒന്നിപ്പിക്കുന്ന സാദൃശ്യങ്ങളെന്ന് ഡാൽഗ്ലിഷിന് തോന്നി. എങ്കിലും, അവളുടെ നരച്ച കണ്ണുകളിൽ അസാധാരണമായി ഒന്നുമില്ലെന്ന് ഒറ്റനോട്ടത്തിൽതന്നെ അയാൾ തിരിച്ചറിഞ്ഞു.

"നിങ്ങളും ബോലവും അടുത്ത ബന്ധുക്കളായിരുന്നു. അതുകൊണ്ടു തന്നെ ഇക്കാര്യം നിങ്ങളെ ഭയങ്കരമായി ഞെട്ടിച്ചിട്ടുണ്ടാവും, അല്ലേ?"

"അതെയതെ. തീർച്ചയായും! എനിഡ് എന്റെ കസിനായിരുന്നു."

"നിങ്ങൾക്കെങ്ങനെ ഒരേ പേര് കിട്ടി. നിങ്ങളുടെ അച്ഛന്മാർ സഹോദരന്മാരായിരുന്നോ?"

"അതെ. മാത്രമല്ല, ഞങ്ങളുടെ അമ്മമാർ സഹോദരിമാരുമായിരുന്നു. രണ്ടു സഹോദരന്മാർ രണ്ടു സഹോദരിമാരെ വിവാഹം കഴിച്ചു. അങ്ങനെ ഞങ്ങൾ ഇരട്ടബന്ധുക്കളായി."

"അവളുടെ മറ്റു ബന്ധുക്കളാരും ജീവിച്ചിരിപ്പില്ലേ?"

"ഞാനും അമ്മയും മാത്രം."

"ബോലമിന്റെ വക്കീലിനെക്കൂടി കാണാൻ കഴിയുമെന്നാണ് എന്റെ പ്രതീക്ഷ. പക്ഷേ അവളുടെ മറ്റുള്ള ഇടപാടുകളെക്കുറിച്ച് നിങ്ങൾക്കെന്നെ സഹായിക്കാൻ കഴിയുമെങ്കിൽ അതായിരിക്കും കൂടുതൽ ഗുണം ചെയ്യുന്നത്. സ്വകാര്യവിഷയങ്ങളെക്കുറിച്ച് ഞാനിങ്ങനെ താത്പര്യം കാണിക്കുന്നതുകൊണ്ട് എന്നോട് മുഷിയരുത്. സാധാരണയായി അത്തരം കാര്യങ്ങൾക്കൊന്നും കുറ്റകൃത്യവുമായി നേരിട്ട് ബന്ധമുണ്ടാകില്ല. എങ്കിലും ഒരാളെക്കുറിച്ചുള്ള എല്ലാവരുടെയും കാഴ്ചപ്പാടുകൾ മനസ്സിലാക്കുന്നത് അന്വേഷണത്തെ കാര്യമായി സഹായിക്കും. നിങ്ങളുടെ കസിന് ശമ്പളമല്ലാതെ മറ്റേതെങ്കിലും വരുമാനമുണ്ടായിരുന്നോ?"

“തീർച്ചയായും. സിഡ്നി അങ്കിൾ മരണപ്പെട്ടപ്പോൾ അവളുടെ അമ്മയുടെ പക്കൽ വന്നുചേർന്ന 25,000 പൗണ്ട് തീർച്ചയായും അവളുടേ താണല്ലോ. അതിൽ എത്ര പൗണ്ട് എനിഡിന്റെ പക്കൽ ബാക്കിയുണ്ടാ കുമെന്ന് എനിക്കറിയില്ല. എങ്കിലും, ഇവിടെനിന്നു കിട്ടുന്ന ശമ്പളം കൂടാതെ ആയിരം പൗണ്ടെങ്കിലും വർഷംതോറും അവൾക്കു വരുമാന മായി കിട്ടുന്നുണ്ടെന്നാണ് എനിക്കു തോന്നുന്നത്. ബാലന്റയിൻ മാൻഷനിലെ ആന്റിയുടെ ഫ്ളാറ്റായിരുന്നു അവൾ ഉപയോഗിച്ചിരുന്നത്. പിന്നെ, അവൾ... ഞങ്ങളോടൊക്കെ നല്ല രീതിയിലായിരുന്നു പെരുമാറി യിരുന്നത്.”

“എന്നുവച്ചാൽ, ഏതു രീതിയിൽ? നിങ്ങളെ അവൾ പണം തന്ന് സഹായിച്ചിരുന്നോ?”

“ഓ, ഇല്ല! എനിഡിന് അങ്ങനെയുള്ള താത്പര്യമൊന്നും ഉണ്ടായി രുന്നില്ല. എങ്കിലും അവൾ ഞങ്ങൾക്ക് ചില സമ്മാനങ്ങളൊക്കെ തന്നിരുന്നു. ക്രിസ്മസ്സിനെ മുപ്പത് പൗണ്ടും ഞങ്ങളുടെ വേനലവധിക്ക് അമ്പത് പൗണ്ടും കിട്ടിയിരുന്നു. അമ്മയ്ക്ക് സ്ക്ലിറോസിസ് രോഗമുണ്ടാ യിരുന്നതുകൊണ്ട് ഞങ്ങൾ ആശ്രയിച്ചിരുന്നത് സാധാരണ ഹോട്ടലു കളെയാണ്.”

“ശരി, ബോലമിന്റെ സമ്പാദ്യത്തിന് ഇനി എന്തു സംഭവിക്കും?”

അവൾ ചാരനിറമുള്ള കണ്ണുകൾ ഉയർത്തി അയാളെ നോക്കിയിട്ട് നിസ്സാരമട്ടിൽ പറഞ്ഞു:

“അതിനി എനിക്കും അമ്മയ്ക്കും വന്നുചേരും. മറ്റാരും അതിന് അവകാശികളായി ഇല്ലല്ലോ? ആദ്യം അവളാണ് മരിക്കുന്നതെങ്കിൽ ആ സമ്പാദ്യം മുഴുവൻ ഞങ്ങൾക്ക് കിട്ടുമെന്ന് എനിഡ് എപ്പോഴും പറയു മായിരുന്നു. പക്ഷേ, ആരും കരുതിയില്ലല്ലോ അവളാകും ആദ്യം മരണ പ്പെടുകയെന്ന്; പ്രത്യേകിച്ചും അമ്മ ജീവിച്ചിരിക്കുമ്പോൾ.”

എന്തായാലും ബോലമിന്റെ മരണംകൊണ്ട് നേട്ടമുണ്ടായിരിക്കുന്നത് ഈ സ്ത്രീക്കു തന്നെയാണെന്ന് ഡാൽഗ്ലിഷിന് ബോധ്യമായി. ഒന്നുകിൽ 25,000 പൗണ്ട് അല്ലെങ്കിൽ അവൾ എന്താണോ അവശേഷിപ്പിച്ചിരിക്കു ന്നത്, ആ തുക. ഉറപ്പായും ഇതൊരു കൊലപാതക കാരണം തന്നെ. ആർക്കും ഉൾക്കൊള്ളാൻ കഴിയുന്ന, എവിടെയും കാണപ്പെടുന്ന പതിവു കാഴ്ച. ഏതൊരു ന്യായാധിപനും എളുപ്പം ബോധ്യമാകുന്ന പണത്തി നോടുള്ള ആർത്തി. ബോലം നേഴ്സ് ഇപ്പോൾ കൈമാറിയിരിക്കുന്ന വിവരം എത്രമാത്രം തനിക്ക് ദോഷകരമായി ഭവിക്കുമെന്ന കാര്യം, അറിവില്ലായ്മകൊണ്ടോ സഹജമായ നിഷ്കളങ്കതകൊണ്ടോ ആണെ ങ്കിലോ?

ശുദ്ധഗതിയോ, അതോ കുറ്റവാളിയുടെ ആത്മവിശ്വാസമോ? അയാൾ പെട്ടെന്നു ചോദിച്ചു:

“ബോലം, നിങ്ങളുടെ കസിൻ പോപ്പുലറായിരുന്നോ?”

"അവൾക്കങ്ങനെ പറയത്തക്ക സൗഹൃദങ്ങളൊന്നുമില്ലായിരുന്നു. പോപ്പുലറാണെന്ന് അവൾ സ്വയം വിശേഷിപ്പിക്കുമെന്ന് എനിക്കു തോന്നുന്നില്ല. അവൾക്ക് അതിന്റെ ആവശ്യമില്ലായിരുന്നു. പള്ളിയിലെ പ്രവർത്തനങ്ങളിൽ അവൾ സജീവമായിരുന്നു. ശരിക്കും ഒതുങ്ങിക്കൂടിയ സ്വഭാവമായിരുന്നു അവൾക്ക്."

"അവൾക്ക് ശത്രുക്കളാരെങ്കിലും ഉണ്ടായിരുന്നോ?"

"ഏയ് ഇല്ല. ഒരിക്കലുമില്ല! എനിഡിനോട് എല്ലാവർക്കും നല്ല മതിപ്പായിരുന്നു."

പണ്ടുകാലം മുതൽ പറഞ്ഞുപഴകിയ, പിന്നീട് അവഹേളനപദവം പോലെയായിത്തീർന്ന ഗുണവാചകം അവൾ ആവർത്തിച്ചു.

"അങ്ങനെയെങ്കിൽ, ഇപ്പോൾ എനിക്കു തോന്നുന്നത് യാതൊരു കാരണവുമില്ലാതെ, കരുതിക്കൂട്ടിയല്ലാതെ നടന്ന കുറ്റകൃത്യമാണി തെന്നാണ്. സ്വാഭാവികമായും അത് ചെന്നെത്തുന്നത് ഏതെങ്കിലുമൊരു രോഗിയിലേക്കായിരിക്കും. പക്ഷേ, അങ്ങനെ സംഭവിക്കാൻ തീരെ സാധ്യതയില്ലെന്നാണല്ലോ നിങ്ങളെല്ലാവരും ഉറപ്പിച്ചു പറയുന്നത്."

ഡാൽഗ്ലിഷ് പറഞ്ഞു:

"ഏതെങ്കിലുമൊരു രോഗിയാകാനുള്ള സാധ്യത തീരെയില്ല! ഞങ്ങളുടെ രോഗികളാരും അങ്ങനെ ചെയ്യില്ലെന്ന് എനിക്ക് പൂർണ ബോധ്യമുണ്ട്. അവരാരും വയലന്റായിരുന്നില്ല."

"തിപ്പെറ്റുപോലും?"

"അത് തിപ്പെറ്റാകാൻ വഴിയില്ല. കാരണം അയാൾ ആശുപത്രി യിലാണ്."

"അതാ ഞാൻ പറഞ്ഞത്. ഈ വെള്ളിയാഴ്ച തിപ്പെറ്റ് ക്ലിനിക്കിലേക്ക് വരില്ലെന്ന് എത്രപേർക്ക് അറിയാമായിരുന്നു?"

"എനിക്കറിയില്ല. നാഗലിന് അറിയാമായിരുന്നു. കാരണം അയാൾ ക്കാണ് ആ സന്ദേശം കിട്ടിയത്. അയാളത് എനിഡിനോടും സിസ്റ്ററി നോടും പറഞ്ഞു. സിസ്റ്റർ എന്നോടും. നോക്കൂ, സാധാരണയായി തിപ്പെറ്റിന്റെ മേൽ എന്റെയൊരു കണ്ണുണ്ടാകും. കാരണം, വെള്ളിയാഴ്ച കളിൽ ഞാൻ ഇടപഴകുന്നത് എൽ.എസ്.ഡി. രോഗികളുമായിട്ടാണ്. എനിക്ക് എന്റെ രോഗികളിൽനിന്ന് ഒരു നിമിഷംപോലും മാറിനിൽക്കാൻ കഴിയില്ല എന്നത് ശരിയാണ്. എങ്കിലും തിപ്പെറ്റ് എന്താണ് ചെയ്യുന്നതെ ന്നുകൂടി ഞാൻ ശ്രദ്ധിക്കും. ഇന്ന് സന്ധ്യയ്ക്ക് അത് വേണ്ടിവന്നില്ല. പാവം തിപ്പെറ്റ്, അയാൾക്ക് ആർട്ട് തെറാപ്പി വലിയ ഇഷ്ടമായിരുന്നു! ശ്രീമതി. ബാംഗാർട്ടൻ അസുഖബാധിതയായി ഇവിടം വിട്ടുപോയിട്ട് ആറു മാസം കഴിയുന്നു, എങ്കിലും തിപ്പെറ്റ് ഇവിടെ വരുന്നതിനെ ഞങ്ങൾ വിലക്കിയില്ല. അയാൾ ഒരീച്ചയെപ്പോലും ഉപദ്രവിക്കില്ല. ഇത്രയും ദുഷ്ടത ഏതായാലും തിപ്പെറ്റിന് ചെയ്യാൻ സാധിക്കില്ല. ദുഷ്ടൻ!"

പെട്ടെന്നുണ്ടായ ഏതോ തീവ്രവികാരത്തിലായിരുന്നു അവൾ അത്രയും നേരം സംസാരിച്ചത്. ഡാൽഗ്ലിഷ് സൗമ്യമായി പറഞ്ഞു:

"പക്ഷേ, കൊലയാളി ആരാണെന്ന കാര്യത്തിൽ ആർക്കും നിർദ്ദേശങ്ങളുമില്ല, സൂചനകളുമില്ല. ഇനി തിപ്പെറ്റ് ആശുപത്രിയിലാണെങ്കിൽ - അക്കാര്യത്തിൽ സംശയനിവാരണം വരുത്തേണ്ടിയിരിക്കുന്നു - അയാൾക്ക് ഇവിടെ വരാൻ കഴിയില്ലെന്ന് ഉറപ്പിക്കാം."

"എന്നാലും, ആരോ അയാളുടെ മരഉരുപ്പടി മനഃപ്പൂർവ്വം മൃതദേഹത്തിൽ കൊണ്ടുവച്ചുകളഞ്ഞല്ലോ? തിപ്പെറ്റ് ഇന്നിവിടെ ഉണ്ടായിരുന്നെങ്കിൽ ഉറപ്പായും കുടുങ്ങിയേനെ. സ്വാഭാവികമായും നിങ്ങൾ അയാളെത്തന്നെ പ്രതിയാക്കുകയും ചെയ്യുമായിരുന്നു. എങ്കിൽ അയാളുടെ മനോനില കൂടുതൽ വഷളായേനെ. ദുഷ്ടത്തരമാണ് അയാളോട് ചെയ്ത്. ശരിക്കും ദുഷ്ടത്തരം!"

അവളുടെ ശബ്ദം ഇടയ്ക്കിടെ മുറിഞ്ഞുപോയി. എന്നുമാത്രമല്ല, കരച്ചിലിന്റെ വക്കോളമെത്തുകയും ചെയ്തു. അവളുടെ മെലിഞ്ഞ കൈവിരലുകളായിരുന്നു അന്നേരം അയാൾ ശ്രദ്ധിച്ചത്. അയാൾ ശാന്തനായി പറഞ്ഞു:

"തിപ്പെറ്റിന്റെ കാര്യമോർത്ത് വിഷമിക്കേണ്ട കാര്യമില്ലെന്നാണ് എനിക്കു തോന്നുന്നത്. നിങ്ങൾ ഇന്നു ക്ലിനിക്കിൽ വന്നതിനുശേഷം നടന്ന സംഗതികൾ ഒന്നും ഒഴിവാക്കാതെ പറയാൻ കഴിയുമെങ്കിൽ എനിക്ക് കാര്യങ്ങൾ കുറേക്കൂടി വ്യക്തമാകുമായിരുന്നു. മറ്റുള്ളവരുടെ കാര്യമൊന്നും ആലോചിക്കണ്ട. നിങ്ങൾ എന്തൊക്കെ ചെയ്തു എന്നു മാത്രം അറിഞ്ഞാൽ മതി."

എന്തൊക്കെയാണ് ചെയ്തതെന്ന് ഒരു നിമിഷം ഓർത്തുനോക്കിയ ശേഷം, യുക്തിസഹവും അതീവശ്രദ്ധയോടെയുള്ളതുമായ ഒരു വിവരണം നൽകി. വെള്ളിയാഴ്ച വൈകുന്നേരങ്ങളിൽ ലൈസർജിക് രോഗിയോടൊപ്പം ആയിരിക്കുക എന്നത് അവളുടെ 'സ്പെഷ്യൽ' ജോലിയാണ്. ആഴത്തിൽ വേരോടിയ സകല തടസ്സങ്ങളെയും അതിജീവിച്ച്, ഉപബോധമനസ്സിൽ കടന്നുകൂടിയിരിക്കുന്ന രോഗകാരണങ്ങളെ പുറത്തുകൊണ്ടുവരാനും അങ്ങനെ പല പ്രധാന സംഭവങ്ങളും ഓർത്തെടുക്കാനുമുള്ള ചികിത്സാരീതിയാണ് അതെന്ന് അവൾ വിശദീകരിച്ചു. ചികിത്സാരീതിയെക്കുറിച്ച് ബോലം നേഴ്സ് പറഞ്ഞുതുടങ്ങിയെങ്കിലും, മുന്നിലിരിക്കുന്നത് ഒരു സാധാരണക്കാരനാണെന്നുപോലും കരുതാതെ ആവേശഭരിതയായി സംസാരിച്ചു. പക്ഷേ, ഡാൽഗ്ലിഷ് അതിനെ തടസ്സപ്പെടുത്തിയില്ല.

"അസാധാരണമായ ആ മരുന്ന് ഡോ. ബാഗ്ലി ഒരുപാട് ഉപയോഗിക്കാറുണ്ട്. ലൈസർജിക് ആസിഡ് ഡൈതലാമീഡ് എന്നാണ് അതിന്റെ പേര്. എനിക്കു തോന്നുന്നത് 1942ൽ ഏതോ ഒരു ജർമ്മൻകാരനാണ് അത് കണ്ടുപിടിച്ചതെന്നാണ്. 0.25 മില്ലിയാണ് സാധാരണ ഒരു ഡോസായി

വായിലൂടെ നൽകുന്നത്. 15 മുതൽ 30 വരെ സി.സി. ഡിസ്റ്റിൽഡ് വാട്ടർ ചേർത്ത് ഒരു മില്ലി ആംപ്യൂളായിട്ടാണ് അത് നിർമ്മിച്ചിരിക്കുന്നത്. പ്രഭാത ഭക്ഷണം കഴിക്കാതെ വരാൻ രോഗികളോട് ആവശ്യപ്പെടും. മരുന്ന് സേവിച്ച് അരമണിക്കൂർ കഴിയുമ്പോൾത്തന്നെ ഫലം ചെയ്തുതുടങ്ങും. എങ്കിലും ഒന്നൊന്നര മണിക്കൂർ കഴിയുമ്പോഴും വിഷയകേന്ദ്രീകൃതമായ അനുഭവങ്ങൾ പുറത്തുവരാൻ തുടങ്ങുകയുള്ളൂ. അതുകൊണ്ടാണ് ഡോ. ബാഗ്ലിതന്നെ രോഗിയുമായി താഴേക്കു വരുന്നത്. ഏതാണ്ട് നാലുമണിക്കൂർവരെ മരുന്നിന്റെ പ്രഭാവം നീണ്ടുനിൽക്കും. അതിൽക്കൂടുതൽ ചികിത്സ തുടർന്നാൽ അത് ഗുണത്തേക്കാളേറെ ദോഷം ചെയ്യും. അതുകൊണ്ടുതന്നെയാണ് അത്തരം രോഗികളെ തനിച്ച് വിടാത്തതും ഞങ്ങൾ അടിത്തട്ടിലെ മുറിതന്നെ ഉപയോഗിക്കുന്നതും. ക്ലിനിക്കിലെ മറ്റു ബഹളങ്ങളൊന്നും കടന്നുവരാത്ത തികച്ചും ശാന്തമായ ഒരിടമാണത്. ഞങ്ങൾ സാധാരണയായി എൽ.എസ്.ഡി ചികിത്സ നൽകിവരുന്നത് വെള്ളിയാഴ്ച ഉച്ചതിരിഞ്ഞ് വൈകുന്നേരംവരെയാണ്. രോഗികളെ സംബന്ധിച്ചിടത്തോളം ഞാൻ 'സ്പെഷ്യൽ' ആകുന്നത് അതുകൊണ്ടാണ്.

"ഏതെങ്കിലും തരത്തിലുള്ള ശബ്ദമോ കരച്ചിലോ വെള്ളിയാഴ്ച വൈകുന്നേരങ്ങളിൽ അടിത്തട്ടിൽ നിന്ന് ഉയർന്നുകേട്ടാൽ അതൊരു എൽ. എസ്.ഡി. രോഗിയുടേതായിരിക്കുമെന്നല്ലേ മറ്റുള്ള ജീവനക്കാർ കരുതുക?"

ബോലം നേഴ്സ് സംശയത്തോടെ അയാളെ നോക്കി.

"അങ്ങനെ തന്നെയാവും അവർ കരുതുകയെന്നാണ് എനിക്കും തോന്നുന്നത്. തീർച്ചയായും അത്തരം രോഗികൾ വളരെ ബഹളക്കാരുമായിരിക്കും. എന്നോടൊപ്പമുണ്ടായിരുന്ന രോഗി ഇന്ന് പതിവിലും അസ്വസ്ഥയായിരുന്നു. അതുകൊണ്ടുതന്നെയാണ് ഞാൻ അവളുടെ അരികിൽ നിന്ന് മാറാതെ നിന്നത്. സാധാരണ ഞാൻ ലിനൻ മുറിയിലും ചികിത്സാ മുറിയിലും മാറിയും തിരിഞ്ഞും നിൽക്കും. അലക്കിയ തുണികൾ തരം തിരിയാൻ ആ സമയമാണ് ഉപയോഗിക്കുന്നത്. രണ്ടു മുറികളുടെയും വാതിലുകൾ ഞാൻ തുറന്നിട്ടിരിക്കും. കാരണം, രോഗിയെ കൃത്യമായി നിരീക്ഷിക്കാൻ കഴിയണമല്ലോ."

വൈകുന്നേരം എന്താണ് ശരിക്കും സംഭവിച്ചതെന്ന് ഡാൽഗ്ലിഷ് ബോലം നേഴ്സിനോട് ചോദിച്ചു.

"അത്, മൂന്നര മണി കഴിഞ്ഞപ്പോഴായിരുന്നു ചികിത്സ ആരംഭിച്ചത്. എല്ലാം നല്ല രീതിയിലാണ് പോകുന്നതെങ്കിൽ നാലുമണിയാകുമ്പോഴേക്കും ഞാൻ ഫോൺ ചെയ്താലുടൻ ഡോ. ബാഗ്ലി എത്തിച്ചേരും. നാലരവരെ ഞാൻ രോഗിയോടൊപ്പം ഉണ്ടായിരുന്നു. അപ്പോഴാണ് ഷോർട്ട്ഹൗസ് അവിടേക്കു വന്ന് ചായ തയ്യാറായിട്ടുണ്ടെന്ന് എന്നോടു പറഞ്ഞത്. ഞാൻ ചായ കുടിക്കാനായി നേഴ്സുമാരുടെ ഡ്യൂട്ടി

മുറിയിലേക്ക് പടിക്കെട്ടുകൾ കയറി പോകുമ്പോൾ സിസ്റ്റർ താഴേക്ക് ഇറങ്ങി വരുന്നതു കണ്ടു. നാലേമുക്കാലായപ്പോൾ ഞാൻ വീണ്ടും താഴേക്കിറങ്ങിച്ചെന്നു. ഏകദേശം അഞ്ചുമണിയായപ്പോഴേക്കും ഡോ. ബാഗ്ലിയെത്തി. ഏതാണ്ട് മുക്കാൽ മണിക്കൂർ അദ്ദേഹം രോഗിയോടൊപ്പം ചെലവഴിച്ചു. എന്നിട്ട് തിരികെ ഇ.സി.ടി. മുറിയിലേക്ക് പോയി. ഞാൻ രോഗിയോടൊപ്പം തന്നെ നിന്നു. അവൾ വല്ലാത്ത അസ്വസ്ഥത പ്രകടിപ്പിച്ചതുകൊണ്ട് അലക്കുതുണിയെടുക്കാൻ പിന്നീട് പോകാമെന്ന് കരുതി. ഏഴാകാൻ ഇരുപത് മിനിട്ടുള്ളപ്പോൾ, നാഗൽ വാതിലിൽ മുട്ടി വിളിച്ചിട്ട് അലക്കാൻ എന്തെങ്കിലുമുണ്ടോയെന്നു ചോദിച്ചു. അലക്കാനുള്ള തുണികൾ അത്രനേരമായിട്ടും തരംതിരിച്ചിട്ടില്ലെന്നറിഞ്ഞ അവൻ അമ്പരപ്പോടെ എന്നെ നോക്കിയെങ്കിലും, ഒന്നും പറഞ്ഞില്ല. അല്പനേരം കഴിഞ്ഞപ്പോഴാണ് ഒരു നിലവിളിശബ്ദം കേട്ടതുപോലെ തോന്നിയത്. ആദ്യം ഞാനത്ര കാര്യമാക്കിയില്ല. തൊട്ടടുത്ത് എവിടെയോ നിന്നാണ് നിലവിളി ഉയരുന്നതെന്ന് മനസ്സിലായപ്പോൾ, കുട്ടികളെങ്ങാനും അവിടെ നിന്ന് കളിക്കുകയായിരിക്കുമെന്നാണ് ഞാൻ കരുതിയത്. വാതിൽ തുറന്ന് ഒന്നു നോക്കി. അപ്പോഴാണ് ഡോ. ബാഗ്ലിയും ഡോ. സ്റ്റെയ്നറും സിസ്റ്ററും ഡോ. ഇൻഗ്രാമിനൊപ്പം പടിക്കെട്ടുകളിറങ്ങി വരുന്നതു കണ്ടത്. അവിടെ കുഴപ്പമൊന്നുമില്ലെന്നും പോയി രോഗിയെ നോക്കാനും സിസ്റ്റർ പറഞ്ഞത് ഞാൻ അനുസരിച്ചു."

"ഡോ. ബാഗ്ലി വന്നുപോയതിനുശേഷം, അതായത് അഞ്ചേമുക്കാലിനുശേഷം, നിങ്ങൾ എപ്പോഴെങ്കിലും ചികിത്സാമുറി വിട്ട് പുറത്തുപോയിരുന്നോ?"

"ഓ, ഇല്ല! അങ്ങനെ പ്രത്യേകിച്ച് ആവശ്യങ്ങളൊന്നുമുണ്ടായിരുന്നില്ല. അഥവാ, എവിടേക്കെങ്കിലും എനിക്ക് പോകേണ്ടിയിരുന്നെങ്കിൽ (ബോലം നേഴ്സ് ചെറുതായൊന്നു കിതച്ചു) എന്റെ സ്ഥാനത്ത് വന്നു നിൽക്കാൻ ഞാൻ സിസ്റ്ററോട് ഫോൺ ചെയ്തു പറയുമായിരുന്നു."

"വൈകീട്ട് ചികിത്സാമുറിയിൽനിന്ന് എവിടേക്കെങ്കിലും ഫോൺ വിളിച്ചിരുന്നോ?"

"ഒരെണ്ണം മാത്രം. ഡോ. ബാഗ്ലിയെ വിളിക്കാൻ ഇ.സി.ടി. മുറിയിലേക്കായിരുന്നു വിളിച്ചത്."

"ബോലമിനെ വിളിച്ചിട്ടില്ലെന്ന കാര്യം ഉറപ്പല്ലേ?"

"എനിഡിനെയോ? ഓ, ഇല്ല! എനിഡിനെ വിളിക്കേണ്ട കാര്യമില്ല. അവൾ... ശരിക്കും, ഞങ്ങൾ തമ്മിൽ ക്ലിനിക്കിൽ വച്ച് കാണുന്നതുതന്നെ വിരളമാണ്. ഞാൻ ഉത്തരം പറയേണ്ടിവരുന്നത് സിസ്റ്റർ ആംബ്രോസിനോടാണ്. നോക്കൂ, എനഡിന് നേഴ്സിംഗ് സ്റ്റാഫിന്റെ കാര്യത്തിൽ താത്പര്യമെടുക്കേണ്ട കാര്യമില്ല."

"എങ്കിലും, ക്ലിനിക്കിന് പുറത്തുവച്ച് നിങ്ങൾ തമ്മിൽ ഒരുപാട് തവണ കണ്ടുമുട്ടാറുണ്ടായിരിക്കും, ഇല്ലേ?"

"ഓ, ഇല്ല. ഞാനതല്ല ഉദ്ദേശിച്ചത്. ഞാൻ അവളുടെ ഫ്ളാറ്റിലേക്ക് ഒന്നോ രണ്ടോ തവണ മാത്രമാണ് പോയിട്ടുള്ളത്. ക്രിസ്മസ്സിനും വേനലവധിക്കും ഒന്നുരണ്ട് ചെക്കുകൾ കൈപ്പറ്റാൻ വേണ്ടി മാത്രമായിരുന്നു അത്. എന്നെ സംബന്ധിച്ചിടത്തോളം, അമ്മയെ തനിച്ചാക്കിപ്പോവുകയെന്നത് അത്ര എളുപ്പമല്ല. മാത്രമല്ല, എനിഡിന് അവളുടേതായ ഒരു ജീവിതശൈലിയാണ്. എന്നേക്കാൾ പ്രായക്കൂടുതലും ഉണ്ടായിരുന്നു. ശരിക്കും പറഞ്ഞാൽ എനിക്കവളെ അത്ര നന്നായി മനസ്സിലാക്കാൻ കഴിഞ്ഞിട്ടില്ല..."

അവളുടെ വാക്കുകൾ മുറിഞ്ഞു. അവൾ കരയുന്നത് ഡാൽഗ്ലിഷ് കണ്ടു. അവളുടെ ഏപ്രൺ പോക്കറ്റിനു താഴെ നെഞ്ച് ക്രമാതീതമായി ഉയർന്നുതാഴുന്നുണ്ടായിരുന്നു. ഏങ്ങലടിച്ചുകൊണ്ട് അവൾ കൂട്ടിച്ചേർത്തു:

"ക്രൂരമായിപ്പോയി! പാവം എനിഡ്! ആ മരഉരുപ്പടിയെടുത്ത് അവളുടെ മാറിൽ വച്ചുകളഞ്ഞു. അവളെ ആക്ഷേപിക്കാൻ വേണ്ടി തന്നെയാണ് ചെയ്തത്. ഒരു കുഞ്ഞിന് മുലകൊടുക്കുന്നതുപോലെ വരുത്തിത്തീർക്കാൻ വേണ്ടി!"

മൃതദേഹം കിടക്കുന്നത് അവൾ കണ്ടുവെന്ന കാര്യം അയാൾക്ക് അറിയില്ലായിരുന്നു. അതുകൊണ്ട് അക്കാര്യം അവളോട് ചോദിച്ചു.

"ഓ, ഇല്ല. ഞാൻ കണ്ടിട്ടില്ല! ഡോ. ഊതറീഗും സിസ്റ്ററും എന്നെ അതിന് അനുവദിച്ചില്ല. പക്ഷേ എന്താണവിടെ സംഭവിച്ചതെന്ന് പറഞ്ഞറിഞ്ഞു."

വാസ്തവത്തിൽ, ഒരു കുഞ്ഞിനെ മുലയൂട്ടുന്ന മട്ടിലായിരുന്നു ബോലമിന്റെ മൃതശരീരം കാണപ്പെട്ടത്. എങ്കിലും, ആ കാഴ്ച കണ്ടിട്ടില്ലാത്ത ഒരാൾ അതേക്കുറിച്ച് അപ്രതീക്ഷിതമായി പറഞ്ഞപ്പോൾ അയാൾക്ക് അദ്ഭുതം തോന്നി. ആ രംഗത്തിന്റെ രേഖാചിത്രം മെഡിക്കൽ ഡയറക്ടർ വിശദീകരിച്ചത് അയാൾ ഓർത്തുപോയി.

പെട്ടെന്ന് ബോലം നേഴ്സ് പോക്കറ്റിൽനിന്ന് തൂവാല വലിച്ചെടുത്തപ്പോൾ, അതോടൊപ്പം ഒരു ജോടി സർജിക്കൽ കൈയുറയും പുറത്തുചാടി. അത് ഡാൽഗ്ലിഷിന്റെ കാൽപ്പാദത്തിനടുത്താണ് വീണത്. അതെടുത്തുകൊണ്ട് അയാൾ ചോദിച്ചു:

"നിങ്ങളെന്തിനാണ് ഇവിടെ സർജിക്കൽ കൈയുറ ഉപയോഗിക്കുന്നതെന്നാണ് എനിക്ക് മനസ്സിലാകാത്തത്?"

അയാളുടെ കൗതുകത്തിൽ ബോലം നഴ്സിന് അപ്രതീക്ഷിതമായി ഒന്നും തോന്നിയില്ല. തേങ്ങലുകളെ അപ്രതീക്ഷിതമായി നിയന്ത്രിച്ചുകൊണ്ട് അവൾ പറഞ്ഞു:

"സാധാരണയായി ഞങ്ങളിത് ഉപയോഗിക്കാറില്ല. എങ്കിലും, എപ്പോഴും ഒരു ജോടി ഞങ്ങൾ കൈയിൽ കരുതാറുണ്ട്. മറ്റെല്ലായിടത്തും ഉപയോഗിച്ചശേഷം വലിച്ചെറിയുന്ന തരം കൈയുറകളാണ് ഇപ്പോൾ ഉപയോഗിക്കുന്നത്. ഇതുപോലെ ചിലയിടങ്ങളിൽ മാത്രം ആ പഴഞ്ചൻ

മട്ടിലുള്ള കൈയുറകളും ഉപയോഗിക്കുന്നു. എന്തെങ്കിലും ശുചീകരണ പ്രവർത്തികൾക്കാണ് ഞങ്ങൾ ഇതുപയോഗിക്കുന്നത്."

"പറഞ്ഞതിന് നന്ദി. ഇത് എന്റെ കൈയിലിരിക്കട്ടെ, എന്തെങ്കിലും ആവശ്യം വന്നാൽ ഉപയോഗിക്കാമല്ലോ. പിന്നെ, കൂടുതലെന്തെങ്കിലും പറഞ്ഞ് ഇപ്പോൾ നിങ്ങളെ വിഷമിപ്പിക്കാൻ ഞാനുദ്ദേശിക്കുന്നില്ല."

അതിനുള്ള മറുപടിയെന്നോണം ബോലം നേഴ്സ് എന്തോ പിറുപിറുത്തുകൊണ്ട് മുറിയിൽ നിന്നിറങ്ങി. അതേതായാലും 'നന്ദി' എന്നായിരുന്നില്ല.

അന്വേഷണ ഉദ്യോഗസ്ഥനുമായുള്ള കൂടിക്കാഴ്ചയ്ക്ക് ഊഴംകാത്ത് കൺസൽട്ടിംഗ് മുറിയിലിരിക്കുന്നവർക്കിടയിലൂടെ സമയം ഇഴഞ്ഞു നീങ്ങി. കാത്തിരുന്ന് മുഷിഞ്ഞപ്പോൾ ഫ്രെഡറിക്ക സാക്സ്റ്റൺ മൂന്നാം നിലയിലുള്ള അവളുടെ മുറിയിൽ ചെന്ന് ബുദ്ധിപരീക്ഷയുടെ കടലാസുകൾ എടുത്തുകൊണ്ടുവന്ന് അതിൽ സ്കോർ രേഖപ്പെടുത്താൻ തുടങ്ങി. ഒറ്റയ്ക്ക് മൂന്നാംനിലയിലെ മുറിയിലേക്ക് അവൾ പോയി വരേണ്ടതുണ്ടോ എന്ന വിഷയത്തിൽ അവർക്കിടയിൽ ഒരു ചർച്ച നടന്നിരുന്നു. പക്ഷേ പൊലീസുകാർ കൂടിക്കാഴ്ചയ്ക്ക് വിളിക്കും വരെ നഖം കടിച്ചുതുപ്പി നേരം കളയാൻ തനിക്കാവില്ലെന്ന നിലപാടിൽ അവൾ ഉറച്ചുനിന്നു. കൊലയാളിയെ ഏതെങ്കിലും പടിക്കെട്ടുകൾക്കിടയിൽ ഒളിപ്പിച്ചു നിർത്താനോ, അല്ലെങ്കിൽ കൊലപാതകം സംബന്ധിച്ച നിർണായക രേഖകളോ തെളിവുകളോ നശിപ്പിച്ചുകളയാനോ ആണ് മുകളിലേക്ക് കയറിപ്പോകുന്നതെന്ന് ആർക്കെങ്കിലും സംശയം തോന്നുന്നുണ്ടെങ്കിൽ അത്തരക്കാർക്ക് തന്നെ അനുഗമിക്കാമെന്ന് അവൾ സഹപ്രവർത്തകരെ വെല്ലുവിളിച്ചു. തുറന്നുപറച്ചിൽ കേൾവിക്കാരെ പ്രകോപിപ്പിച്ചെങ്കിലും ചില അടക്കംപറച്ചിലുകൾക്കപ്പുറം ആ പ്രതിഷേധം വളർന്നില്ല. രണ്ടു പെണ്ണുങ്ങൾ മുറിയിൽനിന്ന് പുറത്തുപോവുകയും പിന്നീട് തിരിച്ചെത്തുകയും ചെയ്തതുപോലെ, തനിക്കും മെഡിക്കൽ ലൈബ്രറിയിൽ പോയി പുസ്തകമെടുത്താൽ എന്താണ് കുഴപ്പമെന്ന് അവൾ അപ്രതീക്ഷിതമായി ചോദിച്ചു.

കല്ലിയും അക്കാര്യം നേരത്തെ കണ്ടിരുന്നു. രോഗിയാണെന്ന പരിഗണനയിൽ വയറുവേദനയേയും താലോലിച്ചുകൊണ്ട് വീട്ടിലേക്ക് പൊയ്ക്കൊള്ളാൻ അയാൾക്ക് അനുവാദം കിട്ടിയ സമയത്തായിരുന്നു അത്. അന്നേരം അവിടെ അവശേഷിച്ചിരുന്ന ഒരേയൊരു രോഗിയായിരുന്ന ശ്രീമതി കിംഗിനെയും കൂടിക്കാഴ്ചയ്ക്കുശേഷം ഭർത്താവിനൊപ്പം പൊയ്ക്കൊള്ളാൻ അനുവദിച്ചു. ബർഗിയും പോയി. പക്ഷേ തനിക്ക് അനുവദിച്ചുതന്ന കൺസൽട്ടിംഗ് സമയം അലങ്കോലപ്പെട്ടതിലും തന്റെ ദുരിതപൂർണമായ കുടുംബജീവിതം കൊണ്ടുണ്ടായ മാനസികാഘാതത്തിന്റെ മുഴുവൻ അനുഭവങ്ങളും പങ്കുവയ്ക്കാൻ കഴിയാത്തതിലുള്ള അമർഷം അറിയിച്ചുകൊണ്ടാണ് അയാൾ സ്ഥലംവിട്ടത്.

“അയാൾ നന്നായി ആസ്വദിക്കുന്നുണ്ട്, നോക്കിക്കോ, നിങ്ങൾ അങ്ങോട്ടുചെല്ലുമ്പോൾ കാണാം. ആ സൂപ്രണ്ട് അത്ര മോശക്കാരനൊന്നു മല്ല, പറഞ്ഞേക്കാം.”

അവിടെയുണ്ടായിരുന്നവരോട് ഷോർട്ട്ഹൗസ് തറപ്പിച്ചു പറഞ്ഞു.

ഷോർട്ട്ഹൗസ് അങ്ങനെ പറഞ്ഞതിൽ കാര്യമുണ്ട്. ആ കെട്ടിടത്തിന്റെ പിന്നിലായി, താഴത്തെ നിലയിലുള്ള ചറിയ അടുക്കളയിൽ കോഫിയും സാൻഡ്‌വിച്ചും ഉണ്ടാക്കാൻ ഷോർട്ട്ഹൗസിന് അനുവാദം കിട്ടിയിട്ടുണ്ട്. അതുകൊണ്ടുതന്നെ, ഹാളിലും പരിസരത്തും നിർബാധം ചുറ്റിയടി ക്കാനുള്ള അവസരം ആ സ്ത്രീ ഒട്ടും പാഴാക്കുന്നതുമില്ല. മിക്കപ്പോഴും സാൻഡ്‌വിച്ചുകൾ ഓരോന്നു വീതമേ കൊണ്ടുവരൂ. കാപ്പിക്കപ്പുകൾ ഓരോന്നായി മാത്രമേ എടുത്തുകൊണ്ടുപോയി കഴുകിവയ്ക്കൂ. ഹാളിൽ അക്ഷമരായി കാത്തിരിക്കുന്ന ജീവനക്കാർക്കു മുന്നിൽ അങ്ങനെയാണ് പല പുതിയ വാർത്തകളും വിശേഷങ്ങളും വന്നുവീഴുന്നത്. പൊലീസ് നടപടിക്രമങ്ങൾ നന്നായി മനസ്സിലാക്കിയ ഒരാളെപ്പോലെ, ഉദ്വേഗം പരമാവധി നിലനിർത്തിക്കൊണ്ടു മാത്രമായിരുന്നു ആ സ്ത്രീ വാർത്ത കൾ റിപ്പോർട്ടു ചെയ്തുകൊണ്ടിരുന്നത്.

“കെട്ടിടത്തിന്റെ മുക്കും മൂലയും അവൾ പലതവണ അരിച്ചുപെറുക്കി നോക്കിയെങ്കിലും സ്വന്തം ആൾക്കാരെ മാത്രമല്ലാതെ മറ്റാരെയും എവിടെയും കണ്ടെത്താനായില്ല. എന്നാൽ, അതിനൊരു കാരണമുണ്ട്! നമുക്കറിയാം കൊലപാതകി ഈ കെട്ടിടം വിട്ടുപോയിട്ടില്ലെന്ന്. പിന്നെ, ഞാൻ സർജന്റിനോട് ഒരു കാര്യം പറഞ്ഞു: “ഇന്നു ഞാൻ ഈ ക്ലിനിക്ക് മുഴുവൻ തൂത്തു തുടച്ചുവൃത്തിയാക്കിയതാണ്. അതുകൊണ്ട് നിങ്ങളുടെ ആൾക്കാരോടു പറയണം, അവരുടെ ബൂട്ട്സ് സൂക്ഷിച്ചു ചവിട്ടണമെന്ന്...”

“പൊലീസ് സർജൻ മൃതദേഹം കണ്ടു. വിരലടയാള വിദഗ്ധൻ ഇപ്പോഴും താഴെയുണ്ട്. അയാൾ സകലരുടെയും വിരലടയാളങ്ങൾ ശേഖ രിച്ചു തുടങ്ങിയിട്ടുണ്ട്. ഫോട്ടോഗ്രാഫറെ ഞാൻ കണ്ടു. മുകളിൽ വെള്ളയും താഴെ കറുപ്പുമുള്ള ഒരു വലിയ പെട്ടിയും മുക്കാലിയുമായി അയാൾ ഹാളിലൂടെ പോയിട്ടുണ്ട്...”

“ഇപ്പോഴൊരു രസകരമായ സംഗതി നടക്കുകയാണ്. അവർ അടി ത്തട്ടിലേക്കുള്ള ലിഫ്റ്റിൽ നിന്നുള്ള വിരലടയാളങ്ങൾ ശേഖരിക്കുക യാണ്. ഒപ്പം അതിന്റെ അളവുകൾ എടുക്കുകയും ചെയ്യുന്നുണ്ട്.”

പെട്ടെന്ന് ഫ്രെഡറിക്ക സാക്സ്റ്റൺ തലയുയർത്തി നോക്കി, എന്തോ പറയാൻ തുടങ്ങുകയും പിന്നീടത് വേണ്ടെന്നുവെച്ച് ചെയ്തുകൊണ്ടി രുന്ന ജോലിയിൽ മുഴുകുകയും ചെയ്തു. റോപ്പ് റാട്ടിൽ പ്രവർത്തിക്കുന്ന ഒരു ലിഫ്റ്റ് അടിത്തട്ടിലുണ്ടായിരുന്നു. ക്ലിനിക്ക് ഒരു സ്വകാര്യ വസതി യായിരുന്നപ്പോൾ അടിത്തട്ടിലെ അടുക്കളയിൽനിന്ന് ഒന്നാംനിലയിലേക്ക് ഭക്ഷണം കൊണ്ടുപോകാൻ ഉപയോഗിച്ചതായിരുന്നു നാല് ചതുരശ്രയടി വലിപ്പമുള്ള ബേസ്മെന്റ് ലിഫ്റ്റ്. പിന്നീട് ക്ലിനിക്കായി മാറിയപ്പോഴും

അവിടെനിന്ന് ലിഫ്റ്റ് ഒഴിവാക്കിയില്ല. വല്ലപ്പോഴും അടിത്തട്ടിലെ രേഖകൾ സൂക്ഷിക്കുന്ന മുറിയിൽനിന്ന് മെഡിക്കൽ രേഖകൾ ഒന്നും രണ്ടും നില കളിലെ കൺസൾട്ടിംഗ് മുറിയിലേക്ക് കൊണ്ടുപോകാനല്ലാതെ, സാധാരണ ഗതിയിൽ ലിഫ്റ്റിന് ഉപയോഗം കുറവാണ്. പൊലീസ് എന്തിനായിരിക്കും അവിടെനിന്ന് വിരലടയാളങ്ങൾ ശേഖരിക്കുന്നതെന്ന കാര്യത്തെക്കുറിച്ച് ആരും ഒന്നും മിണ്ടിയില്ല.

ഷോർട്ട്ഹൗസ് രണ്ടു കപ്പുകൾ കഴുകാൻ കൊണ്ടുപോയി. അഞ്ചു മിനിട്ടിനുള്ളിൽ മടങ്ങിവരികയും ചെയ്തു.

"ജനറൽ ഓഫീസിലിരുന്ന് ലൗഡർ ചെയർമാനുമായി ഫോണിൽ സംസാരിക്കുന്നു. കൊലപാതകത്തെക്കുറിച്ചായിരിക്കും അവർ സംസാരിക്കുന്നതെന്നാണ് ഞാൻ കരുതുന്നത്. ചെയർമാൻ മുഷിയുമെങ്കിലും അദ്ദേഹത്തെ വിവരങ്ങൾ അറിയിക്കുന്നതിൽ തെറ്റില്ല. പിന്നെ, അലക്കു തുണികൾ ഇടുന്ന സ്ഥലത്തേക്ക് സിസ്റ്റർ ഒരു പൊലീസുകാരനൊപ്പം പോകുന്നതും കണ്ടു. ആർട്ട് തെറാപ്പി മുറിയിൽനിന്ന് ഒരു റബ്ബർ ഏപ്രൺ നഷ്ടപ്പെട്ടത് കണ്ടെടുക്കാനുള്ള ശ്രമമാണെന്നു തോന്നുന്നു. ങാ, വേറൊരു കാര്യംകൂടി, അവരാ ആവിയന്ത്രം പുറത്തെടുക്കാൻ നോക്കുന്നുണ്ട്. അതിനുള്ളിൽ എന്തോ പരതുകയാണെന്നു തോന്നുന്നു. എന്തായാലും, നമ്മളെ സംബന്ധിച്ച് അത് നല്ലതാണെന്നേ ഞാൻ പറയൂ. എന്തൊരു നശിച്ച തണുപ്പാണ് തിങ്കളാഴ്ച മുതൽ ഈ സ്ഥലത്തിന്..."

"മോർച്ചറി വാൻ വന്നു. അവരതിനെ ആംബുലൻസ് എന്നല്ല, മോർച്ചറി വാൻ എന്നാണ് വിളിക്കുന്നത്. ഒരുപക്ഷേ, അത് വരുന്ന ശബ്ദം നിങ്ങൾ കേട്ടുകാണും. പിന്നിലുള്ള കർട്ടൻ ചെറുതായൊന്ന് മാറ്റിനോക്കിയാൽ ബോഡി വണ്ടിയിലേക്കു കയറ്റുന്നത് നിങ്ങൾക്ക് കാണാൻ കഴിഞ്ഞേക്കും."

പക്ഷേ, ആരും കർട്ടൻ മാറ്റിനോക്കാൻ ധൈര്യപ്പെട്ടില്ല. ശ്രദ്ധാപൂർവം സ്ട്രെച്ചറും ചുമന്ന് പോകുന്നവരുടെ കാൽപ്പെരുമാറ്റം വാതിലിനപ്പുറത്ത് കേട്ടിട്ടും ആരും ഒന്നും മിണ്ടിയില്ല. ഫ്രെഡറിക്ക സാക്സ്റ്റൻ അവളുടെ പെൻസിൽ താഴ്ത്തിവച്ചിട്ട്, ഒരു നിമിഷം പ്രാർത്ഥിക്കുന്നതുപോലെ തലയും കുമ്പിട്ടിരുന്നു. മുൻവാതിൽ തുറന്നടഞ്ഞപ്പോൾ അവരുടെ ദീർഘനിശ്വാസങ്ങൾ നിറഞ്ഞ് മുറിയാകെ വീർപ്പുമുട്ടി. ഒരു നിമിഷത്തെ നിശ്ശബ്ദതയ്ക്കുശേഷം ആ വാൻ കടന്നുപോയി. ഷോർട്ട്ഹൗസ് മാത്രമാണ് അന്നേരവും എന്തെങ്കിലും സംസാരിച്ചത്.

"പാവം കുരുന്നുപെണ്ണ്! അതുമിതുമൊക്കെയായി ആറുമാസം കൂടിയെങ്കിലും ഇവിടെയുണ്ടാവുമെന്നു കരുതിയതാ. എന്നിട്ടെന്തായി, ആദ്യം അവൾതന്നെ ഇതുപോലെ പടിയിറങ്ങിപ്പോകുമെന്ന് ഞാൻ കരുതിയതേയില്ല."

ചികിത്സാമുറിയിലിരിക്കുന്ന മറ്റുള്ളവരെപ്പോലെ ആകാംക്ഷയുടെ മുൾമുനയിലായിരുന്നില്ല ജനിഫർ പ്രൈഡി. സുപ്രണ്ടുമായുള്ള കൂടി

ക്കാഴ്ച അപ്രതീക്ഷിതമാംവിധം അനായാസം അവസാനിച്ചതിന്റെ ആലസ്യത്തിലായിരുന്നു അവൾ. ശാന്തനും മര്യാദക്കാരനും ഗംഭീര ശബ്ദത്തിനുടമയുമായ ആ മനുഷ്യനിൽനിന്ന് അവളെന്തായിരുന്നു പ്രതീക്ഷിച്ചതെന്ന് അവൾക്കുതന്നെ നല്ല നിശ്ചയമുണ്ടായിരുന്നില്ല. മൃതദേഹം കണ്ടപ്പോൾ അവൾക്കുണ്ടായ ഭയങ്കരമായ അമ്പരപ്പിനോട് അയാൾ അനുതാപം പ്രകടിപ്പിച്ചില്ല. ഒരിക്കൽപ്പോലും അവളെ നോക്കി അയാൾ ചിരിച്ചതുമില്ല. എത്രയും വേഗം സത്യം കണ്ടെത്താനുള്ള വ്യഗ്രതയായിരുന്നു അയാൾക്കുണ്ടായിരുന്നത്. മറ്റുള്ളവരിലും അത്തര മൊരു താത്പര്യമുണ്ടാകണമെന്നും അയാൾക്ക് നിർബന്ധമുണ്ടാ യിരുന്നു.

അയാളോട് നുണപറയുകയെന്നത് അസാധ്യമാണെന്നും അതു കൊണ്ടുതന്നെ, അങ്ങനെ പറയാതിരിക്കാനും അവൾ ശ്രമിച്ചു. അക്കാര്യം അനായാസം ഓർത്തിരിക്കാനും കഴിയുന്നുണ്ട്. അടിത്തട്ടിൽ പീറ്ററി നൊപ്പം ചെലവഴിച്ച സമയത്തെക്കുറിച്ച്, ഏതാണ്ട് പത്തുമിനിട്ട് മാത്ര മാണ് സൂപ്രണ്ട് അവളോട് കാര്യങ്ങൾ ചോദിച്ചറിഞ്ഞത്. അതു മാത്ര മാണ് അയാൾക്ക് വേണ്ടിയിരുന്നത്. കത്തുകൾ പോസ്റ്റു ചെയ്തു മടങ്ങി യെത്തിയതിനും അവളെ കണ്ടുമുട്ടിയതിനും ഇടയിലുള്ള സമയ ത്താണോ പീറ്റർ ബോലമിനെ കൊലപ്പെടുത്തിയത് എന്ന സ്വാഭാവിക സംശയം മാത്രമായിരുന്നു അയാൾക്ക് ദൂരീകരിക്കാനുണ്ടായിരുന്നത്. എന്തായാലും, അതിന് യാതൊരു സാധ്യതയുമില്ല. കാരണം, അവനു തൊട്ടുപിന്നിലായാണ് അവളും പടിക്കെട്ടുകളിറങ്ങി താഴേക്കു ചെന്നത്. അക്കാര്യം ഷോർട്ട്ഹൗസ് സ്ഥിരീകരിച്ചതുമാണ്. ഒരുപക്ഷേ എനിഡിനെ കൊലപ്പെടുത്താൻ അധികം സമയം വേണ്ടിവന്നിട്ടുണ്ടാവില്ല - പെട്ടെന്ന് അത്തരമൊരു നിഗമനത്തിൽ എത്തിച്ചേരുന്നത് ശരിയല്ലെന്ന് അവൾക്കു തോന്നി. പ്രത്യേകിച്ചും, കരുതിക്കൂട്ടിയുള്ള, നിഷ്ഠുരമായുള്ള ആക്രമണ മായതുകൊണ്ട് - പക്ഷേ, എന്തായാലും ആ കൃത്യം വേഗം നടന്നു. പീറ്റർ ആ സമയത്ത് അവിടെയുണ്ടായിരുന്നതുമില്ല.

അന്നേരം അവൾ പീറ്ററെക്കുറിച്ചോർത്തു. ഏകാന്തനിമിഷങ്ങളിലും പീറ്റർ അവളുടെ മനസ്സിൽ കടന്നുവരാറുണ്ട്. ആകാംക്ഷ നിറഞ്ഞതും ഭീതിജനകവുമായ ഈ രാത്രിയിലും അതുതന്നെ സംഭവിച്ചു. അവളുടെ പെരുമാറ്റംകൊണ്ട് അവൻ ക്രൂശിക്കപ്പെടുമോ എന്നുപോലും അവൾ ചിന്തിച്ചു. മൃതദേഹം കണ്ട ആഘാതത്തിൽ അലറിക്കരഞ്ഞുകൊണ്ട് ചെന്നുവീണത് അവന്റെ കൈകളിലേക്കായിരുന്നു എന്ന കാര്യം അവൾ അല്പം ലജ്ജയോടെയാണ് ഓർത്തെടുത്തത്. അവൻ ദയാദാക്ഷിണ്യ മുള്ളവനാണ്. എങ്കിലും ജോലിത്തിരക്കില്ലാത്ത സമയങ്ങളിലായിരുന്നു അവൻ കൂടുതൽ പരിഗണനയും അടുപ്പവും കാട്ടിയിരുന്നതെന്ന് അവൾ ഓർത്തു. തിരക്കും ബഹളവുമെല്ലാം ഇഷ്ടപ്പെടാത്ത കൂട്ടത്തിലാണ് അവ നെന്ന കാര്യം അവൾക്ക് നന്നായറിയാം. പുറമെയുള്ള സ്നേഹപ്രകടന ങ്ങൾപോലും അവനെ ശുണ്ഠി പിടിപ്പിക്കും. അതുകൊണ്ടുതന്നെ,

അവർക്കിടയിലുള്ള സ്നേഹബന്ധം, അത് സ്നേഹം തന്നെയാണെന്ന കാര്യത്തിൽ അവൾക്ക് യാതൊരു സംശയവും ഉണ്ടായിരുന്നില്ല, അവന്റെ രീതികൾക്കനുസരിച്ച് തുടരാമെന്നായിരുന്നു അവളുടെ കണക്കുകൂട്ടൽ. ബോലമിന്റെ മൃതദേഹം കണ്ടതിനുശേഷമുള്ള അവരുടെ ചുരുങ്ങിയ സമയത്തെ കൂടിക്കാഴ്ചയിൽ, നേഴ്സുമാരുടെ ഡ്യൂട്ടിമുറിയായിരുന്നിട്ടു കൂടി അവനോടെന്തെങ്കിലും സംസാരിക്കാൻ അവൾക്കു കഴിഞ്ഞില്ല. ഭയം അവളുടെ നാവിനെ അന്നേരം അണ്ണാക്കിനോട് ചേർത്തൊട്ടിച്ചുകളഞ്ഞു. അത്തരമൊരവസ്ഥയിൽ ഇന്നു രാത്രി അവനെ കാണാതിരിക്കാമെന്ന് അവൾ ഉറപ്പിച്ചിരുന്നു. ലജ്ജയോ കുറ്റബോധമോ ഭരിച്ചിരിക്കുന്നതു കൊണ്ട് ഇനിയെന്താണ് ചെയ്യേണ്ടതെന്നുപോലും അവൾക്ക് ഉറപ്പില്ലാ യിരുന്നു. ഇരട്ടബാധ്യതകളിൽനിന്ന് മുക്തയാകാൻ വേണ്ടിയായിരുന്നു അവൾ അത്തരമൊരു തീരുമാനത്തിലെത്തിച്ചേർന്നത്. മുൻനിശ്ചയ പ്രകാരം ഇന്ന് അവന്റെ സ്റ്റുഡിയോ സന്ദർശിക്കുമെന്നായിരുന്നു അവൾ പദ്ധതിയിട്ടിരുന്നത്. മാത്രമല്ല, സായാഹ്നക്ലാസിന് പോകുന്നതിനാൽ രക്ഷിതാക്കളെയും അവളുടെ അസാന്നിധ്യം അലോസരപ്പെടുത്തുമായി രുന്നില്ല. ആ സന്ദർശനം മാറ്റിവയ്ക്കാൻ പ്രത്യേകിച്ച് കാരണമൊന്നും പീറ്ററിനു മുന്നിൽ ഉണ്ടായിരുന്നില്ല. പക്ഷേ, എല്ലാം പാളി! ഇന്നു രാത്രി ഏതായാലും അവൾക്കതിന് കഴിയില്ല. അതുകൊണ്ടുകൂടിയാണ് അവനെ അഭിമുഖീകരിക്കാതിരിക്കാൻ അവൾ തീരുമാനിച്ചത്. അവനെ നിഷേധി ക്കാൻ അവൾക്കു കഴിയില്ല. അവനെ തള്ളിക്കളയാൻ അവൾക്കു താത്പര്യവുമില്ല. പക്ഷേ ഇന്നു രാത്രി, എനിഡിന്റെ മരണത്തോടെ, ഒരു സ്പർശനം പോലും താങ്ങാവുന്നതിലധികമാണെന്ന് അവൾക്കു തോന്നി.

സൂപ്രണ്ടുമായുള്ള സംഭാഷണം കഴിഞ്ഞ് തിരികെ വന്നപ്പോൾ, ഡോ. സ്റ്റെയ്നർ അനുകമ്പയോടെ അവളുടെ അരികിൽ വന്നിരുന്നു. അപൂർവം ചില രോഗികൾ ഡോ. സ്റ്റെയ്നറുടെ ഉദാസീനതയെ പരിഹസിക്കുകയും വിമർശിക്കുകയും ചെയ്യുമായിരുന്നെങ്കിലും, അയാൾക്ക് ശരിക്കും മറ്റുള്ള വരോട് അനുകമ്പയുണ്ടായിരുന്നു. എന്നാൽ ഡോ. ബാഗ്ലി അങ്ങനെയാ യിരുന്നില്ല. ഒരുപാട് ക്ലിനിക്കുകളിൽ ജോലി ചെയ്ത അനുഭവസമ്പത്തു ണ്ടായിരുന്നെങ്കിലും അയാൾക്ക് മനുഷ്യപ്പറ്റില്ലായിരുന്നു. എന്നിട്ടും അയാൾ അങ്ങനെയല്ലെന്ന് സ്വയം ഭാവിച്ചു. എങ്ങനെയാണ് തനിക്ക് അത്തരമൊരു നിഗമനത്തിൽ എത്തിച്ചേരാൻ കഴിഞ്ഞതെന്ന് എത്ര ആലോചിച്ചിട്ടും അവൾക്ക് ഒരെത്തുംപിടിയും കിട്ടിയില്ല. മാത്രമല്ല, ഇതിനുമുമ്പൊരിക്കലും അങ്ങനെയൊരു കാര്യം അവൾ ചിന്തിച്ചിട്ടുപോലു മുണ്ടായിരുന്നില്ല. എന്തുകൊണ്ടാണെന്നറിയില്ല, ആ രാത്രിയിൽ, മൃതദേഹം ആദ്യമായി കണ്ടതിന്റെ ആഘാതത്തിൽ അവളുടെ മനസ്സ് അസ്വാഭാവികമായി തെളിഞ്ഞ നിലയിലായിരുന്നു. മനസ്സു മാത്രമല്ല, അവളുടെ എല്ലാ ഇന്ദ്രിയങ്ങളും തെളിഞ്ഞുനിന്നു. അവൾക്കു മുന്നിലു ണ്ടായിരുന്ന ഇന്ദ്രിയഗോചരമായ സകല വസ്തുക്കളും അവളുടെ ഇരിപ്പിട ത്തിലെ പുള്ളികളുള്ള പരുത്തിത്തുണി, കാല്പാദങ്ങളെ തൊട്ടുകിടക്കുന്ന

ചുവപ്പ് പരവതാനി, മേശപ്പുറത്തിരിക്കുന്ന ക്രിസാന്തിമം പൂക്കളിലെ സുവർണരേഖകൾ ഒളിപ്പിച്ച ഹരിതാഭ എന്നിങ്ങനെ എല്ലാം, മുമ്പത്തേക്കാൾ വ്യക്തവും സ്പഷ്ടവും കൂടുതൽ തെളിമയുള്ളതുമായി കാണപ്പെട്ടു. പുസ്തകത്തിലേക്ക് മിഴിയും നട്ടിരിക്കുന്ന സാക്സ്റ്റന്റെ മേശപ്പുറത്തിരിക്കുന്ന കൈയിലെ വരയും മേശവിളക്കിന്റെ പ്രകാശംകൊണ്ട് തിളങ്ങുന്ന നെറ്റിത്തടത്തിലേക്ക് ഊർന്നുവീണ ചെറുമുടിയിഴകളും അവൾ കണ്ടു. ചുറ്റുമുള്ള ജീവിതത്തെ ഇത്രമേൽ സുന്ദരമായും സൂക്ഷ്മമായും പീറ്റർ പോലും കണ്ടിരിക്കാനിടയില്ലെന്നോർത്ത് അവൾ അദ്ഭുതപ്പെട്ടു. അപരിചിതലോകത്തേക്ക് പിറന്നുവീണ കുഞ്ഞിനെപ്പോലെ കാഴ്ചയുടെ രസം അവളെ ഭ്രമിപ്പിച്ചു. ഒരുപക്ഷേ ഇതുതന്നെയാവും ചിത്രകാരന്റെ അനുഭൂതി എന്നു പറയുന്നത്.

"എനിക്കു തോന്നുന്നു അത് ബ്രാണ്ടിയാണെന്ന്."

അരമണിക്കൂർ മുമ്പ് സിസ്റ്റർ ആംബ്രോസ് പതിഞ്ഞ ശബ്ദത്തിൽ പറഞ്ഞ കാര്യമോർത്തപ്പോൾ അവൾക്ക് ചിരിപൊട്ടി.

"നാഗൽ എന്താണ് ഫ്രെഡിക്ക് കൊടുക്കുന്നത്?"

അവൾ ഇതേവരെ മദ്യപിച്ചിട്ടില്ല, കുടിച്ചത് ബ്രാണ്ടിയാണെന്ന് അവൾക്ക് അറിയുകയുമില്ല, അതായിരുന്നു അവസ്ഥ.

ഡോ. സ്റ്റെയ്നർ കസേര അരികിലേക്ക് നീക്കിയിട്ടുകൊണ്ട് അവളുടെ ചുമലിൽ മൃദുവായി സ്പർശിച്ചു.

അന്നേരം മറ്റൊന്നും ആലോചിക്കാതെ ഫ്രെഡി പറഞ്ഞു:

"എന്നോട് അനുകമ്പയുണ്ടായിരുന്നെങ്കിലും ആ സ്ത്രീയെ എനിക്ക് ഇഷ്ടമല്ലായിരുന്നു."

പിന്നീടവൾക്ക് അതിനെക്കുറിച്ച് ദുഃഖമോ കുറ്റബോധമോ തോന്നിയില്ല. കാരണം, അവളെ സംബന്ധിച്ചിടത്തോളം അതൊരു സത്യപ്രസ്താവനയായിരുന്നു.

"ഇനിയിപ്പോൾ അതേക്കുറിച്ചോർത്ത് വിഷമിച്ചിട്ട് കാര്യമില്ല."

അവളുടെ ചുമലിൽ തട്ടിക്കൊണ്ട് സൗമ്യനായി പറഞ്ഞു. എങ്കിലും അവൾ അതിനോട് പ്രതികരിച്ചില്ല.

പീറ്റർ ഒരുപക്ഷേ പറയുമായിരിക്കും, അതൊരു ആർത്തിപിടിച്ച മുതുക്കിപ്പെണ്ണാടാണെന്ന്! കലിയടക്കാൻ അവനോടു പറയണം. ചിലപ്പോൾ അവന്റെ നിരീക്ഷണം തെറ്റാനും സാധ്യതയുണ്ട്. ആ ഭാവപ്രകടനം അനുകമ്പയുടേതായിരുന്നെന്ന് ഇപ്പോൾ ജനിക്കറിയാം. മനസ്സിനുള്ളിൽ എന്താണെന്ന് തുറന്നു കാണിക്കാനെന്നമട്ടിൽ അയാളുടെ കൈ കവർന്നുകൊണ്ട് ഒരു ചേഷ്ടയും അന്നേരം അവൻ കാണിച്ചു. അയാളുടേത് തൂവെള്ള നിറമുള്ള ചെറിയ കൈകളായിരുന്നു. അത് പീറ്ററുടെ കൈകൾപോലെ നീണ്ടുമെലിഞ്ഞ്, പെയിന്റുകറ പുരണ്ട വിരലുകളോടു കൂടിയതായിരുന്നില്ല. അയാളുടെ ഇടതൂർന്ന ചുരുണ്ട മുടിയിഴകൾ

എങ്ങനെയാണ് കോളറിനുള്ളിലൂടെ കുപ്പായത്തിനുള്ളിലേക്ക് കയറിപ്പോയിരിക്കുന്നതെന്ന് അവൾ കണ്ടു. അയാളുടെ ചെറുവിരലിൽ ഏതോ മുദ്രപതിപ്പിച്ച ഒരു സ്വർണമോതിരം, ആയുധംപോലെ തിളങ്ങുന്നതും അവൾ ശ്രദ്ധിച്ചു.

“നിനക്ക് അങ്ങനെ തോന്നുന്നത് സ്വാഭാവികം മാത്രമാണ്. ആളുകൾ മരിക്കുമ്പോൾ അവർ നല്ലവരായിരുന്നെന്ന് നമ്മൾ പറയാറുണ്ട്, അയാളെ കൂടുതൽ അടുത്തറിയേണ്ടിയിരുന്നെന്നും കരുതാറുണ്ട്. അക്കാര്യത്തിൽ കൂടുതലൊന്നും ചെയ്യാനുമില്ല. നമുക്ക് നമ്മുടെ വികാരങ്ങളെ ഒളിച്ചു വയ്ക്കാനാവില്ലല്ലോ. നമുക്കവരെ മനസ്സിലാക്കാൻ സാധിച്ചാൽ അവരെ അംഗീകരിക്കാനും ഒരുമിച്ചു കഴിയാനും പഠിക്കും; അതാണ് ജീവിതം.”

പക്ഷേ ജനി അതൊന്നും കേൾക്കുന്നുണ്ടായിരുന്നില്ല. അപ്പോഴേക്കും പീറ്റർ നാഗൽ വാതിൽ തുറന്ന് ഉള്ളിലേക്ക് കയറിവന്നു.

സ്ഥിരമായി ഇരിക്കുന്ന സ്ഥലം മിണ്ടാട്ടമില്ലാത്ത ഒരു പൊലീസുകാരന് കൈമാറി, പകരം റിസപ്ഷനിൽ ഇരുന്ന് മുഷിയുകയായിരുന്നു നാഗൽ. ഔപചാരികമായ കൂടിക്കാഴ്ച കഴിഞ്ഞിട്ടും അയാൾക്ക് ക്ലിനിക്ക് വിട്ടു പോകാൻ കഴിയാത്തതിന് മറ്റൊരു കാരണം കൂടിയുണ്ടായിരുന്നു. എല്ലാവരും പോയതിനുശേഷം വെള്ളിയാഴ്ചകളിൽ ക്ലിനിക്ക് പൂട്ടുന്നതും തിങ്കളാഴ്ച രാവിലെ തുറക്കുന്നതും അയാളെയാണ് ഗ്രൂപ്പ് സെക്രട്ടറി ചുമതലപ്പെടുത്തിയിരുന്നത്. അതുകൊണ്ടുതന്നെ ഇന്നും ആ പതിവ് തുടരുമെന്ന് ഗ്രൂപ്പ് സെക്രട്ടറി പ്രതീക്ഷിക്കുന്നു. കാര്യങ്ങൾ ഇതുപോലെയാണ് പുരോഗമിക്കുന്നതെങ്കിൽ ചുരുങ്ങിയത് രണ്ടു മണിക്കൂർ കൂടിയെങ്കിലും അയാൾ അവിടെ തുടരേണ്ടിവരും. പതിവിലും നേരത്തെ വീട്ടിൽ പോകണമെന്നും തുടങ്ങിവെച്ച ചിത്രത്തിന്റെ കുറച്ചു ജോലികൾ ചെയ്യണമെന്നും കരുതിയാണ് രാവിലെ അയാൾ ക്ലിനിക്കിലെത്തിയത്. ഇത്തരമൊരു സാഹചര്യത്തിൽ അതിനെക്കുറിച്ച് ആലോചിച്ചിട്ട് കാര്യമില്ല.

പതിനൊന്നു മണിക്കെങ്കിലും ഇവിടെനിന്ന് പോകാൻ കഴിയുമെന്ന് തോന്നുന്നു. അങ്ങനെയാണെങ്കിൽ തന്നെ, ജനിയെയും കൂട്ടി പിംലികോ ഫ്ളാറ്റിലെത്തിയാലും അവൾ ഇന്നുരാത്രി ചിത്രത്തിന് പോസ് ചെയ്യാൻ സാധ്യതയില്ല. അവളുടെ മുഖഭാവം അവനോട് പരോക്ഷമായി അക്കാര്യം വിളിച്ചുപറയുന്നുമുണ്ട്. അവൻ മുറിയിലേക്കു വന്നപ്പോൾ അഭിമുഖമായി അവൾ വരാതിരുന്നത് നന്നായെന്നും അവന് തോന്നി. എങ്കിലും അവൾ നാണം കലർന്ന, അനായാസം കണ്ണിൽപ്പെടുന്ന ഒരു നോട്ടത്തിലൂടെ അവനെ കാര്യമറിയിച്ചു. അവനോട് ഖേദപ്രകടനം നടത്തുന്നതിനുള്ള അവളുടെ രീതി അതായിരുന്നു. കാര്യങ്ങൾ ഇങ്ങനെയൊക്കെയായതിൽ അവനും വിഷമമുണ്ടായിരുന്നു. രാത്രിയിൽ അവശേഷിക്കുന്ന ചുരുങ്ങിയ സമയത്തിൽനിന്ന് കുറഞ്ഞത് മൂന്നു മണിക്കൂറെങ്കിലും വീണുകിട്ടുമെന്ന പ്രതീക്ഷ അപ്പോഴും അവനിൽ അവശേഷിച്ചു. എങ്കിലും ആ ദിവസം

അവൾക്ക് സ്നേഹപ്രകടനശേഷി പോലുമുണ്ടാവില്ലെന്ന് അവൻ ഉറപ്പിച്ചു. അന്നേരം അവൾക്കുവേണ്ടി എന്തെങ്കിലും ചെയ്യണമെന്ന് - ക്ഷീണിതയായ അവളും അത് ആഗ്രഹിക്കുന്നുണ്ടാവണം - കഴിയുന്നതും വേഗം കുറച്ചു ഭക്ഷണം നൽകിയാൽ അവൾക്കത് ആശ്വാസമായിരിക്കുമെന്നും അവനു തോന്നി. അക്കാര്യത്തിൽ തിരക്കുകൂട്ടിയിട്ടോ നാണിച്ചു നിന്നിട്ടോ കാര്യമില്ലെന്നും അവനറിയാമായിരുന്നു.

എന്നാൽ ജനിയുടെ ആവശ്യം അതായിരുന്നില്ല. വിചാരിച്ചതുപോലെ അവനത്ര സമർത്ഥനൊന്നുമായിരുന്നില്ല. ജനിയോടുള്ള സ്നേഹത്തിന്റെ കാര്യത്തിലും അങ്ങനെ തന്നെയായിരുന്നു. അവളാകട്ടെ ദുഷ്കരവും തീക്ഷ്ണവും അസ്ഥിരവുമായ പ്രണയത്തിൽ അകപ്പെട്ടുപോയിരുന്നു. അതുകൊണ്ടുതന്നെ അവനിൽനിന്ന് ഇടയ്ക്കിടെ ആശ്വസിപ്പിക്കലും ധൈര്യപ്പെടുത്തലും സ്ഥിരീകരണവും ആവശ്യപ്പെട്ടുകൊണ്ടിരുന്നു. പ്രണയകേളികൾക്കിടയിൽ ഗർഭിണിയായിത്തീർന്നോ എന്നുപോലും അവൾ ഭയപ്പെട്ടിരുന്നു. അതുകൊണ്ടുകൂടിയാണ് അവളുടെ വന്യമായ ഏങ്ങലടികൾ അവന്റെ കൈകളിൽ ചെന്നുചേർന്നപ്പോൾ ഒടുങ്ങിയതും. എന്നാൽ, ഒരു ചിത്രകാരനെന്ന നിലയിൽ അവന്റെ അഭിനിവേശം മുഴുവൻ അവളുടെ ശരീരത്തോടായിരുന്നു. അതുകൊണ്ടുതന്നെ, തന്റെ മോഡലിനെ മാറ്റുന്നതിനെക്കുറിച്ച് അവൻ ആലോചിച്ചിട്ടുപോലുമില്ലായിരുന്നു. മാത്രമല്ല, അങ്ങനെയൊരു മാറ്റം അവന് താങ്ങാൻ കഴിയുകയുമില്ല. പക്ഷേ, ജനി അതിന് കൊടുക്കേണ്ടിവന്ന വില വളരെ വലുതായിരുന്നു.

ബോലമിന്റെ മരണം അവനെ അത്രകണ്ട് സ്പർശിച്ചതേയില്ല. കൈപ്പറ്റുന്ന പണത്തിനനുസരിച്ചുള്ള ജോലിയൊന്നും അവൻ അവിടെ ചെയ്യുന്നില്ല എന്ന ചിന്താഗതിയാണ് ബോലമിനുണ്ടായിരുന്നത് എന്നാണ് അവൻ കരുതിയത്. മറ്റുള്ള ജീവനക്കാരെ സംബന്ധിച്ചിടത്തോളം, പാവം മടയനും വയസ്സനുമായ കല്ലിയുമായി താരതമ്യം ചെയ്യുമ്പോൾ അവൻ ഉത്സാഹത്തിന്റെയും സാമർത്ഥ്യത്തിന്റെയും ആൾരൂപമായിരുന്നു. പക്ഷേ, ബോലം അത്ര മണ്ടിയായിരുന്നില്ല. അവൻ അലസനും മടിയനുമായിരുന്നു എന്നല്ല അതിനർത്ഥം. സ്റ്റീൻ ക്ലിനിക്കിൽ ഏതൊരാൾക്കും സാമട്ടിൽ കഴിഞ്ഞുകൂടാം - സൈക്യാട്രിസ്റ്റുകൾ ഉൾപ്പെടെയുള്ള ചിലർ അങ്ങനെയാണ്. - യാതൊരു ദോഷാരോപണങ്ങളുമില്ലാതെ, കഴിവിനൊത്ത പണിയെടുത്താൽ മതി. അതിൽക്കൂടുതൽ ആരും ആവശ്യപ്പെടുകയുമില്ല. എനിഡ് ബോലമിന് അക്കാര്യങ്ങൾ നല്ലതുപോലെ അറിയാം. പക്ഷേ, അതൊന്നും അവിടെ ആരെയും ആധി പിടിപ്പിക്കുന്നില്ല. കാരണം, ഒരുപക്ഷേ, അവൻ അവിടം വിട്ടുപോയാൽ മറ്റൊരാളെ അവനു പകരം അവിടെ നിയമിക്കും. അയാൾക്ക് കഴിവു കുറവാണെങ്കിൽ, അയാളുടെ കാര്യപ്രാപ്തിക്കനുസരിച്ച് ജോലി ചെയ്താൽ മതി. പക്ഷേ, ഇവൻ വിദ്യാഭ്യാസവും വിനയവുമുള്ള മര്യാദക്കാരനാണ് എന്ന കാര്യം ബോലമിനറിയാം. ഒരു ചിരിയിലൊളിപ്പിച്ചുകൊണ്ട് അക്കാര്യം അവൻ

ഓർമ്മപ്പെടുത്തിക്കൊണ്ടിരിക്കും. ഇല്ല, ബോലമിനെ അതൊന്നും അലോസരപ്പെടുത്താറില്ല. എന്നാൽ, അവളുടെ പിൻഗാമിയായി വരുന്ന യാളെക്കുറിച്ച് അവന് തീരെ പ്രതീക്ഷയില്ലായിരുന്നു.

ബോസ്റ്റോക്ക് എവിടെയാണ് ഇരിക്കുന്നതെന്നറിയാൻ അവൻ ചുറ്റു മൊന്ന് കണ്ണോടിച്ചു. രോഗികളുടെ കാത്തിരിപ്പ് മുറിയിൽനിന്ന് അവൻ തന്നെ അവിടേക്ക് കൊണ്ടുവന്നിട്ട ഏറ്റവും സുഖകരമായ കസേരകളി ലൊന്നിൽ സ്വസ്ഥമായി ഇരിക്കുകയായിരുന്നു അവൾ. പുസ്തകത്തി ലേക്ക് നോക്കി തലയും കുമ്പിട്ടിരിക്കുകയായിരുന്നു അവളെങ്കിലും, മനസ്സ് അതിൽത്തന്നെയുണ്ടോ എന്ന കാര്യത്തിൽ നാഗലിന് സംശയം തോന്നി.

ഒരുപക്ഷേ, അഡ്മിനിസ്ട്രേറ്റീവ് ഓഫീസറായാൽ തന്റെ ഇൻക്രി മെന്റ് തീയതി എന്നായിരിക്കുമെന്ന്, ഒറ്റയ്ക്കു മാറിയിരുന്ന് കണക്കുകൂട്ടു കയാവും ആ സ്ത്രീയെന്നായിരുന്നു അവന് തോന്നിയത്. ഈ കൊല പാതകം എന്തായാലും അവളുടെ ജീവിതത്തിലെ വഴിത്തിരിവായിരിക്കും. സ്ത്രീമനസ്സിലുണ്ടാകുന്ന അഭിലാഷങ്ങൾ അവരെ നിരന്തരം ഉരുക്കി ക്കൊണ്ടിരിക്കും. ആ അഗ്നിയിൽ വെന്തുരുകി അവരുടെ മാംസം കരിയുന്ന ഗന്ധം ഒരുപക്ഷേ നിങ്ങൾക്ക് അനുഭവിക്കാൻ സാധിച്ചേക്കും. എത്ര ശാന്തമായ അന്തരീക്ഷത്തിലാണ് അവൾ ഇരിക്കുന്നതെങ്കിലും, പാതിവെന്ത ഒരു പൂച്ച പുറത്തുചാടാനാവാതെ അവളുടെയുള്ളിൽ കിടന്ന് ഞെളിപിരികൊള്ളുന്നുണ്ടായിരുന്നു. ആ മുറിയിൽ നേരം കളയാൻവേണ്ടി അങ്ങോട്ടുമിങ്ങോട്ടും നടക്കുന്നതിനിടയിൽ അവന്റെ കൈ അവളുടെ ചുമലിനെ തൊട്ടുരുമ്മി കടന്നുപോയി.

"കൃത്യസമയത്തായിരുന്നു അതുണ്ടായത്, അല്ലേ?"

അവൻ ചോദിച്ചു.

വായിച്ചുകൊണ്ടിരുന്ന പുസ്തകത്തിൽനിന്ന് അവൾ കണ്ണെടുത്തില്ലെ ങ്കിലും അവനറിയാമായിരുന്നു അവൾ പ്രതികരിക്കുമെന്ന്. ഇത്തരം സന്ദർഭങ്ങളെ സംയമനത്തോടെ നേരിടാൻ ഇതുവരെ അവൾക്ക് കഴിഞ്ഞിട്ടില്ല. അഥവാ അവൾ ചെറുത്തുനില്പിന് തയ്യാറായാൽ അത് കൂടുതൽ കുഴപ്പങ്ങളിലേക്ക് ചെന്നുചാടുകയും ചെയ്യും. അവളും മറ്റുള്ള വരെപ്പോലെ തന്നെയാണെന്ന് അവന് തോന്നി. എന്തായാലും അധിക നേരം വായടച്ചിരിക്കാൻ അവൾക്ക് കഴിഞ്ഞില്ല.

"നാഗലെന്താണ് ഉദ്ദേശിക്കുന്നതെന്ന് എനിക്കു മനസ്സിലായില്ല."

"അതുതന്നെയാണ് സംഭവിച്ചുകൊണ്ടിരിക്കുന്നത്. കഴിഞ്ഞ ആറു മാസക്കാലമായി ഞാൻ നിങ്ങളുടെ പ്രകടനങ്ങൾ ആരാധനാപൂർവം നോക്കിക്കാണുകയായിരുന്നു... അതെ, ഡോക്ടർ. ഇല്ല, ഡോക്ടർ. അങ്ങയുടെ ഇഷ്ടംപോലെ, ഡോക്ടർ. തീർച്ചയായും, ഞാൻ സഹാ യിക്കാം ഡോക്ടർ... ഹൊ, എന്തൊരു ഗംഭീര പ്രകടനമായിരുന്നു.

പക്ഷേ, അവിടവിടെയായി ചില പ്രശ്നങ്ങളുണ്ടല്ലോ... അക്കാര്യത്തിൽ വേണമെങ്കിൽ നമുക്ക് പന്തയം കെട്ടാം! യാതൊരു ബുദ്ധിമുട്ടുമില്ലാതെ ആ സ്ത്രീ പരാജയം സമ്മതിച്ചു. അവൾ കൊല്ലപ്പെട്ടു. നിങ്ങളെ സംബന്ധിച്ചിടത്തോളം അതൊരു നല്ല കാര്യം തന്നെയാണ്. പുതിയ അഡ്മിനിസ്ട്രേറ്റീവ് ഓഫീസറെ കണ്ടെത്താൻ അവർക്കിനി ദൂരെക്കൊന്നും നോക്കേണ്ടല്ലോ."

"നീയിങ്ങനെ വായിൽ തോന്നിയതൊക്കെ വിളിച്ചുകൂവാതെ. നിനക്കാ ഷോർട്ട്ഹൗസിനെ കാപ്പിയുണ്ടാക്കുന്നതിൽ സഹായിച്ചാലെന്താ?"

"എനിക്കത് ഇഷ്ടമല്ല. നീയിതുവരെ അഡ്മിനിസ്ട്രേറ്റീവ് ഓഫീസറൊന്നും ആയിട്ടില്ല, അക്കാര്യം ഓർമ്മവേണം."

"ഇന്നു വൈകീട്ട് നീ എവിടെയായിരുന്നെന്ന് മനസ്സിലാക്കിയാലുടനെ പൊലീസ് നിന്നെ അറസ്റ്റു ചെയ്യും. അക്കാര്യത്തിൽ എനിക്കൊരു സംശയവുമില്ല. പിന്നെ, നിന്റെ പെയിന്റ് കത്തിയായിരുന്നല്ലോ ആയുധം."

"വൈകുന്നേരം കത്തുകൾ പോസ്റ്റു ചെയ്യാൻ പുറത്തുപോയിരിക്കുകയായിരുന്നു ഞാൻ. എന്താ, നിരാശ തോന്നുന്നുണ്ട്, അല്ലേ? പക്ഷേ, എനിക്കറിയേണ്ടത് 6.22ന് നിങ്ങൾ എവിടെയായിരുന്നു എന്നതാണ്."

"അവൾ മരിച്ചത് 6.22നാണെന്ന് നിനക്കെങ്ങനെ അറിയാം?"

"എനിക്കറിയില്ല. 6.20ന് സിസ്റ്റർ അടിത്തട്ടിലേക്ക് ഇറങ്ങിച്ചെല്ലുമ്പോൾ അവിടെ അസ്വാഭാവികമായി ഒന്നും കണ്ടില്ലെന്നാണ് പറഞ്ഞത്. ആ അറിവ് മാത്രമാണ് എനിക്കുമുള്ളത്. നിനക്ക് ഏറ്റവും പ്രിയപ്പെട്ട ഡോ. ഈതറീഗും പിന്നീട് അവിടെയുണ്ടായിരുന്നു. പക്ഷേ, അയാളൊരിക്കലും ബോലമിനെ വാരിപ്പുണർന്നുകൊണ്ട് സ്വയം അപഹാസ്യനാവുകയില്ല. അയാൾ അത്തരക്കാരനല്ല. എങ്കിലും, അക്കാര്യത്തിലുള്ള അയാളുടെ അഭിരുചികൾ തീർച്ചയായും എന്നേക്കാൾ നന്നായി നിനക്കറിയാം."

പെട്ടെന്ന് കസേരയിൽ നിന്നെണീറ്റ അവൾ, വലതുകൈ അവന്റെ കവിളിലേക്ക് ആഞ്ഞുവീശി. അടിയുടെ ശബ്ദത്തിൽ മുറിയാകെ പ്രകമ്പനം കൊണ്ടു. മുറിയിലിരുന്ന എല്ലാവരുടെയും ശ്രദ്ധ അവരിലേക്ക് തിരിഞ്ഞു. ജനിഫർ പ്രൈഡി ശ്വാസമെടുക്കാൻ പ്രയാസപ്പെടുന്നതിന്റെ ശബ്ദം നാഗൽ കേട്ടു. ഡോ. സ്റ്റെയ്നർ നെറ്റി ചുളിച്ചുകൊണ്ട് അടുത്തുണ്ടായിരുന്നവരോട് ആംഗ്യരൂപേണ കാര്യം തിരക്കി. ഫ്രെഡറിക്ക സാക്സൺ ഒരു നിമിഷം, വായിച്ചുകൊണ്ടിരുന്ന പുസ്തകത്തിൽനിന്ന് തലയുയർത്തി നോക്കിയിട്ട് വീണ്ടും പുസ്തകത്തിലേക്കുതന്നെ മടങ്ങി. കഴുകാനുള്ള പാത്രങ്ങൾ അടുക്കിവെച്ചുകൊണ്ടിരുന്ന ഷോർട്ട്ഹൗസ് ചുറ്റും നോക്കിയപ്പോഴേക്കും വൈകിപ്പോയി. അസ്വസ്ഥതയോടെ ചുറ്റുമുള്ളവരോട് കാര്യം തിരക്കാൻ ഭാവിച്ചപ്പോഴേക്കും അവർ മുമ്പ് ചെയ്തുകൊണ്ടിരുന്ന ഏർപ്പാടുകളിലേക്ക് മടങ്ങിപ്പോയിരുന്നു. ബോസ്റ്റോക്ക് തിരികെ കസേരയിൽ ചെന്നിരുന്ന് പുസ്തകം കൈയിലെടുത്തു. നാഗൽ അടിയേറ്റ കവിളും താങ്ങി, ചിരിക്കുകയാണോ കരയുകയാണോ എന്നറിയാത്തമട്ടിൽ ഉച്ചത്തിൽ ഒച്ചയുണ്ടാക്കി.

"എന്താ കാര്യം? എന്തുപറ്റി?"

ഡോ. സ്റ്റെയ്നർ ചോദിച്ചു.

അന്നേരം വാതിൽ തുറന്ന് തലമാത്രം ഉള്ളിലേക്ക് കടത്തിയിട്ട് ഒരു പൊലീസുകാരൻ പറഞ്ഞു:

"ശ്രീമതി ഷോർട്ട്ഹൗസിനെ കാണണമെന്ന് സൂപ്രണ്ട് പറഞ്ഞു."

സൂപ്രണ്ടുമായുള്ള കൂടിക്കാഴ്ചയ്ക്കുവേണ്ടി കാത്തിരിപ്പുമുറിയിൽ ഊഴം കാത്തിരിക്കുമ്പോൾ ശ്രീമതി ഷോർട്ട്ഹൗസ് അവരുടെ യൂണിഫോം മാറ്റിയിരുന്നില്ല, എന്നാൽ ഡാൽഗ്ലിഷിൽ നിന്നുള്ള അറിയിപ്പ് വന്നപ്പോഴാകട്ടെ, അവർ വീട്ടിലേക്കു പോകാൻ വേണ്ടി വസ്ത്രം മാറി ഇരിക്കുകയായിരുന്നു. ആ സ്ത്രീയുടെ രൂപാന്തരം അസാധാരണമായിരുന്നു. ക്ലിനിക്കിൽ ഉപയോഗിക്കുന്ന സാധാരണ പാദരക്ഷകൾക്കു പകരം ഉയർന്ന മടമ്പുകളുള്ള ചെരിപ്പ് ധരിച്ചിരുന്നു. വെള്ള മേൽവസ്ത്രത്തിനു പകരം മേത്തരം കമ്പിളിക്കുപ്പായവും സ്കാർഫിനു പകരം തലയിൽ മുന്തിയ തൊപ്പിയും കാണപ്പെട്ടു. പക്ഷേ, എല്ലാം പഴയ ഫാഷനിലുള്ളതായിരുന്നെന്നു മാത്രം. ബോധപൂർവം നെറ്റിയിലേക്കും കവിളിലേക്കും കിള്ളിയിട്ട ചുരുൾ മുടിയിഴകളും ഉയരക്കുറവിനെ മറികടക്കാൻ ഒരു പരിധിവരെ സഹായിക്കുന്ന ഉയർന്ന മടമ്പുള്ള ചെരിപ്പുകളും കൂടിച്ചേർന്ന്, ഷോർട്ട്ഹൗസിനെ എന്നോ നഷ്ടപ്പെട്ട ഇരുപതുകളുടെ അവശിഷ്ടമാക്കി മാറ്റിയിരുന്നു. പക്ഷേ, ഡാൽഗ്ലിഷ് പ്രതീക്ഷിച്ചതുപോലെ മറ്റു വ്യക്തിവൈകല്യങ്ങളൊന്നും ആ സ്ത്രീയുടെ ശബ്ദത്തിനുണ്ടായിരുന്നില്ല. തീക്ഷ്ണവും ഉല്ലാസകരവുമായ ആ ചെറിയ ചാരക്കണ്ണുകളിൽ ഭയമോ ദുഃഖമോ കണ്ടില്ല. താങ്ങാവുന്നതിലേറെ കൗതുകങ്ങളും ആഘോഷങ്ങളും ജീവിതത്തിന്റെ ഭാഗമാക്കി അത് തന്നാലാവും വിധം ആസ്വദിക്കുന്ന ജീവിതശൈലിയാണ് ആ സ്ത്രീയുടേതെന്ന് അയാൾക്കു തോന്നി. ആർക്കെങ്കിലും ദാരുണമായ അന്ത്യം ആശംസിക്കാൻ ആ സ്ത്രീക്ക് കഴിയുമെന്ന് തോന്നുന്നില്ല. എങ്കിലും അങ്ങനെയൊരു സംഭവം നടന്ന സ്ഥിതിക്ക്, അക്കാര്യത്തിൽ എന്താണ് പറയാനുള്ളതെന്ന് കേൾക്കുക തന്നെ വേണം.

പ്രാഥമിക നടപടിക്രമങ്ങൾ വേഗം പൂർത്തിയാക്കി അവർ വൈകുന്നേരം നടന്ന സംഭവങ്ങളിലേക്ക് കടന്നു. വിലമതിക്കാനാവാത്ത ഒരു വിവരം ശ്രീമതി ഷോർട്ട്ഹൗസിന്റെ പക്കലുണ്ടായിരുന്നു.

"ആരാണ് അത് ചെയ്തതെന്നു പറയാൻ ഞാനാളല്ല. എങ്കിലും എനിക്ക് എന്റേതായ ചില കണക്കുകൂട്ടലുകളുണ്ട്. പക്ഷേ, ഒരു കാര്യം ഞാൻ പറയാം, ഞാനാണ് ഏറ്റവുമൊടുവിൽ ബോലവുമായി സംസാരിച്ച വ്യക്തി, അക്കാര്യത്തിൽ യാതൊരു സംശയവുമില്ല. ഇല്ല, അതങ്ങ് മായിച്ചുകളഞ്ഞേക്ക്! ഞാനായിരുന്നു മുഖാമുഖം ബോലവുമായി സംസാരിച്ച അവസാനത്തെയാൾ. അതെ, കൊലപാതകിയെ ഒഴിച്ചു നിർത്തിയാൽ, തീർച്ചയായും."

“ബോലം മിക്കവാറും ഫോണിലൂടെയാണ് സംസാരിച്ചുകൊണ്ടിരുന്നതെന്നാണോ നിങ്ങൾ ഉദ്ദേശിച്ചത്? നിങ്ങളുദ്ദേശിക്കുന്ന കാര്യം വളച്ചുകെട്ടില്ലാതെ പറഞ്ഞുകൂടേ? ഒരു വൈകുന്നേരത്തെക്കുറിച്ചുള്ള ഒരുപാട് നിഗൂഢതകളിൽ ഇതിനോടകം ഞാൻ അകപ്പെട്ടുപോയിരിക്കുകയാണ്.”

“താങ്കളൊരു മിടുക്കനാണ്, അല്ലേ? ശരി, എന്നാൽ പറയാം. ആ സംഭാഷണം ഇവിടെ വച്ചായിരുന്നു. അടുത്തയാഴ്ച എനിക്കൊരു ദിവസം അവധി ആവശ്യമുണ്ടായിരുന്നു. അതുകൊണ്ട്, ഏകദേശം 6.10 ആയപ്പോൾ ഞാനിവിടെ വന്ന് എന്റെ അക്കൗണ്ടിൽ എത്ര ലീവ് ബാക്കിയുണ്ടെന്ന് ചോദിച്ചു ബോലം എന്റെ ഫയൽ എടുത്തു - ഓർത്തപ്പോൾ അക്കാര്യം സൂചിപ്പിച്ചെന്നേയുള്ളൂ - അക്കാര്യം ഉറപ്പിച്ചിട്ട് ജോലിയെക്കുറിച്ച് അല്പനേരം സംസാരിച്ചു. സംസാരമവസാനിപ്പിച്ച് വാതിലിനടുത്തെത്തിയപ്പോഴായിരുന്നു ഫോൺ ബെല്ലടിച്ചത്.”

ശ്രീമതി ഷോർട്ട്ഹൗസ് ഭാവമാറ്റമില്ലാതെ പറഞ്ഞു.

“ശ്രീമതി ഷോർട്ട്ഹൗസ്, ഇനിയുള്ള കാര്യങ്ങൾ വളരെ ശ്രദ്ധാപൂർവം ആലോചിച്ചു പറയണം. അത്രമാത്രം പ്രധാനപ്പെട്ടതാണ് ആ ഫോൺവിളി. ബോലം എന്താണ് പറഞ്ഞതെന്ന് ഓർത്തെടുക്കാമോ?”

“അങ്ങനെ മരണത്തിലേക്ക് ആരെങ്കിലും ബോലമിനെ വശീകരിച്ചു വീഴ്ത്തിയതായി തോന്നുന്നുണ്ടോ, താങ്കൾക്ക്?”

അത്തരമൊരു പ്രയോഗം നടത്തിയതിൽ സ്വയം സന്തോഷിച്ചുകൊണ്ട് ഷോർട്ട്ഹൗസ് തുടർന്നു:

“ശരി, അങ്ങനെയെങ്കിൽ, അക്കാര്യം ഞാൻ ഓർത്തെടുക്കാം.”

മുന്നിലിരിക്കുന്ന സാക്ഷി സ്വയം അപഹാസ്യയാവാൻ ശ്രമിക്കുന്നതുപോലെ ഡാൽഗ്ലിഷിന് തോന്നി. അക്കാര്യം വ്യക്തമായി മനസ്സിലുണ്ടെങ്കിലും അത് ഓർത്തെടുക്കാൻ കഠിനമായി പരിശ്രമിക്കുന്നതുപോലെയുള്ള ആ സ്ത്രീയുടെ ഭാവപ്രകടനം അയാളെ അസ്വസ്ഥനാക്കി.

പിന്നെയും അല്പനേരം തന്നാലാവുംവിധം ഉദ്വേഗം നിലനിർത്തിയ ശേഷം ഷോർട്ട്ഹൗസ് പറഞ്ഞുതുടങ്ങി.

“അങ്ങനെ, ഫോൺ ബെല്ലടിച്ചുവെന്ന് ഞാൻ പറഞ്ഞല്ലോ. അപ്പോൾ സമയം ഏതാണ്ട് ആറേകാലായിട്ടുണ്ടാവുമെന്നു തോന്നുന്നു. ബോലം റിസീവറെടുത്തിട്ട് പറഞ്ഞു,

‘അതെ, അഡ്മിനിസ്ട്രേറ്റീവ് ഓഫീസറാണ് സംസാരിക്കുന്നത്.’

ബോലം എപ്പോഴും അങ്ങനെയാണ് ഫോണിൽ സംസാരിച്ചു തുടങ്ങുന്നത്. വഹിക്കുന്ന പദവിയെക്കുറിച്ച് ആ സ്ത്രീക്ക് നല്ല ബോധമുണ്ടായിരുന്നു. പീറ്റർ നാഗൽ മിക്കപ്പോഴും പറയുമായിരുന്നു, ‘ആരാണെന്നാ ആ സ്ത്രീയുടെ വിചാരം? ക്രൂഷ്ചേവോ?’ പക്ഷേ, ബോലം കേൾക്കെ അത് പറഞ്ഞിട്ടില്ല. പേടിച്ചിട്ടൊന്നുമല്ല! അതൊക്കെപോട്ടെ, അതായിരുന്നു ബോലമിന്റെ ശൈലി. ഒരു നിമിഷത്തെ നിശ്ശബ്ദതയ്ക്കുശേഷം, എന്നെ

നോക്കിയിട്ട് ബോലം തുടർന്നു: "അതെ, ഞാൻ മാത്രം' എന്നുവച്ചാൽ, അതിനർത്ഥം എനിക്കു തോന്നുന്നത് അവർ അവിടെ തനിച്ചേയുള്ളൂ എന്നെ കൂട്ടിയിട്ടില്ല എന്നാണ്. ഫോണിന്റെ മറുതലയ്ക്കൽ സംസാരിച്ചു കൊണ്ടിരുന്നയാൾ ദീർഘനേരം അത് തുടർന്നുവെന്നു തോന്നുന്നു. കുറേ നേരം ബോലം ഒന്നും മിണ്ടാതെ എല്ലാം കേട്ടിരിക്കുകയായിരുന്നു. എന്നിട്ട്, ഒടുവിൽ പറഞ്ഞു: "ശരി, അവിടെത്തന്നെ നിൽക്കൂ, ഞാൻ താഴേക്കിറങ്ങി വരാം. അതിനുശേഷം, ലൗഡർ ഓഫീസിലേക്കു വന്നാൽ എനിക്കൊന്നും കാണണമെന്നു പറയണമെന്ന് എന്നോടു പറഞ്ഞിട്ട് എന്നെ അവിടെ നിന്ന് ഒഴിവാക്കി."

"നിങ്ങൾ കേട്ട ടെലിഫോൺ സംഭാഷണം അങ്ങനെത്തന്നെയായിരുന്നുവെന്ന കാര്യം ഉറപ്പല്ലേ?"

"ഉറപ്പാണ്. ഞാൻ അവിടെത്തന്നെ ഉണ്ടായിരുന്നല്ലോ. അതുതന്നെയാണ് ബോലം അന്നേരം പറഞ്ഞത്."

"ഫോണിന്റെ മറുതലയ്ക്കൽ സംസാരിച്ചുകൊണ്ടിരുന്നയാളെക്കുറിച്ചു പറഞ്ഞല്ലോ. അതൊരു പുരുഷനായിരുന്നെന്ന് എങ്ങനെ മനസ്സിലായി?"

"ഞാനങ്ങനെ ഉറപ്പിച്ചു പറഞ്ഞിട്ടില്ല. അതൊരു പുരുഷനാണെന്ന് എനിക്കു തോന്നി, അത്രേയുള്ളൂ. ഫോണിന്റെ അടുത്തുതന്നെ ഞാനുണ്ടായിരുന്നെങ്കിൽ ഒരുപക്ഷേ, സംസാരത്തിന്റെ അറ്റവും മുറിയും കേട്ടാൽ ഞാൻ അക്കാര്യം ഉറപ്പിച്ചു പറയുമായിരുന്നു. പക്ഷേ, അന്നേരം ഞാൻ വാതിലിന്റെ അടുത്തായിരുന്നു."

"ഫോണിന്റെ മറുതലയ്ക്കൽ നിന്നുള്ള ശബ്ദം തീരെ കേൾക്കാൻ കഴിഞ്ഞിട്ടില്ല, അല്ലേ?"

"ഇല്ല. അത് സൂചിപ്പിക്കുന്നത് അയാൾ പതിഞ്ഞ ശബ്ദത്തിലായിരുന്നു സംസാരിച്ചതെന്നാണ്."

"എന്നിട്ടെന്തുണ്ടായി, ശ്രീമതി ഷോർട്ട്ഹൗസ്?"

"ജനറൽ ഓഫീസിനു മുന്നിൽ മറ്റുള്ളവർക്കൊപ്പം അല്പനേരം വാചകമടിച്ചുകൊണ്ടുനിന്നു. പതിവുപോലെ പീറ്റർ നാഗൽ പ്രൈഡിയെ ആകർഷിക്കാനുള്ള വേലത്തരങ്ങൾ ഒപ്പിക്കുകയും കല്ലി റിസപ്ഷനടുത്തുള്ള ഫോൺ ബൂത്തിനോട് ചേർന്നുനിൽക്കുകയും ചെയ്യുന്നുണ്ടായിരുന്നു. അതുകൊണ്ടുതന്നെ, അവരാരുമായിരിക്കില്ല അത് ചെയ്തത്. ഞാൻ വന്നയുടനെ പീറ്റർ കത്തുകൾ പോസ്റ്റു ചെയ്യാൻ പോയി. പതിവായി ആറേകാലിനാണ് അവൻ പോകുന്നത്."

"ബോലം ഓഫീസിൽനിന്ന് പോകുന്നത് നിങ്ങൾ കണ്ടോ?"

"ഇല്ല, ഞാൻ കണ്ടില്ല. ഞാൻ പറഞ്ഞല്ലോ, ഞാൻ നാഗലിനും പ്രൈഡിക്കും ഒപ്പമായിരുന്നു. സിസ്റ്ററാണ് ബോലമിനെ കണ്ടത്. അവരോട് ചോദിച്ചുനോക്കൂ. ഹാളിലൂടെ ബോലം താഴേക്കു പോകുന്നതു കണ്ടത് സിസ്റ്ററാണ്."

“അതെനിക്ക് മനസ്സിലായി. ഞാൻ സിസ്റ്റർ ആംബ്രോസിനെ കണ്ടിരുന്നു. ബോലം നിങ്ങളുടെ പിന്നാലെ മുറിയിൽ നിന്നിറങ്ങിയിരുന്നോ എന്നാണ് ഞാൻ ചോദിച്ചത്.”

“ഇല്ല, ഒരിക്കലുമില്ല. ഒരുപക്ഷേ, വിളിച്ചയാൾ അല്പനേരം കൂടി കാത്തിരിക്കട്ടെ എന്നു തോന്നിയിട്ടുണ്ടാവും.”

“ഒരുപക്ഷേ, ആയിരിക്കും. എന്നാലും, ഒരു ഡോക്ടറായിരുന്നു വിളിച്ചിരുന്നതെങ്കിൽ ഉടനെതന്നെ അവൾ പോകേണ്ടതല്ലേ?”

ഡാൽഗ്ലിഷിന്റെ ചോദ്യംകേട്ട ഷോർട്ട്ഹൗസ് പൊട്ടിച്ചിരിച്ചു.

“പോകാനും പോകാതിരിക്കാനും സാധ്യതയുണ്ട്. നിങ്ങൾക്കറിയില്ല, മിസ് ബോലമിനെ.”

“പിന്നെ, അവൾ എത്തരക്കാരിയായിരുന്നു, ഷോർട്ട്ഹൗസ്?”

“അതെ, അതുതന്നെ. നന്നായി പണിയെടുക്കുന്നവരെ അവൾക്ക് ഇഷ്ടമായിരുന്നു, എന്നെപ്പോലെ. ദാ, നിങ്ങൾക്ക് കാണാമല്ലോ ഇവിടെ എത്ര വൃത്തിയായിട്ടാണ് കിടക്കുന്നതെന്ന്.”

“ശരിയാണ്, തീർച്ചയായും.”

“ബോലം അതെ എന്നുപറഞ്ഞാൽ അതെ, അല്ല എന്നു പറഞ്ഞാൽ അല്ല. ഞാനിത് അവൾക്കുവേണ്ടി പറയുന്നതാണ്. മറിച്ചൊന്നും തോന്നരുത് കേട്ടോ. ചിലനേരം താങ്കളുടെ മുഖത്ത് അനിഷ്ടം പ്രകടമാകുന്നത് ഞാൻ ശ്രദ്ധിക്കുന്നുണ്ട്. ഇപ്പോഴും, ഞാൻ അങ്ങനെയൊക്കെയാണ്. എങ്കിലും ഞങ്ങൾക്കിടയിൽ നല്ല പരസ്പരധാരണയുണ്ടായിരുന്നു.”

“അവൾക്ക് ശത്രുക്കളുണ്ടായിരുന്നോ - വിരോധമുള്ള ആരെങ്കിലുമുണ്ടായിരുന്നോ?”

“ഉണ്ടായിരിക്കാം. എന്താ, ആയിക്കൂടേ? അതൊന്നും അവളുടെ തല തകർക്കാനുള്ള കാരണമാണെന്ന് എനിക്കു തോന്നുന്നില്ല. എന്നോടു ചോദിച്ചാൽ, എനിക്കും ചിലനേരം അവളോട് അസൂയ തോന്നിയിട്ടുണ്ട്.”

കൂടുതൽ ആത്മവിശ്വാസത്തോടെ ആ സ്ത്രീ ഡാൽഗ്ലിഷിനടുത്തേക്ക് ചെറുതായൊന്നു കുനിഞ്ഞിരുന്നു.

“വിട്ടുവീഴ്ചയില്ലാത്ത മനസ്സായിരുന്നു. മിസ് ബിക്ക് എല്ലാവരെയും കുറിച്ച് നല്ല ധാരണയുണ്ടായിരുന്നു. അക്കാര്യം മറ്റുള്ളവർക്കും അറിയാം. കഴിവിന്റെയും പ്രകടനത്തിന്റെയും അടിസ്ഥാനത്തിലായിരുന്നു ആനുകൂല്യങ്ങൾ. ശരിയെന്നാൽ ശരിയും തെറ്റെന്നാൽ തെറ്റും തന്നെ. അതിനിടയിൽ മറ്റൊന്നുമില്ല കാരിരുമ്പ്. തനി കാരിരുമ്പ്, അതായിരുന്നു അവൾ.”

ഷോർട്ട്ഹൗസിന്റെ ശബ്ദത്തിന്റെ കാഠിന്യവും ചുണ്ടുകളുടെ വക്രതയും ആ സ്വഭാവത്തെ അരക്കിട്ടുറപ്പിച്ച് അവൾ തുടർന്നു:

"ഉദാഹരണത്തിന്, ഹാജർ പുസ്തകത്തിലെ ഒരു ചെറിയ കാര്യം തന്നെയെടുക്കാം. ഏതെങ്കിലും കൺസൾട്ടന്റ് ഒരുനേരം ഒപ്പിടാൻ വിട്ടുപോയാൽ മാസാവസാനം ശമ്പളം വാങ്ങുമ്പോൾ അക്കാര്യത്തെക്കുറിച്ച് ഓമ്മവരും. എല്ലാ രേഖകളും ബോലം കൃത്യമായി സൂക്ഷിക്കും. ആരെയും ശല്യപ്പെടുത്താതെ, ഡോക്ടർമാരുടെ സാധനങ്ങൾ സൂക്ഷിക്കുന്ന മുറിയിലെ മേശയിലായിരുന്നു ആ പുസ്തകം വച്ചിരുന്നത്. എന്നാൽ, ഡോ. സ്റ്റെയ്നറും ഡോ. മക്ബെയ്നും വൈകിവരുന്നത് ശ്രദ്ധയിൽപ്പെട്ടതോടെ ബി ഹാജർ പുസ്തകത്തെ സ്വന്തം ഓഫീസിലേക്കു മാറ്റി. അതോടെ ഒപ്പിടാൻ എല്ലാവരും അവിടേക്ക് പോകേണ്ടിവന്നു. എന്നിട്ടും, ഡോ. സ്റ്റെയ്നർ അതൊരു ശീലമാക്കാതെ വിട്ടുനിന്നു.

'അവൾക്കറിയാം, ഞാനിവിടെയുണ്ടെന്ന്. പിന്നെ, ഞാനൊരു ഫാക്ടറി തൊഴിലാളിയൊന്നുമല്ല. ഇനി, എന്റെ കൈയൊപ്പ് വേണമെന്ന് നിർബന്ധമാണെങ്കിൽ ആ മണ്ടൻ പുസ്തകം പഴയതുപോലെ മെഡിക്കൽ ക്ലോക്ക് റൂമിൽ വയ്ക്കട്ടെ, അന്നേരം ആലോചിക്കാം, ഒപ്പിടണോ വേണ്ടയോ എന്ന്.' എന്നതായിരുന്നു ഡോ. സ്റ്റെയ്നറുടെ പ്രതികരണം. ഏതായാലും അവളെ ഇവിടെനിന്ന് തുരത്താനായി ഡോക്ടർമാർ കഴിഞ്ഞ ഒരു വർഷമായി ശ്രമിക്കുന്നുണ്ടെന്ന കാര്യം എനിക്കറിയാം."

"അക്കാര്യം നിങ്ങൾക്കെങ്ങനെ അറിയാം, ഷോർട്ട്ഹൗസ്?"

"അറിയാമെന്ന് പറഞ്ഞെന്നേയുള്ളൂ. ഡോ. സ്റ്റെയ്നർക്ക് അക്കാര്യത്തിൽ ഒന്നും ചെയ്യാൻ കഴിഞ്ഞില്ല. അതുകൊണ്ട് അദ്ദേഹത്തിന് സൈക്കോതെറാപ്പി വേണ്ടിവന്നു. തീവ്രമായ സൈക്കോതെറാപ്പി. അതിനെക്കുറിച്ച് കേട്ടിട്ടുണ്ടോ?"

അക്കാര്യം അറിയാമെന്ന് ഡാൽഗ്ലിഷ് സമ്മതിച്ചു. പക്ഷേ, അതു കേട്ടപ്പോൾ വിശ്വാസം വരാത്തമട്ടിൽ ആശങ്കയോടെ ഷോർട്ട്ഹൗസ് അയാളെ നോക്കി. എന്നിട്ട്, മുന്നോട്ടാഞ്ഞ് ഡോ. സ്റ്റെയ്നറുടെ വിലക്ഷണ സ്വഭാവത്തെക്കുറിച്ച് പതിഞ്ഞ ശബ്ദത്തിൽ പറഞ്ഞുതുടങ്ങി:

"അയാളൊരു വിശകലന വിശാരദനാണ്. അതെ, അതുതന്നെ. വിശകലന വിശാരദൻ. എന്നുവച്ചാൽ എന്താണെന്നു മനസ്സിലായോ?"

"ഏതാണ്ടൊക്കെ പിടികിട്ടി."

"അതുകൊണ്ടാണ് അദ്ദേഹം കൂടുതൽ രോഗികളെ നോക്കാത്തത്. പരമാവധി രണ്ടു സെഷനുകൾ മാത്രം. മൂന്നെണ്ണമുണ്ടെങ്കിൽ മഹാഭാഗ്യം. എന്നുവച്ചാൽ എട്ട് ആഴ്ചകൾ കൂടുമ്പോൾ മാത്രമാണ് പുതുതായി ഒരു രോഗി എത്തുന്നത് എന്നർത്ഥം. അതുകൊണ്ട് എണ്ണം കൂട്ടാനാവില്ല."

"എണ്ണമോ?"

"രോഗികളുടെ എണ്ണം തന്നെ. ഓരോ മൂന്നുമാസം കൂടുമ്പോഴും ആശുപത്രി മാനേജ്മെന്റ് കമ്മിറ്റിയുടെയും റീജിയണൽ ബോർഡിന്റെയും യോഗങ്ങളിൽ ബോലം ഇത്തരം കണക്കുകൾ അവതരിപ്പിക്കാറുണ്ട്.

ഓരോ തവണയും എണ്ണം കൂട്ടാൻ ബോലം പരമാവധി പരിശ്രമിക്കുന്നുമുണ്ട്."

"അതുകൊണ്ടായിരിക്കും ഡോ. ബാഗ്ലിയെ ഇത്രമാത്രം പിന്തുണച്ചത്. ഞാൻ മനസ്സിലാക്കിയത് ശരിയാണെങ്കിൽ ഇ.സി.ടി. സെഷനുകളിൽ നല്ല തിരക്ക് അനുഭവപ്പെടുന്നുമുണ്ട്."

"അദ്ദേഹത്തിന്റെ എല്ലാ പ്രവർത്തനങ്ങൾക്കും ബോലമിന്റെ പിന്തുണയുണ്ടായിരുന്നു; വിവാഹമോചനം ഒഴികെ."

"അതെങ്ങനെയാണ് എണ്ണത്തെ ബാധിക്കുക?"

ഡാൽഗ്ലിഷിന്റെ മണ്ടൻചോദ്യം കേട്ട്, ഷോർട്ട്ഹൗസ് അയാളെ സഹതാപത്തോടെ നോക്കി.

"അതിന്, എണ്ണത്തെക്കുറിച്ച് ആരാണിപ്പോൾ സംസാരിച്ചത്? നമ്മൾ സംസാരിച്ചുകൊണ്ടിരുന്നത് ബാഗ്ലിയെക്കുറിച്ചായിരുന്നു. ഡോ. ബാഗ്ലിക്ക് മിസ് സാക്സനുമായി അടുപ്പമുണ്ടായിരുന്നു, അതുകൊണ്ടാണ് അദ്ദേഹം വിവാഹമോചനത്തിന് ശ്രമിച്ചത്. അത് പത്രങ്ങളിലൂടെയും പ്രചരിച്ചു. സൈക്യാട്രിസ്റ്റിന്റെ ഭാര്യയ്ക്ക് സൈക്കോളജിസ്റ്റിനെ കാണേണ്ടിവന്നു. അതോടെ, പെട്ടെന്ന് ശ്രീമതി ബാഗ്ലി കേസ് പിൻവലിച്ചു. അത് എന്തുകൊണ്ടാണെന്ന് ആ സത്രീയോ മറ്റാരെങ്കിലുമോ പറഞ്ഞില്ല. അക്കാരണത്താൽ ഇവിടത്തെ പതിവുകൾ മുടങ്ങുകയോ വ്യത്യാസപ്പെടുകയോ ചെയ്തതുമില്ല. ഡോ. ബിയും സാക്സനും അവരവരുടെ ജോലികൾ തുടർന്നു, ഇപ്പോഴും തുടരുന്നു; താങ്കളെപ്പോലെതന്നെ."

"ഡോ. ബാഗ്ലിയും അദ്ദേഹത്തിന്റെ ഭാര്യയും പിന്നീട് അനുരഞ്ജനത്തിന്റെ പാതയിലെത്തിയോ?"

"അനുരഞ്ജനത്തെക്കുറിച്ച് ആരാണിപ്പോൾ സംസാരിച്ചത്? അവരിപ്പോഴും വിവാഹിതരായിത്തന്നെ തുടരുന്നു, അത്രയുമേ എനിക്കറിയൂ. ഏതായാലും ആ സംഭവത്തിനുശേഷം ബോലം മിസ് സാക്സനോട് ഒരു നല്ല വാക്കുപോലും പറഞ്ഞിട്ടില്ല. അക്കാര്യത്തെക്കുറിച്ച് അവർ തമ്മിൽ സംസാരിച്ചിട്ടുമില്ല. സാക്സനെ അവളുടെ പാട്ടിന് വിടുകയായിരുന്നു ബോലം ചെയ്തത്. ബോലം ഒരിക്കലും പരദൂഷണപ്പട്ടികകളിൽ ഇടംപിടിച്ചിട്ടില്ല. ബോലം എങ്ങനെയായിരുന്നോ അതിന് നേർവിപരീതമായിരുന്നു സാക്സൻ, അക്കാര്യത്തിൽ എനിക്ക് ഉറപ്പുപറയാൻ കഴിയും."

മറ്റാരെങ്കിലും അത്തരം ശ്രമങ്ങൾ നടത്തിയിരുന്നോ എന്ന് ഡാൽഗ്ലിഷ് ചോദിച്ചു. സാധാരണയായി, തന്ത്രപരമായി കരുതിവയ്ക്കുന്ന ഒരു ചോദ്യമായിരുന്നു അതെങ്കിലും ശ്രീമതി ഷോർട്ട്ഹൗസ് അതിനെ ഒരു പൊട്ടിച്ചിരികൊണ്ട് നേരിട്ടതോടെ ആ നീക്കം പൊട്ടിത്തകർന്നു.

"താങ്കളെന്താ കരുതിയിരിക്കുന്നത്? ആണുങ്ങൾക്ക് അത്ര പെട്ടെന്ന് വളച്ചെടുക്കാനാവാത്ത ഒരു പെണ്ണായിരുന്നു അവൾ. ഇവിടെ വരുന്ന പല

കേസുകളിലും ഉൾപ്പെട്ട രോഗികൾ കരുതുന്നത് സെക്സ് മാത്രമാണ് ജീവിതമെന്നാണ്. എന്തായാലും, ബോലം ഒരിക്കൽ മാത്രമായിരുന്നു അത്തരമൊരു പരാതിയുമായി മെഡിക്കൽ ഡയറക്ടറെ സമീപിക്കുന്നത്. മിസ് പ്രൈഡി കൂടി ഉൾപ്പെട്ട ഒരു റിപ്പോർട്ടായിരുന്നു അത്. എന്നു കരുതി അവരൊന്നും മര്യാദക്കാരല്ലെന്ന് ഞാൻ പറഞ്ഞില്ല. പ്രൈഡിയുടെ കാര്യത്തിൽ എല്ലായ്പ്പോഴും അസാധാരണമായിട്ടായിരുന്നു ബോലം പെരുമാറിയത്. ചെറിയ കുട്ടികളെപ്പോലെ എല്ലായ്പ്പോഴും ബഹളംകൂട്ടി നടക്കുന്ന പ്രകൃതമായിരുന്നു പ്രൈഡിയുടേത്. അവൾ കുറേക്കൂടി ചെറുപ്പമായിരുന്നപ്പോൾ ബോലമിന്റെ ഒരു കണ്ണ് എല്ലായ്പ്പോഴും അവളുടെമേൽ ഉണ്ടായിരുന്നതായി എനിക്ക് തോന്നിയിട്ടുണ്ട്. ആ കുട്ടിക്കാകട്ടെ അതൊക്കെ വലിയ ഇഷ്ടവുമായിരുന്നു. അതുകൊണ്ടുതന്നെ, ഇവിടെ പറയത്തക്ക പ്രശ്നങ്ങളൊന്നുമുണ്ടായിരുന്നില്ല. പക്ഷേ, ഞാനിപ്പോൾ പറഞ്ഞത് താങ്കൾ പൂർണമായും വിശ്വസിച്ചുകാണില്ലെന്ന് എനിക്കറിയാം. ഞങ്ങൾക്കിടയിലും വൃത്തികെട്ട മനസ്സുള്ളവർ ഉണ്ടെന്നുള്ള കാര്യം ഞാൻ നിഷേധിക്കുന്നില്ല.”

നാഗലുമായുള്ള പ്രൈഡിയുടെ സൗഹൃദം ബോലം അംഗീകരിച്ചിരുന്നോ എന്ന് ഡാൽഗ്ലിഷ് ചോദിച്ചു.

“ഓ, താങ്കളിപ്പോഴും അവിടെത്തന്നെ നിൽക്കുകയാണോ? പിന്നെ, അതിനങ്ങനെ അംഗീകാരത്തിന്റെ പ്രശ്നമൊന്നും ഉണ്ടായിരുന്നില്ല. നാഗൽ എല്ലാക്കാര്യത്തിലും തണുപ്പനായിരുന്നു. അവനെ സംബന്ധിച്ചിടത്തോളം, ചായക്കാശ് ഒപ്പിക്കാനുള്ള ചുറ്റിക്കളിയായിരുന്നു എല്ലാം. ആ ചുറ്റിക്കളിയുടെ ഭാഗമായിരുന്നു പ്രൈഡി. പൂച്ചകൾക്ക് സംസാരിക്കാൻ കഴിയുമായിരുന്നെങ്കിൽ ‘ടൈഗർ’ അവരെക്കുറിച്ചുള്ള ഒന്നുരണ്ടു കഥകളെങ്കിലും പറയുമായിരുന്നു. ബോലം അതൊന്നും ഗൗനിച്ചിട്ടുപോലുമുണ്ടായിരുന്നില്ലെന്നാണ് എനിക്കു തോന്നുന്നത്. മിക്കവാറും സമയം പ്രൈഡി ബോലമിന്റെ ഓഫീസിൽ തന്നെയുണ്ടാവും. നാഗലിന് ജനറൽ ഓഫീസുമായി ബന്ധപ്പെട്ട് പിടിപ്പത് പണിയുണ്ടാവും. അതുകൊണ്ടുതന്നെ, അവർക്കിടയിൽ ചുറ്റിക്കളിക്കുള്ള സ്വകാര്യ നിമിഷങ്ങൾ വീണുകിട്ടാൻ പ്രയാസവുമായിരുന്നു. ബിയെക്കൊണ്ട് നല്ലതു പറയിക്കാനുള്ള ഒരവസരവും നാഗൽ നഷ്ടപ്പെടുത്തിയിരുന്നില്ല. ഒരിക്കലും അവധിയെടുത്തിട്ടില്ല, ഒരിക്കലും വൈകിയെത്താറുമില്ല, അതാണ് ഞങ്ങളുടെ പീറ്റർ. എങ്കിലും ഒരേയൊരു ദിവസം മാത്രം, ഒരു തിങ്കളാഴ്ച മാത്രം അവനാ റെക്കോർഡ് നിലനിർത്താനായില്ല! മെയ്ദിനത്തിൽ പോലും അവൻ വന്നിട്ടുണ്ട്. കടുത്ത പനിയുമായി ഒരിക്കൽ വന്നത് ഇവിടത്തെ കാര്യങ്ങളൊക്കെ കൃത്യമായി നടക്കുന്നില്ലേ എന്നറിയാൻ വേണ്ടി മാത്രമായിരുന്നു. അന്ന് അവന് 103 ഡിഗ്രി പനിയുണ്ടായിരുന്നു. സിസ്റ്ററായിരുന്നു അവനെ പരിശോധിച്ചത്. ഉടൻതന്നെ ബോലം അവനോട് വീട്ടിലേക്ക് പൊയ്ക്കൊള്ളാൻ പറഞ്ഞു. ഡോ. സ്റ്റെയ്നറായിരുന്നു അദ്ദേഹത്തിന്റെ കാറിൽ അവനെ വീട്ടിൽ കൊണ്ടുപോയി വിട്ടത്.”

“നാഗൽ അവന്റെ ഉപകരണങ്ങൾ സൂക്ഷിക്കുന്നത് കാവൽക്കാരുടെ വിശ്രമമുറിയിലാണെന്ന കാര്യം പൊതുവെ എല്ലാവർക്കും അറിയാവുന്നതാണോ?”

“തീർച്ചയായും, എല്ലാവർക്കുമറിയാം! അതിനു കാരണവുമുണ്ട്. മിക്കവാറും ആളുകൾ എപ്പോഴും അവനെ അതിനുമിതിനുമൊക്കെ സമീപിക്കാറുണ്ട്. അതുകൊണ്ടുതന്നെ, മറ്റെവിടെയാണ് അവന് ഉപകരണങ്ങൾ സൂക്ഷിക്കാൻ കഴിയുക? എല്ലാ കാര്യങ്ങളും ചിട്ടയോടെ അടുക്കിപ്പെറുക്കി വയ്ക്കുന്ന കിഴവിയെപ്പോലെയായിരുന്നു അവൻ. അവന്റെ സാമഗ്രികളിൽ ഒന്നു തൊടാൻ കല്ലിയെപ്പോലും അനുവദിച്ചിരുന്നില്ല. അതൊന്നും ക്ലിനിക്കിന്റെ ഉപകരണങ്ങളല്ലെന്ന് അറിയാമല്ലോ. ആ ഉപകരങ്ങളെല്ലാം നാഗലിന്റേതു മാത്രമാണ്. അഞ്ചാറ് ആഴ്ചകൾക്കുമുമ്പ് കാർ നന്നാക്കുന്നതിനുവേണ്ടി ഡോ.സ്റ്റെയ്നർ അക്കൂട്ടത്തിൽനിന്ന് ഒരു സ്ക്രൂ ഡ്രൈവർ എടുത്തിരുന്നു. അതോടെ സംഗതി വഷളായി! അത് ചെയ്തത് കല്ലിയാണെന്നായിരുന്നു നാഗൽ കരുതിയത്. അന്നു തുടങ്ങിയതാണ് കല്ലിയുടെ വയറുവേദന! പിന്നീട്, കാവൽക്കാരുടെ വിശ്രമമുറിയിൽ നിന്ന് ഡോ. സ്റ്റെയ്നർ ഇറങ്ങിപ്പോകുന്നത് കണ്ടുവെന്ന് ആരോ നാഗലിനോട് പറഞ്ഞതനുസരിച്ച്, അവൻ ബോലമിനോട് പരാതിപ്പെട്ടു. ആ പരാതിയുടെ അടിസ്ഥാനത്തിൽ, പുതിയ സ്ക്രൂ ഡ്രൈവർ നാഗലിന് വാങ്ങിക്കൊടുക്കാൻ ബോലം ഡോ. സ്റ്റെയ്നറോട് ആവശ്യപ്പെട്ടു. ഇവിടെ പച്ചയായ ജീവിതം മാത്രമേ കാണാൻ കഴിയൂ. ഒരിക്കലും ഒരു മുഷിപ്പൻ മുഹൂർത്തം ഉണ്ടാവുകയില്ല. അതുകൊണ്ടുതന്നെ, മുമ്പൊരിക്കലും ഇവിടെയൊരു കൊലപാതകം നടന്നിട്ടുമില്ല. ഇങ്ങനെയൊരു സംഭവം ഇതാദ്യമായിട്ടാണ്. ഇപ്പോൾ കാര്യങ്ങൾ നീങ്ങുന്നത് നല്ല രീതിയിലാണെന്ന് എനിക്കു തോന്നുന്നില്ല.”

“നിങ്ങൾ മുമ്പ് സൂചിപ്പിച്ചിരുന്നതുപോലെ, ആരാണിത് ചെയ്തതെന്നതിനെക്കുറിച്ച് എന്തെങ്കിലും പറയാനുണ്ടെങ്കിൽ, ഇതാണ് പറ്റിയ സമയം.”

നെറ്റിയിലേക്ക് ഊർന്നുവീണ മുടിയിഴകളെ അലസമായി മാടിയൊതുക്കിയശേഷം ഇരിപ്പിടത്തിൽ ശരിക്കൊന്നുകൂടി അമർന്നശേഷം, കോട്ട് നേരെയാക്കി എഴുന്നേൽക്കാൻ തുടങ്ങുന്നതുപോലെ ഇരുന്നു. അതു സൂചിപ്പിക്കുന്നത്, ആ സ്ത്രീയുടെ അഭിപ്രായത്തിൽ, ആ കൂടിക്കാഴ്ച അവസാനിച്ചു എന്നാണ്.

“ഒന്നുകൊണ്ടും ഭയപ്പെടേണ്ട! കൊലപാതകികളെ പിടികൂടുകയെന്നത് നിങ്ങളുടെ ജോലിയാണ്, അക്കാര്യത്തിൽ താങ്കളെ സർവാത്മനാ സ്വാഗതം ചെയ്യുന്നു. അതുകൊണ്ടുതന്നെ, ഞാനിപ്പോൾ ഇത്ര മാത്രമേ പറയുന്നുള്ളൂ. ഏതായാലും അതൊരു ഡോക്ടറല്ല. അവർക്ക് ഇത്രയും ചങ്കൂറ്റമുണ്ടാവില്ല. ഈ മനോരോഗവിദഗ്ധന്മാരൊക്കെ ഭീരുക്കളാണ്. ചങ്കുറപ്പുള്ള ഈ കൊലയാളിയെക്കുറിച്ച് താങ്കൾക്കെന്തു തോന്നുന്നു.”

അടുത്തതായി ഡോക്ടർമാരെ ചോദ്യം ചെയ്യാമെന്ന് ഡാൽഗ്ലിഷ് തീരുമാനിച്ചു. അക്കാര്യത്തിലുള്ള അവരുടെ താത്പര്യവും ക്ഷമയും അയാളെ അദ്ഭുതപ്പെടുത്തി. അയാൾ അവരോട് കൂടുതൽ കാത്തിരിക്കാൻ നിർദ്ദേശിച്ചതിനുശേഷം മറ്റുള്ളവരെ ആദ്യഘട്ടത്തിൽ ചോദ്യം ചെയ്തതിന് വ്യക്തമായ ലക്ഷ്യങ്ങളുണ്ടായിരുന്നു. ഡോക്ടർമാരല്ലാത്ത ജീവനക്കാരെ കൂടുതൽ അസ്വസ്ഥരാക്കാതെ ഉദ്വേഗജനകമായ സാഹചര്യങ്ങളിലൂടെ കൊണ്ടുപോയത് അതുകൊണ്ടുതന്നെയാണ്.

മുൻകാല അനുഭവങ്ങളുടെ വെളിച്ചത്തിലാണ് അയാൾ അങ്ങനെ ചെയ്തത്. സാക്ഷികളായവർക്കും അല്ലാത്തവർക്കും ചിന്തിക്കാൻ കൂടുതൽ സമയം കൊടുക്കാതിരുന്നാൽ കൂടുതൽ ഉപകാരപ്രദമായ വിവരങ്ങൾ ചോദ്യംചെയ്യുന്ന അവസരത്തിൽ അവരിൽനിന്ന് ലഭ്യമാകുമെന്ന വിശ്വാസം അയാൾക്കുണ്ടായിരുന്നു. മിക്കവാറും എല്ലാ അവസരങ്ങളിലും അത് ശരിയായിരുന്നുവെന്ന് തെളിഞ്ഞിട്ടുമുണ്ട്. എന്നാൽ, ഡോക്ടർമാരുടെ കാര്യം അങ്ങനെയല്ല. മുന്നിലുള്ള കൺസൾട്ടിംഗ് മുറിയിൽ മറ്റുള്ളവർക്കൊപ്പം യാതൊരു പ്രതിഷേധവുമില്ലാതെ ഡോക്ടർമാർ ഇരുന്നതും ഇതുകൊണ്ടുതന്നെയാണ്. അയാളുടെ ജോലിയുടെ സ്വഭാവമെന്താണെന്ന് അവർക്കറിയാം. കൺസൾട്ടന്റ് സർജന്മാരെയോ ഫിസിഷ്യന്മാരെയോ കൈകാര്യം ചെയ്യുന്നതുപോലെ അത്ര എളുപ്പമാവില്ല മനോരോഗവിദഗ്ധന്മാരെ ചോദ്യം ചെയ്യുന്നതെന്ന് അയാൾക്ക് നന്നായറിയാം. എന്നാൽ അതിനേക്കാൾ ശ്രമകരമാണ് ഗ്രൂപ്പ് സെക്രട്ടറിമാരെ കൈകാര്യം ചെയ്യുന്നതെന്നും അയാൾക്ക് അനുഭവമുണ്ട്.

മെഡിക്കൽ ഡയറക്ടറുടെ അഭ്യർത്ഥനപ്രകാരം ഡോ. മേരി ഇൻഗ്രാമിനെയാണ് ഡാൽഗ്ലിഷ് ആദ്യം കണ്ടത്. മൂന്ന് ചെറിയ കുട്ടികൾ വീട്ടിലുള്ളതിനാൽ കഴിയുന്നതുംവേഗം അവൾക്ക് വീട്ടിലെത്തണമായിരുന്നു. കാത്തിരിപ്പിനിടയിൽ, അവൾ ഇടയ്ക്കിടെ വാവിട്ട് കരയുന്നുണ്ടായിരുന്നു. സഹപ്രവർത്തകർ മാറിയും തിരിഞ്ഞും അവളെ ആശ്വസിപ്പിച്ചുകൊണ്ടിരുന്നു. എങ്കിലും, അവളുടെ ബന്ധു കൂടിയായ ബോലം നേഴ്സിന്റെ സാന്നിധ്യമായിരുന്നു അവളെ ഏറ്റവും കൂടുതൽ സമാധാനിപ്പിച്ചത്. ഡോ. ഇൻഗ്രാമിന്റെ കണ്ണുനീർ കാത്തിരിപ്പുമുറിയിലെ മറ്റുള്ളവരുടെ മാനസിക പിരിമുറുക്കവും കുറ്റബോധവും വർദ്ധിപ്പിച്ചു. തങ്ങളുടെ വിഷമം, ഇൻഗ്രാമിന്റെ വിഷമാവസ്ഥയ്ക്കു മുന്നിൽ ഒന്നുമല്ലാതായി മാറുന്നതുകൊണ്ടുള്ള സമ്മർദ്ദംകൊണ്ടായിരുന്നു അത്.

വീട്ടിൽ ചെറിയ കുട്ടികളുള്ളതിനാൽ അധികം വൈകാതെ അവളെ അവിടെനിന്ന് ഒഴിവാക്കുന്ന കാര്യത്തിൽ ആർക്കും എതിരഭിപ്രായം ഉണ്ടായിരുന്നില്ല. അവൾക്കാകട്ടെ ഡാൽഗ്ലിഷിനോട് വളരെ കുറച്ചുമാത്രമേ പറയാനുണ്ടായിരുന്നുള്ളൂ. ആഴ്ചയിൽ രണ്ടു ദിവസം ഇ.സി.ടി. സെഷനുകളിൽ സഹായിയായി വരുന്ന അവൾക്ക് ബോലമിനെ അടുത്ത പരിചയം ഉണ്ടായിരുന്നതുമില്ല. അവളാകട്ടെ, നിർണായക സമയം എന്നു വിശേഷിപ്പിക്കപ്പെടുന്ന 6.20 മുതൽ ഏഴുമണി വരെ സിസ്റ്റർ ആംബ്രോസിനൊപ്പം

ഇ.സി.ടി. മുറിയിൽ ഉണ്ടായിരുന്നുതാനും. ഡാൽഗ്ലിഷിന്റെ ഒരു ചോദ്യത്തിനു മറുപടിയായി, ആറേകാലിന് ശേഷം ഡോ. ബാഗ്ലി ആ മുറിവിട്ട് പുറത്തുപോയിരുന്നതായി സമ്മതിച്ചു. പക്ഷേ, അത് കൃത്യം എത്രമണിക്കാണെന്നോ, പിന്നീട് എത്രനേരം കഴിഞ്ഞാണ് മടങ്ങിവന്ന തെന്നോ ഓർത്തെടുക്കാൻ കഴിയുന്നില്ലെന്നും അവൾ അറിയിച്ചു.

ആ കൂടിക്കാഴ്ചയ്ക്കൊടുവിൽ ചുവന്നുകലങ്ങിയ കണ്ണുകളോടെ അവൾ ഡാൽഗ്ലിഷിനോടു ചോദിച്ചു:

"ആ പാവം, പാവം പെണ്ണിനോട് ഇങ്ങനെ ചെയ്തത് ആരാണെന്ന് തീർച്ചയായും കണ്ടെത്തണം. താങ്കൾക്ക് അതിന് കഴിയില്ലേ?"

"നമുക്ക് കണ്ടെത്താം."

ഡാൽഗ്ലിഷ് മറുപടി പറഞ്ഞു.

ഡോ. ഈതറീഗിന്റെ ഊഴമായിരുന്നു അടുത്തത്. എന്തെങ്കിലും ചോദി ക്കുന്നതിനു മുമ്പുതന്നെ അയാൾ വ്യക്തിഗത വിവരങ്ങൾ പറഞ്ഞു തുടങ്ങി:

"ഇന്നു വൈകുന്നേരത്തെ എന്റെ നീക്കങ്ങൾ പറയുകയാണെങ്കിൽ, എനിക്കു താങ്കളെ ഏതെങ്കിലും തരത്തിൽ സഹായിക്കാൻ കഴിയുമോ എന്നു സംശയമുണ്ട്. അഞ്ചുമണിയാകുന്നതിനു തൊട്ടുമുമ്പായിരുന്നു ഞാൻ ക്ലിനിക്കിൽ എത്തിയത്. വന്നയുടൻ ബോലമിന്റെ ഓഫീസിലെത്തി സംസാരിച്ചതിനുശേഷം ഞാൻ മുകളിലേക്ക് കയറിപ്പോയി. അതൊരു സാധാരണസംഭാഷണം മാത്രമായിരുന്നു. അവരുടെ പെരുമാറ്റത്തിലും സംസാരത്തിലും അസ്വാഭാവികമായി ഒന്നും തോന്നിയില്ല. ഗ്രൂപ്പ് സെക്ര ട്ടറിയെ കാണുന്ന കാര്യമൊന്നും എന്നോട് പറഞ്ഞില്ല. പിന്നീട്, ജനറൽ ഓഫീസിൽ നിന്ന് ഞാൻ ശ്രീമതി ബോസ്റ്റോക്കിനെ വിളിച്ചുവരുത്തി. അന്നേരം ഏതാണ്ട് അഞ്ചേകാൽ ആയിട്ടുണ്ടാകും. ഏതാണ്ട് 6.10 വരെ ആ സ്ത്രീ എന്നോടൊപ്പം നോട്ടുകൾ കുറിച്ചെടുക്കാനുണ്ടായിരുന്നു. 6.10ന് പോസ്റ്റ് ചെയ്യാനുള്ള കത്തുകളുമായി താഴേക്ക് പോയി. ഏകദേശം പത്തു മിനിട്ട് കഴിഞ്ഞപ്പോൾ അവൾ മടങ്ങിവരികയും ജോലി തുടരുകയും ചെയ്തു. ഏതാണ്ട് ആറരയോടടുത്തപ്പോൾ അവൾ അടുത്ത മുറിയി ലേക്കു പോയി ടൈപ്പ് റൈറ്ററിൽ ടൈപ്പ് ചെയ്യാൻ തുടങ്ങി. എന്റെ ചില ചികിത്സാ സേഷനുകൾ കുറിച്ചെടുത്ത് ടൈപ്പ് ചെയ്ത് സൂക്ഷിക്കുന്ന ഒരു പതിവ് എനിക്കുണ്ട്. ഗവേഷണ ആവശ്യങ്ങൾക്കോ മെഡിക്കൽ രേഖയായിട്ടോ പിന്നീട് ഉപയോഗിക്കാമല്ലോ. മെഡിക്കൽ ലൈബ്രറിയി ലേക്കുള്ള ഒരു ഹ്രസ്വ സന്ദർശനമൊഴിച്ചാൽ, പിന്നീട് ഞാൻ കൺസൾ ട്ടിംഗ് മുറിയിൽ തനിച്ചായിരുന്നു. – എപ്പോഴാണ് മെഡിക്കൽ ലൈബ്രറി യിലേക്ക് പോയതെന്ന് കൃത്യമായി ഓർമ്മയില്ല, എങ്കിലും ബോസ്റ്റോക്ക് പോയ ഉടനെ ആയിരുന്നു അത് – പിന്നീട് എന്തോ ഒരു സംശയം ദൂരീകരിക്കുന്നതിന് എന്റെയടുത്ത് അവളെത്തിയപ്പോഴേക്കും ഞാനും അവിടെ തിരികെ എത്തിയിരുന്നു. അത് തീർച്ചയായും ഏഴു മണിക്ക്

മുമ്പായിരിക്കണം. കാരണം, സിസ്റ്റർ ആംബ്രോസ് ബോലമിനെക്കുറിച്ച് പറയാൻ വിളിച്ചപ്പോൾ ഞങ്ങൾ ഇരുവരും ഒരുമിച്ചുണ്ടായിരുന്നു. മൂന്നാംനിലയിൽനിന്ന് ഇറങ്ങിവരികയായിരുന്ന മിസ് സാക്സനെ ഞങ്ങൾ പടിക്കെട്ടിൽ വച്ചു കണ്ടുമുട്ടി. അന്നേരം അവൾ വീട്ടിലേക്കു പോകാനുള്ള തയ്യാറെടുപ്പിലായിരുന്നു. അങ്ങനെ, ഞങ്ങളൊന്നിച്ചാണ് അടിത്തട്ടിലേക്ക് ഇറങ്ങിച്ചെന്നത്. അവിടെ ഞങ്ങളെന്താണ് കണ്ടതെന്ന് താങ്കൾക്കറിയാമല്ലോ. പിന്നീട്, ആരും ക്ലിനിക്ക് വിട്ടുപോകരുതെന്ന നിർദ്ദേശം നൽകിയത് ഞാനായിരുന്നു."

"ഡോക്ടർ, നിങ്ങൾ തികഞ്ഞ മനസ്സാന്നിധ്യത്തോടെയാണ് അന്നേരം പെരുമാറിയത്. അതുകൊണ്ട് കാര്യങ്ങൾ കുറേക്കൂടി എളുപ്പമായിരുന്നു. അതുകൊണ്ടുതന്നെ കൊലയാളി ഇപ്പോഴും ഈ കെട്ടിടത്തിനുള്ളിൽ തന്നെയുണ്ടെന്നു കരുതുന്നതിൽ തെറ്റില്ല, അല്ലേ?"

"തീർച്ചയായും. അഞ്ചുമണിക്കുശേഷം രജിസ്റ്ററിൽ പേരെഴുതാതെ ആരും അതുവഴി പോയിട്ടില്ലെന്ന് കല്ലി എനിക്ക് ഉറപ്പുതന്നിട്ടുണ്ട്. അതാണ് ഇവിടത്തെ രീതി. പിൻഭാഗത്തെ വാതിലും പൂട്ടിയിട്ടുണ്ട്. എങ്കിലും താങ്കളെപ്പോലെ പരിചയസമ്പന്നനായ ഒരു ഓഫീസർ ഒരിക്കലും പെട്ടെന്നൊരു നിഗമനത്തിലെത്തിച്ചേരാൻ സാധ്യതയില്ലെന്ന് എനിക്കുറപ്പുണ്ട്. പുറത്തുനിന്നൊരാൾ വിചാരിച്ചാൽ കടന്നുകയറാവുന്നതേയുള്ളൂ ഏതൊരു കെട്ടിടവും. ആ... അയാൾക്ക് എപ്പോൾ വേണമെങ്കിലും ഇന്നു പുലർച്ചെ പോലും, അതിക്രമിച്ചു കടന്ന് അടിത്തട്ടിൽ എവിടെയെങ്കിലും ഒളിച്ചിരിക്കാവുന്നതല്ലേയുള്ളൂ."

"അത്തരമൊരാൾക്ക് ഒളിച്ചിരിക്കാൻ പറ്റിയ ഇടങ്ങളേതെന്ന് പറയാമോ, അല്ലെങ്കിൽ അയാൾക്ക് എങ്ങനെ ഇവിടെനിന്ന് ആരുടേയും കണ്ണിൽപ്പെടാതെ പുറത്തുകടക്കാൻ കഴിയുമെന്നെങ്കിലും പറയാമോ?"

മെഡിക്കൽ ഡയറക്ടർ ആ ചോദ്യത്തിന് മറുപടി പറഞ്ഞില്ല.

"അത് ആരായിരിക്കുമെന്ന കാര്യത്തിൽ എന്തെങ്കിലും സൂചന തരാൻ കഴിയുമോ താങ്കൾക്ക്?"

ഡോ. ഈതറീഗ്, വലതുപുരികത്തിനു മീതെയുള്ള വരയിലൂടെ സാവധാനം നടുവിരലോടിച്ചു. ടെലിവിഷൻ പരിപാടിക്കിടെ അയാൾ അങ്ങനെ ചെയ്യുന്നത് ഡാൽഗ്ലിഷ് കണ്ടിട്ടുണ്ട്. അതീവ ഗൗരവമുള്ള വിഷയങ്ങൾ ചിന്തിക്കുമ്പോഴായിരിക്കണം അയാൾ അങ്ങനെ ചെയ്യുന്നതെന്ന് ഡാൽഗ്ലിഷിന് തോന്നി.

"അതേക്കുറിച്ച് എനിക്കെന്തെങ്കിലും ഇപ്പോൾ പറയാൻ കഴിയുമെന്നു തോന്നുന്നില്ല. ആർക്കും മനസ്സിലാകാതെ ഒരു ദാരുണ സംഭവമാണ് നമുക്കു മുന്നിലുള്ളത്. അത്ര എളുപ്പം വഴങ്ങിക്കൊടുക്കുന്ന വ്യക്തിയായിരുന്നില്ല മിസ് ബോലം എന്നൊന്നും ഞാൻ അവകാശപ്പെടുന്നുമില്ല. മാത്രമല്ല, ഇവിടെയുള്ള പല കാര്യങ്ങളിലും എത്രയോ തവണ അവൾ പരസ്യമായി നീരസം പ്രകടിപ്പിച്ചിട്ടുണ്ട്."

ആക്ഷേപസൂചകമായി ചിരിച്ചുകൊണ്ട് അയാൾ തുടർന്നു:

“വിജയകരമായി ഇതുപോലൊരു സ്ഥാപനം നടത്തിക്കൊണ്ടുപോകണമെങ്കിൽ അഡ്മിനിസ്ട്രേറ്റർക്ക് ചുരുങ്ങിയപക്ഷം ബോലമിനേക്കാൾ സഹിഷ്ണുതയുണ്ടാവണം. പക്ഷേ, ഇവിടെ അതല്ലല്ലോ വിഷയം. ഇവിടെ നടന്നിരിക്കുന്നത് ഒരു കൊലപാതകമാണ്! പ്രത്യേകിച്ചൊരാളെ സംശയത്തിന്റെ പേരിൽ ചൂണ്ടിക്കാണിക്കാൻ എനിക്കു കഴിയില്ല. രോഗിയോ ജീവനക്കാരനോ ആയിക്കൊള്ളട്ടെ, എന്തിന് ബോലമിനെ കൊല്ലണം. കൊലപാതകത്തിന് പ്രേരിപ്പിക്കാൻ തക്കവണ്ണം സ്റ്റീൻ ക്ലിനിക്കിലെ ഏതെങ്കിലുമൊരാളുടെ മനസ്സിനെ അസ്വസ്ഥമാക്കിയെങ്കിൽ, ഒരു മെഡിക്കൽ ഡയറക്ടർ എന്ന നിലയിൽ അതെന്നെ ഭയപ്പെടുത്തുന്നു.”

“മനസ്സിന്റെ അസ്വസ്ഥതയോ അതോ ദുഷ്ടതയോ?”

“പെട്ടെന്നുണ്ടായ പ്രലോഭനം അതിജീവിക്കാനാവാതെ ഡാൽഗ്ലിഷ് ചോദിച്ചു.

ടെലിവിഷൻ ചർച്ചയ്ക്കിടെ നേരിടേണ്ടിവരുന്ന ഒട്ടും തീക്ഷ്ണതയില്ലാത്ത ചോദ്യങ്ങളെ ക്ഷമയോടെ നേരിടുമ്പോൾ ആമുഖമായി ചിരിക്കുന്നതുപോലെ, ഡോ. ഈതറീഗ് വീണ്ടും ചിരിച്ചു.

“ദുഷ്ടതയോ? അത്തരം അദ്ധ്യാത്മിക സംജ്ഞകൾ ചർച്ച ചെയ്യാൻ മാത്രം പരിജ്ഞാനമുള്ള ആളല്ല ഞാൻ.”

“ഞാനും അത്തരമൊരാളല്ല, ഡോക്ടർ. എങ്കിലും, ഒരു കുറ്റകൃത്യം നടത്തിയിരിക്കുന്നത് മന്ദബുദ്ധിയോ ഭ്രാന്തനോ ഒന്നുമല്ല. അതിബുദ്ധിയുള്ള ഒരു മനസ്സ് ഇതിനു പിന്നിലുണ്ട്.”

“ചില സൈക്കോപ്പതി മനോരോഗികൾ അതിബുദ്ധിയുള്ളവരായിരിക്കും സൂപ്രണ്ടേ. അതിവിചിത്രങ്ങളായ ചിന്തകളിലും പ്രവർത്തികളിലും ഏർപ്പെട്ടുകൊണ്ടിരിക്കുന്ന അത്തരം ചിത്തരോഗികളെക്കുറിച്ച് എനിക്കു വലിയ ധാരണയൊന്നുമില്ല. അത്യന്തം കൗതുകകരമാണെങ്കിലും അത് എന്റെ മേഖലയല്ല. അത്തരമൊരു അവസ്ഥയെ ചികിത്സിച്ചു ഭേദമാക്കാമെന്ന് സ്റ്റീൻ ഒരിക്കലും അവകാശവാദം ഉന്നയിച്ചിട്ടുമില്ല.”

അങ്ങനെയാണ് കാര്യങ്ങളെങ്കിൽ സ്റ്റീൻ ചെയ്യുന്നത് നല്ല കാര്യമാണെന്ന് ഡാൽഗ്ലിഷിന് തോന്നി. ചികിത്സ ആവശ്യമുള്ളതും ചികിത്സയ്ക്ക് വഴങ്ങുന്നതുമായ ഒരു മനോരോഗമാണ് സൈക്കോപ്പതിയെന്നാണ് 1959ലെ മാനസികാരോഗ്യ നിയമം പറയുന്നത്. എങ്കിലും ചികിത്സയുടെ കാര്യത്തിൽ ഡോക്ടർമാരുടെ ഭാഗത്തുനിന്ന് തീർത്തും ദുർബലമായ പ്രതികരണങ്ങളേ ഉണ്ടായിട്ടുള്ളൂ. സൈക്കോപ്പതിയെന്ന വാക്കുപോലും പരിഹാസച്ചുവയോടെയാണ് അവർ ഉപയോഗിക്കുന്നത്. ഡാൽഗ്ലിഷിന്റെ വാദം കേട്ട ഡോ. ഈതറീഗ് അക്ഷോഭ്യനായി അനുകൂലഭാവത്തിൽ ചിരിച്ചു.

“ക്ലിനിക്കലായുള്ള നിലനില്പ് ഞാൻ അംഗീകരിക്കുന്നില്ല. കാരണം, അതെന്താണെന്ന് പാർലമെന്റ് പാസ്സാക്കിയ നിയമം കൃത്യമായി നിർവചിക്കുന്നുണ്ട്. എന്തായാലും, സൈക്കോപ്പതി നിലനിൽക്കുന്നു എന്നത് ഒരു യാഥാർത്ഥ്യം തന്നെയാണ്. എന്നാലും സൈക്കോപ്പതി ചികിത്സ ഫലപ്രദമാണോ എന്ന കാര്യത്തിൽ എനിക്ക് സംശയമുണ്ട്. തടവുശിക്ഷ ലഭിക്കാൻ മാത്രമുള്ള കുറ്റകൃത്യമല്ല അതെന്നുമാത്രം എനിക്ക് ഉറപ്പുണ്ട്. പക്ഷേ, നമ്മൾ അന്വേഷിക്കുന്നത് ഒരു സൈക്കോപാത്തിനെയാണെന്ന കാര്യത്തിൽ യാതൊരു ഉറപ്പുമില്ലല്ലോ.”

നാഗലിന്റെ ഉപകരണങ്ങൾ സൂക്ഷിക്കുന്നത് എവിടെയാണെന്ന് അറിയാമോ എന്നും രേഖകൾ സൂക്ഷിക്കുന്ന മുറി തുറക്കുന്ന താക്കോൽ ഏതാണെന്ന് അറിയാമോ എന്നും ഡാൽഗ്ലിഷ് ഡോ. ഈതറീഗിനോട് ചോദിച്ചു.

“താക്കോലിനെക്കുറിച്ച് എനിക്കറിയാം. ഏതെങ്കിലും ദിവസങ്ങളിൽ വൈകിയും ഓഫീസ് ജോലികൾ ചെയ്യേണ്ടിവരുമ്പോൾ, പഴയ ഫയലുകൾ തിരയാൻ എനിക്കവിടെ പോകേണ്ടിവരും. കുറേയേറെ ഗവേഷണങ്ങളും പ്രഭാഷണങ്ങളും പ്രബന്ധരചനയുമൊക്കെ ചെയ്യുന്നതുകൊണ്ട് എനിക്ക് മെഡിക്കൽ രേഖകൾ നിരന്തരം പരിശോധിക്കേണ്ടിവരും. അവസാനമായി അവിടെനിന്ന് ഒരു ഫയലെടുത്തത് പത്തു ദിവസം മുമ്പായിരുന്നു. പിന്നെ, കാവൽക്കാരുടെ വിശ്രമമുറിയിൽ അത്തരമൊരു പെട്ടിയുള്ളതായി ഞാനിതേവരെ കണ്ടിട്ടില്ല. എങ്കിലും നാഗലിന് അങ്ങനെയൊരു പെട്ടി സ്വന്തമായുണ്ടെന്ന് കേട്ടിട്ടുണ്ട്. എപ്പോഴെങ്കിലും എനിക്ക് അത്തരമൊരു കത്തി ആവശ്യമായി വന്നിരുന്നെങ്കിൽ, ഞാൻ തീർച്ചയായും അവിടെത്തന്നെ തിരയുമായിരുന്നു. ആ ഉപകരണങ്ങൾ എവിടെ വേണമെങ്കിലും സൂക്ഷിക്കാവുന്നതല്ലേയുള്ളൂ. തീർച്ചയായും, തിപ്പെറ്റിന്റെ മരയുരുപ്പടി ആർട്ട് തെറാപ്പി വിഭാഗത്തിലായിരിക്കുമെന്നാണ് ഞാൻ കരുതിയിരുന്നത്. അത്യന്തം വിചിത്രങ്ങളായ വസ്തുക്കളെയാണ് ആയുധങ്ങളായി തിരഞ്ഞെടുത്തിരിക്കുന്നത്! എന്നെ അതിശയിപ്പിച്ച മറ്റൊരു കാര്യം എന്താണെന്നുവച്ചാൽ, ക്ലിനിക്കിലെ ജീവനക്കാരെ സംശയിക്കുന്ന വിധത്തിലാണ് കൊലപാതകി സകലതും സജ്ജീകരിച്ചിരിക്കുന്നതെന്നതാണ്.”

“അടഞ്ഞുകിടക്കുന്ന വാതിലുകളെ ഒഴികെ മറ്റെന്തിനെയും സംശയിക്കാവുന്നതേയുള്ളൂ.”

“അതുതന്നെയാണ് ഞാനുമുദ്ദേശിച്ചത്, സൂപ്രണ്ടേ. കൊലപാതകം നടത്തിയത് ക്ലിനിക്കിലെ ഏതെങ്കിലുമൊരു ജീവനക്കാരനായിരുന്നെങ്കിൽ, ഇന്നു വൈകീട്ട് ഇവിടെയുണ്ടായിരുന്ന മറ്റാരെയെങ്കിലും കുടുക്കി ശ്രദ്ധ തിരിക്കാനുള്ള തെളിവുകൾ അവശേഷിപ്പിക്കുമായിരുന്നു. ഏതെങ്കിലുമൊരു മുറി പൂട്ടാതിരിക്കുകയെന്നതാണ് അതിനുള്ള എളുപ്പവഴി. അയാൾ കൈയുറകൾ ധരിച്ചിട്ടുണ്ടാവും, അക്കാര്യം ഉറപ്പാണ്, എന്നിട്ട് അത് മറ്റെവിടെയെങ്കിലും സുരക്ഷിതമായി ഒളിപ്പിച്ചിരിക്കാം.”

“തീർച്ചയായും, കൊലപാതകത്തിന് ഉപയോഗിച്ച ആയുധങ്ങളിൽപ്പോലും വിരലടയാളങ്ങളൊന്നുമില്ല. അവയൊക്കെ തുടച്ചുനീക്കപ്പെട്ടിരിക്കുന്നു. അതിന്റെ സാമാന്യമായ അർത്ഥം കൊലയാളി കൈയുറകൾ ധരിച്ചിരുന്നു എന്നുതന്നെയാണ്.”

“ആ വാതിലുകൾ പൂട്ടിയിരിക്കുന്നു എന്നതുകൊണ്ടുതന്നെ, ഏറ്റവും ശക്തമായ തെളിവ് കൊലപാതകി ഇപ്പോഴും കെട്ടിടത്തിനുള്ളിൽ ഉണ്ടെന്നുതന്നെയല്ലേ? താഴത്തെ നിലയിൽനിന്ന് പിന്നിലേക്കുള്ള വാതിൽ തുറക്കുന്നതുതന്നെ സാഹസമാണ്. അത്, താങ്കൾക്കറിയാമല്ലോ, ഇ.സി.ടി. മുറിക്കും മെഡിക്കൽ സ്റ്റാഫ് റൂമിനും ഇടയിലാണ്. മാത്രവുമല്ല, അത് തുറക്കുന്നത് നല്ല വെളിച്ചമുള്ള റോഡിലേക്കുമാണ്. അതുവഴി ആരുടെയും കണ്ണിൽപ്പെടാതെ ഒളിച്ചുകടക്കുകയെന്നത് അത്യന്തം ശ്രമകരമായ കാര്യമാണ്. അതുകൊണ്ടുതന്നെ, കൊലപാതകി ആ വഴി തെരഞ്ഞെടുത്തിട്ടില്ലെന്നുവേണം കരുതാൻ. പക്ഷേ, അവിടെ തീയിൽനിന്ന് പെട്ടെന്ന് രക്ഷപ്പെടാനുള്ള രണ്ട് അപായ രക്ഷാ വഴികളുണ്ട്. ഒന്ന് രണ്ടാം നിലയിലേക്കും, മറ്റൊന്ന് മൂന്നാംനിലയിലേക്കുമാണ്. എങ്കിലും, രണ്ടിന്റേയും വാതിലുകൾ തുറന്നാൽ അടിത്തട്ടിലാണ് ചെന്നെത്തുന്നത്. എന്തുകൊണ്ട് അതിലൊന്ന് തുറന്നുകൂടാ? അതുമാത്രമാണ്, കൊലപാതകം നടന്നതിനും മൃതദേഹം കണ്ടെത്തിയതിനും ഇടയിലുള്ള നേരംകൊണ്ട് കൊലപാതകിക്ക് എങ്ങനെയെങ്കിലും രക്ഷപ്പെടാനുള്ള ഒരേയൊരു വഴി. അല്ലെങ്കിൽ, അതിസാഹസത്തിനു മുതിർന്നുകൊണ്ട് അവൻ ക്ലിനിക്കിലെ ജീവനക്കാരെ കുടുക്കാനുള്ള എന്തെങ്കിലും തെളിവുകൾകൂടി നിരത്തുമായിരുന്നു.”

“ഡോക്ടർ, താങ്കളിപ്പോൾ പറയുന്നത് ഏതോ ഒരു അവനെക്കുറിച്ചാണ്. ഒരു മനോരോഗവിദഗ്ധനെന്ന നിലയിൽ താങ്കൾ കരുതുന്നുണ്ടോ നമ്മൾ അന്വേഷിക്കുന്നത് ഒരു പുരുഷനെയാണെന്ന്?”

“തീർച്ചയായും! ഇതു ചെയ്തത് ഒരു പുരുഷൻ തന്നെയാണെന്നാണ് ഞാൻ കരുതുന്നത്.”

“ഇത്രയുമൊക്കെ ചെയ്യാൻ നല്ല കായികശേഷിയും ആവശ്യമാണല്ലോ?”

ഡാൽഗ്ലിഷ് അലസമായി ചോദിച്ചു.

“കൊലപാതകം നടന്ന രീതിയും ആയുധവും ആദ്യം കണ്ടപ്പോൾ ഞാൻ കായികശേഷിയെക്കുറിച്ച് ചിന്തിച്ചിരുന്നില്ല. എന്റെ അഭിപ്രായം പറഞ്ഞെന്നേയുള്ളൂ. തീർച്ചയായും, ഞാനൊരു ക്രിമിനോളജിസ്റ്റല്ല. ഒരു പുരുഷൻ ചെയ്ത കുറ്റകൃത്യമാണ് ഇതെന്നാണ് ഞാനിപ്പോഴും കരുതുന്നത്. പക്ഷേ, തീർച്ചയായും, സ്ത്രീ വിചാരിച്ചാലും ഇതുപോലെ ചെയ്യാവുന്നതേയുള്ളൂ. മനഃശാസ്ത്രപരമായി നോക്കിയാൽ അങ്ങനെ സംഭവിക്കാറില്ല. മറ്റൊരുതരത്തിൽ ചിന്തിച്ചാൽ കുറ്റമറ്റ രീതിയിൽ ചെയ്ത കുറ്റകൃത്യം.”

അയാൾ പറഞ്ഞത് പൂർണമായും ശരിയാണെന്ന് ഡാൽഗ്ലിഷിന് തോന്നി. ആ കൃത്യം നിർവഹിക്കാൻ അറിവും ചങ്കൂറ്റവും മാത്രം മതി. മിസ് ബോലമിന്റെ ശരീരത്തിലേക്ക് തുറിച്ചുനോക്കുന്ന ഒരു സുന്ദര മുഖവും പെൺകുട്ടിയുടെ കൈകൾപോലെ മൃദുവായ കൈകളാൽ കാശ്മീരി കഞ്ചുകത്തിന്റെ കുടുക്കുകൾ മെല്ലെ അഴിച്ചുമാറ്റുന്നതായും അയാൾ ഭാവനയിൽ കണ്ടു. എവിടെയാണ് കത്തി തുളഞ്ഞുകയറേണ്ട തെന്ന ക്ലിനിക്കൽ തെരഞ്ഞെടുപ്പിനുശേഷം, അതിനെ കൃത്യമായി പ്രതിഷ്ഠിക്കുന്നു. ഒടുവിൽ, കത്തിപ്പിടി ഒളിപ്പിക്കാൻ തരമില്ലാതെ വൃത്തി കെട്ട ആ മരയുരുപ്പടി നെഞ്ചിൽ ചേർത്തുവയ്ക്കുന്നു. കണ്ടുകൊണ്ടിരുന്ന കാഴ്ചകളിൽ നിന്നുണർന്ന അയാൾ മെഡിക്കൽ ഡയറക്ടറോട് ഷോർട്ട്ഹൗസ് സാക്ഷിയായ ഫോൺവിളിയെക്കുറിച്ച് അന്വേഷിച്ചു.

"അത്തരമൊരു ഫോൺവിളിയെക്കുറിച്ച് മറ്റാരും പറഞ്ഞിട്ടില്ല. താഴേക്ക് ഇറങ്ങിച്ചെല്ലാനുള്ള ആ സ്ത്രീയുടെ സൂത്രപ്പണിയായിരിക്കുമോ അത്?"

"അതൊരു സങ്കല്പം മാത്രമാണ്, സൂപ്രണ്ടേ!"

അതൊരു പൊലീസ് യുക്തികൂടിയാണെന്ന് ഡാൽഗ്ലിഷ് സൗമ്യമായി പറഞ്ഞു. അതു കേൾക്കേണ്ട താമസം മെഡിക്കൽ ഡയറക്ടർ പറഞ്ഞു:

"രേഖകൾ സൂക്ഷിക്കുന്ന മുറിയുടെ പുറത്ത്, ടെലിഫോണിനോട് ചേർന്ന് ഒരു കാർഡ് തൂക്കിയിട്ടിട്ടുണ്ട്. ആർക്കു വേണമെങ്കിലും, ക്ലിനിക്കിൽ തീർത്തും അപരിചിതരായവർക്കുപോലും അതിൽനിന്ന് ബോലമിന്റെ നമ്പർ കണ്ടെത്താവുന്നതേയുള്ളൂ."

"പക്ഷേ, അപരിചിതനായ ഒരാളായിരുന്നു അങ്ങനെ വിളിച്ചതെങ്കിൽ, എന്തായിരിക്കും അവളുടെ സ്വാഭാവിക പ്രതികരണം? മറുത്തൊന്നും ചോദിക്കാതെ എന്തുകൊണ്ട് അവൾ ഉടൻതന്നെ താഴേക്കിറങ്ങിപ്പോയി? അതിനർത്ഥം അവൾ ആ ശബ്ദം തിരിച്ചറിഞ്ഞു എന്നുതന്നെയാണ്."

"എങ്കിലത് അവൾക്ക് പേടിയില്ലാത്ത ആരെങ്കിലുമായിരിക്കുമെന്ന് തീർച്ചയാണ്. എന്നാലും, വിലപ്പെട്ടതോ അപകടകരമോ ആയ എന്തോ ഒരു കാര്യം ലൗഡറെ അറിയിക്കാതിരിക്കാനാണ് അവളെ വകവരുത്തിയത് എന്ന സൂചനയുമായി അതിനെ കൂട്ടിക്കുഴയ്ക്കരുത്. അത്തരം ഭയാശങ്കകളോടെയല്ല അവൾ മരണത്തിലേക്ക് ഇറങ്ങിച്ചെന്നത്. വളരെപ്പെട്ടെന്ന്, വേദനയില്ലാതെയായിരുന്നു അവളുടെ മരണമെന്നു മാത്രമാണ് ഞാനിപ്പോൾ കരുതുന്നത്."

പോസ്റ്റുമോർട്ടം റിപ്പോർട്ടിൽനിന്ന് കൊലപാതകത്തെക്കുറിച്ചുള്ള കൂടുതൽ വിവരങ്ങൾ ലഭ്യമായിട്ടുണ്ടെങ്കിലും, തൽക്ഷണം മരണം സംഭവിച്ചുവെന്ന കാര്യം ഡാൽഗ്ലിഷ് സ്ഥിരീകരിച്ചു. എന്നിട്ട് അയാൾ കൂട്ടിച്ചേർത്തു.

"കൈയിൽ മരയുരുപ്പടിയുമായി നിൽക്കുന്ന കൊലയാളിയെ കണ്ട നിമിഷത്തെ ഭീകരമായ അമ്പരപ്പിനെ അതിജീവിക്കാൻ അവൾക്കു

കഴിഞ്ഞില്ല. എല്ലാം വളരെപ്പെട്ടെന്ന് കഴിയുകയും ചെയ്തു. കൊലയാളിയെ കണ്ടു മരവിച്ചുനിന്നുപോയ അവൾക്ക് ഒന്നുറക്കെ കരയാൻ പോലും ആവതില്ലാതായിപ്പോയി എന്നാണ് ഞാൻ കരുതുന്നത്. അഥവാ, അവളുണ്ടാക്കിയ ശബ്ദം കടലാസുകൂനകൾക്കും ശ്രീമതി കിംഗിന്റെ പരിശോധനാവേളയിലെ അലർച്ചകൾക്കിടയിലും പെട്ട് ശ്വാസം കിട്ടാതെ പിടഞ്ഞിട്ടുണ്ടാവണം."

ഒരു നിമിഷത്തെ ഇടവേളയ്ക്കുശേഷം അയാൾ തുടർന്നു:

"ബോലം കൊല്ലപ്പെട്ട കാര്യം താങ്കൾ മറ്റുള്ളവരോട് പറഞ്ഞിരുന്നോ? അത് എങ്ങനെയായിരുന്നു അവതരിപ്പിച്ചത്?"

"തീർച്ചയായും. ഞാൻ ജീവനക്കാരെയെല്ലാം കൺസൾട്ടിംഗ് മുറിക്കു മുന്നിൽ വിളിച്ചുകൂട്ടി - രോഗികൾ കാത്തിരിപ്പുമുറിയിലായിരുന്നു - ചുരുങ്ങിയ വാക്കുകളിൽ കാര്യം അവതരിപ്പിച്ചു. മരണവാർത്തയുടെ വിശദാംശങ്ങൾ അവരോട് വെളിപ്പെടുത്തരുതായിരുന്നുവെന്നാണോ താങ്കൾ പറഞ്ഞുവരുന്നത്?"

"അത്രയും വിശദാംശങ്ങൾ നൽകേണ്ടിയിരുന്നില്ല എന്നാണ് ഞാനുദ്ദേശിച്ചത്. അങ്ങനെയായിരുന്നെങ്കിൽ അക്കാര്യം എനിക്ക് കൂടുതൽ പ്രയോജനപ്പെടുമായിരുന്നു. നിരപരാധിയായ ഒരാൾ പറയുന്നതിനേക്കാൾ കൂടുതൽ വിശദാംശങ്ങൾ കൊലയാളി സ്വമേധയാ പറയുമായിരുന്നു."

മെഡിക്കൽ ഡയറക്ടർ ചിരിച്ചുകൊണ്ട് പറഞ്ഞു:

"ഞാനൊരു സൈക്യാട്രിസ്റ്റാണ്, കുറ്റാന്വേഷകനല്ല. കുറ്റകൃത്യങ്ങളോട് താങ്കൾക്കുള്ള പ്രതികരണമായിരിക്കില്ല എന്റേത്. കൊലപാതകശേഷം അവിടെക്കണ്ട കാര്യങ്ങൾ അതേ തീവ്രതയോടെ സഹപ്രവർത്തകർക്കു മുന്നിൽ അവതരിപ്പിക്കുക മാത്രമാണ് ഞാൻ ചെയ്തത്. അല്ലാതെ അവരെ കുടുക്കണമെന്നൊന്നും അന്നേരം തോന്നിയില്ല. കണ്ട കാര്യങ്ങൾ സത്യസന്ധമായി എന്റേതായ രീതിയിൽ അവരോടു പങ്കുവെച്ചു. അവർക്ക് എന്നിലുണ്ടായ വിശ്വാസം നിമിത്തം ഞാൻ പറഞ്ഞത് അവർ അതേപടി വിശ്വസിച്ചു."

അതെല്ലാം ശരിതന്നെ, പക്ഷേ ബുദ്ധിമാനായ ഒരാൾക്ക് കാര്യങ്ങൾ വിസ്തരിച്ചു പറയാതിരിക്കേണ്ടതിന്റെ പ്രാധാന്യമെന്തെന്ന് മനസ്സിലാക്കാവുന്നതേയുള്ളൂ എന്നായിരുന്നു ഡാൽഗ്ലിഷ് അന്നേരം ചിന്തിച്ചത്. മെഡിക്കൽ ഡയറക്ടറും ബുദ്ധിമാനായ ഒരാൾ തന്നെയാണ്. അതുകൊണ്ടാണ് അയാൾ ഈ കൂടിക്കാഴ്ചയെ അത്യന്തം ഗൗരവത്തോടെ നോക്കിക്കാണുന്നതും. സഹപ്രവർത്തകരായ ജീവനക്കാരോട് കൊലപാതകം സംബന്ധിച്ച വിവരം പങ്കുവയ്ക്കുമ്പോൾ അയാളുടെ നിലപാട് എന്തായിരുന്നു? അക്കാര്യം പറയുമ്പോൾ അയാൾ വിവേകശൂന്യമായി പെരുമാറിയെന്നു കരുതാനാവുമോ? എങ്കിലും, അത്തരമൊരു വിവരണംകൊണ്ട് എല്ലാ ജീവനക്കാരേയും ഒരുപോലെ വഴിതെറ്റിക്കാനാവുമോ? പ്രത്യേകിച്ചും ഡോ. സ്റ്റെയ്നറും ഡോ. ബാഗ്ലിയും നാഗലും

ഡോ. ഇൻഗ്രാമും സിസ്റ്റർ ആംബ്രോസും സംഭവസ്ഥലത്തുചെന്ന് മൃതദേഹം കണ്ട സ്ഥിതിക്ക് അങ്ങനെ സംഭവിക്കാനിടയില്ല.

മിസ് പ്രൈഡിയും മൃതദേഹം കണ്ടിരുന്നെങ്കിലും രണ്ടാമതൊന്നു കാണാൻ നിൽക്കാതെ അവൾ അവിടെ നിന്ന് പാഞ്ഞുപോയി. ബോലം നേഴ്സും ശ്രീമതി ബോസ്റ്റോക്കും ശ്രീമതി ഷോർട്ട്ഹൗസും മിസ് സാക്സണും മിസ് കെറ്റിലും കല്ലിയും അക്കൂട്ടത്തിലുണ്ടായിരുന്നു. അതുകൊണ്ടുതന്നെ, അവരാരുമല്ല കൊലയാളിയെന്ന് ചുരുങ്ങിയപക്ഷം ഈതറീഗെങ്കിലും കരുതാനിടയുണ്ട്. കുറ്റകൃത്യം നടന്ന സമയത്ത് മറ്റൊരിടത്തായിരുന്നു എന്നു വാദിക്കാൻ കല്ലിക്കും ഷോർട്ട്ഹൗസിനും സാധിക്കും. ബോലം നേഴ്സിനേയോ ശ്രീമതി ബോസ്റ്റോക്കിനെയോ മിസ് സാക്സനെയോ മനപ്പൂർവ്വം കുടുക്കാൻവേണ്ടി മെഡിക്കൽ ഡയറക്ടർ ഒപ്പിച്ച കെണിയായിരിക്കുമോ അത്? അല്ലെങ്കിൽ, മെഡിക്കൽ ഡയറക്ടർക്ക് ഉറപ്പുണ്ടായിരിക്കും കൊലപാതകി ഒരു പുരുഷനാണെന്ന്. എന്നാൽ അക്കാര്യത്തിൽനിന്ന് ശ്രദ്ധതിരിക്കാൻ വേണ്ടി അതൊരു സ്ത്രീ ആയിക്കൂടേ എന്ന് സംശയം പ്രകടിപ്പിക്കുന്നുമാകാം. മെഡിക്കൽ ഡയറക്ടർ പറഞ്ഞ സൂചനകളിൽ ഏറ്റവും ശക്തമായത് തീപ്പിടുത്തമുണ്ടായാൽ രക്ഷപ്പെടാൻ കഴിയുന്ന വാതിലിനെക്കുറിച്ചുള്ള വെളിപ്പെടുത്തലാണ്. രണ്ടാംനിലയിലോ മൂന്നനിലയിലോ ജോലി ചെയ്യുന്നവർക്കുപോലും അതുവഴി പുറത്തേക്ക് രക്ഷപ്പെടാനുള്ള വഴിയുണ്ടെന്നാണ് അയാൾ പറഞ്ഞത്. എന്തായാലും, അയാൾ അന്നേരമുണ്ടായിരുന്നത് രണ്ടാംനിലയിലെ കൺസൾട്ടിംഗ് മുറിയിലായിരുന്നു. പക്ഷേ, കൊലയാളിക്കുവേണ്ടി ആ വാതിൽ തുറന്നിട്ടിരിക്കുകയായിരുന്നുവെന്ന് വിശ്വസിക്കാൻ പ്രയാസമുണ്ട്. അഥവാ, അതുവഴി കൊലയാളി രക്ഷപ്പെട്ടിട്ടുണ്ടെങ്കിൽ അത് ഉള്ളിൽനിന്ന് പൂട്ടാൻ ഏതെങ്കിലുമൊരു രണ്ടാമന് മാത്രമേ കഴിയൂ. ഇനി അതുകൊണ്ടായിരിക്കുമോ അടിത്തട്ടിലെ വാതിൽ വേഗം അടച്ചു കുറ്റിയിടാൻ തീരുമാനിച്ചത്?

ഡോ. സ്റ്റെയിനറായിരുന്നു പിന്നീടുവന്നത്. ഉയരം കുറഞ്ഞതെങ്കിലും ചുറുചുറുക്കുള്ള മനുഷ്യൻ. ബോലമിന്റെ മേശപ്പുറത്തിരുന്ന വിളക്കിന്റെ പ്രകാശം അയാളുടെ വിളറിവെളുത്ത കൈകളെ ചെറിയതോതിൽ മിനുസമുള്ളതാക്കി. പുറമെ ശാന്തനായിരുന്നെങ്കിലും അയാൾ സാമാന്യം നന്നായി വിയർക്കുന്നുണ്ടായിരുന്നു. പരമ്പരാഗതരീതിയിലുള്ള കറുത്ത കോട്ടായിരുന്നു അയാളുടെ വേഷമെങ്കിലും, വിയർപ്പിന്റെ രൂക്ഷഗന്ധം അതിൽ വീർപ്പുമുട്ടിനിന്നു. നാല്പത്തിരണ്ടു വയസ്സാണ് പ്രായമെന്ന് അയാൾ പറഞ്ഞപ്പോൾ ഡാൽഗ്ലിഷ് തെല്ലൊന്നമ്പരന്നു. അയാൾക്ക് അതിനേക്കാൾ പ്രായം തോന്നിച്ചു. തിളക്കമുള്ള ചർമ്മവും കണ്ണുകളും എന്നോ ഒരിക്കൽ ഉണ്ടായിരുന്നുവെന്ന് ഓർമ്മിപ്പിക്കുന്ന രൂപമായിരുന്നെങ്കിലും, ഇടതൂർന്ന കറുത്ത തലമുടി കഴിയുന്നത്ര പിന്നിലേക്ക് കോതിയൊതുക്കാൻ അയാൾ ബദ്ധശ്രദ്ധനായിരുന്നു. അക്കാരണംകൊണ്ടുതന്നെയാണ് നെറ്റി പിന്നിലേക്ക് കയറി പ്രായക്കൂടുതൽ തോന്നിപ്പിച്ചത്.

ഒരു കുറ്റാന്വേഷണ ഉദ്യോഗസ്ഥനൊപ്പം സമയം ചെലഴിക്കാൻ കിട്ടിയ അവസരം ആഘോഷമാക്കി മാറ്റാൻതന്നെ ഡോ. സ്റ്റെയ്നർ തീരുമാനിച്ചു. 'സുഖം തന്നെയല്ലേ?' എന്നു ചോദിച്ചുകൊണ്ട് അയാൾ കുറേനേരം ഡാൽഗ്ലിഷിന്റെ കൈപിടിച്ചുകുലുക്കി. അതിനിടയിൽ, എഴുത്തുകാരനായ ആഢം ഡാൽഗ്ലിഷിനോടു തന്നെയല്ലേ താൻ സംസാരിക്കുന്നതെന്നു തിരക്കാനും അയാൾ മറന്നില്ല.

"ഞാൻ താങ്കളുടെ കവിതകൾ വായിച്ചിട്ടുണ്ട്."

ആത്മവിശ്വാസത്തോടെ അയാൾ പ്രഖ്യാപിച്ചു. എന്നിട്ട് തുടർന്നു:

"മോഹനമായ പദലാളിത്യത്തിന്റെ കാര്യത്തിൽ താങ്കളെ ഞാൻ അഭിനന്ദിക്കുന്നു. ആദ്യ കവിത മുതൽ തുടർച്ചയായി വായിക്കുകയെന്നതാണ് എന്റെ രീതി. പത്താമത്തെ പേജിലെത്തിയപ്പോൾ എനിക്കുറപ്പായി, ഒരു പുതിയ കവിയെ ലഭിച്ചിരിക്കുന്നുവെന്ന്."

കവിത വായിച്ചതുകൊണ്ടു മാത്രമല്ല, മറ്റു ചില ഉൾക്കാഴ്ചകൾ പങ്കുവെച്ചതുകൊണ്ടുകൂടിയാണ് ഡോ. സ്റ്റെയ്നർ പറഞ്ഞകാര്യങ്ങളെ ഡാൽഗ്ലിഷ് അംഗീകരിച്ചത്. പത്താംപേജിലെത്തുമ്പോൾ, തനിക്കും അങ്ങനെ തോന്നിയിരുന്നതായി ഡാൽഗ്ലിഷ് ഓർത്തു. നോട്ടിംഗ്ഹാമിലുള്ള യുവനാടകകൃത്തായ എറിൻ ബേൽസിനെ പരിചയമുണ്ടായെന്ന് ഡോ. സ്റ്റെയ്നർ ഡാൽഗ്ലിഷിനോട് തിരക്കി. കൂടിക്കാഴ്ചയുടെ യഥാർത്ഥലക്ഷ്യത്തിൽനിന്ന് സാഹിത്യനിരൂപണത്തിലേക്ക് സംഭാഷണം വഴിമാറിപ്പോകുന്നുവെന്ന് തിരിച്ചറിഞ്ഞ ഡാൽഗ്ലിഷ് ബേൽസിനെ നിഷ്കരുണം തള്ളിക്കളഞ്ഞു പ്രതീക്ഷകൾ അസ്ഥാനത്തായതോടെ ഡോ. സ്റ്റെയ്നറും കറങ്ങിത്തിരിഞ്ഞ് സംഭവസ്ഥലത്തെത്തി.

"ഭീകരമായിരുന്നു, അത്യന്തം ഭീകരമായിരുന്നു ഇവിടെ നടന്ന സംഭവങ്ങൾ. മൃതദേഹം ആദ്യമായി കണ്ടവരിൽ ഒരാളായിരുന്നു ഞാനെന്ന് താങ്കൾക്കറിയാമല്ലോ? സത്യം പറഞ്ഞാൽ അതെന്നെ വല്ലാതെ തളർത്തിക്കളഞ്ഞു. ഈ കൊടുംഭീകരത എല്ലാവരെയും ശരിക്കും ഞെട്ടിച്ചു. ഞങ്ങളുടെ മെഡിക്കൽ ഓഫീസർ ഡോ. ഈതറീഗ് ഈ വർഷം അവസാനം വിരമിക്കാനിരിക്കുകയായിരുന്നു. അദ്ദേഹത്തിന്റെ സേവനകാലത്തിന്റെ അവസാനനാളുകളിൽത്തന്നെ ഇത്തരമൊരു അനിഷ്ടസംഭവമുണ്ടായതാണ് കഷ്ടം."

ദുഃഖഭാവത്തിൽ തലകുലുക്കിയെങ്കിലും അയാളുടെ കൺകോണിലെവിടെയോ സന്തോഷം തുടിക്കുന്നതുപോലെ ഡാൽഗ്ലിഷിന് തോന്നി.

രഹസ്യങ്ങൾ അനാവൃതമാക്കിയ ശേഷം വിരലടയാള വിദഗ്ധൻ കൊണ്ടുവന്ന തിപ്പെറ്റിന്റെ മരയുരുപ്പടി അന്നേരം ഡാൽഗ്ലിഷിന്റെ മേശപ്പുറത്തുണ്ടായിരുന്നു. ഡോ. സ്റ്റെയ്നർ അതിന്മേൽ തൊട്ടുനോക്കാൻ ശ്രമിക്കുകയും പെട്ടെന്ന് കൈ പിൻവലിക്കുകയും ചെയ്തുകൊണ്ട് ചോദിച്ചു:

"ഞാനിതിന്മേൽ തൊടാതിരിക്കുന്നതാണ് നല്ലതെന്നു തോന്നുന്നു. വിരലടയാളം പതിഞ്ഞാൽ കുഴപ്പമാകില്ലേ?"

ഡാൽഗ്ലിഷിനെ ഒന്നു പാളിനോക്കിയിട്ട് തുടർന്നു:

"രസകരമായ രൂപമാണിത്, അല്ലേ? ശരിക്കും പ്രശംസനീയം തന്നെ. മുൻപരിചയമോ പരിശീലനമോ പോലുമില്ലാതെ, മനോരോഗിയായ ഒരാൾക്ക് ഉദാത്ത കലാരൂപങ്ങൾ നിർമ്മിക്കാൻ കഴിയുമോ? താങ്കളെപ്പോഴെങ്കിലും അത്തരം കാര്യങ്ങൾ ശ്രദ്ധിച്ചിട്ടുണ്ടോ, സൂപ്രണ്ടേ? കലാപരമായ കഴിവുകളെക്കുറിച്ച് അത് ഒരുപാട് ചോദ്യങ്ങൾ ഉയർത്തുന്നുണ്ട്. രോഗമുക്തരാവുമ്പോഴേക്കും അത്തരക്കാരുടെ കഴിവുകൾ വഷളാവുകയും സർഗാത്മകത നഷ്ടപ്പെടുകയും ചെയ്യും. രോഗാവസ്ഥയിലായിരിക്കുമ്പോൾ നിർമ്മിക്കുന്ന കലാവസ്തുക്കളുടെ മൂല്യത്തോടു കിടപിടിക്കുന്നതൊന്നും പിന്നീട് അവരിൽ നിന്നുണ്ടാവുകയുമില്ല. ആർട്ട് തെറാപ്പി വിഭാഗത്തിൽ അത്തരത്തിലുള്ള ഒരുപാട് ഉദാഹരണങ്ങളുണ്ട്. എന്തൊക്കെയാണെങ്കിലും, ഈ ഉരുപ്പടി അനുപമാണ്. ഇത് നിർമ്മിക്കുമ്പോൾ തിപ്പെറ്റ് കടുത്ത മാനസികരോഗിയായിരുന്നു. ഇതിന്റെ നിർമ്മാണം പൂർത്തിയാക്കി, അധികം വൈകാതെ അയാൾ ആശുപത്രി വിടുകയും ചെയ്തു. അയാളൊരു സ്കിസോഫ്രീനിക്കാണ്. രോഗത്തിന്റെ തീവ്രത ശരിക്കും വെളിപ്പെടുന്ന മട്ടിലാണ് ഈ ഉരുപ്പടിയുടെ നിർമ്മാണം. തവളക്കണ്ണുകളും വിശാലമായ മൂക്കിലെ ദ്വാരങ്ങളും കണ്ടാൽ അക്കാര്യം ബോധ്യമാകും. ഒരിക്കൽ തിപ്പെറ്റിന്റെ രൂപവും ഏതാണ്ട് അതുപോലെ തന്നെയായിരുന്നു.

"അത് എവിടെയാണിരിക്കുന്നതെന്ന് എല്ലാവർക്കും അറിയാമായിരുന്നെന്നു തോന്നുന്നു, അല്ലേ?"

ഡാൽഗ്ലിഷ് അലസമായി ചോദിച്ചു.

"ഓ, അതെ! ആർട്ട് തെറാപ്പി വിഭാഗത്തിലെ ഷെൽഫിലായിരുന്നു അതിരുന്നത്. കമ്മിറ്റി അംഗങ്ങളുടെ പരിശോധനയോ സന്ദർശനങ്ങളോ ഉണ്ടാകുമ്പോൾ ഡോ.ബാഗ്ലിയുടെ പതിവ് പ്രദർശനവസ്തുവായിരുന്നു ആ ഉരുപ്പടി. അതുകൊണ്ടുതന്നെ, അക്കാര്യത്തിൽ തിപ്പെറ്റിനും അഭിമാനം തോന്നിയിരുന്നു. ആർട്ട് തെറാപ്പിസ്റ്റായ ശ്രീമതി ബാംഗർട്ടനും നല്ലത് തിരഞ്ഞെടുത്ത് പ്രദർശിപ്പിക്കാൻ പ്രത്യേക താത്പര്യം പ്രകടിപ്പിച്ചിരുന്നു. അങ്ങനെയാണ് അവളുടെ ഷെൽഫുകൾ സ്ഥാപിക്കപ്പെട്ടത്. അവളിപ്പോൾ അസുഖബാധിതയായി അവധിയിലാണ്. എങ്കിലും താങ്കൾ ഞങ്ങളുടെ ആർട്ട് തെറാപ്പി വിഭാഗം സന്ദർശിക്കുമെന്ന് കരുതുന്നു?"

ആർട്ട് തെറാപ്പി വിഭാഗം കണ്ടുകഴിഞ്ഞുവെന്ന് ഡാൽഗ്ലിഷ് പറഞ്ഞു.

"എന്റെ സഹപ്രവർത്തകരിൽ ചിലരൊക്കെ പറയുന്നത് ആർട്ട് തെറാപ്പി ഒരു പാഴ്ചെലവാണെന്നാണ്."

ഡോ. സ്റ്റെയ്നർ മനോഗതം വെളിപ്പെടുത്തി.

"തീർച്ചയായും, ഞാനൊരിക്കലും ശ്രീമതി ബാംഗർട്ടനെ ഒരു കാര്യത്തിനും ഉപയോഗിച്ചിട്ടില്ല. മാത്രമല്ല, അതിന് അത്രമാത്രം സഹിഷ്ണുതയും വേണം. ഇ.സി.ടി. മുറിയിലേക്ക് പറഞ്ഞയയ്ക്കുന്നതിനു

പകരം, ഡോ. ബാഗ്ലി രോഗികളെ മിക്കപ്പോഴും വിടുന്നത് ആർട്ട് തെറാപ്പി വിഭാഗത്തിലേക്കായിരിക്കും. രോഗികളുടെ കലാവാസനകളിലൂടെ രോഗത്തിന്റെ തീവ്രത കണ്ടെത്താനാകുമെന്നാണ് അയാളുടെ കണ്ടെത്തൽ. എനിക്കെന്തോ, അതത്ര നല്ല കാര്യമായി തോന്നുന്നില്ല. എന്തൊക്കെപ്പറഞ്ഞാലും ബാംഗർട്ടൻ ശരാശരിയിലും താഴെ നിലവാരമുള്ള ഒരു സാധാരണ സൈക്കോതെറാപ്പിസ്റ്റാണ്. അക്കാര്യം തുറന്നുപറയുന്നതുകൊണ്ട് എനിക്കൊരു പേടിയുമില്ല. രോഗവിശകലനം സംബന്ധിച്ച് അവൾക്ക് ഒരു പരിശീലനവും കിട്ടിയിട്ടില്ല."

"ആ പെയിന്റുകത്തിയെക്കുറിച്ച് എന്തെങ്കിലും അറിയാമോ? അത് എവിടെയാണ് സൂക്ഷിച്ചിരുന്നതെന്ന് ഡോക്ടർക്കറിയാമോ?

"അതുപിന്നെ, എനിക്കത് അറിയില്ല. സൂപ്രണ്ടേ, ഞാനുദ്ദേശിച്ചത്, കാവൽക്കാരുടെ വിശ്രമമുറിയിൽ എവിടെയോ നാഗൽ അവന്റെ ഉപകരണങ്ങൾ സൂക്ഷിച്ചിട്ടുണ്ടെന്നറിയാം. പക്ഷേ, കൃത്യമായി അതെവിടെയാണ് ഇരിക്കുന്നതെന്ന് എനിക്കറിയില്ല."

"സാമാന്യം വലിപ്പമുള്ള ആ പെട്ടി വിശ്രമമുറിയിലെ ചെറിയ മേശപ്പുറത്തുണ്ടാകും. അതിനുമുകളിൽ പേരെഴുതി ഒട്ടിച്ചിരിക്കുന്നതുകൊണ്ട് കണ്ണിൽപ്പെടാതിരിക്കാൻ വഴിയില്ല."

"ഓഹോ, എന്നാലത് ശരിയായിരിക്കും! പിന്നെ, എനിക്ക് കാവൽക്കാരുടെ മുറിയിൽ പോകേണ്ട കാര്യമൊന്നുമില്ല. എല്ലാ ഡോക്ടർമാരുടെ കാര്യവും അങ്ങനെതന്നെ. ഇനിയെങ്കിലും ആ പെട്ടി പൂട്ടി എവിടെയെങ്കിലും സുരക്ഷിതമായി വയ്ക്കണം. പെട്ടി പൂട്ടാതെ സൂക്ഷിക്കാൻ ബോലം നാഗലിനെ അനുവദിച്ചത് ഒട്ടും ശരിയായില്ല. ഇനി, ഇടയ്ക്കൊക്കെ രോഗികളുടെ കൈവശം മാരകായുധങ്ങളുണ്ടോ എന്നുകൂടി പരിശോധിക്കേണ്ടിയിരിക്കുന്നു.

"അങ്ങനെയൊക്കെയാണ് കാര്യങ്ങൾ."

"ഒരേസമയം ഒരുപാട് രോഗികളെ ചികിത്സിക്കാൻ വേണ്ടി പണികഴിപ്പിച്ചതൊന്നുമല്ല ഈ ക്ലിനിക്ക്. മധ്യവർഗത്തിൽപ്പെട്ടവർക്കും ഉയർന്ന ബുദ്ധിസാമർത്ഥ്യമുള്ളവർക്കുംവേണ്ടി സ്ഥാപിതമായതാണ് ഈ മനോരോഗക്ലിനിക്ക്. മനോരോഗാശുപത്രിയിൽ പ്രവേശിക്കുന്നത് സ്വപ്നത്തിൽപോലുമില്ലാത്തവരെ ചികിത്സിക്കാൻ വേണ്ടിയുള്ളതാണ് ഈ സ്ഥാപനം - എങ്കിലും ഇതൊരു സാധാരണ ഔട്ട്പേഷ്യന്റ് വിഭാഗവുമല്ല. കൂടാതെ, ഗവേഷണത്തിനുവേണ്ടി ഞങ്ങൾ ജോലിയുടെ വലിയൊരു പങ്ക് സമയവും നീക്കിവച്ചിരിക്കുകയുമാണ്."

"ശരി. ഇന്നു വൈകീട്ട് ആറിനും ഏഴിനുമിടയിലുള്ള സമയം നിങ്ങൾ എങ്ങനെയാണ് ചെലവഴിച്ചത്, ഡോക്ടർ?"

ഡാൽഗ്ലിഷ് അന്വേഷിച്ചു.

രസം പിടിച്ചുവന്ന സംഭാഷണത്തിനിടയിൽ കയറി ചോദിച്ചതിന്റെ എല്ലാ നീരസവും ഡോ. സ്റ്റെയ്നറുടെ മുഖത്തുണ്ടായിരുന്നു. എങ്കിലും, വെള്ളിയാഴ്ചകളിലെ പതിവ് സൈക്കോതെറാപ്പി സെഷനുകളെ ഓർത്തു കൊണ്ട്, അയാൾ സൗമ്യനായി സംസാരിച്ചുതുടങ്ങി.

“എന്റെ ആദ്യരോഗി ബുക്ക് ചെയ്തതനുസരിച്ച് ഞാനിന്ന് വൈകിട്ട് അഞ്ചരയ്ക്കായിരുന്നു ക്ലിനിക്കിലെത്തിയത്. പക്ഷേ, നിർഭാഗ്യവശാൽ അയാൾ എത്തിയില്ല. അയാളുടെ ചികിത്സ ഒരു പ്രത്യേക ഘട്ടത്തിലെ ത്തിയതായിരുന്നു. എങ്കിലും ഇങ്ങനെ മുടങ്ങുന്നത് ഒട്ടും ഗുണകരമല്ല. ബർഗി ആറേകാലിനായിരുന്നു ബുക്ക് ചെയ്തിരുന്നത്. അയാൾ കൃത്യ നിഷ്ഠയുള്ളയാളാണ്. താഴത്തെ നിലയിലെ രണ്ടാമത്തെ കൺസൾട്ടിംഗ് മുറിയിലായിരുന്നു ഞാൻ അയാളെ കാത്തിരുന്നത്. ഏതാണ്ട് ആറ് പത്താ യപ്പോഴേക്കും അയാളെത്തി. പിന്നെ, ഞങ്ങളൊന്നിച്ച് എന്റെ മുറിയിലേക്ക് പോയി. ഡോ. ബാഗ്ലിയുടെ രോഗികൾക്കൊപ്പം പൊതു വിശ്രമമുറിയിലി രിക്കുന്നത് ബർഗിക്ക് ഇഷ്ടമല്ല. അക്കാര്യത്തിൽ അയാളെ ഞാൻ കുറ്റ പ്പെടുത്തുകയുമില്ല. ബർഗിയെക്കുറിച്ച് താങ്കൾ കേട്ടിട്ടുണ്ടാവുമെന്നാണ് ഞാൻ പ്രതീക്ഷിക്കുന്നത്. ‘സദാചാരത്തിന്റെ ആത്മാക്കൾ’ എന്ന പേരിൽ രസകരമായ ഒരു നോവൽ അയാൾ എഴുതിയിട്ടുണ്ട്. നഗരപരിസര ങ്ങളിലെ ലൈംഗികസംഘർഷങ്ങളെ അതീവഹൃദ്യമായി അതിൽ അവതരിപ്പിച്ചിട്ടുണ്ട്. ഓ, ഞാൻ മറന്നു. സ്വാഭാവികമായും ബർഗിയു മായുള്ള താങ്കളുടെ കൂടിക്കാഴ്ച കഴിഞ്ഞുകാണുമല്ലോ?”

അത്രയുമായപ്പോഴേക്കും ഡാൽഗ്ലിഷിന് മടുത്തുകഴിഞ്ഞിരുന്നു. വിരസവും എങ്ങും തൊടാതെ നീണ്ടുപോകുന്നതുമായ സംഭാഷണം കൊണ്ട് യാതൊരു അർത്ഥവുമില്ലെന്ന് അയാൾക്കു തോന്നി. ആ പുസ്തകത്തെക്കുറിച്ചും അയാൾ കേട്ടിട്ടുണ്ട്. ഏതാണ്ട് രണ്ടുലക്ഷം വാട്ടുകൾ നിരത്തിവച്ച, ലൈംഗിക സന്ദർഭങ്ങളുംകൊണ്ട് പൊതിഞ്ഞ, തൊട്ടടുത്ത പേജിൽ എന്താണ് സംഭവിക്കാൻ പോകുന്നതെന്ന് മുൻകൂട്ടി വായിച്ചെടുക്കാനാവുന്ന, കരടുമുരടായ ഒരു കടലാസുകെട്ടായിരുന്നു ബർഗിയുടെ നോവൽ.

ഈ കൊലപാതകത്തിൽ ബർഗി ഏതെങ്കിലും തരത്തിലുള്ള പങ്കു വഹിച്ചിട്ടുണ്ടെന്ന് ഡാൽഗ്ലിഷിന് തോന്നിയതേയില്ല. ലൈംഗികതയും ക്രൂരതയും ഇടകലർത്തി എഴുതുന്ന എഴുത്തുകാരൻ ഒന്നുകിൽ ഷണ്ഡനോ അല്ലെങ്കിൽ ഭീരുവോ ആയിരിക്കാനാണ് സാധ്യതയെന്ന് ഡാൽഗ്ലിഷിന് അറിയാമായിരുന്നു. എങ്കിലും അയാളൊരിക്കലും നുണ യനായിരിക്കില്ല.

ഡാൽഗ്ലിഷ് ചോദിച്ചു:

“നിങ്ങൾ പറഞ്ഞ സമയങ്ങൾ ശരിതന്നെയല്ലേ, ഡോക്ടർ? ബർഗി പറഞ്ഞത് അയാൾ ആറേകാലിനാണ് വന്നതെന്നും കല്ലി അന്നേരമാണ് ബുക്ക് ചെയ്തതെന്നുമാണ്. എന്നിട്ട്, നേരേ നിങ്ങളുടെ സ്വന്തം

കൺസൾട്ടിംഗ് മുറിയിലേക്ക് വന്നുവെന്നാണ് അയാൾ പറഞ്ഞത്. അക്കാര്യം കല്ലിയോട് ചോദിച്ചപ്പോൾ, നിങ്ങളുടെ ഒരു രോഗി വന്നില്ലെന്നും എന്നിട്ടും പത്ത് മിനിട്ട് കഴിഞ്ഞാണ് ബർഗിക്ക് താങ്കളെ കാണാൻ കഴിഞ്ഞതെന്നുമാണ് പറഞ്ഞത്. ആ സമയത്ത് താങ്കൾ എവിടെയാണെന്ന കാര്യത്തിൽ അയാൾ അസ്വസ്ഥനായിരുന്നുവെന്നും താങ്കളെ അന്വേഷിച്ചു കണ്ടെത്തണമെന്ന് ചിന്തിച്ചിരുന്നുവെന്നും പിന്നീട് അയാൾ പറഞ്ഞു."

തന്റെ രോഗി സമയക്രമം തെറ്റിച്ചതൊന്നും ഡോ. സ്റ്റെയ്നറെ ഭയപ്പെടുത്തുകയോ ദേഷ്യപ്പെടുത്തുകയോ ചെയ്തില്ല. എന്തായാലും, അതു കേട്ടതോടെ അയാൾ ഉന്മേഷവാനായി.

"ബർഗി അങ്ങനെ പറഞ്ഞെങ്കിൽ അത് സന്തോഷകരമാണ്. അയാൾ പറയുന്നത് ശരിയാകാനാണ് സാധ്യത. എനിക്കു തോന്നുന്നത് താങ്കളുടെ സെഷൻ തുടങ്ങാൻ അല്പം വൈകിയതുകൊണ്ടാവാം അങ്ങനെ സംഭവിച്ചതെന്നാണ്. 6.25നാണ് ഞാൻ അയാളെ കണ്ടതെന്നാണ് അയാൾ പറയുന്നതെങ്കിൽ ഒരു സംശയവും വേണ്ട. അയാൾ പറയുന്നത് ശരിയാണ്. പാവം, അയാൾക്ക് ഇന്നു വൈകീട്ട് വളരെ ചെറുതും ഇടയ്ക്കുവച്ച് തടസ്സപ്പെട്ടതുമായ ഒരു സെഷനായിരുന്നു കിട്ടിയത്. ചികിത്സയുടെ ഈ നിർണായക ഘട്ടത്തിൽ അതൊരു ദൗർഭാഗ്യകരമായ സംഭവമായിപ്പോയി.

"താങ്കളുടെ രോഗി വന്നപ്പോൾ മുന്നിലെ കൺസൾട്ടിംഗ് മുറിയിൽ ഉണ്ടായിരുന്നില്ലെങ്കിൽ പിന്നെ, അന്നേരം താങ്കൾ എവിടെയായിരുന്നു?"

ഡാൽഗ്ലിഷിന്റെ സൗമ്യമായ ചോദ്യം ഡോ. സ്റ്റെയ്നറെ പിന്തുടർന്നു.

പെട്ടെന്ന്, വിസ്മയകരമായ ഒരു ഭാവമാറ്റം ഡോ. സ്റ്റെയ്നറുടെ മുഖത്തുണ്ടായി. വേണ്ടാതീനം കാട്ടിയതിന് പിടിക്കപ്പെട്ട കുട്ടിയുടെ സങ്കോചം അയാളുടെ മുഖത്ത് അന്നേരം പ്രകടമായി. അത് ഭയന്നതുകൊണ്ടായിരുന്നില്ല, മറിച്ച് കടുത്ത കുറ്റബോധംകൊണ്ടായിരുന്നു. കൺസൾട്ടന്റ് സൈക്യാട്രിസ്റ്റിൽനിന്ന് കുട്ടിക്കുറ്റവാളിയിലേക്കുള്ള ആ രൂപാന്തരീകരണം ഹാസ്യജനകമായിരുന്നു.

"പക്ഷേ ഞാനക്കാര്യം പറഞ്ഞിരുന്നല്ലോ, സൂപ്രണ്ടേ! ഞാൻ രണ്ടാമത്തെ കൺസൾട്ടിംഗ് മുറിയിലായിരുന്നു. മുന്നിലുള്ള മുറിക്കും രോഗികളുടെ കാത്തിരിപ്പുമുറിക്കും ഇടയിലുള്ള ഒരു സ്ഥലമാണത്."

"ഡോക്ടർ അവിടെ എന്തെടുക്കുകയായിരുന്നു?"

ശരിക്കും ചിരിക്കാൻ വക നൽകിയ ഒരു സംഗതിയായിരുന്നു അത്! എന്തായിരിക്കും ഡോ. സ്റ്റെയ്നർ അവിടെ ചെയ്തുകൊണ്ടിരുന്നത്? ഡാൽഗ്ലിഷിന്റെ മനസ്സ് പലവിധ സാധ്യതകളിലേക്ക് തിരിഞ്ഞു. അശ്ലീല പുസ്തകം വായിക്കുകയായിരുന്നോ? അതോ, ഷോർട്ട്ഹൗസുമായി

ശൃംഗരിക്കുകയായിരുന്നോ? എന്തായാലും കൊലപാതകത്തിന് തയ്യാറെടുക്കുകയായിരുന്നെങ്കിൽ അത്തരം കാര്യങ്ങളൊന്നും ചെയ്യാനിടയില്ല. പക്ഷേ, എന്തായാലും ഡോക്ടർ ആ സത്യം തുറന്നുപറഞ്ഞേ മതിയാകൂ. ഒടുവിൽ, ലജ്ജ കലർന്ന മുഖഭാവത്തോടെ, അയാൾ പറഞ്ഞുതുടങ്ങി.

"ആ ചോദ്യത്തിൽ ഒരു കുസൃതി ഒളിഞ്ഞുകിടക്കുന്നത്, എനിക്കു മനസ്സിലായി... പക്ഷേ... അതു പിന്നെ... അത്യാവശ്യം തിരക്കുള്ള ദിവസമായിരുന്നു, പോരാത്തതിന് ഇളംചൂടും... അതുകൊണ്ട് ഞാൻ പതുപതുപ്പുള്ള കസേരയിൽ ചാരിക്കിടന്ന്..."

ഒരു വഷളൻ ചിരിയുടെ അകമ്പടിയോടെ അയാൾ തുടർന്നു:

"...സത്യം പറഞ്ഞാൽ, സൂപ്രണ്ടേ, ബോലം മരണപ്പെട്ടു എന്നു പറയപ്പെടുന്ന സമയത്ത് ഞാൻ, ആ കിടക്കയിൽ, സങ്കല്പസുന്ദരിമാരുമായി ചന്ദ്രോത്സവം ആഘോഷിക്കുകയായിരുന്നു!"

നെഞ്ചിൽ തളംകെട്ടിക്കിടന്ന് ശ്വാസംമുട്ടിച്ച ഭാരം ഇറക്കിവയ്ക്കാൻ സാധിച്ചതോടെ ഡോ. സ്റ്റെയ്നർ സ്വതന്ത്രനായതുപോലെ കാണപ്പെട്ടു. നിഷ്കളങ്കമായ കുമ്പസാരത്തിനുശേഷം അയാൾ കൂടുതൽ സന്തോഷവാനായി. അതുകൊണ്ടുതന്നെ, അയാളെ ഇനി ഒഴിവാക്കാൻ പ്രയാസമായിരിക്കുമെന്ന് ഡാൽഗ്ലിഷിന് തോന്നി. അയാളിൽനിന്ന് ഇനിയൊന്നും കിട്ടാനിടയില്ലെന്നു മനസ്സിലാക്കിയ ഡാൽഗ്ലിഷ്, അയാളുടെ സ്ഥാനത്തേക്ക് ഡോ. ബാഗ്ലിയെ വിളിപ്പിച്ചു.

ഡോ. ബാഗ്ലിയും തന്റെ സഹപ്രവർത്തകരെപ്പോലെത്തന്നെ, നീണ്ട കാത്തിരിപ്പിനെക്കുറിച്ച് പരാതിയൊന്നും പറഞ്ഞില്ല. അകത്തേക്കു കയറിവന്ന അയാൾ അപ്പോഴും ധരിച്ചിരുന്ന വെളുത്ത കോട്ട് ഊരി കസേരയിലിട്ടു. കസേരയിൽ സ്വസ്ഥമായി ഇരിക്കാൻ അയാൾക്ക് എന്തോ ബുദ്ധിമുട്ടുള്ളതുപോലെ തോന്നി. ചുമലുകൾ ചലിപ്പിച്ചും കാലുകൾ മാറ്റിമറ്റിപ്പിണച്ചും സ്വസ്ഥത കൈവരിക്കാൻ അയാൾ ശ്രമിക്കുന്നുണ്ടായിരുന്നു. അയാളുടെ മേൽച്ചുണ്ടിൽനിന്ന് മൂക്കിലേക്ക് കയറിപ്പോകുന്ന ഓടയുടെ ആഴവും തലമുടിയിഴകളിലെ ഈർപ്പവും മേശവിളക്കിന്റെ പ്രകാശത്തിൽ കൂടുതൽ പ്രകടമായി. ഒരു സിഗരറ്റിന് തീ കൊളുത്തിയശേഷം, കോട്ടിന്റെ പോക്കറ്റിൽനിന്ന് ഒരു കടലാസെടുത്ത് മാർട്ടിനു കൈമാറി.

"ഇതിൽ എന്റെ വ്യക്തിവിവരങ്ങൾ എഴുതിയിട്ടുണ്ട്. അത്രയും സമയം ലാഭിക്കാമല്ലോ."

മാർട്ടിൻ അയാളെ നിരുന്മേഷവാനായി നോക്കിയിട്ട് നന്ദി പറഞ്ഞു.

"എന്റെ കാര്യം പറയുകയാണെങ്കിൽ, കുറ്റകൃത്യം നടന്നുവെന്ന് പറയപ്പെടുന്ന ആറേകാലിനുശേഷമുള്ള പത്തിരുപത് മിനിട്ടുകൾ ഞാൻ മറ്റൊരിടത്തായിരുന്നു. പക്ഷേ, അതിന് തെളിവുകളൊന്നുമില്ല. സിസ്റ്റർ ആംബ്രോസ് ബോലമിനെ അവസാനമായി കാണുന്നതിന് ഏതാനും മിനിട്ടുകൾക്കു മുമ്പ് ഞാൻ ഇ.സി.ടി. മുറിവിട്ട് പുറത്തുപോയിരുന്നതായി

താങ്കൾ ഇതിനോടകം കേട്ടുകാണുമെന്ന് ഞാൻ പ്രതീക്ഷിക്കുന്നു. മെഡിക്കൽ സ്റ്റാഫിന്റെ സാധനങ്ങൾ സൂക്ഷിക്കുന്ന മുറിയിലേക്കായിരുന്നു അന്നേരം ഞാൻ പോയത്. ഹാളിന്റെ അങ്ങേത്തലയ്ക്കലായിരുന്നു ആ മുറി. പെട്ടെന്നാരും കടന്നുവരാത്ത മുറിയായതുകൊണ്ട് ഒരു സിഗരറ്റു വലിക്കാമെന്നു കരുതിയാണ് ഞാൻ അവിടേക്കു പോയത്. മടങ്ങിപ്പോകാൻ ഒട്ടും തിരക്കുകൂട്ടിയതുമില്ല. എന്റെ ഊഹം ശരിയാണെങ്കിൽ, ഏഴുമണിയാകാൻ ഇരുപത് മിനിട്ടുള്ളപ്പോഴാണ് ഞാൻ ഡോ. ഇൻഗ്രാമിനും സിസ്റ്റർക്കുമൊപ്പം ചേർന്നത്. അവർ രണ്ടുപേരും ആ സമയമത്രയും ഒന്നിച്ചുണ്ടായിരുന്നു."

"സിസ്റ്റർ എന്നോടും അങ്ങനെ തന്നെയാണ് പറഞ്ഞത്."

"അവരിൽ ആരെങ്കിലുമൊരാൾ ഈ സംഭവത്തിൽ ഉൾപ്പെട്ടിട്ടുണ്ടെന്നു സംശയിച്ചാൽ, അതൊരു ഭൂലോകമണ്ടത്തരമായിരിക്കും. അവർ രണ്ടുപേരും ഒന്നിച്ചുതന്നെയുണ്ടായിരുന്നു എന്ന കാര്യത്തിലാണ് എനിക്ക് സന്തോഷം. അങ്ങനെയെങ്കിൽ, കൂടുതൽപേരെ താങ്കളുടെ സംശയദൃഷ്ടിയിൽനിന്ന് ഒഴിവാക്കാമെന്നു തോന്നുന്നു. പക്ഷേ എന്റെ കാര്യം അങ്ങനെയല്ല. എന്റെ പക്കൽ തെളിവുകളൊന്നുമില്ല. മറ്റേതെങ്കിലും വിധത്തിൽ എനിക്ക് താങ്കളെ സഹായിക്കാൻ കഴിയുമെന്നും തോന്നുന്നില്ല. ഞാനൊന്നും കേട്ടതുമില്ല, കണ്ടതുമില്ല."

ആ സായാഹ്നം ഡോക്ടർ എങ്ങനെയാണ് ചെലവഴിച്ചതെന്ന് ഡാൽഗ്ലിഷ് ചോദിച്ചു.

"ഏഴുമണിയാകുന്നതുവരെ അത് പതിവ് രീതികളിൽ തന്നെയായിരുന്നു. നാലുമണിയാകുന്നതിന് തൊട്ടുമുമ്പ് ഞാനെത്തുകയും മെഡിക്കൽ ഹാജർബുക്കിൽ ഒപ്പിടാൻ ബോലമിന്റെ ഓഫീസിലേക്ക് പോവുകയും ചെയ്തു. ഈ അടുത്തകാലത്ത് ബോലമിന്റെ ഓഫീസിലേക്ക് മാറ്റുന്നതുവരെ ഹാജർബുക്ക് മെഡിക്കൽ സ്റ്റാഫിന്റെ സാധനങ്ങൾ സൂക്ഷിക്കുന്ന മുറിയിലായിരുന്നു സൂക്ഷിച്ചിരുന്നത്. ഞങ്ങൾ അല്പനേരം സംസാരിച്ചു - എന്റെ പുതിയ ഇ.സി.ടി. മെഷീന് അറ്റകുറ്റപ്പണികൾ നടത്തുന്നത് ആരെയെങ്കിലും ഏർപ്പാടാക്കേണ്ടതുണ്ടോ എന്നായിരുന്നു ബോലം അന്വേഷിച്ചത് - അതിനുശേഷം ഞാൻ പരിശോധനാമുറിയിലേക്കെത്തി. ഏതാണ്ട് ആറുമണിവരെ നല്ല തിരക്കുണ്ടായിരുന്നു. പിന്നെ, പതിവായി വരുന്ന എന്റെ ലൈസർജിക് ആസിഡ് രോഗിയും ഉണ്ടായിരുന്നു. അടിത്തട്ടിലുള്ള ചികിത്സാമുറിയിൽ ബോലം നേഴ്സായിരുന്നു ആ സ്ത്രീക്ക് പ്രത്യേക പരിചരണം നൽകിയിരുന്നത്. ഓ, ഞാൻ മറന്നു. താങ്കൾ ശ്രീമതി കിംഗിനെ ഇതിനോടകം കണ്ടിട്ടുണ്ടാകുമല്ലോ?"

ഡാൽഗ്ലിഷ് ക്ലിനിക്കിലേക്ക് വരുമ്പോൾ ശ്രീമതി കിംഗും അവരുടെ ഭർത്താവും രോഗികളുടെ കാത്തിരിപ്പുമുറിയിൽ ഉണ്ടായിരുന്നു. അവർക്ക് കൊലപാതകവുമായി ബന്ധമൊന്നുമില്ലെന്ന് ബോധ്യമാകാൻ അയാൾക്ക് വളരെ കുറച്ചു സമയം മാത്രമേ വേണ്ടിവന്നുള്ളൂ. ആ സ്ത്രീ അപ്പോഴും

മനോനില തെറ്റിയ ദുർബ്ബലയായിരുന്നു. മാത്രമല്ല, ഭർത്താവിന്റെ കൈത്തണ്ടയിൽ മുറുക്കെ പിടിച്ചിട്ടുമുണ്ടായിരുന്നു. സർജന്റ് മാർട്ടിനും സംഘവും ക്ലിനിക്കിലെത്തി അല്പസമയം കഴിഞ്ഞാണ് ആ സ്ത്രീയുടെ ഭർത്താവ് അവരെ വീട്ടിലേക്ക് കൂട്ടിക്കൊണ്ടുപോകാൻ എത്തുന്നത്. വളരെ ചുരുങ്ങിയ വാക്കുകളിൽ സൗമ്യമായി ചോദ്യംചെയ്തശേഷം അവരെ വീട്ടിലേക്ക് പറഞ്ഞയച്ചു. അവരെ വീട്ടിലേക്ക് പറഞ്ഞുവിടുന്ന തിനുമുമ്പ് ആ രോഗിയുടെ അവസ്ഥയെക്കുറിച്ച് മെഡിക്കൽ ഡയറക്ട റുടെ ഉപദേശം തേടേണ്ട കാര്യമില്ലായിരുന്നു എന്നു ചുരുക്കം. സംഭവ സ്ഥലത്ത് താനുണ്ടായിരുന്നില്ല എന്ന് ആരെയും ബോധ്യപ്പെടുത്തേണ്ട കാര്യംപോലും അവർക്കുണ്ടായിരുന്നില്ല. എപ്പോഴാണ് ശ്രീമതി കിംഗിനെ അവസാനമായി സന്ദർശിച്ചതെന്ന് ഡാൽഗ്ലിഷ് ഡോ. ബാഗ്ലിയോട് ചോദിച്ചു.

"ഞാൻ ക്ലിനിക്കിലെത്തിയ ഉടനെ ആ സ്ത്രീയെ ചെന്നുകണ്ടിരുന്നു. കൃത്യമായി പറഞ്ഞാൽ ഷോക്ക് ചികിത്സയ്ക്കു മുമ്പായിരുന്നു അത്. മൂന്നരയ്ക്ക് മരുന്നുകൊടുത്തു കഴിഞ്ഞ ഉടൻ രോഗി പ്രതികരിക്കാൻ തുടങ്ങിയിരുന്നു. ഉള്ളിൽ, ആഴത്തിൽ വേരോടിയ അനാവശ്യചിന്തകളെ സൈക്കോതെറാപ്പിയിലൂടെ അനായാസം കൈകാര്യം ചെയ്യുന്നതിന് എൽ.എസ്.ഡി. കൊടുക്കാറുണ്ട്. അത്തരം സാഹചര്യങ്ങളിൽ രോഗി സൂക്ഷ്മനിരീക്ഷണത്തിലായിരിക്കും. മാത്രമല്ല, രോഗിയെ അവിടം വിട്ടു പോകാൻ അനുവദിക്കുകയുമില്ല. അഞ്ചുമണിയായപ്പോൾ ബോലം നേഴ്സ് എന്നെ താഴേക്ക് വിളിക്കുകയും അവിടെ ഏതാണ്ട് നാല്പതു മിനിട്ട് ചെലവഴിക്കുകയും ചെയ്തു. പിന്നീട് ഞാൻ മുകളിലേക്കുചെന്ന്, ആറുമണിയാകാൻ ഇരുപത് മിനിട്ടുള്ളപ്പോൾ അവസാനരോഗിക്ക് ഷോക്ക് ചികിത്സ നൽകുകയും ചെയ്തു.

ബോലമിനെ അവസാനമായി കണ്ടതിനുശേഷം, അല്പസമയംകൂടി കഴിഞ്ഞാണ് അവസാന ഇ.സി.ടി. രോഗി ക്ലിനിക്ക് വിട്ടുപോയത്. ആറര മുതൽ ഞാൻ എല്ലാം അടുക്കിപ്പെറുക്കിവെച്ച്, എന്റെ പഠനക്കുറിപ്പുകൾ തയ്യാറാക്കുകയായിരുന്നു."

"അഞ്ചുമണിക്ക് മെഡിക്കൽ രേഖകൾ സൂക്ഷിക്കുന്ന മുറിക്കു മുന്നിലൂടെ പോകുമ്പോൾ അതിന്റെ വാതിൽ തുറന്നുകിടക്കുകയായി രുന്നോ?"

ഡോ. ബാഗ്ലി ഒന്നുരണ്ടു നിമിഷം ആലോചനയിലാണ്ടുപോയ ശേഷം പറഞ്ഞു:

"അത് അടഞ്ഞു കിടക്കുകയായിരുന്നുവെന്നാണ് എനിക്കു തോന്നു ന്നത്. എങ്കിലും, അക്കാര്യം ഉറപ്പിച്ചുപറയാൻ ബുദ്ധിമുട്ടുണ്ട്. പക്ഷേ, വാതിൽ മലർക്കെ തുറന്നു കിടക്കുകയോ ചാരിയിരിക്കുകയോ ആയിരു ന്നെങ്കിൽ തീർച്ചയായും അത് എന്റെ ശ്രദ്ധയിൽപ്പെട്ടേനെ."

"എന്നിട്ട്, ആറുമണിയാകാൻ ഇരുപതു മിനിട്ടുള്ളപ്പോൾ താങ്കൾ ആ രോഗിയുടെ അടുത്തുനിന്ന് പോയി, അല്ലേ?"

"അതെ."

അതിനുശേഷം, എല്ലാവരോടും ചോദിച്ച പതിവ് ചോദ്യങ്ങൾ, ഏറ്റവും ഉറപ്പുള്ളതും അനിവാര്യവുമായ ചോദ്യങ്ങൾ തന്നെ, ഡാൽഗ്ലിഷ് ചോദിച്ചു. ബോലമിന് ശത്രുക്കളുണ്ടായിരുന്നോ? അവളുടെ മരണം ആരെങ്കിലും ആഗ്രഹിച്ചിരുന്നെങ്കിൽ എന്തായിരിക്കും അതിന്റെ കാരണം? അവൾക്ക് എന്തെങ്കിലും പ്രശ്നങ്ങളുള്ളതായി എപ്പോഴെങ്കിലും തോന്നിയിരുന്നോ? ഗ്രൂപ്പ് സെക്രട്ടറിയെ നേരിൽ കാണണമെന്ന് അവൾ പറഞ്ഞത് എന്തിനായിരിക്കും? കുറിപ്പെഴുതുന്ന കൊച്ചുപുസ്തകത്തിൽ അവൾ കുത്തിക്കുറിച്ചിരിക്കുന്നതിന്റെ അർത്ഥമെന്താണ്? പക്ഷേ, ഡോ. ബാഗ്ലി നിസ്സഹായനായിരുന്നു. അയാൾ പറഞ്ഞു:

"ബോലമിന് പലതരം സ്വഭാവങ്ങളുണ്ടെന്നാണ് എനിക്കു തോന്നുന്നത്. ചിലനേരം നാണംകുണുങ്ങിയായ പഞ്ചപാവം, മറ്റു ചിലപ്പോൾ ഭയങ്കരി. ആർക്കും പിടികൊടുക്കാത്ത ഒരിനം. ഞങ്ങളോടൊന്നും അത്ര ലോഹ്യം കാട്ടിയിരുന്നില്ല. പക്ഷേ, ആർക്കും ഒരു ഉപദ്രവവുമില്ലായിരുന്നു. പിന്നെ, ഇതു വായിക്കുമ്പോൾ എനിക്കൊരു വാക്കുപോലും തെളിഞ്ഞു കിട്ടുന്നില്ല. ആവർത്തനംകൊണ്ട് അർത്ഥം വഴുതിപ്പോകുന്നതുപോലെ. എങ്കിലും എനിക്കു തോന്നുന്നത് തന്നെയാവും മറ്റുള്ളവർക്കും അനുഭവം. ആകെക്കൂടി നോക്കുമ്പോൾ എല്ലാം അവിശ്വസനീയമായി തോന്നുന്നു!"

"അവൾക്കിവിടെ അത്ര സന്തോഷകരമായ ജീവിതമായിരുന്നില്ലെന്നാണല്ലോ താങ്കൾ പറഞ്ഞത്? അത്രമാത്രം ദുസ്സഹമാണോ ഈ ക്ലിനിക്കിന്റെ ഭരണനിർവഹണം? വ്യത്യസ്ത തരക്കാരായ ആളുകളെ കൈകാര്യം ചെയ്യുന്ന കാര്യത്തിൽ ബോലമിന് മിടുക്കുപോരാ എന്നായിരുന്നു ഞാൻ കേട്ടത്."

ഡോ.ബാഗ്ലി അനായാസം മറുപടി പറഞ്ഞു.

"ഓ, താങ്കളങ്ങനെ കേട്ടതെല്ലാം കണ്ണടച്ച് വിശ്വസിക്കരുത്. ഞങ്ങളെല്ലാവരും വ്യത്യസ്തരാണ്, പക്ഷേ ഒന്നിച്ചുനിൽക്കേണ്ടിവരുമ്പോൾ ഞങ്ങൾ ഒറ്റക്കെട്ടാണ്. സ്റ്റെയ്നറും ഞാനും തമ്മിൽ ചില കശപിശകളുണ്ടായിട്ടുണ്ടെങ്കിലും അതൊക്കെ തികച്ചും സൗഹാർദ്ദപരമാണ്. ഇവിടം ഒരു സൈക്കോതെറാപ്പി പരിശീലന യൂണിറ്റാക്കി മാറ്റി, രജിസ്ട്രാറും മറ്റുള്ള ജീവനക്കാരും ചുണ്ടെലികളെപ്പോലെ മണ്ടിനടക്കുന്ന ഇടമാക്കി മാറ്റണമെന്നതാണ് അയാളുടെ ആവശ്യം. അതിനോടൊപ്പം അല്പസ്വല്പം ഗവേഷണങ്ങളും നടത്തണം. രോഗികളെ ചികിത്സിക്കുന്ന കാര്യത്തിലൊഴികെ മറ്റെന്തിനും പണവും സമയവും ധൂർത്തടിക്കുന്ന ഇടങ്ങളാണ് അത്തരം സ്ഥാപനങ്ങൾ, അയാൾക്ക് അതിനുവേണ്ടി സ്വന്തം വഴികൾ നോക്കുന്നതിൽ അപകടമൊന്നുമില്ല. എന്നാൽ, പ്രാദേശിക സമിതി അക്കാര്യം ഇതുവരെ അംഗീകരിച്ചിട്ടില്ല."

"അക്കാര്യത്തിൽ ബോലമിന്റെ നിലപാട് എന്തായിരുന്നു, ഡോക്ടർ?"

"ഉള്ളതു പറഞ്ഞാൽ അത്തരം കാര്യങ്ങളിലൊന്നും ബോലമിന് പറയത്തക്ക സാമർത്ഥ്യമുണ്ടായിരുന്നില്ല. എങ്കിലും, അവൾ ഒന്നിനെയും കണ്ണടച്ച് എതിർത്തിരുന്നില്ല. അവളൊരു ഫ്രോയിഡ് വിരുദ്ധയും എന്നാൽ നല്ലതിനോട് അനുഭാവമുള്ളവളും ആയിരുന്നു. അതുപോലെ സ്റ്റെയ്നർ വിരുദ്ധവും എന്നോട് മനോഭാവമുള്ളവളും ആയിരുന്നു. അതിന് വേറെ അർത്ഥങ്ങളൊന്നുമില്ല കേട്ടോ. ഡോ.സ്റ്റെയ്നറോ ഞാനോ, ഞങ്ങളുടെ അഭിപ്രായ വ്യത്യാസങ്ങൾകൊണ്ട് അവളുടെ തലയ്ക്കിട്ട് കിഴുക്കാൻ ഇഷ്ടപ്പെട്ടിരുന്നു എന്നതും ഒരു യാഥാർത്ഥ്യമായിരുന്നു. ഞങ്ങളിതുവരെ പരസ്പരം കത്തി എടുത്തിട്ടില്ലെന്നേയുള്ളൂ. ഞാനീ പറഞ്ഞതൊന്നും ഇവിടെ പ്രസക്തമല്ലെന്ന് എനിക്കറിയാം."

"അക്കാര്യം ഒരു പരിധിവരെ ഞാനും അംഗീകരിക്കുന്നു. ബോലമിനെ ആസൂത്രിതമായും അനുഭവജ്ഞാനത്തിന്റെ വെളിച്ചത്തിലുമാണ് കൊലപ്പെടുത്തിയിരിക്കുന്നത്. അഭിപ്രായ വ്യത്യാസമോ കേവലം വ്യക്തിവിരോധമോ ആണ് കൊലപാതകത്തിന് പ്രേരിപ്പിച്ചതെന്ന് ഞാൻ കരുതുന്നില്ല. അതൊക്കെ പോകട്ടെ, ഏതു താക്കോലുപയോഗിച്ചാണ് രേഖകൾ സൂക്ഷിക്കുന്ന മുറി തുറക്കുന്നതെന്ന് താങ്കൾക്ക് അറിയാമോ?"

"തീർച്ചയായും. പഴയ ഏതെങ്കിലും രേഖകൾ എനിക്ക് ആവശ്യമുണ്ടെങ്കിൽ ഞാൻ തന്നെയാണ് അവിടെപ്പോയി അതെടുക്കുന്നത്. പിന്നെ, താങ്കൾക്ക് സഹായകമാകുമെങ്കിൽ, ഞാൻ ഒരു കാര്യംകൂടി പറയാം, നാഗലിന്റെ പെട്ടി കാവൽക്കാരുടെ വിശ്രമമുറിയിൽ എവിടെയാണ് ഇരിക്കുന്നതെന്നും എനിക്കറിയാം. ഒരുകാര്യം കൂടി, ഞാനിന്ന് ഉച്ചയ്ക്കുശേഷം ഇവിടെയെത്തുമ്പോൾ, ബോലം എന്നോട് തിപ്പെറ്റിനെക്കുറിച്ച് സംസാരിച്ചിരുന്നു. പക്ഷേ, അത് പ്രസക്തമാണോ? കൊലപാതകി തിപ്പെറ്റിനെ കുടുക്കാൻ ശ്രമിച്ചിരുന്നുവെന്ന് താങ്കൾ വിശ്വസിക്കുന്നുണ്ടോ?"

"ഒരുപക്ഷേ ഇല്ല. പറയൂ ഡോക്ടർ, താങ്കളുടെ അറിവിൽപ്പെട്ടിടത്തോളം മെഡിക്കൽ രേഖകൾ നിലത്ത് ചിതറിക്കിടക്കുന്നത് കാണുമ്പോൾ ബോലമിന്റെ പ്രതികരണം എന്തായിരിക്കും?"

ഡോ. ബാഗ്ലി അമ്പരപ്പോടെ ഒരു നിമിഷം അയാളെത്തന്നെ നോക്കിയിട്ട് ചെറുതായൊന്നു ചിരിച്ചു.

"ബോലമോ? അക്കാര്യം വളരെ എളുപ്പമാണ്! അവൾക്ക് എന്തിനോടെങ്കിലും അമിതമായ താത്പര്യമുണ്ടെങ്കിൽ അത് വൃത്തിയോടാണ്. തീർച്ചയായും അവൾ അതെല്ലാം പെറുക്കിക്കൂട്ടും!"

"ഏതെങ്കിലും കാവൽക്കാരെ വിളിച്ച് അവിടം വൃത്തിയാക്കാൻ പറയാനോ, അല്ലെങ്കിൽ കുറ്റക്കാരനെ കണ്ടെത്തുന്നതുവരെ രേഖകൾ അതേപടി കിടക്കട്ടെയെന്നു തീരുമാനിക്കാനോ സാധ്യതയുണ്ടോ?"

ഡോ. ബാഗ്ലി ഒരു നിമിഷം ആലോചിച്ചുനോക്കിയിട്ട് ആദ്യത്തെ അഭിപ്രായം തിരുത്തി.

“അവൾ എന്തായിരിക്കും ചെയ്യുകയെന്നു പറയാൻ ആർക്കും സാധിക്കുകയില്ല. എല്ലാം വെറും അനുമാനം മാത്രം. ഒരുപക്ഷേ താങ്കൾ പറഞ്ഞതുപോലെ നാഗലിനെ വിളിക്കാൻ സാധ്യതയുണ്ട്. അവൾക്ക് ജോലി ചെയ്യുന്നതിൽ മടിയൊന്നുമില്ല. എങ്കിലും, അഡ്മിനിസ്ട്രേറ്റീവ് ഓഫീസർ പദവിയെക്കുറിച്ച് അവൾക്ക് നല്ല ബോധ്യമുണ്ട്. അതുകൊണ്ടുതന്നെ ഒരു കാര്യം എനിക്കുറപ്പുണ്ട്, അതുപോലെ അലങ്കോലപ്പെട്ടുകിടക്കുന്ന ഒരു സ്ഥലം അവഗണിച്ചുകൊണ്ട് അവൾ പോകില്ല. സ്ഥാനം തെറ്റിക്കിടക്കുന്ന ചവിട്ടിയോ ചിത്രമോ നേരെയാക്കാതെ അവിടം വിട്ടുപോകാൻ അവൾക്കു കഴിയില്ല.”

“അവളുടെ കസിനെക്കുറിച്ച് എന്താണഭിപ്രായം? ആ സ്ത്രീയും ബോലമിനെപ്പോലെ തന്നെയാണോ? ഞാൻ മനസ്സിലാക്കിയിരിക്കുന്നത് ബോലം നേഴ്സ് മറ്റേതൊരാളേക്കാൾ ജോലി ചെയ്തിരിക്കുന്നത് നിങ്ങൾക്കൊപ്പമാണെന്നാണ്.”

ആ ചോദ്യം അയാളെ ചൊടിപ്പിച്ചെന്ന് മുഖത്തെ നീരസഭാവം കണ്ടപ്പോൾ ഡാൽഗ്ലിഷിന് മനസ്സിലായി. എന്തായാലും അത്രയും നേരം ഡോ. ബാഗ്ലി തുറന്നു സംസാരിച്ചുകൊണ്ട് സഹകരിക്കുന്നുണ്ടായിരുന്നു. അതേ സമയം, അയാൾ മറ്റാരെക്കുറിച്ചും അഹിതമായതൊന്നും പറഞ്ഞതുമില്ല. പിന്നെന്തുകൊണ്ടായിരിക്കും ബോലം നേഴ്സിന്റെ കാര്യത്തിൽ മാത്രം അയാൾ പ്രകോപിതനായത്? ഡാൽഗ്ലിഷ് ഒരു മറുപടിക്കുവേണ്ടി കാത്തു. ഒരു മിനിട്ടിനുശേഷം ഡോക്ടർ കാര്യമാത്രപ്രസക്തമായി പറഞ്ഞു:

“കസിൻസ് ഒരുപോലെയാണെന്ന് ഞാൻ പറഞ്ഞിട്ടില്ല. ബോലം നേഴ്സിനെക്കുറിച്ച് താങ്കൾക്ക് താങ്കളുടേതായ നിഗമനങ്ങളിലെത്തിച്ചേരാം. എന്നാൽ, എന്നെ സംബന്ധിച്ച് ഒരു നേഴ്സ് എന്ന നിലയിലും വ്യക്തി എന്ന നിലയിലും അവൾ വിശ്വസ്തയാണ്.”

“കസിന്റെ സമ്പാദ്യങ്ങളുടെ ഇനിയുള്ള അവകാശി അവളാണ്. ഒരുപക്ഷേ, താങ്കൾക്കത് അറിയാമായിരിക്കും, അല്ലേ?”

വളച്ചുകെട്ടില്ലാത്ത ആ ചോദ്യം ഡോ. ബാഗ്ലിയെ കൂടുതൽ തളർത്തുകയും അതേസമയം ചൊടിപ്പിക്കുകയും ചെയ്തു.

“ഇല്ല, എനിക്കറിയില്ല. പക്ഷേ, അത് സാമാന്യം നല്ലൊരു സംഖ്യ ഉണ്ടാകുമെന്നാണ് എനിക്കു തോന്നുന്നത്. ഏതായാലും ആ നശിച്ച സമ്പാദ്യം അവളും അമ്മയും സ്വസ്ഥമായി അനുഭവിക്കട്ടെ. പിന്നെ, താങ്കൾ നിരപരാധികളെ സംശയിച്ച് വെറുതെ സമയം പാഴാക്കരുത്. എത്രയും വേഗം കൊലപാതകി ആരാണെന്ന കാര്യത്തിൽ തീർപ്പുണ്ടാക്കണം. ഞങ്ങൾക്കെല്ലാം ഇക്കാര്യം അസഹനീയമായി മാറിയിരിക്കുകയാണ്.”

അങ്ങനെയെങ്കിൽ, ഡോ. ബാഗ്ലിക്ക് ബോലം നേഴ്സിന്റെ അമ്മയെ അറിയാം. അത് ഒരുപക്ഷേ, ക്ലിനിക്കിലെ മറ്റു ജീവനക്കാർക്ക് അറിയാവുന്നതുപോലെയാകാനും സാധ്യതയുണ്ട്. അയാൾ അവസാന ചോദ്യം ചോദിച്ചു:

"ഡോക്ടർ, താങ്കൾ പറഞ്ഞത്, ആറേകാൽ മുതൽ 6.40 വരെ മെഡിക്കൽ സ്റ്റാഫിന്റെ സാധനങ്ങൾ സൂക്ഷിക്കുന്ന മുറിയിൽ തനിച്ചുണ്ടായിരുന്നുവെന്നല്ലേ? അവിടെ താങ്കൾ എന്തെടുക്കുകയായിരുന്നു?"

"കക്കൂസിൽ പോയി. കൈകൾ കഴുകി. ഒരു സിഗരറ്റ് വലിച്ചു. എന്തോ ആലോചിച്ചു."

"ആ ഇരുപത്തിയഞ്ച് മിനിട്ടും താങ്കൾ അതുതന്നെയാണോ ചെയ്തത്?"

"അതെ - അതു മാത്രമാണ് ചെയ്തത്, സൂപ്രണ്ടേ!"

ഡോ. ബാഗ്ലി ഒരു പാവം നുണയനാണ്. ആശങ്ക ക്ഷണനേരത്തേക്കു മാത്രമേ ഉണ്ടായിരുന്നുള്ളൂ. അയാളുടെ മുഖം വിവർണമായില്ല; സിഗരറ്റിൽ പിടിച്ചിരുന്ന വിരലുകൾ അപ്പോഴും നിവർന്നുതന്നെ നിന്നു. പക്ഷേ, അയാളുടെ ശബ്ദത്തിന് ലേശം പതർച്ചയുണ്ടായിരുന്നു. അയാളുടെ നീരസം അല്പംകൂടി ശ്രദ്ധയോടെ നിയന്ത്രിച്ചു. ഡാൽഗ്ലിഷിന്റെ കണ്ണുകളിലേക്ക് നോക്കാൻ അയാളൊരു ശ്രമം നടത്തി. അയാൾ അതിബുദ്ധിമാനായതുകൊണ്ടുതന്നെ ഡാൽഗ്ലിഷ് ചോദ്യം ആവർത്തിക്കുകയും പിന്നീട് കാണാമെന്ന് ഉത്സാഹത്തോടെ പറയുകയും ചെയ്തു.

"താങ്ക്യൂ ഡോക്ടർ. ഇപ്പോൾ ഇത്രയും മതി."

ഡാൽഗ്ലിഷ് ശാന്തനായി പറഞ്ഞു.

മൂന്ന്

ക്ഷമയോടെയുള്ള ചോദ്യംചെയ്യലും അതീവശ്രദ്ധയോടെയുള്ള കുറിപ്പെഴുത്തും തുടർന്നു. അതിനിടയിൽ കുറ്റക്കാരെന്നു സംശയിക്കുന്ന വരുടെ കണ്ണുകളിലെയും കൈകളിലെയും ഭയത്തിന്റെ തുടിപ്പുകളും അപ്രതീക്ഷിത ഭാവമാറ്റംകൊണ്ട് മുഖത്തുണ്ടാകുന്ന മിന്നലാട്ടങ്ങളും ഡാൽഗ്ലിഷ് അതിവിദഗ്ധമായി ഒപ്പിയെടുത്തുകൊണ്ടിരുന്നു. ഡോ. ബാഗ്ലി മുറിയിൽനിന്ന് ഇറങ്ങിയപ്പോൾ ഉള്ളിലേക്ക് കയറിവന്നത് ഫ്രെഡറിക്ക സാക്സൻ ആയിരുന്നു. വാതിൽപ്പടിയിൽ അവർ തമ്മിൽ മറികടക്കു മ്പോൾ പരസ്പരം കണ്ണുകളിൽ നോക്കാതിരിക്കാൻ ശ്രദ്ധിക്കുന്നത് ഡാൽഗ്ലിഷ് കണ്ടു. സാധാരണവേഷം ധരിച്ച ആ ഇരുപത്തിയൊമ്പതു കാരിക്ക് ഇരുണ്ടനിറമായിരുന്നു. ചോദിച്ച ചോദ്യങ്ങൾക്കെല്ലാം ചുരുങ്ങിയ വാക്കുകളിൽ ഉത്തരം പറഞ്ഞു. എങ്കിലും, ആറു മണി മുതൽ ഏഴുവരെ എന്തെടുക്കുകയായിരുന്നു എന്ന ചോദ്യത്തിനു മാത്രം അതീവസന്തോഷ ത്തോടെ, സ്വന്തം മുറിയിലിരുന്ന് സൈക്കോളജിക്കൽ ടെസ്റ്റിന് ഉത്തരം കണ്ടെത്തുകയായിരുന്നു എന്നു പറഞ്ഞു. കുറ്റകൃത്യം നടന്നപ്പോൾ താനവിടെ ഉണ്ടായിരുന്നില്ല എന്നുപറഞ്ഞ് നിരപരാധിത്വം തെളിയി ക്കാനോ, മറ്റാരെയെങ്കിലും അപരാധിയായി ചിത്രീകരിക്കാനോ അവൾ ശ്രമിച്ചില്ല. അയാൾക്ക് അവളിൽനിന്ന് കാര്യമായ വിവരങ്ങളൊന്നും കിട്ടിയില്ല. മറ്റൊരു തരത്തിൽ പറഞ്ഞാൽ, ഫ്രെഡറിക്ക സാക്സൻ അയാൾക്ക് കാര്യമായ വിവരങ്ങളൊന്നും നൽകിയില്ല.

അതിനുശേഷം വന്നത് വളരെ വ്യത്യസ്തയായ ഒരു സാക്ഷിയായി രുന്നു. മിസ് രൂത്ത് കെറ്റിൽ ആയിരുന്നു അത്. കൊലപാതകി തന്റെ പരിചയത്തിൽപ്പെട്ട ആളല്ലെന്നും അതുകൊണ്ടുതന്നെ ഡാൽഗ്ലിഷിന്റെ ചോദ്യങ്ങൾക്ക് മറുപടി പറയുന്നതിൽ തനിക്കൊരു പ്രയാസവുമില്ലെന്ന മട്ടിലായിരുന്നു അവളുടെ പെരുമാറ്റം. താത്പര്യക്കുറവു കാരണം പല ഉത്തരങ്ങളും അവ്യക്തവുമായിരുന്നു. ചുരുങ്ങിയ വാക്കുകൾകൊണ്ട് അവൾ ഭീകരതയും അമ്പരപ്പും പ്രകടിപ്പിച്ചു. ക്ലിനിക്കിലെ ജീവനക്കാർ സന്ധ്യ മുതൽ പറയുന്നതു കേട്ടതുകൊണ്ടായിരിക്കണം ഡാൽഗ്ലിഷിന് അവൾ പറയുന്നതിൽ പുതുമയൊന്നും തോന്നിയില്ല. എങ്കിലും

പതിവുകൾക്കു വിരുദ്ധമായിരുന്നു രൂത്ത് കെറ്റിലിന്റെ പ്രതികരണങ്ങൾ. കൊലയാളിയെക്കുറിച്ചുള്ള അഭിപ്രായം ചോദിച്ചപ്പോൾ, അയാളൊരു അസാധാരണ... ശരിക്കും വിചിത്രംതന്നെ എന്നായിരുന്നു പറഞ്ഞു പൂർത്തിയാക്കിയത്. അതിനിടയിൽ, കട്ടിക്കണ്ണടകൾക്കിടയിലൂടെ അവൾ പരിഭ്രാന്തിയോടെ നോക്കിയതായിരുന്നു ഡാൽഗ്ലിഷിന് വിചിത്രമായി തോന്നിയത്. എന്നാലും, ആ സംഭാഷണം നീട്ടിക്കൊണ്ടുപോകാൻ അയാൾക്ക് താത്പര്യം തോന്നിയില്ല. സംഭാഷണത്തിനിടയിൽ വീണു കിട്ടിയ രണ്ടുകഷണം വിവരങ്ങൾ മാത്രമാണ് ഡാൽഗ്ലിഷിന് ആകെക്കൂടി പ്രതീക്ഷയ്ക്ക് വക നൽകിയത്.

വൈകുന്നേരം എന്തൊക്കെയാണ് ചെയ്തതെന്ന കാര്യത്തിൽ ആ പെണ്ണിന് വ്യക്തമായ ധാരണകളൊന്നുമുണ്ടായിരുന്നില്ല. എങ്കിലും അവളുടെ വിവരണങ്ങളിൽനിന്ന് ഡാൽഗ്ലിഷ് അരിച്ചെടുത്ത ചില കാര്യങ്ങളുണ്ടായിരുന്നു. 5.50 വരെ ഒരു ഇ.സി.ടി. രോഗിയുടെ ഭാര്യയോടൊപ്പം സംസാരിച്ചിരിക്കുകയായിരുന്നു. സിസ്റ്റർ ഫോൺ ചെയ്ത് രോഗിയെ വീട്ടിലേക്ക് കൊണ്ടുപൊയ്ക്കൊള്ളൂ എന്നു പറയുംവരെ ആ സംസാരം തുടർന്നു. താഴത്തെ പടിക്കെട്ടുവരെ അവരെ അനുഗമിക്കുകയും 'ഗുഡ്നൈറ്റ്' പറഞ്ഞ് യാത്രയാക്കുകയും ചെയ്തിട്ട്, ഒരു ഫയലെടുക്കാൻ വേണ്ടി അവൾ നേരെ രേഖകൾ സൂക്ഷിക്കുന്ന മുറിയിലേക്കു പോയി. അന്നേരം ആ മുറി അലങ്കോലപ്പെട്ടിരുന്നില്ലെന്നും പുറത്തിറങ്ങിയശേഷം വാതിൽ പൂട്ടിയെന്നും അവൾ ഓർത്തുപറഞ്ഞു. വൈകുന്നേരം നടന്ന കാര്യങ്ങളെക്കുറിച്ച് വ്യക്തമായ ധാരണയില്ലായിരുന്നെങ്കിലും സമയത്തിന്റെ കാര്യത്തിൽ വ്യക്തതയുണ്ടായിരുന്നു. ഒരുപക്ഷേ, സിസ്റ്റർ ആംബ്രോസ് പറഞ്ഞതുകേട്ട അറിവായിരിക്കണം അവൾ പങ്കുവെച്ചതെന്ന് ഡാൽഗ്ലിഷിന് തോന്നി. വലിയ പ്രാധാന്യമൊന്നും ഇല്ലാത്തമട്ടിൽ കെറ്റിൽ സൂചിപ്പിച്ച അത്യന്തം വിചിത്രമായ മറ്റൊരു കാര്യമായിരുന്നു രണ്ടാമത്തെ തുമ്പായി അയാൾക്കു തോന്നിയത്. രണ്ടാംനിലയിലെ സ്വന്തം മുറിയിലെത്തി ഏതാണ്ട് അരമണിക്കൂർ കഴിഞ്ഞപ്പോൾ സർവീസ് ലിഫ്റ്റ് അവിടെ നിർത്തിയതുപോലെ ഒരു ശബ്ദം കേട്ടുവെന്ന് അവൾ പറഞ്ഞു. അപ്പോഴേക്കും ഡാൽഗ്ലിഷ് തീർത്തും ക്ഷീണിതനായിരുന്നു. മുറി ചൂടാക്കുന്ന യന്ത്രത്തിന്റെ തണുപ്പൻമട്ടിലുള്ള പ്രവർത്തനം കണ്ടാൽ അവിടെയുള്ളവരോടൊക്കെ തീരാപ്പകയുള്ളതുപോലെ തോന്നും. തണുപ്പുകൊണ്ട് അയാളുടെ ശരീരമാകെ മരവിച്ചതുകൊണ്ട് ഞരമ്പുകൾ വലിച്ചുമുറുകി വേദനിക്കാൻ തുടങ്ങിയിരുന്നു. മുഖത്തിന്റെ വലതുഭാഗം എത്രയോ മുമ്പുതന്നെ മരവിച്ചിരുന്നു. കണ്ണുകളുടെ പിന്നിലായി ഇടയ്ക്കിടെ സൂചികൊണ്ട് കുത്തുന്നതുപോലെ അനുഭവപ്പെട്ടു. അന്നേരമാണ് അവസാനസാക്ഷി അയാൾക്കു മുന്നിലെത്തിയത്.

ഡോക്ടർമാർക്കുണ്ടായിരുന്ന സഹിഷ്ണുതയൊന്നും മുതിർന്ന മെഡിക്കൽ സ്റ്റെനോഗ്രാഫറായ ശ്രീമതി ബോസ്റ്റോക്കിനില്ലായിരുന്നു. ഒരുപാടുനേരം കാത്തിരുന്നതിന്റെ മുഴുവൻ അമർഷവും പ്രകടിപ്പിച്ചു

കൊണ്ട് വിറങ്ങലിച്ച ശീതക്കാറ്റിനെപ്പോലെയായിരുന്നു ആ സ്ത്രീ മുറിക്കുള്ളിലേക്ക് തള്ളിക്കയറി വന്നത്. വന്നയുടനെ, ഒന്നും മിണ്ടാതെ കാലിന്മേൽ കാലും കയറ്റിവച്ച് കസേരയിൽ ഇരിപ്പുറപ്പിച്ച്, ഉള്ളിലെ അനിഷ്ടം മുഴുവൻ പ്രകടമാകുന്നവിധത്തിൽ ഡാൽഗ്ലിഷിനെ നോക്കി. സ്വർണനാണയംപോലെ തിളങ്ങുന്ന നീളൻ തലമുടിയും ധാർഷ്ട്യ ത്തിന്റെ സ്വരൂപംപോലെ ഉന്തിനിൽക്കുന്ന കൂർത്ത മൂക്കും വിളറിയ മുഖവും ഒക്കെക്കൂടി ആ സ്ത്രീയുടെ തലയ്ക്ക് അസാധാരണത്വം നൽകി. നിറംപിടിപ്പിച്ച തലയും നീണ്ട കഴുത്തും തുറിച്ച കണ്ണുകളും വിചിത്ര മായ ഒരു പക്ഷിയെ ഓർമ്മിപ്പിച്ചു. ആ സ്ത്രീയുടെ കൈകൾ കണ്ടതിന്റെ അമ്പരപ്പ് മറച്ചുവയ്ക്കാൻ ഡാൽഗ്ലിഷിന് കഴിഞ്ഞില്ല. ഒരു ഇറച്ചിവെട്ടു കാരന്റെ കൈകൾപോലെ ബലിഷ്ഠമായിരുന്നു അത്. അവലക്ഷണം പിടിച്ച ആ കൈകൾ ഒളിപ്പിക്കാൻ ബോസ്റ്റോക്ക് ശ്രമിച്ചതുമില്ല. കൈ വിരലുകളിലെ കുറിയ നഖങ്ങളിൽ നെയിൽ പോളിഷ് പുരട്ടാനൊന്നും അവർ മെനക്കെടാറില്ലായിരുന്നു. വിലകൂടിയ വസ്ത്രങ്ങൾ ധരിച്ചതു കൊണ്ടുണ്ടായ ആകർഷകത്വം ആ സ്ത്രീക്ക് രൂപഭംഗിയുണ്ടെന്ന് തോന്നിപ്പിച്ചു. ഒരുപക്ഷേ, തോന്നിയതുപോലൊരു ജീവിതമായിരിക്കും ആ സ്ത്രീയുടേതെന്ന് ഡാൽഗ്ലിഷിന് തോന്നി.

വൈകുന്നരം ആറുമണിമുതലുള്ള നീക്കങ്ങളെക്കുറിച്ച് യാതൊരു വൈമനസ്യവും കൂടാതെ ആ സ്ത്രീ ചുരുക്കിപ്പറഞ്ഞു. അഡ്മിനി സ്ട്രേറ്റീവ് ഓഫീസർക്ക് ഒപ്പുവെക്കാനുള്ള കത്തുകളുമായി ചെന്ന പ്പോഴാണ്, പതിവുപോലെ, ആറുമണിക്ക് ബോലമിനെ കാണുന്നത്. ആകെ അഞ്ചു കത്തുകളായിരുന്നു ഉണ്ടായിരുന്നത്. മിക്കവാറും അതൊക്കെ ജനറൽ ഡോക്ടർമാർക്കുള്ള സൈക്കാട്രിസ്റ്റുകളുടെ മെഡി ക്കൽ രേഖകളായതുകൊണ്ട് ബോലം അതൊന്നും പരിശോധിക്കാറില്ലാ യിരുന്നു. പുറത്തേക്കു പോകുന്ന എല്ലാ കത്തുകളും ഒന്നുകിൽ ബോസ്റ്റോക്ക് അല്ലെങ്കിൽ പ്രൈഡി പോസ്റ്റ് ബുക്കിൽ രേഖപ്പെടുത്തും. എന്നിട്ട് ആറരയാകുമ്പോഴേക്കും നാഗൽ അതെല്ലാം ശേഖരിച്ച് റോഡി നപ്പുറത്തുള്ള തപാൽപ്പെട്ടിയിൽ നിക്ഷേപിക്കും. പതിവുപോലെ ആറു മണിക്ക് ബോലമിനെ കണ്ടു. സ്വന്തം കത്തുകൾ അന്നേരംതന്നെ ബോലം ഒപ്പിട്ടു. ആ കത്തുകൾ ഡോക്ടർമാരുടെ കത്തുകൾക്കൊപ്പം ജനറൽ ഓഫീസിൽ വെച്ച് പ്രൈഡിക്ക് കൈമാറിയിട്ട് ബോസ്റ്റോക്ക് ഡോ. ഈതറീഗിന്റെ മുറിയിലേക്കു ചെന്ന് അന്നത്തെ അവസാന മണിക്കൂറിലെ കുറിപ്പുകൾ കേട്ടെഴുതി. അതിൽനിന്ന് മനസ്സിലാകുന്നത് എല്ലാ വെള്ളി യാഴ്ചകളിലും ഡോ. ഈതറീഗിന്റെ ഗവേഷണപ്രോജക്ടുകളെ സഹായി ക്കാൻ കുറച്ചു സമയം ആ സ്ത്രീ ഒപ്പമുണ്ടാകുമെന്നായിരുന്നു. സംഭവം നടന്നപ്പോഴും മെഡിക്കൽ ഡയറക്ടർക്കൊപ്പമായിരുന്നു ആ സ്ത്രീ. ഏകദേശം ഏഴുമണിയായപ്പോഴാണ് ബോലമിന്റെ മരണവാർത്ത സിസ്റ്റർ വിളിച്ചുപറയുന്നത്. ഡോ. ഈതറീഗിനൊപ്പം ഉടൻതന്നെ കൺസൾട്ടിംഗ് മുറിക്ക് പുറത്തിറങ്ങിയപ്പോൾ സാക്സൻ പോകാൻ തുടങ്ങുന്നതുകണ്ടു.

ആ സ്ത്രീ മെഡിക്കൽ ഡയറക്ടർക്കൊപ്പം താഴേക്ക് ഇറങ്ങിച്ചെന്നു. എന്നിട്ട്, ഡോ. ഈതറീഗിന്റെ നിർദ്ദേശപ്രകാരം ശ്രീമതി ബോസ്റ്റോക്ക് മുൻവശത്തെ വാതിൽ അടയ്ക്കാൻ കല്ലിയോടു പറയാനും ആരേയും പുറത്തുപോകാൻ അനുവദിക്കരുതെന്നറിയിക്കാനുമായി പോയി. പിന്നീട്, അടിത്തട്ടിൽ നിന്നുള്ള സംഘം മുകളിലേക്കെത്തുംവരെ സാക്സൻ കല്ലി യോടൊപ്പമായിരുന്നു. അതിനുശേഷം, പൊലീസിന്റെ വരവുംകാത്ത്, ഹാളിലെ ജോലിയിൽ തുടരുന്ന രണ്ടു കാവൽക്കാരൊഴികെയുള്ളവരോ ടൊപ്പം കാത്തിരിപ്പുമുറിയിലായിരുന്നു.

"ആറുമണിക്കുശേഷം ഡോ. ഈതറീഗിനൊപ്പമായിരുന്നു എന്നാ ണല്ലോ പറഞ്ഞത്. ശരിക്കും നിങ്ങളവിടെ എന്തെടുക്കുകയായിരുന്നു?"

"സ്വാഭാവികമായും ഞങ്ങൾ രണ്ടുപേരും അവിടെ പണിയെടുക്കുക യായിരുന്നു."

ആ ചോദ്യം അനാവശ്യവും വൃത്തികെട്ടതുമായിരുന്നുവെന്ന കാര്യം ബോസ്റ്റോക്കിന്റെ മറുപടിയിൽ പ്രതിഫലിച്ചു.

"ഇരട്ടകളായ സ്കിസോഫ്രീനിക് സ്ത്രീകളെക്കുറിച്ചുള്ള ഒരു ഗവേ ഷണ പ്രബന്ധം തയ്യാറാക്കുകയായിരുന്നു ഡോ. ഈതറീഗ്. ഞാൻ നേരത്തെ പറഞ്ഞല്ലോ, വെള്ളിയാഴ്ചകളിൽ ഒരു മണിക്കൂർ ഞാൻ അദ്ദേഹത്തിന്റെ സഹായിയായി കൂടുമെന്ന്. അതുകൊണ്ടൊന്നും അദ്ദേഹത്തിന്റെ ആവശ്യങ്ങൾ നടക്കുകയില്ല. പക്ഷേ, ക്ലിനിക്കിനെ സംബ ന്ധിച്ചുള്ള കാര്യമല്ലാത്തതുകൊണ്ട് ബോലം അത് ഇഷ്ടപ്പെട്ടിരുന്നില്ല. ഡോ. ഈതറീഗിന് വേണമെങ്കിൽ ഒരു പ്രൈവറ്റ് സെക്രട്ടറിയെ സഹായി യായി വച്ചുകൊണ്ട് സ്വന്തം കൺസൾട്ടിംഗ് മുറി ഉപയോഗിക്കാമെന്ന നിലപാടായിരുന്നു ബോലമിന്. സ്വാഭാവികമായും അത് നടപ്പുള്ള കാര്യമല്ല. കാരണം, എല്ലാ സാമഗ്രികളും ചില ടേപ്പുകൾപോലും, അവിടെ യുണ്ട്. എങ്കിലും, എന്റെ ജോലി തികച്ചും വ്യത്യസ്തമാണ്. ചിലപ്പോൾ അദ്ദേഹം പറയുന്നത് ഞാൻ കേട്ടെഴുതും. മറ്റു ചിലപ്പോൾ ടേപ്പിൽനിന്ന് നേരിട്ട് ടൈപ്പ് ചെയ്യും. ചിലനേരം സ്റ്റാഫ് ലൈബ്രറിയിൽനിന്ന് റഫറൻസു കൾ എടുക്കേണ്ടതായും വരും."

"ആയിക്കോട്ടെ. പക്ഷേ ഇന്നു വൈകീട്ട് എന്താണ് ചെയ്തത്?"

"ഏകദേശം അരമണിക്കൂർ നേരം ഞാൻ കുറിപ്പുകൾ കേട്ടെഴുതി. പിന്നീട്, തൊട്ടപ്പുറത്തുള്ള ഓഫീസിലിരുന്ന് ടേപ്പുകൾ പകർത്തി. ഏഴു മണിയാകാൻ പത്തുമിനിട്ടുള്ളപ്പോൾ ഡോ. ഈതറീഗ് എന്നെ വിളിച്ചു. പിന്നീട് സിസ്റ്ററുടെ ഫോൺവിളി വരുന്നതുവരെ ഞങ്ങൾ ഒന്നിച്ചുണ്ടാ യിരുന്നു."

"അതായത്, ഏതാണ്ട് 6.35 വരെ നിങ്ങൾ ഡോ. ഈതറീഗിനൊപ്പം നിന്ന് കേട്ടെഴുതുകയായിരുന്നു. അല്ലേ?"

"ശരിയാണെന്നു തോന്നുന്നു."

“അത്രയും നേരം നിങ്ങൾ രണ്ടുപേരും അവിടെത്തന്നെ ഉണ്ടായിരുന്നോ?”

“എനിക്കു തോന്നുന്നു, ഏതാണ്ട് ഒരു മിനിട്ടോ മറ്റോ ഡോ. ഈതറീഗ് ഒരു റഫറൻസ് പരിശോധിക്കാൻ വേണ്ടി പുറത്തുപോയി വന്നിരുന്നു.”

“എന്താ ബോസ്റ്റോക്ക്, അക്കാര്യത്തിൽ നിങ്ങൾക്കൊരു ഉറപ്പില്ലാത്തതുപോലെ? അയാൾ അങ്ങനെ ചെയ്തോ, അതോ ഇല്ലയോ?”

“താങ്കൾ പറയുന്നത് ശരിയാണ്, സൂപ്രണ്ടേ! അദ്ദേഹം ചെയ്തോ അതോ ഇല്ലയോ. പക്ഷേ, അക്കാര്യം ഓർത്തിരിക്കാൻ മാത്രം എനിക്ക് കാരണങ്ങളൊന്നുമില്ലായിരുന്നു. ഇന്നു വൈകീട്ട് അത്തരത്തിൽ ഓർത്തുവയ്ക്കാൻ പറ്റിയ സംഗതികളൊന്നും അവിടെ നടന്നില്ല. ഇപ്പോഴും ഞാൻ കരുതുന്നത്, അദ്ദേഹം അല്പനേരം പുറത്തുപോയി വന്നുവെന്നു തന്നെയാണ്. പക്ഷേ, അത് എപ്പോഴാണെന്ന് കൃത്യമായി ഓർത്തെടുക്കാൻ എനിക്ക് കഴിയുന്നില്ല. ഒരുപക്ഷേ, അദ്ദേഹത്തിനു മാത്രമേ അക്കാര്യത്തിൽ താങ്കളെ സഹായിക്കാൻ കഴിയൂ.”

പെട്ടെന്ന് ഡാൽഗ്ലിഷ് ചോദ്യം ചെയ്യുന്ന രീതി മാറ്റി. അരമിനിട്ടുനേരം നിശ്ശബ്ദനായിരുന്നതിനുശേഷം ശാന്തനായി ചോദിച്ചു:

“ശ്രീമതി ബോസ്റ്റോക്ക്, നിങ്ങൾക്ക് മിസ് ബോലമിനെ ഇഷ്ടമായിരുന്നോ?”

സ്വാഗതാർഹമായ ചോദ്യമായിരുന്നില്ല അത്. കടുത്ത മേക്കപ്പിന്റെ ക്ലാവുപിടിച്ച മുഖത്ത് മിന്നിമറഞ്ഞ കലി ആ സ്ത്രീയുടെ തൊണ്ടക്കുഴിയിൽ പിടഞ്ഞുമരിക്കുന്നത് അയാൾ കണ്ടു.

“അങ്ങനെ എളുപ്പം ഇഷ്ടപ്പെടാൻ പറ്റിയ പ്രകൃതമായിരുന്നില്ല അവൾക്ക്. ബോലമിനോട് പരമാവധി വിശ്വസ്തത പുലർത്താൻ ഞാൻ ശ്രമിച്ചിട്ടുണ്ട്.”

“പരമാവധി വിശ്വസ്തത പുലർത്തിയിരുന്ന എന്ന പ്രയോഗത്തിൽ നിന്ന് മനസ്സിലാവുന്നത്, അവളുടെ ഒരുപാട് ദുശ്ശാഠ്യങ്ങൾ നിങ്ങളെ പ്രയാസപ്പെടുത്തിയിരുന്നെങ്കിലും അനുസരണക്കേട് കാട്ടിയില്ല എന്നു തന്നെയാണ്. അവളുടെ ഭരണപരമായ ഇടപെടലുകളിൽ മെഡിക്കൽ സ്റ്റാഫിന് അതൃപ്തിയുണ്ടായിരുന്നുവെന്ന കാര്യത്തിലും സംശയമില്ല, അല്ലേ?”

ആ സ്ത്രീയുടെ ഉള്ളിൽ പതിഞ്ഞുകിടക്കുന്ന വിദ്വേഷത്തെ ഉണർത്തിയെടുക്കാനുള്ള തന്ത്രമെന്ന നിലയിലാണ് അയാൾ രൂക്ഷപരിഹാസത്തിന്റെ നിറം കലർത്തി സംസാരിച്ചത്. അഹങ്കാരവും വെറുപ്പും കലർന്ന മുഖംമൂടിക്കു പിന്നിൽ അരക്ഷിതഭാവത്തിലുള്ള ഒരു സ്കൂൾ കുട്ടിയുള്ളതായി അയാൾ അതിനോടകം കണ്ടെത്തിയിരുന്നു. ആക്ഷേപത്തിന്റേയോ കുറ്റപ്പെടുത്തലിന്റേയോ ധ്വനി തിരിച്ചറിഞ്ഞിട്ടുണ്ടെങ്കിൽപ്പോലും ആ സ്ത്രീ അതിനെ ന്യായീകരിക്കുമെന്ന് അയാൾക്കറിയാമായിരുന്നു.

"ഒരിക്കലും ഒരു സൈക്കാട്രിക് ക്ലിനിക്കിനു ചേർന്ന അഡ്മിനിസ്ട്രേറ്ററായിരുന്നില്ല മിസ് ബോലം. ഞങ്ങളിവിടെ ചെയ്യാൻ ശ്രമിക്കുന്നതിനോടൊന്നും അവൾക്ക് യാതൊരു മനസ്സലിവും ഇല്ലായിരുന്നു."

"ഏതു കാര്യത്തിലാണ് മനസ്സലിവ് കാണിക്കാതിരുന്നത്?"

"അതുപിന്നെ, ഉദാഹരണത്തിന്, അവൾക്ക് ന്യൂറോട്ടിക്കുകളെ തീരെ ഇഷ്ടമില്ലായിരുന്നു."

എനിക്കുമതേ, ദൈവം എന്നെ രക്ഷിക്കട്ടെ, ഡാൽഗ്ലിഷ് ചിന്തിച്ചു. എനിക്കും അങ്ങനെതന്നെ. പക്ഷേ അയാൾ ഒന്നും പറഞ്ഞില്ല. ശ്രീമതി ബോസ്റ്റോക്ക് തുടർന്നു:

"അവളെക്കൊണ്ടു വല്ലാത്ത ബുദ്ധിമുട്ടായിരുന്നു, ഉദാഹരണത്തിന്, രോഗികളുടെ യാത്രാപ്പടി കൊടുക്കുന്ന കാര്യത്തിലൊക്കെ പ്രയാസപ്പെടുത്തിയിട്ടുണ്ട്. ദേശീയ ഫണ്ടിൽനിന്ന് ആനുകൂല്യം കിട്ടുന്നവർക്ക് മറ്റു പ്രയാസങ്ങളൊന്നുമുണ്ടായിരുന്നില്ല. എന്നാൽ, അല്ലാതെയുള്ളവരെ ഞങ്ങൾ സഹായിച്ചിരുന്നത് ശമരിയാക്കാരൻ ഫണ്ടിലെ പണം ഉപയോഗിച്ചായിരുന്നു. ആഴ്ചയിൽ രണ്ടു ദിവസം സറെയിൽനിന്ന് ഇവിടുത്തെ ആർട്ട് തെറാപ്പി വിഭാഗത്തിൽ വന്നുപൊയ്ക്കൊണ്ടിരുന്ന, ബുദ്ധിസാമർത്ഥ്യമുള്ള ഒരു പെൺകുട്ടിയുണ്ടായിരുന്നു. അവളോട്, ഒന്നുകിൽ വീടിനടുത്തുള്ള ഏതെങ്കിലും സ്ഥലത്ത് ചികിത്സ തേടുക, അല്ലെങ്കിൽ ഇവിടെനിന്ന് ആനുകൂല്യങ്ങളൊന്നുമില്ലാതെ വന്നുപോകുക, അതാണ് നല്ലതെന്ന് ബോലം പറഞ്ഞിരുന്നു. അവളുടെ കാഴ്ചപ്പാടിൽ അത് ശരിയാണെന്നു തോന്നിയിട്ടുണ്ടാകാം. ആ പെൺകുട്ടി രോഗിയാണെന്ന കാര്യം മറന്ന് ഏതോ ജോലിക്ക് വന്നുപോകുന്നതുപോലെയായിരിക്കും അവൾ കരുതിയത്."

"അത്തരം കാര്യങ്ങളൊക്കെ അവൾ രോഗികളോട് വെട്ടിത്തുറന്നു പറയുമായിരുന്നോ?"

"ഓ, ഇല്ല! എന്താണ് പറയുന്നതെന്ന കാര്യത്തിൽ അവൾ വേണ്ടത്ര ശ്രദ്ധിച്ചിരുന്നു. എങ്കിലും എനിക്കു തോന്നുന്നത്, പെട്ടെന്ന് പ്രതികരിക്കുന്ന ലോലമനസ്കരായവർക്ക് അവളോടൊപ്പം ഒത്തുപോകാൻ കഴിയില്ലെന്നു തന്നെയാണ്. പിന്നെ, സൈക്കോതെറാപ്പിയോട് അവൾക്കൊരു പ്രത്യേക താത്പര്യമുണ്ടായിരുന്നു. ഒരുപാട് സമയം വേണ്ടിവരുന്ന ഒരേർപ്പാടാണത്. അത് അങ്ങനെതന്നെ ആയിരിക്കുകയും വേണം. ഒരു സെഷനിൽ പരമാവധി എത്ര രോഗികളെ കൈകാര്യം ചെയ്യുന്നു എന്നതിനനുസരിച്ചാണ് ബോലം ഓരോ ഡോക്ടർമാരെയും വിലയിരുത്തിയിരുന്നത്. പക്ഷേ, അതൊരിക്കലും നല്ല പ്രവണതയല്ല. പിന്നെ തീർച്ചയായും അതിനൊരു കാരണം കൂടിയുണ്ട്. അവളുടെ അമ്മ മനോരോഗിയായിരുന്നു. വർഷങ്ങൾക്കുമുമ്പ് മരിക്കുമ്പോഴും ആ സ്ത്രീ ചികിത്സയിലായിരുന്നു. എന്റെ ധാരണ ശരിയാണെങ്കിൽ, ആ സ്ത്രീ ആത്മഹത്യ ചെയ്യുകയായിരുന്നു. ബോലമിന് അതത്ര

നല്ലകാലമായിരുന്നില്ല. സ്വാഭാവികമായും അവൾക്ക് സ്വന്തം അമ്മയോട് അനിഷ്ടം പ്രകടിപ്പിക്കാൻ കഴിയാതിരുന്നതുകൊണ്ട്, അതെല്ലാം അനുഭവിക്കേണ്ടിവന്നത് ഇവിടെ വന്ന രോഗികളായിരുന്നു. താനും മനോരോഗിയാണോ എന്ന് ഉപബോധമനസ്സുകൊണ്ട് അവൾ ഭയന്നിരുന്നു. അത് വാസ്തവമായിരുന്നുതാനും."

ആ സിദ്ധാന്തത്തോട് ഏതെങ്കിലും തരത്തിൽ പ്രതികരിക്കാൻ ഡാൽഗ്ലിഷിന് കഴിഞ്ഞില്ല. അതിനിടയിലെവിടെയോ സത്യം മറഞ്ഞുകിടക്കുന്നുണ്ടെന്നും, എന്നാലത് ബോസ്റ്റോക്ക് ചിന്തിക്കുന്ന മട്ടിലായിരിക്കില്ല എന്നും അയാൾ വിശ്വസിച്ചു. ഒരുപക്ഷേ മനോരോഗവിദഗ്ധന്മാരോട് ബോലമിന് അറപ്പു തോന്നിയിട്ടുണ്ടാവാം. എങ്കിലും, മനസ്സലിവു കാട്ടാത്തതിനു കാരണമായി അവതരിപ്പിക്കപ്പെട്ട കാര്യങ്ങൾ അയാൾക്ക് പൂർണമായി ഉൾക്കൊള്ളാൻ കഴിഞ്ഞില്ല.

"ശ്രീമതി ബോലമിനെ ആരാണ് ചികിത്സിച്ചതെന്ന് അറിയാമോ?" അയാൾ ചോദിച്ചു. മറുപടിയില്ലാതെ വന്നപ്പോൾ അയാൾ ഒന്നുകൂടി വ്യക്തത വരുത്തി:

"കൊല്ലപ്പെട്ട ബോലമിന്റെ അമ്മയുടെ കാര്യം തന്നെയാണ് ചോദിക്കുന്നത്?"

മറുപടി പറയുംമുമ്പ് ശ്രീമതി ബോസ്റ്റോക്ക് പിണച്ചുവെച്ച കാലുകൾ ഇളക്കി കസേരയിൽ സ്വസ്ഥമായി ഇരുന്നു.

"അതാരാണെന്ന് എനിക്കറിയാം. പക്ഷേ, അതും ഈ അന്വേഷണവുമായി എന്തെങ്കിലും ബന്ധമുണ്ടെന്ന് എനിക്കു തോന്നുന്നില്ല."

"അക്കാര്യം ഞാൻ തീരുമാനിച്ചാൽ പോരേ? എനിക്കത് വളരെ എളുപ്പം കണ്ടെത്താവുന്നതേയുള്ളൂ. നിങ്ങൾക്ക് അക്കാര്യം അറിയില്ലെങ്കിലോ, അല്ലെങ്കിൽ, അക്കാര്യത്തിൽ അത്ര ഉറപ്പില്ലെങ്കിലോ അതു പറയൂ, വെറുതെ നേരം കളയാനില്ല."

"അത് ഡോ. ഈതറീഗ് ആയിരുന്നു."

"മിസ് ബോലമിനെയല്ലാതെ വേറെ ആരെ നിയമിക്കുന്നതായിരുന്നു നല്ലതെന്നാണ് നിങ്ങൾ കരുതുന്നത്?"

"അഡ്മിനിസ്ട്രേറ്റീവ് ഓഫീസർ പദവിയിലോ? ആ, എനിക്കറിയില്ല."

ശ്രീമതി ബോസ്റ്റോക്ക് തണുപ്പൻമട്ടിൽ മറുപടി പറഞ്ഞു.

ഒടുവിൽ, ഡാൽഗ്ലിഷിനെയും മാർട്ടിനെയും സംബന്ധിച്ചിടത്തോളം ആ സായാഹ്നത്തിലെ പ്രധാന ജോലി പൂർത്തിയായി. രേഖകൾ സൂക്ഷിക്കുന്ന മുറിയിൽനിന്ന് ബോലമിന്റെ മൃതദേഹം പുറത്തെടുക്കുകയും ആ മുറി പൂട്ടി സീലുവയ്ക്കുകയും ചെയ്തു. ക്ലിനിക്കിലെ മുഴുവൻ ജീവനക്കാരെയും ചോദ്യം ചെയ്തു. മിക്കവാറും ജീവനക്കാർ വീടുകളിലേക്ക് പോയി.

ക്ലിനിക്കിൽ നിന്നുപോയ അവസാന ഡോക്ടർ ഈതറീഗ് ആയിരുന്നു. പൊയ്ക്കൊള്ളാൻ ഡാൽഗ്ലിഷ് അനുവാദം നൽകിയിട്ടും കുറേനേരം അയാൾ അവിടെയൊക്കെത്തന്നെ ചുറ്റിപ്പറ്റി നിന്നു. യൂണി ഫോമിലുണ്ടായിരുന്ന രണ്ട് പൊലീസുകാർക്കൊപ്പം ലൗഡറും പീറ്റർ നാഗലും ക്ലിനിക്കിലെ വിശ്രമമുറിയിൽതന്നെ കഴിച്ചുകൂട്ടി. ഗ്രൂപ്പ് സെക്രട്ടറി യുടെ പ്രത്യേക നിർദ്ദേശമനുസരിച്ചായിരുന്നു നാഗൽ അവിടെത്തന്നെ ഇരുന്നത്. ക്ലിനിക്കിന്റെ മുൻവാതിൽ പൂട്ടി താക്കോൽ കൈമാറാതെ അയാളുടെ വെള്ളിയാഴ്ചകളിലെ ജോലി അവസാനിക്കുകയില്ലെന്നും തിങ്കളാഴ്ച രാവിലെ എട്ടുമണിക്ക് തുറക്കുന്നതും നാഗലിന്റെതന്നെ ഉത്തരവാദിത്തമാണെന്ന് ഗ്രൂപ്പ് സെക്രട്ടറി ഓർമ്മിപ്പിച്ചിരുന്നു.

കെട്ടിടവും പരിസരവും അവസാനമായി ഒന്നുകൂടി അരിച്ചുപെറു ക്കാൻ ഡാൽഗ്ലിഷും മാർട്ടിനും ഇറങ്ങിത്തിരിച്ചു. രണ്ടുപേരും ഒന്നിച്ചു നടക്കുന്നതുകണ്ടാൽ, സാധാരണക്കാരനെ സംബന്ധിച്ചിടത്തോളം, ചെറുപ്പക്കാരനായ ഡാൽഗ്ലിഷിനെ അപേക്ഷിച്ച് മാർട്ടിൻ ഒരു പരാജയ മാണെന്ന് തോന്നിപ്പോകും. കാഴ്ചയിലും ആ വ്യത്യാസം പ്രകടമായി രുന്നു. പക്ഷേ, രണ്ടുപേരെയും നന്നായി അറിയുന്നവർ, രണ്ടു രീതിയി ലായിരിക്കും അവരെ വിലയിരുത്തുക. ഏതാണ്ട് ആറടി നീളവും വിരിഞ്ഞ നെഞ്ചും ചുവന്നുതുടുത്ത മുഖവും കണ്ടാൽ മാർട്ടിൻ ഒരു കുറ്റാന്വേ ഷകനാണെന്നു തോന്നുകയില്ല, ഒരു കർഷകനാണെന്നു തോന്നാനാണ് കൂടുതൽ സാധ്യത. മാർട്ടിന്റെ ശരീരവലിപ്പം വെച്ചുനോക്കുമ്പോൾ ഡാൽഗ്ലിഷ് മെലിഞ്ഞ ആളായിരുന്നു. മാർട്ടിനോളം തന്നെ ഉയരമുണ്ടാ യിരുന്നെങ്കിലും, ഡാൽഗ്ലിഷിന് ഇരുണ്ടനിറമായിരുന്നു. ജോലിയിൽ മുഴുകി യിരിക്കുന്ന ഡാൽഗ്ലിഷിനെ കാണുമ്പോൾ അയാളുടെ ബുദ്ധിസാമർത്ഥ്യ ത്തെക്കുറിച്ച് ആർക്കും സംശയമുണ്ടാകാനിടയില്ല. എന്നാൽ, മാർട്ടിനെ ക്കുറിച്ച് അത്തരമൊരു ഉറപ്പുനൽകാൻ ആർക്കും കഴിയുകയുമില്ല. മാർട്ടിന് അയാളുടെ മേലുദ്യോഗസ്ഥനേക്കാൾ പത്തുവയസ്സ് കൂടുതലുണ്ടായി രുന്നു. അതുകൊണ്ടുതന്നെ, ഇനിയൊരു സ്ഥാനക്കയറ്റത്തെക്കുറിച്ച് അയാൾ ചിന്തിക്കുന്നതുമില്ല. എങ്കിലും അയാളുടേതു മാത്രമായ ചില സവിശേഷതകൾകൊണ്ടാണ് അയാളും അറിയപ്പെടുന്ന കുറ്റാന്വേഷക നായി മാറിയത്. സ്വന്തം നിഗമനങ്ങളിൽ സംശയാലുവാകുന്ന സ്വഭാവം അയാൾക്കില്ലായിരുന്നു. അയാളെ സംബന്ധിച്ചിടത്തോളം ശരിതെറ്റുകൾ വ്യത്യസ്ത ധ്രുവങ്ങളിൽ തന്നെയായിരുന്നു. ശരിതെറ്റുകളുടെ വേറിട്ട ഭാവങ്ങളിലൂടെ സഞ്ചരിക്കുമെങ്കിലും ഒന്നിനെയും സംശയത്തിന്റെ നിഴലിൽ നിർത്തുന്ന പതിവ് അയാൾക്കുണ്ടായിരുന്നില്ല. അസാമാന്യമായ ക്ഷമയുടെ ഉടമയായിരുന്നു അയാൾ. അതീവ സൂക്ഷ്മതയോടെ വിശ ദാംശങ്ങൾ ശേഖരിച്ച ശേഷമാണ് അയാൾ സമഗ്രമായൊരു ചിത്രം തയ്യാറാക്കുന്നത്. അയാളുടെ കരിയർ പരിശോധിച്ചാൽ ഇന്നുവരെ ആരും അയാളെ അതിസമർത്ഥൻ എന്നു വിശേഷിപ്പിച്ചിട്ടില്ല. ബുദ്ധിയും വിവേകവും അയാളിൽനിന്ന് എത്രമാത്രം അകന്നുനിൽക്കുന്നോ അത്ര മാത്രം മണ്ടത്തരങ്ങളും അയാളിൽനിന്ന് അകന്നുനിന്നു.

മുഷിപ്പനും ആവർത്തന വിരസതയുണ്ടാക്കുന്നതുമായ വിശദാംശ ങ്ങളുടെ സൂക്ഷ്മപരിശോധനയായിരിക്കും പൊലീസ് ജോലിയുടെ പ്രധാന സവിശേഷത എന്നതുകൊണ്ടുതന്നെ ആ ദൗത്യം കൃത്യത യോടെ, ക്ഷമാപൂർവം ചെയ്തുതീർക്കാൻ മാർട്ടിന് ഒരു പ്രത്യേക മിടു ക്കുണ്ടായിരുന്നു. മിക്കവാറും ദാരുണ കൊലപാതകങ്ങളുടെയും ഹീന കുറ്റകൃത്യങ്ങളുടെയും പിന്നിൽ അജ്ഞതയോ ഇച്ഛാഭംഗമോ ആയി രിക്കും. എന്നാൽ, സ്റ്റീൻ ക്ലിനിക്കിലെ കൊലപാതകത്തിനു പിന്നിൽ മറഞ്ഞിരിക്കുന്ന അതിബുദ്ധിമാനായ കൊലയാളിയുടെ വിശദാംശങ്ങൾ കണ്ടെത്തുന്ന കാര്യത്തിൽ അയാൾ നിരാശപ്പെടുത്തി. മറ്റു കൊലപാതക ങ്ങൾ തെളിയിക്കാൻ സ്വീകരിച്ച രീതിശാസ്ത്രം ഇവിടെ വിലപ്പോയില്ല. കൊലപാതകി ഒന്നുകിൽ അതിബുദ്ധിമാൻ അല്ലെങ്കിൽ മാനസികവളർച്ച യില്ലാത്തയാൾ എന്നു തീർച്ചയാണ്. അത്തരമൊരു കുടിലമനസ്സിന്റെ ഉടമയെ പിടികൂടാൻ വെറും ആവേശം മാത്രം പോരാ. ഡാൽഗ്ലിഷിനൊപ്പം നടക്കുകയായിരുന്നെങ്കിലും എപ്പോഴും രണ്ടു ചുവട് പിന്നിലായിരുന്നു അയാൾ. പക്ഷേ, എപ്പോഴെങ്കിലും അയാൾ സംസാരിക്കുന്നത് കൃത്യ മായി എന്തെങ്കിലും കാര്യം ചൂണ്ടിക്കാണിക്കാൻ വേണ്ടിയായിരുന്നു.

ആ സായാഹ്നത്തിലെ അവസാന പരിശോധനയ്ക്കുവേണ്ടി അവർ ഇറങ്ങിത്തിരിച്ചപ്പോൾ, തുടക്കം മൂന്നാംനിലയിൽ നിന്നാകാമെന്നു തീരു മാനിച്ചു. പതിനെട്ടാം നൂറ്റാണ്ടിൽ പണികഴിപ്പിച്ച ആ കെട്ടിടത്തിലെ മുറികൾ ക്ലിനിക്കിന്റെ സൗകര്യാർത്ഥം വിഭജിച്ചിരിക്കുന്നു. അവിടെ സൈക്യാട്രിക് സാമൂഹ്യപ്രവർത്തകർക്കും സൈക്കോളജിസ്റ്റുകൾക്കും സാധാരണ തെറാപ്പിസ്റ്റുകൾക്കും വെവ്വേറെ സൗകര്യങ്ങൾ ഒരുക്കിയി രുന്നു. അതോടൊപ്പം സൈക്യാട്രിസ്റ്റുകൾക്കുവേണ്ടി വിശാലമായ രണ്ടു ചികിത്സാമുറികളും ക്രമീകരിച്ചിരുന്നു. വിഭജിക്കാത്ത ഹൃദ്യമായ ഒരു മുറിയും മുൻവശത്തുണ്ടായിരുന്നു. അവിടെ സുഖകരമായ കസേരകളും മേശകളും നിരന്നുകിടന്നു. വൈവാഹിക ജീവിതത്തിൽ വിഷമതകൾ അനുഭവിക്കുന്നവർ ഒത്തുകൂടുന്ന സങ്കേതം ഇതായിരിക്കാം. ഗാർഹിക-ലൈംഗിക പ്രശ്നങ്ങളിലെ കുറവുകൾ കണ്ടെത്താനും പരിഹരിക്കാനും ആക്കംകൂട്ടുന്ന വിധത്തിലാണ് അവിടം ക്രമീകരിച്ചിരിക്കുന്നത്. അതിന്റെ ചുമതലക്കാരി ശ്രീമതി ബാംഗർട്ടനായിരുന്നു. ആർട്ട് തെറാപ്പി വിഭാഗ ത്തിന് അനുയോജ്യമായ മുറിയായിരുന്നു അത്.

കൂടുതൽ പ്രാധാന്യമുള്ള മുറികൾ താഴത്തെ നിലയിലായിരുന്നു. അങ്ങിങ്ങ് ചെറിയ ചില മാറ്റങ്ങൾ വരുത്തിയതോടെ മച്ചും വാതിലുകളും ജനാലകളും തങ്ങളുടേതായ രീതിയിൽ ശാന്തതയെ പ്രതിഫലിപ്പിച്ചു. 'മോഡിഗ്ലിയാനി'ക്ക് സ്ഥാനചലനം സംഭവിച്ചിരുന്നെങ്കിലും അതൊരു കുറ വായി തോന്നിയില്ല. തൊട്ടടുത്തുണ്ടായിരുന്നത് മെഡിക്കൽ ലൈബ്രറി യായിരുന്നു. അതിലുണ്ടായിരുന്ന ബുക്ക് ഷെൽഫുകൾ അതിന്റെ പൗരാ ണികതയും ഒപ്പം അത് സംഭാവനയായി നൽകിയ വ്യക്തിയുടെ പേരും പ്രദർശിപ്പിച്ചുകൊണ്ട് നിസ്സംഗതയോടെ നിന്നു. ഷെൽഫിലിരിക്കുന്ന

പുസ്തകങ്ങളുടെ പേരുകൾ കണ്ടില്ലെങ്കിൽ, അത് പതിനെട്ടാം നൂറ്റാണ്ടിൽ സംഭാവനയായി ലഭിച്ചതിനുശേഷം തുറന്നിട്ടേയില്ല എന്നു തോന്നിപ്പോകും. ഷെൽഫുകൾക്കുമീതെ ചെറിയ പൂപ്പാത്രങ്ങളുണ്ടായിരുന്നു. ലൈബ്രറിയിൽ കിടക്കുന്ന കസേരകൾ മൊത്തത്തിൽ കണ്ടാൽ, അതെല്ലാം വന്നിരിക്കുന്നത് തികച്ചും വ്യത്യസ്തങ്ങളായ അഞ്ചാറു വീടുകളിൽനിന്നാണെന്ന് ബോധ്യമാകും.

ഈ നിലയിലും, മെഡിക്കൽ ഡയറക്ടർക്ക് ഒരു കൺസൾട്ടിംഗ് മുറിയുണ്ട്. അതാകട്ടെ, ഈ ക്ലിനിക്കിലെ ഏറ്റവും സുന്ദരമായ മുറികളിലൊന്നുമാണ്. മറ്റു സൈക്യാട്രിസ്റ്റുകളുടെ മുറികളിൽ കിടക്കുന്ന കസേരകൾ പോലെ തന്നെയായിരുന്നു ആ മുറിയിലെയും ചികിത്സാകസേര. ശരിക്കും അതൊരു ദിവാൻകോട്ടുപോലെയായിരുന്നു. പുള്ളികളുള്ള പരുത്തിത്തുണികൊണ്ട് പൊതിഞ്ഞിരുന്ന അതിന്മേൽ മടക്കിവച്ച ഒരു ചുവന്ന ബ്ലാങ്കറ്റും ഒരു തലയിണയും ഉണ്ടായിരുന്നു. എന്നാൽ മറ്റുള്ള ഉപകരണങ്ങളിലൊന്നും എച്ച്.എം.സി. ഉണ്ടായിരുന്നില്ല. പതിനെട്ടാം നൂറ്റാണ്ടിലെ മേശയിന്മേൽ, ഒരു കാർഡ് ബോർഡ് കലണ്ടറും ഓഫീസ് ഡയറിയും തുകൽ ബയിന്റു ചെയ്ത ഒരു ചെറുപുസ്തകവും വെള്ളി നിറത്തിലുള്ള മഷിത്തട്ടും ഒരു ട്രേയിൽ കടലാസും ശ്രദ്ധാപൂർവം സൂക്ഷിച്ചിരുന്നു. അവിടെ, കൈത്താങ്ങുള്ള രണ്ട് തുകൽ കസേരകളും മുറിയുടെ ഒരു മൂലയിൽ മഹാഗണിയിൽ തീർത്ത ഒരു ഭിത്തിയലമാരയും ഉണ്ടായിരുന്നു. മെഡിക്കൽ ഡയറക്ടറുടെ താത്പര്യപ്രകാരം ശേഖരിച്ച പഴയ ചില ചിത്രങ്ങളുടെ പ്രിന്റുകളും അവിടെയുണ്ടായിരുന്നു. പതിനെട്ടാം നൂറ്റാണ്ടിലെ ലോഹചിത്രലേഖനത്തിലും കൊത്തുപണികളിലുമുള്ള അയാളുടെ താത്പര്യം വിളിച്ചറിയിക്കുന്നവയായിരുന്നു അതെല്ലാം. ആ ചിത്രശേഖരത്തിൽ ജെയിംസ് മാക് അർഡെല്ലിന്റെയും വലന്റയിൻ ഗ്രീനിന്റെയും രചനകളുണ്ടായിരുന്നു. അത മുറിക്കുള്ളിലെ നെരിപ്പോടിന് ഇരുവശങ്ങളിലുമായിട്ടായിരുന്നു ക്രമീകരിച്ചിരുന്നത്. ഡോ. ഈതറീഗിന്റെ രോഗികൾ മുഷിയാതിരിക്കാൻ ഹൾമാൻഡലിന്റെ ഒന്നുരണ്ട് നല്ല കല്ലുചിത്രങ്ങളും അവിടെ നിരത്തിയിരുന്നു.

കല്ലിയുടെ അഭിപ്രായം മുഖവിലയ്ക്കെടുക്കാമെങ്കിൽ, മുമ്പൊരിക്കൽ ക്ലിനിക്കിൽ കയറി മോഷ്ടിച്ച കള്ളൻ തികച്ചും മര്യാദക്കാരനാണ്. അല്ലെങ്കിൽ, ഹൾമാൻഡലിന്റെ വിലപിടിച്ച പെയിന്റിംഗിനു പകരം വെറും പതിനഞ്ചു പൗണ്ടുമായി കടന്നുകളയില്ലായിരുന്നു. ആകപ്പാടെ നോക്കിയാൽ അതൊരു ഹൃദ്യമായി മുറിതന്നെയാണ്. സമ്പന്നനായ ഒരാളുടെ അഭിരുചികളെ തൃപ്തിപ്പെടുത്തുന്ന ഒരിടം. വിശ്രമവേളകൾ ആനന്ദകരമാക്കാനുള്ള എല്ലാവിധ ചുറ്റുപാടുകളും സമ്മേളിച്ച മുറിയായിരുന്നു അത്. എങ്കിലും അതിലെന്തോ ഒരു കുറവ് അനുഭവപ്പെട്ടു. അനന്യസുന്ദരമായിരുന്നെങ്കിലും പാരമ്പര്യത്തിന്റെ മടുപ്പ് ചെറിയ തോതിൽ അനുഭവപ്പെടും. കോശസമാനമായ പടിക്കെട്ടുകൾ കയറി ഫ്രെഡറിക്ക സാക്സൻ ഒരു കെട്ട് കടലാസുകളുമായി കെട്ടിമറിയുന്ന ഇടത്ത് ഒരുപക്ഷേ

രോഗികൾ സ്വസ്ഥതയും സമാധാനവും അനുഭവിച്ചേക്കുമെന്ന് ഡാൽഗ്ലിഷിന് തോന്നി. ആ മുറിയിലെ ചുമരുകളിൽ കാണപ്പെട്ട കൊത്തുപണികളിലും എന്തോ കുറവുണ്ട്. എന്തായാലും ഉടമയുടെ സ്വഭാവം തന്നെയായിരുന്നു ആ മുറിക്കും. ഈയിടെ ഡാൽഗ്ലിഷ് പങ്കെടുത്ത, മാനസികരോഗവും നിയമവും എന്ന വിഷയത്തിലുള്ള സെമിനാറിൽ ഡോ. ഈതറീഗും ഒരു പ്രഭാഷകനായിരുന്നു എന്ന് അയാൾ ഓർത്തു. ആകർഷകമായ ബുദ്ധിസാമർത്ഥ്യത്തെക്കുറിച്ചായിരുന്നു അയാളുടെ പ്രബന്ധമെങ്കിലും അതിൽനിന്നുള്ള ഒരു വാക്കുപോലും ഓർത്തെടുക്കാൻ ഡാൽഗ്ലിഷിന് കഴിഞ്ഞില്ല.

അവർ താഴത്തെ നിലയിലേക്ക് ഇറങ്ങിച്ചെന്നു. അധികം അടുപ്പം കാണിക്കാതെ, പൊലീസുകാരുമായി പതിഞ്ഞ ശബ്ദത്തിൽ സംസാരിച്ചുകൊണ്ട് ഗ്രൂപ്പ് സെക്രട്ടറിയും നാഗലും അവിടെത്തന്നെയുണ്ടായിരുന്നു. ശവസംസ്കാരചടങ്ങുകൾക്കുശേഷം ദുഃഖിതരായി കൂടിനിൽക്കുന്ന ബന്ധുക്കളെപ്പോലെയായിരുന്നു ആ നാല് രൂപങ്ങളും. പതിഞ്ഞ ശബ്ദത്തിൽ സംസാരിക്കുമ്പോൾപോലും അവരുടെ ഒച്ച ഹാളിലെ നിശ്ശബ്ദതയിൽ തട്ടി പ്രതിധ്വനിച്ചു.

താഴത്തെ നിലയുടെ ക്രമീകരണം വളരെ ലളിതമായിരുന്നു. മുൻവാതിൽ തുറന്നു കയറിയാലുടൻ ഇടതുവശത്ത് ചില്ലുപാളികൾക്കു പിന്നിലായി റിസപ്ഷൻ. അവിടെനിന്നു നോക്കിയാൽ മുഴുവൻ ഹാളും ഒപ്പം അങ്ങേയറ്റത്തുള്ള പിരിയൻ ഗോവണിയും കാണാമായിരുന്നു. എങ്കിലും ആ സായാഹ്നത്തെക്കുറിച്ചുള്ള കല്ലിയുടെ നിരീക്ഷണങ്ങൾ പരിമിതമായിരുന്നു എന്നത് കൗതുകകരമാണെന്ന് ഡാൽഗ്ലിഷിന് തോന്നി. അഞ്ചുമണിക്കുശേഷം ക്ലിനിക്കിൽ വന്നതും പോയതുമായ എല്ലാവരുടെയും വിവരങ്ങൾ അയാളുടെ കൈവശമുള്ള പുസ്തകത്തിലുണ്ടെന്നും എങ്കിലും ഹാളിൽ അങ്ങോട്ടുമിങ്ങോട്ടും പോയവരെക്കുറിച്ചുള്ള വിവരങ്ങൾ അറിയില്ലെന്നും അയാൾ പറഞ്ഞിരുന്നു. ബോലമിന്റെ ഓഫീസിൽനിന്ന് മുൻവശത്തെ ഓഫീസിലേക്കുവന്ന ശ്രീമതി ഷോർട്ട്ഹൗസിനെ അയാൾ കണ്ടെന്നും എന്നാൽ മിസ് ബോലം അടിത്തട്ടിലേക്ക് ഇറങ്ങിപ്പോകുന്നത് കണ്ടില്ലെന്നുമാണ് കല്ലി മൊഴി കൊടുത്തത്. ഡോ. ബാഗ്ലി മെഡിക്കൽ സ്റ്റാഫിന്റെ സാധനങ്ങൾ സൂക്ഷിക്കുന്ന മുറിയിൽനിന്ന് ഇറങ്ങിവരുന്നത് കണ്ടുവെന്നും എന്നാൽ അവിടേക്ക് കയറിപ്പോകുന്നത് കണ്ടില്ലെന്നുമാണ് അയാൾ പറഞ്ഞത്. മിക്കവാറും രോഗികളുടെയും അവർക്കൊപ്പം വന്നവരുടെയും ചലനങ്ങൾ അയാളുടെ മനസ്സിൽ പതിഞ്ഞിട്ടുണ്ട്. അതുപോലെതന്നെ ശ്രീമതി ബോസ്റ്റോക്കിന്റെ പോക്കുവരവുകളും അയാൾ ശ്രദ്ധിച്ചിട്ടുണ്ട്. ആറുമണിക്കുശേഷം ഡോ. ഈതറീഗോ മിസ് സാക്സനോ മിസ് കെറ്റിലോ അതുവഴി കടന്നുപോയിട്ടില്ലെന്ന് അയാൾ തറപ്പിച്ചുപറഞ്ഞിരുന്നു. അഥവാ, അവർ അതുവഴി പോയിട്ടുണ്ടെങ്കിൽ അയാളക്കാര്യം ശ്രദ്ധിച്ചിട്ടുമില്ല. ആ ചെറിയ മനുഷ്യന്റെ ദയനീയാവസ്ഥയിൽ അത്രയും ഓർത്തുപറഞ്ഞതുകൊണ്ടുതന്നെ

ഡാൽഗ്ലിഷ് കല്ലിയെ വിശ്വാസത്തിലെടുത്തു. അവർ ക്ലിനിക്കിലെത്തുന്ന സമയത്ത് അയാൾ കൂടുതൽ വിഷണ്ണനായിരുന്നതായി ഡാൽഗ്ലിഷ് ഓർത്തു. അയാളെ വീട്ടിലേക്ക് പൊയ്ക്കൊള്ളാൻ അനുവദിക്കുമ്പോഴും ഭീകരത വിട്ടുമാറിയിരുന്നില്ല. അന്വേഷണത്തിന്റെ ചില ഘട്ടങ്ങളിലെങ്കിലും അത് എന്തുകൊണ്ടായിരിക്കാമെന്ന സംശയം ഡാൽഗ്ലിഷിനുണ്ടായിരുന്നു.

റിസപ്ഷനു പിന്നിലായി, മുന്നിലുള്ള ഓഫീസിലേക്കു തുറക്കുന്ന ചതുര ജനാലയാണ് കാണുക. പുതിയ മെഡിക്കൽ രേഖകൾ സൂക്ഷിക്കാൻ വേണ്ടി അതിൽ ഒരു ഭാഗം വേർതിരിച്ചിട്ടുണ്ട്. അതിനോടു ചേർന്നുള്ള മുറിയായിരുന്നു ബോലമിന്റെ ഓഫീസ്, അതിനപ്പുറത്തായി ഇ.സി.ടി. മുറിയും അതിന് അനുബന്ധമായി ചികിത്സാമുറിയും ഡ്യൂട്ടിയിലുള്ള നേഴ്സുമാരുടെ മുറിയും കാണാം. മെഡിക്കൽ സ്റ്റാഫിന്റെ സാധനങ്ങൾ സൂക്ഷിക്കുന്ന മുറിയോടു ചേർന്ന് മറ്റു ജീവനക്കാരുടെ ശൗചാലയങ്ങളും കലവറയും സ്ഥാപിക്കപ്പെട്ടിരുന്നു. ആ ഹാളിന്റെ അങ്ങേത്തലയ്ക്കൽ എപ്പോഴും അടഞ്ഞുകിടക്കുന്ന ഒരു വാതിലുണ്ട്, വൈകിയും ജോലി ചെയ്യുന്നവർ നാഗലിനെ ബുദ്ധിമുട്ടിക്കാതെ, മുൻവാതിലിന്റെ അതിസങ്കീർണമായ പൂട്ടുകളും ചങ്ങലയും തുറക്കാതെ മിക്കപ്പോഴും പുറത്തുകടക്കാനുപയോഗിക്കുന്ന മാർഗ്ഗമായിരുന്നു അത്.

പ്രധാന ഹാളിന് എതിർവശത്തായി രണ്ട് കൺസൾട്ടിംഗ് മുറികളും രോഗികളുടെ കാത്തിരിപ്പ് മുറികളും അതിനോടു ചേർന്ന് ശൗചാലയങ്ങളും ഉണ്ടായിരുന്നു. കാത്തിരിപ്പുമുറിയോടു ചേർന്നുള്ള ഇടനാഴികൊണ്ട് വേർതിരിക്കപ്പെട്ട, സാമാന്യം വലിപ്പമുള്ള രണ്ട് സൈക്കോതെറാപ്പി മുറികളും അവിടെയുണ്ടായിരുന്നു. അതുകൊണ്ടുതന്നെ, ഡോ. സ്റ്റെയ്നർക്ക് കല്ലിയുടെ കണ്ണിൽപ്പെടാതെ അങ്ങോട്ടുമിങ്ങോട്ടും പോകാൻ കഴിയുമായിരുന്നു. എങ്കിലും, കല്ലിയുടെ കണ്ണിൽപ്പെടാതെ അടിത്തട്ടിലേക്ക് ഇറങ്ങിപ്പോകാൻ ശ്രമിക്കുകയെന്നത് അയാളെ സംബന്ധിച്ചിടത്തോളം ഒരു സാഹസം തന്നെയായിരിക്കും. ശരിക്കും അയാളെ കണ്ടിരുന്നോ? എന്തായിരിക്കും കല്ലി കാഴ്ചയിൽനിന്ന് മറയ്ക്കുന്നത്, അത് എന്തുകൊണ്ടായിരിക്കും?

ആ രാത്രിയിലെ അവസാനവട്ട പരിശോധനകൾക്കുവേണ്ടി ഡാൽഗ്ലിഷും മാർട്ടിനും അടിത്തട്ടിലേക്കു പോയി. പടിക്കെട്ടുകളിലേക്കു നയിക്കുന്ന ഒരു വാതിൽ കെട്ടിടത്തിനു പിന്നിലായുണ്ട്. ഡോ. സ്റ്റെയ്നർ മരണം സ്ഥിരീകരിച്ചതിനുശേഷം ആ വാതിലടയ്ക്കാനായിരുന്നു ഡോ. ഈതറീഗ് നിർദ്ദേശിച്ചത്. അത് പൂട്ടിയിരിക്കുകയായിരുന്നു. ആ വാതിലിനെ വിരലടയാള പരിശോധനയ്ക്ക് വിധേയമാക്കിയപ്പോൾ, ആകെ വ്യക്തമായത് നാഗലിന്റെ വിരൽപ്പാടുകൾ മാത്രമായിരുന്നു. ഒരു പക്ഷേ, താൻ തന്നെയാകും ആ വാതിലിൽ അവസാനമായി സ്പർശിച്ചതെന്ന് നാഗൽ പറയുകയും ചെയ്തു. കാരണം രാത്രിയിൽ വാതിലുകൾ പൂട്ടുന്നതിനിടയിൽ എല്ലാ വാതിലുകളും പരിശോധിച്ച് ഉറപ്പുവരുത്തുന്ന ശീലം തനിക്കുണ്ടെന്ന് അയാൾ പറഞ്ഞു. നാഗൽ തന്നെയോ,

അല്ലെങ്കിൽ മറ്റേതെങ്കിലും ജീവനക്കാരോ അടിത്തട്ടിലെ ആ വാതിൽ ഉപയോഗിക്കുന്ന പതിവില്ല. സാധാരണയായി അത് തുറക്കുന്നത് കൽക്കരിയോ അല്ലെങ്കിൽ ഭാരിച്ച എന്തെങ്കിലും വസ്തുക്കളോ ഇറക്കുമ്പോൾ മാത്രമായിരിക്കും. ഡാൽഗ്ലിഷ് ആ വാതിൽ തുറന്നുനോക്കി. പിന്നിലെ വേലിക്കെട്ടുവരെ നീളുന്ന ഒരു ഒറ്റയടിപ്പാത അവിടെ അവ്യക്തമായി കണ്ടു. അയാൾ തുരുമ്പിച്ച വാതിൽ അടച്ചു കുറ്റിയിട്ടശേഷം ചങ്ങലയിട്ടു പൂട്ടി. പക്ഷേ, അതിക്രമിച്ചു കടക്കാൻ പദ്ധതിയിട്ടയാളിന് അടിത്തട്ടിലേക്കു കടക്കാൻ യാതൊരു പ്രയാസവുമില്ലെന്ന് അയാൾ അതിനോടകം കണ്ടെത്തിയിരുന്നു. വെളിച്ചം കുറഞ്ഞ, കുറ്റിക്കാടു മൂടിയ ഒരിടത്ത് പതുങ്ങിയിരിക്കാൻ ആർക്കും ബുദ്ധിമുട്ടുണ്ടാകില്ല. ക്ലിനിക്കിലേക്കുള്ള നേരായ മാർഗത്തേക്കാൾ എളുപ്പമായിരിക്കും ആ വഴി. ശൗചാലയത്തിലെ ഒരു ചെറിയ ജനാലയൊഴികെ മറ്റെല്ലാ ജനാലകളും സ്ഥിരമായി അടയ്ക്കപ്പെട്ടിരുന്നു. ഒരുപക്ഷേ അതുവഴിയായിരിക്കണം ഒരിക്കൽ ക്ലിനിക്കിൽ കടന്ന മോഷ്ടാവ് രക്ഷപ്പെട്ടത്.

ഡാൽഗ്ലിഷ് വീണ്ടും ആ വാതിലിന്റെ കുറ്റിയിട്ടതിനുശേഷം അവർ കാവൽക്കാരുടെ വിശ്രമമുറിയിലേക്കു പോയി. ആ കെട്ടിടത്തിന്റെ പിന്നിലുള്ള സ്ഥലത്തിന്റെ ഭൂരിഭാഗവും കൈയടക്കിയിരിക്കുന്നത് ആ മുറിയായിരുന്നു. അവർ ആദ്യം പരിശോധിച്ചതിൽനിന്ന് അതിന് ഒരു മാറ്റവുമുണ്ടായിരുന്നില്ല. ഒരു ഭിത്തിക്ക് അഭിമുഖമായി വസ്ത്രങ്ങൾ സൂക്ഷിക്കുന്ന രണ്ട് ലോക്കറുകളുണ്ടായിരുന്നു. തറയുടെ ഒത്ത നടുക്കായി ഭാരമുള്ള ഒരു ചതുരമേശ സ്ഥാനംപിടിച്ചിരുന്നു. ഒരു മൂലയിൽ പഴഞ്ചൻ മാതൃകയിലുള്ള ഒരു ഗ്യാസ് കുക്കറും അതിനടുത്തുണ്ടായിരുന്ന ചെറിയ അലമാരയിൽ കപ്പും സോസറും തേയിലപ്പാട്ടയും പഞ്ചസാരയും ബിസ്കറ്റും ഉണ്ടായിരുന്നു. ഗ്യാസടുപ്പിന് ഇരുവശങ്ങളിലുമായി പഴകിപ്പൊളിഞ്ഞ രണ്ട് തുകൽക്കസേരകൾ കിടന്നിരുന്നു. വാതിലിന്റെ ഇടതുവശത്തായി താക്കോലുകൾ സൂക്ഷിക്കുന്ന കൊളുത്തുകളോടുകൂടിയ ഒരു ബോർഡുണ്ടായിരുന്നു. ഓരോ കൊളുത്തുകൾക്കു മുകളിലും നമ്പറുകൾ നൽകിയിരുന്നതല്ലാതെ, പേരുകൾ എഴുതിയിട്ടുണ്ടായിരുന്നില്ല. അടിത്തട്ടിലെ രേഖകൾ സൂക്ഷിക്കുന്ന മുറിയുടെ താക്കോലും അവിടെത്തന്നെയായിരുന്നു ഇട്ടിരുന്നത്. ആ താക്കോൽ ഇപ്പോൾ പൊലീസിന്റെ കൈവശമാണ്.

ഗ്യാസടുപ്പിന്റെ മുന്നിലുള്ള കൂടയിലേക്ക് നീളൻവരകളുള്ള ഒരു പൂച്ച നൂഴ്ന്നുകയറി. മുറിയിൽ വെളിച്ചം തെളിഞ്ഞതോടെ, അനുവാദമില്ലാതെ മുറിയിൽ കയറിയ അപരിചിതരെ, അത് നിസ്സംഗതയോടെ നോക്കി. അന്നേരം അതിന്റെ കണ്ണുകൾക്ക് കടുംമഞ്ഞനിറമായിരുന്നു. ഡാൽഗ്ലിഷ് കൂടയുടെ അടുത്തേക്ക് കുനിഞ്ഞ് അതിന്റെ തലയിൽ തലോടി. അയാളുടെ സ്പർശത്തിൽ പൂച്ച വിറകൊണ്ടു. പെട്ടെന്ന്, അത് തറയിൽ കിടന്നുരുളുകയും കാലുകൾ വിടർത്തി തൂണുകൾപോലെ നിർത്തി, നനുത്ത വയറിലെ മൃദുരോമങ്ങൾ ഡാൽഗ്ലിഷിന് കാട്ടിക്കൊടുക്കുകയും

ചെയ്തു. നായകളോടു താത്പര്യമുണ്ടായിരുന്ന മാർട്ടിൻ, ഡാൽഗ്ലിഷ് പറഞ്ഞ പൂച്ചക്കഥകളെല്ലാം ക്ഷമയോടെ കേട്ടുനിന്നിട്ട് ഒടുവിൽ പറഞ്ഞു:

"ശ്രീമതി ഷോർട്ട്ഹൗസ് ഇതിനെക്കുറിച്ച് പറയുന്നത് കേട്ടിരുന്നു. ഇത് ടൈഗറാണ്. മിസ് ബോലമിന്റെ പൂച്ച."

"കുട്ടിയായിരുന്നപ്പോൾ ബോലവും എ.എ. മിൽനെയെ വായിച്ചിട്ടുണ്ടാവാനാണ് സാധ്യത. രാത്രിസഞ്ചാരം ഇഷ്ടപ്പെടുന്ന ജീവിയാണ് പൂച്ച. എന്നിട്ടും, ഇവനെ എന്തുകൊണ്ടായിരിക്കും രാത്രികാലങ്ങളിൽ പുറത്തു വിടാത്തത്?"

"ഞാനും അതേക്കുറിച്ച് കേട്ടിട്ടുണ്ട്. രാത്രി ഉള്ളിൽതന്നെ പൂട്ടിയിട്ടാൽ അവിടെയുള്ള ചുണ്ടെലികളെ അത് പിടിക്കുമെന്ന് ബോലം കരുതിയിട്ടുണ്ടാവും. ഉച്ചഭക്ഷണ സമയമാകുമ്പോൾ നാഗൽ പുറത്തുപോയി സാൻഡ്‌വിച്ചും ബിയറും കഴിക്കും. പക്ഷേ കല്ലി ഇവിടെ നിന്നുതന്നെ എന്തെങ്കിലും കഴിക്കും. എന്നാലും മിസ് ബിയാണ് പൂച്ചയ്ക്ക് കാര്യമായി എന്തെങ്കിലും കൊടുക്കുന്നത്. രാത്രി അതിനെ ഇവിടെ പൂട്ടിയിടുകയും പകൽ തുറന്നുവിടുകയും ചെയ്യും. പിന്നെ, എപ്പോഴും അതിന്റെ കൂടയിൽ വല്ല ബിസ്കറ്റോ മറ്റോ ഉണ്ടാവുകയും ചെയ്യും."

"ഓഹോ, അതു ശരി. അടുപ്പിലെ തീക്കനലിനോടൊപ്പമാണ് കക്ഷി കിടക്കുന്നത്."

"അതിന് ഒന്നും സംസാരിക്കാനാവുന്നില്ല എന്ന കാര്യത്തിലേ എനിക്ക് സങ്കടമുള്ളൂ, സർ. എന്തെങ്കിലും കഴിക്കാൻ കിട്ടുമോയെന്നു നോക്കി വൈകുന്നേരങ്ങളിൽ മിക്കവാറും അവൻ ഇവിടെത്തന്നെയുണ്ടാവും. അങ്ങനെയെങ്കിൽ, രേഖകൾ സൂക്ഷിക്കുന്ന മുറിയുടെ താക്കോലെടുക്കാൻ കൊലപാതകി ഇവിടെ വരുമ്പോഴും ഈ പൂച്ച ഇവിടെത്തന്നെ ഉണ്ടായിരുന്നിരിക്കണം, അല്ലേ?"

"പിന്നെ, ആ ചായംതേക്കുന്ന കത്തി കൈക്കലാക്കിയതും കണ്ടിട്ടുണ്ടാകണം. ഓ, അതെ, ടൈഗർ എല്ലാം കേട്ടിട്ടുണ്ടാകും. പക്ഷേ, സത്യം പറയാനാകുമായിരുന്നെങ്കിൽ എന്തായിരിക്കും അത് പറയാൻ സാധ്യതയുള്ളത്?"

മാർട്ടിൻ അതിന് മറുപടിയൊന്നും പറഞ്ഞില്ല. തീർച്ചയായും, ഒരു പൂച്ചയ്ക്കുവേണ്ടി പരക്കം പായുന്നവർ അങ്ങനെ ആഗ്രഹിക്കുന്നുണ്ടാവണം. ഒരുപക്ഷേ, അത് ബാലിശമാണെന്ന് നിങ്ങൾക്ക് തോന്നിയേക്കാം. പൊതുവെ അത്രകണ്ട് സംസാരപ്രിയനായിരുന്നില്ലെങ്കിലും അയാൾ പറഞ്ഞു:

"മിസ് ബി. അതിനെ സ്വന്തം ചെലവിലായിരിക്കും വളർത്തിയിട്ടുണ്ടാവുക. അക്കാര്യത്തിൽ ഡോ. സ്റ്റെയ്നർ വളരെ അസ്വസ്ഥനായിരുന്നെന്ന് പൊലീസ് കോൺസ്റ്റബിൾ ഹോളിഡേയോട് ശ്രീമതി ഷോർട്ട്ഹൗസ് പറഞ്ഞിരുന്നു. അയാൾക്ക് പുറമേയ്ക്കു മാത്രമേ പൂച്ചകളെ

ഇഷ്ടമായിരുന്നുള്ളൂ. അതേക്കുറിച്ച് അവർക്കിടയിൽ വാക്കേറ്റം വരെ നടന്നിട്ടുണ്ട്. തന്റെ ഇംഗിതത്തിനനുസരിച്ചാണ് കാര്യങ്ങൾ നടക്കുന്ന തെന്ന് ബോലമിനു തോന്നിയാൽ, ക്ലിനിക്കിലെ സകല ആണുങ്ങളെയും അവൾക്കിഷ്ടമായിരിക്കുമെന്ന് ഡോ. സ്റ്റെയ്നർ ശ്രീമതി. ബോസ്റ്റോക്കി നോട് പറഞ്ഞിട്ടുണ്ട്. അതൊരു മര്യാദകേടായിപ്പോയെന്ന് എനിക്കു തോന്നുന്നു. ഏതായാലും, അത് ബോലമിന്റെ അടുത്തേക്ക് തിരിച്ചു ചെല്ലാനുള്ള അടവാണെന്നും എനിക്കു തോന്നുന്നില്ല. പക്ഷേ ബോസ്റ്റോക്ക് അങ്ങനെ എന്തൊക്കെയോ കണ്ടിട്ടുണ്ടാകുമെന്ന് ഞാൻ സംശയിക്കുന്നു."

"ശരിയാണ്, അതിന് സാധ്യതയുണ്ട്."

എന്നുമാത്രം ഡാൽഗ്ലിഷ് പതുക്കെ പറഞ്ഞു.

അവർ പരിശോധന തുടർന്നു.

അത് അത്ര സുഖകരമായ മുറിയായിരുന്നില്ല. അവിടമാകെ ഭക്ഷണാ വശിഷ്ടത്തിന്റെയും തുകലിന്റെയും പാചകവാതകത്തിന്റെയും ഗന്ധം കൂടിക്കലർന്നു കിടന്നു. കുറെ പെയിന്റിംഗുകൾ അലക്ഷ്യമായി ചിതറി ക്കിടന്നു. പഴയ ഉടമ കണ്ടുമടുക്കുന്നതിനു മുമ്പേ ഏതോ നിലവറയ്ക്കു ള്ളിൽ ബന്ധിച്ചതുപോലെ തോന്നും അവയെ കണ്ടാൽ. അവയിലൊന്ന് സ്റ്റീൻ ക്ലിനിക്കിന്റെ സ്ഥാപകന്റേതായിരുന്നു. അഞ്ച് ആൺമക്കളും ആ ചിത്രത്തിൽ അയാൾക്കൊപ്പമുണ്ടായിരുന്നു. സെപിയ ടോണിൽ പകർ ത്തിയ, നിറം മങ്ങിയ ഒരു ഫോട്ടോഗ്രാഫറായിരുന്നു യഥാർത്ഥത്തിൽ അത്. സ്വർണനിറം പൂശിയ ഫ്രെയിം അതിനെ കൂടുതൽ മനോഹര മാക്കി. മുകളിലത്തെ നിലയിൽ തൂക്കിയിരിക്കുന്ന സാധാരണ മട്ടിലുള്ള ഹെയ്മന്റെ എണ്ണച്ഛായാചിത്രത്തേക്കാൾ എന്തുകൊണ്ടും കമനീയമായത് ഈ ഫോട്ടോഗ്രാഫ് തന്നെയാണെന്ന് ഡാൽഗ്ലിഷിന് തോന്നി.

പിൻചുവരിനോടു ചേർന്നുകിടന്ന ചെറിയ മേശമേലായിരുന്നു നാഗലിന്റെ പെട്ടി ഉണ്ടായിരുന്നത്. ഡാൽഗ്ലിഷ് അതിന്റെ അടപ്പ് തുറന്നു. അതീവശ്രദ്ധയോടെ സൂക്ഷിച്ചിരുന്ന ഉപകരണങ്ങൾ, ഓരോന്നിനും നിശ്ചയിക്കപ്പെട്ട ഇടങ്ങളിൽ തന്നെയുണ്ട്, ഒരെണ്ണമൊഴികെ. ആ ഒരെണ്ണ മാകട്ടെ ഇനിയൊരിക്കലും നാഗലിന്റെ ആ പെട്ടിയിലേക്ക് തിരികെ ചെല്ലാൻ സാധ്യതയുമില്ല.

"തുറന്നുകിടക്കുകയായിരുന്നെങ്കിൽ ആ പിൻവാതിലിലൂടെ അയാൾക്ക് നിഷ്പ്രയാസം ഉള്ളിലേക്കു കടന്നുവരാം."

മാർട്ടിന്റെ ശബ്ദം, ഡാൽഗ്ലിഷിനെ ചിന്തകളിൽ നിന്നുണർത്തി.

"തീർച്ചയായും. കൊലപാതകം നടന്ന സമയത്ത് ഈ കെട്ടിടത്തി നുള്ളിൽ ഇല്ലായിരുന്ന ഒരാൾക്കുപോലും കൃത്യം നടത്താൻ അത് ഉപ കരിക്കുമെന്ന തലതിരിഞ്ഞ സംശയം ഞാൻ അംഗീകരിക്കുന്നു. എങ്കിലും, ഒരു ചെറിയ സംശയം ഇപ്പോഴും അവശേഷിക്കുന്നു. അതായത്, ഷോർട്ട്ഹൗസ് ബോലമിന്റെ അടുത്തുനിന്ന് പോകുമ്പോൾ

നാഗൽ പ്രൈഡിയോടൊപ്പം ജനറൽ ഓഫീസിൽ ആയിരുന്നല്ലോ, കല്ലി അക്കാര്യം സ്ഥിരീകരിക്കുന്നുമുണ്ട്. പ്രൈഡി ഒരിക്കലോ മറ്റോ തൊട്ട ടുത്ത മുറിയിലേക്ക് ഫയലെടുക്കാനായി മാത്രമാണ് പോയിട്ടുള്ളത്. അങ്ങനെയെങ്കിൽ, ഷോർട്ട്ഹൗസിന്റെ കാര്യത്തിൽ എന്തു തോന്നുന്നു?"

"സർ, ആ സ്ത്രീ പറയുന്നത് സത്യമാണെന്നാണ് എനിക്കു തോന്നു ന്നത്. പിന്നെ, നുണ പറയുന്നുവെന്ന് തോന്നാൻ തക്കവണ്ണം ആ സ്ത്രീയുടെ കൈവശം എന്തെങ്കിലുമുള്ളതായി തോന്നുന്നില്ല. എങ്കിലും ശരിയായ ദിശയിലേക്ക് ഉന്തിത്തള്ളി വിട്ടാൽ ഒരുപക്ഷേ, വളച്ചുകെട്ടി ല്ലാതെ ആ സ്ത്രീക്ക് കൂടുതലായി എന്തെങ്കിലുമൊക്കെ പറയാനു ണ്ടാകും."

"മാർട്ടിൻ പറഞ്ഞത് ശരിയാണ്. പക്ഷേ, ഒരു ഫോൺകോൾ വന്ന തിനുശേഷമാണ് ബോലം അടിത്തട്ടിലേക്ക് ഇറങ്ങിച്ചെന്നതെന്ന കാര്യ ത്തിൽ എന്തെങ്കിലും സംശയമുണ്ടോ? പൊലീസ് സർജന്റെ കാഴ്ചപ്പാടു കളുമായി അത് അടുത്ത ബന്ധം പുലർത്തുന്നുമുണ്ട്. ഏതായാലും പോസ്റ്റുമോർട്ടം റിപ്പോർട്ട് വന്നാലേ അക്കാര്യത്തിൽ കൂടുതൽ എന്തെങ്കിലും നിഗമനങ്ങളിൽ എത്തിച്ചേരാൻ കഴിയൂ. ഒരുപക്ഷേ, ആ ഫോൺ വിളി കളങ്കമറ്റതായിരിക്കാം. തീർച്ചയായും, അതിനും സാധ്യത യുണ്ട്. ഒരുപക്ഷേ, ആരെങ്കിലും ബേസ്മെന്റിൽനിന്ന് ബോലമിനെ ഫോൺ വിളിച്ചിട്ടുണ്ടാവാം. അല്ലെങ്കിൽ, മറ്റെവിടെയെങ്കിലും നിന്ന് വിളി ച്ചിട്ട് സ്വന്തം മുറിയിലേക്ക് മടങ്ങിയിട്ടുണ്ടാവാം. പക്ഷേ, ഈ സവിശേഷ സാഹചര്യത്തിൽ അത് സമ്മതിക്കാൻ കൂട്ടാക്കാതിരിക്കുന്നതിനും സാധ്യതയുണ്ട്. എങ്കിലും, അങ്ങനെയൊക്കെ സംഭവിക്കുമെന്ന് എനിക്കു തോന്നുന്നില്ല."

"അഥവാ, അങ്ങനെ ആരെങ്കിലും അടിത്തട്ടിൽനിന്ന് അവളെ വിളി ച്ചിട്ടുണ്ടെങ്കിൽ അത് രേഖകൾ സൂക്ഷിക്കുന്ന മുറി അലങ്കോലപ്പെട്ടു കിടക്കുന്നതിനെക്കുറിച്ച് പറയാനായിരിക്കും. ആ ഫയലുകൾ തീർച്ച യായും കൊലപാതകത്തിനു മുമ്പാണ് ചിതറിയിട്ടിരിക്കുന്നത്. അവയിൽ ചിലത് മൃതദേഹത്തിന്റെ അടിയിലായിരുന്നല്ലോ. അതെല്ലാം വാരിക്കൂട്ടാൻ വേണ്ടി അവൾ കുനിഞ്ഞപ്പോഴായിരിക്കണം ആക്രമണമുണ്ടായ തെന്നാണ് എനിക്കു തോന്നുന്നത്."

"എനിക്കും അങ്ങനെയൊക്കെത്തന്നെയാണ് തോന്നുന്നത്, ഏതാ യാലും, ആ വഴിക്കുതന്നെ നീങ്ങാം."

സർവീസ് ലിഫ്റ്റിന്റെ വാതിലിനു മുന്നിലൂടെ അവർ ഒന്നും മിണ്ടാതെ കടന്നുപോയി. അടിത്തട്ടിൽ തന്നെയുള്ള ചികിത്സാമുറിയിലേക്കായിരുന്നു അവർ നടന്നത്. അവിടെയായിരുന്നു ബോലം നഴ്സ് തന്റെ രോഗിക്കൊപ്പം വൈകുന്നേരത്തെ ആദ്യമണിക്കൂറുകൾ കഴിച്ചുകൂട്ടിയത്. ഡാൽഗ്ലിഷ് സ്വിച്ചിട്ടതോടെ വെളിച്ചം തെളിഞ്ഞു. ആ മുറിയിലെ ജനാലകളിൽ നേർത്ത വല പതിച്ചിരുന്നതിനുപുറമേ, ഭാരമേറിയ കർട്ടനുകളും ഉപ യോഗിച്ചിരുന്നു. ഒരുപക്ഷേ, സ്വകാര്യതയ്ക്കുവേണ്ടിയായിരിക്കണം

അങ്ങനെ ചെയ്തിരിക്കുന്നത്. അകസാമാനങ്ങൾകൊണ്ട് ചിട്ടയായി ക്രമീകരിച്ച മുറിയായിരുന്നു അത്. ഒരു മൂലയിൽ സ്ട്രെച്ചർ സൂക്ഷിച്ചിരുന്നു. അതിനടുത്തായി തലതാങ്ങിയുള്ള ഒരു കൈക്കസേരയും കിടന്നിരുന്നു. മുൻ ചുവരിനോടു ചേർന്ന് ഒരു ചെറിയ മേശയും കസേരയും ഉണ്ടായിരുന്നു. ആ മേശപ്പുറത്ത് കുറേ ആശുപത്രി രേഖകളും പൂരിപ്പിക്കാത്ത മെഡിക്കൽ ഫോമുകളും ഉണ്ടായിരുന്നു. അതിനടുത്തുണ്ടായിരുന്ന കസേര, തീർച്ചയായും അവിടെ ജോലി ചെയ്യുന്ന നേഴ്സിന് ഇരിക്കാനുള്ളതായിരിക്കും. ഇടതുവശത്തെ ചുവരിൽ കാണപ്പെട്ട ഭിത്തിയലമാരയിൽ പഞ്ഞിയും തുണികളുമായിരുന്നു. ആ ചുമരുകൾ ശബ്ദം കടക്കാത്തവിധം മാറ്റിയെടുക്കാൻ ചില ശ്രമങ്ങൾ നടത്തിയിട്ടുണ്ടെന്ന് വ്യക്തമാണ്. ചുവരിലും വാതിലിലും ശബ്ദം കടത്തിവിടാത്ത മട്ടിലുള്ള പാളികൾ തറച്ചിട്ടുണ്ടായിരുന്നു. അത്രയും ഭാരമുള്ള കർട്ടൻ കൂടിയാകുമ്പോൾ എല്ലാം പൂർണമായി.

“മുറിക്കകത്തുള്ള രോഗി ബഹളം കൂട്ടിയാൽ എങ്ങനെയാണ് പുറത്തുള്ള ബോലം നേഴ്സിന് കേൾക്കാൻ കഴിയുക എന്ന കാര്യത്തിൽ എനിക്ക് സംശയമുണ്ട്. മാർട്ടിൻ, താങ്കളൊരു കാര്യം ചെയ്യൂ, പുറത്തെ ഇടനാഴിയിൽ ചെന്ന്, മെഡിക്കൽ രേഖകൾ സൂക്ഷിക്കുന്ന മുറിക്കു പുറത്തെ ഫോണിൽനിന്ന് ഒന്നു വിളിക്കൂ.”

ഡാൽഗ്ലിഷ് ചോദിച്ചു.

മാർട്ടിൻ വാതിൽ തുറന്ന് പുറത്തിറങ്ങിയതോടെ ഡാൽഗ്ലിഷ് ആ മുറിയുടെ കനത്ത നിശ്ശബ്ദതയിൽ തനിച്ചായി. മാർട്ടിൻ നടന്നകലുന്ന കാലടിശബ്ദം അയാൾ കേട്ടു. അസ്വസ്ഥനായ ഒരു രോഗിയെപ്പോലെയാണോ ആ ശബ്ദം തന്റെ കാതുകളിൽ വീഴുന്നതെന്ന് ഡാൽഗ്ലിഷ് ഒരു നിമിഷം ചിന്തിച്ചു. മാർട്ടിൻ റിസീവറെടുത്ത് ഡയൽ ചെയ്യുന്ന ശബ്ദമോ അതിനെത്തുടർന്ന് എന്തെങ്കിലും ശബ്ദമോ അയാൾ കേട്ടില്ല. അല്പസമയത്തിനുശേഷം മാർട്ടിന്റെ കാൽപ്പെരുമാറ്റം അടുത്തടുത്ത് വരുന്നതായി അയാൾ കേട്ടു - മടങ്ങിവന്ന മാർട്ടിൻ പറഞ്ഞു:

“ആഭ്യന്തര ഉപയോഗത്തിനുള്ള ഫോൺ നമ്പറുകൾ രേഖപ്പെടുത്തിയ ഒരു കാർഡ് ഞാനവിടെ കണ്ടു. അങ്ങനെ, ഞാൻ 004 ഡയൽ ചെയ്തു. അത് ബോലമിന്റെ മുറിയിലെ നമ്പരായിരുന്നു. അവിടെ ആരുമുണ്ടാകില്ലെന്നു കരുതിയാണ് ഞാൻ വിളിച്ചത്. പക്ഷേ, രസകരമായ കാര്യമെന്താണെന്നു വച്ചാൽ, അവിടെ ആരോ ഫോണെടുത്തു. സത്യത്തിൽ, ഞാൻ അമ്പരന്നുപോയി. അത് ലൗഡറായിരുന്നു. അയാളും അമ്പരന്നുപോയെന്ന് ശബ്ദം കേട്ടപ്പോൾ മനസ്സിലായി. പിന്നെ, ഞങ്ങളിവിടെ അധികനേരം ഉണ്ടാകില്ലെന്ന് ഞാൻ അയാളോടു പറഞ്ഞു.”

“നമ്മളിവിടെ അധികനേരമുണ്ടാകില്ല. അതിരിക്കട്ടെ, താങ്കൾ സംസാരിച്ചതൊന്നും എനിക്ക് കേൾക്കാൻ കഴിഞ്ഞില്ല. പക്ഷേ, ബോലം നേഴ്സ് പ്രൈഡിയുടെ ശിശുസമമായ നിലവിളി ശബ്ദം കേട്ടിരിക്കുന്നു. അല്ലെങ്കിൽ, അവൾ അങ്ങനെ അവകാശപ്പെടുന്നു.”

“അവളെങ്ങനെ പലതും കേട്ടിട്ടുണ്ട്, അല്ലേ സാർ? എന്തിനേറെ, ഡോക്ടർമാരും സിസ്റ്ററും പടിക്കെട്ടുകളിറങ്ങി താഴേക്കു വരുന്നതു പോലും അവൾ കേട്ടിരിക്കുന്നു.”

“ഒരു പരിധിവരെ അക്കാര്യം സംശയകരമാണ്. എങ്കിലും താഴേക്കി റങ്ങിവന്ന നാലുപേരും ഉച്ചത്തിൽ ചടപടാന്ന് എന്തെങ്കിലുമൊക്കെ സംസാരിച്ചുകൊണ്ടാണ് വന്നതെങ്കിലോ? എന്നാലും, സംശയിക്കുന്ന വരുടെ കൂട്ടത്തിൽ അവളുമുണ്ടെന്ന കാര്യം തീർച്ചയാണ്. രേഖകൾ സൂക്ഷിക്കുന്ന മുറി ആരോ അലങ്കോലമാക്കിയിട്ടിരിക്കുന്നുവെന്ന വിവരം അവൾക്കു വേണമെങ്കിൽ കസിനെ ഫോൺ ചെയ്ത് അറിയിക്കാമല്ലോ. അന്നേരം എന്താണ് പുറത്ത് നടക്കുന്നതെന്നോ സംസാരിക്കുന്നതെന്നോ പോലും തിരിച്ചറിയാൻ കഴിയാത്തവിധം അവളുടെ രോഗി മാനസികാ സ്വാസ്ഥ്യം അനുഭവിക്കുകയായിരുന്നിരിക്കണം. ഡോ. ബാഗ്ലിയോടൊപ്പം അല്പസമയം ആയിരുന്നതുപോലും ഒരുപക്ഷേ അവൾക്ക് സ്വയം ഒളിക്കാനുള്ള മാർഗമായിരിക്കണം. ചികിത്സാമുറിയിൽനിന്ന് അല്പനേര ത്തേക്കു മാത്രം മാറി, രേഖകൾ സൂക്ഷിക്കുന്ന മുറിയിൽ കസിനെ കാത്തുനിൽക്കാൻ ബോലം നേഴ്സിന് അനായാസം കഴിയും. മിസ് ബോലമിനെ കൊലപ്പെടുത്താനുള്ള ഏറ്റവും മികച്ചതും സുരക്ഷിതവു മായ അവസരം ബോലം നേഴ്സിനു തന്നെയാണുണ്ടായിരുന്നത്. മാത്രമല്ല, അത്യാവശ്യം മെഡിക്കൽ അറിവും അവൾക്കുണ്ട്. കൊല പാതകത്തിനു പിന്നിൽ മതിയായ കാരണങ്ങളും കണ്ടെത്താം. ബോലം നേഴ്സാണ് കൊലപാതകിയെങ്കിൽ ലൗഡറെ അത്യാവശ്യമായി കാണണമെന്നു പറഞ്ഞ ബോലമിന്റെ ഫോൺവിളിയുമായി അതിന് യാതൊരു ബന്ധവുമില്ല. എങ്കിലും, ഇവിടെ, അടിത്തട്ടിൽ എന്താണ് സംഭവിക്കുന്നതെന്നായിരുന്നു ബോലം അന്നേരം കരുതിയിട്ടുണ്ടാവുക. അതാണ് നമ്മൾ ശരിക്കും കണ്ടെത്തേണ്ടത്. ഒരുപക്ഷേ, അതിന് അവളുടെ കൊലപാതകവുമായി നേരിട്ട് ബന്ധമൊന്നുമില്ലെങ്കിൽപ്പോലും അത് കണ്ടെത്തുകതന്നെ വേണം. ഗ്രൂപ്പ് സെക്രട്ടറി ഉടൻതന്നെ ക്ലിനിക്കിൽ എത്തിയേക്കുമെന്ന അറിവാണ് ബോലം നേഴ്സിനെ കൊല പാതകത്തിലേക്ക് നയിച്ചതെങ്കിൽ അത് ശക്തമായൊരു കാരണം തന്നെയാണ്.”

“അതിനുള്ള ബുദ്ധിയൊന്നും അവൾക്കുണ്ടെന്നു തോന്നുന്നില്ല, സർ.”

“അവളൊരു കൊലപാതകിയാണെന്ന് എനിക്കും തോന്നുന്നില്ല, മാർട്ടിൻ. പക്ഷേ, ഇക്കാര്യത്തിൽ ആരെയും അങ്ങനെ വിലകുറച്ചു കാണാനാവില്ലല്ലോ നമുക്ക്. ഒരുപക്ഷേ അവൾ നിരപരാധിയാണെ ങ്കിൽപോലും, അവൾ ചികിത്സാമുറിക്കുള്ളിലായിരുന്നത് കൊലപാതകിക്ക് സൗകര്യമാവുകയും ചെയ്തു. പിന്നീടുള്ളത്, ആ റബ്ബർ കൈയുറകളുടെ കാര്യമാണ്. തീർച്ചയായും, അവളതിന് കൃത്യമായ വിശദീകരണം

തന്നിട്ടുണ്ട്. പിന്നെ, ഒരു നഴ്സ് ഏപ്രൺ പോക്കറ്റിൽ ഒരു ജോടി കൈയുറകൾ തിരുകിവയ്ക്കുന്നതിൽ അസ്വാഭാവികമായി ഒന്നുമില്ലല്ലോ. മാത്രമല്ല, നമുക്കു കിട്ടിയ തെളിവുകൾ പ്രകാരം കൊലപാതകത്തിനുപയോഗിച്ച രണ്ടിലേതെങ്കിലും ആയുധങ്ങളിലോ, ആ വാതിൽ തുറക്കാനുപയോഗിച്ച താക്കോലിലോ, പുതിയതോ പഴയതോ ആയ ഒരു വിരലടയാളംപോലും അവളുടേതായി ഇല്ല. ഒന്നുകിൽ ആരോ വിരലടയാളങ്ങൾ സമർത്ഥമായി മായ്ച്ചുകളഞ്ഞിരിക്കുന്നു. അല്ലെങ്കിൽ, കൈയുറ ഉപയോഗിച്ചാണ് കൃത്യം നടത്തിയിരിക്കുന്നത്. സർജിക്കൽ കൈയുറകളേക്കാൾ നേർത്ത മറ്റൊന്നും അന്നേരം അത്രത്തോളം ഉപകരിക്കുകയുമില്ല. ചായം മുക്കുന്ന കത്തി നെഞ്ചിൽ തുളച്ചുകയറ്റിയതുപോലും ഒരു സർജിക്കൽ ഓപ്പറേഷനാണ്."

"കൈയുറകൾ ഉപയോഗിക്കാനുള്ള ബുദ്ധി അവൾക്കുണ്ടായിരുന്നെങ്കിൽ, കൃത്യം നടത്തിയശേഷം അത് നശിപ്പിച്ചുകളയാനുള്ള സാമർത്ഥ്യം കൂടി കാണിക്കുമായിരുന്നു. തൊട്ടടുത്തുതന്നെ ബോയിലറും ഉണ്ടായിരുന്നു. അതിരിക്കട്ടെ, ആർട്ട് തെറാപ്പി വിഭാഗത്തിൽനിന്ന് നഷ്ടപ്പെട്ട റബ്ബർ ഏപ്രണെക്കുറിച്ച് എന്തു തോന്നുന്നു? ഒരുപക്ഷേ കൊലയാളി പിടിക്കപ്പെടാതിരിക്കാൻ അത് ഉപയോഗിക്കുകയും, പിന്നീട് ബോയിലറിലിട്ട് നശിപ്പിച്ചുകളയുകയും ചെയ്തിട്ടുണ്ടെങ്കിൽ, കൈയുറകൾക്ക് പിന്നാലെയുള്ള ഈ അലച്ചിൽ മണ്ടത്തരമാകും."

"എന്നുവെച്ചാൽ, സ്ഥിരബുദ്ധിയുള്ള ആരും അങ്ങനെ ചെയ്യാൻ സാധ്യതയില്ല എന്നല്ലേ പറഞ്ഞുവരുന്നത്. എന്തായാലും, ആ ഏപ്രണെക്കുറിച്ച് എനിക്ക് യാതൊരു ഉറപ്പുമില്ല. ഒരെണ്ണം ഇവിടെനിന്ന് നഷ്ടപ്പെട്ടിട്ടുണ്ട്, അത് ഒരുപക്ഷേ ആ കൊലയാളി ഉപയോഗിച്ചിട്ടുണ്ടാകും, എന്നു മാത്രമേ ഇപ്പോൾ പറയാൻ കഴിയൂ. പക്ഷേ, കൃത്യമായി ആസൂത്രണം ചെയ്തു നടപ്പിലാക്കിയ ഒരു കൊലപാതകം തന്നെയാണിത്. ഏതായാലും, നാളെ ബോയിലറൊന്നു തണുത്തിട്ട് അതൊന്നു പരിശോധിക്കണം. ആ ഏപ്രണിന്റെ ചുമൽപ്പട്ടയിൽ ലോഹത്തിലുള്ള മൊട്ടാണികളുണ്ട്. ഭാഗ്യമുണ്ടെങ്കിൽ അതു ചിലപ്പോൾ നാളെ നമുക്ക് ബോയിലറിൽനിന്നു കിട്ടും."

അവർ ചികിത്സാമുറിയുടെ വാതിലടച്ച് മുകളിലേക്ക് കയറിപ്പോയി. തുടർച്ചായി അലട്ടുന്ന രൂക്ഷമായ ക്ഷീണത്തെക്കുറിച്ചും ഡാൽഗ്ലിഷ് വീണ്ടും ബോധവാനായി. പൊലീസ് സംഘത്തിന് തിരക്കുപിടിച്ച ആഴ്ചയായിരുന്നു അത്. ആ ദിവസമെങ്കിലും അല്പം സ്വസ്ഥമായിരിക്കാമെന്നു കരുതിയതാണ്. പക്ഷേ, എല്ലാ കണക്കുകൂട്ടലുകളേയും കാറ്റിൽ പറത്തിക്കൊണ്ട് ആ രാത്രിയിലായിരുന്നു ഏറ്റവും തിരക്കുണ്ടായിരുന്നത്. ഡെബോറ റിസ്കോയുമൊന്നിച്ചുള്ള സായാഹ്നത്തിലെ അത്താഴ വിരുന്നിനെക്കുറിച്ചോർത്തപ്പോൾ അയാൾ ചെറുതായൊന്ന് അമ്പരന്നു. ആ കൂടിക്കാഴ്ച ലോകത്തിന്റെ മറ്റേതോ ഭാഗത്തായിരുന്നെന്നുപോലും തോന്നിപ്പോയി. അതീവക്ഷീണിതനായിരുന്നതുകൊണ്ടുതന്നെ

പുതുതായി ഒരു കേസ് ഏറ്റെടുക്കുമ്പോഴുണ്ടാകുന്ന പതിവ് ആത്മ വിശ്വാസമൊന്നും അയാളിൽ കണ്ടില്ല. ഏതെങ്കിലും കുറ്റകൃത്യം തന്നെ കീഴ്പ്പെടുത്തുന്നതിനെക്കുറിച്ച് അയാൾ മുമ്പൊരിക്കലും ഗൗരവമായി ചിന്തിച്ചിട്ടേയില്ലായിരുന്നു. പരാജയത്തിന്റെ രുചി അയാൾ ഇതുവരെ അറി ഞ്ഞിട്ടില്ലായിരുന്നു. അതുകൊണ്ടുതന്നെ ഈ കേസ് അയാളെ കൂടുതൽ അസ്വസ്ഥനാക്കി. ആവശ്യത്തിന് വിശ്രമം ലഭിക്കാത്തതുകൊണ്ടാ യിരിക്കാം അതെന്ന് സ്വയം സമാധാനിക്കുക മാത്രമായിരുന്നു അയാൾക്കു മുന്നിലുള്ള പോംവഴി. അങ്ങനെ, അന്നാദ്യമായി അയാൾക്ക് സ്വന്തം കഴിവിൽ വിശ്വാസം നഷ്ടമായി. എതിരിടുന്നത് അതിബുദ്ധിമാനായ ഒരാളെയാണെന്ന് അയാൾക്ക് ബോധ്യമായി. എങ്കിലും, ബോലം നേഴ്സിന് അത്രകണ്ട് സാമർത്ഥ്യമൊന്നുമില്ലെന്ന് അയാൾക്കു തോന്നി.

ഗ്രൂപ്പ് സെക്രട്ടറിയും നാഗലും അപ്പോഴും ഹാളിൽ കാത്തിരിക്കുന്നു ണ്ടായിരുന്നു. ഗ്രൂപ്പിന്റെ കേന്ദ്രകാര്യാലയത്തിൽനിന്ന് മറ്റൊരു താക്കോൽ ക്കൂട്ടം പിറ്റേന്നു രാവിലെ പൊലീസിനു കൈമാറാമെന്ന ഉറപ്പിന്മേൽ, ഡാൽഗ്ലിഷ് ക്ലിനിക്കിന്റെ താക്കോൽക്കൂട്ടം അവർക്കു കൈമാറി. ക്ലിനിക്കിലെ ലൈറ്റുകളെല്ലാം ഓഫ് ചെയ്തോ എന്നറിയാൻ നാഗൽ പോയിട്ടുവരുന്നതുവരെ അയാളും മാർട്ടിനും രണ്ടു പൊലീസുകാർ ക്കൊപ്പം അവിടെ കാത്തിരുന്നു. ഇരുട്ടു പരന്നതോടെ അവർ ആറുപേരും ക്ലിനിക്കിനു പുറത്തേക്കിറങ്ങി. മൂടൽമഞ്ഞുകൊണ്ട് മൂടിയിരുന്ന ഒക്ടോ ബറിലെ രാത്രി, മുന്നിലുള്ളതിനെയൊന്നും കാട്ടിക്കൊടുത്തില്ലെങ്കിലും അവർ അവരവരുടെ വഴിക്ക് നീങ്ങി.

നാല്

വീട്ടിലേക്ക് പോകുംവഴി മിസ് കെറ്റിലിന് ഒരു 'ലിഫ്റ്റ്' കൊടുക്കുന്ന കാര്യത്തിൽ ഡോ. ബാഗ്ലിക്ക് അലോഹ്യമൊന്നും തോന്നിയില്ല. അയാളുടെ വഴിമധ്യേ റിച്ച്മോണ്ടിലായിരുന്നു അവളുടെ വീട്. സാധാരണ ക്ലിനിക്കിൽ നിന്ന് വീട്ടിലേക്ക് പോകുമ്പോൾ അയാൾ അവളെ കൂട്ടാറില്ലായിരുന്നു. അക്കാര്യത്തിൽ അയാൾക്ക് യാതൊരു മനഃസാക്ഷിക്കുത്തും ഉണ്ടായിരുന്നതുമില്ല. തനിച്ചുള്ള ഡ്രൈവിംഗ് അയാൾ ആസ്വദിച്ചിരുന്നു. മാത്രമല്ല, തിരക്കേറിയ മണിക്കൂറുകളിൽപോലും സിറ്റിയുടെ ഞെരുങ്ങിയ വഴികളിലൂടെ കാറോടിച്ചുപോകുമ്പോൾ, യാതൊരു ടെൻഷനുമില്ലാതെ നിവർന്ന നട്ടെല്ലോടെ, ശുദ്ധവായു നുകർന്നു മുന്നോട്ടുപോകുന്ന ഒരാളുടെ മട്ടും മാതിരിയും അയാൾക്കുണ്ടായിരുന്നു. എങ്കിലും, സ്റ്റാല്ലിങ്ങിലേക്കുള്ള യാത്രയ്ക്കിടയിൽ തിരക്കുകുറഞ്ഞ ഒരു പബ് കണ്ടാൽ വണ്ടി അവിടെ അവിടെ നിർത്തി ഒരു ബിയറോ ഒരു പൈന്റോ അകത്താക്കാതെ യാത്ര തുടരില്ല. അതിൽ കൂടുതലോ കുറവോ അയാൾ കുടിക്കുകയുമില്ല. ഫ്രെഡറിക്കയെ നഷ്ടപ്പെട്ടതിനുശേഷമുള്ള രാത്രികാലങ്ങളിൽ അതായിരുന്നു അയാളുടെ പതിവ്. രാത്രികാലങ്ങളിൽ അതിസമ്മർദ്ദമൊഴിവാക്കാനാണ് അങ്ങനെ ചെയ്യുന്നതെന്നാണ് അയാൾ സ്വയം കരുതുന്നത്. സ്വകാര്യ ജീവിതവും ജോലിയും രണ്ടായി കാണാൻ ശ്രമിക്കുന്നതുകൊണ്ടുതന്നെ, ക്ലിനിക്കിലും വീട്ടിലും അയാൾ രണ്ടുതരം മനുഷ്യനായിരുന്നു.

മിസ് കെറ്റിലിന് വേഗതയിൽ താത്പര്യമില്ലെന്ന് ആദ്യമേതന്നെ മനസ്സിലാക്കിയതുകൊണ്ട് അയാൾ പതുക്കെയായിരുന്നു വണ്ടി ഓടിച്ചത്. അയാളുടെ തൊട്ടടുത്ത സീറ്റിലായിരുന്നു അവളിരുന്നത്. ശരീരമാകെ മൂടിക്കിടക്കുന്ന രോമക്കുപ്പായവും വൃത്തിയായി വെട്ടിയൊതുക്കിയ തലമുടിയിൽ സ്ഥാനം പിടിച്ചിരുന്ന കടുംചുവപ്പ് തൊപ്പിയും തമ്മിൽ യാതൊരു ചേർച്ചയും ഉണ്ടായിരുന്നില്ല. മറ്റ് സാമൂഹികപ്രവർത്തകരെ പോലെത്തന്നെ സാധാരണക്കാർക്കിടയിൽ ഒരു മതിപ്പുണ്ടാക്കിയെടുക്കാൻ അവൾക്ക് കഴിഞ്ഞിട്ടുണ്ട്. - അതൊക്കെക്കൊണ്ടുതന്നെയാണ് ബാഗ്ലി ലോകത്തെ വെറുത്തുപോയതും! ഒരിക്കൽ, പ്രൊഫഷണൽ ജീവിതത്തിന്റെ തിരക്കുകൾക്കിടയിലും അവർ സ്വകാര്യമായി കൈകോർക്കാൻ

തുടങ്ങിയതായിരുന്നു. അവർക്കിടയിൽ ഇഷ്ടമുണ്ടായിരുന്നോ ഇല്ലയോ, അവരുടെ ദൗർബല്യങ്ങൾ വെളിപ്പെടുമോ, പരസ്പരം പ്രോത്സാഹിപ്പിക്കപ്പെട്ടിരുന്നോ എന്നൊന്നും ആരും അന്വേഷിച്ചില്ല. അങ്ങനെ അവരുടെ പാപങ്ങൾ പൊറുക്കപ്പെട്ടു. കെറ്റിലിനോട് അടുപ്പം കാട്ടിയിരുന്ന ചില രോഗികൾക്കൊഴികെ സ്റ്റീൻ ക്ലിനിക്കിലെ മറ്റാർക്കും അവളോട് അനുഭാവം തോന്നിയില്ല. ബാഗ്ലി ഒരിക്കൽപ്പോലും അവളോട് അനിഷ്ടം പ്രകടിപ്പിച്ചില്ല. സൈക്യാട്രിക് സോഷ്യൽ വർക്കിനോട് യാതൊരു ആഭിമുഖ്യവുമില്ലാത്തവർക്കായിരിക്കും അത് കൂടുതൽ ഇണങ്ങുന്നത്. അതുകൊണ്ടുതന്നെയാണ് മിസ് കെറ്റിലിന് അത് കൂടുതൽ വഴങ്ങുന്നതെന്നായിരുന്നു അയാളുടെ നിഗമനം. ഓരോ തവണയും അവൾ തയ്യാറാക്കിക്കൊണ്ടിരുന്ന നെടുനീളൻ റിപ്പോർട്ടിലെ ആവർത്തനവിരസത പ്രതീക്ഷിച്ചുകൊണ്ടുതന്നെ അവളിൽനിന്ന് അയാൾ റിപ്പോർട്ട് ആവശ്യപ്പെട്ടു. പരിശീലനം സിദ്ധിച്ച സൈക്കോ തെറാപ്പിസ്റ്റ് ആയിത്തീരുന്നതുവരെ ഓരോ സൈക്യാട്രിക് സോഷ്യൽ വർക്കറുടെ ഉള്ളിലും രോഗികളെ ചികിത്സിക്കാനുള്ള ആവേശം നുരഞ്ഞുപൊന്തിക്കൊണ്ടിരിക്കും. ഇല്ല, അയാൾ ഒരിക്കൽപോലും രൂത്ത് കെറ്റിലിനോട് അനിഷ്ടം പ്രകടിപ്പിച്ചില്ല. എന്നാൽ, ആ രാത്രിയിൽ അയാൾക്ക് ഒറ്റയ്ക്ക് വണ്ടിയോടിച്ചുപോകാനായിരുന്നു താത്പര്യം.

നൈറ്റ്സ് ബ്രിഡ്ജിലെത്തുന്നതുവരെ അവൾ ഒന്നും മിണ്ടിയില്ല. ആ സവിശേഷ നിമിഷത്തിൽ ഒരു പുല്ലാങ്കുഴൽ നാദംപോലെ അവളുടെ ശബ്ദം അയാളുടെ കാതുകളിലേക്ക് വന്നുകയറി.

"ആകെ കുഴഞ്ഞുമറിഞ്ഞ ഒരു കൊലപാതകമായിപ്പോയി, അല്ലേ? അത്യന്തം വിചിത്രമായ ഒന്ന്. ആ സൂപ്രണ്ടിനെക്കുറിച്ച് എന്തു തോന്നുന്നു?"

"അയാൾ മിടുക്കനാണെന്നാണ് എനിക്കു തോന്നുന്നത്. എങ്കിലും പരസ്പരവിരുദ്ധമായ നിലപാടുകളുള്ള ആളാണെന്നു തോന്നുന്നു. പക്ഷേ, എനിക്ക് കൊലപാതകം നടന്ന സമയത്ത് എവിടെയായിരുന്നെന്ന് തെളിവുകൾ നിരത്തി സമർത്ഥിക്കാൻ കഴിഞ്ഞില്ല. ശരിക്കും ബോലം മരണപ്പെട്ടു എന്നു കരുതുന്ന സമയത്ത് ഞാൻ മെഡിക്കൽ സ്റ്റാഫിന്റെ സാധനങ്ങൾ സൂക്ഷിക്കുന്ന മുറിയിലായിരുന്നു."

കൊലപാതകത്തിൽ തനിക്കൊരു പങ്കുമില്ലെന്ന് ഒരിക്കൽക്കൂടി ഉറപ്പിക്കാനും സ്വാഭാവികമായും അക്കാര്യത്തിൽ അവളുടെ പിന്തുണകൂടി നേടിയെടുക്കാനുമായിരുന്നു അയാളുടെ ശ്രമം. അവൾ എന്തെങ്കിലും പറയുന്നതിനു മുമ്പുതന്നെ അയാൾ പറഞ്ഞു:

"എന്തായാലും, ഇതൊരു വല്ലാത്ത ശല്യമായിപ്പോയി. അയാൾ പെട്ടെന്നുതന്നെ കാര്യങ്ങൾക്കൊക്കെ ഒരു തീരുമാനമുണ്ടാക്കുമെന്നാണ് എനിക്കു തോന്നുന്നത്."

"ഓ, എനിക്കങ്ങനെ തോന്നുന്നില്ല. കാര്യങ്ങളെല്ലാംകൂടി കേട്ടതോടെ അയാൾ കുഴഞ്ഞുമറിഞ്ഞ അവസ്ഥയിലായിട്ടുണ്ട്. വൈകുന്നേരം

മുഴുവൻ ഞാൻ എന്റെ മുറിയിൽ തനിച്ചായിരുന്നു. അതുകൊണ്ടുതന്നെ, എനിക്കും നിരപരാധിത്വം പൂർണമായി തെളിയിക്കാൻ കഴിഞ്ഞിട്ടില്ല. മാത്രമല്ല, ബോലം എപ്പോഴാണ് കൊല്ലപ്പെട്ടതെന്ന് എനിക്കിപ്പോഴും വ്യക്തമല്ല."

"ഏകദേശം ആറ് ഇരുപതിനാണ്."

ബാഗ്ലി പെട്ടെന്ന് മറുപടി കൊടുത്തു.

"ആണോ? എങ്കിൽ കൊലപാതകസമയത്ത് എവിടെയായിരുന്നുവെന്ന് തെളിവുസഹിതം സമർത്ഥിക്കാൻ എനിക്കു കഴിയില്ല."

അങ്ങനെ പറയുമ്പോൾ മിസ് കെറ്റിൽ തീർത്തും നിരുന്മേഷവതിയായിരുന്നു. എങ്കിലും, ഒരു നിമിഷത്തെ നിശ്ശബ്ദതയ്ക്കുശേഷം പതിഞ്ഞ ശബ്ദത്തിൽ അവൾ വീണ്ടും സംസാരിച്ചുതുടങ്ങി.

"രോഗികൾക്കുവേണ്ടിയുള്ള സൗജന്യ പണം ചെലവഴിക്കുന്ന കാര്യത്തിൽ മിസ് ബോലമിന് വളരെ പ്രയാസമായിരുന്നു. സൗജന്യ പണമെടുത്ത് വോറിക്കെറിന് ഒരു ചെറിയ ഉല്ലാസയാത്രയെങ്കിലും ഞാൻ തരപ്പെടുത്തിക്കൊടുക്കും. ഏതെങ്കിലും ശാന്തമായ ഒരിടത്തേക്ക് രണ്ടാഴ്ചയെങ്കിലും മാറിത്താമസിച്ചാൽ തീരുന്ന പ്രശ്നമേയുള്ളൂ അവരുടെ വൈവാഹിക ജീവിതത്തിനെന്നാണ് എനിക്കും ഡോ. സ്റ്റെയ്നർക്കും തോന്നുന്നത്."

വോറിക്കെറുടെ ദുരിതപൂർണമായ വൈവാഹിക ജീവിതത്തെക്കുറിച്ച് എന്തെങ്കിലും അന്വേഷിക്കാൻ ഡോ. ബാഗ്ലി നിർബന്ധിതനായി. ശാന്തമായ ഒരിടത്തേക്ക് രണ്ടാഴ്ച മാറിത്താമസിക്കുകയെന്നത് ഒരു ത്യാഗമാണോ എന്നായിരുന്നു അന്നേരം അയാൾ ചിന്തിച്ചത്. അയാൾ ചോദിച്ചു:

"വോറിക്കെർ ഇപ്പോഴും പണിയെടുക്കുന്നില്ലേ?"

"ഓ, അതെ! അയാളിപ്പോഴും പണിക്കു പോകുന്നുണ്ട്."

അയാൾക്ക് സൗജന്യ പണം അനുവദിക്കുന്നതിൽ തെറ്റില്ലെന്ന മട്ടിലായിരുന്നു കെറ്റിൽ പ്രതികരിച്ചത്. എന്നിട്ട് ന്യായീകരണമെന്നപോലെ അവൾ കൂട്ടിച്ചേർത്തു:

"ഓ, കഴിവിന്റെ പരമാവധി ശ്രമിച്ചാലും അയാളുടെ ഭാര്യ കാര്യപ്രാപ്തിയില്ലാത്ത ഒരു സ്ത്രീയാണ്. ക്ലിനിക്കിൽനിന്ന് പണം കൊടുത്തില്ലെങ്കിൽ അവരുടെ ഉല്ലാസയാത്ര മുടങ്ങും. പറയുന്നതിൽ വിഷമമുണ്ട്, പക്ഷേ, യാതൊരു സഹാനുഭൂതിയുമില്ലാത്ത ഒരു സ്ത്രീയായിരുന്നു ബോലം. പിന്നെ വേറൊരു കാര്യം കൂടിയുണ്ട് പറയാൻ; എന്നോട് ചോദിക്കാതെയും പറയാതെയും എന്നെ കാണാൻ ബോലം രോഗികൾക്ക് അപ്പോയിൻമെന്റ് കൊടുത്തുകളയും. അത്തരമൊരു സംഭവം ഇന്നുമുണ്ടായി. ഞാൻ ക്ലിനിക്കിൽനിന്ന് ഇറങ്ങാൻ തുടങ്ങുന്നതിനുമുമ്പ് ഡയറി എടുത്തുനോക്കിയപ്പോഴാണ് തിങ്കളാഴ്ച രാവിലെ പത്തുമണിക്ക് എന്നെക്കാണാൻ പുതിയൊരു രോഗിക്ക് അനുവാദം കൊടുത്തിരിക്കുന്ന

കാര്യം ഞാനറിയുന്നത്. ശ്രീമതി ബോസ്റ്റോക്കായിരുന്നു അത് എഴുതിയിരുന്നതെങ്കിലും, 'മിസ് ബോലമിന്റെ നിർദ്ദേശപ്രകാരം' എന്ന് അതിനോടൊപ്പം കുറിച്ചിരുന്നു. ശ്രീമതി ബോസ്റ്റോക്ക് ഇതുവരെ സ്വന്തം നിലയ്ക്ക് അങ്ങനെയൊരു കാര്യം ചെയ്തിട്ടില്ല. വളരെ ചുറുചുറുക്കും കാര്യപ്രാപ്തിയുമുള്ള ഒരു സെക്രട്ടറിയാണ് ആ സ്ത്രീ."

കൃത്യമായി ആസൂത്രണം ചെയ്ത് മറ്റുള്ളവരെ ഉപദ്രവിക്കുന്ന കാര്യത്തിൽ അതീവ തല്പരയാണ് ബോസ്റ്റോക്ക് എന്നായിരുന്നു ഡോ. ബാഗ്ലി കരുതിയിരുന്നത്. പക്ഷേ, അക്കാര്യം സ്ഥിരീകരിക്കുന്ന തെളിവുകളൊന്നും അയാളുടെ പക്കലുണ്ടായിരുന്നില്ല. അതുകൊണ്ടുതന്നെ, അയാൾ സംഭാഷണം വഴിതിരിച്ചുവിട്ടു. ഡാൽഗ്ലിഷുമൊത്തുള്ള കെറ്റിലിന്റെ കൂടിക്കാഴ്ച എങ്ങനെയുണ്ടായിരുന്നെന്ന് അയാൾ ചോദിച്ചു.

"അത് അയാളെ ഏതെങ്കിലും തരത്തിൽ സഹായിക്കുമെന്ന് എനിക്കു തോന്നുന്നില്ല. പക്ഷേ, ലിഫ്റ്റിന്റെ കാര്യം പറഞ്ഞപ്പോൾ താത്പര്യത്തോടെ കേട്ടിരിക്കുന്നുണ്ടായിരുന്നു."

"ലിഫ്റ്റിനെക്കുറിച്ച് അന്നേരം എന്താ ഡാൽഗ്ലിഷിനോട് പറഞ്ഞത്?"

"ഇന്നു വൈകുന്നേരം ആരോ ലിസ്റ്റ് ഉപയോഗിച്ചിരുന്നു. ഉപയോഗിക്കുമ്പോൾ അതിനുണ്ടാകുന്ന പ്രത്യേകരീതിയിലുള്ള ശബ്ദവും അത് രണ്ടാംനിലയിൽ എത്തിനിൽക്കുമ്പോഴുണ്ടാകുന്ന കുലുക്കവും കേട്ടിട്ടില്ലേ? അതുപോലെതന്നെ ഞാനും കേട്ടു. പക്ഷേ, അതെപ്പോഴാണെന്ന് കൃത്യമായി എനിക്കറിയില്ല. കൃത്യസമയത്തിന്റെ പ്രാധാന്യത്തെക്കുറിച്ച് ഓർത്തതുമില്ല. ഏതായാലും, അന്നേരം സമയം ഏതാണ്ട് ആറരയായിട്ടുണ്ടാവുമെന്നാണ് എനിക്കു തോന്നുന്നത്."

"ബേസ്മെന്റിലേക്ക് തനിയെ ഇറങ്ങിച്ചെല്ലാൻ ആരെങ്കിലും ലിഫ്റ്റ് ഉപയോഗിച്ചതായി ഡാൽഗ്ലിഷ് വിശ്വസിക്കുന്നുണ്ടാവില്ല. കാരണം, അത്രയും വലിപ്പമുള്ള ആ ലിഫ്റ്റ് ഓപ്പറേറ്റു ചെയ്യാൻ തീർച്ചയായും ചുരുങ്ങിയത് രണ്ടുപേരെങ്കിലും വേണം."

"അതെ, അതു ശരിയാണ്, അല്ലേ? ആർക്കെങ്കിലും ഒറ്റയ്ക്ക് കൈകാര്യം ചെയ്യാവുന്ന ഒന്നല്ല അത്. തീർച്ചയായും ആരോ ഒരാൾ സഹായിയായിട്ടുണ്ട്."

അതു പറയുമ്പോൾ, എവിടെയോ ഒരു ക്രിമിനൽ ഗൂഢാലോചന നടന്നിട്ടുണ്ട് എന്ന നിഗമനം അവളുടെ ചേഷ്ടകളിൽ കടന്നുകൂടിയിട്ടുണ്ടായിരുന്നു. അയാളെ ഒരു നിമിഷം നോക്കിയിട്ട് അവൾ തുടർന്നു:

"ഒരു ചെറിയ ബുദ്ധവിഗ്രഹംപോലെ ലിഫ്റ്റിൽ കുത്തിയിരിക്കുന്ന പാവം ഡോ. ഈതറീഗിനെയും ബലിഷ്ഠമായ കൈകളാൽ സകലതിനും പിന്നിൽനിന്ന് ചരടുവലിക്കുന്ന ശ്രീമതി ബോസ്റ്റോക്കിനെയും ആ മട്ടിൽ സങ്കല്പിക്കാൻപോലും എനിക്ക് കഴിയുന്നില്ല. താങ്കൾക്ക് അങ്ങനെ സങ്കല്പിക്കാൻ കഴിയുമോ?"

"ഇല്ല."

ഡോ. ബാഗ്ലി പെട്ടെന്ന് മറുപടി കൊടുത്തു. അവളുടെ വ്യക്തമായ വിവരണംകൊണ്ട് മനസ്സിൽ പതിഞ്ഞ ചിത്രം മായ്ച്ചുകളയാനെന്നപോലെ അയാൾ വിഷയം മാറ്റി.

"മെഡിക്കൽ രേഖകൾ സൂക്ഷിക്കുന്ന മുറിയിൽ ആരാണ് അവസാനം കയറിയതെന്നറിഞ്ഞാൽ സംഗതികൾ കുറേക്കൂടി വ്യക്തമാകുമായിരുന്നു. ഞാനുദ്ദേശിച്ചത്, കൊലപാതകത്തിനു മുമ്പുള്ള കാര്യമാണ്. പിന്നെ, ഞാനെപ്പോഴാണ് അവിടെ കയറിയതെന്ന് എനിക്ക് ഓർത്തെടുക്കാനാവുന്നില്ല."

"ഓർത്തെടുക്കാൻ കഴിയുന്നില്ലേ? കഷ്ടമായിപ്പോയി! ഇത്രയും പൊടിപിടിച്ച ഒരു സ്ഥലം ഞാനെന്റെ ജീവിതത്തിൽ കണ്ടിട്ടുണ്ടാവില്ല. ഞാനവിടെ അവസാനമായി പോയത് ഇന്നു വൈകീട്ട് അഞ്ചേമുക്കാലിനാണ്."

അപ്രതീക്ഷിതമായി കേട്ട മറുപടിയിൽ അമ്പരന്നുപോയ ഡോ. ബാഗ്ലിയുടെ കാൽ കാറിന്റെ ബ്രേക്കിലമർന്നു.

"ഇന്നു വൈകീട്ട് അഞ്ചേമുക്കാലിനോ? എന്നുവച്ചാൽ മരണം നടക്കുന്നതിന് വെറും മുപ്പത്തിയഞ്ച് മിനിട്ടുകൾക്കു മുമ്പ്!"

"അതെ, അതുതന്നെ, അങ്ങനെ തന്നെയാവാനാണ് സാധ്യത. ബോലം മരണപ്പെട്ടത് ആറ് ഇരുപതിനുതന്നെയല്ലേ? സൂപ്രണ്ട് അക്കാര്യം എന്നോട് പറഞ്ഞില്ല. പക്ഷേ, ആ സമയത്ത് ഞാൻ ബേസ്മെന്റിൽ ഉണ്ടായിരുന്നു എന്നു പറഞ്ഞപ്പോൾ അദ്ദേഹം ശ്രദ്ധയോടെ കേട്ടിരിക്കുന്നുണ്ടായിരുന്നു. വോറിക്കെറെക്കുറിച്ചുള്ള പഴയ ഒരു രേഖ എടുക്കാനായിരുന്നു ഞാനവിടെ പോയത്. ഏതാണ്ട് അഞ്ചേമുക്കാലായപ്പോഴാണ് ഞാൻ അടിത്തട്ടിലെത്തിയത്. അവിടെ ഞാൻ അധികനേരം തങ്ങിയില്ല. ആ രേഖ എവിടെയാണെന്ന് എനിക്കറിയാമായിരുന്നതുകൊണ്ട് ഞാൻ വേഗം മടങ്ങി."

"അന്നേരം ആ മുറിയിൽ അസ്വാഭാവികമായി എന്തെങ്കിലും ശ്രദ്ധയിൽപ്പെട്ടിരുന്നോ? മെഡിക്കൽ രേഖകൾ നിലത്ത് ചിതറിക്കിടക്കുന്നതുപോലെയോ മറ്റോ കണ്ടിരുന്നോ?"

"ഓ, ഇല്ല. എല്ലാം കൃത്യമായിത്തന്നെയുണ്ടായിരുന്നു. പുറത്തുനിന്ന് ആ മുറി പൂട്ടിയിരിക്കുകയായിരുന്നു. കാവൽക്കാരുടെ വിശ്രമമുറിയിൽ നിന്ന് ഞാൻ താക്കോലെടുത്ത് മുറി തുറക്കുകയും തിരികെ പോകുമ്പോൾ മുറി പൂട്ടി താക്കോൽ കൊണ്ടുപോയി ബോർഡിൽ തൂക്കിയിടുകയും ചെയ്തിരുന്നു."

"എന്നിട്ട്, അവിടെ മറ്റാരെയെങ്കിലും കണ്ടിരുന്നോ?"

"ഇല്ല. അങ്ങനെ ആരെയും കണ്ടതായി ഓർക്കുന്നില്ല. ആ എൽ.എസ്.ഡി. രോഗി അലമുറയിടുന്ന ശബ്ദം മാത്രം കേട്ടു. അത്രമാത്രം

ഉറക്കെയായിരുന്നു ആ കരച്ചിൽ. അന്നേരം അവൾ തനിച്ചായിരുന്നിരിക്കുമെന്നാണ് എനിക്കു തോന്നുന്നത്."

"അവൾ തനിച്ചായിരിക്കാനിടയില്ല. അങ്ങനെ ഒരിക്കലും സംഭവിക്കില്ല. ഏതാണ്ട് അഞ്ച് നാല്പതിന് ഞാൻ അവളോടൊപ്പമുണ്ടായിരുന്നു. കുറച്ചുനേരം മുമ്പായിരുന്നു വന്നിരുന്നതെങ്കിൽ നമ്മൾ അവിടെവെച്ച് കണ്ടുമുട്ടിയേനെ."

"അങ്ങനെ സംഭവിച്ചിരുന്നെങ്കിൽ അതിന് സാധ്യതയുണ്ടായിരുന്നത്, ഒന്നുകിൽ അടിത്തട്ടിലേക്കുള്ള പടിക്കെട്ടുകളിൽ വച്ച്, അല്ലെങ്കിൽ രേഖകൾ സൂക്ഷിക്കുന്ന മുറിക്കു സമീപം. പക്ഷേ, അവിടെ വച്ച് ഞാൻ ആരെയും കണ്ടതായി ഓർക്കുന്നില്ല. സൂപ്രണ്ട് അക്കാര്യം തിരിച്ചും മറിച്ചും ചോദിച്ചിരുന്നു. ഒരുപക്ഷേ, സംഗതികളെല്ലാംകൂടി കുഴഞ്ഞു മറിഞ്ഞ് കിടക്കുന്നതുകൊണ്ടായിരിക്കാം. അങ്ങനെയാണ് എനിക്കു തോന്നുന്നത്."

പിന്നീടവർ കൊലപാതകത്തെക്കുറിച്ച് ഒന്നും സംസാരിച്ചില്ലെങ്കിലും ഡോ. ബാംഗ്ലിയെ സംബന്ധിച്ചിടത്തോളം ഒരുപാട് ചോദ്യങ്ങൾ ചോദിക്കാനാവാതെ ആ കാറിനുള്ളിൽ വീർപ്പുമുട്ടുന്നുണ്ടായിരുന്നു. ഇരുപത് മിനിട്ടുകൾക്കുശേഷം റിച്ച്മണ്ട് ഗ്രീനിലെ കെറ്റിലിന്റെ ഫ്ളാറ്റിനു മുന്നിൽ കാർ നിന്നു. ഉപചാരപൂർവ്വം അവൾക്ക് കാറിന്റെ ഡോർ തുറന്നുകൊടുക്കുമ്പോൾ മാത്രമാണ് അയാളുടെ മുഖത്ത് സ്വസ്ഥത മടങ്ങിവന്നത്. അവൾ കണ്ണിൽനിന്ന് മറഞ്ഞതും അയാൾ കാറിനു പുറത്തിറങ്ങി കൊടും തണുപ്പിന്റെ കൊളുത്തിവലിക്ക് വശംവദനായി. പിന്നീടുള്ള കുറേദൂരം കാറിന്റെ തുടർന്നുപിടിച്ച കണ്ണുകൾ വരച്ചിട്ട വെളിച്ചവരകൾ അയാളെ മുന്നോട്ട് നയിച്ചു. സ്റ്റാലിംഗ് കഴിഞ്ഞതോടെ, പ്രധാനപാത വിട്ട് കൂടുതൽ ഇരുൾമൂടിയ മറ്റൊരു വഴിയിലൂടെ അയാൾ കാറോടിച്ചു. അത് ചെറിയൊരു പബ്ബിലേക്കുള്ള വഴിയിലൂടെ തുടക്കമായിരുന്നു. സ്റ്റാലിംഗ് കൂംബെയിലെ മിടുക്കന്മാർ ഇനിയും കണ്ടെത്തിയിട്ടില്ലാത്തതോ, അല്ലെങ്കിൽ അവഗണിക്കപ്പെട്ടതോ ആയ ഒരിടമായിരുന്നു അത്. ആ പബ്ബിന്റെ കരിങ്കൽക്കെട്ടുകൾക്ക് അഭിമുഖമായി മിടുക്കന്മാരുടെ ജാഗ്വറുകൾ ഒരിക്കലും പാർക്ക് ചെയ്യപ്പെട്ടിട്ടില്ല. സലൂൺ ബാർ അന്നും പതിവുതെറ്റിക്കാതെ വിജനമായി വിറങ്ങലിച്ചുനിന്നു. എങ്കിലും, പൊതുബാറിനെ വേർതിരിക്കുന്ന പലകകൾക്കപ്പുറത്തുനിന്ന് ചില അസാധാരണ ശബ്ദങ്ങൾ അവിടമാകെ മുഖരിതമാക്കി. അയാൾ നെരിപ്പോടിനടുത്തുള്ള പതിവ് കസേരയിൽ ഇരുന്നു. ഒട്ടും സുഖകരമായിരുന്നില്ല അവിടം. കിഴക്കൻ കാറ്റടിച്ച് പുക മൂടിക്കെട്ടിയ ചിമ്മിനിയും നിറമിളകി അനാകർഷകമായ തറയോടും നോട്ടം പായുന്ന ഇടങ്ങളിലെല്ലാം പൊളിഞ്ഞിളകിയ കുമ്മായരൂപങ്ങളും ആരെയും അധികനേരം അവിടെ ഇരുത്താറില്ല. എങ്കിലും, അവിടെനിന്നു കിട്ടുന്ന ബിയറിന്റെ തണുപ്പും ഗുണവും ഗ്ലാസിന്റെ വൃത്തിയും ആരിലും സ്വസ്ഥത ജനിപ്പിക്കും.

ജോർജ് അപ്പോഴേക്കും ഒരു പൈന്റ് അകത്താക്കിയിരുന്നു.

"ഡോക്ടർ, ഇന്ന് വൈകിയിരിക്കുന്നു."

രണ്ടാംതവണ അവിടം സന്ദർശിക്കുമ്പോൾ മുതൽ ജോർജ് അയാളെ അഭിവാദ്യം ചെയ്യാറുണ്ടായിരുന്നു. ഡോ. ബാഗ്ലിയുടെ ജോലിയെന്താണെന്ന് ജോർജ് എങ്ങനെയാണ് മനസ്സിലാക്കിയതെന്ന് അയാൾ അന്വേഷിക്കുകയോ അറിയുകയോ ചെയ്തിട്ടില്ല.

"അതെ. ഇന്ന് ക്ലിനിക്കിൽ നിന്നിറങ്ങാൻ അല്പം വൈകി."

കൂടുതലൊന്നും പറയാതെ അയാൾ ഇരിപ്പിടത്തിലേക്ക് മടങ്ങിപ്പോയി. അങ്ങനെ പറഞ്ഞത് അബദ്ധമായോ എന്ന് അയാൾ പിന്നീട് ആലോചിച്ചു നോക്കി. നാളത്തെ പത്രങ്ങളിലെല്ലാം ആ വാർത്തയുണ്ടാകും. അവർ അക്കാര്യം പൊതുബാറിലിരുന്ന് സംസാരിക്കും. സ്വാഭാവികമായും ജോർജ് പറയും:

"പതിവ് വെള്ളിയാഴ്ചകൾപോലെ ഡോക്ടർ ഇവിടെ വന്നിരുന്നു. പക്ഷേ, കൊലപാതകത്തെക്കുറിച്ച് അയാൾ ഒരക്ഷരംപോലും മിണ്ടിയില്ല... ഒരുപക്ഷേ, അയാൾ അപ്സെറ്റായതുകൊണ്ടായിരിക്കും..."

ഒന്നും പറയാതിരുന്നാൽ അയാൾ എന്തുവിചാരിക്കും? ഒരു സാധാരണക്കാരനോട് കൊലപാതകത്തെക്കുറിച്ച് എന്തു പറഞ്ഞാണ് നിരപരാധിത്വം തെളിയിക്കുക? വേദനയും ആകാംക്ഷയും ഉച്ചിയിലെത്തിയതോടെ പെട്ടെന്ന് സ്വസ്ഥത നഷ്ടമായി. ഏതുവിധേനയും ഹെലനോട് കാര്യങ്ങൾ പറയണം, അവൾ എല്ലാം അറിയുന്നതിനുമുമ്പ്.

കഴിയുന്നത്ര വേഗത്തിൽ അയാൾ വീട്ടിലേക്ക് വണ്ടിയോടിച്ചു. വീടിനോടടുത്തപ്പോൾതന്നെ ഹെലന്റെ കിടപ്പുമുറിയിലെ വെളിച്ചം അണഞ്ഞിട്ടില്ലെന്നു മനസ്സിലായി. പത്തുമണി കഴിഞ്ഞ് എത്രയോ നേരമായിട്ടും അത്തരമൊരു കാഴ്ച കാണേണ്ടിവന്നത് അത്ര പന്തിയല്ലെന്ന് അയാൾക്കു തോന്നി. ഇത്രനേരമായിട്ടും അവൾ തന്നെ കാത്തിരിക്കുന്നുണ്ടെങ്കിൽ അതിനുപിന്നിൽ എന്തോ കാരണമുണ്ട്. കാർ ഗാരേജിലേക്ക് കയറ്റിയിട്ടു. എന്നിട്ട് കാറിൽതന്നെ അല്പനേരം ഇരുന്നു. അന്നേരം സ്റ്റാലിംഗ് കൂംബെ ശാന്തമായിരുന്നു. തച്ചുശാസ്ത്രവിധിപ്രകാരം മുൻവശത്ത് പൂന്തോട്ടമുള്ള സ്വകാര്യ വീടുകളായിരുന്നു ആ പ്രദേശത്തുണ്ടായിരുന്നത്. തൊട്ടടുത്ത ഗ്രാമമായ സ്റ്റാലിംഗുമായി അത്ര അടുപ്പമൊന്നും ഉണ്ടായിരുന്നില്ലെങ്കിലും സ്റ്റാലിംഗ് കൂംബെ ഒരു മരുപ്പച്ചപോലെ കാണപ്പെട്ടു. ചെറുകിട പൊങ്ങച്ചക്കാരുടെ ഇടത്താവളമായിരുന്നു അത്. അതുകൊണ്ടുതന്നെ, അവിടെ മാത്രം വേറിട്ട ഒരുതരം സംസ്കാരം രൂപപ്പെട്ടുവന്നിരുന്നു.

ഏതാണ്ട് പതിനഞ്ചു വർഷം മുമ്പ്, അതായത് വിവാഹം കഴിഞ്ഞയുടനെ ബാഗ്ലി വാങ്ങിയതായിരുന്നു ആ വീട്. ആദ്യ സ്നേഹമൊന്നും അയാൾക്കിപ്പോൾ ആ സ്ഥലത്തോടില്ല. പക്ഷേ, ഹെലന് അവിടം ഇഷ്ടമാണ്. ഹെലൻ ഗർഭം ധരിച്ചതോടെ അവളെ സന്തോഷിപ്പിക്കാനുള്ള

മറ്റൊരു കാരണമെന്ന നിലയ്ക്കുകൂടിയാണ് ആ വീട് അയാൾ ഒഴിവാക്കാതിരുന്നത്. ഹെലനെ സംബന്ധിച്ചിടത്തോളം അത് കേവലം പാർപ്പിടം മാത്രമായിരുന്നില്ല. വീട്ടുമുറ്റത്തെ പുൽത്തകിടിയുടെ ഒത്തനടുവിലായി ഒരു പടുകൂറ്റൻ ഓക്കുമരമുണ്ട്. (വേനൽക്കാലത്തെ പ്രധാന വിശ്രമകേന്ദ്രമാണ് ആ ഓക്കുമരത്തിന്റെ തണൽ), വിശാലമായൊരു ഹാളിലൂടെയാണ് വീടിനുള്ളിലേക്ക് കടക്കുന്നത്. (പിന്നീട് കുട്ടികൾക്കു കളിക്കാനും പാർട്ടികൾ നടത്താനും അത് ഉപകരിക്കും), ആ പ്രദേശത്തെ പ്രശാന്തത (ലണ്ടനും അതുപോലെ കഷ്ടപ്പെടുത്തുന്ന രോഗികൾക്കുമിടയിൽനിന്ന് വീട്ടിലേക്ക് വന്നുകയറുമ്പോൾ, പ്രിയപ്പെട്ടവനേ, ഈ പ്രശാന്തത അങ്ങയെ കൂടുതൽ ഉന്മേഷവാനാക്കും.) എല്ലാം കൂടിച്ചേർന്നതായിരുന്നു ഹെലന്റെ ലോകം. അതുതന്നെയായിരുന്നു ഹെലന് ഇവിടം അത്രമേൽ പ്രിയങ്കരമാക്കിയതും.

പക്ഷേ, ആ ഗർഭം അലസിപ്പോയി. പിന്നീട് കുട്ടികളുണ്ടാകുമെന്ന പ്രതീക്ഷയും അതോടെ നഷ്ടമായി. കുട്ടികൾ ഉണ്ടാകുമായിരുന്നെങ്കിൽ അത് അവരുടെ ജീവിതത്തിൽ എന്തെങ്കിലും വ്യത്യാസം വരുത്തുമായിരുന്നോ എന്നറിയില്ല. അങ്ങനെ ആ വീട് നഷ്ടസ്വപ്നങ്ങളുടെ സ്മാരകമായി മാറി. കാറിന്റെ ഡ്രൈവിംഗ് സീറ്റിൽ നിന്നിറങ്ങുംമുമ്പ്, ജനാലയിലൂടെ കണ്ട വെളിച്ചം അയാളെ ചിന്താകുലനാക്കി. അസന്തുഷ്ടങ്ങളായ എല്ലാ വിവാഹബന്ധങ്ങളും അടിസ്ഥാനപരമായി ഒരുപോലെയാണെന്ന് അയാൾക്കു തോന്നി. വോറിക്കേർ കുടുംബവുമായി തട്ടിച്ചുനോക്കിയാൽ അയാളും ഹെലനും തമ്മിൽ പ്രകടമായ വ്യത്യാസങ്ങളൊന്നും ഉണ്ടാകാനിടയില്ല. അവരിപ്പോഴും ഒന്നിച്ചാണ് താമസം. കാരണം ഒന്നിച്ചായിരിക്കുന്നതിനേക്കാൾ ദുരിതമാണ് തനിച്ചു കഴിയുമ്പോഴെന്ന് അവർക്കു നന്നായറിയാം. വിവാഹജീവിതത്തിലെ ദുരിതങ്ങളും കഷ്ടതകളും മറക്കുന്നത് ഒറ്റയ്ക്കൊറ്റയ്ക്ക് താമസിക്കുമ്പോഴുണ്ടാകുന്ന ചെലവുകളെക്കുറിച്ചോർക്കുമ്പോഴാണ്. അതുകൊണ്ടാണ് പലരും നിയമാനുസൃതം പിരിയാതെ, ഒരു വീട്ടിൽത്തന്നെ പിരിഞ്ഞുകഴിയുന്നത്. എങ്കിലും സ്ഥിരബുദ്ധിയുള്ള ഒരാൾക്കും ആ ഏർപ്പാട് അധികകാലം തുടരാനുമാകില്ല. അയാളെ സംബന്ധിച്ചിടത്തോളം വിവാഹമോചനത്തിനുള്ള ഒരേയൊരു കാരണം, ഫ്രെഡറിക്ക സാക്സനെ വിവാഹം കഴിക്കാമെന്ന പ്രതീക്ഷ മാത്രമാണ്. ഇപ്പോഴാകട്ടെ അയാളുടെ പ്രതീക്ഷയും വന്യമായ ഭാവനയായി മാറുകയാണ്. സ്വന്തം പ്രതിച്ഛായയോട് അയാൾക്ക് പുച്ഛം തോന്നി. അല്ലെങ്കിലും സ്വന്തം ആവശ്യങ്ങളോടും സ്വകാര്യബന്ധങ്ങളോടും എല്ലാക്കാലത്തും ഇണങ്ങി ജീവിക്കാൻ ഒരു സൈക്യാട്രിസ്റ്റിനും കഴിയാറില്ല. വിവാഹശേഷമാണ് സ്വന്തം സങ്കല്പങ്ങളുമായി പൊരുത്തപ്പെടാനാവാതെ അയാൾക്ക് അഭയാർത്ഥി ജീവിതം നയിക്കേണ്ടി വന്നത്.

ഗാരേജ് പൂട്ടി, വിശാലമായ പുൽത്തകിടിയിലൂടെ അയാൾ മുൻവാതിൽ ലക്ഷ്യമാക്കി നടന്നു. വേണ്ടത്ര പരിചരണം കിട്ടാത്ത പൂന്തോട്ടം

വീട്ടുമുറ്റത്ത് അലസമായി ചുരുണ്ടുകൂടി കിടന്നു. അതിനെ വേണ്ടവിധത്തിൽ സംരക്ഷിക്കുന്നത് അത്യന്തം ശ്രമകരവും ചെലവേറിയതുമായ പണിയായതുകൊണ്ടാവണം ഹെലൻ അക്കാര്യത്തിൽ വലിയ താത്പര്യമൊന്നും കാട്ടിയില്ല. ആ വീടും സ്ഥലവും വിറ്റ് മറ്റെവിടെയെങ്കിലും ചെറിയൊരു വീടു വാങ്ങുന്നതായിരുന്നു അവരെ സംബന്ധിച്ചിടത്തോളം നല്ലത്. പക്ഷേ വീടുവില്പനയെക്കുറിച്ച് ഹെലൻ ഇതുവരെ ഒരക്ഷരം പോലും മിണ്ടിയിട്ടില്ല. സ്റ്റാലിംഗ് കൂംബെയിൽ കഴിയാനായിരുന്നു എന്നും അവൾക്കിഷ്ടം. അവിടെയുണ്ടായിരുന്ന ഇടുങ്ങിയ സാമൂഹ്യക്രമത്തിൽ അതിനോടകം അവൾ അഭിരമിച്ചുപോയിരുന്നു. ഇടയ്ക്കിടെ പ്രത്യക്ഷപ്പെടാറുള്ള പൊങ്ങച്ചവേദികളും സൊറ ക്ലബ്ബുകളിൽ വിളമ്പുന്ന വീര്യമേറിയ കോക്ക്ടെയിൽ ഗോസിപ്പുകളും അവളെ ലഹരിപിടിപ്പിച്ചു പെൺപ്രേമങ്ങളും പെൺനോട്ടങ്ങളും അവളെ രസിപ്പിച്ചില്ലെങ്കിലും സ്കൂൾ ഫീസു കൂട്ടിയതിന്റെ ആവലാതികളും സ്കൂൾ റിപ്പോർട്ടിലെ ഏറ്റക്കുറച്ചിലുകളും പറഞ്ഞുകേൾക്കുന്നത് എന്നും അവൾക്ക് ആവേശമായിരുന്നു. ബാഗ്ലിയോടുള്ള ബന്ധംപോലെ തന്നെ വീട്ടിലും അവളെ വിരളമായേ കാണാറുള്ളൂ എന്ന് അയാൾ വളരെ വൈകിയാണ് മനസ്സിലാക്കുന്നത്.

മിസ് ബോലമിന്റെ കൊലപാതക വാർത്ത എങ്ങനെയാണ് അവതരിപ്പിക്കേണ്ടതെന്നോർത്ത് അയാൾ ഒരു നിമിഷം പരിഭ്രമിച്ചു. ഹെലൻ ഒരിക്കൽ മാത്രമേ ബോലമിനെ നേരിൽ കണ്ടിട്ടുള്ളൂ. അത് കഴിഞ്ഞ ബുധനാഴ്ച ക്ലിനിക്കിൽ വന്നപ്പോഴായിരുന്നു. അന്ന് അവർ തമ്മിൽ എന്താണ് സംസാരിച്ചതെന്ന് അയാൾ അറിഞ്ഞിരുന്നില്ല. ചെറുതെങ്കിലും ഹൃദ്യമായ ആ കൂടിക്കാഴ്ച അവർക്കിടയിൽ ഏതോ തരത്തിലുള്ള ഗാഢബന്ധം രൂപപ്പെടുത്തിയിരുന്നു. ഒരുപക്ഷേ, അയാൾക്കെതിരെയുള്ള ഗൂഢാലോചനയായിരുന്നോ അത്. എന്തായാലും അത്തരമൊരു പ്രതികരണം ബോലമിന്റെ ഭാഗത്തുനിന്നുണ്ടായില്ല. അയാളോടുള്ള ആ സ്ത്രീയുടെ മനോഭാവത്തിനോ പെരുമാറ്റങ്ങൾക്കോ യാതൊരു മാറ്റവുമുണ്ടായില്ല. മറ്റുള്ള സൈക്യാട്രിസ്റ്റുകളേക്കാൾ അയാളോട് അനുഭാവം പ്രകടിപ്പിച്ചത് ബോലമായിരുന്നു. ബോലമിന്റെ സഹകരണവും സഹായമനഃസ്ഥിതിയും എന്നും അയാൾ തിരിച്ചറിഞ്ഞിട്ടുമുണ്ട്. അയാളോട് പകയോ വിദ്വേഷമോ അനിഷ്ടമോ പ്രകടിപ്പിക്കാതെയാണ് ബുധനാഴ്ച ഉച്ചയ്ക്കുശേഷം ഹെലനെ ബോലമിന്റെ ഓഫീസിലേക്ക് വിളിച്ചുവരുത്തിയത്. അവർക്കിടയിൽ നടന്ന അരമണിക്കൂർ ദൈർഘ്യമുള്ള സംഭാഷണം തകർത്തുകളഞ്ഞത് അയാളിൽ അവശേഷിച്ചിരുന്ന അവസാനതരി സന്തോഷത്തെയായിരുന്നു. അയാളുടെ ആലോചനകൾ അത്രയുമെത്തിയപ്പോഴേക്കും പടിക്കെട്ടുകൾക്കു മുകളിൽ ഹെലൻ പ്രത്യക്ഷപ്പെട്ടു.

“ജോയിംസാണോ, അവിടെ?”

അവൾ വിളിച്ചുചോദിച്ചു.

കഴിഞ്ഞ പതിനഞ്ചു വർഷങ്ങളായി എല്ലാ രാത്രികളിലും അയാൾ കേട്ടുകൊണ്ടിരിക്കുന്ന അവലക്ഷണം പിടിച്ച ചോദ്യമായിരുന്നു അത്.

“അതെ. സോറി, ഞാനൊരല്പം വൈകിപ്പോയി. സോറി. ഫോൺ വിളിച്ചപ്പോൾ എനിക്ക് കൂടുതലൊന്നും പറയാൻ കഴിഞ്ഞില്ല. സ്റ്റീൻ ക്ലിനിക്കിൽ ഇന്ന് ദാരുണമായ ഒരു സംഭവം നടന്നു. ചുരുങ്ങിയ വാക്കുകളിൽ സംസാരിച്ചാൽ മതിയെന്ന ഈതറീഗിന്റെ നിർദ്ദേശമനുസരിച്ചാണ് ഞാൻ അന്നേരം അങ്ങനെ പറഞ്ഞത്... എനിഡ് ബോലം കൊല്ലപ്പെട്ടു.”

പക്ഷേ, അവളുടെ മനസ്സിൽ അന്നേരം തറഞ്ഞുകയറിയത് മെഡിക്കൽ ഡയറക്ടറുടെ പേരു മാത്രമായിരുന്നു.

“ഹെൻറി ഈതറീഗ്! അയാൾ അങ്ങനെതന്നെ ചെയ്യും. നമ്മളേക്കാൾ ഇരട്ടി വരുമാനവും ആവശ്യത്തിന് വേലക്കാരുമുണ്ട് അയാൾക്ക്. പോരാത്തതിന് ഹാർലി സ്ട്രീറ്റിൽ താമസവും. എനിക്ക് അയാൾ ഈ നിമിഷംവരെ ചെറിയൊരു പരിഗണന തന്നിട്ടുണ്ട് എന്നത് നേരുതന്നെ. മാത്രവുമല്ല, അയാളുടെ ഭാര്യ എന്നെപ്പോലെ വീട്ടിൽ തനിച്ചല്ല താമസിക്കുന്നതും.”

“ഞാൻ വൈകിയതിനു കാരണം ഹെൻറിയല്ല. ഞാൻ പറഞ്ഞില്ലേ, എനിഡ് ബോലം കൊല്ലപ്പെട്ടു. ഇന്നു വൈകുന്നേരം മുതൽ ക്ലിനിക്ക് പൊലീസുകാരുടെ നിയന്ത്രണത്തിലായിരുന്നു.”

ഇത്തവണ അവൾ കാര്യമെന്താണെന്ന് ശരിക്കും കേട്ടു. ശ്വാസം നിലച്ചുപോകുന്നതുപോലെ അവൾക്കു തോന്നി. അവൾ വേഗം പടിക്കെട്ടുകളിറങ്ങി താഴേക്കു വന്നു.

“മിസ് ബോലം കൊല്ലപ്പെട്ടോ?”

“അതെ, കൊലപാതകമായിരുന്നു.”

അവൾ ഒരു നിമിഷം ചലനമില്ലാതെ നിന്നു. എന്നിട്ട് ശാന്തമായി ചോദിച്ചു:

“എങ്ങനെ?”

അയാൾ സംഭവം വിശദീകരിക്കുന്നതിനിടയിൽ ഒരിക്കൽപോലും അവൾ മിണ്ടിയില്ല. അവർ അഭിമുഖമായി നിൽക്കുകയായിരുന്നെങ്കിലും ആശ്വസിപ്പിക്കുന്ന മട്ടിലോ സഹതപിക്കുന്ന മട്ടിലോ യാതൊരു ചേഷ്ടകളും അവരിൽ നിന്നുണ്ടായില്ല. അല്ലെങ്കിൽ എന്തിനു സഹതപിക്കണം? ഹെലന് എന്തു നഷ്ടമാണ് ഉണ്ടായത്? എങ്കിലും ഹെലന്റെ വാക്കുകൾക്ക് തണുത്തുറഞ്ഞ ഇരുമ്പിന്റെ കടുപ്പമുണ്ടായിരുന്നു.

“നിങ്ങൾക്കാർക്കും അവളെ ഇഷ്ടമായിരുന്നില്ലല്ലോ, അല്ലേ? ഒരാൾക്കുപോലും!”

“നീയിങ്ങനെ മണ്ടത്തരം പറയാതെ, ഹെലൻ! ഞങ്ങൾക്കെല്ലാം അവളുമായി നല്ല ബന്ധമാണുണ്ടായിരുന്നത്. ഒരു അഡ്മിനിസ്ട്രേറ്റീവ് ഓഫീസർ എന്ന നിലയിൽ അത്ര കാര്യപ്രാപ്തി ഉണ്ടായിരുന്നില്ലെങ്കിൽ കൂടി.”

"അവിടെയുള്ള ആരെങ്കിലും തന്നെ ചെയ്തതായിരിക്കും, അല്ലേ?"

പൊലീസുകാരുടെ പതിവുചോദ്യത്തിനോട് സാമ്യമുണ്ടായിരുന്ന ആ ചോദ്യത്തിന് അയാൾ വ്യക്തമായിതന്നെ മറുപടി നൽകി.

"പ്രഥമദൃഷ്ട്യാ അങ്ങനെയാണ് തോന്നുന്നത്. പക്ഷേ, പൊലീസുകാരുടെ നിഗമനം എന്താണെന്ന് അറിയില്ല."

അവൾ പരിഹാസരൂപേണ ചിരിച്ചു.

"ഓ, പൊലീസുകാരുടെ നിഗമനമെന്താണെന്ന് എനിക്ക് ഊഹിക്കാവുന്നതേയുള്ളൂ."

വീണ്ടും അവൾ നിശ്ശബ്ദയായി. ഒരു നിമിഷത്തിനുശേഷം പെട്ടെന്ന് അവൾ ചോദിച്ചു:

"അന്നേരം നിങ്ങൾ എവിടെയായിരുന്നു?"

"ഞാൻ പറഞ്ഞില്ലേ, അന്നേരം ഞാൻ മെഡിക്കൽ സ്റ്റാഫിന്റെ സാധനങ്ങൾ സൂക്ഷിക്കുന്ന മുറിയിലായിരുന്നു."

"ശരി. ഫ്രെഡറിക്ക സാക്സൻ എവിടെയായിരുന്നു?"

സകല പ്രതീക്ഷകളും കൈവിട്ടുപോകുന്ന മട്ടിലുള്ള ചോദ്യമായിരുന്നു അത്. യാതൊരു പ്രയോജനവുമില്ലാത്ത ആ ചോദ്യത്തിനു മുന്നിൽ ഒരു നിമിഷം മരവിച്ചുനിന്നുപോയെങ്കിലും ആത്മനിയന്ത്രണം നഷ്ടപ്പെടാതിരിക്കാൻ അയാൾ പരമാവധി ശ്രമിച്ചു. അയാൾ ശാന്തമായി മറുപടി നൽകി:

"അവൾ റോഷാ ടെസ്റ്റ് ചെയ്തുകൊണ്ട് അവളുടെ മുറിയിൽ തന്നെയുണ്ടായിരുന്നു. ഈ മറുപടിയിൽ നീ തൃപ്തയായിട്ടില്ലെങ്കിൽ ഒരു കാര്യം കൂടി പറയാം. സംഭവം നടന്ന സമയത്ത് ഞങ്ങൾ രണ്ടുപേർക്കും തെളിവുകൾ നിരത്തി നിരപരാധികളാണെന്ന് തെളിയിക്കാൻ കഴിഞ്ഞിട്ടില്ല. ഫ്രെഡറിക്കയോ ഞാനോ ആണ് കൊലപാതകം നടത്തിയതെന്ന് തെളിയിക്കാനാണ് നിന്റെ ശ്രമമെങ്കിൽ, അതിനുള്ള ബുദ്ധിസാമർത്ഥ്യമൊന്നും നിനക്കുണ്ടെന്ന് തോന്നുന്നില്ല. അഥവാ, നീ അതിനു തയ്യാറുണ്ടെങ്കിൽ, നിന്നെപ്പോലൊരാളെ കേൾക്കാൻ ആ സൂപ്രണ്ട് തയ്യാറായേക്കും. ഇത്തരം മനോരോഗികളെ ഇന്ന് അയാൾ ഒരുപാടുതവണ കൈകാര്യം ചെയ്തിട്ടുമുണ്ട്. വേണമെങ്കിൽ ഒന്നു ശ്രമിച്ചുനോക്കൂ! ചിലപ്പോൾ നിനക്ക് ഭാഗ്യമുണ്ടെങ്കിലോ! എന്തായാലും ഇത്രയും അന്വേഷിച്ചതല്ലേ, വന്ന് എന്റെ വസ്ത്രങ്ങൾകൂടി പരിശോധിച്ചുനോക്കൂ, രക്തക്കറയുണ്ടോ എന്നറിയാമല്ലോ?"

ദേഷ്യംകൊണ്ട് കൈകൾ കുടഞ്ഞ അയാളുടെ ശരീരം വിറപൂണ്ടു. ആ കാഴ്ച കണ്ടുനിൽക്കാനാവാതെ അവൾ ഒരു കുഞ്ഞിനെപ്പോലെ കരഞ്ഞുകൊണ്ട് പടിക്കെട്ടുകൾ കയറി ഓടിപ്പോയി. അയാൾ അവളെത്തന്നെ ഇമവെട്ടാതെ നോക്കിനിന്നു. ക്ഷീണവും വിശപ്പുംകൊണ്ട് അസ്വസ്ഥനായിരുന്നതുകൊണ്ടാവണം, അയാൾ അവൾക്കു പിന്നാലെ

പോയില്ല. ഒരുകണക്കിന് അതും നന്നായി. അന്നേരം ഒരു പെഗ് മദ്യത്തിനുവേണ്ടി അയാൾ ദാഹിച്ചു. ഒരു നിമിഷം, കുനിഞ്ഞ് പടിക്കെട്ടുകളുടെ കൈവരിയിൽ താങ്ങിനിന്നുകൊണ്ട് തളർന്ന സ്വരത്തിൽ അയാൾ വിലപിച്ചു:

“ഓ, ഫ്രെഡറിക്ക. എന്റെ പ്രിയപ്പെട്ട ഫ്രെഡറിക്ക. നീ എന്തിനിത് ചെയ്തു? എന്തിന്? എന്തിനുവേണ്ടി?

മുപ്പത്തിയഞ്ച് വർഷം മുമ്പ് നേഴ്സിംഗ് കോളേജിൽ ഒന്നിച്ച് പഠിച്ചതും അടുത്തകാലത്ത് ജോലിയിൽനിന്ന് വിരമിച്ചതുമായ ഒരു മുതിർന്ന നേഴ്സ് സുഹൃത്തിനോടൊപ്പമായിരുന്നു സിസ്റ്റർ ആംബ്രോസ് താമസിച്ചിരുന്നത്. ഇരുപത് വർഷങ്ങൾക്കുമുമ്പ് ആ സ്ത്രീകൾ ഒന്നിച്ചുവാങ്ങിയതായിരുന്നു ഗിഡിയ പാർക്കിലെ ആ വീട്. അന്നുമുതൽ സുഖവും സന്തോഷവും വരുമാനവും പങ്കിട്ടുകൊണ്ട് അവർ ഒന്നിച്ചാണ് കഴിയുന്നത്. അവർ രണ്ടു പേരും വിവാഹിതരായിരുന്നില്ല. അക്കാര്യത്തിൽ അവർക്ക് ആകുലതകളുമുണ്ടായിരുന്നില്ല. എന്നോ ഒരിക്കൽ കുട്ടികൾക്കുവേണ്ടി അവർ ആഗ്രഹിച്ചിരുന്നു. എന്നാൽ കുടുംബബന്ധങ്ങളെക്കുറിച്ചുള്ള അവരുടെ നിരീക്ഷണങ്ങൾ വിവാഹമെന്ന വിശ്വാസത്തിൽ കൊണ്ടുചെന്ന് എത്തിച്ചതോടെ അവർ ആഗ്രഹത്തിൽനിന്ന് പിന്തിരിഞ്ഞു. വിവാഹം രൂപകല്പന ചെയ്തിരിക്കുന്നതുതന്നെ പുരുഷന്റെ ആഗ്രഹപൂർത്തീകരണങ്ങൾക്കുവേണ്ടിയാണെന്ന ഒരു ധാരണ അക്കാലത്ത് അവിടെയുണ്ടായിരുന്നു. മാത്രമല്ല, മാതൃത്വം പുരുഷനുമായി പങ്കിടാനാവാത്ത ഉത്തരവാദിത്തമാണെന്നുകൂടി മനസ്സിലാക്കിയതോടെ അമ്മയാവുക എന്ന അനുഗ്രഹം വേണ്ടെന്നുവയ്ക്കാൻ അവർ തീരുമാനിച്ചു. വിവാഹാലോചനകൾപോലും അവരിൽനിന്ന് അകന്നുനിന്നത് അങ്ങനെയാണ്. ഒരു സൈക്യാട്രിക് ക്ലിനിക്കിലെ അവസ്ഥയെന്താണെന്ന് സിസ്റ്റർ ആംബ്രോസിന് നന്നായറിയാം. അടിച്ചമർത്തപ്പെട്ട ലൈംഗികദാഹം ഏതു നിമിഷവും രൂപപ്പെടാനോ പുറത്തുവരാനോ സാധ്യത കൂടുതലുള്ള ഇടമാണത്. എങ്കിലും ഒരു തികഞ്ഞ പ്രൊഫഷണലിനെപ്പോലെ ആ സ്ത്രീ അതിനെ അതിജീവിച്ചു. മാനസികരോഗങ്ങളുമായി ബന്ധപ്പെട്ട മിക്ക സിദ്ധാന്തങ്ങളെയും അർഹിക്കുന്ന അവജ്ഞയോടെ തള്ളിക്കളയാനായിരുന്നു സിസ്റ്റർ ആംബ്രോസിന്റെ വിമർശനമനസ്സ് പഠിപ്പിച്ചത്. എങ്കിലും, മനോരോഗ വിദഗ്ധന്മാർ ദൈവത്തിൽനിന്ന് ഒരു പടി മാത്രം താഴെ നിൽക്കുന്ന വിശുദ്ധരാണെന്നായിരുന്നു സിസ്റ്റർ ആംബ്രോസ് വിശ്വസിച്ചിരുന്നത്. ദൈവത്തെപ്പോലെ മാസ്മരികമാണ് സൈക്യാട്രിസ്റ്റുകളുടെയും നീക്കം എന്നായിരുന്നു ആ സ്ത്രീ കരുതിയത്. അതുകൊണ്ടുതന്നെ അവർ എല്ലാത്തരം വിമർശനങ്ങൾക്കും അതീതരുമാണ്. അക്കൂട്ടത്തിൽ ചിലർ, മറ്റുള്ളവരെ അപേക്ഷിച്ച് കൂടുതൽ നിഗൂഢാത്മകമായി നീങ്ങുന്നവരായിരിക്കും. അത്തരം ആളുകളോടൊപ്പം ശുശ്രൂഷകളിൽ പങ്കാളിയാവുന്നതുതന്നെ സവിശേഷഭാഗ്യമാണ്. എന്നാൽ, വീര്യം കുറഞ്ഞ വിഗ്രഹങ്ങൾക്കൊപ്പം

നിൽക്കുമ്പോൾ രോഗികൾക്ക് ആത്മവിശ്വാസം പകരേണ്ടതും സംശയ ങ്ങൾ ദൂരീകരിക്കേണ്ടതും നേഴ്സിന്റെ കടമയാണ്. ഡോക്ടർമാരോട് പുലർത്തേണ്ട വിശ്വസ്തതയാണ് ഏറ്റവും പ്രധാനപ്പെട്ടത്.

"ഡോക്ടർമാരോട് ഞാൻ എക്കാലത്തും വിശ്വസ്തത പുലർത്തും." എന്ന വാചകം ഇടതടവില്ലാതെ ഗിഡിയ പാർക്കിലെ അക്കാസിയ റോഡിൽനിന്ന് കേട്ടുകൊണ്ടിരിക്കും. പരിശീലനത്തിനുവേണ്ടി ഇടയ്ക്കിടെ സ്റ്റീൻ ക്ലിനിക്കിൽ വന്നുപോകുന്ന പുതിയ തലമുറയിൽപ്പെട്ട നേഴ്സു മാരെക്കുറിച്ച് സിസ്റ്റർ ആംബ്രോസിന് ഒട്ടും മതിപ്പില്ല. ഇപ്പോഴുള്ള നേഴ്സിംഗ് പരിശീലനങ്ങളെക്കുറിച്ച് തീരെ പ്രതീക്ഷയുമില്ല.

പതിവ് വഴിയിലൂടെ തന്നെയാണ് സിസ്റ്റർ ആംബ്രോസ് യാത്ര ചെയ്തത്. ലിവർപൂൾ സ്ട്രീറ്റുവരെ സെൻട്രൽ ലൈനിലും അവിടെനിന്ന് കിഴക്കൻ സബർബൻ ലൈനിലുള്ള ഇലക്ട്രിക് ലൈനിലും യാത്ര ചെയ്താണ് മിസ് ബിയാട്രിസ് ഷാർപ്പിനൊപ്പം താമസിക്കുന്ന വീട്ടിലേക്ക് എത്തുന്നത്. എന്തായാലും, ഈ രാത്രിയിൽ, വീട്ടുമുറ്റത്തെ പൂന്തോട്ട ത്തിൽ നടത്താറുള്ള പതിവു പരിശോധനകളൊന്നും കൂടാതെയാണ് ആ സ്ത്രീ താഴിൽ താക്കോൽ തിരുകിയത്. മുൻവാതിലിലെ പെയിന്റ് ഇളകിയോ എന്നുപോലും പരിശോധിക്കാറുള്ള ആംബ്രോസ്, പതിവു കളെല്ലാം തെറ്റിച്ചു.

"ഡോട്ട് ആണോ അത്, നീയിന്ന് വൈകിയല്ലോ?"

ഷാർപ്പ് അടുക്കളയിൽനിന്ന് വിളിച്ചുചോദിച്ചു.

"ഓ, ഞാൻ വൈകിയതിൽ അദ്ഭുതപ്പെടാനൊന്നുമില്ല. ഞങ്ങളുടെ ക്ലിനിക്കിൽ ഇന്നു വൈകുന്നേരം ഒരു കൊലപാതകം നടന്നു. രാത്രിയാ കുന്നതുവരെ പൊലീസുകാരുണ്ടായിരുന്നു. ഇപ്പോഴും അവർ അവിടെ ത്തന്നെ ഉണ്ടാകുമെന്നാണ് എനിക്കു തോന്നുന്നത്. എനിക്കും മറ്റു ജീവന ക്കാരെപ്പോലെ വിരലടയാളം കൊടുക്കാനുണ്ടായിരുന്നു."

സിസ്റ്റർ ആംബ്രോസ് ബോധപൂർവം ശബ്ദം താഴ്ത്തിയായിരുന്നു സംസാരിച്ചതെങ്കിലും, വാർത്ത സ്വന്തമായി ഉത്പാദിപ്പിക്കുന്ന വികാര ങ്ങളെല്ലാം അതിലുണ്ടായിരുന്നു. തീവണ്ടിയിലിരുന്ന് പലതവണ റിഹേ ഴ്സൽ നടത്തിനോക്കിയതിനുശേഷമായിരുന്നു ആ ബ്രേക്കിംഗ് ന്യൂസ് അവതരിപ്പിച്ചത്. അതിനുവേണ്ടി തിരഞ്ഞെടുത്ത വാചകങ്ങളെല്ലാംതന്നെ വിശദാംശങ്ങൾ വെളിപ്പെടുത്തുന്നവയുമായിരുന്നു. താൽക്കാലികമായെ ങ്കിലും അത്താഴം മറന്നുപോയ മട്ടിലായിരുന്നു ആ സ്ത്രീയുടെ പെരു മാറ്റം. എങ്കിലും എന്തൊക്കെയോ പിറുപിറുത്തുകൊണ്ട് ഒരു കാസറോൾ ആംബ്രോസിനുവേണ്ടി കാത്തിരിക്കുന്നുണ്ടായിരുന്നു. മിസ് ഷാർപ്പ് രണ്ടു ഗ്ലാസുകളിൽ ഷെറി പകർന്ന്, ഒന്ന് സുഹൃത്തിനുനേരെ നീട്ടി. അപ്രതീ ക്ഷിത വാർത്ത കേട്ടതിന്റെ അമ്പരപ്പ് വിട്ടുമാറാതിരുന്ന ആ സ്ത്രീ മുഴുവൻ കഥയും കേൾക്കാൻ വേണ്ടി സ്വീകരണമുറിയിൽതന്നെ ഇരുന്നു. ഔചിത്യബോധവും മിതഭാഷണവുംകൊണ്ട് ക്ലിനിക്കിലെ സകല രുടെയും ആദരവ് പിടിച്ചുപറ്റിയ ആളാണ് സിസ്റ്റർ ആംബ്രോസെന്ന്

അറിയാമെങ്കിലും, കൊലപാതകത്തെക്കുറിച്ച് കൂടുതൽ അറിഞ്ഞേ മതിയാകൂ എന്ന അവസ്ഥയിലായിരുന്നു ഷാർപ്പ്.

“എന്നാലും ആരായിരിക്കും അത് ചെയ്തിട്ടുണ്ടാവുക, ഡോട്ട്?”

ആംബ്രോസിന്റെ മനസ്സ് അളക്കാനെന്ന മട്ടിൽ ഗ്ലാസ് വീണ്ടും നിറച്ചുകൊണ്ട് ഷാർപ്പ് ചോദിച്ചു. മറുപടി കിട്ടാതെ വന്നപ്പോൾ ഷാർപ്പ് സ്വന്തം നിഗമനം അവതരിപ്പിച്ചു:

“നീ പറഞ്ഞ കാര്യങ്ങൾ വച്ചുനോക്കുകയാണെങ്കിൽ ആറ് ഇരുപതിന്, പടിക്കെട്ടുകളിറങ്ങി മിസ് ബോലം അടിത്തട്ടിലേക്ക് പോകുന്നത് നീ കാണുന്നതിനും ഏഴുമണിക്ക് ബോഡി കണ്ടെത്തുന്നതിനും ഇടയിലായിരിക്കണം കൊലപാതകം നടന്നിട്ടുണ്ടാവുക.”

“അതെ, അക്കാര്യം തീർച്ചയാണ്! അതുകൊണ്ടാണ് സമയത്തിന്റെ കാര്യം ഉറപ്പിക്കാൻവേണ്ടി സൂപ്രണ്ട് എന്നോട് തിരിച്ചും മറിച്ചും ചോദിച്ചത്. അവളെ അവസാനമായി ജീവനോടെ കണ്ട ഏക വ്യക്തി ഞാനാണ്. അക്കാര്യത്തിൽ ഒരു സംശയവുമില്ല. ഏകദേശം ആറേകാൽ മണിയായപ്പോൾ ശ്രീമതി ബെല്ലിംഗിന്റെ ചികിത്സ കഴിഞ്ഞു. അക്കാര്യം കാത്തിരിപ്പുമുറിയിലുണ്ടായിരുന്ന ആ സ്ത്രീയുടെ ഭർത്താവിനെ അറിയിക്കാൻ ഞാൻ അവിടേക്കു പോയി. അയാൾക്ക് നൈറ്റ് ഡ്യൂട്ടിയായിരുന്നതു കാരണം, വീട്ടിൽ പോയി ഭക്ഷണം കഴിച്ചിട്ടുവേണം എട്ടുമണിക്ക് ജോലിയിൽ പ്രവേശിക്കാനെന്നു പറഞ്ഞ് അയാൾ തിരക്കുകൂട്ടുന്നുണ്ടായിരുന്നു. അങ്ങനെ വാച്ചിൽ നോക്കിയപ്പോഴാണ് സമയം ആറ് ഇരുപതായെന്ന് ഞാൻ കണ്ടത്. ഇ.സി.ടി. മുറിയിൽനിന്ന് പുറത്തേക്കിറങ്ങുമ്പോഴാണ് ബോലം എന്നെ കടന്നുപോയത്. അടിത്തട്ടിലെ പടിക്കെട്ടുകൾ ലക്ഷ്യമാക്കിയാണ് അവൾ നടന്നത്. അന്നേരം അവളുടെ ഭാവം എന്തായിരുന്നെന്നും അവളുമായി എന്തെങ്കിലും സംസാരിച്ചിരുന്നോ എന്നും സൂപ്രണ്ട് എന്നോട് ചോദിച്ചിരുന്നു. ആ സമയത്ത് ഞങ്ങൾ ഒന്നും സംസാരിച്ചിരുന്നില്ല. മാത്രമല്ല, ആ നോട്ടത്തിൽ, അവൾക്ക് യാതൊരു ഭാവമാറ്റവും ഉണ്ടായിരുന്നതുമില്ല.”

“അയാൾ എങ്ങനെയുണ്ട്?”

മെയ്ഗ്രറ്റും ഇൻസ്പെക്ടർ ബാർലോയും പെട്ടെന്ന് മനസ്സിലേക്ക് ഓടിയെത്തിയതുകൊണ്ടായിരുന്നു മിസ് ഷാർപ്പ് അങ്ങനെ ചോദിച്ചത്.

“ആര്, സൂപ്രണ്ടോ? തികഞ്ഞ മര്യാദക്കാരൻ. മെലിഞ്ഞ് എല്ലുന്തിയ മുഖം, ഇരുണ്ട നിറം. അങ്ങനെ എടുത്തുപറയാൻ എന്തെങ്കിലും മെച്ചമുണ്ടെന്നു തോന്നുന്നില്ല. മനുഷ്യരുടെ ഉള്ളിലിരിപ്പ് പുറത്തുകൊണ്ടുവരുന്നതിനുവേണ്ടി അയാൾ കാണിക്കുന്ന അതിവിനയം ഒന്നു കാണേണ്ടതു തന്നെയാണ്. ഷോർട്ട്ഹൗസ് അയാളോടൊപ്പം മണിക്കൂറുകളോളം ഉണ്ടായിരുന്നു. ആ സ്ത്രീയുടെ വായിൽനിന്ന് വിലപിടിച്ച ഒരുപാട് സംഗതികൾ അയാൾക്കു കിട്ടിക്കാണുമെന്ന് എനിക്കുറപ്പുണ്ട്. അത്തരം

കളികൾക്കൊന്നും എന്നെ കിട്ടില്ല. ഞാൻ എല്ലാക്കാലത്തും ക്ലിനിക്കിനോട് കൂറു പുലർത്തുന്നവളായിരിക്കും."

"എന്തായാലും അതൊരു കൊലപാതകമാണെന്ന കാര്യം നീ മറക്കരുത്, ഡോട്ട്."

"അതൊക്കെ ശരിതന്നെ, ബിയാ, പക്ഷേ സ്റ്റീൻ ക്ലിനിക്കിനെക്കുറിച്ച് നിനക്ക് നന്നായി അറിയാമല്ലോ. ഇക്കാര്യം ഇല്ലെങ്കിൽത്തന്നെ ആവശ്യത്തിനുള്ള ഗോസിപ്പുകൾ അവിടെയുണ്ട്. പിന്നെ, ഡോക്ടർമാർക്കൊന്നും അവളെ അത്രകണ്ട് ഇഷ്ടമായിരുന്നില്ല. മറ്റുള്ള ജീവനക്കാരുടെ കാര്യവും ഏതാണ്ട് അതുപോലെയൊക്കെതന്നെ. പക്ഷേ അതൊന്നും അവളെ വകവരുത്താനുള്ള കാരണങ്ങളല്ല. ഏതായാലും, ഞാൻ എന്റെ വാ മൂടിക്കെട്ടിയിരുന്നു. മറ്റുള്ളവരും അങ്ങനെതന്നെ ആയിരുന്നിരിക്കണം."

"നീ പറയുന്നതും ശരിയാണ്. നീയും ഡോ. ഇൻഗ്രാമും ഇ.സി.ടി. മുറിയിലായിരുന്നതുകൊണ്ട് നിങ്ങളുടെ നിരപരാധിത്വം തെളിയിക്കാൻ കഴിഞ്ഞല്ലോ, അതുമതി."

"ഓ, ഞങ്ങൾ ഏതായാലും രക്ഷപ്പെട്ടു. അതുപോലെത്തന്നെ ഷോർട്ട്ഹൗസും കല്ലിയും നാഗലും പ്രെഡിയും അവരവരുടെ അസാന്നിധ്യം തെളിയിച്ചു. ആറേകാലിനുശേഷം നാഗൽ തപാൽ ഉരുപ്പടികളുമായി പുറത്തുപോയിരുന്നു. മറ്റുള്ളവരെല്ലാം ഒന്നിച്ചുണ്ടായിരുന്നു. പക്ഷേ, ഡോക്ടർമാരുടെ കാര്യത്തിൽ എനിക്കത്ര ഉറപ്പുപറയാൻ കഴിയില്ല. ബെല്ലിംഗിന്റെ ചികിത്സ പൂർത്തിയായശേഷം ഡോ. ബാഗ്ലി ഇ.സി.ടി. മുറിയിൽനിന്ന് പുറത്തുപോയിരുന്നു എന്നതാണ് കഷ്ടം. എങ്കിലും ഒന്നോർക്കണം, ആരും അയാളെ സംശയിക്കാൻ ഇടയില്ല, അതേസമയം അതൊരു ദൗർഭാഗ്യം കൂടിയാണ്. ഞങ്ങൾ പൊലീസിനെ കാത്തിരിക്കുന്നതിനിടയിൽ, ഡോ. ഇൻഗ്രാം ഞങ്ങളോടാവശ്യപ്പെട്ടത് ക്ലിനിക്കിനെ അപകീർത്തിപ്പെടുത്തുന്നതരത്തിൽ യാതൊന്നും പറയരുതെന്നാണ്. ഡോ. ബാഗ്ലിയുടെ കുഴഞ്ഞുമറിഞ്ഞ അവസ്ഥ കണ്ടിട്ടാണോ അങ്ങനെ പറഞ്ഞതെന്ന കാര്യത്തിൽ എനിക്ക് ആശങ്കയുണ്ട്. എനിക്ക് ഒന്നും മനസ്സിലാകാത്തതുപോലെ ഭാവിച്ചു. എന്നിട്ട് ഡോ. ഇൻഗ്രാമിനെ നോക്കി പറഞ്ഞു. 'നമ്മളെല്ലാം ഉള്ളത് ഉള്ളതുപോലെ പറയുന്നതിൽ എന്താണ് തെറ്റ്, ഡോക്ടർ? നിരപരാധികൾ ഭയപ്പെടേണ്ട കാര്യമില്ലല്ലോ!' അതോടെ ഡോ. ഇൻഗ്രാമിന് മിണ്ടാട്ടം മുട്ടി. പിന്നീട് ഞാൻ അതുതന്നെയാണ് ചെയ്തത്. അറിയാവുന്ന സത്യം വെളിപ്പെടുത്തി. എങ്കിലും കൂടുതൽ വിശദാംശങ്ങളിലേക്കൊന്നും കടന്നില്ല. പൊലീസിന് ഗോസിപ്പാണ് വേണ്ടതെങ്കിൽ അവർ ശ്രീമതി ഷോർട്ട്ഹൗസിന്റെ പിന്നാലെ പൊയ്ക്കൊള്ളും."

"ബോലം നേഴ്സിന്റെ അവസ്ഥയെന്താണ്?"

ഷാർപ്പ് തിരക്കി.

"ബോലം നേഴ്സിന്റെ കാര്യത്തിൽ എനിക്ക് ആശങ്കയുണ്ട്. അവൾ സംഭവം നടക്കുമ്പോൾ അതിനടുത്തു തന്നെയുണ്ടായിരുന്നു. മാത്രമല്ല,

ഒരു എൽ.എസ്.ഡി. രോഗി അവളുടെ നിരപരാധിത്വം തെളിയിക്കുമെന്നും തോന്നുന്നില്ല. അത്തരമൊരു രോഗിക്ക് അവളുടെയെന്നല്ല, ആരുടെയും നിരപരാധിത്വം തെളിയിക്കാനാവില്ല. വളരെപ്പെട്ടെന്ന് സൂപ്രണ്ട് അവളിലേക്കെത്തിയിട്ടുണ്ടാവും. അതുമായി ബന്ധപ്പെട്ട് അയാൾ എന്നെക്കൊണ്ട് ചിലതെല്ലാം പറയിക്കാൻ ശ്രമിച്ചിരുന്നു. അവളും കസിനും സൗഹൃദത്തിലായിരുന്നോ എന്നായിരുന്നു ചോദ്യം. അവർ സ്റ്റീൻ ക്ലിനിക്കിനുള്ളിൽ തനിച്ചായിരുന്നു എങ്കിലും പുറമേയ്ക്കുള്ള യഥാർത്ഥചിത്രം എനിക്ക് പറയാമായിരുന്നു. മാരിനെസിനെക്കുറിച്ചും പറയാമായിരുന്നു. അന്നേരം, എനിക്കു തോന്നി, ഒന്നും മിണ്ടാതിരിക്കുന്നതാണ് നല്ലതെന്ന്. അയാളുടെ മനസ്സ് ഏതൊക്കെ വഴിക്കാണ് തിരിയുന്നതെന്ന് നിനക്കിപ്പോൾ ഊഹിക്കാവുന്നതേയുള്ളൂ. പക്ഷേ, എന്റെയടുത്തുനിന്ന് അയാൾക്ക് കൂടുതലൊന്നും കിട്ടിയില്ല. മിസ് ബോലമിന്റെ പക്കൽ സാമാന്യം പണമുണ്ടായിരുന്ന കാര്യം നമുക്കെല്ലാമറിയാം. പക്ഷേ അതൊക്കെ ഒരു നിമിഷം കൊണ്ട് അവളുടെ കസിന്റെ പൂച്ചത്തൊട്ടിയിലേക്ക് ചെന്നുവീഴണമെന്ന് അവൾക്ക് തീരെ താത്പര്യമില്ലായിരുന്നു. സാധാരണക്കാർ പോലും ഇക്കാലത്ത് അങ്ങനെ ചിന്തിക്കാറില്ല."

"അതൊരു പൂച്ചത്തൊട്ടിയിലേക്ക് ചെന്നു വീഴുമെന്നൊന്നും എനിക്കു തോന്നുന്നില്ല."

ഷാർപ്പ് വാച്യാർത്ഥത്തെ കൂട്ടുപിടിച്ചുകൊണ്ടുതന്നെ പറഞ്ഞു:

"ഞാനുദ്ദേശിച്ചത് അതല്ല. ക്ലിനിക്കിലെ പൂച്ചയായ ടൈഗർ അവളുടെ വളർത്തുപൂച്ചയെന്നാണ് അറിയപ്പെടുന്നതെങ്കിലും, അവൾ അതിനെ കാര്യമായി ഗൗനിച്ചിരുന്നില്ല എന്നതാണ് വാസ്തവം. അതുതന്നെയാണ് മിസ് ബോലമിന്റെ സ്വാഭാവിക ജീവിതം എന്നുതന്നെയാണ് എനിക്കു തോന്നുന്നത്. അവിടെ എവിടെയോ വിശന്നു കരഞ്ഞ ആ പൂച്ചയെ അവളായിരുന്നു ക്ലിനിക്കിലേക്ക് കൊണ്ടുവന്നത്. അതിനുശേഷം, ആഴ്ചയിൽ മൂന്നു ടിൻ എന്ന കണക്കിൽ പൂച്ചത്തീറ്റ മുടങ്ങാതെ വാങ്ങിയിരുന്നു. പക്ഷേ. ഒരിക്കലും അവൾ അതിനെ ലാളിക്കുകയോ തീറ്റുകയോ മുകളിലെ മുറികളിലേക്ക് കൊണ്ടുപോവുകയോ ചെയ്തിട്ടില്ല. അതേസമയം, ആ മണ്ടിപ്പെണ്ണ് പ്രൈഡിയാകട്ടെ ടൈഗറിനൊപ്പം സമയം ചെലവഴിക്കാനെന്നമട്ടിൽ കാവൽക്കാരുടെ വിശ്രമമുറിയിലെത്തി നാഗലിനൊപ്പം കഴിയുമായിരുന്നു. പക്ഷേ, അവരിൽ ആരെങ്കിലും അതിന് ഭക്ഷണം വാങ്ങിക്കൊടുക്കുന്നത് ഞാനിതേവരെ കണ്ടിട്ടില്ല. പൂച്ചയ്ക്ക് ഭക്ഷണം വാങ്ങിക്കൊടുക്കുന്നതും ജോലിയുടെ ഭാഗമെന്ന മട്ടിലായിരുന്നു മിസ് ബോലമിന്റെ പെരുമാറ്റം. എങ്കിലും, അവൾക്ക് മൃഗങ്ങളോട് പ്രത്യേകിച്ച് അടുപ്പമൊന്നും ഉണ്ടായിരുന്നതുമില്ല. തന്നെയുമല്ല, പള്ളിക്കാണെങ്കിൽപോലും പണം ചെലവഴിക്കുന്ന കാര്യത്തിൽ അവൾക്ക് കണിശതയുണ്ടായിരുന്നു."

"സ്വന്തം ശരീരത്തിനുവേണ്ടി അവൾ അതൊക്കെ ഉപേക്ഷിക്കുമെന്ന് നീ കരുതുന്നുണ്ടോ?"

ഷാർപ്പ് ചോദിച്ചു.

ബോലമിന് സ്വന്തം ശരീരത്തെക്കുറിച്ച് അത്ര മതിപ്പൊന്നുമുണ്ടായിരുന്നില്ല. ബന്ധുക്കളുടെയും സഹോദരങ്ങളുടെയും വിമർശന വെടിയുണ്ടകളേൽക്കാനായിരുന്നു എന്നും അവളുടെ സ്വഭാവം വിധിക്കപ്പെട്ടിരുന്നത്. പക്ഷേ, സാവധാനം വളർന്നു വലുതായിക്കൊണ്ടിരുന്ന അവളുടെ സമ്പാദ്യത്തിന്മേൽ എല്ലാവരുടെയും കണ്ണു പതിഞ്ഞതോടെ, എല്ലാവരും ജാഗ്രതയോടെ അവളോട് അടുക്കാൻ തുടങ്ങി. അവളുടെ സമ്പാദ്യം കുടുംബം വിട്ട് പുറത്തുപോകരുതെന്ന കാര്യത്തിൽ അവർക്ക് നിർബന്ധമുണ്ടായത് അങ്ങനെയാണ്.

നിശ്ശബ്ദതയിൽ അവർ ഷെറി അല്പാല്പമായി നുണഞ്ഞിറക്കി. ഇലക്ട്രിക് തീയുടെ രണ്ടു നെരിപ്പോടുകൾ സിന്തറ്റിക് കൽക്കരിക്ക് മീതെ അവർക്കു പിന്നിലായി അറഞ്ഞു കത്തുന്നുണ്ടായിരുന്നു. കസേരകൾ തിരിയുമ്പോഴുണ്ടാകുന്ന ശബ്ദം മാത്രം അവർക്കിടയിൽ തങ്ങിനിന്നു. സിസ്റ്റർ ആംബ്രോസ് ചുറ്റുപാടുമൊന്ന് കണ്ണോടിച്ചു. തീയുടെ തിളക്കത്തിൽ സകലതും മിഴിവുറ്റതായി കാണപ്പെട്ടു. കാർപെറ്റിലും സോഫയിലും വീഴുന്ന അലങ്കാരവിളക്കിന്റെ പതിഞ്ഞ പ്രകാശം സുഖകരമായി തോന്നി. ഒരു മൂലയിലിരിക്കുന്ന ടെലിവിഷൻ സെറ്റിൽനിന്ന് ഉയർന്നു നിൽക്കുന്ന നേർത്ത ഏരിയലുകളിൽ രണ്ട് പൂക്കൾ പതിപ്പിച്ച് സുന്ദരമാക്കിയിരിക്കുന്നു. ടെലിഫോണിനു പിന്നിലായി കുതിരമുടി കൊണ്ടു നെയ്ത പാവാട ധരിച്ച ഒരു പ്ലാസ്റ്റിക് പാവയെ കാണാം. എതിർഭാഗത്തെ ചുമരിൽ, പിയാനോയ്ക്ക് തൊട്ടുമുകളിലായി, ചൂരൽക്കൊട്ടയിൽ തൂങ്ങിക്കിടക്കുന്ന, ഇടതൂർന്ന പച്ചനിറമുള്ള അകംചെടി മിസ് ഷാർപ്പിന്റെ സഹോദരിയുടെ വിവാഹവേളയിൽ എടുത്ത ഗ്രൂപ്പ് ഫോട്ടോയെ മിക്കവാറും മറച്ചുകൊണ്ട് നിൽക്കുന്നു. എങ്കിലും പിയാനോയ്ക്കു മുകളിലുള്ള അതിന്റെ ഇരിപ്പ് ഗമയിൽ തന്നെയാണ്. സ്ഥാനം തെറ്റാതെ ക്രമീകരിച്ചിരിക്കുന്ന പരിചിതവസ്തുക്കളുമായുള്ള അടുപ്പം സിസ്റ്റർ ആംബ്രോസിന് കൂടുതൽ സ്വസ്ഥത നൽകി. വിശേഷം പറയാനുള്ള കൗതുകം നഷ്ടമായതോടെ ആ സ്ത്രീക്ക് ക്ഷീണം കലശലായി. ഇരിപ്പിടത്തിൽ തന്നെയിരുന്ന് കറുത്ത ഷൂസിന്റെ വള്ളികൾ അഴിച്ച് കാലിൽനിന്ന് നീക്കി. അതായിരുന്നില്ല പതിവ്. സാധാരണ വീട്ടിലെത്തിയ ഉടനെ യൂണിഫോം അഴിച്ചുമാറ്റുന്ന ശീലമുണ്ടായിരുന്നു. ഈ രാത്രിയിൽ അതിനെക്കുറിച്ചൊന്നും ആംബ്രോസ് ആലോചിച്ചില്ല. പെട്ടെന്ന് എന്തോ ഓർമ്മവന്നതുപോലെ പറഞ്ഞു:

"എന്താണ് ചെയ്യേണ്ടതെന്ന് ഒരെത്തുംപിടിയും കിട്ടുന്നില്ല. എത്ര ചെറിയ കാര്യമാണെങ്കിലും, അതെല്ലാം പ്രധാനപ്പെട്ടതു തന്നെയാണെന്നാണ് ആ സൂപ്രണ്ട് പറഞ്ഞത്. എല്ലാം ശരിതന്നെ. പക്ഷേ, ഒന്നാലോചിച്ചു നോക്കൂ, അത് തെറ്റായ ദിശയിലാണ് പോയതെങ്കിൽ എന്താവും സംഭവിക്കുക? അത് പൊലീസിനെയും വഴിതെറ്റിക്കില്ലേ?"

മിസ് ഷാർപ്പ് ഒരു സങ്കല്പജീവിയോ വൈകാരിക ജീവിയോ ആയിരുന്നില്ല. പക്ഷേ, കഴിഞ്ഞ ഇരുപതുവർഷങ്ങളായി സുഹൃത്തിനൊപ്പം ഒരേ വീട്ടിൽ താമസിക്കുന്ന ഒരു സ്ത്രീക്കുപോലും സുഹൃത്തിന്റെ സഹായാഭ്യർത്ഥന തിരിച്ചറിയാൻ കഴിഞ്ഞില്ല. എങ്കിലും പറഞ്ഞു:

"നിന്റെ മനസ്സിൽ എന്താണുള്ളതെന്ന് എന്നോടെങ്കിലും തുറന്നു പറയൂ, ഡോട്ട്."

"അതുപിന്നെ, സംഭവം നടന്നത് ബുധനാഴ്ചയായിരുന്നു. സ്റ്റീൻ ക്ലിനിക്കിലെ വനിതാ ജീവനക്കാരുടെ സാധനങ്ങൾ സൂക്ഷിക്കുന്ന മുറി എങ്ങനെയുള്ളതാണെന്ന് നിനക്കറിയാമോ? വിശാലമായ ആ മുറിയിൽ ഒരു വാഷ്ബേസിനും ഒരുപാട് ലോക്കറുകളും രണ്ട് ശൗചാലയങ്ങളുമുണ്ട്. ക്ലിനിക്ക് അന്നും പതിവുപോലെയായിരുന്നു. ഏതാണ്ട് ഏഴുമണിയായപ്പോൾ ഞാൻ അവിടേക്ക് പോയി. പിന്നെ, ഞാൻ കക്കൂസിലായിരിക്കുമ്പോഴാണ് മിസ് ബോലം പുറത്തുവന്നിട്ടുണ്ടെന്ന് ശബ്ദം കേട്ട് മനസ്സിലാക്കുന്നത്. ബോലം നേഴ്സും അവൾക്കൊപ്പമുണ്ടായിരുന്നു. രണ്ടുപേരും നേരത്തെതന്നെ വീടുകളിലേക്ക് പോയിട്ടുണ്ടാകുമെന്നായിരുന്നു എന്റെ ധാരണ. ബോലം ലോക്കറിൽനിന്ന് എന്തോ സാധനമെടുക്കാൻ വന്നതായിരിക്കുമെന്നും ബോലം നേഴ്സ് വെറുതെ ഒപ്പംകൂടിയതായിരിക്കുമെന്നുമാണ് ഞാൻ വിചാരിച്ചത്. അഡ്മിനിസ്ട്രേറ്റീവ് ഓഫീസിൽ അവർ ഒന്നിച്ച് സംസാരിച്ചിരുന്നതാവും. അതിന്റെ തുടർച്ചയാവും ആ വാഗ്വാദം എന്നാണ് കരുതിയത്. അവരുടെ സംഭാഷണം എന്തായിരുന്നെന്ന് എനിക്ക് വ്യക്തമായി കേൾക്കാൻ കഴിഞ്ഞില്ല. ശരിക്കും ഞാനവിടെ പെട്ടുപോകുകയായിരുന്നു. ആ സാഹചര്യം നിനക്ക് ഊഹിക്കാവുന്നതേയുള്ളൂ. ഒന്നു ചുമയ്ക്കുകയോ ഫ്ളഷ് പ്രവർത്തിപ്പിക്കുകയോ ചെയ്താൽ ഒരാൾ കക്കൂസിനുള്ളിൽ ഉണ്ടെന്ന് പുറത്തുനിൽക്കുന്നവർക്ക് ബോധ്യമാകും. ഞാൻ അങ്ങനെ ചിന്തിക്കാൻ തുടങ്ങിപ്പോയപ്പോഴേക്കും ഒരുപാട് വൈകിപ്പോയിരുന്നു."

"എന്തായിരുന്നു അവർക്കിടയിലുള്ള തർക്കവിഷയം? അത് പണമായിരുന്നോ?"

ഷാർപ്പ് ചോദിച്ചു. ആ സ്ത്രീയെ സംബന്ധിച്ചിടത്തോളം കുടുംബബന്ധങ്ങൾ തകരുന്ന ഏറ്റവും പ്രധാനപ്പെട്ട കാരണമായിരുന്നു അത്.

"അത്, ഒച്ച കേട്ടിട്ട് അങ്ങനെയാണ് തോന്നിയത്. ഉറക്കെയായിരുന്നില്ല അവരുടെ സംസാരം. മാത്രമല്ല, ഞാനത് കേൾക്കാൻ അത്രകണ്ട് ശ്രമിച്ചതുമില്ല. എനിക്കു തോന്നിയത് അവർ സംസാരിച്ചുകൊണ്ടിരുന്നത് ബോലം നേഴ്സിന്റെ അമ്മയെക്കുറിച്ചായിരുന്നുവെന്നാണ് - ആ സ്ത്രീ ഒരു ഡി.എസ് ആണ്, പോരാത്തതിന് നിനക്കറിയാമല്ലോ, ഇപ്പോൾ കിടപ്പിലുമാണ് - അക്കാര്യത്തിൽ തനിക്ക് വിഷമമുണ്ടെന്ന് മിസ് ബോലം പറയുന്നതു കേട്ടു. തന്നാലാവുന്നതെല്ലാം ചെയ്യുന്നുണ്ടെന്നും സാഹചര്യങ്ങളുടെ നിജസ്ഥിതി മാരിയോണിന് ബോധ്യപ്പെട്ടാൽ അവളുടെ അമ്മയ്ക്ക് ആശുപത്രി കിടക്ക ലഭ്യമാകുമെന്നും പറഞ്ഞു."

"ആ പറഞ്ഞതിൽ കാര്യമുണ്ട്. അത്തരം കേസുകൾ വീടുകളിൽ വെച്ച് കൈകാര്യം ചെയ്യാൻ പ്രയാസമായിരിക്കും. കൂട്ടിരിപ്പുകാർക്ക് പുറം പണികൾക്കൊന്നും പോകാൻ കഴിയില്ല. മുഴുവൻ സമയവും വീട്ടിനുള്ളിൽ തന്നെ കഴിഞ്ഞുകൂടേണ്ടിവരും."

"മാരിയോൺ ബോലമിന് അത്തരമൊരു സാഹചര്യം താങ്ങാനാവുമെന്നു തോന്നുന്നില്ല. ഏതായാലും, അവൾ അമ്മയുടെ കാര്യം പറഞ്ഞ് വാഗ്വാദം തുടർന്നു. ജനറിക് വാർഡിലെ മറ്റു രോഗികൾക്കൊപ്പം മോശം സാഹചര്യത്തിൽ കഴിയുന്നത് ഒഴിവാക്കിക്കൊടുക്കാൻ എനിഡിനു മാത്രമേ കഴിയുകയുള്ളൂവെന്നും അത് അവളുടെ കടമയാണെന്നും അതാണ് അവളിൽനിന്ന് ഇപ്പോൾ അമ്മ ആവശ്യപ്പെടുന്നതെന്നുമാണ് ബോലം നേഴ്സ് വാദിച്ചുകൊണ്ടിരുന്നത്. പിന്നീട് അവരുടെ സംഭാഷണം പണം സംബന്ധമായ കാര്യങ്ങളിലേക്ക് മാറി. എനിഡിന്റെ മരണശേഷം അവളുടെ സമ്പാദ്യം സ്വാഭാവികമായും വന്നുചേരേണ്ടത് തങ്ങളിലേക്കാണെന്നും അതിൽനിന്ന് ഇപ്പോൾ അല്പം ചെലവാക്കുന്നതുകൊണ്ട് എന്താണ് നഷ്ടമെന്നും ബോലം നേഴ്സ് ആവർത്തിച്ച് ചോദിക്കുന്നുണ്ടായിരുന്നു."

"അന്നേരം എന്തായിരുന്നു മിസ് ബോലമിന്റെ പ്രതികരണം?"

"അതാണ് എന്നെ അസ്വസ്ഥയാക്കുന്നത്. കൃത്യമായ വാക്കുകൾ ഓർത്തെടുക്കാൻ എനിക്ക് കഴിയുന്നില്ല. എങ്കിലും, സമ്പാദ്യത്തിന്റെ അനന്തരാവകാശിയായി കണ്ട മാരിയോണിൽ വിശ്വാസമില്ലെന്നും അതുകൊണ്ട് വിൽപ്പത്രം മാറ്റി എഴുതുന്ന കാര്യം ആലോചിക്കുന്നുണ്ടെന്നും പണം എങ്ങനെ വിനിയോഗിക്കണമെന്ന വിദഗ്ധോപദേശം കിട്ടിയാലുടൻ അതുചെയ്യുമെന്നും മിസ് ബോലം തുറന്നു പറഞ്ഞു."

മിസ് ഷാർപ്പ് അസ്വസ്ഥതയോടെ മൂക്ക് ചീറ്റി. കുടുംബക്കാരിൽനിന്ന് പണം അകലാൻ തുടങ്ങിയാൽ ദൈവത്തെപ്പോലും കടുംവെട്ടുവെട്ടുന്ന കുടുംബാംഗങ്ങൾക്കിടയിൽ എങ്ങനെ കഴിയുമെന്നോർത്ത് ആ സ്ത്രീ അസ്വസ്ഥയായി. മിസ് ബോലം ഒന്നുകിൽ ആവലാതിയുമായി മാറിനിന്നു അല്ലെങ്കിൽ ദൈവിക ഇടപെടലിനുവേണ്ടി കാത്തുനിന്നു. പ്രാർത്ഥനയിൽ അത്ര താത്പര്യമില്ലാത്തയാളായിരുന്നു ഷാർപ്പ്. തീരുമാനമെടുക്കാൻ തനിച്ചാവുന്നതാണ് ഉചിതമെന്നായിരുന്നു ആ സ്ത്രീയുടെ കണ്ടെത്തൽ. ഏതായാലും തന്റെ സുഹൃത്തിന്റെ വിഷമതകൾ ആ സ്ത്രീ കണ്ടു.

"അതാണ് പുറത്തു ചാടിയതെങ്കിൽ, വളരെ മോശമായിപ്പോയി. അക്കാര്യത്തിൽ ഒരു സംശയവുമില്ല."

ആ സ്ത്രീ അംഗീകരിച്ചു.

"എനിക്കാ ബോലമിനെ നന്നായി അറിയാം, ബിയാ... ഒരു ഉറുമ്പിനെപ്പോലും വേദനിപ്പിക്കാത്ത കുട്ടിയാണവൾ. അവളെ വകവരുത്താൻ ആരു തന്നെയാണ് ആസൂത്രണം ചെയ്തതെങ്കിലും അത് ഒരല്പം കടന്ന കൈയായിപ്പോയി. ചെറുപ്പക്കാരികളായ നേഴ്സുമാരെക്കുറിച്ച് എന്റെ

കാഴ്ചപ്പാട് എന്താണെന്ന് നിനക്ക് നന്നായറിയാം. അടുത്തവർഷം ഞാൻ വിരമിക്കുമ്പോൾ എന്റെ സ്ഥാനത്തേക്ക് വരുന്നത് ബോലം നേഴ്സായിരിക്കും. അത് ചിലതെല്ലാം വെളിപ്പെടുത്തുന്നുണ്ട്, വിളിച്ചുപറയുന്നുണ്ട്. ഞാനവളെ പരിപൂർണമായി വിശ്വസിച്ചുപോയി."

"ആയിരിക്കാം, പക്ഷേ പൊലീസുകാർ വിശ്വസിച്ചിട്ടുണ്ടാവില്ല. അവരെന്തിന് വിശ്വസിക്കണം? കുറ്റക്കാരെന്നു സംശയിക്കുന്നവരുടെ കൂട്ടത്തിൽ ഒന്നാംസ്ഥാനമായിരിക്കും അവർ അവൾക്കു നൽകിയിട്ടുണ്ടാവുക. അവൾ സംഭവസ്ഥലത്തു തന്നെയുണ്ടായിരുന്നു; നിരപരാധിയെന്നു സമർത്ഥിക്കാൻ പാകത്തിനുള്ള തെളിവുകളൊന്നും അവളുടെ പക്കലില്ല; അവൾക്ക് മെഡിക്കൽ അറിവുകളുമുണ്ട്. ചായം പൂശുന്ന കത്തി എവിടെയാണ് കുത്തിയിരിക്കേണ്ടതെന്ന് കൃത്യമായി അറിയാം. തിപ്പെറ്റ് ക്ലിനിക്കിൽ ഇല്ലെന്നു മനസ്സിലാക്കിയിട്ടുമുണ്ട്. ഇപ്പോഴിതാ ഇക്കാര്യവും!"

"മാത്രമല്ല, അതൊരു ചെറിയ തുക ആയിരുന്നതുമില്ല."

എന്നുപറഞ്ഞതുകൊണ്ട് സിസ്റ്റർ ആംബ്രോസ് മുന്നോട്ടു കുനിയുമ്പോൾ ആ സ്ത്രീയുടെ ശബ്ദം അതീവദുർബലമായിരുന്നു.

"എനിക്കു തോന്നുന്നത്, ഞാൻ കേട്ടത് മുപ്പതിനായിരം പൗണ്ട് എന്നാണ്. മിസ് ബോലം പറഞ്ഞത് മുപ്പതിനായിരം പൗണ്ടെന്നാണ്, ബിയാ! ഒരു വമ്പൻ ലോട്ടറിയടിക്കുന്നതിനു തുല്യമായ സംഖ്യയാണത്!"

അത്രയും കേട്ടപ്പോൾ മിസ് ബോലമിനോടുള്ള ഷാർപ്പിന്റെ മതിപ്പ് കൂടി. മുപ്പതിനായിരം പൗണ്ട് കൈവശമുള്ള ഒരാൾ നിരന്തരം ജോലി ചെയ്തുകൊണ്ടിരിക്കുകയാണെങ്കിൽ അയാളുടെ തലച്ചോറ് വിശദമായി പരിശോധിക്കണമെന്നായിരുന്നു ഷാർപ്പിന് തോന്നിയത്.

"നീയാണെങ്കിൽ എന്തു ചെയ്യുമായിരുന്നു, ബിയാ? ഞാൻ പറയേണ്ടിയിരുന്ന എന്തെങ്കിലും വിട്ടുപോയെന്ന് നിനക്ക് തോന്നുന്നുണ്ടോ?"

പകുതി ഭാരം സുഹൃത്തിന്റെ തോളിലേക്ക് ചാരിവച്ചതോടെ സിസ്റ്റർ ആംബ്രോസിന് അനല്പമായ ആശ്വാസം തോന്നി. ആ നിമിഷം വളരെ നിർണായകമാണെന്ന് രണ്ടുപേർക്കും നന്നായി അറിയാമായിരുന്നു. കാരണം, ചെറിയ ആവശ്യങ്ങളൊന്നും ആ സുഹൃത്തുക്കൾ പരസ്പരം പങ്കുവെച്ചിരുന്നില്ല. ഒന്നുരണ്ടു നിമിഷം നിശ്ശബ്ദയായി ഇരുന്നശേഷം മിസ് ഷാർപ്പ് പറഞ്ഞു:

"ഇല്ല. ഇതുവരെ ഇല്ല. ഏതായാലും അവൾ നിന്റെ സഹപ്രവർത്തകയാണ്. മാത്രമല്ല, നീ അവളെ അത്രമാത്രം വിശ്വസിക്കുന്നുമുണ്ട്. പിന്നെ, അങ്ങനെയൊരു സംഭാഷണം മറഞ്ഞിരുന്ന് കേട്ടത് നിന്റെ കുറ്റമല്ല. അത് യാദൃച്ഛികമായി സംഭവിച്ചുവെന്നു മാത്രം കരുതിയാൽ മതി. ഞാനത് മറക്കാൻ ശ്രമിക്കുകയാണ്. ബോലമിന്റെ പണത്തിന് എന്തു സംഭവിച്ചുവെന്നും വിൽപ്പത്രം എങ്ങനെയാണ് മാറ്റിയതെന്നുമൊക്കെ പൊലീസുകാർ അന്വേഷിച്ച് കണ്ടെത്തിക്കൊള്ളും. ഏതായാലും ബോലം

നേഴ്സ് സംശയത്തിന്റെ നിഴലിലാണ്. ഇനി അഥവാ, ഇതൊരു കേസെങ്ങാനുമായി കോടതിയിലെത്തിയാൽ - ഞാൻ അങ്ങനെ പറഞ്ഞുവെന്നേയുള്ളൂ, ഓർക്കണം - വെറുതെ ആവശ്യമില്ലാതെ നീ അതിലെങ്ങും പോയി തലയിടരുത്. ആ, ഈസ്റ്റ്ബോണിലെ നേഴ്സുമാരുടെ കേസ് നിനക്കോർമ്മയുണ്ടല്ലോ, മണിക്കൂറുകളാണ് അവർ ആ കൂട്ടിൽ നിൽക്കേണ്ടിവന്നത്. നിനക്ക് ഏതായാലും അത്തരമൊരു ചീഞ്ഞ പബ്ലിസിറ്റിയുടെ ആവശ്യമില്ല."

സിസ്റ്റർ ആംബ്രോസും അതുതന്നെയായിരുന്നു ആലോചിച്ചുകൊണ്ടിരുന്നത്. എങ്കിലും, ഭാവനകൊണ്ട് നെയ്തെടുത്ത വിചിത്രമായ ഒരു കോടതിമുറിയിലായിരുന്നു ആ സ്ത്രീ അന്നേരം നിന്നത്. നീണ്ടുവളഞ്ഞ മൂക്കും രൂക്ഷമായ നോട്ടവുംകൊണ്ട് പൊറുതിമുട്ടിക്കുന്ന ഒരു വക്കീൽ, 'സർ ഏതോ ഒരാൾ' ആ സ്ത്രീയുടെ അടുത്തേക്ക് വന്നു. അയാളുടെ ഗൗൺ അന്നേരവും കാറ്റിൽ പറന്നുകളിച്ചു.

"നോക്കൂ, സിസ്റ്റർ ആംബ്രോസ്, പ്രതിയും അവരുടെ കസിനും തമ്മിൽ സംസാരിക്കുന്നത് കേട്ടു എന്നാണല്ലോ ഇപ്പോൾ പറഞ്ഞത്. ശരി, അങ്ങനെയെങ്കിൽ, ഈ കോടതി മുമ്പാകെ, ജൂറി മുമ്പാകെ ആ സത്യം വെളിപ്പെടുത്തണം... അന്നേരം നിങ്ങൾ അവിടെ എന്തുചെയ്യുകയായിരുന്നു?

കോടതിമുറിയിൽ, അമർത്തിപ്പിടിച്ച ചിരികൾ വല്ലാതെ വീർപ്പുമുട്ടി. കടുംചുവപ്പ് ഗൗണും വെളുത്ത വിഗ്ഗും ധരിച്ച ജഡ്ജി, കസേരയിൽ ഒന്ന് ഇളകിയിരുന്നതിനുശേഷം പറഞ്ഞു:

"ഇനി ആരെങ്കിലും ചിരിച്ചാൽ, ഞാൻ കോടതി നടപടികൾ അതോടെ അവസാനിപ്പിക്കും."

നിശ്ശബ്ദത. സർ ഏതോ ഒരാൾ വീണ്ടും സിസ്റ്റർ ആംബ്രോസിനടുത്തെത്തി.

"ശരി, സിസ്റ്റർ ആംബ്രോസ്...?"

ഇല്ല. അത്തരമൊരു പബ്ലിസിറ്റി ആ സ്ത്രീക്ക് ആവശ്യമില്ല.

"നീ പറഞ്ഞത് ശരിയാണ്, ബിയാ. അല്ലെങ്കിൽ തന്നെ, ആ സൂപ്രണ്ട് അങ്ങനെയൊന്നും എന്നോട് ചോദിച്ചില്ലല്ലോ. അവർ തമ്മിൽ വഴക്കടിക്കുന്നത് കണ്ടിട്ടുണ്ടോ, അവരുടെ സംസാരം മറഞ്ഞുനിന്ന് കേട്ടിട്ടുണ്ടോ എന്നൊന്നും ഭാഗ്യത്തിന് അയാൾ എന്നോടു ചോദിച്ചില്ല."

വിഷയം മാറ്റാനുള്ള സമയമായെന്ന് ഷാർപ്പിന് തോന്നി.

"ഡോ. സ്റ്റെയ്നറുടെ പ്രതികരണമെന്തായിരുന്നു? മറ്റേതെങ്കിലും യൂണിറ്റിലേക്ക് ബോലമിനെ മാറ്റാൻവേണ്ടി നിരന്തരം പ്രയത്നിച്ചുകൊണ്ടിരിക്കുന്ന ആളാണെന്ന് നീ എപ്പോഴും പറയാറുണ്ടായിരുന്നു. അതുകൊണ്ട് ചോദിച്ചതാ."

"അതായിരുന്നു മറ്റൊരു വിചിത്രമായ സംഗതി! അയാൾ വല്ലാതെ പരിഭ്രമിച്ചുപോയി. ആദ്യം മൃതദേഹം കണ്ട ഞങ്ങൾക്കൊപ്പം അയാളും ഉണ്ടായിരുന്നെന്ന് ഞാൻ നേരത്തെ നിന്നോട് പറഞ്ഞിരുന്നല്ലോ? അയാൾ സ്വയം നിയന്ത്രിക്കാൻ തന്നെ പാടുപെട്ടു. ഞങ്ങൾക്കു പുറം തിരിഞ്ഞു നിന്നപ്പോഴും അയാളുടെ ചുമലുകൾ കിടുങ്ങുന്നുണ്ടായിരുന്നു. ശരിക്കും അയാൾ അന്നേരം കരയുകയായിരുന്നെന്നാണ് എനിക്കു തോന്നുന്നത്. അത്തരമൊരു അവസ്ഥയിൽ ഇതിനുമുമ്പ് ഞാൻ അയാളെ കണ്ടിട്ടില്ല. അത്രയ്ക്ക് പരിഭ്രാന്തനായിരുന്നു അയാൾ. ചിലനേരം മനുഷ്യരുടെ പെരുമാറ്റം അസാധാരണമായിരിക്കും, അല്ലേ ബിയാ?"

വെറുപ്പോ വിദ്വേഷമോ പ്രതിഷേധമോ പ്രകടിപ്പിക്കുമ്പോഴും മനുഷ്യർ ഇങ്ങനെ വികാര തീവ്രതയോടെ പ്രതികരിക്കാറുണ്ട്. കാരണം, മനുഷ്യൻ വിചിത്ര സ്വഭാവങ്ങളുള്ള ഒരു ജീവിയാണ്! നിങ്ങൾ കരുതും നിങ്ങൾക്കവരെ നന്നായി അറിയാമെന്ന്. അവർക്കൊപ്പം ഒരുപക്ഷേ, വർഷങ്ങളോളം ജോലി ചെയ്തിട്ടുണ്ടാവാം. കുടുംബാംഗങ്ങളോടും അടുത്ത സുഹൃത്തുക്കളോടുമൊപ്പം ചെലവഴിച്ചതിനേക്കാൾ സമയം അവരോടൊപ്പം ചെലവഴിച്ചിട്ടുണ്ടാവാം. അവരുടെ മുഖത്തെ സകല ചുളിവുകളും വരകളും നിങ്ങൾക്ക് മനഃപാഠമായിരിക്കാം. എങ്കിലും സദാസമയം നിങ്ങൾക്ക് പിടിതരാത്ത സ്വകാര്യജീവിതം നയിക്കുന്നവരുമായിരിക്കും അവർ. ഒരിക്കലും ഇഷ്ടപ്പെടാതിരുന്ന ഒരു സ്ത്രീയുടെ മൃതദേഹത്തിനു മുന്നിൽ നിന്നുകൊണ്ട് വാവിട്ടു കരയുന്ന ഡോ. സ്റ്റെയ്നറെപ്പോലെ വിചിത്രമായിരിക്കും അത്തരം ആളുകളുടെ സ്വകാര്യജീവിതം. അല്ലെങ്കിൽ, എത്രയോ വർഷങ്ങളായി ഫ്രെഡറിക്ക സാക്സനുമായി പ്രേമബന്ധിതനായിട്ടും മിസ് ബോലം അത് കണ്ടെത്തി ഭാര്യയെ അറിയിക്കുന്നതു വരെ മറ്റാരുമറിയാതെ രഹസ്യം സൂക്ഷിച്ച ഡോ. ബാഗ്ലിയെപ്പോലെ അസാധാരണമായിരിക്കും അത്തരം ആളുകളുടെ സ്വകാര്യ ജീവിതം. അതുമല്ലെങ്കിൽ, മിസ് ബോലമിന്റെ ജീവിതം പോലെ മരണത്തിലും നിഗൂഢത വിട്ടൊഴിയാത്ത സ്വകാര്യ ജീവിതത്തിന്റെ ഉടമകളായിരിക്കും. പക്ഷേ, എനിഡ് ബോലം ഒരു സാധാരണക്കാരിയായിരുന്നു. എന്നിട്ടും വെറുപ്പിന്റെ തീവ്രതയാൽ കൊലയാളി അവളുടെ ഹൃദയത്തിൽ തന്നെ കത്തി ആഴ്ത്തി. ഇനിയും അറിയപ്പെടാത്ത ആ കൊലയാളി തിങ്കളാഴ്ച രാവിലെ ക്ലിനിക്കിലെ ജീവനക്കാർക്കിടയിലുണ്ടാകും. പതിവ് വേഷത്തിൽ, പതിവ് ഭാവത്തിൽ, പരിചിതമായ വാക്കുകളും ചിരിയുമായി കൊലയാളി അവിടെത്തന്നെയുണ്ടാകും.

"നാശം പിടിച്ച ചിരിയുമായി ഒരു വില്ലൻ!"

സിസ്റ്റർ ആംബ്രോസ് പെട്ടെന്ന് അങ്ങനെ പറയുകയും, ആ വാചകം തനിക്ക് ഏതെങ്കിലും നാടകത്തിൽ നിന്ന് കിട്ടിയതാണോ എന്ന് ഒരു നിമിഷം ശങ്കിക്കുകയും ചെയ്തു. മിക്കവാറും നല്ല ഉദ്ധരണികൾ പോലെ ഷേക്സ്പിയർ നാടകത്തിൽ നിന്നുതന്നെ കിട്ടിയതാവാമെന്ന് ആ സ്ത്രീ

കരുതി. ഏതായാലും, ആംബ്രോസിന്റെ അന്നേരത്തെ മാനസികാവ സ്ഥയ്ക്കു ചേർന്നതായിരുന്നു അത്.

"നിനക്കിപ്പോൾ ആവശ്യം ഭക്ഷണമാണ്."

എന്ന് ഓർമ്മപ്പെടുത്തി ഒരു നിമിഷത്തിനു ശേഷം ഷാർപ്പ് തുടർന്നു:

"പോഷകഗുണമുള്ള ലഘുഭക്ഷണമാണ് ഇപ്പോൾ നല്ലത്. അതു കൊണ്ട് കാസറോളിലെ ഭക്ഷണം നാളെ രാത്രി കഴിക്കാം. ഇന്നത്തേക്ക് മുട്ട പുഴുങ്ങിയത് എടുക്കാം, എന്തു പറയുന്നു?"

സെന്റ് ജയിംസ് പാർക്കിന്റെ പ്രവേശന കവാടത്തിൽ അവൾ അവ നെയും കാത്ത് നിൽക്കുന്നുണ്ടായിരുന്നു. അവൻ മാൾ കടന്ന് യുദ്ധ സ്മാരകത്തിനടുത്തെത്തിയപ്പോഴേക്കും അവളെ കണ്ടിരുന്നു. അവളുടെ രൂപം ദൂരെനിന്നു കണ്ടപ്പോൾ തന്നെ നാഗലിന്റെ മനസ്സ് ക്ഷമാപണം കൊണ്ട് നിറഞ്ഞിരുന്നു. അവരെ സംബന്ധിച്ചിടത്തോളം നരകതുല്യമായ രാത്രിയായിരുന്നു അത്. പക്ഷേ, ആർദ്രതയെ അരിഞ്ഞുതള്ളുന്നതായി രുന്നു അവളുടെ വാക്കുകൾ.

"നമുക്ക് മറ്റെവിടെയെങ്കിലും വച്ച് കണ്ടുമുട്ടിയാൽ മതിയായിരുന്നു. ഇവിടം നിന്നെ സംബന്ധിച്ചിടത്തോളം സുരക്ഷിതമാണ്. കാരണം, നിന്റെ വീട്ടിലേക്കുള്ള വഴിയാണല്ലോ ഇത്." മുൻകോപിയും അസംതൃപ്തയു മായ ഭാര്യയുടെ സ്വരത്തിലായിരുന്നു അന്നേരം അവൾ സംസാരിച്ചത്.

"വരൂ, നമുക്ക് ഫ്ളാറ്റിലേക്ക് മടങ്ങിപ്പോകാം, എന്നിട്ട്..." പരിഹാസ രൂപേണയാണ് അവനത് പറഞ്ഞത്. ഒരു നിമിഷത്തെ നിശ്ശബ്ദതയ്ക്കു ശേഷം തുടർന്നു:

"ഇപ്പോഴാണെങ്കിൽ ഇവിടെ നിന്ന് ബസ് കിട്ടുകയും ചെയ്യും."

"ഇല്ല. ഇപ്പോൾ ഫ്ളാറ്റിലേക്കില്ല. ഈ രാത്രിയിൽ ഏതായാലും അവി ടേക്കില്ല."

അവൻ ഇരുളിനെ നോക്കി ചിരിച്ചു. എന്നിട്ട് വൃക്ഷങ്ങളുടെ കരി നിഴലുകളുടെ മറപറ്റി അവർ ഒന്നിച്ച് നടന്നു. അല്പനേരം നടന്നശേഷം അവൾ നിന്നു. എന്താണ് കാര്യമെന്നറിയാൻ അവൻ ശാന്തനായി തിരിഞ്ഞുനിന്നു. അവളാകട്ടെ അന്നേരം കരച്ചിലിന്റെ വക്കത്തായിരുന്നു. അവൾ അതീവ ക്ഷീണിതയായി കാണപ്പെട്ടു. പൊടുന്നനെ അവൾ പറഞ്ഞു:

"ആ സൂപ്രണ്ടിനെ കാണാൻ നല്ല രസമുണ്ട്, അല്ലേ? നമ്മളെ അയാൾ സംശയിക്കുന്നുണ്ടെന്ന് തോന്നുന്നുണ്ടോ നിനക്ക്?"

അക്കാര്യം ഒന്നുകൂടി ഉറപ്പിക്കാൻ വേണ്ടിയായിരുന്നു ശിശുസഹജ മായ ചേഷ്ടകളോടെ അവൾ അവിടെനിന്ന് ചിണുങ്ങിയത്. അവന്റെ പ്രതികരണം പരുക്കനായിരുന്നു:

"ദൈവത്തെയോർത്ത് നീ അയാളുടെ കാര്യം മാത്രം പറയാതെ! ബോലം കൊല്ലപ്പെടുന്ന സമയത്ത് ഞാൻ ക്ലിനിക്കിന് പുറത്തായിരുന്നു. നിനക്കും അക്കാര്യം അറിയാവുന്നതല്ലേ?"

"പക്ഷേ, ഞാൻ നിനക്കൊപ്പമായിരുന്നില്ല. ഞാൻ അവിടെത്തന്നെ യുണ്ടായിരുന്നു."

"നിന്നെ ആരും ഒരുകാലത്തും സംശയിക്കാൻ പോകുന്നില്ല. അതൊക്കെ ഡോക്ടർമാർ നോക്കിക്കൊള്ളും. നീയൊന്ന് അടങ്ങിയിരുന്ന് ഞാൻ പറയുന്ന കാര്യങ്ങൾ അനുസരിക്കാമോ? ഇപ്പോൾ അത്രമാത്രമേ നിന്നോട് ചെയ്യാൻ ഞാൻ ആവശ്യപ്പെടുന്നുള്ളൂ."

അവൻ പറഞ്ഞത് ഒരു കുഞ്ഞിനെപ്പോലെ അവൾ ശ്രദ്ധാപൂർവം കേട്ടെങ്കിലും, ക്ഷീണം അവളെ കീഴടക്കാൻ തുടങ്ങിയെന്ന് മുഖഭാവം വ്യക്തമാക്കി. അവളുടെ മുഖത്തെ നിസ്സംഗത കണ്ടതോടെ, താൻ അപരി ചിതയായ ഒരു പെണ്ണിനോടാണോ ഇത്രയും നേരം സംസാരിച്ചതെന്നു പോലും അവന് തോന്നിപ്പോയി. ഇനി എപ്പോഴെങ്കിലും ഇതുപോലെ സ്വതന്ത്രമായി അവർക്കു തമ്മിൽ ഇടപഴകാൻ കഴിയുമോ എന്ന് അവൻ ചിന്തിച്ചു. പെട്ടെന്ന് അവൾ അല്ലല്ലോ അതിന് കാരണക്കാരിയെന്നും അവന് തോന്നി.

അവർ നടന്നുനടന്ന് തടാകക്കരയിലെത്തി. അവൾ ശൂന്യമായ കണ്ണു കളോടെ വെള്ളത്തിലേക്ക് നോക്കിനിന്നു. ഇരുട്ടിൽ നിന്നും കാട്ടുതാറാ വിന്റെ ഒച്ച മുഴങ്ങി. സായാഹ്നത്തിലെ ഇളംകാറ്റിന് കടലുപ്പിന്റെ ഗന്ധ മാണെന്ന് അവൻ തിരിച്ചറിഞ്ഞു. അവന്റെ ശരീരത്തിന് വിറയൽ അനു ഭവപ്പെട്ടു. അവളുടെ മുഖഭാവമെന്തെന്നറിയാൻ അവൻ തിരിഞ്ഞു നോക്കി. ക്ഷീണം കൊണ്ടു വാടിപ്പോയ അവളെ കണ്ടപ്പോൾ അവന്റെ മനക്കണ്ണിൽ മറ്റൊരു ചിത്രം തെളിഞ്ഞു: ഒരു നഴ്സിന്റെ വെളുത്ത തൊപ്പിക്കു താഴെ വീതിയുള്ള പുരികങ്ങൾ, പല അടുക്കുകളായി ചുറ്റി ക്കെട്ടിയിരിക്കുന്ന മഞ്ഞത്തലമുടി, ഒന്നും വിട്ടുകൊടുക്കാത്ത ചാരനിറ മുള്ള കണ്ണുകൾ...താൽക്കാലികമായെങ്കിലും അവന്റെയുള്ളിൽ മറ്റൊരു ആശയം രൂപപ്പെട്ടു. അത് മറ്റൊന്നിൽ നിന്നും രൂപപ്പെട്ടതല്ല, തീർച്ചയായും, മറ്റൊന്നിലേക്കും അതിന് അനായാസം കടന്നുപോകാനും കഴിയില്ല. എങ്കിലും ആ ചിത്രം പൂർത്തിയാക്കിയാലുടനെ ജെനിയെ ഒഴിവാക്കണം. ഒരു മാസത്തിനകം അവൻ പാരീസിലേക്കു പറക്കും. പക്ഷേ, പാരീസി ലേക്ക് കഷ്ടിച്ച് ഒരു മണിക്കൂർ ദൂരം മാത്രമേയുള്ളൂ. അതുകൊണ്ടു തന്നെ ഇടയ്ക്കിടെ മടങ്ങിവരാനും കഴിയും. ജെന്നിയെ ഒഴിവാക്കിയാൽ പിന്നെ മുന്നിലുള്ള കുറേക്കൂടി ആദായകരമായ വഴികളാണ്. പുതിയൊരു ജീവിതം കരുപ്പിടിപ്പിക്കാൻ അതുതന്നെ ധാരാളം. മുപ്പതിനായിരം പൗണ്ടിന്റെ അവകാശിയെ വിവാഹം കഴിക്കാതിരിക്കുന്നതിനേക്കാൾ ഭാഗ്യദോഷം വേറെ വരാനില്ല.

17 റെട്ടിംഗർ സ്ട്രീറ്റ്, എൻ ഡബ്ലി യു 1 എന്ന മേൽവിലാസത്തിലുള്ള ഇടുങ്ങിയ ടെറസ്സുവീട്ടിലേക്ക് ബോലം നഴ്സ് വന്നു കയറി. കൊഴുപ്പ് പൊരിക്കുന്നതിന്റെയും ഗൃഹോപകരണങ്ങളിൽ നിന്ന് സദാസമയം വമിക്കുന്ന വിലകുറഞ്ഞ പോളീഷിന്റെയും പഴകിയ മൂത്രത്തിന്റെയും വളിച്ച ഗന്ധങ്ങൾ കൂടിക്കുഴഞ്ഞ് താഴത്തെ നിലയിൽ നിന്ന് മൂക്കിലേക്ക് തുളച്ചു കയറും.

അഴുക്കും തുരുമ്പും പൊതിഞ്ഞ പടിക്കെട്ടിന്റെ കൈവരിയിൽ പിടിക്കുമ്പോൾ തന്നെ നേരത്തെ പറഞ്ഞ പരിചിത ഗന്ധങ്ങൾ ബോലം നഴ്സിനെ പൊതിയാൻ തുടങ്ങിയിരിക്കും. പാചകം ചെയ്യുമ്പോഴുണ്ടാകുന്ന രൂക്ഷഗന്ധത്തിന്റെ തീവ്രത പതിവിനു വിപരീതമായി കുറവായിരുന്നു. അവൾ ഈ രാത്രിയിൽ വളരെ വൈകിയതുകൊണ്ടും, താഴത്തെ നിലയിലെ താമസക്കാർ വളരെ നേരത്തെ അത്താഴം കഴിച്ചതുകൊണ്ടുമായിരുന്നു അത്. പിന്നിലെ വീട്ടിൽ നിന്ന് ഒരു ചെറിയ കുഞ്ഞിന്റെ കരച്ചിൽ അവ്യക്തമായി കേൾക്കുന്നുണ്ട്, എങ്കിലും ടെലിവിഷന്റെ ശബ്ദത്തിൽ അത് മുങ്ങിപ്പോയി. ഇപ്പോൾ ദേശീയഗാനമാണ് കേൾക്കുന്നത്. ബി.ബി.സി. അങ്ങനെയാണ് ഒരു ദിവസത്തെ പരിപാടികൾ അവസാനിപ്പിക്കുന്നത്.

അവൾ ഒന്നാം നിലയിലേക്ക് കയറി. അവിടെ, ഭക്ഷണാവശിഷ്ടങ്ങളുടെ ദുർഗന്ധത്തെ അതിജീവിച്ചുകൊണ്ട് അണുനാശിനിയുടെ സുഗന്ധം തങ്ങിനിൽക്കുന്നുണ്ടായിരുന്നു. താഴത്തെ നിലയിലെ താമസക്കാരെ അപേക്ഷിച്ച് ഒന്നാം നിലയിലെ താമസക്കാർക്ക് അല്പം വൃത്തി കൂടുതലായിരുന്നു. ഒന്നാം നിലയിലെ താമസക്കാരുടെ ജനാലപ്പടിയിൽ പതിവായി ഓരോ കുറിപ്പുകൾ കാണാം. ഈ രാത്രിയിൽ അത് ഇങ്ങനെയായിരുന്നു: 'നിങ്ങളുടെ വൃത്തികെട്ട പാൽപ്പാത്രങ്ങൾ ഇവിടെ വയ്ക്കരുത്. ഇത് സ്വകാര്യസ്ഥലമാണ്. ഇത് നിന്നെ ഉദ്ദേശിച്ചുതന്നെ എഴുതിയതാണ്.' നേരമിത്രയായിട്ടും, ആ വീടിന്റെ പോളിഷ് മിനുങ്ങുന്ന വാതിലിനു പിന്നിലായി വാക്വം ക്ലീനറിന്റെ മുരൾച്ച കേൾക്കാമായിരുന്നു.

മൂന്നാം നിലയിലായിരുന്നു ആ സ്ത്രീയുടെ സ്വന്തം ഫ്ളാറ്റ്. അവിടേക്കു കയറാനുള്ള പടിക്കെട്ടിന്റെ ഏറ്റവും താഴെയുള്ള പടിയിൽ നിന്ന് ഒരു അപരിചിതയുടെ കണ്ണുകളോടെ മുകളിലേക്കു നോക്കി. എന്തൊക്കെ ചെയ്തിട്ടും യാതൊരു മെച്ചവുമുണ്ടാകാത്ത ആ സ്ഥലത്തെ ആത്മനിന്ദയോടെ കണ്ടുനിന്നു. വെളുത്ത ഇമൽഷൻ പെയിന്റ് പൂശിയിരിക്കുന്ന ചുമരുകൾ. ചാരനിറമുള്ള കമ്പിളിപ്പുതപ്പുപോലെ കാർപ്പറ്റു വിരിച്ച പടിക്കെട്ടുകൾ. കടുംമഞ്ഞ നിറത്തിൽ ചായംപൂശിയ വാതിലിന്റെ കൈപിടിക്ക് തവളത്തലയുടെ രൂപമായിരുന്നു. ബെർവിക്ക് സ്ട്രീറ്റ് മാർക്കറ്റിൽ നിന്ന് സംഘടിപ്പിച്ച പൂച്ചിത്രങ്ങൾ അലക്ഷ്യമായി ഭിത്തിയിൽ പതിച്ചിരിക്കുന്നു. ഇന്നത്തെ രാത്രിക്ക് മുമ്പുവരെ സ്വന്തം അലങ്കാരപ്പണികളിൽ അവൾ തൃപ്തയായിരുന്നു. എല്ലാംകൂടിച്ചേരുമ്പോൾ പ്രവേശന

കവാടത്തിന് ചന്തം തോന്നിച്ചിരുന്നു. എപ്പോഴെങ്കിലും അതിഥികളായി വീട്ടിൽ വരാൻ സാധ്യതയുള്ള ശ്രീമതി ബോസ്റ്റോക്കിനെയും അല്ലെങ്കിൽ സിസ്റ്റർ ആംബ്രോസിനെപ്പോലും വിശദീകരണങ്ങളോ ക്ഷമാപണങ്ങളോ ഇല്ലാതെ സ്വീകരിക്കാൻ വേണ്ടിയായിരുന്നു അത്രയും ഒരുക്കം നടത്തിയത്. പക്ഷേ, ഈ രാത്രിയിൽ, എക്കാലത്തേക്കുമായി സ്വതന്ത്രയായിട്ടും, ആത്മവഞ്ചനയിൽ നിന്നും ദാരിദ്ര്യത്തിൽ നിന്നും മുക്തയായിട്ടും സ്വന്തം പാർപ്പിടത്തെ ആ സ്ത്രീ ഇഷ്ടപ്പെട്ടില്ല. വൃത്തികെട്ട, അന്ധകാരം മൂടിയ, ഒട്ടും വായുസഞ്ചാരമില്ലാത്ത, ദുർഗന്ധം വമിക്കുന്ന ഒരിടമാണ് അതെന്ന് അവൾക്കു തോന്നി. ഈ രാത്രിയിൽ, ജീവിതത്തിൽ ആദ്യമായി, 17 റെട്ടിംഗർ സ്ട്രീറ്റിലെ ഓരോ ഇഷ്ടികകളെപോലും എത്രമാത്രം വെറുക്കുന്നുണ്ടെന്ന് അവൾ സ്വയം തിരിച്ചറിഞ്ഞു.

അവമതിപ്പുതോന്നിയ അവൾ അകത്തേക്കു കടക്കാൻ മടിച്ചുനിന്നു. ആലോചിക്കാനും ആസൂത്രണം ചെയ്യാനും അല്പസമയം മാത്രമേ മുന്നിലുള്ളൂ. അമ്മ കിടക്കുന്ന മുറിയുടെ വാതിൽ തുറക്കുമ്പോൾ എന്താണ് കാണാൻപോകുന്ന കാഴ്ചയെന്ന് അവൾക്ക് നല്ല ബോധ്യമുണ്ടായിരുന്നു. ജനാലയ്ക്ക് അഭിമുഖമായിട്ടായിരുന്നു കട്ടിൽ കിടന്നിരുന്നത്. വേനൽക്കാല സായാഹ്നങ്ങളിൽ ജനാലയിലൂടെ സൂര്യാസ്തമയം കണ്ടു കിടക്കുന്നത് ശ്രീമതി ബോലമിന്റെ പതിവുകളിലൊന്നാണ്. ചരിഞ്ഞ മേൽക്കൂരയ്ക്കും, പിരിയൻ ചിമ്മിനിക്കും ഇടയിലൂടെ, സെന്റ് പാൻക്രാസ് സ്റ്റേഷനിലേക്ക് ഇരുൾ വീഴുന്നതിന്റെ വിദൂര ദൃശ്യം അവിടെ കിടന്നാൽ കാണാം. ഈ രാത്രിയിൽ കർട്ടൻ മാറ്റിയിട്ടുണ്ടാവില്ല. എല്ലാദിവസവും ആ നഴ്സ് അമ്മയെ കട്ടിലിൽ ഇരുത്തിയിട്ടാണ് പോകുന്നത്. തൊട്ടടുത്തുള്ള മേശപ്പുറത്ത് ടെലഫോണും വയർലെസ്സും ഉണ്ടായിരിക്കും. അതിനടുത്തായി ഒരു ഹാൻഡ്ബെൽ ഘടിപ്പിച്ചിട്ടുണ്ട്. അത്യാവശ്യ ഘട്ടങ്ങളിൽ താഴെയുള്ള ഫ്ളാറ്റിലെ താമസക്കാരെ വിളിച്ചുവരുത്താനുള്ള മാർഗ്ഗമാണത്. അവളുടെ അമ്മയുടെ അടുത്ത് സദാസമയവും കത്തിക്കൊണ്ടിരിക്കുന്ന ഒരു വിളക്കുണ്ട്. ചുറ്റുപാടും കൂടുതൽ വെളിച്ചമുള്ളതാക്കാൻ ചെറുലൈറ്റുകൾ വേറെയുമുണ്ട്. മുറിയുടെ മറ്റേ അറ്റത്ത് ഒരു ഇലക്ട്രിക് നെരിപ്പോട് കത്തുന്നുണ്ടാവും. ഒക്ടോബറിലെ ഒരു ദിവസം കഴിഞ്ഞുകൂടാൻ അത്രയും സൗകര്യങ്ങൾ ധാരാളമായിരുന്നു.

മുറിയുടെ വാതിൽ തുറന്ന ഉടനെ ആകാംക്ഷയും ഒപ്പം സന്തോഷവും നിറഞ്ഞ കണ്ണുകളോടെ അമ്മ മകളെ നോക്കി. പതിവ് അസഹിഷ്ണുത വാക്കുകളിൽ പ്രകടമായിരുന്നെങ്കിലും, മകളുടെ ക്ലിനിക്ക് ജീവിതത്തെക്കുറിച്ചായിരുന്നു അമ്മയ്ക്ക് ആദ്യം അറിയേണ്ടിയിരുന്നത്.

"ഇന്ന് എങ്ങനെയുണ്ടായിരുന്നു കുഞ്ഞേ, ക്ലിനിക്കിൽ? നീയെന്താ വൈകിയത്? പ്രത്യേകിച്ചെന്തെങ്കിലും സംഭവിച്ചോ?"

ആ ചോദ്യത്തിന് എങ്ങനെയാണ് പെട്ടെന്ന് ഒരാൾക്ക് മറുപടി പറയാൻ കഴിയുക? പക്ഷേ, ആ മകളുടെ മറുപടി അസാധാരണമായിരുന്നു:

“പ്രത്യേകിച്ച് അങ്ങനെയൊന്നുമില്ല, അമ്മേ! പിന്നെ, എനിഡിന്റെ നെഞ്ചത്ത് ആരോ കുത്തി, എന്തായാലും, നമ്മൾ പണക്കാരാവാൻ പോവുകയാണ്.”

എന്തായിരിക്കും ആ പറഞ്ഞതിന്റെ അർത്ഥം? പ്രിയപ്പെട്ട ദൈവമേ, എന്തായിരിക്കില്ല ആ പറഞ്ഞതിന്റെ അർത്ഥം? പോളിഷിന്റെയോ നാപ്കിന്റെയോ നാറ്റം ഇനിമേൽ അനുഭവിക്കേണ്ടതില്ല. രണ്ടാം നിലയിൽ താമസിക്കുന്ന പക്ഷിയുടെ മുഖമുള്ള യക്ഷിയെ ഇനിമേൽ ബെല്ലിന്റെ കാര്യമോർത്ത് പ്രസാദിപ്പിക്കേണ്ട കാര്യമില്ല. വൈദ്യുതി ബില്ല് കൂടുമോ എന്നറിയാൻ ഇടയ്ക്കിടെ മീറ്റർ നോക്കി ജീവിക്കേണ്ട കാര്യമില്ല. തണുപ്പ് കൂടുമ്പോൾ ഒരു നെരിപ്പോടിനുള്ള ബാർ കൂടി കിട്ടിയെങ്കിൽ എന്നോർത്ത് വ്യസനിക്കേണ്ട കാര്യമില്ല. വർഷത്തിൽ രണ്ടുതവണ എനിഡ് തരുന്ന ഔദാര്യ ചെക്കുകൾക്ക് നന്ദിപറയേണ്ടി വരില്ല. ഡിസംബറിൽ ക്രിസ്മസ് ആഘോഷങ്ങൾക്കു വേണ്ടിയും, ജൂലൈ മാസത്തിന്റെ ഒടുവിൽ മുന്തിയ ഹോട്ടലിൽ നിന്ന് ഭക്ഷണം കഴിക്കാൻ പോകുമ്പോഴുള്ള കാർ വാടകയ്ക്കു വേണ്ടിയും ചെലവഴിക്കാനുള്ള ചെക്കുകൾ ഇനിമേൽ കൈപ്പറ്റേണ്ടതില്ല. എനിഡ് വാഗ്ദാനം നിറവേറ്റുന്നതും കാത്ത് കലണ്ടറിലെ ദിവസങ്ങൾ എണ്ണി കഴിയേണ്ടി വരില്ല. ഓരോ ചെക്കുകൾ വാങ്ങുമ്പോഴും മുഖത്ത് പ്രകടിപ്പിക്കേണ്ടിവരുന്ന കൃതജ്ഞതാ രൂപത്തിലുള്ള ചിരിയും ചേഷ്ടയും ഇനിമേൽ ആവശ്യമില്ല. ഈ ഫ്ളാറ്റിലേക്കുള്ള പടിക്കെട്ടുകൾ ഇനിമേൽ വലിഞ്ഞുകയറേണ്ടി വരില്ല. അവളുടെ അമ്മ പറഞ്ഞ സൗകര്യങ്ങളോടുകൂടി ഒരിടത്തേക്ക് താമസം മാറ്റാം. അത് ലണ്ടന്റെ അടുത്തുതന്നെയായാൽ ക്ലിനിക്കിലേക്കുള്ള യാത്ര കൂടുതൽ സൗകര്യപ്രദമാകും - ഉടനെ ജോലി ഉപേക്ഷിക്കുന്നത് ബുദ്ധിയല്ല - ഒരു ചെറിയ പൂന്തോട്ടവും ഗ്രാമീണ കാഴ്ചകളും അവിടെയുണ്ടായിരുന്നെങ്കിൽ കൂടുതൽ നന്നായേനെ. ഒരു ചെറിയ കാറുകൂടി ആവാം. അവൾ ഡ്രൈവിംഗ് പഠിച്ചോളും. എന്നിട്ട്, കഴിയുന്നത്രയും കാലം അമ്മയോടൊപ്പം ഒന്നിച്ച് ജീവിക്കണം. എന്നുവച്ചാൽ, അതിന്റെയർത്ഥം, ഭാവിയെക്കുറിച്ചുള്ള ആശങ്ക പങ്കുവയ്ക്കുന്ന ഈ വെറുപ്പിക്കൽ ചിന്തയുടെ അവസാനം അതാണെന്നാണ്.

അസുഖക്കാർക്കു വേണ്ടിയുള്ള ഒരു കിടക്ക ഏതെങ്കിലും ആശുപത്രിയിൽ തരപ്പെടുത്തുന്നതിനെക്കുറിച്ച് അവർ ഇപ്പോൾ ആലോചിക്കുന്നതേയില്ല. അപരിചിതരായ ഒരു കൂട്ടമാളുകൾ ശുശ്രൂഷക്കെന്ന മട്ടിൽ ചുറ്റും കൂടി നിൽക്കുകയും ഒടുവിൽ പ്രതീക്ഷയ്ക്കു വകയില്ല എന്നു പറഞ്ഞ് കൈമലർത്തുകയും ചെയ്യുന്ന കാര്യം ഇപ്പോൾ അവർക്ക് ചിന്തിക്കാൻ കൂടി കഴിയില്ല. പണം കൊണ്ട് സന്തോഷം പോലും വിലയ്ക്കു വാങ്ങാമെന്ന് അവർ കരുതുന്നു. അവൾക്ക് കുറേ വസ്ത്രങ്ങൾ വാങ്ങണം. ഇനി ഡിസ്കൗണ്ട് സെയിൽ പ്രഖ്യാപനങ്ങൾക്കു കാത്തുനിൽക്കാതെ ആവശ്യമുള്ള തുണിത്തരങ്ങൾ വാങ്ങാം. ഇനി നല്ല വസ്ത്രങ്ങൾ

ധരിക്കാം. എനിഡ് ധരിച്ചിരുന്നതിനേക്കാൾ മുന്തിയ വസ്ത്രങ്ങൾ വാങ്ങണം. കെൻസിംഗ്ടൺ ഫ്ളാറ്റിലെ അലമാരകൾ നിറയെ അവളുടെ വസ്ത്രങ്ങളുണ്ടാകും. അത് തരംതിരിച്ച് അടുക്കിവെയ്ക്കുന്ന ജോലി ആരെയെങ്കിലും ഏല്പിക്കണം. അതിന് ആവശ്യക്കാരുണ്ടാകുമോ? എനിഡിന്റെ വസ്ത്രങ്ങളാണ് എന്നറിഞ്ഞാൽ ആരെങ്കിലും അത് വേണ മെന്നു പറയുമോ? എനിഡിന്റെ പണത്തിനല്ലാതെ ആവശ്യക്കാരുണ്ടാ കുമോ? പണത്തിനല്ലാതെ. അവളുടെ വിൽപ്പത്രം മാറ്റിയെഴുതാൻ വക്കീ ലിന് കത്തയച്ചിട്ടുണ്ടാകുമോ? തീർച്ചയായും അതിന് യാതൊരു സാധ്യതയും കാണുന്നില്ല! സാധ്യതകളെക്കുറിച്ച് യുക്തിസഹമായി ചിന്തി ക്കാൻ തുടങ്ങിയതോടെ ബോലം നഴ്സ് പരിഭ്രാന്തയായി. അവൾ അതിനെക്കുറിച്ച് മുമ്പ് പലപ്പോഴും ആലോചിച്ചിട്ടുണ്ട്. ഒരുപക്ഷേ, എനിഡ് ബുധനാഴ്ച രാത്രി എഴുതിയിട്ടുണ്ടാകുമോ? ഒരുപക്ഷേ, അവൾ അങ്ങനെ ചെയ്തിട്ടുണ്ടെങ്കിൽ, ഇനി ആ കത്തിനെ കണ്ടെത്തി നശി പ്പിച്ചു കളയാൻ കഴിയുമോ? അത് അടുത്ത ദിവസം രാവിലെ തന്നെ പോയിട്ടുണ്ടാവും. വക്കീലന്മാർ സാധാരണ എത്രദിവസം കൊണ്ടാണ് ഇത്തരം കാര്യങ്ങൾ ചെയ്യുകയെന്നത് എല്ലാവർക്കും അറിയാവുന്ന കാര്യ മാണ്. അഥവാ, എനിഡ് അത്രമാത്രം അത്യാവശ്യമാണെന്നു പറഞ്ഞാണ് കത്തയച്ചതെങ്കിൽപ്പോലും വിൽപ്പത്രം തയ്യാറാക്കി അതിന്മേൽ ഒപ്പു വയ്ക്കാനുള്ള സമയമൊന്നും ആയിട്ടില്ല. ഏതെങ്കിലും കാരണവശാൽ വിൽപ്പത്രം തയ്യാറായിട്ടുണ്ടെങ്കിൽ, അത് ഓഫീസ് കവറിലായിരിക്കും അയയ്ക്കുന്നത്. എന്തായിരിക്കും അതിന്റെ ഉള്ളിൽ എഴുതിയിട്ടുണ്ടാ വുക? എന്തായാലും, ഒട്ടും പക്വതയില്ലാത്ത എനിഡിന്റെ കൈകളാൽ ആ രേഖയിൽ ഇതുവരെ ഒപ്പുവെച്ചിട്ടുണ്ടാവില്ല. ഇനിയൊരിക്കലും എനിഡ് മറ്റൊന്നും ഒപ്പുവയ്ക്കുകയുമില്ല.

അവൾ വീണ്ടും പണത്തെക്കുറിച്ച് ചിന്തിക്കാൻ തുടങ്ങി. അവളുടെ സ്വന്തം ഓഹരിയെക്കുറിച്ചു മാത്രമായിരുന്നില്ല. അക്കാര്യം വീണ്ടും അവളിൽ സന്തോഷമുണ്ടാക്കി. ഒരുപക്ഷേ, കൊലപാതകത്തിന്റെ പേരിൽ അവർ അവളെ അറസ്റ്റു ചെയ്താൽ പോലും അമ്മയുടെ ഓഹരി തടയാൻ അവർക്കു കഴിയില്ല. ആർക്കും അതിനു കഴിയില്ല. പക്ഷേ, അവൾക്ക് കുറേപ്പണം ഇപ്പോൾ അത്യാവശ്യമായിരുന്നു.

വിൽപ്പത്രം തെളിയിക്കാൻ മാസങ്ങൾ വേണ്ടിവരുമെന്ന് എല്ലാ വർക്കുമറിയാം. എങ്കിലും, ഇക്കാര്യം പറഞ്ഞുകൊണ്ട് എനിഡിന്റെ വക്കീ ലിനെ സമീപിച്ചാൽ ഹൃദയശൂന്യമായ ആ ചെയ്തിയെ സകലരും സംശയദൃഷ്ടിയോടെ നോക്കിക്കാണും. മാത്രമല്ല, എത്രയും വേഗം കാര്യ ങ്ങൾക്ക് തീർപ്പുണ്ടാക്കണമെന്ന് അയാളോട് എങ്ങനെയാണ് ആവശ്യ പ്പെടുക? അതോ, ബാങ്കിനെ സമീപിക്കുന്നതായിരിക്കുമോ ബുദ്ധിപര മായ നീക്കം? ഒരുപക്ഷേ, വക്കീൽ അവൾക്കുവേണ്ടി ആളെ അയയ്ക്കും. അതെ, അയാൾ ഉറപ്പായും അങ്ങനെ ചെയ്യും. കാരണം, അവളും അമ്മയും മാത്രമാണല്ലോ ആ സമ്പാദ്യത്തിന്റെ അവകാശികൾ. അയാൾ

വിൽപ്പത്രം വായിച്ചു കഴിഞ്ഞാലുടനെ അവൾ തന്ത്രപരമായി അഡ്വാൻസ് കിട്ടുമോ എന്ന് ചോദിക്കും. സ്വാഭാവികമായും അയാൾ അത് സമ്മതിക്കും. ഓഹരിയായി മുപ്പതിനായിരം കിട്ടുമെങ്കിൽ അതിൽനിന്ന് നൂറ്പൗണ്ട് അഡ്വാൻസ് ചോദിക്കുന്നത് ഒട്ടും കൂടുതലല്ല.

പെട്ടെന്ന് അവൾക്ക് സഹികെട്ടു. അവസാനത്തെ കുറച്ചു പടികൾ കയറുമ്പോഴും, താക്കോൽ താഴിലേക്കിടുമ്പോഴും അവളുടെ ബോധ മനസ് പ്രവർത്തനരഹിതമായിരുന്നു. ഒരിക്കൽകൂടി അവൾ അമ്മയുടെ മുറിയിലൂടെ ഫ്ളാറ്റിലേക്ക് കയറി. കുട്ടിക്കാലത്ത് കരഞ്ഞതിനുശേഷം പിന്നീടൊരിക്കലും കരഞ്ഞിട്ടില്ലാത്ത അവൾ, അമ്മയെ കെട്ടിപ്പിടിച്ച്, മാറിൽ തലചായ്ച്ച്, ഭയവും മനഃക്ലേശവും നിമിത്തം ഏങ്ങലടിച്ച് കര യാൻ തുടങ്ങി. വിലകുറഞ്ഞ നിശാവസ്ത്രത്തിനടിയിൽ മാംസം മാംസത്തെ തിരിച്ചറിഞ്ഞു. അമ്മ മകളെ വാത്സല്യംകൊണ്ട് പൊതിഞ്ഞു.

“ങാ, നീ വന്നോ കുഞ്ഞേ! എന്തായിത്? എന്തുപറ്റി? എന്നോട് പറയ് മോളേ!”

അങ്ങനെ ബോലം നഴ്സ് അമ്മയോട് കാര്യം പറഞ്ഞു.

വിവാഹമോചിതനായി രണ്ടുവർഷം കഴിഞ്ഞ് ഡോ. സ്റ്റെയ്നർ വിധവ യായ സഹോദരിയോടൊപ്പം ഹാം സ്റ്റെഡിലെ വീട്ടിലാണ് കഴിഞ്ഞിരു ന്നത്. ഒറ്റവീടായിരുന്നെങ്കിലും അതിനെ രണ്ടായി വിഭജിച്ചിരുന്നു. എങ്കിലും, അയാളുടെ ഭാഗത്ത് സ്വീകരണമുറിയും അടുക്കളയും ഒക്കെ ഉണ്ടായിരുന്നു. ഒരു താൽക്കാലിക ക്രമീകരണമെന്ന നിലയ്ക്ക് അയാൾക്കും റോസയ്ക്കും തമ്മിൽ കാണാൻ കഴിയും വിധമുള്ള ഒരു ഇടത്താവളവും അവിടെയുണ്ടായിരുന്നു. സാമൂഹ്യ പ്രസക്തരായ ആളു കളോടുമാത്രം ഇടപഴകുന്ന പ്രകൃതമായിരുന്നു റോസയ്ക്ക്. വിരമിച്ച അഭിനേതാക്കളുടെയും ഒറ്റപ്പുസ്തകം മാത്രം പ്രസിദ്ധീകരിച്ച കവികളു ടെയും ബാലറ്റ് യുദ്ധത്തിൽ പങ്കെടുക്കാൻ കോപ്പു കൂട്ടുന്നവരുടെയും പാർപ്പിടങ്ങളുടെ ഒത്തനടുക്കായിരുന്നു റോസയുടെ വീട്. എഴുത്തുകാർ തങ്ങളുടെ രചനയെക്കുറിച്ചും രചനാ തന്ത്രങ്ങളെക്കുറിച്ചും കൃതിയിലെ അന്തരീക്ഷ നിർമ്മിതിയെക്കുറിച്ചും അത്യാകാംക്ഷയോടെ സംസാരിച്ചു തുടങ്ങാൻ ഇരകളെത്തേടി ഇറങ്ങുന്ന ഇടം കൂടിയായിരുന്നു അവിടം. ഡോ. സ്റ്റെയ്നർ അത്തരക്കാരെ പ്രോത്സാഹിപ്പിച്ചിരുന്നില്ല. അങ്ങനെ യുള്ളവർ റോസയുടെ മാത്രം ചെലവിൽ തിന്നുകയും കുടിക്കുകയും ചെയ്താൽ മതിയെന്ന നിലപാടായിരുന്നു ഡോ. സ്റ്റെയ്നർക്കുണ്ടായിരു ന്നത്. സഹോദരന്റെ ജോലിയിൽ റോസ അഭിമാനം കൊണ്ടിരുന്നു. ആരെ യെങ്കിലും പരിചയപ്പെടുമ്പോൾആദ്യം പറയുന്നത്– ‘എന്റെ സഹോദരൻ പോൾ അറിയപ്പെടുന്ന ഒരു സൈക്കോഅനലിസ്റ്റാണ്’ എന്നു പറഞ്ഞു കൊണ്ടായിരിക്കും. മിക്ക ഇടങ്ങളിലും അതുകൊണ്ട് നേട്ടങ്ങൾ മാത്രമേ ഉണ്ടായിട്ടുള്ളൂ.

ഈ രാത്രിയിൽ റോസ പുറത്തായിരുന്നു. റോസയുടെ സാന്നിധ്യം ഏറ്റവും ആവശ്യമുണ്ടായിരുന്ന സമയത്തുതന്നെ റോസ അയാളുടെ അടുത്തില്ലാതെ പോയി. അതുതന്നെയാണ് റോസയുടെ പ്രകൃതം. ജർമ്മൻകാരിയായ വേലക്കാരിയും അവിടെ ഇല്ലാതെപോയി. വെള്ളിയാഴ്ചകളിൽ അവൾക്ക് അരജോലിയല്ലാതിരുന്നിട്ടുപോലും അവളെയും കാണാനില്ല. എങ്കിലും, അടുക്കളയിൽ അയാൾക്കുവേണ്ടി സൂപ്പും സാലഡും തയ്യാറാക്കി വച്ചിട്ടുണ്ടായിരുന്നു. പക്ഷേ, സൂപ്പ് ചൂടാക്കിയെടുക്കുന്നതിലുള്ള മടികൊണ്ട് അയാൾ അതിൽ തൊട്ടില്ല. ഒട്ടും താത്പര്യം തോന്നാതെ ക്ലിനിക്കിൽ വച്ചുകഴിച്ച ഒരു സാൻഡ്‌വിച്ച് മാത്രമായിരുന്നു അയാളുടെ അത്താഴം. വീട്ടീൽ കഴിക്കാൻ ഭക്ഷണമുണ്ടായിരുന്നെങ്കിലും ഒറ്റയ്ക്കിരുന്ന് കഴിക്കാൻ അയാൾക്ക് താത്പര്യമില്ലായിരുന്നു. ഒടുവിൽ ഒരു ഗ്ലാസ്സിലേക്ക് ഷെറി ഒഴിച്ചു. അന്നേരം കൊലപാതകമല്ലാതെ മറ്റെന്തെങ്കിലും ആരോടെങ്കിലും സംസാരിക്കണമെന്ന് അയാൾ ആഗ്രഹിച്ചു. അയാൾ വാൽഡയെക്കുറിച്ച് ഓർത്തുപോയി.

വാൽഡയുമൊത്തുള്ള അയാളുടെ വിവാഹജീവിതം തുടക്കം മുതലേ പിഴച്ചുപോയിരുന്നു. പരസ്പരമുള്ള ആവശ്യങ്ങൾ നിറവേറ്റാൻ പൂർണമായും കഴിഞ്ഞില്ലെങ്കിൽപ്പോലും തമ്മിൽ അടിസ്ഥാന ധാരണയുണ്ടാകുന്നത് ഭാര്യാഭർത്താക്കന്മാർക്കിടയിൽ സ്വാഭാവികമാണ്. എന്നാൽ അവർക്കിടയിൽ അങ്ങനെയൊരു അന്തരീക്ഷം രൂപപ്പെട്ടു വന്നില്ല. വിവാഹമോചനം കൊണ്ട് ഡോ. സ്റ്റെയ്നറുടെ പ്രശ്നങ്ങൾ അവസാനിച്ചില്ല. അതോടെ പ്രശ്നങ്ങൾ കൂടുതൽ വഷളാവുകയാണ് ചെയ്തത്. എന്നാൽ വാൽഡയുടെ സ്ഥിതി അതായിരുന്നില്ല. വിവാഹമോചനം ആ സ്ത്രീക്ക് ഒരു സ്വാതന്ത്ര്യപ്രഖ്യാപനമായിരുന്നു. അവർ കണ്ടുമുട്ടിയ ആദ്യനാളുകളിൽ അവളുടെ ശരീരസൗന്ദര്യം മാത്രമായിരുന്നു അയാൾ കണ്ടിരുന്നത്. വിവാഹമോചിതരായിരുന്നെങ്കിലും അവർ പരസ്പരം കണ്ടുമുട്ടാതിരുന്നില്ല. കണ്ടുമുട്ടുമ്പോഴൊക്കെ മുൻഭർത്താവിനോട് നർമ്മം പങ്കുവച്ചും വിശേഷങ്ങൾ ആരാഞ്ഞും മര്യാദയോടെയായിരുന്നു വാൽഡ പെരുമാറിയിരുന്നത്. എങ്കിലും ഡോ. സ്റ്റെയ്നർ അവളെ ഇഷ്ടപ്പെടുകയോ പ്രോത്സാഹിപ്പിക്കുകയോ ചെയ്തില്ല.

വിവരമുള്ള, വിദ്യാസമ്പന്നരായ, സാമർത്ഥ്യമുള്ള, അടിസ്ഥാനപരമായി ഗൗരവക്കാരികളായ സ്ത്രീകളുമായി ഇടപഴകാനാണ് അയാൾക്ക് എന്നും താത്പര്യം. പക്ഷേ, അത്തരം സ്ത്രീകളുമായി കിടക്ക പങ്കിടാനും അയാൾക്ക് താത്പര്യമില്ലായിരുന്നു. അതെല്ലാം ജോടി തിരിയാനുള്ള അസൗകര്യങ്ങൾ സൃഷ്ടിക്കുമെന്ന് അയാൾക്ക് അറിയാമായിരുന്നു. വിശകലനങ്ങൾക്കുവേണ്ടി കൂടുതൽ സമയം നീക്കിവയ്ക്കാൻ തുടങ്ങി എന്നതാണ് അതിന്റെ അനന്തരഫലമായി സംഭവിച്ചത്. നിർഭാഗ്യവശാൽ, അത്തരമൊരു മാറ്റം ഉൾക്കൊള്ളാൻ കഴിയാതിരുന്ന രോഗികൾ അക്കാര്യം അയാളോട് പരസ്യമായി പറയുകയും ചെയ്തു. വാൽഡയോടൊപ്പം കഴിഞ്ഞതിനേക്കാൾ കുഴപ്പം പിടിച്ച നാളുകളായിരുന്നു അവ.

അവൾ മറുപടി പറയുന്നതിനു മുമ്പ് ഏകദേശം ഒരു മിനിട്ടെങ്കിലും ഫോൺ ബെല്ലടിച്ചിട്ടുണ്ടാവും. കാതടപ്പിക്കുന്ന തട്ടുപൊളിപ്പൻ സംഗീതത്തിന്റെയും, ഗ്ലാസ്സുകൾ മുട്ടുന്നതിന്റെയും ഒച്ചകൾക്കിടയിലൂടെ ബോലമിന്റെ കാര്യം അയാൾ പറഞ്ഞൊപ്പിച്ചു. ആ ഫ്ളാറ്റ് ആളുകളെക്കൊണ്ട് നിറഞ്ഞിരുന്നു. പറഞ്ഞത് അവൾ കേട്ടിട്ടുണ്ടാകുമോ എന്ന കാര്യത്തിൽ അയാൾക്ക് അത്ര ഉറപ്പില്ലായിരുന്നു.

"എന്താ അത്? അവിടെ പാർട്ടി നടക്കുകയാണോ?"

അയാൾ അസ്വസ്ഥതയോടെ ചോദിച്ചു.

"ചില ചുള്ളന്മാരിവിടെയുണ്ട്. ഞാനാ ഗ്രാമഫോണിന്റെ ശബ്ദം അല്പം കുറയ്ക്കട്ടെ. പിന്നെ, എന്താ നേരത്തെ പറഞ്ഞത്?"

ഡോ. സ്റ്റൈയ്നർ പറഞ്ഞത് ആവർത്തിച്ചു. ഇത്തവണ വാൽഡയുടെ പ്രതികരണം തൃപ്തികരമായിരുന്നു. "കൊല്ലപ്പെട്ടു! ഇല്ല! നിങ്ങളെ അത് ശരിക്കും പേടിപ്പിച്ചു കാണുമല്ലോ? മിസ്. ബോലം. നിങ്ങൾക്ക് ഒട്ടും ഇഷ്ടമല്ലാതിരുന്ന ആ അഡ്മിനിസ്ട്രേറ്റീവ് ഓഫീസർ തന്നെയല്ലേ, അത്? നിങ്ങളുടെ യാത്രാനുകൂല്യങ്ങൾ നിഷേധിച്ചതുകൊണ്ട് എങ്ങനെയെങ്കിലും അവിടെനിന്ന് പുകച്ചു പുറത്തുചാടിക്കണമെന്നു കരുതിയിരുന്ന സ്ത്രീയല്ലേ, അത്?"

"എനിക്കങ്ങനെ അനിഷ്ടമൊന്നും ഉണ്ടായിരുന്നില്ല, വാൽഡാ! ചില നേരം എനിക്ക് അവളോടു ബഹുമാനവും തോന്നിയിരുന്നു. മര്യാദക്കാരിയുമായിരുന്നു. തീർച്ചയായും, ഉപബോധമനസ്സിൽ തോന്നിയിരുന്ന കാര്യങ്ങൾ ഉടനെ നടപ്പിൽ വരുത്തുന്ന ഒരു സ്വാഭാവമായിരുന്നു ആ സ്ത്രീക്ക്. എന്നാലും, ഒരുതരം ലൈംഗിക മരവിപ്പ് അവൾക്കുണ്ടായിരുന്നു..."

"അതുതന്നെയാണ് ഡാർലിംഗ്, ഞാനും പറഞ്ഞത്. നിങ്ങൾക്ക് അവളെ ഒരുതരത്തിലും സഹിക്കാനാവില്ലായിരുന്നെന്ന് എനിക്കറിയാം. ഓ, പോളീ, നിങ്ങളാണ് അത് ചെയ്തതെന്ന് അവരാരും കരുതുന്നുണ്ടാവില്ല, അല്ലേ?"

"തീർച്ചയായും, ഇല്ല."

ആത്മവിശ്വാസത്തോടെ ഡോ. സ്റ്റൈയ്നർ മറുപടി നൽകി.

"പക്ഷേ, അവളെ ആരെങ്കിലും വകവരുത്തുമെന്ന് നിങ്ങൾ എപ്പോഴും പറയുമായിരുന്നു."

ആ സംഭാഷണം ഒരു രാക്കിനാവിന്റെ രൂപത്തിലേക്ക് മാറി. ഗ്രാമഫോണിൽ നിന്ന് പുറത്തുവരുന്ന അടിപൊളി പാട്ടിന്റെ ക്രമരഹിതമായ താളം എങ്ങനെയാണോ പാർട്ടിയെ സജീവമാക്കിയത്, അതേ പോലൊരു ക്രമരഹിതമായ താളം ഡോ. സ്റ്റൈയ്നറുടെ ഹൃദയതാളത്തെ നിർജീവമാക്കി. അയാൾക്ക് കഠിനമായ തലവേദന അനുഭവപ്പെടാൻ തുടങ്ങി.

"അവളെ മറ്റൊരു ക്ലിനിക്കിലേക്ക് സ്ഥലം മാറ്റിക്കിട്ടിയാൽ മതിയെന്നായിരുന്നു ഞാനുദ്ദേശിച്ചത്, അല്ലാതെ എന്തോ കനപ്പെട്ട ആയുധം കൊണ്ട് തലയ്ക്കടിച്ച് കൊന്നുകളയണമെന്നല്ല."

ആ വിരസമായ പ്രയോഗം അവളുടെ താത്പര്യത്തെ വർദ്ധിപ്പിച്ചു. വയലൻസിനോട് എന്നും അവൾക്കൊരു പ്രത്യേക താത്പര്യമുണ്ടായിരുന്നു. തലയോട്ടി തകർന്ന് തലച്ചോറും രക്തവും ചിതറിത്തെറിക്കുന്ന ദൃശ്യമായിരിക്കും അവളിപ്പോൾ സങ്കല്പിച്ചുകൂട്ടുന്നതെന്ന് അയാൾക്കറിയാമായിരുന്നു.

"ഡാർലിംഗ്, എനിക്കത് മുഴുവൻ കേൾക്കണം. ഇവിടേക്ക് ഒന്നു വന്നുകൂടേ?"

"ഞാനും അതേക്കുറിച്ച് ആലോചിക്കുകയായിരുന്നു" എന്നു പറഞ്ഞിട്ട്, ഒരുനിമിഷം ആലോചനയിൽ മുഴുകി നിശ്ശബ്ദനായി നിന്നശേഷം ഡോ. സ്റ്റെയ്നർ കൂട്ടിച്ചേർത്തു:

"ഒന്നുരണ്ട് വിശദാംശങ്ങൾ കൂടി ഞാൻ ഫോണിലൂടെ പറയാം. പക്ഷേ, നീ പാർട്ടിയിൽ മുഴുകിയിരിക്കുകയാണെങ്കിൽ അത് ബുദ്ധിമുട്ടായിരിക്കും. ഉള്ളത് പറയാമല്ലോ വാൽഡാ, എനിക്കിപ്പോൾ ആരോടെങ്കിലും ചിരിച്ചു കളിച്ച് തമാശകൾ പറഞ്ഞ് ഇടപഴകുന്നതിന് പ്രയാസമാണ്. എന്റെ തല പൊട്ടിപ്പൊളിയുന്നതുപോലെ തോന്നുന്നു. അതൊരു വല്ലാത്ത ഷോക്ക് ആയിപ്പോയി. മാത്രമല്ല, ബോഡി ആദ്യമായി കണ്ടവരുടെ കൂട്ടത്തിൽ ഞാനുമുണ്ടായിരുന്നു."

"പാവം, നോക്കൂ, എനിക്കൊരു അരമണിക്കൂർ തരണം. ഞാനീ ചുള്ളന്മാരെയൊക്കെ എങ്ങനെയെങ്കിലും ഒഴിവാക്കട്ടെ."

എന്നാൽ ചുള്ളന്മാരുടെ ശബ്ദം ഫോണിലൂടെ കേട്ടപ്പോൾ അതിനുള്ള സാധ്യത തീരെയില്ലെന്ന് ഡോ. സ്റ്റെയ്നർക്ക് തോന്നി. അക്കാര്യം വാൽഡയോട് സൂചിപ്പിക്കുകയും ചെയ്തു. "ഓ, അങ്ങനെയൊന്നുമില്ല. ഞങ്ങൾ ടോണിയുടെ അടുത്തേക്ക് പോകാനിരിക്കുകയായിരുന്നു. ഞാൻ ഒപ്പമില്ലെങ്കിലും അവർ കാര്യങ്ങളൊക്കെ കൈകാര്യം ചെയ്തുകൊള്ളും. ഞാൻ അവരെ എങ്ങനെയെങ്കിലുമൊന്ന് പറഞ്ഞുവിടട്ടെ. നമുക്ക് അരമണിക്കൂർ കഴിഞ്ഞ് കാണാം. എന്നാൽ, പറഞ്ഞതുപോലെയല്ലേ?"

ആ പറഞ്ഞതിൽ കുഴപ്പമൊന്നുമില്ലായിരുന്നു. റിസീവർ തിരികെ വച്ചതിനുശേഷം, ഒന്നു കുളിച്ചുവരാൻ സമയമുണ്ടല്ലോ എന്ന് ഡോ. സ്റ്റെയ്നർക്കു തോന്നി. ഏത് ടൈ തിരഞ്ഞെടുക്കണമെന്ന കാര്യത്തിൽ മാത്രമായിരുന്നു അയാൾക്ക് ആശയക്കുഴപ്പം. തലവേദന പൊടുന്നനെ മാറിയതുപോലെ അയാൾക്കു തോന്നി. വീട്ടിൽ നിന്നിറങ്ങാൻ തുടങ്ങുന്നതിന് തൊട്ടുമുമ്പ് ഫോണിന്റെ ബെല്ലടിച്ചു. പെട്ടെന്ന് അകാരണമായ ഒരു ഭയം അയാളെ പിടികൂടി. ഒരുപക്ഷേ, വാൽഡയുടെ മനസ്സുമാറി, അല്പനേരം കൂടി ചുള്ളന്മാർക്കൊപ്പം കഴിയാൻ തീരുമാനിച്ചു എന്ന്

പറയാൻവേണ്ടി വിളിക്കുന്നതായിരിക്കുമോ? വിവാഹത്തിനുശേഷം ഒരുപാടു തവണ അത്തരം അനുഭവങ്ങളുണ്ടായിട്ടുണ്ട്. റിസീവർ എടുത്ത കൈ നേരെ നിൽക്കാത്തതിൽ അയാൾ അസ്വസ്ഥനായി. പക്ഷേ, അയാളെ വിളിച്ചത് ഡോ. ഈതറീഗ് ആയിരുന്നു. ക്ലിനിക്കിലെ മെഡിക്കൽ കമ്മിറ്റിയുടെ അടിയന്തരയോഗം അടുത്തദിവസം രാത്രി എട്ടുമണിക്ക് ചേരുന്നുണ്ട് എന്നറിയിക്കാനായിരുന്നു അയാൾ വിളിച്ചത്. വാൽഡയുടെ ഫോൺ ആയിരുന്നില്ല അതെന്ന ആശ്വാസത്തിൽ, ഒരു നിമിഷം മിസ് ബോലമിനെ വിസ്മരിച്ചുകൊണ്ട്, എന്തിനാണ് യോഗമെന്ന മണ്ടൻ ചോദ്യം അയാൾ ഡോ. ഈതറീഗിനോട് ചോദിച്ചു.

ക്ലിഫാമിലായിരുന്നു റാൽഫിന്റെയും സോണിയ ബോസ്റ്റോക്കും താമസിക്കുന്ന ഫ്ളാറ്റെങ്കിൽ അതിനെ ബേസ്മെന്റെന്നു വിളിക്കേണ്ടി വരുമായിരുന്നു. എന്തായാലും അത് ഹാംസ്റ്റെഡിലായത് നന്നായി. ഡോ.സ്റ്റെയ്നറുടെ വീട്ടിൽ നിന്ന് അരമൈൽ മാത്രം അകലെയായിരുന്നു തടികൊണ്ടു നിർമ്മിതമായ ആ ചെറിയ വീട്. മുറ്റത്ത് ഒരു ചെറിയ പൂന്തോട്ടം കാണാൻ മാത്രം ആഴ്ചയിൽ ഏതാണ്ട് പന്ത്രണ്ട് പൗണ്ടു വീതം അവർ ചെലവാക്കുന്നുണ്ട്. സത്യത്തിൽ അങ്ങനെയൊരു ജീവിതം നയിച്ചുകൊണ്ടാണ് മറ്റുള്ളവർക്കൊപ്പം അവർ മേൽവിലാസം എഴുതിച്ചേർക്കുന്നത്. സ്വീകരണമുറിയിലെ ജനാലയിലൂടെ നോക്കിയാൽ ചെറിയൊരു പുൽത്തകിടിയും കാണാം. അവിടെ ക്രോക്കസസും ഡാഫോഡിൽസും നട്ടുപിടിപ്പിച്ചിട്ടുണ്ട്. വസന്തകാലമാകുമ്പോൾ അവിടമാകെ ക്രോക്കസസും ഡാഫോഡിൽസും കൊണ്ടു നിറയും. എന്നാൽ, ശരത്കാലമാകുമ്പോഴേക്ക് ആ കാഴ്ച മാഞ്ഞുപോകും. പകരം, ഈർപ്പമുള്ള മണ്ണിൽ അങ്ങിങ്ങായി അവശേഷിക്കുന്ന ചെടിത്തണ്ടുകളുടെ നിര കാണാം.

ശബ്ദമുഖരിതമായിരുന്നു ആ ഫ്ളാറ്റ്. രണ്ടു വീടുകൾക്കപ്പുറമുള്ള നഴ്സറി സ്കൂളും, താഴത്തെ നിലയിലെ യുവദമ്പതികളും ചേർന്നുണ്ടാക്കുന്ന ബഹളമായിരുന്നു അത്. വളരെ അടുപ്പമുള്ള ചങ്ങാതിമാർക്കൊപ്പം വീട്ടിലിരുന്ന് മദ്യപിച്ചുകൊണ്ടിരിക്കുമ്പോൾ പുറത്തെ ബഹളം കേട്ടാൽ റാൽഫ് ബോസ്റ്റോക്ക് ശബ്ദമുയർത്തി ഇങ്ങനെ പറയും:

"ഇപ്പോൾ നിങ്ങൾ കേട്ടുകൊണ്ടിരിക്കുന്ന എല്ലാത്തരം ശബ്ദങ്ങൾക്കുവേണ്ടിയും ഞാൻ ക്ഷമ ചോദിക്കുന്നു. അത് ആ വിവിരം കെട്ടവളുടെ പേറ്റുനോവാണെന്നു തോന്നുന്നു.- അയ്യോ, അല്ല- അവളാ ഒന്നിനും കൊള്ളാത്ത ചെക്കനെ വശം കെടുത്തുന്നതാണ്."

അയാളെ നന്നായി മനസ്സിലാക്കിയിട്ടുള്ളവർ, അയാൾ പറയുന്നത് മുഴുവൻ കാര്യമാക്കാറില്ല. ചിലതൊക്കെ ബുദ്ധിസഹമായിരിക്കുമെങ്കിലും, കൂടുതലും പൊട്ടത്തരങ്ങളോ കുശുമ്പു വർത്തമാനമോ ആയിരിക്കും. ഒരേ തമാശതന്നെ ഒന്നിലേറെത്തവണ ഒരേ ആളോടു പറയാനുള്ള

അയാളുടെ മിടുക്കായിരുന്നു ഭാര്യയെ ഏറ്റവുമധികം അമ്പരപ്പിച്ചത്. ഏതൊരു മനുഷ്യനോടുമുള്ള ആദരവ് നിലനിൽക്കുന്നത് ആവർത്തിച്ച് തമാശ പറയാതിരിക്കുന്നതുകൊണ്ടു കൂടിയാണെന്ന് ആ സ്ത്രീക്ക് നന്നായറിയാമായിരുന്നു. അത് തീരെ അറിയാത്തതുപോലെയായിരുന്നു അയാളുടെ പെരുമാറ്റം.

ഈ രാത്രിയിൽ അയാൾ ഒരു രാഷ്ട്രീയയോഗത്തിൽ പങ്കെടുക്കാൻ വേണ്ടി പുറത്തുപോയിരിക്കുകയായിരുന്നു. അയാളെ സംബന്ധിച്ചിടത്തോളം അത് പ്രധാനപ്പെട്ടതായിരുന്നു. അതുകൊണ്ടുതന്നെ വീട്ടിൽ തനിച്ചിരിക്കുന്നതിൽ അവൾ വിമുഖത കാണിച്ചില്ല. മാത്രമല്ല, അവൾക്ക് ആലോചിക്കാൻ സമയം വേണമായിരുന്നു. അവൾ കിടപ്പുമുറിയിലേക്കു ചെന്ന് സ്യൂട്ടെടുത്ത് നന്നായി കുടഞ്ഞതിനുശേഷം അത് അലമാരയിൽ തൂക്കിയിട്ടു. എന്നിട്ട് തവിട്ട് നിറത്തിലുള്ള വെൽവറ്റ് കോട്ടെടുത്ത് ധരിച്ചു. ഡ്രെസ്സിംഗ് ടേബിളിനു മുന്നിൽ നിന്ന് എങ്ങനെയുണ്ടെന്നു നോക്കി. ഒരു ക്രേപ്പ് ബാൻഡേജെടുത്ത് നെറ്റിയിലിട്ടശേഷം മുഖത്ത് മേക്കപ്പിടാൻ തുടങ്ങി. വിചാരിച്ചതിനേക്കാൾ ക്ഷീണമുണ്ടെന്ന് അവൾക്ക് ബോധ്യമായി. അവൾക്കിപ്പോൾ ആവശ്യം ഒരു പെഗ് മദ്യമായിരുന്നു. വൈകുന്നേരം സംഭവിച്ച സംഗതികളിൽ നിന്ന് മുക്തയാവാൻ അത് കൂടിയേ തീരൂ എന്ന് അവൾക്കു തോന്നി. ഒരുപാടുകാര്യങ്ങൾ ആലോചിക്കാനുണ്ട്, ഒരുപാടു കാര്യങ്ങൾ ആസൂത്രണം ചെയ്യാനുമുണ്ട്. ചാരനിറംകൊണ്ട് വളയം വീണു കുഴിഞ്ഞുപോയ കണ്ണുകളെ ക്രീം തേച്ച് മിനുക്കിയെടുത്തു. കണ്ണുകൾക്കു പിന്നിലെ ചുളിവുകളിൽ നീരസത്തോടെ സൂക്ഷിച്ചുനോക്കി. പ്രായത്തെ സൂചിപ്പിക്കുന്ന ആദ്യ വരകളായിരുന്നു അത്. അവൾക്ക് ഇരുപത്തിയെട്ടു വയസ്സായിട്ടേയുള്ളൂ. ആശങ്കപ്പെടേണ്ട സാഹചര്യങ്ങളൊന്നുമില്ല. പക്ഷേ, റാൽഫിന് ഈ വർഷം മുപ്പത് തികയും. കാലം എത്ര വേഗമാണ് കടന്നുപോകുന്നത്. അവർക്ക് ജീവിതത്തിൽ എന്തെങ്കിലുമൊക്കെ ആയിത്തീരണമെന്നുണ്ടെങ്കിൽ അതിന് ഒട്ടും സമയം കളയാനില്ല എന്നു ചുരുക്കം.

അവൾ തന്ത്രങ്ങൾ മെനയാൻ തുടങ്ങി. വളരെ സൂക്ഷിച്ചു കൈകാര്യം ചെയ്യേണ്ട സാഹചര്യമാണ് മുന്നിലുള്ളത്. ചെറിയൊരു പിഴവ് മതി എല്ലാം തകരാറിലാകാൻ. ഒരു തെറ്റ് അവളുടെ ഭാഗത്തുനിന്ന് ഇതിനോടകം ഉണ്ടായിക്കഴിഞ്ഞു. നാഗലിന്റെ മുഖമടച്ച് ഒരടി കൊടുക്കാൻ തോന്നിയിരുന്നു. ആ പ്രലോഭനത്തെ അതിജീവിക്കാനായെങ്കിലും, അതൊരു പിഴവ് തന്നെയാണ്, ഒരുപക്ഷേ, ഏറ്റവും മോശമായ ഒന്ന്. അഡ്മിനിസ്ട്രേറ്റീവ് ഓഫീസറുടെ കസേര ലക്ഷ്യം വയ്ക്കുന്ന ഒരാൾ ഒരു കാവൽക്കാരനെ ഒരിക്കലും അടിക്കാൻ പാടില്ല, എത്ര തന്നെ സമ്മർദ്ദമുണ്ടായാലും. ശാന്തത, അധികാരസ്ഥാനത്തേക്കു വരുന്നവർക്കുണ്ടാകേണ്ട ഗുണങ്ങളിലൊന്നാണ്. മിസ് സാക്സന്റെ നോട്ടം അന്നേരം അവളുടെ ഓർമ്മയിൽ തെളിഞ്ഞു . പിന്നെ, ഫ്രെഡറിക്ക സാക്സനുപോലും

കുറ്റം കണ്ടുപിടിക്കാൻ കഴിയില്ല. ഡോ. സ്റ്റെയ്നർ അന്നേരം അവിടെയുണ്ടായിരുന്നത് കഷ്ടമായിപ്പോയി. പക്ഷേ, എല്ലാം വളരെ പെട്ടെന്നായിപ്പോയതുകൊണ്ട്, അയാൾ അവിടെച്ചെന്നു ബോലമിനെ കാണുമെന്ന കാര്യത്തിൽ അവൾക്കത്ര ഉറപ്പില്ലായിരുന്നു. പിന്നെ, പ്രൈഡിയുടെ കാര്യം അവളൊരു കുട്ടിയാണ്; എട്ടുംപൊട്ടും തിരിയാത്ത കുട്ടി.

നാഗലിനെ എന്തായാലും അവിടെനിന്ന് പറഞ്ഞു വിടും. അവൾക്ക് നിയമനം ലഭിച്ചാലുടനെ അത് സംഭവിക്കും. അക്കാര്യത്തിലും അവൾ അതീവ ശ്രദ്ധാലുവായിരിക്കണം. അവനൊരു മര്യാദയില്ലാത്ത ചെകുത്താനാണ്. എങ്കിലും, ക്ലിനിക്കിലുള്ളവർക്കെല്ലാം അവൻ പ്രിയങ്കരനാണ്. സമർത്ഥനായ ഒരു ജോലിക്കാരനാണവൻ. എല്ലാവർക്കും ഉപകാരിയും ചെറുതും വലുതുമായ എന്തുജോലി ഏല്പിച്ചാലും ചെയ്യും. അത്യാവശ്യം അറ്റകുറ്റപ്പണികളും അവനു വഴങ്ങും. ഫ്യൂസ് മാറ്റിയിടുന്നതുപോലും അവനാണ്. അത്തരമൊരാളെ പെട്ടെന്ന് ഒഴിവാക്കുന്നത് എല്ലാവരിലും സംശയം ജനിപ്പിക്കും. നാഗലിനെ എന്തായാലും പറഞ്ഞുവിട്ടേ പറ്റൂ, പക്ഷേ, അതിനുമുമ്പ് കൃത്യമായ ഒരു പദ്ധതി ആസൂത്രണം ചെയ്തു നടപ്പാക്കണം.

ആദ്യം നേടേണ്ടത് അവിടെ ജോലിചെയ്യുന്ന ഡോക്ടർമാരുടെ പിന്തുണയാണ്. ഡോ. ഈതറീഗിന്റെ കാര്യത്തിൽ മാത്രം അവൾക്ക് ഉറപ്പുണ്ട്. അയാളുടെ ശബ്ദമായിരിക്കും കൂട്ടത്തിൽ ഏറ്റവും ശക്തമായതെന്നും അവൾക്ക് നന്നായറിയാം. പക്ഷേ, അവൾക്കു വേണ്ടി ഉയരുന്നത് ആ ശബ്ദം മാത്രമാകരുത്. ആറുമാസം കഴിയുമ്പോൾ അയാൾ ജോലിയിൽനിന്ന് വിരമിക്കും. അതുവരെ മാത്രമേ ആ സ്വാധീനം ഉണ്ടാവുകയുള്ളൂ. താൽക്കാലിക നിയമനം മാത്രമാണ് നൽകുന്നതെങ്കിൽ പോലും അവൾ തൃപ്തയാണ്. കാരണം, അവൾ നന്നായി കാര്യങ്ങൾ നോക്കി നടത്തുന്നുണ്ടെങ്കിൽ ആശുപത്രി മാനേജ്മെന്റ് കമ്മിറ്റി പത്രപരസ്യം കൊടുക്കാൻ തിടുക്കം കൂട്ടുകയില്ല. ഏതായാലും കൊലപാതകത്തിന്റെ കാര്യത്തിൽ ഒരു തീരുമാനമാകുന്നതുവരെ- ഒന്നുകിൽ കൊലപാതകിയെ കണ്ടെത്തും അല്ലെങ്കിൽ കേസ് പൊലീസുതന്നെ അവസാനിപ്പിക്കും- അവർ തുടർനടപടികൾക്കായി കാത്തിരിക്കും. അതിനുശേഷമുള്ള മാസങ്ങളിലെ അവളുടെ പ്രകടനമാണ് നിർണായകം. അനുവദിച്ചു കിട്ടുമെന്ന കാര്യത്തിൽ യാതൊരു ഉറപ്പുമില്ല.

ഒരു യൂണിറ്റിൽ എന്തെങ്കിലും ഗുരുതരമായ പ്രശ്നങ്ങൾ ഉണ്ടാകുമ്പോഴാണ് സാധാരണ പുറത്തുനിന്നുള്ള നിയമനം നടത്തുന്നത്. മുമ്പു നടന്ന തകിടം മറിയലിനെക്കുറിച്ച് അപരിചിതനായ ഒരാൾക്കുള്ള പരിചയക്കുറവ് തന്നെയാണ് അവിടെ പ്രധാനമായും പരിഗണിക്കപ്പെടുന്നത്. അത്തരം കാര്യങ്ങളിൽ ഗ്രൂപ്പ് സെക്രട്ടറിക്ക് നിർണായകമായ സ്വാധീനമാണുള്ളത്. കഴിഞ്ഞമാസം അയാളെ ചെന്നുകണ്ട് ഇൻസ്റ്റിറ്റ്യൂട്ട് ഓഫ് ഹോസ്പിറ്റൽ അഡ്മിനിസ്ട്രേഷനിൽ നിന്ന് ഒരു ഡിപ്ലോമ കോഴ്സ്

ചെയ്യുന്നതിനെക്കുറിച്ച് അഭിപ്രായം ചോദിച്ചത് ബുദ്ധിപരമായ ഒരു നീക്ക മായിരുന്നുവെന്ന് അവൾക്കു തോന്നി. പക്ഷേ, അയാളൊരു മണ്ടനൊ ന്നുമല്ല. എങ്കിലും ആശുപത്രി മാനേജ്മെന്റ് കമ്മിറ്റിയുടെ മുന്നിൽ അവൾ യോഗ്യയായ ഉദ്യോഗാർത്ഥിയാണ്, അക്കാര്യം അയാൾക്കും അറിയാം.

അവൾ കട്ടിലിൽ സ്വസ്ഥമായി ചാരിക്കിടന്നു. എന്നിട്ട് കാലുകൾ ഉയർത്തി തലയിണയിൽ വച്ചു. അന്നേരം വിജയ ചിത്രങ്ങൾ കൊണ്ട് അവളുടെ മനസ്സ് സമ്പന്നമായിരുന്നു. അതിനിടയിൽ, എവിടെ നിന്നോ ഒരു സംഭാഷണശകലം അവളുടെ കാതുകളിൽ വന്നു വീണു.

“എന്റെ ഭാര്യ സ്റ്റീൻ ക്ലിനിക്കിലെ അഡ്മിനിസ്ട്രേറ്റീവ് ഓഫീസറാണ്. ശരിക്കും, ഇപ്പോൾ എന്റെ ഭാര്യ അവിടെ സെക്രട്ടറിയായി ജോലി നോക്കു കയാണ്. സ്റ്റീൻ ക്ലിനിക്കിലെ ഇപ്പോഴത്തെ പ്രത്യേക സാഹചര്യത്തിൽ... അവൾക്ക് ഏറെ സന്തോഷപ്രദമായ ശബ്ദമായിരുന്നു അത്.

അതേസമയം, ആ ശരത്കാല രാത്രിയിൽ അവിടെ നിന്ന് കേവലം രണ്ടു മൈലുകൾക്കപ്പുറത്ത്, വടക്കൻ ലണ്ടനിലെ ഒരു മോർച്ചറിയിൽ, മിസ് ബോലമിന്റെ മൃതദേഹം, വരിഞ്ഞു കെട്ടിയ നിലയിൽ ഒരു ഐസു പെട്ടിക്കുള്ളിൽ വിറങ്ങലിച്ചു കിടക്കുകയായിരുന്നു.

അഞ്ച്

സ്റ്റീൻ ക്ലിനിക്കിൽ ഒരു കൊലപാതകത്തിന് പറ്റിയ ദിവസമാണ് വെള്ളിയാഴ്ച. ശനിയാഴ്ചകളിൽ ക്ലിനിക്ക് അവധിയായതുകൊണ്ടുതന്നെ രോഗികൾക്കോ മറ്റു ജീവനക്കാർക്കോ യാതൊരു ബുദ്ധിമുട്ടുമില്ലാത്ത തരത്തിൽ പൊലീസുകാർക്ക് ആ കെട്ടിടത്തിൽ സ്വതന്ത്രമായി വിഹരിക്കുകയും ചെയ്യാം. അപ്രതീക്ഷിതമായുണ്ടായ ആഘാതത്തിൽ നിന്ന് മുക്തരാകാൻ ജീവനക്കാർക്ക് രണ്ടു ദിവസം സുഹൃത്തുക്കൾക്കൊപ്പമോ, അല്ലെങ്കിൽ, സ്വസ്ഥത ലഭിക്കുന്ന ഇടങ്ങളിലേക്കോ മാറിനിൽക്കാനും അവസരമുണ്ട്.

ഡാൽഗ്ലിഷ് പതിവിലും നേരത്തെ തയ്യാറായി. ലോക്കൽ സി.ഐ.ഡി.യിൽ നിന്ന് വാങ്ങിയ സ്റ്റീൻ ക്ലിനിക്കിലെ മോഷണത്തെക്കുറിച്ചുള്ള റിപ്പോർട്ടും, കഴിഞ്ഞ ദിവസം നടത്തിയ കൂടിക്കാഴ്ചകളുടെ ടൈപ്പു ചെയ്ത കടലാസുകളും അയാളുടെ മേശപ്പുറത്തുണ്ടായിരുന്നു. മോഷണത്തിന്റെ കഥ, സമീപവാസികളാരോ ഒപ്പിച്ച കുസൃതി മാത്രമായിരുന്നു. കേവലം 15 പൗണ്ട് മോഷ്ടിക്കാൻ വേണ്ടി ക്ലിനിക്കിനുള്ളിൽ അതിക്രമിച്ചു കടക്കുകയെന്നത് കെട്ടുകഥയാണെന്ന കാര്യത്തിൽ യാതൊരു സംശയവുമില്ലായിരുന്നു. പക്ഷേ, ഈ രണ്ടു സംഭവങ്ങൾക്കും തമ്മിൽ എന്തെങ്കിലും ബന്ധമുണ്ടോ എന്ന കാര്യത്തിൽ അത്ര ഉറപ്പില്ലായിരുന്നു. ഒരു സാധാരണ കള്ളൻ ഒരു മേശവലിപ്പു മാത്രം തുറന്ന് മോഷണം നടത്തുകയും, തൊട്ടടുത്തുണ്ടായിരുന്ന സേഫ് സ്പർശിക്കാൻ പോലും ശ്രമിക്കാതെ അവഗണിക്കുകയും, ഡയറക്ടറുടെ ഓഫീസിലെ വിലപിടിച്ച വസ്തുക്കളിലൊന്നായ വെള്ളിയിൽ തീർത്ത മഷിത്തട്ടം എടുക്കാതിരിക്കുകയും ചെയ്തത് ലോക്കൽ പൊലീസുകാരന് വിചിത്രമായി തോന്നിയിരുന്നു. ആ സംഭവത്തിന് മറ്റൊരു വശം കൂടിയുണ്ട്. നാഗലും കല്ലിയും സംഭവമറിഞ്ഞ് ക്ലിനിക്കിലേക്ക് എത്തുമ്പോഴേക്ക്, അവിടെനിന്ന് ഒരാൾ ഓടി മറയുന്നത് കല്ലി കണ്ടതാണ്. അക്കാര്യത്തിൽ അയാൾക്ക് സംശയമേതുമില്ല. കല്ലിയും നാഗലും സംഭവം നടക്കുന്ന സമയത്ത് അവിടെയുണ്ടായിരുന്നില്ല. അതുകൊണ്ടുതന്നെ, അവരുടെ നിരപരാധിത്വം നിഷ്പ്രയാസം തെളിയിക്കാനുമാകും. എങ്കിലും ലോക്കൽ സി.ഐ.ഡി.

സംശയിക്കുന്നത് നാഗലിനെയാണ്. അയാൾ ആ കെട്ടിടത്തിൽ ഒറ്റയ്ക്കായിരിക്കുമ്പോൾ പണം മോഷ്ടിച്ചതാവാമെന്നാണ് അയാളുടെ നിഗമനം. പക്ഷേ, അത് തെളിയിക്കാനുള്ള തെളിവുകളൊന്നും ലഭ്യമല്ല. മാത്രമല്ല, അവിശ്വസ്തത കാണിക്കാനുള്ള ഒരുപാട് അവസരങ്ങൾ അയാൾക്ക് ക്ലിനിക്കിൽ ഇതിനുമുമ്പുതന്നെ ഉണ്ടായിട്ടുണ്ട്. എങ്കിലും, അയാൾ ഏതെങ്കിലും തരത്തിൽ തട്ടിപ്പ് നടത്തിയതായി അറിവില്ല. എല്ലാം കൂടി ചേർത്തുവച്ചാൽ ഒരു പ്രഹേളികയായി മാറുകയും ചെയ്യും. അവരാകട്ടെ ഇപ്പോഴും ആ കേസിനെക്കുറിച്ച് അന്വേഷിക്കുന്നുണ്ട്. പക്ഷേ, അതിനെക്കുറിച്ച് യാതൊരു പ്രതീക്ഷയുമില്ല. എന്തെങ്കിലും പുരോഗതിയുണ്ടായാൽ അത് ഉടനെ റിപ്പോർട്ട് ചെയ്യണമെന്ന് ഡാൽഗ്ലിഷ് നിർദ്ദേശം നൽകി. എന്നിട്ട്, മിസ് ബോലമിന്റെ ഫ്ളാറ്റ് പരിശോധിക്കാൻ വേണ്ടി ഒപ്പം വരാൻ സർജന്റ് മാർട്ടിനോട് ആവശ്യപ്പെടുകയും ചെയ്തു.

കെൻസിംഗ്ടൺ ഹൈ സ്ട്രീറ്റിലെ ഒരു ഫ്ളാറ്റിന്റെ അഞ്ചാം നിലയിലായിരുന്നു മിസ് ബോലം താമസിച്ചിരുന്നത്. താക്കോൽ സംഘടിപ്പിക്കാൻ ഒട്ടും ബുദ്ധിമുട്ടേണ്ടി വന്നില്ല. ബോലമിന്റെ മരണത്തിൽ ഖേദം പ്രകടിപ്പിച്ചുകൊണ്ട് ആ ഫ്ളാറ്റിന്റെ കെയർടേക്കർ താക്കോൽ കൈമാറി. കൊലപാതകത്തെക്കുറിച്ച് ഇപ്പോൾ എന്തെങ്കിലും സംസാരിക്കുമെന്നു കരുതി ആ സ്ത്രീ അവർക്കൊപ്പം കൂടി.

"ഈ സംഭവത്തെക്കുറിച്ച് മോശം വാർത്തകളൊന്നും പ്രചരിക്കാതിരുന്നാൽ മതിയായിരുന്നു."

ഡാൽഗ്ലിഷിനും മാർട്ടിനുമൊപ്പം ലിഫ്റ്റിനടുത്തേക്ക് നടക്കുന്നതിനിടയിൽ അവൾ പിറുപിറുത്തു. എന്നിട്ട് കൂട്ടിച്ചേർത്തു: "ശരിക്കും നല്ല ആൾക്കാർക്കു മാത്രമേ കമ്പനി ഈ ഫ്ളാറ്റുകൾ നൽകാറുള്ളൂ. ഇവിടുത്തെ താമസക്കാരുടെ കാര്യത്തിൽ കമ്പനിക്ക് അത്രമാത്രം ശ്രദ്ധയുണ്ട്. ഇതുപോലൊരു അനുഭവം ഇതിനുമുമ്പ് ഞങ്ങൾക്കുണ്ടായിട്ടില്ല." കമ്പനി ഏർപ്പെടുത്തിയ ആരെങ്കിലുമാണ് കൊലപാതകത്തിനു പിന്നിലെന്ന് ഇതുവരെ കണ്ടെത്തിയിട്ടില്ല എന്നു പറയാൻ തോന്നിയെങ്കിലും ഡാൽഗ്ലിഷ് ആ പ്രലോഭനത്തെ അതിജീവിച്ചു."

"അത്തരം പ്രചരണങ്ങൾ ഈ ഫ്ളാറ്റിന്റെ സൽപ്പേരിനെക്കൂടി പ്രതികൂലമായി ബാധിക്കും."

"കൊലപാതകി ഈ ഫ്ളാറ്റിലാണ് താമസിക്കുന്നതെങ്കിലും അങ്ങനെ തന്നെ സംഭവിക്കും."

ആ മറുപടി കേട്ടതോടെ ആ സ്ത്രീ നിശബ്ദയായി.

അവർ ലിഫ്റ്റിൽ കയറി അഞ്ചാം നിലയിലേക്കു പോയി. പഴഞ്ചൻ രീതിയിലുള്ള ആ ലിഫ്റ്റ് ഒട്ടും താത്പര്യമില്ലാത്തമട്ടിൽ സാവധാനമായിരുന്നു പൊങ്ങിയത്. മുഷിഞ്ഞ് കനം തൂങ്ങിയ അന്തരീക്ഷമായിരുന്നു അവിടെയുണ്ടായിരുന്നത്.

"മിസ് ബോലമിനെ നന്നായി അറിയാമല്ലോ, അല്ലേ? ആ സ്ത്രീ ഇവിടെ കുറേ വർഷങ്ങളായി താമസിക്കുന്നുണ്ട്. അല്ലേ?"

ഡാൽഗ്ലിഷ് ചോദിച്ചു.

"അവൾ എന്നെ കാണുമ്പോൾ ഗുഡ്മോണിംഗ് പറയുമായിരുന്നു, മറ്റൊന്നും എനിക്കറിയില്ല. അടക്കവും ഒതുക്കവുമുള്ള പെണ്ണായിരുന്നു അവൾ. ഇവിടെയുള്ള മറ്റു താമസക്കാരും അങ്ങനെതന്നെ. അവളിവിടെ താമസിക്കാൻ തുടങ്ങിയിട്ട് പതിനഞ്ചുവർഷമെങ്കിലും ആയിട്ടുണ്ടാകുമെന്നാണ് എനിക്കു തോന്നുന്നത്. അവളുടെ അമ്മയും ഇവിടെ അവളോടൊപ്പമായിരുന്നു താമസം. അമ്മയുടെ മരണശേഷം അവൾ തനിയെ താമസിക്കാൻ തുടങ്ങി. ഞാനിവിടെ വരുന്നതിനു മുമ്പാണ് അവളുടെ അമ്മ മരിക്കുന്നത്."

"അവളുടെ അമ്മ ഇവിടെ വച്ചാണോ മരിച്ചത്?"

ആ ചോദ്യത്തിന് മറുപടി പറയാൻ ആദ്യമൊന്നും കെയർടേക്കർ വാ തുറന്നില്ല. പിന്നീട്, മടിച്ചുമടിച്ച് പറഞ്ഞുതുടങ്ങി:

"ശ്രീമതി ബോലം ഏതോ ഒരു നഴ്സിംഗ് ഹോമിൽ വച്ചാണ് മരിച്ചതെന്ന് കേട്ടിട്ടുണ്ട്. അക്കാര്യത്തിൽ എന്തൊക്കെയോ അസ്വാഭാവികതയുണ്ടെന്നാണ് എനിക്കു തോന്നുന്നത്."

"ആ സ്ത്രീ ആത്മഹത്യ ചെയ്തുവെന്നാണോ പറഞ്ഞുവരുന്നത്?"

"അങ്ങനെ തന്നെയല്ലേ ഞാൻ പറഞ്ഞത്. ഞാൻ നേരത്തേ പറഞ്ഞിരുന്നില്ലേ, അതൊക്കെ ഞാനിവിടെ ജോലിയിൽ പ്രവേശിക്കുന്നതിനും മുമ്പാണ്. പക്ഷേ, അക്കാര്യം മിസ് ബോലമിനോടോ ഇവിടെയുള്ള മറ്റു താമസക്കാരോടോ ഇതുവരെ പരോക്ഷമായിപ്പോലും സൂചിപ്പിച്ചിട്ടില്ല. ആരും പൊതുവെ സംസാരിക്കാൻ ഇഷ്ടപ്പെടാത്ത ഒരു വിഷയമാണല്ലോ അത്. എന്തായാലും അതൊരു ഭാഗ്യംകെട്ട കുടുംബമായിപ്പോയി."

"ബോലം ഇവിടെ എത്രയാണ് വാടക കൊടുത്തിരുന്നതെന്ന് അറിയാമോ?"

ആ ചോദ്യത്തിന് മറുപടി പറയാൻ കെയർടേക്കർ ആദ്യമൊന്ന് അറച്ചെങ്കിലും, പൊലീസുകാരാണ് മുന്നിൽ നിൽക്കുന്നതെന്ന കാര്യം ഓർത്തപ്പോൾ അവൾക്ക് പറയേണ്ടിവന്നു:

"നാലും അഞ്ചും നിലകളിലുള്ള ഞങ്ങളുടെ രണ്ട് ബെഡ്റൂം ഫ്ളാറ്റുകളുടെ വാടക തുടങ്ങുന്നത് 490 പൗണ്ടിലാണ്."

അത് ബോലമിന്റെ ശമ്പളത്തിന്റെ ഏതാണ്ട് പകുതിയോളം വരുമെന്ന് ഡാൽഗ്ലിഷ് കണക്കുകൂട്ടി. മറ്റെന്തെങ്കിലും സ്വകാര്യ ഏർപ്പാടുകളില്ലാത്തവർക്ക് അതൊരു വലിയ തുക തന്നെയാണ്. മരണപ്പെട്ട സ്ത്രീയുടെ വക്കീലിനെ ഇതുവരെ കാണാൻ അയാൾക്കു കഴിഞ്ഞിട്ടില്ല. കസിന്റെ സമ്പാദ്യത്തെക്കുറിച്ച് ബോലം നഴ്സിന്റെ കണക്കുകൂട്ടൽ തെറ്റാനിടയില്ലെന്ന് അയാൾക്കു തോന്നി.

കെയർടേക്കറെ ഫ്ളാറ്റിന്റെ വാതിൽക്കൽ തന്നെ നിർത്തിയിട്ട് അയാൾ മാർട്ടിനൊപ്പം അകത്തേക്ക് കയറി.

ഔദ്യോഗിക ജീവിതത്തിൽ ഡാൽഗ്ലിഷിന് ഒട്ടും രുചിക്കാത്ത കാര്യമാണ് ജീവിതം അവസാനിപ്പിച്ച് കടന്നുപോയവരുടെ അവശേഷിപ്പുകളിലേക്കുള്ള ഒളിഞ്ഞുനോട്ടം. പലപ്പോഴും മരണപ്പെട്ടവരെക്കുറിച്ചുള്ള ധാരണകൾ മുഴുവൻ തകിടം മറിയുന്നതും അങ്ങനെയാണ്. അയാളുടെ കരിയറിൽ താത്പര്യത്തോടെയും താത്പര്യമില്ലാതെയും ഒരുപാട് അവശേഷിപ്പുകൾ കയറിയിറങ്ങിപ്പോയിട്ടുണ്ട്. വലിപ്പുകളിലേക്ക് പെട്ടെന്ന് തിരുകിക്കയറ്റിയ അഴുക്കുപിടിച്ച അടിവസ്ത്രങ്ങൾ, നശിപ്പിക്കപ്പെടാതെ പോയ സ്വകാര്യകത്തുകൾ, പാതി കഴിക്കാനാകാതെ പോയ ഭക്ഷണം, കൊടുക്കാതെ പോയ ബില്ലുകൾ, പഴയ ഫോട്ടോഗ്രാഫുകൾ, മരിച്ചവർ ഒരിക്കലും പുറത്തുകാണിക്കാനിടയില്ലാത്ത ചിത്രങ്ങളും പുസ്തകങ്ങളും കുടുംബരഹസ്യങ്ങൾ, പഴകിയ ജാറുകൾ, രോഗമോ നിരാശയോ താറുമാറാക്കിയ ജീവിതങ്ങൾ. ഒരിക്കലും ജീവിതം ഇത്തരത്തിൽ അവസാനിപ്പിക്കരുതെന്നു കരുതിയിട്ടും അങ്ങനെതന്നെ അവസാനിപ്പിക്കേണ്ടി വന്നവർ. കടങ്ങളെല്ലാം വീട്ടുമെന്ന് വെറുതെ കിനാവു കണ്ടവർ. ബാല്യത്തിലെപ്പൊഴോ കുപ്പായം മാറ്റുമ്പോൾ ഒരു വയസ്സിത്തള്ള ചോദിച്ച ചോദ്യം അയാളുടെ കാതുകളിൽ മുഴങ്ങി. "ഇതേവേഷത്തിൽ നീ ഇറങ്ങി ഓടിയാൽ, ആളുകൾ എന്താവും കരുതുക, ആഡം?" അന്ന് ആ ചോദ്യം മണ്ടത്തരമായിരുന്നു. എന്നാലിപ്പോൾ മനസ്സിലാക്കുന്നു, ജീവിതം പാതി വഴിയിലുപേക്ഷിച്ച് പോകുന്നവരും അതുപോലെ തന്നെയല്ലേ? മുഖം നഷ്ടപ്പെട്ട മനുഷ്യരുടെ കാര്യം തന്നെ.

എന്നാൽ എനിഡ് ബോലമിന്റെ കാര്യം അങ്ങനെയായിരുന്നില്ല. ഏതു നിമിഷവും മരണത്തെ പ്രതീക്ഷിച്ചുകൊണ്ട് ജീവിച്ചിരുന്നതുപോലെ തോന്നിപ്പോകും അവളുടെ മുറികണ്ടാൽ. ഇത്രയും വൃത്തിയും വെടിപ്പുമുള്ള ഒരു ഫ്ളാറ്റ് അയാൾ ജീവിതത്തിൽ ഇന്നേവരെ പരിശോധിച്ചിരുന്നില്ല. ഡ്രസ്സിംഗ് ടേബിളിനു മുകളിലുണ്ടായിരുന്ന ചുരുക്കം ചില മേക്കപ്പ് സാമഗ്രികളും ബ്രഷും ചീർപ്പും പോലും ചിട്ടയോടെയായിരുന്നു ക്രമീകരിച്ചിരുന്നത്. അവിടെയുണ്ടായിരുന്ന ഡബിൾകോട്ട് കട്ടിലിൽ വിരിച്ചിരുന്ന പുതപ്പിനുപോലും ചുളിവുതട്ടിയിരുന്നില്ല. വെള്ളിയാഴ്ചകളിൽ അവൾ തീർച്ചയായും ആ പുതപ്പ് മാറ്റുന്നുണ്ടാവണം. ഉപയോഗിച്ച തലയിണഉറകളും പുതപ്പുകളും മടക്കി അലക്കുതുണികളിടുന്ന പെട്ടിയിൽ ഇട്ടിരുന്നു. അതിനടുത്തായി ഒരു കസേരയും ഉണ്ടായിരുന്നു. കിടക്കയുടെ അരികിലുണ്ടായിരുന്ന ചെറുമേശമേൽ ഒരു ടൈംപീസും, ഒരു ജഗ്ഗിൽ വെള്ളവും, ഒരു ബൈബിളും, അതോടൊപ്പം നിത്യവായനയ്ക്കുള്ള സന്മാർഗ്ഗസൂക്തങ്ങളും മാത്രമായിരുന്നു ഉണ്ടായിരുന്നത്. ആ മേശയുടെ വലിപ്പിൽ ഒരു കുപ്പി ആസ്പിരിനും മടക്കിയ ഒരു കൈലേസും മാത്രമായിരുന്നു ഇടം പിടിച്ചിരുന്നത്. ആകെക്കൂടി നോക്കിയാൽ അവിടം ഒരു ഹോട്ടൽ മുറിപോലെ തോന്നുമായിരുന്നു.

അവിടെയുണ്ടായിരുന്ന ഗൃഹോപകരണങ്ങൾക്കെല്ലാം നല്ല പഴക്കവും ഭാരവും ഉണ്ടായിരുന്നു. മഹാഗണിയിൽ പണിത ചുവരലമാരയുടെ വാതിൽ നിശ്ശബ്ദമായി തുറക്കുമ്പോൾ അതിനുള്ളിൽ വീർപ്പുമുട്ടലോടെ ഇരിക്കുന്ന ഒരുനിര വസ്ത്രങ്ങളെ കാണാം. അവയെല്ലാം വിലപിടിപ്പുള്ളതായിരുന്നെങ്കിലും ഒട്ടും ആകർഷകമായിരുന്നില്ല. സാധാരണക്കാർക്കുവേണ്ടി നടത്തുന്ന കടകളിൽ നിന്നായിരുന്നു ബോലം അത്തരം വസ്ത്രങ്ങൾ വാങ്ങിയിരുന്നത്. അതാകട്ടെ, പരസ്പരം യാതൊരു പൊരുത്തവുമില്ലാത്ത നിറങ്ങളും ഒരുപാട് തുന്നൽപ്പണികൾ ചെയ്തിട്ടുള്ളതും ഏറെക്കാലം ഈടുനിൽക്കാത്തവയുമായിരുന്നു. ആ കമ്പിളി വസ്ത്രങ്ങൾക്ക് ഒരു ഇംഗ്ലീഷ് മഞ്ഞുകാലത്തെയെങ്കിലും അതിജീവിക്കാൻ കഴിയുമോ എന്നു സംശയമാണ്. ഒരിക്കൽ ആ ചുവരലമാര അടച്ചുകഴിഞ്ഞാൽ അക്കൂട്ടത്തിൽ ഒരെണ്ണത്തെയെങ്കിലും ഓർത്തെടുക്കാൻ പ്രയാസമായിരുന്നു. എല്ലാ വസ്ത്രങ്ങളുടെയും പിന്നിൽ, ഫൈബർ മുകുളങ്ങൾ കൊണ്ടുതീർത്ത, ബൾബിന്റെ ആകൃതിയിലുള്ള ഒരു കുമിള കാണുന്നുണ്ട്; ഒരുപക്ഷേ, വസ്ത്രം ധരിച്ചതിനു ശേഷം ബോലം ഒരിക്കലും കണ്ടിട്ടില്ലാത്തത്.

ഡാൽഗ്ലിഷും മാർട്ടിനും എത്രയോ വർഷങ്ങളായി ഒരുമിച്ച് ജോലി ചെയ്യുന്നവരാണ്. ഇത്തരം അന്വേഷണങ്ങൾക്കിടയിൽ അവർ പരസ്പരം അഭിപ്രായങ്ങളും നിഗമനങ്ങളും കൈമാറുന്ന പതിവുണ്ടായിരുന്നു. എന്നാൽ, ആ ഫ്ളാറ്റിലെ അവരുടെ നീക്കങ്ങളെല്ലാം നിശ്ശബ്ദതയോടൊപ്പമായിരുന്നു. എല്ലായിടത്തും ഒരുപോലുള്ള, പഴയ ഫാഷനിൽ പണികഴിപ്പിച്ച ഭാരമുള്ള ഗൃഹോപകരണങ്ങൾ കൃത്യതയോടെ ക്രമീകരിച്ചിരിക്കുന്നു. ഈ ഫ്ളാറ്റിലെ അടുക്കളയിൽ അടുത്തകാലത്തെങ്ങും ഭക്ഷണം പാകം ചെയ്തതിന്റെ ലക്ഷണങ്ങളൊന്നും ഉണ്ടായിരുന്നില്ല. ഇത്രയും ഉയരത്തിൽനിന്ന് താഴേക്കു നോക്കിയാൽ, താഴെ കെൻസിംഗ്ടൺ സ്ട്രീറ്റിലൂടെ വാഹനങ്ങൾ നീങ്ങുന്നത് അവ്യക്തമായി കാണാം. ഒരു മുതുമുത്തച്ഛൻ ഘടികാരം സമയം തള്ളി നീക്കുന്നതിന്റെ വിറങ്ങലിച്ച ശബ്ദം മാത്രമാണ് ഹാളിലെ നിശ്വാസവായുവിനൊപ്പം അവശേഷിക്കുന്ന ഏക ശബ്ദം. ഹാളിനുള്ളിലെ വായുവിന് നല്ല തണുപ്പുണ്ടായിരുന്നു. പുഷ്പഗന്ധം മാത്രമായിരുന്നു അവിടെ തങ്ങിനിന്നിരുന്നത്. അത് എല്ലായിടത്തുമുണ്ടായിരുന്നു. ഹാളിലെ ഒരു മേശമേൽ ക്രിസാന്തിമം പൂത്തു നിൽക്കുന്നുണ്ടായിരുന്നു; മറ്റൊന്ന് സ്വീകരണമുറിയിലും. കിടപ്പുമുറിയിലെ ചുമരിൽ നിന്ന് പുറത്തേക്ക് തള്ളി നിൽക്കുന്ന ഷെൽഫിൽ നക്ഷത്രാകൃതിയിലുള്ള അനിമോൻ പൂക്കൾ വിരിഞ്ഞു നിന്നു.

ഡാൽഗ്ലിഷിന് ശരത്കാല പൂക്കളെ ഇഷ്ടമായിരുന്നില്ല. ക്രിസാന്തിമങ്ങളാവട്ടെ, ഒരിക്കലും പട്ടുപോകാൻ കൂട്ടാക്കാതെ കഴിയുന്നത്ര കാലം അതിന്റെ ചീഞ്ഞ തണ്ടുകളിൽക്കൂടിയെങ്കിലും ജീവൻ നിലനിർത്താൻ ശ്രമിക്കുന്ന ഇനമാണ്. അതുകൊണ്ടാണ് നഗരസഭാ പാർക്കുകളിലും

മറ്റും മണമില്ലാത്ത ഡാലിയ ചെടികളെ വരിയായി നട്ടുപിടിപ്പിക്കുന്നത്. ഇതുപോലൊരു ഒക്ടോബറിലാണ് അയാളുടെ ഭാര്യയും മരിക്കുന്നത്. അതുകൊണ്ടുതന്നെ, ഒക്ടോബർ അയാളെ സംബന്ധിച്ചിടത്തോളം നഷ്ടങ്ങളുടെയും വിയോഗങ്ങളുടെയും മാസമാണ്. വർഷത്തിലെ ഏറ്റവും നല്ല സമയമല്ല ശരത്കാലം. അയാളെ സംബന്ധിച്ചിടത്തോളം, ബോലമിന്റെ ഫ്ളാറ്റിലെ പൂക്കളുടെ ഗന്ധം ഓർമ്മിപ്പിക്കുന്നത് ശവമഞ്ചത്തെയും അതിനെ അലങ്കരിക്കുന്ന പൂക്കളെയുമാണ്.

സ്വീകരണമുറിയായിരുന്നു ആ ഫ്ളാറ്റിലെ ഏറ്റവും വലിയ മുറി. അവിടെയാണ് ബോലമിന്റെ ഡസ്ക് ഉണ്ടായിരുന്നത്. മാർട്ടിൻ അതിന്മേൽ അഭിനന്ദനസൂചകമായി ഒന്നു തട്ടി. “ഇത് കൊള്ളാം. നല്ല ഉറപ്പും ബലവുമുണ്ട്, അല്ലേ സാർ? നമുക്ക് ഇതുപോലെ ഒരെണ്ണം വാങ്ങണം. അല്ലെങ്കിൽ അമ്മായിഅമ്മയോടു പറഞ്ഞ് ഇതുപോലെ ഒരെണ്ണം തരപ്പെടുത്തണം. ഇതുപോലുള്ള ഉരുപ്പടികളൊന്നും ഇക്കാലത്ത് ആരും ഉണ്ടാക്കുന്നില്ല. പുതിയ മുറികളെ സംബന്ധിച്ച് ഇതിന് വലിപ്പം കൂടുതലായിരിക്കാം. എങ്കിലും, നല്ല ഈടുണ്ട്.”

“അതിനെക്കുറിച്ച് പറഞ്ഞുപറഞ്ഞ് അതിന്മേൽ മറിഞ്ഞു വീഴരുത്, പറഞ്ഞേക്കാം.”

ഡാൽഗ്ലിഷ് പറഞ്ഞു.

“അതുതന്നെയാണ് സാർ ഞാനും പറഞ്ഞത്. ഉഗ്രൻ സാധനമാണിത്. ആ സ്ത്രീ ഇതിന്റെ മുകളിൽ കയറി തൂങ്ങിയതിൽ ഒട്ടും അദ്ഭുതപ്പെടാനില്ല. വകതിരിവുള്ള ഒരു ചെറുപ്പക്കാരിക്ക് ആയാസരഹിതമായി ചെയ്യാൻ കഴിയുന്ന ഒരു സംഗതിയാണത്” എന്നുപറഞ്ഞുകൊണ്ട് അയാൾ ഒരു കസേരയെടുത്ത് മേശയുടെ അരികിലേക്കു വലിച്ചിട്ടു. ഡാൽഗ്ലിഷ് അത്രയും നേരം സുഖകരമായി വീട്ടിലെപ്പോലെ കാലിന്മേൽ കാലും കയറ്റി ആ കസേരയിൽ ഇരിക്കുകയായിരുന്നു.

ആ ഡെസ്ക് പൂട്ടിയിരുന്നില്ല. ഏറ്റവും മുകളിലെ വലിപ്പ് പ്രയാസം കൂടാതെ തുറന്നു. അതിന്റെയുള്ളിൽ ഒരു പോർട്ടബിൾ ടൈപ്പ്റൈറ്ററും ഫയലുകളും കടലാസുകളും സൂക്ഷിക്കുന്ന ഒരു ലോഹപ്പെട്ടിയും ഉണ്ടായിരുന്നു. ഓരോ ഫയലുകളിലും വ്യക്തമായി പേരെഴുതി ഒട്ടിച്ചിരുന്നു. ഡെസ്കിലെ വലിപ്പുകളോരോന്നും ഓരോ പ്രത്യേക വിഭാഗങ്ങളായി തിരിച്ചിരുന്നു. എഴുത്തുകടലാസുകൾക്കും, കവറുകൾക്കും ഒക്കെ വെവ്വേറെ അറകളുണ്ടായിരുന്നു. അവർ പ്രതീക്ഷിച്ചതുപോലെ തന്നെ, എല്ലാം കൃത്യമായി ക്രമീകരിച്ചിരുന്നു. അവിടെയുണ്ടായിരുന്ന ഫയലുകളിലൂടെ അവർ കടന്നുപോയി. ബില്ലുകൾ കൃത്യസമയത്തുതന്നെ അടച്ചതിന്റെ രേഖകളും വീട്ടുചെലവിന്റെ കണക്കുകളും വരെ അക്കൂട്ടത്തിലുണ്ടായിരുന്നു.

അതുപോലെയുള്ള വേറെയും രേഖകളുണ്ടായിരുന്നു. നിക്ഷേപങ്ങളുടെ വിശദാംശങ്ങൾ കൃത്യമായി രേഖപ്പെടുത്തിയ ഫയലുകളും

അക്കൂട്ടത്തിലുണ്ടായിരുന്നു. അമ്മയുടെ മരണശേഷം ട്രസ്റ്റി നൽകിയ സുരക്ഷാനിക്ഷേപങ്ങളെക്കുറിച്ചുള്ള വിവരങ്ങളായിരുന്നു മറ്റൊരു ഫയലിന്റെ ഉള്ളടക്കം. എല്ലാം കൃത്യമായി സൂക്ഷിക്കാൻ മിസ് ബോലമിന് എവിടെ നിന്നെങ്കിലും വിദഗ്ധോപദേശം ലഭിച്ചിരുന്നോ എന്ന കാര്യത്തിൽ മാത്രം ചെറിയൊരു സംശയം തോന്നി. കാരണം, കഴിഞ്ഞ അഞ്ചുവർഷത്തിനിടെ അവളുടെ ആസ്തി മികച്ച രീതിയിൽ വളർന്നിട്ടുണ്ടായിരുന്നു. അവളുടെ വക്കീലിന്റെയും സ്റ്റോക്ക് ബ്രോക്കറുടെയും പേരുകൾ ഡാൽഗ്ലിഷ് പ്രത്യേകം നോട്ട്ചെയ്തു. അന്വേഷണം പൂർത്തിയാക്കുന്നതിനു മുമ്പ് അവരെക്കൂടി കാണണമെന്ന് അയാൾ തീരുമാനിച്ചു.

മരിച്ച സ്ത്രീ അവരുടെ ചില സ്വകാര്യ കത്തുകൾ സൂക്ഷിച്ചിരുന്നു. ഒരുപക്ഷേ, അതിൽ ചിലതെങ്കിലും അമൂല്യ വസ്തുക്കളുമായിരുന്നു. അക്കൂട്ടത്തിൽ പി. എന്ന ഫയലിൽ സൂക്ഷിച്ചിരുന്ന ഒരു കത്തുമാത്രം കൗതുകകരമായിരുന്നു. വിലകുറഞ്ഞ, വരയിട്ട കടലാസിൽ വളരെ ശ്രദ്ധാപൂർവം എഴുതിയ ആ കത്ത് ബൽഹാമിലെ ഒരു മേൽവിലാസത്തിൽ നിന്നായിരുന്നു വന്നത്. ആ കത്ത് അയാൾ വായിച്ചുനോക്കി:

പ്രിയപ്പെട്ട മിസ് ബോലം,

ജനിക്കുവേണ്ടി ചെയ്തുകൊടുത്ത എല്ലാ ഉപകാരങ്ങൾക്കും നന്ദിപറയാൻ വേണ്ടിയാണ് ഈ കത്തെഴുതുന്നത്. ഞങ്ങൾ ആഗ്രഹിച്ചതുപോലെയോ പ്രാർത്ഥിച്ചതുപോലെയോ ഒന്നും നടന്നില്ലെങ്കിലും ഞങ്ങളിപ്പോഴും കരുതുന്നത് ദൈവത്തിന്റെ സമയം ആയിട്ടില്ലെന്നാണ്. അവരെ വിവാഹം കഴിക്കാൻ സമ്മതിച്ച ഞങ്ങളുടെ തീരുമാനം ശരിയായിരുന്നു എന്നാണ് എനിക്കിപ്പോഴും തോന്നുന്നത. അത അനാവശ്യ സംസാരം നിർത്താൻ വേണ്ടി മാത്രമായിരുന്നില്ലെന്ന് മിസ് ബോലമിനും അറിയാമല്ലോ? പിന്നീട്, അവർക്കിടയിൽ കാര്യങ്ങൾ ഇത്രമാത്രം വഷളാകുമെന്ന് എനിക്കോ അവളുടെ പപ്പയ്ക്കോ അറിയില്ലായിരുന്നു. ഇപ്പോൾ, അവൾ ഞങ്ങളോട് തീരെ സംസാരിക്കാതെയായി. എങ്കിലും ഞങ്ങൾ ക്ഷമാപൂർവം കാത്തിരിക്കുകയാണ്, എന്നെങ്കിലുമൊരിക്കൽ, ഞങ്ങളുടെ മകളെ പഴയതുപോലെ തിരിച്ചുകിട്ടുമെന്ന പ്രതീക്ഷയുമായി. വീട്ടിൽ ഞങ്ങളാരും അക്കാര്യം സംസാരിക്കാറില്ല. എങ്കിലും അവളിപ്പോഴും സങ്കടങ്ങളെ ഉള്ളിലൊതുക്കി ഒന്നും മിണ്ടാതെ നടക്കുകയാണ്. അവളോട് മുഷിയാതിരിക്കാൻ ഞാൻ പരമാവധി ശ്രമിക്കുന്നുണ്ട്. ആരോഗ്യവകുപ്പിലെ ഏതെങ്കിലുമൊരു പോസ്റ്റിലേക്ക് അവളെ കയറ്റാൻ ബോലമിന് കഴിയുമെങ്കിൽ അത് നന്നായിരിക്കുമെന്നാണ് എനിക്കും അവളുടെ പപ്പയ്ക്കും തോന്നുന്നത്. ജനിയുടെ കാര്യത്തിൽ കാണിച്ച പ്രത്യേക താത്പര്യത്തിന് നന്ദി പറയുന്നു. ഞങ്ങൾ

അവളോട് വിവാഹമോചനത്തെക്കുറിച്ച് പറയുന്നത്, ജോലിയിൽ ശ്രദ്ധകേന്ദ്രീകരിക്കാനും അതിൽ നിന്ന് സന്തോഷം കണ്ടെത്താനും വേണ്ടിയാണ്. അക്കാര്യത്തിനു വേണ്ടി ഞാനും അവളുടെ പപ്പയും എല്ലാദിവസവും രാത്രി പ്രാർത്ഥിക്കുന്നുണ്ട്.

ഈ വിഷയത്തിൽ താത്പര്യം കാണിച്ചതിനും സഹായിച്ചതിനും ഒരിക്കൽക്കൂടി നന്ദി പറയുന്നു. ജെനിക്ക് ഒരവസരം കൊടുത്താൽ അവൾ നിരാശപ്പെടുത്തില്ലെന്ന് എനിക്കുറപ്പുണ്ട്. അനുഭവങ്ങളിൽ നിന്ന് അവൾ പാഠം പഠിച്ചെങ്കിലും, അത് ഞങ്ങളെയും കൂടി വിഷമിപ്പിച്ചുകളഞ്ഞു.

എങ്കിലും, ദൈവേഷ്ടം നിറവേറട്ടെ.

വിശ്വസ്തതയോടെ,

എമിലി പ്രൈഡി

ഡാൽഗ്ലിഷിന് വിചിത്രമായൊരു അനുഭവമായിരുന്നു ആ കത്ത്. ഇക്കാലത്തും ഇത്തരം കത്തെഴുതുന്നവർ ജീവിച്ചിരിക്കുന്നുണ്ടല്ലോ എന്നകാര്യം അയാളെ അദ്ഭുതപ്പെടുത്തി. ഒരേസമയം വികാരതീവ്രതയോടെ ദയനീയസ്വരത്തിൽ യാചിക്കുകയും അതേസമയം ആത്മാഭിമാനം ഒട്ടും ചോരാതെയുമുള്ള ആ കത്ത് അമ്പത് വർഷം മുമ്പുള്ള എഴുത്തിനെ അനുസ്മരിപ്പിച്ചു. കത്തിലെ സൂചിതകഥ പഴയതുതന്നെ, എങ്കിലും യാഥാർത്ഥ്യവുമായി പൊരുത്തപ്പെടുന്നുണ്ട്. ആ കത്തെഴുതിയ കടലാസിനും നല്ല പഴക്കം തോന്നിക്കുന്നുണ്ട്. മാത്രമല്ല, അതിന് ഒരു കൂട്ടുകറിയുടെയോ അവിയലിന്റെയോ ഗന്ധമുണ്ടെന്നുപോലും അയാൾക്ക് തോന്നിപ്പോയി. സ്റ്റീൻ ക്ലിനിക്കിലെ ആ കുട്ടിയെ പരാമർശിച്ചുകൊണ്ട് വന്ന ആ കത്തിന് പ്രത്യേകിച്ച് എന്തെങ്കിലും പ്രാധാന്യമുള്ളതായി അന്നേരം അയാൾക്ക് തോന്നിയില്ല.

"ഓ, അതുകൊണ്ട് വലിയ കാര്യമൊന്നുമുണ്ടെന്നു തോന്നുന്നില്ല." മാർട്ടിൻ കത്തിനെ നോക്കി അലസമായി പറഞ്ഞു. എന്നിട്ട് തുടർന്നു:

"എങ്കിലും, നമുക്ക് ബൽഹാം വരെയൊന്നു പോയി അവരെയൊക്കെ ഒന്നു കാണുന്നത് നല്ലതാണ്. മാത്രമല്ല, ആ ഭർത്താവ് ആരാണെന്നു കൂടി അറിയാമായിരുന്നു. പക്ഷേ, ഏതായാലും, ഡോ. ഈതറീഗിന്റെ ഭാഷയിൽ പറഞ്ഞാൽ, നിഗൂഢകൊലയാളി ആരാണെന്ന് അതുകൊണ്ടൊന്നും തെളിയിക്കാനാവില്ല. മിസ് ബോലമിന്റെ കൊലയാളിയായ അവനോ-അല്ലെങ്കിൽ അവളോ-ഡോ. ഈതറീഗ് ക്ലിനിക്കിലേക്കു വരുമ്പോഴും അവിടെത്തന്നെയുണ്ടായിരുന്നു. നമ്മൾ അയാളോട് ഇതിനോടകം സംസാരിക്കുകയും ചെയ്തിട്ടുണ്ട്."

പെട്ടെന്ന് ആ ഹാളിലെ നിശ്ശബ്ദതയെ ഭേദിച്ചുകൊണ്ട് ഫോൺ ബെല്ലടിച്ചു. ആ ഫ്ളാറ്റിലേക്കു വന്ന വിളി മരിച്ചുപോയ ആൾക്കുള്ള തായിരിക്കുമോ എന്ന ആശയക്കുഴപ്പത്തിനിടെ ഡാൽഗ്ലിഷ് പറഞ്ഞു:

"അത് ഞാൻ നോക്കിക്കൊള്ളാം. മിക്കവാറും അത് ഡോ. കീറ്റിംഗ് ആയിരിക്കും. പോസ്റ്റ്മോർട്ടം റിപ്പോർട്ട് തയ്യാറായാൽ ഉടനെ എന്നെ വിളി ക്കണമെന്ന് ഞാൻ പറഞ്ഞിരുന്നു."

ഫോൺ സംഭാഷണത്തിനു ശേഷം രണ്ടുമിനിട്ടിനുള്ളിൽ തന്നെ മടങ്ങിവന്ന് മാർട്ടിനോട് പറഞ്ഞു:

"അപ്രതീക്ഷിതമായി ഒന്നുമില്ല. അവൾ ആരോഗ്യവതിയായിരുന്നു. ഹൃദയത്തിലേറ്റ ആഴമേറിയ മുറിവാണ് മരണകാരണം. നമ്മൾ അക്കാര്യം കണ്ടതാണല്ലോ. അതുകൊണ്ട് അക്കാര്യത്തിൽ സംശയിക്കേണ്ട കാര്യ മില്ല. അവിടെനിന്ന് എന്താ കിട്ടിയത്?" "ഇതൊരു ഫോട്ടോ ആൽബ മാണ്, സർ. കൂടുതലും ഗൈഡ് ക്യാമ്പുകളുടെ ചിത്രമാണ്. പെൺകുട്ടി കൾക്കൊപ്പം എല്ലാ വർഷവും ക്യാമ്പിന് പോയിരുന്നുവെന്നാണ് ഇതു കണ്ടാൽ തോന്നുക."

ഒരുപക്ഷേ, അതായിരിക്കണം അവളുടെ വാർഷിക അവധിക്കാല വിനോദമെന്ന് ഡാൽഗ്ലിഷ് കരുതി. മറ്റുള്ളവരുടെ കുട്ടികൾക്കൊപ്പം അവധിക്കാലം ചെലവഴിക്കാൻ ശ്രമിക്കുന്ന അദ്ഭുതത്തോട് അയാൾക്ക് ആദരവ് തോന്നി. കുട്ടികൾക്കൊപ്പം കൂട്ടുകൂടാൻ താല്പര്യം പ്രകടിപ്പി ക്കാത്ത ഒരാളായിരുന്നു ഡാൽഗ്ലിഷ്. അയാൾ മാർട്ടിനിൽ നിന്ന് ആൽബം വാങ്ങിനോക്കി. ഫോട്ടോകൾ വളരെ ചെറുതും അനാകർഷകവുമായി രുന്നു. ഏതോ പെട്ടിക്കാമറയിൽ ചിത്രീകരിച്ചതാവണം അത്. എങ്കിലും, അത് പതിച്ചിരുന്ന ഓരോ പേജുകളും വൃത്തിയുള്ളതും കൃത്യമായി ലേബൽ ചെയ്യപ്പെട്ടതുമായിരുന്നു. അക്കൂട്ടത്തിൽ ഗൈഡുകളുടെ കാൽനടയായുള്ള ദീർഘസഞ്ചാരവും ഗൈഡുകളുടെ പാചകവും ടെന്റു നിർമ്മാണവും ക്യാമ്പ്ഫയറിനു ചുറ്റും കമ്പിളിപ്പുതപ്പിനുള്ളിൽ ചുരുണ്ടു കൂടിയിരിക്കുന്നതും ഒക്കെയുണ്ടായിരുന്നു. അതിൽത്തന്നെ മിക്ക ഫോട്ടോകളും ക്യാപ്റ്റനെ കേന്ദ്രീകരിച്ചുള്ളതായിരുന്നു. തടിച്ചുരുണ്ട ഒരു കുട്ടിയായിരുന്നു അത്. അത്തരമൊരാളിന്റെ രൂപവും രേഖകൾ സൂക്ഷിക്കുന്ന മുറിയിൽ മൃതശരീരമായി കിടന്ന ദയനീയരൂപവും തമ്മിൽ യാതൊരു സാമ്യവുമില്ലായിരുന്നു. സ്റ്റീൻ ക്ലിനിക്കിലെ ജീവന ക്കാരുടെ മുന്നിൽ കാണപ്പെട്ട ദുർമൂർത്തിയും ആർക്കുമുന്നിലും വഴങ്ങാത്തവളുമായ കടുംപിടുത്തക്കാരിയെ അല്ല അവിടെ കണ്ടത്. ഫോട്ടോഗ്രാഫുകൾക്കിടയിൽ അവൾ എഴുതിവച്ചിരുന്ന ആഹ്ലാദകരമായ കുറിപ്പുകൾ ഇപ്പോൾ വായിക്കുമ്പോൾ ദയനീയമായി അയാൾക്ക് തോന്നി:

"പാത്രം കൂടി വിഴുങ്ങുന്നു. ഷേർലി ഇനി ആരുടെ പാത്രത്തിലാണോ നോട്ടമിട്ടിരിക്കുന്നത്."

"ബ്രൗണീസിനു മുകളിലൂടെ വലേറി 'പറക്കുന്നു.' "

" 'മരംകൊത്തിയുടെ ജലകേളി' സൂസൻ എടുത്ത ഫോട്ടോ."

"ക്യാപ്റ്റന്റെ ഒരു കൈ സഹായം!- ജീൻ എടുത്ത ഫോട്ടോ."

അവസാന ചിത്രത്തിൽ ബോലമിന്റെ മാംസളമായ ചുമലുകൾ വെള്ളത്തിന്മേൽ ഉയർന്നു നിൽക്കുന്നതും, അരഡസനോളം പെൺകുട്ടികൾ ചുറ്റും കൂടി നിൽക്കുന്നതും കാണാം. മുടിയോളം വെള്ളത്തിൽ അപകടകരമാംവിധം നിൽക്കുകയാണെങ്കിലും അവളുടെ ചുറ്റുമുള്ള പെൺകുട്ടികളുടെ മുഖത്ത് ചിരിയാണുള്ളത്. രണ്ടു കുറ്റാന്വേഷകരും ഒരു നിമിഷം നിശ്ശബ്ദരായി. ആ ചിത്രത്തിലേക്ക് ഉറ്റുനോക്കി. അല്പനേരത്തിനു ശേഷം ഡാൽഗ്ലിഷ് പറഞ്ഞു:

"അവൾക്കുവേണ്ടി അത്രമാത്രം കണ്ണീരൊന്നും ഇതുവരെ ആരും വീഴ്ത്തിയിട്ടില്ല, ഉണ്ടോ? അവളുടെ കസിനുപോലും ദുഃഖത്തേക്കാൾ അമ്പരപ്പാണുള്ളത്. ഞാനിപ്പോൾ ആലോചിക്കുന്നത്, ചിത്രത്തിൽ കണ്ട 'പാത്രം വിഴുങ്ങി'യും 'മരംകൊത്തി'യും ഇപ്പോൾ എവിടെയിരുന്നാണ് ബോലമിനുവേണ്ടി കരയുന്നതെന്നാണ്?"

അവർ ആൽബം അടച്ചുവച്ചിട്ട് വീണ്ടും അന്വേഷണങ്ങളിലേക്ക് മടങ്ങി. ആ അന്വേഷണം ചെന്നെത്തിയത് കൗതുകകരമായ മറ്റൊരു കത്തിലേക്കായിരുന്നു. കൗതുകത്തേക്കാളുപരി നിർണായകമായ ഒരു രേഖയായിരുന്നു അത്. ബോലം, അവളുടെ വക്കീലിന് എഴുതിയ കത്തിന്റെ കാർബൺ കോപ്പിയായിരുന്നു അത്. മരിക്കുന്നതിന് തലേന്നത്തെ തീയതിയായിരുന്നു ആ കത്തിൽ രേഖപ്പെടുത്തിയിരുന്നത്. വക്കീലിനെ കാണാൻ അനുവാദം ചോദിച്ചുകൊണ്ടുള്ളതായിരുന്നു കത്ത്. 'ഇന്നലെ രാത്രി നമ്മൾ ഫോണിൽ സംസാരിച്ചതുപോലെ എന്റെ വിൽപ്പത്രം മാറ്റിയെഴുതുന്നതുമായി ബന്ധപ്പെട്ട് നേരിൽ സംസാരിക്കണം.' എന്നതായിരുന്നു കത്തിന്റെ ഉള്ളടക്കം.

ബാലന്റയിൻ മാൻഷൻസ് സന്ദർശിച്ച ശേഷം അന്വേഷണകാര്യത്തിൽ ചെറിയ കാലതാമസമുണ്ടായി. ഡാൽഗ്ലിഷിന് ഒരിക്കലും അംഗീകരിക്കാനാവാത്തതായിരുന്നു ആ കാലതാമസം. അയാൾ എപ്പോഴും വേഗം ജോലിചെയ്തു തീർക്കുന്ന ആളാണ്. അയാളോട് മറ്റുള്ളവർക്കുള്ള മതിപ്പിന്റെ കാരണം തന്നെ കേസ് തെളിയിക്കുന്നതിലുള്ള വേഗതയും കൃത്യതയുമാണ്. ഈ ജോലിയിൽ തന്നെ തുടരുന്നതിനെക്കുറിച്ച് ഏറെയൊന്നും അയാൾ ആലോചിച്ചിട്ടില്ലെങ്കിലും, കേസന്വേഷണം വൈകുന്നത് അയാളെ വല്ലാതെ അസ്വസ്ഥനാക്കി.

ഒരുപക്ഷേ, ആ വിടവ് അപ്രതീക്ഷിതമാണെന്നു പറയാനും കഴിയില്ല. ശനിയാഴ്ച ഉച്ചയ്ക്കുശേഷം ലണ്ടനിലെ ഒരു വക്കീൽ, ഓഫീസിൽ തന്നെയുണ്ടാകണമെന്ന് വാശിപിടിക്കുന്നതിൽ അർത്ഥമില്ല. 'ബാബ്കോക്ക് ആന്റ് ഹണിവെൽ' എന്ന വക്കീലാപ്പീസിലേക്ക് ഫോൺ

വിളിച്ചപ്പോൾ കിട്ടിയ മറുപടി അയാളിൽ നിരാശ പടർത്തി. 'ബാബ്കോക്കും ഭാര്യയും ഒരു സുഹൃത്തിന്റെ മരണാനന്തര ചടങ്ങുകളിൽ പങ്കെടുക്കാൻ വേണ്ടി വെള്ളിയാഴ്ച ഉച്ചതിരിഞ്ഞ് ജനീവയിലേക്ക് പോയെന്നും, അയാളിനി ചൊവ്വാഴ്ച മാത്രമേ സിറ്റിഓഫീസിലേക്ക് മടങ്ങിവരികയുള്ളൂ' എന്നുമായിരുന്നു ആ മറുപടി. ഇപ്പോഴാകട്ടെ ഹണിവെല്ലും ഓഫീസിലില്ല. ബോബ്കോക്കിന്റെ മുഖ്യ ഗുമസ്തൻ തിങ്കളാഴ്ച രാവിലെ ഓഫീസിലെത്തും. ഏതെങ്കിലും തരത്തിൽ അയാളുടെ സേവനം അവശ്യമെങ്കിൽ അത് ഉപയോഗിക്കാം. വക്കീലാപ്പീസിലെ കെയർടേക്കറായിരുന്നു അത്രയും വിവരങ്ങൾ കൈമാറിയത്. മുഖ്യ ഗുമസ്തന് ഏതെങ്കിലും വിധത്തിൽ തന്നെ സഹായിക്കാൻ കഴിയുമോ എന്ന കാര്യത്തിൽ ഡാൽഗ്ലിഷിന് സംശയമുണ്ടായിരുന്നു. ബാബ്കോക്കിനെ കാണാനായിരുന്നു അയാൾക്ക് താത്പര്യം. മിസ് ബോലമിന്റെ കുടുംബത്തെക്കുറിച്ചും സാമ്പത്തിക ഇടപാടുകളെക്കുറിച്ചും വിലപിടിച്ച വിവരങ്ങൾ ആ വക്കീലിൽ നിന്ന് ലഭ്യമാകുമെന്ന് അയാൾ വിശ്വസിച്ചിരുന്നു. പക്ഷേ, അതിനുവേണ്ടി എത്ര മണിക്കൂറുകൾ കാത്തിരിക്കണമെന്ന കാര്യത്തിലായിരുന്നു അയാൾ അസ്വസ്ഥനായത്. വക്കീലിനെ കാണുന്നതിന് മുമ്പ് അയാളുടെ ഗുമസ്തനെ കാണുന്നത് മണ്ടത്തരമാകുമോ എന്നുപോലും അയാൾ ചിന്തിച്ചു.

വിൽപ്പത്രത്തിലെ വിവരങ്ങൾ എന്താണെന്നു മനസ്സിലാക്കിയിട്ടു വേണം, ആവശ്യമെങ്കിൽ ബോലം നഴ്സിനെ ഒരിക്കൽക്കൂടി കാണേണ്ടതെന്ന് അയാൾ തീർച്ചപ്പെടുത്തി. ആസൂത്രണം ചെയ്ത പദ്ധതികളെല്ലാം തകിടം മറിഞ്ഞതോടെ, പെട്ടെന്ന്, മാർട്ടിനെപ്പോലും കൂട്ടാതെ, പീറ്റർ നാഗലിനെ തേടി ഇറങ്ങിത്തിരിച്ചു പുറപ്പെടുമ്പോഴും അയാൾക്കു മുന്നിൽ വ്യക്തമായ ലക്ഷ്യങ്ങളൊന്നുമില്ലായിരുന്നു. എങ്കിലും, അക്കാര്യത്തിൽ അയാൾക്ക് വിഷമം തോന്നിയില്ല. കാരണം, ഒരുപാട് സമയം വെറുതെ ചെലവിടാനുണ്ടായിരുന്നു. അയാളുടെ പ്രധാനപ്പെട്ട പല കേസന്വേഷണങ്ങളിലും, ഇതുപോലെ ആസൂത്രിതമല്ലാത്ത നീക്കങ്ങളും യാദൃച്ഛികമായ കണ്ടുമുട്ടലുകളും അപ്രതീക്ഷിത സംഭാഷണങ്ങളും കേൾവികളും കാഴ്ചകളും ഒക്കെ സഹായകമായിട്ടുണ്ട്. സ്വന്തം വീട്ടിനുള്ളിൽ വച്ചും പുറത്തുവച്ചും ബോധപൂർവമല്ലാതെ വീണുകിട്ടിയ തീരെച്ചെറിയ വിവരങ്ങളാണ് ചിലപ്പോഴൊക്കെ അയാളെ യഥാർത്ഥ പ്രതിയിലേക്കെത്താൻ സഹായിച്ചത്.

എക്ലിസ്റ്റൺ ചത്വരത്തിനടുത്തുള്ള പിംലികോയിലെ നാലാം നിലയിൽ, വെള്ളക്കുമ്മായം പൂശിയ വിക്ടോറിയൻ മാതൃകയിലുള്ള ഒരു വീട്ടിലായിരുന്നു നാഗൽ താമസിച്ചിരുന്നത്. മൂന്നുവർഷം മുമ്പ്, വീണ്ടെടുക്കാനാവാത്തവിധം ആ പ്രദേശമാകെ ജീർണ്ണിച്ചുപോയപ്പോഴായിരുന്നു ഡാൽഗ്ലിഷ് അവസാനമായി അവിടം സന്ദർശിച്ചത്. എന്നാലിപ്പോൾ ചിത്രമാകെ മാറി മറിഞ്ഞിരിക്കുന്നു. ഫാഷൻഭ്രമവും ജനപ്രിയതയും വിശദീകരിക്കാനാവാത്തവിധം അനുനിമിഷം മാറിക്കൊണ്ടിരിക്കുന്ന ലണ്ടനിൽ,

ചിലപ്പോൾ ഒരു പട്ടണം തൊട്ടടുത്തുള്ള ഒന്നിനെ അപ്പാടെ വിഴുങ്ങിക്കളയാനും സാധ്യതയുണ്ട്. അതുകൊണ്ടുതന്നെ ഒരു തെരുവിന്റെ കാര്യത്തിൽ അങ്ങനെ സംഭവിച്ചാൽ അദ്ഭുതപ്പെടാനില്ല. വീട് വില്പന ഏജന്റുമാരുടെയും വസ്തു ദല്ലാൾമാരുടെയും ബോർഡുകൾ വഴിനീളെ കാണുമ്പോൾ തന്നെ ആ പ്രദേശത്തെക്കുറിച്ച് ഏകദേശരൂപം തെളിഞ്ഞു കിട്ടും. പതിവ് ലാഭങ്ങൾക്കപ്പുറത്തുള്ള കൊയ്ത്തിനു കളമൊരുങ്ങിയിരിക്കുകയാണ് അവിടെ.

അടുത്തകാലത്ത് പെയിന്റടിച്ചതായിരുന്നു ആ വീട്. അസാമാന്യ വലിപ്പമുള്ള മുൻവാതിൽ തുറന്നു കിടക്കുകയായിരുന്നു. താമസിക്കുന്നവരുടെ പേരെഴുതിയ ഒരു ബോർഡ് അവിടെയുണ്ടായിരുന്നെങ്കിലും, എവിടെയും ബെല്ല് കണ്ടില്ല. ഒരുപക്ഷേ, രാത്രി വാതിലടച്ചു കഴിഞ്ഞാൽ മറുപടി പറയാൻ ഒരു കെയർടേക്കർ എവിടെ നിന്നെങ്കിലും പ്രത്യക്ഷപ്പെട്ടേക്കും എന്ന് അയാൾക്കു തോന്നി. അവിടെ ലിഫ്റ്റും കണ്ടില്ല. അതിനർത്ഥം നാഗലിന്റെ ഫ്ളാറ്റിലേക്ക് സ്വയം വലിഞ്ഞുകയറണമെന്നായിരുന്നു.

ആവശ്യത്തിന് വെളിച്ചവും വായുസഞ്ചാരവുമുള്ള ഒതുങ്ങിയ ഒരു വീടായിരുന്നു അത്. മൂന്നാം നിലയിലെത്തുന്നതുവരെ ആ കെട്ടിടത്തിൽ മനുഷ്യവാസമുള്ളതായി തോന്നിയില്ല. മൂന്നാം നിലയിൽ ആരോ ഒരാൾ പിയാനോ വായിക്കുന്നുണ്ടായിരുന്നു. ഒരുപക്ഷേ, ഒരു പ്രൊഫഷണൽ സംഗീതജ്ഞൻ നിത്യേനയുള്ള പരിശീലനത്തിനുവേണ്ടി വായിക്കുന്നതാവാം അത്. അത്രകണ്ട് സുന്ദരമായിരുന്നു അത്. നാലാം നിലയിലെത്തിയപ്പോഴാണ് വ്യത്യസ്ത ശബ്ദങ്ങൾ ഡാൽഗ്ലിഷിന്റെ കാതിലേക്ക് വീഴാൻ തുടങ്ങിയത്. തടിയിൽ നിർമ്മിച്ച ഭാരമുള്ള വാതിലിൽ, കൈപിടിക്കു തൊട്ടുമുകളിലായി ഒരു കാർഡ് പിൻചെയ്ത് വച്ചിരുന്നു. അതിന്മേൽ ഒരു വാക്കു മാത്രമേ ഉണ്ടായിരുന്നുള്ളൂ- നാഗൽ. അയാൾ അവിടെയെത്തിയതും ഉള്ളിൽ നിന്ന് നാഗലിന്റെ ശബ്ദം ഉയർന്നു:

“കയറി വരൂ.”

വിസ്മയകരമായിരുന്നു ആ ഫ്ളാറ്റ്. അയാളുടെ പ്രതീക്ഷകൾക്ക് വിപരീതമായിരുന്നു ഉള്ളിലെ ക്രമീകരണങ്ങൾ; സ്റ്റുഡിയോ ഉൾപ്പെടെ. വായുസഞ്ചാരമുള്ള വീടിനെ കൂടുതൽ സുന്ദരമാക്കുന്നത്. വടക്കുഭാഗത്തെ ജനാലയാണ്. കർട്ടനില്ലാത്ത ആ ജനാലയിലൂടെ നോക്കിയാൽ പിരിയൻ ചിമ്മിനിയുടെ രൂപവും ക്രമരഹിതവുമായ, ചരിഞ്ഞ മേൽക്കൂരയുടെ സൗന്ദര്യവും ഇഴപിരിഞ്ഞു കിടക്കുന്നതു കാണാം. നാഗൽ അവിടെ തനിച്ചായിരുന്നില്ല. അവന്റെ തൊട്ടടുത്തായി, ഒരു ചെറിയ കിടക്കയിൽ, സുതാര്യമായ ഗൗൺ മാത്രം ധരിച്ചുകൊണ്ട് ജനിഫർ പ്രൈഡിയും ഇരിക്കുന്നുണ്ടായിരുന്നു. രണ്ടു നീല കപ്പുകളിൽ നിന്ന് ചായ കുടിക്കുകയായിരുന്നു അവർ. തൊട്ടടുത്തുണ്ടായിരുന്ന ചെറിയ മേശയിൽ ചായപ്പാത്രവും ട്രേയിൽ ഒരുകുപ്പി പാലും ഉണ്ടായിരുന്നു. ആ മുറിയുടെ ഒത്ത

നടുവിലായി നാഗൽ ചെയ്തുകൊണ്ടിരിക്കുന്ന പെയിന്റിംഗും ഉണ്ടായിരുന്നു.

കട്ടിലിൽ ചടഞ്ഞുകൂടിയിരിക്കുകയായിരുന്ന അവൾക്ക് ഡാൽഗ്ലിഷിനെ അപ്രതീക്ഷിതമായി കണ്ടപ്പോഴും യാതൊരു ഭാവമാറ്റവും പ്രകടിപ്പിച്ചില്ല. കിടക്കയിൽനിന്ന് എഴുന്നേറ്റ് കാലുകൾ നിലത്തൂന്നി, ചിരിച്ചുകൊണ്ട് സന്തോഷപൂർവം സ്വാഗതം ചെയ്തുകൊണ്ട് അയാളോട് ചോദിച്ചു:

"ചായ കുടിക്കുന്നോ?"

ഡാൽഗ്ലിഷ് എന്തെങ്കിലും പറയുന്നതിനുമുമ്പ് നാഗൽ ഇടയ്ക്കു കയറി പറഞ്ഞു:

"പൊലീസുകാർ ഡ്യൂട്ടിസമയത്ത് ചായ ഉൾപ്പടെ ഒന്നും കുടിക്കാറില്ല. നീ വേഗം പോയി നിന്റെ വസ്ത്രങ്ങൾ എടുത്തിടൂ. സൂപ്രണ്ട് സാറിനെ വെറുതെ എന്തിനാ നമ്മൾ ഷോക്കടിപ്പിക്കുന്നത്?"

അവൾ വീണ്ടും ചിരിച്ചുകൊണ്ട് ഡാൽഗ്ലിഷിനെ നോക്കി. എന്നിട്ട്, ഒരു കൈയിൽ വസ്ത്രങ്ങളും വാരിപ്പിടിച്ച്, മറുകൈയിൽ ചായക്കപ്പും എടുത്തുകൊണ്ട് സ്റ്റുഡിയോയുടെ പിന്നിലേക്ക് മറഞ്ഞു. സ്റ്റീൻ ക്ലിനിക്കിൽ വച്ച് ആദ്യമായി പരിചയപ്പെട്ടപ്പോൾ തോന്നിയ കുട്ടിത്തമല്ല അവൾക്കിപ്പോഴുള്ളതെന്ന് ഡാൽഗ്ലിഷിന് തോന്നി. അവൾ കടന്നുപോയപ്പോൾ അയാൾ ശരിക്കും അവളെത്തന്നെ നിരീക്ഷിച്ചു ഒരു പേരിനുവേണ്ടി നാഗൽ കൊടുത്ത ഗൗൺ ധരിച്ചിരുന്നെന്നേയുള്ളൂ, അവൾ നഗ്നയായിരുന്നു. അവളുടെ കടുപ്പമുള്ള മുലക്കണ്ണുകൾ പരമാവധി തള്ളിനിൽക്കുകയായിരുന്നു. അയാൾ അവിടേക്കു വരുമ്പോൾ അവർ കാമകേളികളിൽ ഏർപ്പെട്ടിരിക്കുകയായിരുന്നെന്ന് ഡാൽഗ്ലിഷിന് മനസ്സിലായി. അവൾ കാഴ്ചയിൽ നിന്നു മറഞ്ഞപ്പോൾ അയാൾ നാഗലിനെ നോക്കി. നാഗൽ, ഡാൽഗ്ലിഷിനെത്തന്നെ നോക്കിയിരിക്കുകയായിരുന്നു. പക്ഷേ, രണ്ടുപേരും ഒന്നും സംസാരിച്ചില്ല.

ഡാൽഗ്ലിഷ് സ്റ്റുഡിയോയുടെ അടുത്തേക്ക് നീങ്ങുന്നത് നാഗൽ കട്ടിലിൽ ഇരുന്നുകൊണ്ടുതന്നെ കണ്ടു. ആ മുറിയിൽ ഒരിടത്തും അശ്രദ്ധയോടെ സാധനങ്ങൾ വലിച്ചുവാരിയിട്ട് വൃത്തികേടാക്കിയിട്ടില്ലായിരുന്നു. എനിഡ് ബോലമിന്റെ ഫ്ളാറ്റിൽ കണ്ടറിഞ്ഞ വൃത്തിയുടെ ബാക്കിയായിരുന്നു നാഗലിന്റെ ഫ്ളാറ്റ്. എങ്കിലും രണ്ടും തമ്മിൽ യാതൊരു സാമ്യവും ഉണ്ടായിരുന്നില്ല. കട്ടിൽ കൂടാതെ ഒരു മേശയും കസേരയും കൂടി കിടപ്പുമുറിയിലുണ്ടായിരുന്നു. സ്റ്റുഡിയോയുടെ അവശേഷിക്കുന്ന ഭാഗത്ത് പെയിന്റിംഗ് സാമഗ്രികളായിരുന്നു ഉണ്ടായിരുന്നത്. പക്ഷേ, അക്കൂട്ടത്തിൽ ഒന്നുപോലും സാധാരണ ചിത്രകാരന്മാരുടെ ഉദാസീന ജീവിതം പോലെ അലക്ഷ്യമായി കിടന്നിരുന്നില്ല. ഒരു ഡസനോളം ഓയിൽ പെയിന്റിംഗുകൾ ചുമരിൽ ചാരി വച്ചിരുന്നു. ആ ചിത്രങ്ങളുടെ ഉൾക്കരുത്ത് തിരിച്ചറിഞ്ഞ ഡാൽഗ്ലിഷ് വിസ്മയംപൂണ്ടു. അമചർ

സ്വഭാവമുള്ളതായിരുന്നില്ല ആ ചിത്രങ്ങളൊന്നും. മിസ് പ്രൈഡിയായിരിക്കും ഒരുപക്ഷേ, നാഗലിന്റെ ഏകമോഡൽ. അവളുടെ തുടുത്ത ശരീരവും, മുഴുത്ത മുലകളും വ്യത്യസ്ത ഭാവങ്ങളും അവൻ ആവോളം ഒപ്പിയെടുത്തിട്ടുണ്ട്. ഒരു പെയിന്ററെന്ന നിലയിൽ അവന് സാങ്കേതികത്തികവുണ്ടെന്ന് ഡാൽഗ്ലിഷിന് ബോധ്യമായി. നാഗലിന്റെ ഏറ്റവും പുതിയ ചിത്രം മുക്കാലിയിൽതന്നെയുണ്ടായിരുന്നു. ഒരു സ്റ്റൂളിൽ കാലുകൾ ഇരുവശത്തേക്കുമിട്ട് ഇരിക്കുന്ന പെൺകുട്ടിയുടെ ചിത്രമായിരുന്നു അത്. ശിശുസഹജമായ ഭാവത്തോടെ കൈകൾ തുടകൾക്കിടയിൽ തിരുകിയിരുന്ന അവളുടെ മുലകൾ മുന്നോട്ടാഞ്ഞു നിൽക്കുകയായിരുന്നു. നീലലോഹിതവും പച്ചയും തീർക്കുന്ന വിസ്മയം ആ ചിത്രത്തെ കൂടുതൽ ആകർഷണീയമാക്കി. ആ മിശ്രിതം തീർത്ത മാന്ത്രികത ഡാൽഗ്ലിഷിന്റെ മനസ്സിലും പറ്റിപ്പിടിച്ചു.

"ആരാണ് നിന്റെ ഗുരു? സഗ്ഗ് ആണോ?"

ഡാൽഗ്ലിഷിന്റെ ചോദ്യം നാഗലിനെ ഒട്ടും അമ്പരപ്പിച്ചില്ല.

"അതെ. അദ്ദേഹത്തെ അറിയുമോ?"

"അയാളുടെ ആദ്യകാല ഓയിൽ പെയിന്റിംഗുകളിലൊന്ന് എന്റെ പക്കലുണ്ട്. ഒരു നഗ്നചിത്രം."

"നല്ലൊരു നിക്ഷേപമാണ് താങ്കൾ നടത്തിയിരിക്കുന്നത്. അത് വിട്ടുകളയരുത്."

"അതു തന്നെയാണ് എന്റെയും ഉദ്ദേശ്യം."

ഡാൽഗ്ലിഷ് മയത്തിൽ പറഞ്ഞു. എന്നിട്ട് നാഗലിനോട് ചോദിച്ചു:

"എത്രകാലം അയാൾക്കൊപ്പമുണ്ടായിരുന്നു?"

"രണ്ടു വർഷം. അത് പാർട്ട്-ടൈം ആയിരുന്നു. പിന്നീട് മൂന്നുവർഷം ഞാൻ അദ്ദേഹത്തെ പഠിപ്പിക്കുകയായിരുന്നു. അങ്ങനെ തോന്നുന്നെങ്കിൽ, അങ്ങനെ തന്നെ. അദ്ദേഹമിപ്പോൾ ഒരു വയസ്സൻ നായയാണ്. എല്ലാവർക്കും അദ്ദേഹത്തിന്റെ സൂത്രപ്പണികൾ അറിയാം."

"ചിലതിലെല്ലാം നീ അയാളെ അനുകരിക്കുകയാണെന്നു തോന്നുന്നു."

ഡാൽഗ്ലിഷ് പറഞ്ഞു.

"അങ്ങനെ തോന്നുന്നുണ്ടോ? എങ്കിലത് വളരെ വിചിത്രമായ നിരീക്ഷണമാണ്."

നാഗൽ അക്കാര്യം അംഗീകരിക്കാൻ കൂട്ടാക്കുന്നില്ലെന്ന് ഡാൽഗ്ലിഷിന് മനസ്സിലായി. ഡാൽഗ്ലിഷ് എന്തെങ്കിലും പറയുന്നതിനു മുമ്പ് നാഗൽ പറഞ്ഞു തുടങ്ങി:

"അതുകൊണ്ടുതന്നെയാണ് ഞാൻ ഇവിടെ നിന്നു കുറച്ചുകാലം മാറിനിൽക്കാമെന്നു കരുതുന്നത്. മിക്കവാറും ഈ മാസം അവസാനം ഞാൻ പാരീസിലേക്കു പോകും. ഞാൻ ബോലിംഗർ സ്കോളർഷിപ്പിന്

അപേക്ഷിച്ചിരുന്നു. കഴിഞ്ഞയാഴ്ച ആ വയസ്സൻ അക്കാര്യം എന്നെ അറിയിക്കുകയും ഞാൻ മറുപടി കൊടുക്കുകയും ചെയ്തിട്ടുണ്ട്."

പക്ഷേ, അവന്റെ വാക്കുകളിൽ, അത് അവനുതന്നെ കിട്ടുമോ എന്ന കാര്യത്തിലുള്ള സംശയം നിഴലിച്ചിരുന്നു. എങ്കിലും ബോലിംഗർ സ്കോളർഷിപ്പ് നാഗലിനു കിട്ടിയാൽ അതൊരു നിസ്സാര കാര്യമൊന്നുമല്ല. അക്കാര്യം ഡാൽഗ്ലിഷിനും അറിയാം. ഏതെങ്കിലും യൂറോപ്യൻ നഗരത്തിൽ വമ്പിച്ച ആനുകൂല്യങ്ങളോടെയും എന്നാൽ ഒരു വിദ്യാർത്ഥിയെന്ന സ്വാതന്ത്ര്യത്തോടെയും പ്രവർത്തിക്കാം. സ്കോളർഷിപ്പ് കിട്ടുന്നയാളുടെ ഇഷ്ടത്തിനനുസരിച്ച് ഏതു നഗരംവേണമെങ്കിലും തിരഞ്ഞെടുക്കാം. പേറ്റന്റുള്ള മരുന്നുകളുടെ നിർമ്മാതാവായ ഒരാളാണ് ബോലിംഗർ ട്രസ്റ്റ് രൂപീകരിച്ചത്. അയാൾ സാമ്പത്തികമായി വിജയിച്ചിരുന്നെങ്കിലും അസംതൃപ്തിയോടെയാണ് മരണമടഞ്ഞത്. വയറ്റിലേക്കുള്ള പൊടിയിൽ നിന്നാണ് അയാൾക്ക് പണം കിട്ടിയിരുന്നതെങ്കിലും അയാളുടെ ഹൃദയം നിറയെ പെയിന്റിംഗുകളായിരുന്നു. ചിത്രരചനയിൽ കഴിവ് കുറവായിരുന്നെങ്കിലും ചിത്രവായനയിൽ അയാൾ സമർത്ഥനായിരുന്നു. ചിത്രങ്ങൾ വിലയിരുത്താനുള്ള മിടുക്കിന്റെ അടയാളമാണ് അയാളുടെ സ്വകാര്യ ചിത്രശേഖരം.

ബോലിംഗർ സ്കോളർഷിപ്പ് കിട്ടുന്ന ചിത്രകാരന്മാർ അയാളെ കൃതജ്ഞതാപൂർവ്വം സ്മരിക്കുന്നതിനു വേണ്ടിയാണ് ആ ഏർപ്പാട് ആരംഭിച്ചിരിക്കുന്നതു തന്നെ. ദാരിദ്ര്യത്തിൽ നിന്ന് കല വളരുകയില്ല എന്നായിരുന്നു ബോലിംഗറുടെ വിശ്വാസം. കാലിയായ വയറുള്ള ചിത്രകാരനിൽ നിന്ന് അയാളുടെ ഏറ്റവും മികച്ച പ്രകടനം പ്രതീക്ഷിക്കേണ്ടതില്ല എന്ന വിശ്വാസപ്രമാണക്കാരനായിരുന്നു അയാൾ. ചെറുപ്പത്തിൽ, അയാളും ദരിദ്രനായിരുന്നു. പിന്നീട് കുറേയധികം യാത്രചെയ്യാൻ തുടങ്ങിയതോടെയാണ് അയാളിൽ സമ്പത്തും സന്തോഷവും വന്നുചേരുന്നത്. യുവകലാകാരന്മാരെയാണ് ബോലിംഗർ സ്കോളർഷിപ്പ് ലക്ഷ്യമിടുന്നത്. കാരണം, രണ്ടാമനാകാനല്ല, ഒന്നാമനാകാൻ വേണ്ടിത്തന്നെയാണ് യൗവനം പൂത്തുലയുന്നത്. നാഗലിനാണ് ബോലിംഗർ സ്കോളർഷിപ്പ് കിട്ടുന്നതെങ്കിൽ, സ്റ്റീൻ ക്ലിനിക്കിൽ നടന്ന അനിഷ്ട സംഭവങ്ങളെയോർത്ത് അയാൾ തീർച്ചയായും ഉത്കണ്ഠപ്പെടേണ്ടതാണ്.

"എപ്പോഴാണ് പോകാനുദ്ദേശിക്കുന്നത്?"

ഡാൽഗ്ലിഷ് നാഗലിനോടു ചോദിച്ചു.

"അങ്ങനെയൊന്നുമില്ല. എനിക്കു തോന്നുമ്പോൾ ഞാനങ്ങ് പോകും. മിക്കവാറും അത് ഈ മാസം അവസാനമായിരിക്കും. പക്ഷേ, ചിലപ്പോൾ അതിനുമുമ്പ് ആരെയും അറിയിക്കാതെ പോയെന്നും വരും. അന്നേരം പിന്നെ ആരും അപ്സെറ്റായിട്ടു കാര്യമില്ല."

എന്നു പറഞ്ഞിട്ട് അവൻ ഒളികണ്ണിട്ട് സ്റ്റുഡിയോയുടെ ഭാഗത്തേക്കു നോക്കി. എന്നിട്ട് തുടർന്നു:

"അതുകൊണ്ടുതന്നെ, ഈ കൊലപാതകം എന്നെ സംബന്ധിച്ച് ഒരു ശല്യമാണ്. ഇത് എന്റെ പോക്കിനെ തടസ്സപ്പെടുത്തുമോ എന്നുപോലും ഞാൻ ഭയക്കുന്നുണ്ട്. എന്റെ കത്തിയാണല്ലോ കൊലപാതകത്തിന് ഉപയോഗിച്ചിരിക്കുന്നത്. അതു മാത്രമല്ല, ഞാൻ കുടുങ്ങാൻ സാധ്യതയുള്ള മറ്റൊരു വിഷയം കൂടിയുണ്ട്. ഞാൻ ജനറൽ ഓഫീസിനു മുന്നിൽ തപാൽ വാങ്ങാൻ നിൽക്കുമ്പോൾ, ആരോ ഫോൺചെയ്ത് എന്നോട് താഴേക്കു ചെന്ന് അലക്കുതുണി എടുക്കാൻ പറഞ്ഞിരുന്നു. അതൊരു സ്ത്രീ ശബ്ദമായിരുന്നു. പക്ഷേ, അപ്പോഴേക്കും ഞാൻ കോട്ടൊക്കെ ധരിച്ച് പുറത്തേക്കിറങ്ങാൻ തുടങ്ങുകയായിരുന്നു. അതുകൊണ്ട് മടങ്ങിവരുമ്പോൾ അത് എടുത്തുകൊള്ളാമെന്ന് ഞാൻ പറയുകയും ചെയ്തു."

"അപ്പോൾ, അതുകൊണ്ടാണ്, പോസ്റ്റുചെയ്യാൻ പുറത്തുപോയി തിരികെ വന്നപ്പോൾ നീ താഴേക്കു ചെന്ന് ബോലം നഴ്സിനോട് അലക്കുതുണി എവിടെയെന്നു ചോദിച്ചത് അല്ലേ?"

"അതെ."

"പിന്നെ, നീയെന്താ ആ ഫോൺകോളിന്റെ കാര്യം അവളോട് പറയാതിരുന്നത്?"

"അറിയില്ല. അന്നേരം എനിക്ക് അങ്ങനെ തോന്നിയില്ല. പിന്നെ, എൽ എസ് ഡി മുറിയുടെ അടുത്ത് വെറുതെ ചുറ്റിത്തിരിയുന്നതിൽ എനിക്ക് താത്പര്യവുമില്ലായിരുന്നു. ആ രോഗികളുടെ നിലവിളിയും പടവിളിയുമൊന്നും എനിക്ക് ഇഷ്ടമല്ല. ഇതുവരെ തുണികൾ എടുത്തുവച്ചില്ല എന്നു ബോലം നഴ്സ് പറഞ്ഞപ്പോൾ ഞാൻ കരുതിയത് എന്നെ ഫോൺ വിളിച്ചത് മിസ് ബോലം ആയിരിക്കുമെന്നാണ്. നഴ്സിംഗ് ഉത്തരവാദിത്വങ്ങളിൽ വെറുതെ കയറി ഇടപെടുന്ന സ്വഭാവം മിസ് ബോലമിന് ഉണ്ടെന്നാണ് അവരൊക്കെ കരുതുന്നത്. എന്തായാലും, ഫോൺവിളിയെക്കുറിച്ച് അന്നേരം ഞാനൊന്നും പറഞ്ഞില്ല. ഞാൻ ശരിക്കും അന്നേരം പറയേണ്ടതായിരുന്നു. പക്ഷേ, പറയാൻ കഴിഞ്ഞില്ല."

"നമ്മുടെ ആദ്യകൂടിക്കാഴ്ചയിൽ എന്നോടും നീ ഇക്കാര്യം പറഞ്ഞിരുന്നില്ല."

"ആ പറഞ്ഞതും ശരിയാണ്. സത്യത്തിൽ, അന്നേരം മുഴുവൻ സംഗതികളും കൂടി തലയ്ക്കടിച്ചതുപോലെ എന്തു ചെയ്യണമെന്നറിയാത്ത പരുവത്തിലായിരുന്നതുകൊണ്ട് എനിക്ക് ചിന്തിക്കാൻ പോലും സമയം കിട്ടിയില്ല. ഇപ്പോൾ ഞാൻ പറഞ്ഞ കഥ താങ്കൾക്ക് വേണമെങ്കിൽ വിശ്വസിക്കാം, അല്ലെങ്കിൽ വിശ്വസിക്കാതിരിക്കാം. അത് താങ്കളുടെ ഇഷ്ടം. എന്നെ സംബന്ധിച്ച് അതെല്ലാം ഒരുപോലെ തന്നെയാണ്."

"ഈ കൊലപാതകത്തിൽ നിന്നെ ആരെങ്കിലും കുടുക്കാൻ ശ്രമിക്കുന്നുണ്ടെന്ന് തോന്നുന്നോ? എന്നിട്ടും, നിനക്കെങ്ങനെ ഇത്രയും ശാന്തനായിരിക്കാൻ കഴിയുന്നു?"

"എനിക്കൊരു വേവലാതിയുമില്ല. ഒരു തരത്തിലല്ലെങ്കിൽ മറ്റൊരു തരത്തിൽ അവർക്ക് വിജയിക്കാനാവില്ല. ഒരു കൊലപാതകത്തിന്റെ പേരിൽ നിരപരാധിയായ ഒരാൾ ഈ രാജ്യത്ത് ശിക്ഷിക്കപ്പെടാനുള്ള സാധ്യത തീരെ ഇല്ല. മുഖസ്തുതി പറയുന്നവരെ ഒരിക്കലും കണക്കി ലെടുക്കരുത്. മറ്റൊരു തരത്തിൽ പറഞ്ഞാൽ - നമ്മുടെ നീതിന്യായ വ്യവസ്ഥ അനുസരിച്ച് - യഥാർത്ഥ കുറ്റവാളിയെ കണ്ടെത്താനുള്ള സാധ്യത വളരെ കൂടുതലാണ്. എങ്കിലും, ഈ കേസന്വേഷണം താങ്കൾ വിജയകരമായി പൂർത്തിയാക്കുമെന്ന് എനിക്കു തോന്നുന്നില്ല. കാരണം, സംശയിക്കപ്പെടാവുന്നവർ ഒരുപാടുപേരുണ്ട്. അതുപോലെ തന്നെ സാധ്യതകളും ഒരുപാടുണ്ട്."

"നമുക്ക് നോക്കാം. ശരി, ആ ഫോൺകോളിനെക്കുറിച്ച് എന്തെങ്കിലും കൂട്ടിച്ചേർക്കാനുണ്ടോ? ശരിക്കും എപ്പോഴാണ് ആ വിളി വന്നത്?"

"എനിക്ക് ഓർമ്മയില്ല. ഷോർട്ട്ഹൗസ് ജനറൽ ഓഫീസിലേക്ക് വരുന്നതിന് ഏകദേശം അഞ്ചുമിനിട്ട് മുമ്പാണെന്നു തോന്നുന്നു. ചിലപ്പോൾ അതിനു മുമ്പായിരിക്കും. ഒരുപക്ഷേ. ജനിക്ക് ഓർത്തെടുക്കാൻ കഴിഞ്ഞേക്കും."

"അവൾ ഇവിടേക്ക് മടങ്ങിവരുമ്പോൾ അക്കാര്യം ഞാൻ ചോദിക്കാം. ശരിക്കും എന്തായിരുന്നു ആ ശബ്ദം പറഞ്ഞത്?"

" 'അലക്കാനുള്ള തുണികൾ തയ്യാറായിട്ടുണ്ട്. വന്ന് അതെടുത്തു കൊണ്ട് പോകണം.' എന്നു മാത്രമായിരുന്നു അത്. ബോലം നഴ്സ് ആണ് എന്നെ വിളിച്ചതെന്നായിരുന്നു ഞാൻ കരുതിയത്. തപാൽ ഉരുപ്പടികളുമായി ഞാൻ പുറത്തേക്കു പോവുകയാണെന്നും തിരികെ വരുമ്പോൾ അലക്കുതുണി എടുത്തുകൊള്ളാമെന്നും ഞാൻ മറുപടി കൊടുത്തു. മറുത്തെന്തെങ്കിലും പറയുന്നതിനു മുമ്പ് ഞാൻ റിസീവർ വയ്ക്കുകയും ചെയ്തു."

"ബോലം നഴ്സായിരുന്നു അന്നേരം സംസാരിച്ചതെന്ന കാര്യം ഉറപ്പുണ്ടോ?"

"അക്കാര്യത്തിൽ എനിക്കത്ര ഉറപ്പില്ല. പക്ഷേ, അന്നേരം ഞാൻ അങ്ങനെതന്നെയാണ് കരുതിയത്, കാരണം, സാധാരണ അലക്കുതുണിയുടെ കാര്യം പറഞ്ഞ് എന്നെ വിളിക്കുന്നത് ബോലം നഴ്സായിരുന്നു. പതിഞ്ഞമട്ടിലായിരുന്നു ആ സ്ത്രീ എന്നോട് സംസാരിച്ചത്. അത് ഒരു പക്ഷേ ആരുമാകാം."

"പക്ഷേ, അതൊരു സ്ത്രീ ശബ്ദമായിരുന്നു, അല്ലേ?"

"അതെ. അതൊരു സ്ത്രീയുടെ ശബ്ദമായിരുന്നുവെന്ന കാര്യം ഉറപ്പാണ്."

"ഏതു നിലയ്ക്കും അതൊരു വ്യാജസന്ദേശം തന്നെയായിരുന്നു.

കാരണം, ഞങ്ങൾക്കറിയാം, അന്നേരം അലക്കുതുണികൾ തരം തിരിച്ചിരുന്നില്ല."

"അതെ. പക്ഷേ, അത് എന്തിനുവേണ്ടിയായിരുന്നു? അതിനെക്കുറിച്ച് ആരും അന്വേഷിക്കുന്നില്ല. ആ സമയത്ത്, ഏതെങ്കിലും തരത്തിൽ എന്നെ ബേസ്‌മെന്റിലേക്ക് കൊണ്ടുവരാൻ സാധിച്ചിരുന്നെങ്കിൽ യഥാർത്ഥ കൊലയാളിക്ക് എന്നെ കരുവാക്കി എന്നെന്നേക്കുമായി രക്ഷപ്പെടാമായിരുന്നു. അതിനുള്ള എല്ലാ സാഹചര്യത്തെളിവുകളും അവിടെയുണ്ടായിരുന്നുതാനും. പക്ഷേ, ഞാനവിടെ ചെന്ന സമയം മാറിപ്പോയി. ഉദാഹരണത്തിന്, ബോലം നഴ്സാണ് അവളുടെ കസിനെ രേഖകൾ സൂക്ഷിക്കുന്ന മുറിയിലിട്ട് വകവരുത്താൻ ആസൂത്രണം ചെയ്തതെങ്കിൽ അന്നേരം എന്നെ അവിടേക്ക് വിളിച്ചു വരുത്തേണ്ട കാര്യമില്ല. മാത്രമല്ല, എന്റെ സാന്നിധ്യം അവിടെയുണ്ടാകാതിരിക്കുന്നതാണ് ആ സ്ത്രീക്ക് ഏറ്റവും അനുകൂലമാവുക. എന്നെ വിളിക്കുന്നതിനു മുമ്പാണ് കൊലപാതകം നടന്നതെങ്കിലും, ആ സമയത്ത് എന്നെ അവിടേക്ക് വിളിച്ചു വരുത്തേണ്ട കാര്യമില്ല. കാരണം, ഞാൻ ബേസ്‌മെന്റിലേക്ക് അന്നേരം ഇറങ്ങിച്ചെന്നാൽ മൃതദേഹം കാണാനുള്ള സാധ്യത ഏറെയാണ്. അത്രയും വേഗം ബോഡി കണ്ടെത്താൻ കൊലയാളി പോലും ആഗ്രഹിക്കുന്നുണ്ടാകില്ല! മാത്രമല്ല കൊലയാളിക്ക് സുരക്ഷിത സ്ഥാനത്തേക്ക് മാറാനുള്ള സമയം കൂടി വേണമല്ലോ എന്തായാലും, കത്തുകൾ പോസ്റ്റുചെയ്ത് മടങ്ങിയെത്തും വരെ ഞാൻ താഴേക്ക് പോയില്ല. ഒരുകണക്കിന് ഞാൻ പുറത്തുപോയത് എന്റെ ഭാഗ്യവും കൂടിയാണ്. തപാൽപെട്ടി റോഡിന് എതിർവശത്തുതന്നെയാണ്. എങ്കിലും, പോസ്റ്റു ചെയ്തു കഴിഞ്ഞാൽ ബീഫ്സ്റ്റീക്ക് സ്ട്രീറ്റിലെ ഒരു കടയിൽ നിന്ന് ഒരു 'സ്റ്റാൻഡേർഡ്' സിഗരറ്റ് വാങ്ങുന്ന പതിവ് എനിക്കുണ്ട്. ആ കടക്കാരൻ മിക്കവാറും എന്നെ ഓർക്കുന്നുണ്ടാകും."

അവസാന വാചകങ്ങൾ പറയുന്നതിനിടെ ജനിഫർ പ്രൈഡി മടങ്ങിയെത്തി. അവൾ സാധാരണ കമ്പിളി വസ്ത്രങ്ങളിലേക്ക് മാറിയിരിക്കുന്നു. അരയിൽ ഒരു ബെൽറ്റ് കെട്ടിയിട്ടുമുണ്ട്. അവൾ നാഗലിനോടു പറഞ്ഞു:

"ഏതായാലും നീയാ പാവം കല്ലിയോട് ഇങ്ങനെ ചെയ്യരുതായിരുന്നു, ഡാർലിംഗ്. അയാൾ ചോദിച്ചപ്പോൾ നീയത് കൊടുക്കരുതായിരുന്നു. സ്വന്തം ആവശ്യത്തിനുവേണ്ടിയല്ലേ അയാൾ നിന്നോട് ചോദിച്ചത്."

യാതൊരു വിരോധവും പുറത്തുകാണിക്കാതെയാണ് നാഗൽ മറുപടി പറഞ്ഞത്:

നീയാ വയസ്സൻ ചെകുത്താനെയാണോ ഉദ്ദേശിച്ചത്? മൂന്നു കാശ് പ്രയോജനമുള്ള എന്തെങ്കിലും കാര്യം അയാൾ സ്വയരക്ഷയ്ക്കുവേണ്ടി

ചെയ്തിട്ടുണ്ടോയെന്ന് എനിക്ക് സംശയമാണ്. അതുകൊണ്ട്, വല്ലപ്പോഴു മെങ്കിലും അയാൾക്ക് കുറച്ച് പണം ചെലവാക്കിയാലെന്താ? അയാൾ മുൻവാതിലിൽ കൈപിടിക്കുന്നതിനു മുമ്പുതന്നെ ഞാനും ക്ലിനിക്കി ലെത്താറുണ്ട്."

"ഇപ്പോഴും, നീ അയാളോട് ഒട്ടും അലിവു കാണിക്കുന്നില്ല, ഡാർലിംഗ്. നമ്മളെന്തിനു വേണ്ടിയാണ് താഴെ നിന്ന് ടൈഗറിന്റെ ഭക്ഷണം പൊതിഞ്ഞെടുത്തതെന്ന് അറിയാമല്ലോ. പിന്നെ, കല്ലിയുടെ സ്വഭാവം അങ്ങനെയായിപ്പോയി. അതുകൊണ്ടു തന്നെയാണ് അയാളുടെ വയറ് കേടായതും."

കല്ലിയുടെ വയറ് കേടായത് സ്വാഭാവികം മാത്രമാണെന്നായിരുന്നു നാഗലിന്റെ അഭിപ്രായം. ഡാൽഗ്ലിഷിന്റെ പ്രതികരണമെന്തെന്നറിയാൻ പ്രൈഡി ഇടംകണ്ണിട്ട് അയാളെ നോക്കിയിട്ട് നാഗലിനെ നോക്കി പതിഞ്ഞ സ്വരത്തിൽ പറഞ്ഞു:

"പീറ്റർ! ശരിക്കും നീയൊരു ഭയങ്കരൻ തന്നെ!"

നാണം കലർന്ന മട്ടിൽ ആ ചെറിയ പെൺകുട്ടി നാഗലിനെ ഗുണ ദോഷിച്ചു. എങ്ങനെ അവളെ സഹിക്കുന്നുവെന്നറിയാൻ ഡാൽഗ്ലിഷ് നാഗലിനെ നോക്കി. ഒരു പെയിന്റർക്ക് അതിനു കഴിയുമോ എന്ന് അയാൾ അദ്ഭുതപ്പെട്ടു. അവനാകട്ടെ, അന്നേരവും, യാതൊരു ചലനവുമില്ലാതെ കട്ടിലിൽ തന്നെയിരുന്ന് അവരെത്തന്നെ നിസ്സംഗതയോടെ നോക്കിയിരി ക്കുകയായിരുന്നു. തവിട്ട് നിറത്തിലുള്ള ലിനൻ ട്രൗസറും കടുംനീല നിറത്തിലുള്ള ജഴ്സിയുമായിരുന്നു അന്നേരം അവന്റെ വേഷം. എങ്കിലും കാവൽക്കാരുടെ യൂണിഫോം ധരിക്കുമ്പോഴുള്ള ഗമയൊന്നും ഇപ്പോഴില്ല. അവന്റെ ചെറിയ കണ്ണുകളിൽ ആശങ്കകളോ, നീളൻ കൈകളിൽ പിരി മുറുക്കമോ കണ്ടില്ല.

അവന്റെയൊരു നോട്ടം മതി വിശ്രമമില്ലാതെ അവൾക്ക് സ്റ്റുഡിയോ യിൽ ചുറ്റിത്തിരിയാൻ. പെയിന്റ് ചെയ്തുകൊണ്ടിരിക്കുന്ന കാൻവാ സിൽ ഉടമസ്ഥാവകാശത്തോടെ സ്പർശിക്കുകയും ജനൽപ്പടിയിൽ വിരലുകൾ താളത്തിൽ ചലിപ്പിച്ചും ഒരു ജനാലപ്പടിയിൽ നിന്ന് മറ്റൊരു ജനാലയിലേക്ക് ഡാലിയച്ചെടിയുടെ പാത്രം മാറ്റിവച്ചും അവൾ സന്തോഷം പ്രകടിപ്പിക്കും. പൗരുഷത്തിന്റെ ശില്പശാലയിൽ സ്ത്രീത്വ ത്തിന്റെ മൃദുലസ്പർശങ്ങൾ നടത്തുന്ന നിർമ്മിതികളായിരുന്നു അത്. അവളുടെ നഗ്നശരീരം ചിത്രീകരിക്കപ്പെടുന്നതിൽ അവൾക്ക് ആവലാ തികളോ അങ്കലാപ്പോ ഉണ്ടായിരുന്നില്ല. മാത്രമല്ല, ലൈംഗികാവയവ ങ്ങൾ പ്രദർശിപ്പിക്കപ്പെടുന്നതിൽ അവൾ ആനന്ദം കണ്ടെത്തുകയും ചെയ്തിരുന്നു. പെട്ടെന്ന് ഡാൽഗ്ലിഷ് അവളോടു ചോദിച്ചു:

"ഓഫീസിനു മുന്നിൽ നിൽക്കുമ്പോൾ നാഗലിനെ ആരെങ്കിലും ഫോൺ ചെയ്തിരുന്നതായി മിസ് പ്രൈഡി ഓർക്കുന്നുണ്ടോ?" ആ

ചോദ്യം കേട്ട് ആദ്യം അവളൊന്ന് അമ്പരന്നെങ്കിലും അത് പ്രകടിപ്പിക്കാതെ നാഗലിനോട് ചോദിച്ചു:

"അലക്കുതുണിയെക്കുറിച്ച് പറയാൻ ബോലം നഴ്സല്ലേ അന്നേരം വിളിച്ചത്? ഞാൻ അന്നേരം രേഖകൾ സൂക്ഷിക്കുന്ന മുറിയിൽ നിന്ന് വരികയായിരുന്നു-ഞാൻ ഒരു നിമിഷം മാത്രമേ അവിടെ ഉണ്ടായിരുന്നുള്ളൂ - 'നീ പുറത്തേക്കു പോകുകയാണെന്നും മടങ്ങിവരുമ്പോൾ താഴേക്ക് ചെല്ലാമെന്നും' പയുന്നത് അപ്പോഴാണ് ഞാൻ കേൾക്കുന്നത്."

അത്രയും പറഞ്ഞിട്ട് എന്തോ ഓർത്തിട്ടെന്നപോലെ അവൾ ചിരിച്ചു. എന്നിട്ട് തുടർന്നു:

"റിസീവർ വച്ചതിനുശേഷം ബോലം നഴ്സിനെക്കുറിച്ച് നീ പറഞ്ഞത് ഓർമ്മയുണ്ടോ?"

"ഉണ്ട്."

നാഗൽ മറുപടി ഒറ്റവാക്കിൽ ഒതുക്കി. എന്നിട്ട്,

ഡാൽഗ്ലിഷിനെ നോക്കി.

"ഇനിയെന്തെങ്കിലും ചോദ്യങ്ങളുണ്ടോ, സൂപ്രണ്ടേ? ജനിക്ക് ഉടനെ വീട്ടിലെത്തണം. സാധാരണ ഞാനും അവളോടൊപ്പം കുറച്ചു ദൂരം പോകാറുണ്ട്. ഇവൾ എന്നെ കാണാൻ വരുന്ന വിവരം ഇവളുടെ രക്ഷിതാക്കൾക്ക് അറിയില്ല."

"ഒന്നുരണ്ട് ചോദ്യങ്ങൾ കൂടിയുണ്ട്. മിസ് ബോലം ഗ്രൂപ്പ് സെക്രട്ടറിയോട് ക്ലിനിക്കിലേക്ക് അത്യാവശ്യമായി വരാൻ പറഞ്ഞത് എന്തിനുവേണ്ടിയായിരുന്നെന്ന് നിങ്ങൾ രണ്ടുപേരിൽ ആർക്കെങ്കിലും അറിയാമോ?"

അറിയില്ല എന്ന അർത്ഥത്തിൽ ഫ്രെഡി തലയാട്ടി. എങ്കിലും നാഗൽ പ്രതികരിച്ചു.

"അക്കാര്യത്തിൽ ഞങ്ങൾക്ക് ഒന്നു ചെയ്യാനില്ല. ജനി എനിക്കുവേണ്ടി പോസുചെയ്യുന്നകാര്യം ബോലമിന് അറിയില്ല. ഇനിയഥവാ അറിഞ്ഞാൽ തന്നെ അക്കാര്യം ലൗഡറെ അറിയിക്കേണ്ട കാര്യമില്ല. അത്രത്തോളം മണ്ടിയല്ല ആ സ്ത്രീ. ജീവനക്കാരുടെ സ്വകാര്യജീവിതത്തെ അത്രമാത്രം ചുഴിഞ്ഞു നോക്കുന്ന പ്രകൃതമല്ല അയാൾക്കെന്ന് ബോലമിന് നന്നായി അറിയാം. എല്ലാറ്റിനുമുപരി, ഡോ. ബാഗ്ലിയും മിസ് സാക്സനും തമ്മിലുള്ള ചുറ്റിക്കളി ബോലം കണ്ടുപിടിച്ചതാണല്ലോ, എന്നിട്ട് ലൗഡറെ അറിയിച്ചിട്ടില്ലല്ലോ." അക്കാര്യം വേറെ ആരെയാണ് മിസ് ബോലം അറിയിച്ചതെന്ന കാര്യം ഡാൽഗ്ലിഷ് ചോദിച്ചില്ല. പകരം മറ്റൊരു ചോദ്യമാണ് ചോദിച്ചത്.

"ക്ലിനിക്കിലെ ഭരണനിർവഹണവുമായി ബന്ധപ്പെട്ട് എന്തൊക്കെയോ പ്രശ്നങ്ങളുണ്ടായിരുന്നതായി കേട്ടു. അങ്ങനെ അസ്വാഭാവികമെന്നു തോന്നുന്ന എന്തെങ്കിലും അവിടെ സംഭവിച്ചിരുന്നോ?"

“അങ്ങനെയൊന്നും ഉണ്ടായിട്ടില്ല. പിന്നെ, ആകെകൂടി നടന്നത് ഒരു പതിനഞ്ചു പൗണ്ടിന്റെ മോഷണമാണ്. അക്കാര്യമൊക്കെ താങ്കൾക്ക് അറിവുള്ളതായിരിക്കും.”

“അക്കാര്യത്തിലും പീറ്ററിനെ ഒന്നും ചെയ്യാനാവില്ല.”

അത്രയും നേരം നിശ്ശബ്ദയായി നിന്ന ഫ്രെഡി പെട്ടെന്ന് പ്രതിരോധം തീർത്തു.

“ആ പതിനഞ്ചു പൗണ്ട് ക്ലിനിക്കിൽ വന്നപ്പോഴും പീറ്റർ അവിടെയുണ്ടായിരുന്നില്ല.”എന്നിട്ട് അവൾ നാഗലിനെ നോക്കി.

“ഓർക്കുന്നുണ്ടോ, ഡാർലിംഗ്? അടിത്തട്ടിൽ കുടുങ്ങിപ്പോയ ദിവസം രാവിലെയായിരുന്നു അത്. പണം വന്നിരുന്ന കാര്യം പോലും നീ അറിഞ്ഞിരുന്നില്ല!”

അവൾ അന്നേരം പറഞ്ഞതിൽ എന്തോ ഒരു പിശകുണ്ടായിരുന്നു. അസ്വസ്ഥമായ അവന്റെ കണ്ണുകളിൽ ക്ഷണനേരത്തേക്ക് നീരസം മിന്നിമറഞ്ഞത് ഡാൽഗ്ലിഷ് വിട്ടുകളഞ്ഞില്ല. നാഗൽ സംസാരിക്കുന്നതിനു മുമ്പ് ദീർഘമായ ഒരു വിടവുണ്ടായിരുന്നു. എങ്കിലും, അവന്റെ ശബ്ദം നിയന്ത്രിതമായിരുന്നു.

“ഞാനും പെട്ടെന്നുതന്നെ അക്കാര്യം അറിഞ്ഞു. എല്ലാവരെയും പോലെ. ആരാണ് അത് അയയ്ക്കുന്നതെന്നോ ആരാണ് അത് ചെലവഴിക്കുന്നതെന്നോ അറിയാൻ ക്ലിനിക്കിലെ മുഴുവൻ പേരും കിണഞ്ഞു ശ്രമിച്ചിരുന്നു. എന്നിട്ടെന്തായി എന്നറിയില്ല.”

അവൻ ഡാൽഗ്ലിഷിനെ നോക്കി. എന്നിട്ട് ചോദിച്ചു:

“ചോദ്യങ്ങൾ കഴിഞ്ഞോ?”

“ഇല്ല. നിനക്കറിയാമോ ആരാണ് മിസ് ബോലമിനെ കൊലപ്പെടുത്തിയതെന്ന്?”

“ഞാൻ സന്തോഷപൂർവം തന്നെ പറയട്ടെ, എനിക്കറിയില്ല. ഏതെങ്കിലുമൊരു സൈക്യാട്രിസ്റ്റാണെന്ന് അത് ചെയ്തതെന്നും എനിക്കു തോന്നുന്നില്ല. അവരൊക്കെ മാനസികമായി കരുത്തുള്ളവരാണല്ലോ. അവരാരെങ്കിലും കൊലപ്പെടുത്തുന്നത് ഞാൻ കണ്ടിട്ടുമില്ല. അവർക്കൊന്നും അത്രമാത്രം ചങ്കുറപ്പില്ല.”

മറ്റൊരാളും ഏതാണ്ട് ഇതേ ഉത്തരം തന്നെ പറഞ്ഞിട്ടുണ്ട്.

പുറത്തേക്കു പോകാൻ ഭാവിച്ച് വാതിലിനടുത്തുവരെ എത്തിയ ഡാൽഗ്ലിഷ് ഒരു നിമിഷം തിരിഞ്ഞു നിന്ന് നാഗലിനെ നോക്കി. നാഗലും ആ പെണ്ണും അയാൾ അവിടേക്കുവരുമ്പോൾ കണ്ടതുപോലെ കട്ടിലിൽ ഒന്നിച്ചിരിക്കുകയായിരുന്നു. അയാളുടെ നോട്ടം അവർക്കുമേൽ വീണിട്ടും അവർ അനങ്ങിയില്ല. എങ്കിലും, ജനി മാത്രം യാത്രാമൊഴിപോലെ അയാളെ നോക്കി പുഞ്ചിരിച്ചു.

ഡാൽഗ്ലിഷ് അവസാന ചോദ്യം ചോദിച്ചു:

"മോഷണം നടന്ന ദിവസം രാത്രിയിൽ നാഗൽ എന്തിനാണ് കല്ലി യോടൊപ്പം മദ്യപിക്കാൻ പോയത്?"

"കല്ലി എന്നെ വിളിച്ചു."

"അത് അസ്വാഭാവികമായിരുന്നില്ലേ?"

"തീർത്തും അസ്വാഭാവികമായിരുന്നു. അയാൾ എന്നെ ശരിക്കും എന്തിനാണ് കൂട്ടിക്കൊണ്ടു പോകുന്നതെന്നറിയാൻ വേണ്ടി മാത്രമാണ് ഞാനന്ന് പോയത്."

"അതെന്തായിരുന്നു?"

"ഒന്നുമുണ്ടായിരുന്നില്ല. കല്ലി എന്നോട് ഒരു പൗണ്ട് കടം ചോദിച്ചി രുന്നു. പക്ഷേ, ഞാൻ കൊടുത്തില്ല. അതിനിടയിലാണ് ക്ലിനിക്കിൽ കള്ളൻ കയറുന്നത്. എങ്ങനെയാണ് അക്കാര്യം കല്ലി മുൻകൂട്ടി കണ്ട തെന്ന് എനിക്കറിയില്ല. അല്ലെങ്കിൽ ഒരുപക്ഷേ, അത് കരുതിക്കൂട്ടി ചെയ്തതുമാകാം. എന്തായാലും ആ സംഭവത്തിനും ഈ കൊല പാതകത്തിനും തമ്മിൽ എന്തെങ്കിലും ബന്ധമുണ്ടെന്ന് എനിക്കു തോന്നു ന്നില്ല."

പടിക്കെട്ടുകളിറങ്ങി താഴേക്കു പോകുമ്പോൾ അനാവശ്യ ചിന്തകൾ കൂട്ടത്തോടെ വന്ന് ഡാൽഗ്ലിഷിനെ ശല്യപ്പെടുത്തി. തിങ്കളാഴ്ച രാവിലെ ക്ലിനിക്ക് വീണ്ടും തുറക്കുന്നതുവരെ എങ്ങനെ സമയം കളയും, മണി ക്കൂറുകൾ തള്ളിനീക്കും എന്നൊക്കെ ഡാൽഗ്ലിഷ് വേവലാതിപ്പെട്ടു. തിങ്ക ളാഴ്ച രാവിലെ പ്രതികളെന്നു സംശയിക്കുന്നവരും അല്ലാത്തവരും വീണ്ടും ക്ലിനിക്കിൽ ഒത്തുകൂടും. അപ്പോൾ സ്ഥിതിഗതികൾ കൂടുതൽ വഷളാകും പക്ഷേ, കഴിഞ്ഞ നാല്പതു മിനിട്ട് വിജയകരമായി ചെലവ ഴിച്ചതോർത്ത് അയാൾക്ക് സന്തോഷം തോന്നി. ചുറ്റിപ്പിണഞ്ഞു കിടക്കുന്ന നൂലിന്റെ കുരുക്കഴിക്കാൻ ഒരറ്റം കിട്ടിയ സന്തോഷം അയാൾക്കുണ്ടായിരുന്നു. മൂന്നാം നിലയിലൂടെ പോകുമ്പോൾ പിയാനോ വാദകൻ, പിയാനോയിൽ ബാച്ച് വായിക്കുകയായിരുന്നു. ഡാൽഗ്ലിഷ് അല്പനേരം അവിടെനിന്ന് അത് കേട്ടു. ഏറെനേരം അയാൾക്ക് തുടരാ നായില്ല. ഉള്ളിൽ, ഒരു താക്കോൽക്കൂട്ടം വീഴുന്നതിന്റെ ശബ്ദം കേട്ട തോടെ, പെട്ടെന്ന് പിയാനോ വായന നിന്നു. പിന്നീട് ഒരു ശബ്ദവും കേൾക്കാതെയായി. ഡാൽഗ്ലിഷ് താഴത്തെ നിലകളിലെ നിശ്ശബ്ദതയി ലേക്ക് ഇറങ്ങിച്ചെന്നു. എന്നിട്ട് ഒച്ചയുണ്ടാക്കാതെ അവിടം വിട്ടു.

മെഡിക്കൽ കമ്മിറ്റി മിറ്റീംഗിനു വേണ്ടി ഡോ. ബാഗ്ലി ക്ലിനിക്കിലെത്തി യപ്പോൾ, ഡോക്ടർമാർക്കു വേണ്ടി പാർക്കിംഗ് റിസർവ് ചെയ്തിരുന്ന ഇടങ്ങളിലൊന്നും വണ്ടി കയറ്റിയിടാൻ കഴിയാതെ വലഞ്ഞു. എല്ലായിട ങ്ങളിലും കാറുകൾ പാർക്ക് ചെയ്തിരിക്കുന്നു. സ്റ്റെയ്നറുടെ റോൾസി നടുത്ത് ഡോ. ഈതറീഗിന്റെ ബെന്റ്ലി പാർക്ക് ചെയ്തിരിക്കുന്നു.

റോൾസിന്റെ മറുവശത്തു കിടക്കുന്ന വാക്സ്ഹാർ പ്രഖ്യാപിക്കുന്നത് അന്നത്തെ യോഗത്തിൽ പങ്കെടുക്കാൻ ഡോ. ആൽബർട്ടൈൻ മാഡോക്സും എത്തിയിട്ടുണ്ടെന്നാണ്.

ഒന്നാം നിലയിലെ, ഉന്നത ഉദ്യോഗസ്ഥരുടെ സമ്മേളനം നടക്കുന്ന മുറിയുടെ ജാലകത്തിലൂടെ ഒക്ടോബറിലെ കരിനീല ആകാശം വ്യക്തമായി കാണാം. അവിടെയുണ്ടായിരുന്ന മഹാഗണി മേശയുടെ ഒത്ത നടുക്ക് ഒരു പൂപ്പാത്രം നിറയെ റോസപ്പൂക്കളുണ്ടായിരുന്നു. മെഡിക്കൽ കമ്മിറ്റി യോഗങ്ങളിൽ പങ്കെടുക്കുന്നവരെ എല്ലായ്പ്പോഴും മിസ് ബോലം പൂക്കൾ നൽകി സ്വീകരിച്ചിരുന്നതായി ബാഗ്ലി ഓർത്തു. ആരോ ആ പതിവ് നിലനിർത്താൻ തീരുമാനിച്ചിരിക്കുന്നു. മുള്ളുകളോ മണമോ ഇല്ലാത്ത ആ റോസപ്പൂമൊട്ടുകൾക്ക് മെലിഞ്ഞു നീണ്ട തണ്ടുകളായിരുന്നു. ഒന്നു രണ്ടു ദിവസത്തിനുള്ളിൽ വിരിയാൻ പാകത്തിലുള്ള മൊട്ടുകളായിരുന്നു അവ. ഒരാഴ്ചയ്ക്കുള്ളിൽ അവയെല്ലാം പട്ടുപോവുകയും ചെയ്യും. ആ പൂക്കൾ ഈ യോഗത്തിന്റെ മുഴുവൻ ഭാവവും മാറ്റാനിടയുണ്ടെന്ന് ബാഗ്ലിക്ക് തോന്നി. പക്ഷേ, ഒഴിഞ്ഞ പൂപ്പാത്രം എല്ലായ്പ്പോഴും ഹൃദയഭേദകമായിരിക്കും.

"ആരാ റോസാപൂക്കൾ കൊണ്ടുവന്നത്?"

അയാൾ അന്വേഷിച്ചു.

"ശ്രീമതി ബോസ്റ്റോക്ക് ആണെന്നു തോന്നുന്നു. ഞാനിവിടെ എത്തുമ്പോഴേക്കും ആ സ്ത്രീ മുറിയെല്ലാം തയ്യാറാക്കിയിരുന്നു."

ഡോ. ഇൻഗ്രാം പറഞ്ഞു.

"ഗംഭീരമായിട്ടുണ്ട്."

എന്നു പറഞ്ഞുകൊണ്ട് ഡോ. ഈതറീഗ് പൂപ്പാത്രത്തിൽ നിന്ന് ഒരു പൂമൊട്ടു മാത്രം പുറത്തേക്കെടുത്തു. പൂക്കളുടെ മണത്തെയാണോ, അതോ ശ്രീമതി ബോസ്റ്റോക്കിന്റെ പ്രവർത്തന മികവിനെയാണോ അയാൾ അഭിനന്ദിച്ചതെന്നോർത്ത് ബാഗ്ലി അമ്പരന്നു.

"മിസ് ബോലമിന് പൂക്കളെ ഒരുപാടിഷ്ടമായിരുന്നു, ഒരുപാട്."

എന്നു പറഞ്ഞുകൊണ്ട് മെഡിക്കൽ ഡയറക്ടർ ചുറ്റുമൊന്ന് കണ്ണോടിച്ചു. തന്റെ പ്രസ്താവനയെ കൂട്ടത്തിൽ ആരെങ്കിലും എതിർക്കുന്നുണ്ടോ എന്നറിയാനായിരുന്നു അത്.

"ശരി, എന്നാൽ നമുക്ക് തുടങ്ങിയാലോ? "

അയാൾ എല്ലാവരോടുമായി ചോദിച്ചു.

ഓണററി സെക്രട്ടറി ആയതിനാൽ ഡോ. ബാഗ്ലി ഡോ. ഈതറീഗിന്റെ വലതുവശത്താണ് ഇരുന്നത്. ഡോ. സ്റ്റെയ്നറും അയാളുടെ അരികിൽ ഇരിപ്പിടം ഉറപ്പിച്ചു. ഡോ. മാഡോക്സ് ഡോ. സ്റ്റെയ്നറുടെ വലതുവശത്ത് ഇരുന്നു. മറ്റ് കൺസൾട്ടന്റുമാരൊന്നും അവിടെയുണ്ടായിരുന്നില്ല. ഡോ. മക്ബെയിനും ഡോ. മേസൻ-ജൈൽസും ഒരു

കോൺഫറൻസിൽ പങ്കെടുക്കാനായി സ്റ്റേറ്റ്സിലേക്ക് പോയിരിക്കുകയായിരുന്നു. അവശേഷിക്കുന്ന മെഡിക്കൽ ജീവനക്കാരെല്ലാം ആകാംക്ഷയ്ക്കു കൂടി അവധി നൽകി, പുതിയ വാർത്തകളറിയാൻ തിങ്കളാഴ്ച രാവിലെവരെ കാത്തിരിക്കാമെന്നു കരുതിയിട്ടുണ്ടാവും. ഡോ. ഊതറീഗ് എല്ലാവരെയും കൃത്യമായി ഫോൺചെയ്തിരുന്നു. വരാൻ കഴിയാതിരുന്നവരുടെ ന്യായീകരണങ്ങൾ അയാൾ അവർക്കു മുന്നിൽ അവതരിപ്പിച്ചു.

സൈക്യാട്രിസ്റ്റ് ആകുന്നതിനു മുമ്പ് ഡോ. ആൽബർട്ടൈൻ മാഡോക്സ് പേരെടുത്ത ഒരു സർജനായിരുന്നു. ഡോ. മാഡോക്സിന്റെ ഇരട്ടയോഗ്യതകൾ ആ സ്ത്രീയുടെ സഹപ്രവർത്തകരെ അസൂയാലുക്കളാക്കിയതിൽ അദ്ഭുതപ്പെടാനില്ല. ഗ്രൂപ്പ് മെഡിക്കൽ ഉപദേശക സമിതിയുടെ പ്രതിനിധിയായിട്ടാണ് ഡോ. മാഡോക്സ് സുപ്രധാന യോഗങ്ങളിൽ പങ്കെടുക്കുന്നത്. എന്തെങ്കിലും പ്രശ്നമുണ്ടായാൽ ആ സ്ത്രീ സ്റ്റീൻ ക്ലിനിക്കിനൊപ്പം നിലകൊള്ളുമായിരുന്നു. ഫ്രോയിഡിയിൻ കാഴ്ചപ്പാടും വിശാല കാഴ്ചപ്പാടും തമ്മിൽ ഏറ്റുമുട്ടുമ്പോഴൊക്കെ ഡോ. മാഡോക്സ് സമദൂരം പാലിച്ചിരുന്നതായി ബാഗ്ലി ഓർത്തു. ആ സ്ത്രീ ചികിത്സിക്കുന്ന രോഗികൾ ഡോക്ടറെ ഒരുപാട് ഇഷ്ടപ്പെട്ടിരുന്നു. എന്നാൽ, ആ ഇഷ്ടം സഹപ്രവർത്തകരുടെ അനിഷ്ടത്തെയും ക്ഷണിച്ചുവരുത്തി. അവർക്ക് രോഗികളുടെ ഇഷ്ടം നേടിയെടുക്കണമെന്ന ആഗ്രഹമുണ്ടായിരുന്നെങ്കിലും ആൽബർട്ടൈന് അക്കാര്യത്തിലുള്ള കഴിവ് മറ്റുള്ളവർക്ക് ഇല്ലാതെപോയി.

തടിച്ച ശരീരവും നരച്ചുതുടങ്ങിയ തലമുടിയും അത്രയൊന്നും ശ്രദ്ധിക്കപ്പെടാത്ത രൂപവും ആയിരുന്നെങ്കിലും ആ സ്ത്രീ നല്ലൊരു അമ്മയായിരുന്നു. വെറുതെ നല്ല അമ്മയെന്നു പറഞ്ഞാൽ പോരാ, അത്യുഗ്രൻ അമ്മയായിരുന്നു. ഒന്നും രണ്ടുമല്ല, അഞ്ചുമക്കളുടെ അമ്മ. ബുദ്ധിസാമർത്ഥ്യമുള്ള ആൺമക്കളും നല്ല നിലയിൽ വിവാഹിതരായ പെൺമക്കളും കാഴ്ചയിൽ അത്ര സുന്ദരനൊന്നുമല്ലാത്ത ഭർത്താവും ആ സ്ത്രീയെ തങ്ങളാലാവും വിധം സഹായിച്ചുകൊണ്ടിരുന്നു. അങ്ങനെയാണ് സ്റ്റീൻ ക്ലിനിക്കിലെ സഹപ്രവർത്തകരുടെ കുശുമ്പിൽ നിന്നും കുന്നായ്മയിൽ നിന്നും അവർ രക്ഷപ്പെട്ടത്. പെക്കിനീസ് ഇനത്തിൽപ്പെട്ട, ഒരുപാട് പ്രായമുള്ള ഹെക്ടർ എന്ന നായയോടൊപ്പമായിരുന്നു ആൽബർട്ടൈൻ വന്നത്. ഒരു ഗ്രാമീണ വീട്ടമ്മ കുഷ്യൻ സീറ്റിലിരുന്ന് മാറ്റിനി കാണുന്ന മട്ടിൽ ആ നായ ഡോ. മാഡോക്സിന്റെ മടിയിൽ കുത്തിയിരുന്നു. ആ കാഴ്ച ഡോ. സ്റ്റെയ്നറെ അസ്വസ്ഥനാക്കി.

"ആൽബർട്ടൈൻ, ശരിക്കും ഇന്ന് ഹെക്ടറെ കൊണ്ടുവരേണ്ട കാര്യമുണ്ടായിരുന്നോ? എനിക്ക് മൃഗങ്ങളെ വെറുപ്പായതു കൊണ്ടൊന്നുമല്ല ഞാനങ്ങനെ പറയുന്നത്. ശരിക്കും അതിനെ നാറുന്നുണ്ട്. അതിനെ താഴെക്കെങ്കിലും ഒന്ന് ഇറക്കി നിർത്താമോ?"

“താങ്ക് യൂ, പോൾ.”

ഡോ. മാഡോക്സ് സ്വതസിദ്ധമായ ശൈലിയിൽ, ആരെയും വശീകരിക്കുന്ന ശബ്ദവ്യതിയാനത്തോടെ പറഞ്ഞു എന്നിട്ട്, കൂട്ടിച്ചേർത്തു:

“തീർച്ചയായും, ഹെക്ടറെ ഞാൻ താഴെ ഇറക്കാം. പരുഷമായി പറയേണ്ട കാര്യം താങ്കൾ മയപ്പെടുത്തിയാണെങ്കിലും അവതരിപ്പിച്ചല്ലോ, അതുമതി. ആരുടെയും ജീവിതം അവസാനിപ്പിക്കാൻ നമുക്ക് അവകാശമില്ല. എങ്കിലും എനിക്കു തോന്നുന്നത്, ഹെക്ടറിന് ദയാവധത്തിന്റെ സമയമായിട്ടില്ലെന്നാണ്. മാത്രമല്ല, ജീവനുള്ളവയെ കൊല്ലുന്ന കാര്യം എനിക്ക് ചിന്തിക്കാനേ വയ്യ. ഏതായാലും, എനിക്കിതേവരെ ഹെക്ടർ ഒരു ശല്യമായിട്ടില്ല.”

ഡോ. ഈതറീഗ് പെട്ടെന്ന് ഇടയ്ക്കുകയറി പറഞ്ഞു:

“ആൽബർട്ടൈൻ ഇന്നു രാത്രി വന്നത് ഏതായാലും നന്നായി. വളരെപ്പെട്ടെന്ന് ഈ മീറ്റിംഗിന്റെ കാര്യം വിളിച്ചു പറയേണ്ടിവന്നതിൽ എന്നോട് ക്ഷമിക്കണം.”

അയാൾ പറഞ്ഞത് വ്യാജസ്തുതിയായിരുന്നില്ല. കാരണം, ഡോ. മാഡോക്സ് മാത്രമായിരുന്നു എല്ലാ കമ്മിറ്റി മീറ്റിംഗുകളിലും പതിവായി പങ്കെടുക്കുന്ന ഏക വ്യക്തി. റീജിയണൽ ബോർഡിൽ നിന്ന് യാതൊരു വിധ സമ്മർദ്ദങ്ങളും ഇല്ലാതിരുന്നിട്ടും എല്ലാമാസവുമുള്ള യോഗങ്ങൾ ആ സ്ത്രീ മുടക്കാറില്ല. പക്ഷേ, ഹെക്ടറിന് അസുഖം പിടിപെടുമ്പോൾ ആ സ്ത്രീ വല്ലാതെ അസ്വസ്ഥയാകും.

“ഞാനും ഈ കമ്മിറ്റിയിലെ ഒരംഗമല്ലേ, ഹെൻറി?”

ഡോ. മാഡോക്സ് സൗമ്യമായി ചോദിച്ചു. എന്നിട്ട് ഒരു നിമിഷത്തിനു ശേഷം തുടർന്നു:

“ഇത്രയും പ്രധാനപ്പെട്ട ഒരു മീറ്റിംഗിൽ ഞാൻ പങ്കെടുക്കാതിരിക്കുന്നത് എങ്ങനെയാണ്?”

എന്നു ചോദിച്ചുകൊണ്ട് ഡോ. മാഡോക്സ്, ഡോ. ഇൻഗ്രാമിനെ ഇടംകണ്ണിട്ടുനോക്കി. തുല്യ അവകാശത്തിന്റെ പേരിലല്ല എല്ലാവരും അവിടെയിരിക്കുന്നത് എന്ന അർത്ഥമായിരുന്നു ആ നോട്ടത്തിന്. മേരി ഇൻഗ്രാമിന്റെ ഭർത്താവ് ഗ്രാമീണ മേഖലയിൽ ജോലി ചെയ്യുന്ന ഒരു ജനറൽ ഡോക്ടറായിരുന്നു. അയാൾ ഇ.സി.ടി സെഷനുകളിൽ അനസ്തേഷ്യ കൊടുക്കാൻ വേണ്ടി മാത്രം ആഴ്ചയിൽ രണ്ടു ദിവസം സ്റ്റീൻ ക്ലിനിക്കിൽ വരുമായിരുന്നു. സൈക്കാട്രിസ്റ്റ് എന്ന നിലയിലോ കൺസൾട്ടന്റ് എന്ന നിലയിലോ ഡോ. ഇൻഗ്രാം മെഡിക്കൽ കമ്മിറ്റി മീറ്റിംഗുകളിൽ പങ്കെടുക്കുന്ന പതിവുണ്ടായിരുന്നു. ഡോ. മാഡോക്സിന്റെ നോട്ടത്തിന്റെ അർത്ഥം മനസ്സിലാക്കിയ ഡോ. ഈതറീഗ് ഇടയ്ക്ക് കയറി തിരുത്തുന്ന മട്ടിൽ കർശനമായി പറഞ്ഞു:

“എന്റെ അഭ്യർത്ഥന പ്രകാരം ഡോ. ഇൻഗ്രാം ഇന്നു രാത്രി വന്നത് ഏതായാലും നന്നായി. ഇന്നത്തെ യോഗത്തിന്റെ പ്രധാന അജണ്ട സ്വാഭാവികമായും മിസ് ബോലമിന്റെ കൊലപാതകമാണ്, മാത്രമല്ല, വെള്ളിയാഴ്ച വൈകുന്നേരം ഡോ. ഇൻഗ്രാം ക്ലിനിക്കിൽ ഉണ്ടായിരുന്നതുമാണ്.”

“പക്ഷേ, പ്രതിയെന്ന് സംശയിക്കുന്നവരുടെ കൂട്ടത്തിൽ ഉൾപ്പെട്ടിട്ടില്ലെന്ന് ഞാൻ മനസ്സിലാക്കുന്നു. അക്കാര്യത്തിൽ ഞാൻ ഡോ. ഇൻഗ്രാമിനെ അഭിനന്ദിക്കുകയും ചെയ്യുന്നു. കാരണം, മെഡിക്കൽ ജീവനക്കാർക്കിടയിൽ, സംഭവം നടക്കുമ്പോൾ അവിടെയില്ലായിരുന്നു എന്ന് തൃപ്തികരമാം വിധം തെളിയിക്കപ്പെട്ട വ്യക്തികളിൽ ഒരാൾ കൂടിയാണല്ലോ ഡോ. ഇൻഗ്രാം.” എന്നു പറഞ്ഞുകൊണ്ട് ഡോ. മാഡോക്സ് ഇൻഗ്രാമിനെ രൂക്ഷമായി നോക്കി. ആ സ്ത്രീയുടെ സംസാരം കേട്ടാൽ, ഇൻഗ്രാം അവതരിപ്പിച്ച തെളിവുപോലും സംശയത്തിന്റെ നിഴലിലാണെന്നു തോന്നിപ്പോകും. മുതിർന്ന മൂന്ന് കൺസൾട്ടന്റുമാർക്കും തൃപ്തികരമാം വിധം നിരപരാധിത്വം തെളിയിക്കാൻ കഴിഞ്ഞിട്ടില്ലാത്ത സാഹചര്യത്തിലായിരുന്നു ജൂനിയർ കൺസൾട്ടന്റു മാത്രമായ ഡോ. ഇൻഗ്രാം രക്ഷപ്പെട്ടത് എന്നായിരുന്നു ആ സംസാരത്തിന്റെ ധ്വനി. കൊലപാതകം നടക്കുമ്പോൾ സംഭവസ്ഥലത്ത് ഉണ്ടോ ഇല്ലയോ എന്നീ കാര്യങ്ങളെക്കുറിച്ച് ഡോ. മാഡോക്സ് എങ്ങനെയാണ് മനസ്സിലാക്കിയത് എന്ന കാര്യം മാത്രം ആരും ചോദിച്ചില്ല. ഒരുപക്ഷേ, ആ സ്ത്രീ സിസ്റ്റർ ആംബ്രോസുമായി സംസാരിച്ചിട്ടുണ്ടാവണം. ഡോ. സ്റ്റെയ്നർ അന്നേരം കടുത്ത അമർഷം പ്രകടിപ്പിച്ചു:

“നമ്മളിൽ ഒരാളെ പൊലീസ് സംശയിക്കുന്നുണ്ടായിരുന്നെങ്കിൽ നിങ്ങളീ പറയുന്നതിൽ എന്തെങ്കിലും അർത്ഥമുണ്ടായിരിക്കാം. ഇത് ശുദ്ധ ഭോഷ്ക്കാണ്! ഇവിടെ എന്താണ് സംഭവിച്ചത് എന്ന കാര്യം വ്യക്തമാണ്. കൊലപാതകി അവളെയും കാത്ത് ബേസ്മെന്റിലുണ്ടായിരുന്നു. അത് നമുക്കും അറിയാം. അയാൾ ഒരുപക്ഷേ, മണിക്കൂറുകളോളം അല്ലെങ്കിൽ, തലേന്നു മുതൽ അവിടെ കാത്തിരുന്നിട്ടുണ്ടാവാം. രോഗിയാണെന്നോ, കൂട്ടിരിപ്പുകാരനാണെന്നോ, രോഗിയുടെ ബന്ധുവാണെന്നോ, അല്ലെങ്കിൽ ആശുപത്രിയിലെ കാർ ഡ്രൈവറാണെന്നോ മറ്റോ പറഞ്ഞ് കല്ലിയെ കബളിപ്പിച്ച് അയാൾ അകത്തു കടന്നിട്ടുണ്ടാവാം. അല്ലെങ്കിൽ തലേന്നു രാത്രി തന്നെ വല്ലവിധേനയും ക്ലിനിക്കിനുള്ളിൽ കടന്നിട്ടുണ്ടാവാം. അക്കാര്യം ഏതായാലും അറിയേണ്ടിയിരിക്കുന്നു. ബേസ്മെന്റിൽ എത്തിക്കഴിഞ്ഞാൽ ഏതു താക്കോലുപയോഗിച്ചാണ് രേഖകൾ സൂക്ഷിക്കുന്ന മുറി തുറക്കേണ്ടതെന്നും ഏത് ആയുധം കൊണ്ടാണ് കൊലപ്പെടുത്തേണ്ടതെന്നും അന്വേഷിക്കാൻ ഒരുപാട് സമയം കിട്ടിയിട്ടുണ്ടാവും. തിപ്പെറ്റിന്റെ മരയുരുപ്പടിയോ നാഗലിന്റെ ചായം തേക്കുന്ന കത്തിയോ മറഞ്ഞിരിക്കുകയായിരുന്നതുമില്ല.”

"എന്നിട്ട് അജ്ഞാതനായ ഒരു കൊലപാതകി എങ്ങനെ ഈ കെട്ടിടം വിട്ടുപോയിട്ടുണ്ടാകുമെന്നാണ് താങ്കളുടെ നിഗമനം? പൊലീസ് ഇവിടെ യെത്തുന്നതിനു മുമ്പ് നമ്മൾ ഇവിടം മുഴുവൻ അരിച്ചുപെറുക്കി നോക്കിയതല്ലേ, പൊലീസ് വന്നതിനു ശേഷം അവരും പരിശോധിച്ചു. ബേസ്മെന്റിന്റെയും ഒന്നാം നിലയുടെയും വാതിലുകൾ അകത്തുനിന്ന് അടച്ച് കുറ്റിയിടുകയും ചെയ്തിരുന്നു, ഓർമ്മയില്ലേ?"

ഡോ. ബാഗ്ലി ചോദിച്ചു.

"ലിഫ്റ്റിന്റെ ഷാഫ്റ്റിലേക്ക് വലിഞ്ഞു കയറി അവിടെയുള്ള റോപ്പിൽ പിടിച്ചു പോയാൽ പുറത്തു കടക്കാനുള്ള ഫയർ എസ്കേപ്പ് വാതിലി നടുത്തെത്തും."ഡോ. സ്റ്റെയ്നർ തുറുപ്പ്ചീട്ട് പുറത്തിറക്കി. അതിനു പിന്നാലെ ഒരു വിശദീകരണവും നൽകി.

"ഞാനാ ലിഫ്റ്റ് പരിശോധിച്ചതാണ്. ഞാനീ പറഞ്ഞ കാര്യം സംഭ വിക്കാൻ സാധ്യതയുള്ളതുമാണ്. ഒരു ചെറിയ പുരുഷനോ-അല്ലെങ്കിൽ സ്ത്രീക്കോ, തീർച്ചയായും - പെട്ടിയുടെ മുകളിലൂടെ നൂഴ്ന്നു കയറി യാൽ ഷാഫ്റ്റിലേക്കെത്താം. റോപ്പിന് ആവശ്യത്തിനുള്ള കടുപ്പമുള്ള തുകൊണ്ട് സാമാന്യ ഭാരം താങ്ങും. പിന്നെ, ചുറുചുറുക്കുള്ള ഒരാൾക്ക് റോപ്പിൽ പിടിച്ചുകയറുകയെന്നത് അത്ര പ്രയാസമുള്ള കാര്യമല്ല. പക്ഷേ, മെലിഞ്ഞ ആളായിരിക്കണമെന്നു മാത്രം." സ്വന്തം കുടവയറിലേക്ക് ആത്മസംതൃപ്തിയോടെ നോക്കിക്കൊണ്ടായിരുന്നു അയാൾ അവസാന വാചകം പൂർത്തിയാക്കിയത്.

"ഈ തിയറി കൊള്ളാം. പക്ഷേ, നിർഭാഗ്യവശാൽ ഫയർ എസ്കേ പ്പിലേക്കുള്ള എല്ലാ വാതിലുകളും ഉള്ളിൽ നിന്ന് പൂട്ടി കുറ്റിയിട്ടിരിക്കുക യായിരുന്നു."

ബാഗ്ലി പറഞ്ഞു.

"മിടുക്കന്മാർക്ക്, ആരുടെയും കണ്ണിൽപ്പെടാതെ ഉള്ളിൽ കടക്കാനും, ആരും കാണാതെ പുറത്തുകടക്കാനും കഴിയാത്ത വിധത്തിലുള്ള കെട്ടിടങ്ങളൊന്നും ഇന്നേവരെ ഭൂമിയിൽ നിർമ്മിക്കപ്പെട്ടിട്ടില്ല."

ഡോ. സ്റ്റെയ്നർ മുന്നറിവുകളുടെ അടിസ്ഥാനത്തിൽ അസന്ദി ഗ്ദ്ധമായി പ്രഖ്യാപിച്ചു. എന്നിട്ട്, ഒരു നിമിഷം കഴിഞ്ഞ് കൂട്ടിച്ചേർത്തു:

"ഒന്നാം നിലയിലെ ജനാലപ്പടിയും ഫയർ എസ്കേപ്പിന്റെ വാതിലും തീർക്കുന്ന ഇടുങ്ങിയ ദ്വാരത്തിലൂടെയും അയാൾക്ക് പുറത്തു കടക്കാ വുന്നതേയുള്ളൂ. ഞാൻ പറഞ്ഞുവരുന്നത് എന്താണെന്നു വച്ചാൽ, ഇന്നലെ വൈകുന്നേരം ഇവിടെ ഡ്യൂട്ടിയിലുണ്ടായിരുന്ന ജീവനക്കാരാരു മല്ല കൊലപാതകി എന്നാണ്."

"അതിനും സാധ്യതയുണ്ട്, ഉദാഹരണത്തിന്... ഞാൻ" ഡോ. മാഡോക്സ് പറഞ്ഞു. മുഴുമിക്കാൻ അനുവദിക്കാതെ ഡോ. സ്റ്റെയ്നർ വീണ്ടും ഇടപെട്ടു.

“തീർച്ചയായും അതും അസംബന്ധമാണ്, ആൽബർട്ടൈൻ. ഞാൻ ദോഷാരോപണം നടത്തുകയല്ല. പൊലീസുകാർ കരുതുന്നതിലും ചെറിയ വൃത്തത്തിനുള്ളിലാണ് നമ്മൾ സംശയിക്കുന്നവരെ അന്വേഷിച്ചുകൊണ്ടിരിക്കുന്നത് എന്നു മാത്രമാണ് എനിക്കു പറയാനുള്ളത്. അവരിപ്പോൾ ബോലമിന്റെ സ്വകാര്യജീവിതത്തെക്കുറിച്ചാണ് അന്വേഷിച്ചുകൊണ്ടിരിക്കുന്നത്. ഉറപ്പായും അവൾക്കൊരു ശത്രു ഉണ്ടായിരിക്കും.”

പക്ഷേ അതുകൊണ്ടൊന്നും ഡോ. മാഡോക്സിന്റെ ശ്രദ്ധ തിരിഞ്ഞില്ല.

“ഭാഗ്യവശാൽ, കഴിഞ്ഞ ദിവസം രാത്രി ഞാൻ ഭർത്താവിനൊപ്പം റോയൽ ഫെസ്റ്റിവൽ ഹാളിൽ ഒരു സംഗീതനിശ ആസ്വദിക്കുകയായിരുന്നു. അതിനുമുമ്പ് ഞങ്ങൾ, ബിഷപ്പാകാൻ പോകുന്ന, അതും ഹൈ ചർച്ച് ബിഷപ്പാകാൻ പോകുന്ന, എന്റെ ഭർത്താവിന്റെ സഹോദരനൊപ്പം അത്താഴം കഴിക്കുകയായിരുന്നു. അലസ്ഡയർ എനിക്കുവേണ്ടി സാക്ഷി പ്പറയാൻ ഉണ്ടായിരുന്നില്ലെങ്കിൽ ഞാനും നിങ്ങൾക്കൊപ്പം സംശയിക്കുന്നവരുടെ കൂട്ടത്തിൽ അകപ്പെട്ടുപോയേനേ.”

ആത്മസംതൃപ്തിയോടെയായിരുന്നു ഡോ. മാഡോക്സ് അക്കാര്യം പറഞ്ഞവസാനിപ്പിച്ചത്. ബിഷപ്പിന്റെ സത്യസന്ധതയും നന്മയും തനിക്കു കൂട്ടായി ഉണ്ടെന്ന ആത്മവിശ്വാസം ആ സ്ത്രീയുടെ വാക്കുകളിൽ ഉണ്ടായിരുന്നു.

ഡോ. ഈതറീഗ് പുഞ്ചിരിച്ചുകൊണ്ട് സൗമ്യമായി പറഞ്ഞു:

“ഇന്നലെ വൈകുന്നേരം ആറേകാലിനും ഏഴിനുമിടയിൽ ഒപ്പമുണ്ടായിരുന്നതായി സാക്ഷ്യപ്പെടുത്താൻ എനിക്കും ഒരു വൈദികശ്രേഷ്ഠനെ കിട്ടിയിരുന്നെങ്കിൽ ഞാനും രക്ഷപ്പെട്ടേനേ. പക്ഷേ, എനിക്കു മനസ്സിലാകാത്ത കാര്യം, നമ്മളെന്തിനാണ് വെറുതെ സിദ്ധാന്തങ്ങൾ മെനഞ്ഞ് സമയം കളയുന്നതെന്നാണ്? ഈ കൊലപാതകക്കേസ് ഇപ്പോൾ പൊലീസിന്റെ കൈയിലുണ്ട്. അതുകൊണ്ട് നമുക്ക് അക്കാര്യം തൽക്കാലത്തേക്കെങ്കിലും വിട്ടുകളയാം. നമുക്ക് ക്ലിനിക്കിന്റെ സൽപ്പേര് നിലനിർത്താനുള്ള കാര്യങ്ങളെക്കുറിച്ച് ആലോചിക്കാം. ചെയർമാന്റെയും ഗ്രൂപ്പ് സെക്രട്ടറിയുടെയും നിർദ്ദേശമനുസരിച്ച് ശ്രീമതി ബോസ്റ്റോക്ക് അഡ്മിനിസ്ട്രേറ്റീവ് ഓഫീസറുടെ താൽക്കാലിക ചുമതല വഹിക്കും. ഏതായാലും നമുക്ക് ഉത്തരവുകളുടെ അടിസ്ഥാനത്തിൽ തന്നെ മുന്നോട്ടു നീങ്ങാം. എന്നാൽപ്പിന്നെ എല്ലാവരുടെയും അനുവാദത്തോടെ കഴിഞ്ഞ യോഗത്തിന്റെ മിനിട്ട്സിൽ ഞാൻ ഒപ്പുവയ്ക്കട്ടേ?”

താത്പര്യമില്ലാത്ത മട്ടിൽ, എന്നാൽ എതിർക്കാതെയും അസ്പഷ്ടമായ ഒരു പിറുപിറുക്കൽ അവിടെയുണ്ടായി എങ്കിലും അതിൽ പ്രകോപിതനാവാതെ മെഡിക്കൽ ഡയറക്ടർ മിനിട്ട്സ് ബുക്ക് അരികിലേക്ക് നീക്കിവച്ച് അതിൽ ഒപ്പിട്ടു. പെട്ടെന്ന് എന്തോ ഓർത്തിട്ടെന്നപോലെ ഡോ. മാഡോക്സ് ചോദിച്ചു:

“അയാൾ എങ്ങനെയുണ്ട്, ആ സൂപ്രണ്ടിന്റെ കാര്യമാണ് ഞാൻ ചോദിച്ചത്.”

അത്രയും നേരം ഒന്നും മിണ്ടാതെയിരുന്ന ഡോ. ഇൻഗ്രാം എല്ലാവരെയും അമ്പരപ്പിച്ചുകൊണ്ട് മറുപടി പറഞ്ഞു:

“അയാൾക്ക് ഏതാണ്ട് നാല്പ്പത് വയസ്സുണ്ടാവും. ഇരുണ്ട നിറം. നല്ല നീളമുണ്ട്. എനിക്ക് അയാളുടെ ശബ്ദമാണ് ഏറ്റവുമധികം ഇഷ്ടപ്പെട്ടത്, പിന്നെ കൈകളും.”

പെട്ടെന്ന് എന്തോ അബദ്ധം പിണഞ്ഞതുപോലെ ആ സ്ത്രീ സ്വയം പിൻവാങ്ങി. പൊടുന്നനെ, നിഷ്കളങ്കമായി എന്തെങ്കിലും കാര്യങ്ങൾ വെളിപ്പെടുത്തുന്നത് എന്തുകൊണ്ടാണെന്ന് എല്ലാ സൈക്യാട്രിസ്റ്റുകൾക്കും നല്ലതുപോലെ അറിയാം എന്ന തിരിച്ചറിവായിരുന്നു അതിനു കാരണം. നല്ല കൈകളാണ് എന്ന പ്രയോഗം ഒരുപക്ഷേ, ഒരു പിശകായിരിക്കണം. ഡോ. സ്റ്റെയ്നർ ഡാൽഗ്ലിഷിന്റെ ശരീരപ്രകൃതി അതിനോടകം തന്നെ മറന്നുകഴിഞ്ഞിരുന്നു. എന്നാൽ അയാളുടെ മാനസിക പ്രകൃതി എന്താണെന്നറിയാൻ സഹപ്രവർത്തകരുടെ തിയറികൾക്കുവേണ്ടി കാത്തിരിക്കുകയായിരുന്നു. ഡോ. സ്റ്റെയ്നർ, വിസ്മയകരമാം വിധം വിശകലനങ്ങളിലെ കൃത്യതയും അസാമാന്യ ഗ്രാഹ്യശക്തിയുമുള്ള വ്യക്തിയാണ് ഡാൽഗ്ലിഷ് എന്നായിരുന്നു ഡോ. സ്റ്റെയ്നറുടെ വിലയിരുത്തൽ. അന്നേരം മെഡിക്കൽ പറഞ്ഞു:

“ഒരേസമയം അയാളൊരു ഒഴിയാബാധയും ബുദ്ധിസാമർത്ഥ്യവുമുള്ള ആളാണെന്ന കാര്യം ഞാനും അംഗീകരിക്കുന്നു. അതിനർത്ഥം, അയാളുടെ പിഴവുകൾ, ഒരു ബുദ്ധിമാന്റെ പിഴവുകളാണ്- അതാകട്ടെ, എല്ലായ്പ്പോഴും അപകടകരവുമായിരിക്കും. അത്തരം പിഴവുകളൊന്നും അയാൾക്കുണ്ടാവില്ലെന്ന് നമുക്ക് പ്രത്യാശിക്കാം. കൊലപാതകവും അതിന്റെ ഭാഗമായി ഉണ്ടാകുന്ന അനിവാര്യമായ പ്രചരണങ്ങളും രോഗികളെയും ക്ലിനിക്കിനെയും ഒരുപോലെ ബാധിക്കും. അത് മുന്നിൽക്കണ്ടുകൊണ്ടാണ് ശ്രീമതി ബോസ്റ്റോക്കിന്റെ പേര് നിർദ്ദേശിക്കപ്പെട്ടത്.”

“ബോസ്റ്റോക്കിനേക്കാൾ നല്ലത് ബോലമായിരുന്നു. ഒട്ടും അനുയോജ്യയല്ലാത്ത ഒരു അഡ്മിനിസ്ട്രേറ്റീവ് ഓഫീസറെ നഷ്ടപ്പെട്ടതിൽ വ്യസനം പ്രകടിപ്പിക്കാൻ മാത്രമേ നമുക്കിപ്പോൾ കഴിയൂ - ഏതായാലും അവിചാരിതമായ സംഭവമായിപ്പോയി- ഇപ്പോൾ, ഒരു കുതിരയുടെ ജീനിയും കടിഞ്ഞാണും മറ്റൊന്നിന് നൽകിയെന്ന വ്യത്യാസം മാത്രമേയുള്ളൂ.” ഡോ. മാഡോക്സ് നീരസം കലർന്ന ശബ്ദത്തിൽ പറഞ്ഞു.

“അക്കാര്യം ഞാനും സമ്മതിക്കുന്നു. തമ്മിൽ ഭേദം ബോലമായിരുന്നു. പക്ഷേ ഇതൊരു താൽക്കാലിക സംവിധാനം മാത്രമാണല്ലോ. ഈ ജോലിക്ക് തീർച്ചയായും പത്രപരസ്യം കൊടുക്കും ശ്രീമതി

ബോസ്റ്റോക്ക് ജോലിയെന്താണെന്ന് പഠിച്ചുവരുമ്പോഴേക്കും മറ്റാരെങ്കിലും വന്ന് ജോലിയിൽ പ്രവേശിക്കുകയും ചെയ്യും."

ഡോ. ബാഗ്ലി നിസ്സംഗതയോടെ പറഞ്ഞു.

"ഇക്കാര്യത്തിൽ ലൗഡറുടെ ഉദ്ദേശ്യം വളരെ വ്യക്തമാണ്. പൊലീസ് അന്വേഷണം പൂർത്തിയാകുന്നതുവരെയെങ്കിലും പുറത്തുനിന്നൊരാളെ ക്ലിനിക്കിലേക്ക് കൊണ്ടുവരാൻ ആശുപത്രി മാനേജ്മെന്റ് കമ്മിറ്റി താത്പര്യപ്പെടുന്നില്ല. അത്തരമൊരു താക്കോൽ സ്ഥാനത്തേക്ക് ഇപ്പോൾ ഒരു മാറ്റം ആവശ്യമില്ല. അതല്ലാതെ തന്നെ ഒരുപാട് സൈ്വരക്കേടുകൾ തരണം ചെയ്യേണ്ടതുണ്ട്. ലൗഡർ നിർദ്ദേശിച്ചതും ഞാൻ അംഗീകരിച്ചതുമായ ഒരു കാര്യം എന്താണെന്നുവച്ചാൽ, ഇതുമായി ബന്ധപ്പെട്ട എല്ലാ അന്വേഷണങ്ങളും ഗ്രൂപ്പിന്റെ കേന്ദ്രകാര്യാലയത്തിലേക്കു ചെല്ലട്ടെ, ഇവിടെ ആരും പ്രത്യേകിച്ച് പ്രസ്താവനകളൊന്നും കൊടുക്കേണ്ടതില്ല എന്നാണ്. അതായിരിക്കും ഒരുപക്ഷേ, ഏറ്റവും നല്ല ഉപായം. പിന്നെ, രോഗികളുടെ ഇഷ്ടാനിഷ്ടങ്ങളറിയാൻ നമ്മൾ റിപ്പോർട്ടർമാരെപ്പോലെ ക്ലിനിക്കു മുഴുവൻ അലഞ്ഞുതിരിയേണ്ട കാര്യമില്ല. തെറാപ്പി ചെയ്യുന്നവർ അല്പമൊന്ന് പ്രയാസപ്പെടേണ്ടി വരുമെന്ന് തോന്നുന്നു. അങ്ങനെയെങ്കിൽ, കമ്മിറ്റിയുടെ ഔദ്യോഗിക തീരുമാനം എന്ന നിലയിൽ ഇക്കാര്യം ഞാൻ തീർച്ചപ്പെടുത്തട്ടെ?" ഡോ. ഈതറീഗ് എല്ലാവരോടുമായി ചോദിച്ചു.

അയാൾ അത് തീരുമാനമാക്കി. പത്രക്കാരുടെ മുമ്പിൽ പ്രത്യക്ഷപ്പെടാനോ കാര്യങ്ങൾ വിശദീകരിക്കാനോ ആരും താത്പര്യം കാണിച്ചില്ല. പിന്നീട്, തീരുമാനത്തിന് അംഗീകാരം നൽകുന്ന മട്ടിൽ അവിടെ നടന്ന അവ്യക്തഭാഷണങ്ങളിൽ ഡോ. സ്റ്റെയ്നറുടെ സംഭാവന തീരെയില്ലായിരുന്നു. അയാളുടെ ചിന്തകൾ മുഴുവൻ മിസ്. ബോലമിന്റെ പിൻഗാമിയെക്കുറിച്ചായിരുന്നു. അയാൾ അസംതൃപ്തിയോടെ പിറുപിറുത്തു:

"ഡോ. മാഡോക്സും ഡോ. ബാഗ്ലിയും ശ്രീമതി ബോസ്റ്റോക്കിനോട് ഇത്രയും വിദ്വേഷം വച്ചു പുലർത്തുന്നത് എന്തുകൊണ്ടാണെന്നാണ് എനിക്കിപ്പോഴും മനസ്സിലാകാത്തത്. ആ സ്ത്രീയെ മിസ് ബോലവുമായി താരതമ്യം ചെയ്യുന്നതുപോലും മണ്ടത്തരമാണ്. അവരിൽ ആരാണ് -ആയിരുന്നു- ആണ്-കൂടുതൽ ശരിയായ അഡ്മിനിസ്ട്രേറ്റർ എന്ന കാര്യത്തിൽ യാതൊരു സംശയവുമില്ല. ഏറ്റെടുത്ത് നടപ്പാക്കുന്ന ജോലികളുടെ കാര്യത്തിലും ബുദ്ധിസാമർത്ഥ്യത്തിന്റെ കാര്യത്തിലും മാനസിക പക്വതയുടെ കാര്യത്തിലും ശ്രീമതി ബോസ്റ്റോക്ക് തന്നെയാണ് മികച്ചുനിൽക്കുന്നത്. ബോലമിനെക്കുറിച്ച് ആരും അങ്ങനെയൊരു അഭിപ്രായം പറയാനിടയില്ല. ചിലനേരങ്ങളിൽ രോഗികളോടുള്ള അവളുടെ മനോഭാവം പോലും നിർഭാഗ്യകരമാണ്."

"അവൾ എപ്പോഴെങ്കിലും രോഗികളുമായി ഇടപഴകുന്നത് ഞാൻ

കണ്ടിട്ടില്ല. എന്തോ ആകട്ടെ, എന്റെ രോഗികളാരും ബോലമിനെക്കുറിച്ച് പരാതിപ്പെട്ടിട്ടില്ല."

ഡോ. ബാഗ്ലി പറഞ്ഞു.

"താങ്കളുടെ രോഗികൾ ആരും തന്നെ ബോലമിന്റെ പെരുമാറ്റത്തെക്കുറിച്ച് പരാതിപ്പെട്ടിട്ടില്ല എന്നു കേൾക്കുമ്പോൾ എനിക്കത് വിശ്വസിക്കാനാവുന്നില്ല. പക്ഷേ, എന്റെ രോഗികൾ അതിൽ നിന്ന് വ്യത്യസ്തരാണ്. അത്തരം കാര്യങ്ങളിലൊക്കെ അവർ വളരെ വേഗം വൈകാരികമായി പ്രതികരിക്കുന്നവരാണ്. ഉദാഹരണത്തിന്, മിസ്റ്റർ ബർഗി, എന്നോട് അത്തരമൊരു കാര്യം സൂചിപ്പിച്ചിട്ടുണ്ട്."

ഡോ. മാഡോക്സ് നിർദ്ദയം പൊട്ടിച്ചിരിച്ചു.

"ഓ, ബർഗിയോ! അയാൾ ഇപ്പോഴും വരുന്നുണ്ടോ? അയാളുടെ പുതിയ പുസ്തകം ഡിസംബറിൽ വരുന്നുണ്ടെന്നു കേട്ടു. എന്തായാലും സംഗതി രസകരമായിരിക്കും. പിന്നെ, പോൾ, താങ്കളുടെ ശ്രമം അയാളുടെ ഗദ്യരചനയെ അല്പം മെച്ചപ്പെടുത്തിയിട്ടുണ്ട്. അത് ശരിയാണെങ്കിൽ, ഒരുപക്ഷേ പൊതുഖജനാവിലെ പണം ഒരു നല്ല കാര്യത്തിന് ചെലവഴിച്ചുവെന്ന് കരുതാം."

ഡോ. സ്റ്റെയ്നർ വേദനകൊണ്ട് പൊട്ടിത്തെറിച്ചു. അയാൾ ഒരുപാട് എഴുത്തുകാരെയും കലാകാരന്മാരെയും ചികിൽസിച്ചിട്ടുണ്ട്. അവരിൽ ചിലരെങ്കിലും ഒരു ചെറിയ സൈക്കോതെറാപ്പിയെങ്കിലും സൗജന്യമായി ലഭിക്കുമോ എന്നറിയാൻ റോസയെ ആശ്രയിക്കുന്നുണ്ട്. മാത്രമല്ല, അയാൾക്ക് കലകളോട് ഒരു പ്രത്യേക ആഭിമുഖ്യവും ഉണ്ടായിരുന്നു. എന്നാൽ രോഗികളായി കലാകാരന്മാർ മുന്നിലെത്തുന്നതോടെ അയാളുടെ ഉള്ളിലെ കലാനിരൂപകൻ നിശ്ശബ്ദനാകും. അയാളുടെ രോഗികളെ മറ്റാരും വിമർശിക്കുന്നതും അയാൾക്ക് സഹിക്കാനാവില്ല. എന്നെങ്കിലും അവരുടെ കഴിവുകൾ ലോകം അംഗീകരിക്കുമെന്ന പ്രതീക്ഷയിലായിരുന്നു അയാൾ. അതുകൊണ്ടുതന്നെ, അവരുടെ കാര്യം വരുമ്പോൾ അയാൾ അവർക്കുവേണ്ടി ശക്തമായി നിലകൊള്ളും. സ്റ്റെയ്നറുടെ ഒരു ഗുണമാണ് അതെന്നായിരുന്നു ഡോ. ബാഗ്ലി കരുതിയത്. നിഷ്കളങ്കതയുടെ അടയാളം കൂടിയാണത്. തന്റെ രോഗിയുടെ സ്വഭാവത്തിനും ഗദ്യശൈലിക്കും വേണ്ടി ഡോ. സ്റ്റെയ്നർ പ്രതിരോധം തീർത്തു. പക്ഷേ, അത് അയാൾ ഉദ്ദേശിച്ച അർത്ഥത്തിലായിരുന്നില്ല പുറത്തേക്കു വന്നത്.

"മിസ്റ്റർ ബർഗി പ്രതിഭാശാലിയായ ഒരു വികാരജീവിയാണ്. പക്ഷേ, സംതൃപ്തമായ ഒരു ലൈംഗിക ജീവിതം നിലനിർത്താൻ അയാൾക്കു കഴിയുന്നില്ല, പ്രത്യേകിച്ച് അയാളുടെ ഭാര്യമാർക്കൊപ്പം."

നിർഭാഗ്യകരമായ ആ വാചകപ്പിഴ കേട്ടതോടെ കൂടുതൽ നിർദ്ദയമായ പ്രതികരണങ്ങൾ നടത്തുന്നതിൽ നിന്ന് ഡോ. മാഡോക്സ് പിൻവാങ്ങി. ആ സ്ത്രീ, സ്വന്തം രാത്രികളെക്കുറിച്ച് ഓർത്തു പോയതുകൊണ്ടായിരിക്കും അതെന്ന് ഡോ. ബാഗ്ലി ഉറപ്പിച്ചു.

അന്നേരം ഡോ. ഈതറീഗ് അവരോട് സൗമ്യമായി പറഞ്ഞു:

"പ്രൊഫഷണൽ വ്യത്യാസങ്ങളൊക്കെ മറന്ന്, നമുക്ക് ഇനിയെങ്കിലും പ്രധാന വിഷയത്തിലേക്ക് വന്നുകൂടേ? ശ്രീമതി ബോസ്റ്റോക്കിനെ താൽക്കാലിക അഡ്മിനിസ്ട്രേറ്റീവ് ഓഫീസറായി നിയമിക്കുന്നതിൽ ഡോ. സ്റ്റെയ്നർക്ക് എന്തെങ്കിലും എതിർപ്പുണ്ടോ?"

അനിഷ്ടം പ്രകടിപ്പിക്കുന്ന വിധത്തിലായിരുന്നു ഡോ. സ്റ്റെയ്നറുടെ മറുപടി.

"തികച്ചും അക്കാദമിക്കായ ഒരു ചോദ്യമാണിത്. ശ്രീമതി ബോസ്റ്റോക്കിനെ നിയമിക്കണമെന്ന് ഗ്രൂപ്പ് സെക്രട്ടറിക്ക് താത്പര്യമുണ്ടെങ്കിൽ അതു തന്നെ നടക്കും. ഞങ്ങളോട് അഭിപ്രായം ചോദിക്കുകയെന്ന ഈ പ്രഹസനം തന്നെ വെറും അസംബന്ധമാണ്. അംഗീകരിക്കാനോ അംഗീകരിക്കാതിരിക്കാനോ ഞങ്ങൾക്ക് യാതൊരു അധികാരവുമില്ല. ബോലമിനെ സ്ഥലം മാറ്റുന്നതിനെക്കുറിച്ച് സംസാരിക്കാൻ കഴിഞ്ഞമാസം ഞാൻ ലൗഡറെ സമീപിച്ചപ്പോൾ അക്കാര്യം എനിക്ക് വ്യക്തമായതാണ്."

"താങ്കൾ അദ്ദേഹത്തെ സമീപിച്ചിരുന്നുവെന്ന കാര്യമൊന്നും എനിക്കറിയില്ല."

ഡോ. ഈതറീഗ് പറഞ്ഞു.

"ഹൗസ് കമ്മിറ്റിയുടെ സെപ്തംബറിലെ യോഗം കഴിഞ്ഞപ്പോഴായിരുന്നു ഞാൻ അദ്ദേഹത്തോട് സംസാരിച്ചത്. അതൊരു താൽക്കാലിക നിർദ്ദേശം മാത്രമായിരുന്നു."

"എന്നിട്ട്, സംഗതി അനുകൂല മനോഭാവത്തോടെ തള്ളിക്കളഞ്ഞു. അക്കാര്യത്തിൽ സംശയമില്ല. ദയവുചെയ്ത്, അത്തരം കാര്യങ്ങൾ ഇപ്പോൾ ചർച്ച ചെയ്യാതിരിക്കാമോ?"

ഡോ. ബാഗ്ലി സ്റ്റെയ്നറോട് ചോദിച്ചു.

"അല്ലെങ്കിൽ, അക്കാര്യം കമ്മിറ്റിയുടെ മുമ്പാകെ അവതരിപ്പിക്കുക."

ഈതറീഗ് പറഞ്ഞു.

"അതുകൊണ്ട് എന്തു ഫലം? കഴിഞ്ഞ തവണ ഞാൻ ബോലമിനെക്കുറിച്ച് പരാതിപ്പെട്ടിട്ട് എന്തുണ്ടായി? ഒരു ചുക്കും സംഭവിച്ചില്ല! ഒരു അഡ്മിനിസ്ട്രേറ്റീവ് ഓഫീസർ എന്ന നിലയിൽ അവൾ ഒരു പരാജയമായിരുന്നെന്ന് നിങ്ങളെല്ലാവരും സമ്മതിക്കുമല്ലോ-ശരി, ഭൂരിപക്ഷം പേരും അക്കാര്യം അംഗീകരിക്കുമല്ലോ- പിന്നെ, ആ ബോസ്റ്റോക്ക്-അല്ലെങ്കിൽ പുറത്തുനിന്നൊരാൾ- ആയിരിക്കും ശരിക്കും ആ പോസ്റ്റിന് അനുയോജ്യം. പക്ഷേ, അക്കാര്യം എപ്പോൾ സാധ്യമാകും? ആശുപത്രി മാനേജ്മെന്റ് കമ്മിറ്റിക്ക് നിങ്ങളാരെങ്കിലും ഇതുവരെ കത്തയച്ചിട്ടുണ്ടോ? അത് എന്തുകൊണ്ടാണെന്നും നിങ്ങൾക്ക് നന്നായറിയാം! നിങ്ങളെല്ലാവരും ആ പെണ്ണിനെ ഭയന്നിരുന്നു. അതെ, ഭയന്നിരുന്നു."

അത് പറയുമ്പോൾ ഡോ. സ്റ്റെയ്നർ കരച്ചിലിന്റെ വക്കത്തായിരുന്നു, എന്നാൽ സ്റ്റെയ്നർ പറഞ്ഞ കാര്യം പരസ്യമായി അംഗീകരിച്ചുകൊടുക്കാൻ നിർവാഹമില്ലാതിരുന്ന സഹപ്രവർത്തകർ അസ്പഷ്ടമായി എന്തൊക്കെയോ പറഞ്ഞുകൊണ്ടിരിക്കുന്നതിനിടയിൽ, ഡോ. മാഡോക്സ് ഇടപെട്ടു:

"ബോലമിനെക്കുറിച്ചുള്ള എന്തൊക്കെയോ ഭയം ഇപ്പോഴും ഇവിടെ തങ്ങിനിൽക്കുന്നുണ്ടെന്നു തോന്നുന്നു. ഒന്നുകിൽ അത് ദുർഘടമാണ് അല്ലെങ്കിൽ ബോധപൂർവം മറികടക്കേണ്ടതുണ്ട്. പോളിനെയാണ് അത് ഏറ്റവും കൂടുതൽ ശല്യപ്പെടുത്തിയതെന്നു തോന്നുന്നു."

"ആയിരിക്കാം. അവളുടെ കാര്യത്തിൽ എന്തെങ്കിലും ചെയ്യണമെന്നുണ്ടായിരുന്നു. അതുകൊണ്ടാണ് ഞാൻ ലൗഡറോടു പറഞ്ഞത്."

"ഞാനും അദ്ദേഹത്തോടു പറഞ്ഞിട്ടുണ്ട്. ഒരുപക്ഷേ, കൂടുതൽ ആർജ്ജവത്തോടെ. എങ്കിലും ഒരു കാര്യം വ്യക്തമാക്കാൻ ഞാനാഗ്രഹിക്കുന്നു. അതായത്, അഡ്മിനിസ്ട്രേറ്റീവ് ജീവനക്കാരുടെമേൽ നിയന്ത്രണങ്ങൾ കൊണ്ടുവരാനോ, അവരെ നിയന്ത്രിക്കാനോ ഈ കമ്മിറ്റിക്ക് യാതൊരു അധികാരവുമില്ല. പക്ഷേ, ഒരു സൈക്യാട്രിസ്റ്റ് എന്ന നിലയിലും മെഡിക്കൽ കമ്മിറ്റിയുടെ ചെയർമാൻ എന്ന നിലയിലും എനിക്ക് പറയാൻ കഴിയുന്ന കാര്യം മിസ് ബോലം ആ ജോലിക്ക് ഒട്ടും അനുയോജ്യയല്ല എന്നു തന്നെയാണ്. എന്നാൽ, സ്ഥലം മാറ്റം പോലുള്ള വിഷയങ്ങൾ ആ സ്ത്രീയുടെ സ്വന്തം താത്പര്യമാണ്. അവളുടെ കഴിവിനെക്കുറിച്ച് യാതൊരു വിമർശനവും ഞാൻ ഉന്നയിച്ചിട്ടില്ല. മാത്രമല്ല, അക്കാര്യത്തിൽ ലൗഡർ എന്തെങ്കിലും കുറ്റം ചെയ്തതായി എനിക്കു തോന്നുന്നില്ല. തീർച്ചയായും ഞാൻ ഒന്നുരണ്ടു വസ്തുതകൾ അദ്ദേഹത്തിന്റെ ശ്രദ്ധയിൽപെടുത്തിയിരുന്നു. അക്കാര്യം അദ്ദേഹം ഗൗരവമായി കണക്കിലെടുത്തിട്ടുണ്ട് എന്നാണ് എനിക്കു തോന്നുന്നത്."

ഡോ. ഈതറീഗ് പതിഞ്ഞ സ്വരത്തിൽ പറഞ്ഞു.

"ഇത്തരമൊരു മെല്ലെപ്പോക്ക്നയം തുടർന്നിരുന്നെങ്കിൽ, എനിക്കുറപ്പാണ്, രണ്ടുവർഷത്തിനുള്ളിലില്ലെങ്കിലും നമ്മൾ ബോലമിനെ ഇവിടെ നിന്ന് തുരത്തിയേനേ. പക്ഷേ, ആരോ കാര്യങ്ങൾ വളരെ വേഗത്തിലാക്കിക്കളഞ്ഞു."

ഡോ, മാഡോക്സ് പറഞ്ഞു.

പെട്ടെന്ന് ഡോ. ഇൻഗ്രാം സംസാരിക്കാൻ തുടങ്ങി. അന്നേരം അവളുടെ പിങ്ക് നിറത്തിലുള്ള മുഖം ചുവന്ന് തുടിക്കുന്നുണ്ടായിരുന്നു. നിവർന്നിരിക്കുകയായിരുന്ന അവളുടെ കൈകൾ മുന്നിലെ മേശപ്പുറത്തുണ്ടായിരുന്നെങ്കിലും അത് വിറയ്ക്കുന്നുണ്ടായിരുന്നു.

"നിങ്ങളൊക്കെ ഇതുപോലെ സംസാരിക്കുമെന്ന് ഞാനൊരിക്കലും കരുതിയില്ല. ഇത്... ഇതൊട്ടും ശരിയല്ല. മിസ് ബോലം മരിച്ചു, അതിദാരുണമായി കൊല്ലപ്പെട്ടു. നിങ്ങളെല്ലാം ഇവിടെയിരുന്ന് ഇതുപോലെ

തന്നെ സംസാരിച്ചോളൂ, നിങ്ങൾക്കെന്താ ചേതം! ഇവിടെ കഴിയുന്നത് അവൾക്കത്ര സുഖകരമായിരുന്നില്ലെന്ന് എനിക്കറിയാം. ഏതായാലും അവൾ മരിച്ചു. ഇനിയും അവളോട് ഇങ്ങനെ ക്രൂരത കാണിക്കരുത്."

ഡോ മാഡോക്സ് കൗതുകത്തോടെ ഡോ. ഇൻഗ്രാമിനെ നോക്കി. ചടഞ്ഞുകൂടിയിരിക്കുന്ന കുട്ടിയെപ്പോലെ ഇരിക്കുന്ന ഇൻഗ്രാം ഇത്തരമൊരു നീക്കം നടത്തുമെന്ന് ആരും കരുതിയില്ല. അതൊരും ബുദ്ധിപരമായ നീക്കമായിരുന്നെന്ന് ഡോ. മാഡോക്സിനു തോന്നി.

"മരിച്ചുപോയവരെക്കുറിച്ച് അപ്രിയസത്യങ്ങൾ പറയാൻ പാടില്ല എന്ന അന്ധവിശ്വാസത്തിന്റെ പിടിയിലാണ് ഡോ. ഇൻഗ്രാമെന്നു തോന്നുന്നു. വളരെക്കാലമായി കേൾക്കാതിരുന്ന ഈ വിശ്വാസത്തിന്റെ ഉദ്ഭവം എങ്ങനെയായിരുന്നുവെന്നറിയാൻ എനിക്ക് അതീവതാത്പര്യമുണ്ട്. നിങ്ങളുടെ അഭിപ്രായങ്ങൾ അറിഞ്ഞാൽ കൊള്ളാം."

അതുകൂടി കേട്ടതോടെ ഡോ. ഇൻഗ്രാം കരച്ചിലിന്റെ വക്കത്തായി. എന്തെങ്കിലുമൊരു സാധ്യതയുണ്ടായിരുന്നെങ്കിൽ അവൾ ഈ യോഗം തന്നെ വേണ്ടെന്നു വയ്ക്കുമായിരുന്നു.

"അവളോട് ക്രൂരത കാണിച്ചെന്നോ? ഇവിടെയുള്ള ആരെങ്കിലും അങ്ങനെ ചെയ്തതായി എനിക്കു തോന്നുന്നില്ല. പിന്നെ, പറയാൻ പാടില്ലാത്ത ചില കാര്യങ്ങൾ പറഞ്ഞു, അത്രമാത്രം. ഒരു അഡ്മിനിസ്ട്രേറ്റർ എന്ന നിലയിൽ എന്തൊക്കെ കുറവുകളുണ്ടായിരുന്നെങ്കിലും മിസ് ബോലം ഇപ്പോൾ നമ്മളോടൊപ്പമില്ല. ആ നിഷ്ഠുരനായ കൊലയാളിയും ഈ മീറ്റിംഗിൽ പങ്കെടുക്കുന്നില്ല."

ഡോ. ഈതറീഗ് പറഞ്ഞു.

അതോടെ, ഒച്ചപ്പാടു നിറഞ്ഞ അന്തരീക്ഷത്തിന് അയവു വന്നു.

ഈതറീഗിന്റെ വാക്കുകൾ അപ്രതീക്ഷിതമായി എല്ലാവരെയും ചിന്താക്കുഴപ്പത്തിലാഴ്ത്തി. ആ തക്കത്തിന് അയാൾ വീണ്ടും ചോദിച്ചു:

"പിന്നെ, ഇവിടെയുണ്ടോ? ഉണ്ടോന്ന്?"

"തീർച്ചയായും ഇല്ല."

ഡോ. സ്റ്റെയ്നർ അയാളെ ആശ്വസിപ്പിക്കുന്ന മട്ടിൽ മറുപടി പറഞ്ഞു. എങ്കിലും അയാളുടെ രൂക്ഷമായ നോട്ടം ചെന്നു തറച്ചത് ബാഗ്ലിയുടെ എരിവുള്ള കണ്ണുകളിലായിരുന്നു. ആ നോട്ടങ്ങൾക്ക് പരസ്പരം എന്തൊക്കെയോ പറയാനുണ്ടായിരുന്നു. ബാഗ്ലി ഒരു പൊള്ളച്ചിരികൊണ്ട് ആ വിദ്വേഷനോട്ടത്തെ നേരിട്ടു. മെഡിക്കൽ ഡയറക്ടറുടെ ബുദ്ധിപരമായ നീക്കമൊന്നുമായിരുന്നില്ല അത്. ആൽബർട്ടൈൻ മാഡോക്സിന് കമ്മിറ്റിയുടെ നിയന്ത്രണം ഏറ്റെടുക്കാൻവേണ്ടി അയാൾ കൈയുംകെട്ടി നോക്കിയിരിക്കുകയായിരുന്നു. ഏറ്റവും ദയനീയമായ കാര്യം എന്താണെന്നു വച്ചാൽ, ഈതറീഗ് സത്യസന്ധനാണെന്നായിരുന്നു ബാഗ്ലി കരുതിയിരുന്നത്. അയാൾ മാത്രമല്ല, ആ യോഗത്തിൽ പങ്കെടുത്തിരുന്ന

മിക്കവരും അങ്ങനെ തന്നെയാണ് കരുതിയിരുന്നത്. അങ്ങനെ നോക്കിയാൽ അതായിരിക്കും ഏറ്റവും വലിയ ഭീകരത. ഒന്നു പ്രതിരോധിക്കാൻ പോലുമാകാതെ, ക്രൂരമായി കൊലചെയ്യപ്പെട്ട ആ സ്ത്രീയോട് സഹതാപം പ്രകടിപ്പിക്കാനും ആ സംഭവമറിഞ്ഞ് ഞെട്ടൽ രേഖപ്പെടുത്താനും അയാൾ മറന്നില്ല. പക്ഷേ, അയാളുടെ വാക്കുകൾ പൊള്ളയായിരുന്നു. ആ യോഗത്തിനിടയിലും അതിവൈകാരികമായ ശബ്ദവ്യതിയാനത്തോടെയായിരുന്നു അയാൾ വാക്കുകൾ പുറപ്പെടുവിച്ചിരുന്നത്. അത് മറ്റുള്ളവരുടെ ആദരവ് പിടിച്ചുപറ്റുകയും ചെയ്തു.

ഡോ. ഇൻഗ്രാമിന്റെ പൊട്ടിത്തെറിയോടെ, യോഗത്തിന് ആത്മാവ് നഷ്ടമായി. നിയന്ത്രണം നഷ്ടപ്പെട്ടും ഇടയ്ക്കുമുറിഞ്ഞും നിശ്ശബ്ദതയിലേക്കും ഇതര വിഷയങ്ങളിലേക്കും നീങ്ങിയ യോഗത്തിലേക്ക് ഇടയ്ക്കിടെ കൊലപാതകത്തെകൂടി ഒരു വിഷയമായി അവതരിപ്പിക്കാൻ ശ്രമിച്ചെങ്കിലും ഡോ. ഈതറീഗിന് അടിതെറ്റി. അങ്ങനെ, അക്കാര്യത്തിൽ മെഡിക്കൽ കമ്മിറ്റി ചില പൊതുനിലപാടുകൾ സ്വീകരിക്കണമെന്ന അഭിപ്രായം രൂപപ്പെട്ടു. സിദ്ധാന്തങ്ങളിൽ നിന്ന് സിദ്ധാന്തങ്ങളിലേക്ക് മാറി മാറി സഞ്ചരിച്ചുകൊണ്ടിരുന്ന യോഗം ഒടുവിൽ അംഗീകരിച്ചത് ഡോ. സ്റ്റെയ്നറുടെ തിയറിയായിരുന്നു. കൊലയാളി തലേന്നുതന്നെ ക്ലിനിക്കിനുള്ളിൽ എങ്ങനെയോ കയറിക്കൂടിയിട്ടുണ്ട്. എന്നിട്ട് അയാൾ ബേസ്മെന്റിൽ എവിടെയോ മറഞ്ഞിരുന്നു. അതുകൊണ്ടുതന്നെ ആയുധങ്ങൾ തിരഞ്ഞെടുക്കാൻ ആവശ്യത്തിന് സമയവും കിട്ടി. രേഖകൾ സൂക്ഷിക്കുന്ന മുറിയുടെ അടുത്തുണ്ടായിരുന്ന ഫോണിൽ നിന്ന് ബോലമിനെ താഴേക്ക് വരാൻ വിളിച്ചു. നമ്പർ ടെലഫോണിനടുത്ത് തന്നെയുണ്ടായിരുന്നു. എന്നിട്ട്, കൃത്യം നടത്തിയതിനുശേഷം, ഒരു ജനാലയിലൂടെ മുകളിലത്തെ നിലയിലേക്ക് കടന്നുകളഞ്ഞു. അതിനുശേഷം, ഫയർ എസ്കേപ്പിനടുത്തുണ്ടായിരുന്ന ദ്വാരത്തിലൂടെ പുറത്തേക്ക് രക്ഷപ്പെടുകയും ചെയ്തു. മനസ്സിൽ തറയ്ക്കുന്ന മട്ടിൽ അവതരിപ്പിച്ചതുകൊണ്ട് ആ സിദ്ധാന്തം വളരെ വേഗം അംഗീകരിക്കപ്പെട്ടു. ഡോ. സ്റ്റെയ്നറുടെ നേതൃത്വത്തിൽ ആ സിദ്ധാന്തം കൂടുതൽ പേർ ഏറ്റെടുത്ത് വിശദീകരിക്കാനും തുടങ്ങി. അപ്രസക്തമെന്നു തോന്നിയതുകൊണ്ട് മിസ് ബോലം ഗ്രൂപ്പ് സെക്രട്ടറിയെ ഫോൺ വിളിച്ച കാര്യം സിദ്ധാന്തത്തിന്റെ പരിധിയിൽ നിന്ന് ഒഴിവാക്കി. ആരുടെയോ നിസ്സാരമായ എന്തോ കുറ്റം കണ്ടുപിടിക്കുകയോ, അല്ലെങ്കിൽ സങ്കല്പിച്ചുണ്ടാക്കുകയോ ചെയ്തിട്ട് അക്കാര്യം വിളിച്ചു പറയാൻ ശ്രമിക്കുകയായിരുന്നു. അതുകൊണ്ടുതന്നെ, ആ ഫോൺ വിളിയും കൊലപാതകവുമായി യാതൊരു ബന്ധവുമില്ല. കൊലപാതകി എങ്ങനെയാണ് ലിഫ്റ്റിന്റെ ഷാഫ്റ്റിലേക്ക് കടന്നുകൂടിയതെന്ന് കൃത്യമായി കണ്ടെത്താൻ ആർക്കും കഴിഞ്ഞില്ല. എങ്കിലും, അത് കൊലയാളിയുടെ മിടുക്കാണ് എന്നു കരുതാനായിരുന്നു എല്ലാവർക്കും താത്പര്യം. കൂട്ടിച്ചേർക്കപ്പെട്ട ഏറ്റവും മികച്ച നിർദ്ദേശം ഡോ. മാഡോക്സിന്റേതായിരുന്നു. ഒരു പുരുഷനാണ് കൊലയാളിയെങ്കിൽ

ജനാലയുടെ പുറംപടിയിൽ നിന്നുകൊണ്ട് കൈയെത്തിച്ച് ജനാലപ്പാളി അടയ്ക്കാൻ കഴിയുമെന്നായിരുന്നു അത്. അങ്ങനെയെങ്കിൽ അയാൾക്ക് ഫയർ എസ്കേപ്പിന്റെ സമീപമുള്ള ദ്വാരം ഉപയോഗിക്കാതെ തന്നെ പുറത്തുകടക്കാമെന്നും മാഡോക്സ് കണ്ടെത്തി.

ഒട്ടേറെ നിഗൂഢതകൾ അവശേഷിപ്പിച്ചു കടന്നുപോയ കൊലയാളിയെക്കുറിച്ച് ഡോ. ബാഗ്ലിയും തന്നാലാവുംവിധം കൂട്ടിച്ചേർക്കലുകൾ നടത്തി. ആ സമയമെല്ലാം പാതിയടഞ്ഞ അയാളുടെ കണ്ണുകൾ റോസപ്പൂപ്പാത്രത്തിലേക്കു തന്നെയായിരുന്നു. അപ്പോഴേക്കും മുറിക്കുള്ളിലെ ചെറുചൂടുപറ്റി മൊട്ടുകൾ പാതി വിടർന്നിരുന്നു. ചുവപ്പും പച്ചയും പിങ്കും നിറങ്ങൾ അടുക്കും ചിട്ടയുമില്ലാതെയാണ് മുന്നിൽ കാണുന്നതെന്നു തോന്നിയ നിമിഷം അയാൾ നോട്ടം മേശയുടെ മിനുപ്പിലേക്കു മാറ്റി. എന്നിട്ട് കണ്ണുകൾ മുഴുവനായി തുറന്നപ്പോഴാണ്, അയാളുടെ മുഖത്തു നിന്ന് കണ്ണെടുക്കാതെയിരിക്കുന്ന ഡോ. ഈതറീഗിനെ കണ്ടത്. അയാളുടെ മൂർച്ചയുള്ള നോട്ടം എന്തിനുവേണ്ടിയാണെന്നറിയാതെ ബാഗ്ലി അമ്പരന്നു. മെഡിക്കൽ ഡയറക്ടർ സംസാരിച്ചു തുടങ്ങിയപ്പോഴാണ് അതിന്റെ ദയനീയത അയാൾ മനസ്സിലാക്കുന്നത്.

"നമ്മുടെ അംഗങ്ങളിൽ ചിലരെങ്കിലും അവരവരുടെ കാഴ്ചപ്പാടുകൾ അവതരിപ്പിച്ചു. എനിക്കും എന്റേതായ അഭിപ്രായമുണ്ട്. പിന്നെ, ആർക്കെങ്കിലും എന്തെങ്കിലും അത്യാവശ്യമുണ്ടെങ്കിൽ യോഗം ഇവിടെ അവസാനിപ്പിച്ചതായി ഞാൻ പ്രഖ്യാപിക്കാം."

മെഡിക്കൽ ഡയറക്ടറെ ഒന്നു സ്വകാര്യമായി കാണുന്നതിനുവേണ്ടി എല്ലാവരും യോഗം കഴിഞ്ഞു പോകുന്നതുവരെ ഡോ. ബാഗ്ലി കാത്തുനിന്നു. ജനാലകളെല്ലാം പൂട്ടിയെന്ന് ഉറപ്പുവരുത്തിയ ശേഷം ഡോ. ഈതറീഗ് ചോദിച്ചു:

"മെഡിക്കൽ ഡയറക്ടർ സ്ഥാനത്തേക്ക് അപേക്ഷിക്കുന്ന കാര്യമെന്തായി, ജയിംസ് എന്തെങ്കിലും തീരുമാനമെടുത്തോ?"

"തീരുമാനമെടുത്തോ എന്നതിനേക്കാൾ, പരസ്യം ചെയ്താൽ ആ ജോലിക്കുവേണ്ടി അപേക്ഷിക്കുമോ എന്നതായിരുന്നു ശരിക്കും ചോദിക്കേണ്ടിയിരുന്നത്, അല്ലേ?"

ഒരുനിമിഷത്തിനുശേഷം ചിരിച്ചുകൊണ്ട് ഡോ. ബാഗ്ലി ചോദിച്ചു:

"അതിരിക്കട്ടെ, മേസൺ- ജൈൽസും മക്ബെയിനും എന്തു പറയുന്നു?"

"എം.ജി.ക്ക് താത്പര്യമില്ല. ഇപ്പോൾ തന്നെ അയാൾ ചെയ്യാവുന്നതിന്റെ പരമാവധി ജോലി ചെയ്യുന്നുണ്ട്. മാത്രമല്ല, ആശുപത്രിയിലെ അദ്ധ്യാപകജോലി എന്തായാലും അയാൾ വേണ്ടെന്നുവയ്ക്കില്ല. കൗമാരക്കാർക്കുവേണ്ടിയുള്ള പുതിയ പ്രാദേശിക യൂണിറ്റുമായി ധാരണയിലെത്തിയിരിക്കുകയാണ് മക്ബെയിൻ."

മറ്റുള്ളവർ ആദ്യം ശ്രമിക്കട്ടെ എന്ന മട്ടിലുള്ള, മെഡിക്കൽ ഡയറക്ടർമാരുടെ പതിവ് പല്ലവി ആവർത്തിക്കുകയാണ് ബാഗ്ലി ചെയ്തത്. താനിപ്പോഴും വീപ്പയുടെ ഏറ്റവും അടിയിലാണെന്നായിരുന്നു ബാഗ്ലിയുടെ വിചാരം.

"അപ്പോൾ സ്റ്റെയ്നറോ? എനിക്കുറപ്പുണ്ട്, അയാൾ എന്തായാലും അപേക്ഷിക്കും."

അതുകേട്ട് മെഡിക്കൽ ഡയറക്ടർ ചിരിച്ചു.

"ഓ, റീജിയണൽ ബോർഡ് അയാളെ തിരഞ്ഞെടുക്കുമെന്ന് തോന്നുന്നില്ല. ഇതൊരു മൾട്ടി-ഡിസിപ്ലിൻ ക്ലിനിക്കാണ്. എല്ലാ വിഭാഗങ്ങളെയും ഒന്നിച്ചുകൊണ്ടുപോകാൻ കഴിയുന്ന ഒരാളെയാണ് നമുക്കാവശ്യം. ഒരു പക്ഷേ, കാലാനുസൃതമായ മാറ്റങ്ങളും വേണ്ടിവന്നേക്കും. ഞാനെന്താണ് ഉദ്ദേശിക്കുന്നതെന്ന് മനസ്സിലായിക്കാണുമല്ലോ? ഈ സ്ഥാപനത്തെ സംബന്ധിച്ചിടത്തോളം സൈക്യാട്രിയും ജനറൽ മെഡിസിനും തമ്മിൽ പൊരുത്തമില്ലെങ്കിൽ, അതുമതി എല്ലാം കുഴപ്പത്തിലാകാൻ. നമുക്കിവിടെ കിടത്തിചികിത്സയ്ക്ക് ആവശ്യത്തിന് കിടക്കകളുമില്ല. സ്റ്റീൻ ക്ലിനിക്കിന് ഒരു സ്വാഭാവിക വളർച്ച കൂടിയേ തീരു. അതിന് ഏതെങ്കിലും ആശുപത്രികളുമായി സഹകരിക്കണം. അല്ലെങ്കിൽ, ഏതെങ്കിലും ഔട്ട് പേഷ്യന്റ് വിഭാഗവുമായെങ്കിലും സഹകരണമുണ്ടാക്കണം. ഇതിനൊക്കെ സാധ്യതയില്ലെന്ന് ഞാൻ പറയില്ല. പക്ഷേ, ഇതൊക്കെ നടക്കുന്ന കാര്യങ്ങളാണ്."

അപ്പോൾ അങ്ങനെയാണോ ബോർഡ് ചിന്തിക്കുന്നത്? ഡോ. ഈതറീഗിന് നിലവിലെ അവസ്ഥകളെക്കുറിച്ച് കൃത്യമായ ധാരണകളുണ്ട്. ഏതെങ്കിലുമൊരു ആശുപത്രിയുമായോ, അല്ലെങ്കിൽ ആശുപത്രിയിലെ ഔട്ട് പേഷ്യന്റ് വിഭാഗവുമായോ ഉള്ള സഹകരണത്തെക്കുറിച്ച് എന്തുകൊണ്ടായിരിക്കാം ഇതുവരെ തലപ്പത്തുള്ളവരാരും ആലോചിക്കാത്തത്? എന്തുകൊണ്ട് ഈതറീഗുതന്നെ അക്കാര്യം അവതരിപ്പിച്ചില്ല? ഡോ. ബാഗ്ലി നിരുന്മേഷവാനായി പറഞ്ഞു:

"മനസ്സമാധാനം കിട്ടുന്നതുവരെ എങ്ങനെ എന്റെ രോഗികളെ നോക്കുമെന്ന് എനിക്കറിയില്ല. വലിഞ്ഞുനീണ്ട ലിനൻ തുണിപോലെയാണ് അധികാരകേന്ദ്രങ്ങൾ പെരുമാറുന്നത്. ആശുപത്രികളിൽ പ്രവർത്തിക്കുന്ന സൈക്യാട്രിക് യൂണിറ്റുകൾക്ക് അതിന്റേതായ പ്രൗഢിയുണ്ട്. ആവശ്യത്തിന് ജീവനക്കാരും വേണ്ടത്ര ഇടവുമുണ്ട്. യുദ്ധത്തിനിറങ്ങും മുമ്പു തന്നെ ഞാൻ ക്ഷീണിതനാണ്."

അയാൾ ക്ഷീണിതഭാവത്തിൽ മെഡിക്കൽ ഡയറക്ടറെ നോക്കി.

എന്നിട്ട് പതിഞ്ഞ ശബ്ദത്തിൽ പറഞ്ഞു:

"വാസ്തവത്തിൽ, അപേക്ഷിക്കണോ വേണ്ടയോ എന്ന കാര്യത്തിൽ ഒരു തീരുമാനത്തിലെത്തിച്ചേരാൻ എനിക്കിതേവരെ കഴിഞ്ഞിട്ടില്ല. ഇന്നലെ വൈകീട്ട് മെഡിക്കൽ സ്റ്റാഫ്റൂമിൽ നിന്ന് ഞാൻ താങ്കളുടെ

മുറിയിലേക്ക് ഫോൺ ചെയ്തിരുന്നു. ഇക്കാര്യം ആലോചിക്കാൻ വേണ്ടി യായിരുന്നു അത്."

"ആണോ? എപ്പോൾ?"

"ആറ് ഇരുപതിനും ആറ് ഇരുപത്തിയഞ്ചിനും ഇടയിലാണെന്നു തോന്നുന്നു. അന്നേരം മറുപടിയൊന്നും ഉണ്ടായില്ല. പിന്നീട്, അറിയാ മല്ലോ, നമുക്ക് ആലോചിക്കാൻ ഒരുപാട് കാര്യങ്ങളുണ്ടായിരുന്നല്ലോ."

"ഓ, ഞാനന്നേരം ലൈബ്രറിയിലായിരുന്നു. ഫോണെടുത്തിരുന്നെ ങ്കിൽ തീരുമാനം പുനരാലോചിക്കണമെന്നു മാത്രമായിരിക്കും ഞാൻ പറയുക. തീരുമാനത്തെക്കുറിച്ച്, ജയിംസ് പുനരാലോചന നടത്തുമെന്ന് തന്നെയാണ് ഞാനിപ്പോഴും പ്രതീക്ഷിക്കുന്നത്."

എന്നു പറഞ്ഞുകൊണ്ട് മെഡിക്കൽ ഡയറക്ടർ കൂടുതൽ പ്രകാശ മുള്ള ഇടത്തേക്ക് തിരിഞ്ഞു. എന്നിട്ട് അവർ രണ്ടുപേരുംകൂടി പടിക്കെട്ടു കളിറങ്ങി താഴേക്കുപോയി. അതിനിടയിൽ, ഒരുനിമിഷം നടത്തം നിർത്തി, പെട്ടെന്നെന്തോ ആലോചിച്ചെടുത്തതുപോലെ മെഡിക്കൽ ഡയറക്ടർ ബാഗ്ലിയോടു ചോദിച്ചു:

"ശരിക്കും ആറ് ഇരുപതിനു തന്നെയാണോ താങ്കൾ എന്നെ വിളി ച്ചത്? എങ്കിൽ അത് രസകരമാണ്, തീർച്ചയായും വളരെ രസകരമാണ്."

"അതെ, അങ്ങനെയാണ് എനിക്കു തോന്നുന്നത്."

അന്നേരം അസ്വസ്ഥതയോടെയും അമ്പരപ്പോടെയും ഡോ. ബാഗ്ലി തിരിച്ചറിഞ്ഞു, അത് അയാളാണെന്ന്. മെഡിക്കൽ ഡയറക്ടറുടെ ശബ്ദ ത്തിൽ കുറ്റബോധവും ജാള്യവും കലർന്നിരുന്നു. എത്രയും വേഗം ക്ലിനി ക്കിനു പുറത്തു കടക്കണമെന്ന തോന്നൽ ബാഗ്ലിക്കുണ്ടായി. പക്ഷേ, അതിനിടയിൽ മറ്റൊരു കാര്യം സംഭവിച്ചു. വാതിൽപ്പടിയിലെത്തിയപ്പോൾ ബാഗ്ലി ബോധപൂർവം ഡോ. ഈതറീഗിന്റെ നേർക്ക് തിരിഞ്ഞു. എന്നിട്ട് ഒരു പ്രതിയോഗിയോടെന്ന പോലെ പരുഷമായ ശബ്ദത്തിൽ പറഞ്ഞു:

"ബോലം നഴ്സിന് എന്തെങ്കിലും ചെയ്യാൻ നമ്മൾ കടപ്പെട്ടിരി ക്കുന്നു."

"എന്തു കാര്യത്തിന്?"

മെഡിക്കൽ ഡയറക്ടർ സൗമ്യമായി ചോദിച്ചു. മറുപടിയൊന്നും കിട്ടാതിരുന്നതോടെ അയാൾ തുടർന്നു:

"എന്നെ ഏതു സമയത്തും കാണാൻ അനുവാദം ചോദിക്കാമെന്ന കാര്യം എല്ലാ ജീവനക്കാർക്കും അറിയാം. പക്ഷേ, രഹസ്യ കൂടിക്കാഴ്ച കളിൽ എനിക്ക് താത്പര്യമില്ല. ഇതൊരു കൊലപാതകത്തിന്റെ അന്വേ ഷണമാണ്, ജയിംസ്. ഇത് എന്റെ കൈയിൽ ഒതുങ്ങുന്ന കാര്യമല്ല. ഒരു കാരണവശാലും എന്റെ കൈയിൽ ഒതുങ്ങുകയില്ല. അത്തരമൊരു മനോ ഭാവം പിന്തുടരുന്നതാണ് ബുദ്ധിയെന്ന് താങ്കൾക്കും അറിയാമല്ലോ?

ഗുഡ് നൈറ്റ്."

ആറ്

തിങ്കളാഴ്ച പുലർച്ചെ, ഡാൽഗ്ലിഷിനെ കണ്ടത് ഒരു ചെറിയ കത്തോലിക്ക പള്ളിയുടെ പിന്നിലായി ഒരു മെഴുകുതിരിയുടെ അരണ്ട വെളിച്ചത്തിലായിരുന്നു. അയാളുടെ ഭാര്യയുടെ ചരമവാർഷിക ദിനമായിരുന്നു അന്ന്. അയാളുടെ ഭാര്യ ഒരു കാത്തലിക്ക് ആയിരുന്നു. ഭാര്യയുടെ മതവിശ്വാസം എന്തായിരുന്നുവെന്ന് അറിയാൻ അയാൾ ശ്രമിച്ചിട്ടേയില്ല. വിവാഹശേഷവും മതം പങ്കിടാൻ അയാൾ ഒരുക്കമായിരുന്നതുമില്ല. ഭാര്യയുടെ ഓർമ്മദിവസങ്ങളിലെല്ലാം, അസഹനീയമായ ദുഃഖം അതിജീവിക്കാൻ വേണ്ടി അയാൾ ഓരോ മെഴുകുതിരി കത്തിക്കാറുണ്ട്. അത് അവളുടെ ആത്മാവിന് നിത്യശാന്തി നൽകുമെന്ന് ശിശുസഹജമായ മനസ്സോടെ അയാൾ പ്രതീക്ഷിച്ചു. ഇത്തവണ കത്തിച്ചത് പതിന്നാലാമത്തെ മെഴുകുതിരിയായിരുന്നു. അയാളുടെ സ്വകാര്യജീവിതത്തിൽ ഒരിക്കലും മുടങ്ങാതെ കൊണ്ടുനടക്കുന്ന ശീലമായിരുന്നു അത്. ന്യായവിധിക്കു ശേഷം പറുദീസയിൽ അവൾക്കൊപ്പം ഒന്നിക്കാമെന്ന് അയാൾ മോഹിച്ചു. തൊട്ടടുത്തുള്ള നേർച്ചപ്പെട്ടിയിലേക്ക് അയാൾ ഒരു നാണയം തിരുകിയപ്പോഴേക്കും തിരിനാളത്തിന്റെ പ്രകാശം കൂടുതൽ തെളിഞ്ഞു. തിരി എപ്പോഴും തെളിഞ്ഞു കത്തണമെന്ന് അയാൾക്ക് നിർബന്ധമുണ്ടായിരുന്നു. പ്രത്യേകിച്ച് കാരണമൊന്നും കൂടാതെ അയാൾ തിരിയിലേക്ക് ദീർഘമായി നിശ്വസിച്ചു. ജ്വാല ഒരു വശത്തേക്ക് ചരിഞ്ഞെങ്കിലും കെട്ടുപോയില്ല. അയാൾ ആശ്വാസത്തോടെ തിരിഞ്ഞു നടന്നു.

പള്ളി ഏതാണ്ട് വിജനമായിരുന്നു. എങ്കിലും കടുത്ത നിശ്ശബ്ദതയാൽ അവിടെ രൂപപ്പെട്ട പവിത്രമായ അന്തരീക്ഷം കൂടുതൽ നേരം അവിടെ ചെലവഴിക്കാൻ അയാളെ പ്രലോഭിപ്പിച്ചുകൊണ്ടിരുന്നു. അതിനെ വല്ലവിധേനയും അതിജീവിച്ചുകൊണ്ട് വാതിലിനടുത്തേക്ക് നടക്കുന്നതിനിടയിൽ ഒരു സ്ത്രീരൂപം ശ്രദ്ധയിൽപ്പെട്ടു. ചുവന്ന കോട്ടും കരിംപച്ച നിറമുള്ള സ്കാർഫും ധരിച്ച ആ സ്ത്രീ പള്ളിയിലെ പുണ്യജലപ്പാത്രത്തിൽ നിന്ന് വിരൽകൊണ്ട് ഒരു തുള്ളി മുക്കിയെടുത്ത് നെറുകയിൽ വയ്ക്കുകയായിരുന്നു. അത് ഫ്രെഡറിക്ക സാക്സൻ ആയിരുന്നു; സ്റ്റീൻ ക്ലിനിക്കിലെ സീനിയർ സൈക്കോളജിസ്റ്റ്. പുറത്തേക്കുള്ള വാതിലിനടുത്തെത്തിയപ്പോൾ അവർ ഒന്നിച്ചായിരുന്നു. അയാൾ വാതിൽ

തുറന്നതും ശരത്കാലത്തെ കാറ്റ് ചൂളംകുത്തിക്കൊണ്ട് ഉള്ളിലേക്ക് ഇരച്ചു കയറി. അന്നേരം അവൾ അയാളെ നോക്കി പരിചിതഭാവത്തിൽ ചിരിച്ചു.

"ഹലോ, ഞാനിവിടെ താങ്കളെ ഇതിനുമുമ്പ് കണ്ടിട്ടില്ലല്ലോ?"

"ഞാൻ ആണ്ടിലൊരിക്കലേ വരാറുള്ളൂ."

ഡാൽഗ്ലിഷ് അതിന് കൂടുതൽ വിശദീകരണങ്ങളൊന്നും നൽകിയില്ല. അവൾ ഒന്നും ചോദിച്ചതുമില്ല. അതിനുപകരം അവൾ പറഞ്ഞത് മറ്റൊരു കാര്യമാണ്.

"ഞാൻ താങ്കളെ കാണാനിരിക്കുകയായിരുന്നു. എനിക്കൊരു കാര്യം അറിഞ്ഞാൽ കൊള്ളാമെന്നുണ്ടായിരുന്നു. ഇപ്പോൾ ഡ്യൂട്ടിയിലാണോ? പ്രതിയെന്നു സംശയിക്കുന്ന ഒരാളുമായി കാപ്പി കുടിക്കുന്നതിന് പ്രയാസമുണ്ടോ? താങ്കളുടെ ഓഫീസിലേക്കു വന്ന് കാണുകയെന്നത് ക്ലിനിക്കിലെ ഔപചാരിക കൂടിക്കാഴ്ചപോലെ ദുഷ്ക്കരമായിരിക്കും. എന്തായാലും എനിക്കല്പം കാപ്പി കുടിച്ചേ തീരൂ. എനിക്ക് തണുക്കുന്നു."

"ഇവിടെയടുത്ത് അത്തരമൊരു സ്ഥലമുണ്ട്. പിന്നെ, കാപ്പി സഹിക്കാവുന്ന കാര്യവുമാണ്."

ഡാൽഗ്ലിഷ് അങ്ങനെ പറഞ്ഞെങ്കിലും കാപ്പിക്കട കഴിഞ്ഞ ഒരു വർഷത്തിനുള്ളിൽ അടിമുടി മാറിയ കാര്യം അയാൾ അറിഞ്ഞിരുന്നില്ല. വൃത്തിയുണ്ടെങ്കിലും വിരസമായിരുന്നു കാപ്പിക്കടയിലെ അന്തരീക്ഷമെന്ന് അയാളോർത്തു. നീണ്ട മേശകളിൽ പ്ലാസ്റ്റിക് വിരിപ്പുകളായിരുന്നു ഇട്ടിരുന്നത്. കൗണ്ടറുകളിൽ കാപ്പിയും ചായയും കൂടിക്കുഴയുന്ന പതിവ് കാഴ്ചയും അയാളുടെ ഓർമ്മയിലെത്തി. സാൻഡ്‌വിച്ചുകൾ ചില്ലലമാരയിലായിരുന്നു സൂക്ഷിച്ചിരുന്നത്. ഓക്കുമരത്തിന്റേതെന്നു തോന്നിപ്പിക്കുന്ന കൃത്രിമ പലകകളായിരുന്നു ചുമരുകളിൽ പതിച്ചിരുന്നത്. പഴയ തോക്കുകളും ചുമരിൽ അലങ്കാരത്തിന് വച്ചിരുന്നു. പരിചാരികമാർ അവാന്ത്-ഗാർഡുകളെപ്പോലെ കാണപ്പെട്ടു. ആ കാപ്പിക്കടയിലെ, ഒരു മൂലയിൽ കിടന്ന മേശയിലേക്ക് മിസ് സാക്സൻ ഡാൽഗ്ലിഷിനെ കൂട്ടിക്കൊണ്ടുപോയി.

"കാപ്പി മാത്രം മതിയോ?"

ഡാൽഗ്ലിഷ് ചോദിച്ചു.

"മതി. കാപ്പി മാത്രം മതി."

കാപ്പിക്ക് ഓർഡർ കൊടുക്കുന്നതുവരെ അവൾ കാത്തിരുന്നു. ഓർഡർ കൊടുത്തശേഷം അവൾ പറഞ്ഞു:

"എനിക്കു പറയാനുള്ളത് ഡോ. ബാഗ്ലിയെക്കുറിച്ചാണ്."

"അതെനിക്കു തോന്നി."

"ഒരുപക്ഷേ, അക്കാര്യം നേരത്തേ താങ്കൾ കേട്ടിട്ടുണ്ടാവാനും സാധ്യതയുണ്ട്. അങ്ങനെയാണ് എനിക്കു തോന്നുന്നത്. ഒരുപക്ഷേ, അന്ന്

ചോദിച്ചിരുന്നെങ്കിൽ, അമി ഷോർട്ട്ഹൗസ് ഇക്കാര്യം താങ്കളോട് പറയുമായിരുന്നു.”

അതു പറയുമ്പോൾ അവളുടെ മുഖത്ത് വിദ്വേഷമോ അമ്പരപ്പോ ഇല്ലായിരുന്നു. അത് മനസ്സിലാക്കിയിട്ടെന്നപോലെ ഡാൽഗ്ലിഷ് പറഞ്ഞു:

“കാര്യത്തിന് അത്ര പ്രസക്തിയില്ലെന്ന് എനിക്ക് തോന്നിയതുകൊണ്ടാവാം, ഒരുപക്ഷേ ഞാൻ അക്കാര്യത്തെക്കുറിച്ച് നേരത്തേ നിങ്ങളോട് ചോദിക്കാതിരുന്നത്. എങ്കിലും അക്കാര്യം അന്വേഷണത്തിന് സഹായകരമാകുമെങ്കിൽ, അത് എന്നോടു പറയണം.”

“താങ്കൾക്ക് തെറ്റിദ്ധാരണയുണ്ടാകാതിരിക്കാനാണ് ഞാനിത് പറയുന്നത്. മിസ് ബോലമിനോട് ഞങ്ങൾക്ക് വിരോധമുണ്ടായിരുന്നുവെന്ന കാര്യം താങ്കൾക്ക് ഊഹിക്കാവുന്നതേയുള്ളൂ. പക്ഷേ, അതല്ല സത്യം. ഒരു സമയത്ത് ഞങ്ങൾക്കുപോലും അവളോടു ബഹുമാനമായിരുന്നു.”

‘ഞങ്ങൾ’ എന്നതുകൊണ്ട് ആരെയൊക്കെയാണെന്ന് ഉദ്ദേശിക്കുന്നതെന്ന് ചോദിക്കേണ്ട കാര്യമുണ്ടായിരുന്നില്ല ഡാൽഗ്ലിഷിന്.

കാപ്പിക്കടയിലെ പരിചാരിക, യാതൊരു താത്പര്യവുമില്ലാത്ത മട്ടിൽ, കാപ്പിയുമായി അവർക്കു മുന്നിലെത്തി. സുതാര്യമായ കപ്പുകളിൽ പത നിറഞ്ഞുനിന്നു. മിസ് സാക്സൻ കോട്ട് ഊരിമാറ്റിയെങ്കിലും തല ഏതാണ്ട് മുഴുവനായും മൂടിയിരുന്ന സ്കാർഫ് മാറ്റിയില്ല. രണ്ടുപേരും വിരലുകൾ കൊണ്ട് ചൂടുകപ്പിനെ ചുറ്റിവരിഞ്ഞു. അവൾ കപ്പിലേക്ക് പഞ്ചസാര ഇട്ടതിനുശേഷം ആ പ്ലാസ്റ്റിക്ക് പാത്രം ഡാൽഗ്ലിഷിനടുത്തേക്ക് നീക്കിവച്ചു. അവൾക്ക് യാതൊരു പരിഭ്രമവും ഉണ്ടായിരുന്നില്ല. സുഹൃത്തിനോടൊപ്പം കാപ്പി കുടിക്കുന്നത് എങ്ങനെയാവണമെന്ന് സ്കൂൾകുട്ടികൾക്കു നൽകുന്ന നിർദ്ദേശം അവൾ അക്ഷരംപ്രതി പാലിച്ചു. അന്നേരം അവളുടെ മനസ്സ് ശാന്തമായിരിക്കുമെന്ന് അയാൾക്കു തോന്നി. ആകർഷണീയമായ ആകാരമായിരുന്നില്ല അവൾക്കെങ്കിലും അയാൾക്കെന്തോ അവളോട് ഒരടുപ്പം തോന്നി. അത് അവരുടെ രണ്ടാമത് കൂടിക്കാഴ്ചയാണെന്നു വിശ്വസിക്കാൻ പ്രയാസം തോന്നി. രണ്ടു കൂടിക്കാഴ്ചകളും കൊലപാതകം സംബന്ധിച്ച വിവരങ്ങൾ കൈമാറാൻ വേണ്ടിയായിരുന്നു എന്നതാണ് ഏറെ കൗതുകകരമായ വസ്തുത. കാപ്പിയുടെ പത നീക്കി കുടിക്കുന്നതിനിടയിൽ, നിവർന്നു നോക്കാതെ അവൾ പറഞ്ഞു:

“ഏതാണ്ട് മൂന്നു വർഷങ്ങൾക്കു മുമ്പാണ് ജയിംസ് ബാഗ്ലിയും ഞാനും തമ്മിൽ പ്രേമത്തിലാകുന്നത്. അക്കാര്യത്തിൽ അത്ര വലിയ സദാചാരസംഘർഷങ്ങളൊന്നുമില്ലായിരുന്നു. ഞങ്ങൾക്കിടയിലെ സ്നേഹത്തെ ഞങ്ങൾ മനഃപൂർവം ക്ഷണിച്ചുവരുത്തിയതല്ല, പക്ഷേ, ഞങ്ങൾ അതിനോട് പോരടിച്ചില്ല. ആത്മപീഡനത്തിൽ ആനന്ദം കണ്ടെത്തുന്നയാളോ, അല്ലെങ്കിൽ, ഒരു സന്ന്യാസിയോ അല്ലെങ്കിൽ നിങ്ങൾക്കൊരിക്കലും സന്തോഷം കണ്ടെത്താനാവില്ല. ഞങ്ങളേതായാലും ഇത് രണ്ടുമായിരുന്നില്ല. ജയിംസിന് ഞരമ്പുരോഗിയായ ഒരു ഭാര്യയുണ്ടെന്ന്

എനിക്കറിയാമായിരുന്നു. അക്കാര്യം എനിക്ക് അറിയാമെന്നേയുള്ളൂ, ആ സ്ത്രീയെക്കുറിച്ച് അദ്ദേഹം കൂടുതലൊന്നും പറഞ്ഞിട്ടില്ല. ആ സ്ത്രീക്ക് അയാളുടെ സാമീപ്യം ആവശ്യമുണ്ടെന്ന് ഞങ്ങൾക്കറിയാമായിരുന്നു. അതുകൊണ്ടുതന്നെ, വിവാഹമോചനം ഒരു ചോദ്യചിഹ്നമായി ഞങ്ങൾക്കിടയിൽ പൊന്തിവന്നിട്ടില്ല. ആ സ്ത്രീയെ അപായപ്പെടുത്തുന്നതൊന്നും ഞങ്ങളിൽ നിന്ന് സംഭവിക്കരുതെന്നും അക്കാര്യം ആ സ്ത്രീ ഒരിക്കലും അറിയരുതെന്നും ഞങ്ങൾക്കിടയിൽ ഒരു ധാരണയുണ്ടായിരുന്നു. എന്നോടുള്ള സ്നേഹമാണ് ജയിംസിനെയും അയാളുടെ വിവാഹജീവിതത്തെയും സന്തോഷകരമായി നിലനിർത്തുന്നതെന്ന് എപ്പോഴും അദ്ദേഹം പറയുമായിരുന്നു. തീർച്ചയായും ഒരാളോട് കരുണയും ദീർഘക്ഷമതയും കാണിക്കുന്നതാണ് അയാളെ സന്തോഷിപ്പിക്കുന്നതെങ്കിൽ അങ്ങനെ ചെയ്യുന്നതാണ് അയാളോട് ചെയ്യാവുന്ന ഏറ്റവും നല്ല കാര്യമെന്ന് ജയിംസ് ഓർമ്മിപ്പിക്കും. ആ, അതൊന്നും എനിക്കറിയില്ല. ഒരുപക്ഷേ, ആയിരക്കണക്കിന് കാമുകീകാമുകന്മാർ ഈ യുക്തി മുമ്പ് പ്രയോഗിച്ചിട്ടുണ്ടാവും. ഞങ്ങൾക്കങ്ങനെ എപ്പോഴും കണ്ടുമുട്ടാൻ അവസരമൊന്നും ഉണ്ടായിരുന്നില്ല. എങ്കിലും ആഴ്ചയിൽ രണ്ടു വൈകുന്നേരങ്ങളിൽ ഞങ്ങൾ എന്റെ ഫ്ളാറ്റിൽ ഒന്നിക്കും. ഒരിക്കൽ ഹെലൻ- അതാണ് അദ്ദേഹത്തിന്റെ ഭാര്യയുടെ പേര് - സഹോദരിയുടെ വീട്ടിൽ പോയപ്പോൾ ഒരു രാത്രി മുഴുവൻ ഞങ്ങൾ ഒന്നിച്ചായിരുന്നു. ക്ലിനിക്കിൽ ഞങ്ങൾ അതീവ ജാഗ്രത പുലർത്തും. അങ്ങനെ വേണമല്ലോ. പക്ഷേ, അവിടെവച്ച് ഞങ്ങൾ അധികനേരം കണ്ടുമുട്ടാറില്ല."

"പിന്നെ, എങ്ങനെയാണ് മിസ് ബോലം ഇക്കാര്യം കണ്ടുപിടിച്ചത്?"

ഡാൽഗ്ലിഷ് ചോദിച്ചു.

"ശരിക്കും അതൊരു തമാശയാണ്. ഞങ്ങളൊന്നിച്ച് ഒരിക്കൽ 'അനോയുല' കാണാൻ തിയറ്ററിൽ പോയി. അന്നേരം ഞങ്ങളിരുന്ന സീറ്റിന്റെ തൊട്ടുപിന്നിൽ അവളുമുണ്ടായിരുന്നു. ഒറ്റയ്ക്ക്. ബോലം തനിച്ച് 'അനോയുല' കാണാൻ തിയറ്ററിൽ വരുമെന്ന് ആരറിയുന്നു? എനിക്ക് തോന്നുന്നത്, അവൾക്ക് എവിടെനിന്നോ ഒരു സൗജന്യടിക്കറ്റ് കിട്ടിയിട്ടുണ്ടാകുമെന്നാണ്. അന്ന് ഞങ്ങളുടെ വിവാഹത്തിന്റെ രണ്ടാം വാർഷികമായിരുന്നു. അതുകൊണ്ടുതന്നെ ഞങ്ങളുടെ കൈകൾ അടങ്ങിയിരിക്കുന്നുണ്ടായില്ല. ആ ദിവസം ഞങ്ങൾ ലേശം മദ്യപിച്ചിട്ടുമുണ്ടായിരുന്നു. സിനിമ കഴിഞ്ഞ് കൈകോർത്തുപിടിച്ചാണ് ഞങ്ങൾ തിയറ്റർ വിട്ടത്. ക്ലിനിക്കിലുള്ളവരോ, ഞങ്ങളെ അറിയാവുന്നവരോ ഒക്കെ അന്ന് ഞങ്ങളെ കണ്ടിട്ടുണ്ടാവും. 'എന്നായാലും എല്ലാവരും എല്ലാം അറിയേണ്ടതാണല്ലോ' എന്നോർത്ത് ഞങ്ങളും അന്ന് അലസമായിട്ടാണ് നടന്നത്. അങ്ങനെയാണ് ബോലം ഞങ്ങളുടെ ബന്ധത്തെക്കുറിച്ച് അറിയുന്നത്. മറ്റുള്ളവരൊക്കെ അവരവരുടെ കാര്യം നോക്കി പോയിട്ടുണ്ടാവും."

എന്നുവച്ചാൽ, അക്കാര്യം അവൾ ബാഗ്ലിയുടെ ഭാര്യയെ അറിയിച്ചിട്ടുണ്ടാവും അല്ലേ? അത് വളരെ ക്രൂരമായിപ്പോയി."

“ശരിക്കും അത് അങ്ങനെയായിരുന്നില്ല. ബോലം അതിനെ അങ്ങനെയല്ല കണ്ടത്. ഒരു നിമിഷത്തെ സംശയംകൊണ്ട് തെറ്റും ശരിയും വിവേചിച്ചറിയാൻ കഴിയുന്ന മട്ടിലുള്ള അപൂർവ ഭാഗ്യവതിയൊന്നുമായിരുന്നില്ല അവൾ. മറ്റുള്ളവരുടെ വികാരങ്ങൾ മനസ്സിലാക്കാനും മാത്രമുള്ള ഭാവനാശേഷിയൊന്നും അവൾക്കില്ലായിരുന്നു. വിശ്വസ്തനല്ലാത്ത ഒരു ഭർത്താവ് അവൾക്കുണ്ടായിരുന്നെങ്കിൽ കഥ മാറുമായിരുന്നു. ഒന്നും അറിയാതിരിക്കുന്നതിനേക്കാൾ വഷളായ മറ്റൊന്നുമില്ല. അത്തരമൊരു ആത്മസംഘർഷം അവളും അനുഭവിച്ചിരുന്നതായി തോന്നുന്നു. അക്കാര്യം വേണ്ടപ്പെട്ടവരോട് പറയേണ്ടത് കടമയാണെന്നുപോലും അവൾക്കു തോന്നിയിട്ടുണ്ടാവും. എന്തായാലും ബുധനാഴ്ച ഉച്ചതിരിഞ്ഞ് ഹെലൻ ഭർത്താവിനെ കാണാൻ അപ്രതീക്ഷിതമായി സ്റ്റീൻ ക്ലിനിക്കിലേക്ക് കയറിവന്നു. മിസ് ബോലം ആ സ്ത്രീയെ അഡ്മിനിസ്ട്രേറ്റീവ് ഓഫീസിലേക്കു വിളിപ്പിച്ചു. ശരിക്കും എന്തായിരിക്കും അന്നേരം അവൾ പറഞ്ഞിട്ടുണ്ടാവുകയെന്ന് ഞാൻ പലപ്പോഴും ആലോചിച്ചിട്ടുണ്ട്. ഞങ്ങളുടെ ബന്ധം “ഇപ്പോഴും തുടരുകയാണ്” എന്നായിരിക്കും ഒരുപക്ഷേ അവൾ പറഞ്ഞിട്ടുണ്ടാവുക. ഏതെങ്കിലും തരത്തിലുള്ള അശ്ലീലഭാഷണം അവൾ നടത്താനിടയില്ല.”

“ശരിക്കും അവളൊരു സാഹസമാണ് കാട്ടിയത്, അല്ലേ? വളരെ ച്ചെറിയ സാഹചര്യത്തെളിവ് മാത്രമല്ലേയുള്ളൂ. സ്പഷ്ടമായി തെളിയിക്കാൻ ആവശ്യമുള്ള രേഖകളൊന്നും ഇല്ലാ താനും.” ഡാൽഗ്ലിഷ് പറഞ്ഞു. അതുകേട്ട് മിസ് സാക്സൻ പൊട്ടിച്ചിരിച്ചു.

“താങ്കളൊരു പൊലീസുകാരനെപ്പോലെ സംസാരിക്കുന്നു. തെളിവ് അവളുടെ പക്കലുണ്ടല്ലോ. ബോലമിനുപോലും പ്രണയം കണ്ടാൽ തിരിച്ചറിയാം. മാത്രമല്ല, അന്ന് ഞങ്ങൾ അത്രമാത്രം ആഘോഷിക്കുന്നുമുണ്ടായിരുന്നു, ഒരു ലൈസൻസുമില്ലാതെ.”

കയ്പുനിറഞ്ഞ വാക്കുകളായിരുന്നെങ്കിലും അതിൽ ഒട്ടും നീരസമുണ്ടായിരുന്നില്ല. സംതൃപ്തിയോടെ അവൾ കാപ്പി നുണഞ്ഞിറക്കി. ക്ലിനിക്കിലെ ഏതെങ്കിലും രോഗികളെക്കുറിച്ചാവും ഇനി അവൾ പറയാൻ പോകുന്നതെന്നു കരുതി ഡാൽഗ്ലിഷ് മൗനം പാലിച്ചു. പ്രൊഫഷണൽ താത്പര്യങ്ങൾക്ക് എതിരു നിൽക്കുന്ന എന്തിനെയോക്കുറിച്ച് പറയുമെന്നു കരുതിയെങ്കിലും ഒന്നുമുണ്ടായില്ല. അവൾ അത്ര അനായാസം പ്രണയിച്ചുവെന്നോ, അവളുടെ വികാരങ്ങൾ കൃത്രിമമാണെന്നോ വിശ്വസിക്കാൻ അപ്പോഴും അയാൾക്ക് കഴിഞ്ഞില്ല. അയാൾ ബാഗ്ലിയുടെ പ്രതികരണത്തെക്കുറിച്ച് ചോദിച്ചു.

“അത് വളരെ വിചിത്രമായിരുന്നു. അല്ലെങ്കിൽ, എനിക്ക് അന്നേരം അങ്ങനെയാണ് തോന്നിയത്. അവൾ അക്കാര്യം ഗംഭീരമായി കൈകാര്യം ചെയ്തു. ഇപ്പോൾ, തിരിഞ്ഞുനോക്കുമ്പോൾ തോന്നുന്നത് ഞങ്ങൾ മൂന്നു പേരും പ്രാന്തുപിടിച്ച ഏതോ സങ്കല്പലോകത്തായിരുന്നു അത്രയും നേരം

ചെലവഴിച്ചതെന്നാണ്. ഒരിക്കലും പുറത്തുകടക്കാനാവാത്ത ഏതോ ഒരു സങ്കല്പലോകം. ആ സംഭവത്തോടെ ഹെലന്റെ മനോഭാവത്തിൽ പ്രകടമായ ചില മാറ്റങ്ങൾ സംഭവിച്ചു. അതിൽ ഏറ്റവും പ്രധാനപ്പെട്ടത് ധീരയും സർവവും മനസ്സിലാക്കി പെരുമാറുന്ന ഒരു ഭാര്യയായി മാറാൻ സാധിച്ചു എന്നതാണ്. എങ്കിലും വിവാഹമോചനത്തിന്റെ കാര്യത്തിൽ ആ സ്ത്രീ ഉറച്ചുനിന്നു. ഇനി സംഭവിക്കാൻ പോകുന്നത്, തികച്ചും സൗഹാർദ്ദപരമായ ഒരു വിവാഹമോചനമായിരിക്കും. ഇരുകൂട്ടർക്കും ഏതെങ്കിലുമൊരു വിഷയത്തിൽ പരസ്പരം പൊരുത്തപ്പെടാൻ സാധിച്ചെങ്കിൽ മാത്രമേ അത്തരമൊരു വിവാഹമോചനം സാധ്യമാകൂ എന്നാണ് ഞാൻ കരുതുന്നത്. അതെ, അത്തരമൊരു കാര്യത്തിലേക്കാണ് നമ്മൾ അടുത്തുകൊണ്ടിരിക്കുന്നത്. ഇതിനിടയിൽ ഒരുപാട് ചർച്ചകൾ നടന്നു. എല്ലാവരുടെയും സ്വകാര്യ സന്തോഷങ്ങൾ സുരക്ഷിതമാക്കി.

ഹെലൻ ഒരു തുണിക്കട തുടങ്ങാൻ പോകുന്നു- അക്കാര്യത്തെക്കുറിച്ച് ആ സ്ത്രീ വർഷങ്ങളായി പറയുന്നുണ്ട്. ഞങ്ങൾ മൂന്നുപേർക്കും അക്കാര്യത്തിൽ അതീവ താത്പര്യമുണ്ട്. എന്നുമാത്രമല്ല, ഞങ്ങൾ മൂന്നുപേരും അതിന് അനുയോജ്യമായ സ്ഥലം തിരയുകയാണ്. സത്യത്തിൽ, അതൊരു ദയനീയ അവസ്ഥയാണ്. എല്ലാം ശരിയാകുമെന്ന വിശ്വാസത്തിൽ ഞങ്ങൾ ഞങ്ങളെത്തന്നെ വിഡ്ഢികളാക്കിക്കൊണ്ടിരിക്കുകയാണ്. അതുകൊണ്ടാണ് ഞാൻ ജയിംസിനോടു പറഞ്ഞത്, കാര്യങ്ങൾ ഇത്രയൊക്കെയാക്കിത്തന്നതുകൊണ്ട് നമ്മൾ എനിഡ് ബോലമിനോട് കടപ്പെട്ടിരിക്കുന്നുവെന്ന്. ഉടൻ തന്നെ ഒരു വിവാഹമോചനം നടക്കാനിടയുണ്ടെന്ന് ക്ലിനിക്കിലെ എല്ലാവർക്കുമറിയാം. എന്നാൽ ഹെലൻ എന്ന പേരുമാത്രം ആർക്കും അത്ര ഉറപ്പില്ല-അതൊക്കെ സത്യസന്ധതയുടെയും വിശ്വസ്തതയുടെയും അടയാളങ്ങളാണ്- പക്ഷേ, വളരെക്കുറച്ചുപേർ മാത്രം അക്കാര്യം ഞങ്ങളോട് ചോദിച്ചിട്ടുണ്ട്. ബോലം ആരോടും വിവാഹമോചനത്തെക്കുറിച്ച് ഒന്നും പറഞ്ഞിട്ടില്ല. ഗോസിപ്പിന്റെയോ വിദ്വേഷത്തിന്റെയോ ആളല്ല ബോലം. എങ്കിലും ഈ കാര്യങ്ങൾ ഇത്രത്തോളം കൊണ്ടെത്തിച്ചതിൽ അവളുടെ പങ്ക് നിർണായകമാണ്. ഒരുപക്ഷേ, ഹെലൻ ആരോടെങ്കിലും അക്കാര്യം പറഞ്ഞാൽ പോലും ബോലം ആരോടും ഒരിക്കലും പറയില്ല."

ഒരു നിമിഷത്തെ നിശ്ശബ്ദതയ്ക്കുശേഷം അവൾ തുടർന്നു:

"അങ്ങനെ അനിവാര്യമായത് സംഭവിച്ചു. ഹെലൻ തകരാൻ തുടങ്ങി. ജയിംസ് സറെയിലെ വീട്ടിൽ പോകുന്നത് വല്ലപ്പോഴും മാത്രമായി. മിക്കപ്പോഴും എന്റെ ഫ്ളാറ്റിൽ തന്നെ കഴിഞ്ഞുകൂടി. ഭാര്യയെ കാണുന്നത് വിരളമായി. ആദ്യമൊന്നും അദ്ദേഹം അതേക്കുറിച്ച് കൂടുതൽ സംസാരിച്ചില്ല. പിന്നീട്, എന്താണ് സംഭവിച്ചുകൊണ്ടിരിക്കുന്നതെന്ന് എനിക്കു മനസ്സിലായി. ആ സ്ത്രീ രോഗിയാണെന്ന് ഞങ്ങൾ രണ്ടുപേരും തിരിച്ചറിഞ്ഞു. അതോടെ, ആ സ്ത്രീ രോഗിയുടെയും പരാതികളില്ലാത്ത ഭാര്യയുടെയും വേഷങ്ങൾ നന്നായി അഭിനയിച്ചു. നോവലുകളിലും

ചലച്ചിത്രങ്ങളിലും കാണുന്നതുപോലെയായിരുന്നു അത്. ഭർത്താവിനെ പരിചരിക്കുന്നതിലൂടെ എന്നെങ്കിലും അയാൾ തന്നിലേക്ക് മടങ്ങിവരുമെന്ന് പ്രതീക്ഷിക്കുന്നതുപോലെ ആ സ്ത്രീ നടിച്ചു. ജയിംസിന് ആ പ്രകടനം തീരെ ഇഷ്ടപ്പെട്ടില്ല. അദ്ദേഹം ആ കരുതലും സ്നേഹവും ആഗ്രഹിച്ചത് എന്നിൽ നിന്നാണ്. അപ്പോഴാണ് അദ്ദേഹത്തിനുവേണ്ടി എന്തു ചെയ്യണമെന്ന കാര്യത്തിൽ എനിക്കൊരു ധാരണയായത്.

വിവാഹമോചനം ആവശ്യപ്പെടുകയും അതേസമയം ജയിംസിന് സ്വാതന്ത്ര്യം കൊടുക്കാതിരിക്കുകയും ചെയ്യുന്ന പ്രകൃതമായിരുന്നു ആ സ്ത്രീക്കുണ്ടായിരുന്നത്. ഭർത്താവിന് അയാൾ അർഹിക്കുന്ന സ്വാതന്ത്ര്യം നൽകാൻ ഒരിക്കലും ആ സ്ത്രീക്ക് കഴിയുമായിരുന്നില്ല. അക്കാര്യം എനിക്ക് ഇപ്പോഴാണ് മനസ്സിലാകുന്നത്. ആ സ്ത്രീയെ സംബന്ധിച്ചിടത്തോളം, ചങ്ങലയിൽ ബന്ധിതനായി വീടിന്റെ പിന്നാമ്പുറത്ത് ചുറ്റിത്തിരിയുന്ന നായയാണ് ഭർത്താവ്. എല്ലാക്കാലത്തും അതുതന്നെയാണ് അവർക്കിടയിൽ സംഭവിച്ചുകൊണ്ടിരുന്നതെന്ന് അങ്ങനെയാണ് ഞാൻ തിരിച്ചറിയുന്നത്. പിന്നീട്, അതിനെക്കുറിച്ച് ഞാൻ കൂടുതൽ ചികഞ്ഞു നോക്കിയില്ല.

വർഷങ്ങൾ കഴിഞ്ഞപ്പോഴാണ് ആ പ്രക്രിയയ്ക്ക് അല്പമെങ്കിലും മാറ്റമുണ്ടായത്. അതേക്കുറിച്ച് ഇനി സംസാരിച്ചിട്ടോ വിശദീകരിച്ചിട്ടോ കാര്യമില്ല. ഇക്കാര്യം താങ്കളുടെ അന്വേഷണത്തിൽ പ്രസക്തമാണോ? ഒരു കാത്തലിക്ക് പള്ളിയിലേക്ക് സ്വീകരിക്കപ്പെടുമെന്ന പ്രതീക്ഷയിൽ കഴിഞ്ഞ ഒമ്പത് മാസങ്ങളായി എനിക്ക് നിർദ്ദേശങ്ങൾ ലഭിച്ചു കൊണ്ടിരിക്കുകയാണ്. അങ്ങനെയെന്തെങ്കിലും സംഭവിച്ചാൽ ഹെലൻ പരാതി പിൻവലിക്കുകയും ജയിംസ് ആ സ്ത്രീയുടെ അടുത്തേക്ക് മടങ്ങിപ്പോവുകയും ചെയ്യും. അങ്ങനെ എപ്പോഴെങ്കിലും സംഭവിക്കുമെന്ന് എനിക്കു തോന്നുന്നില്ല. ഞാനിത്രയും പറഞ്ഞതിൽ നിന്ന് താങ്കൾക്ക് ഒരു കാര്യം മനസ്സിലായിട്ടുണ്ടാകും, മനസ്സിലായിട്ടുണ്ടാകുമെന്നു കരുതുന്നു, ജയിംസിന് ബോലമിനെ വെറുക്കേണ്ട ഒരു കാര്യവുമില്ല. ഞാനായിരുന്നു ശത്രു."

വളരെ നേർത്ത ഒരു പിടച്ചിൽ മാത്രമേ അവിടെയുള്ളൂ എന്ന് ഡാൽഗ്ലിഷിന് തോന്നി. അവളുടെ ഇളംചുവപ്പ് നിറമുള്ള തുടുത്ത മുഖവും വിശാലമായ നെറ്റിത്തടവും ലേശം മുകളിലേക്കുന്തിയ മൂക്കും വിസ്താരമുള്ള വായയും ഒരു ദുരന്തത്തെ അഭിമുഖീകരിക്കാൻ തയ്യാറെടുക്കുന്നതുപോലെ കാണപ്പെട്ടു. ബോലമിന്റെ മേശവിളക്കിന്റെ പ്രകാശത്തിൽ അവളെ കണ്ടപ്പോൾ ഡോ. ബാഗ്ലി എങ്ങനെയാണ് നോക്കിയതെന്ന് അവൾ ഓർത്തെടുത്തു. മുഖത്തെ സാങ്കല്പിക വരകളിലേക്ക് നോക്കുന്ന മട്ടിൽ കണ്ണുകളിലേക്കായിരുന്നു ആ നോട്ടം പാളി വീണത്. മിസ് സാക്സന്റെ മനസ്സും ശരീരംപോലെതന്നെ പിൻവലിയുന്നതുപോലെ തോന്നി. അതിനർത്ഥം അവൾ കീഴടങ്ങിയെന്നല്ല, കൂടുതൽ ചെറുത്തു നിൽക്കുകയായിരുന്നു. പക്ഷേ, അപ്പോഴും ബാഗ്ലിക്കുവേണ്ടി അവൾ

ഖേദം പ്രകടിപ്പിക്കുകയായിരുന്നു. അയാൾ സ്വകാര്യസന്തോഷങ്ങൾക്കു വേണ്ടിയാണ് ഭാര്യയെ പരിത്യജിച്ചതെന്ന കാര്യം അവൾ മനസ്സിലാക്കിയിരുന്നോ എന്നറിയില്ല. എന്തായാലും ഒറ്റിക്കൊടുക്കുന്നതിന്റെ തീവ്രത ആർക്കും പൂർണമായി മനസ്സിലാക്കാനാവില്ല. മിസ് സാക്സനെ മനസ്സിലാക്കാൻ ഡാൽഗ്ലിഷ് ശ്രമിച്ചില്ല. ക്ലിനിക്കിലുള്ളവർ എന്തായിരിക്കും അവളെക്കുറിച്ച് മനസ്സിലാക്കിയിട്ടുണ്ടാവുക എന്നറിയാൻ കൂടുതൽ ആലോചിക്കേണ്ടിവന്നില്ല. അനുകൂല വിശദീകരണങ്ങൾ മനസ്സിലേക്ക് ഒഴുകിവന്നു. പക്ഷേ, ഫ്രെഡറിക്ക സാക്സൻ എന്തുകൊണ്ടായിരിക്കും യാഥാർത്ഥ്യങ്ങൾ തിരിച്ചറിയാതെ മറ്റൊരു മതത്തിലേക്ക് അഭയാർത്ഥിയായി എത്തിയതെന്ന കാര്യം മാത്രം അയാൾക്ക് വിശ്വസിക്കാനായില്ല.

എനിഡ് ബോലമിനെക്കുറിച്ച് അവൾ പറഞ്ഞ ചില വാചകങ്ങൾ അയാൾ ഓർത്തെടുത്തു.

'ബോലം 'അനോയുല' കാണാൻ വരുമെന്ന് ആരറിഞ്ഞു? എനിക്കു തോന്നുന്നത് അവൾക്കൊരു സൗജന്യടിക്കറ്റ് കിട്ടിക്കാണുമെന്നാണ്... അതുകണ്ടപ്പോൾ ബോലമിനുപോലും തോന്നി അത് പ്രണയമാണെന്ന്... ഏതെങ്കിലും തരത്തിലുള്ള അശ്ലീലഭാഷണം അവൾ നടത്താനിടയില്ല...' മതവുമായി കൂടുതൽ അടുക്കുന്നതോടെ മനുഷ്യരാരും കൂടുതൽ ദയാലുക്കളാകാറില്ല. അവളുടെ വാക്കുകളിൽ വിദ്വേഷത്തിന്റെ ലക്ഷണങ്ങളൊന്നും ഉണ്ടായിരുന്നതുമില്ല. മനസ്സിൽ വന്ന കാര്യങ്ങൾ തന്നെയാണ് അവൾ പറഞ്ഞത്. സ്വന്തം താത്പര്യങ്ങൾ അടക്കിവയ്ക്കുകയും ചെയ്തിട്ടുണ്ട്. ഒരുപക്ഷേ, ക്ലിനിക്കിലെ ഓരോരുത്തരുടെയും സ്വഭാവം വിലയിരുത്താൻ കഴിവുള്ള ഏകവ്യക്തി അവളായിരിക്കും. പെട്ടെന്ന് പരുക്കൻ മട്ടിലുള്ള ഒരു സാധാരണ ചോദ്യം ഡാൽഗ്ലിഷ് അവളോട് ചോദിച്ചു.

"ആരായിരിക്കും അവളെ കൊലപ്പെടുത്തിയിട്ടുണ്ടാവുകയെന്നാണ് മിസ് സാക്സന് തോന്നുന്നത്?"

"ക്ലിനിക്കിലെ ഓരോരുത്തരുടെയും സ്വഭാവവും പെരുമാറ്റവും പിന്നെ, അടിത്തട്ടിൽ നിന്നുള്ള നിഗൂഢമായ ആ ഫോൺ വിളിയും ലിഫ്റ്റിന്റെ ഒച്ചയും കുറ്റകൃത്യം നടന്ന സമയത്ത് മറ്റൊരിടത്തായിരുന്നു എന്ന വാദത്തിന്റെ വിശ്വാസ്യതയും കണക്കിലെടുത്താണോ പറയേണ്ടത്?"

"ജീവനക്കാരുടെയും കൊലപാതകത്തിന്റെയും സ്വഭാവം മുൻനിർത്തിയാണ് പറയേണ്ടത്."

ശങ്കയോ വൈമനസ്യമോ ആലോചനയോ കൂടാതെ അവൾ പറഞ്ഞു:

"എങ്കിൽ ഞാൻ പറയും, അത് പീറ്റർ നാഗലാണെന്ന്."

നിരാശ തലയ്ക്കടിച്ചതുപോലെ ഡാൽഗ്ലിഷിനു തോന്നി. എന്തുകൊണ്ടായിരിക്കും അവളിങ്ങനെ തറപ്പിച്ചു പറയുന്നത് എന്ന കാര്യത്തിൽ അയാൾക്ക് സംശയം തോന്നി.

"എന്തുകൊണ്ടാണ് നാഗൽ?"

അയാൾ ചോദിച്ചു.

“അതൊരു പുരുഷൻ ചെയ്തതാണെന്നാണ് ഞാൻ കരുതുന്നത്. കത്തി കുത്തിയിറക്കിയ രീതി സൂചിപ്പിക്കുന്നത് അതാണ്. ഒരിക്കലും ഒരു സ്ത്രീക്ക് അങ്ങനെ ചെയ്യാൻ കഴിയില്ല. അബോധാവസ്ഥയിലുള്ള ഇരയെ അഭിമുഖീകരിക്കുമ്പോൾ സ്ത്രീകൾ പതറുമെന്നാണ് എനിക്കു തോന്നുന്നത്. പിന്നെ, ചായം തേക്കുന്ന കത്തിയുടെ ഉപയോഗം. അത് ആയുധമായി ഉപയോഗിക്കണമെങ്കിൽ, കൊലയാളിക്ക് അത് ഉപയോഗിച്ച മുൻപരിചയം ആവശ്യമുണ്ട്. അല്ലെങ്കിൽ എന്തുകൊണ്ട് അതുതന്നെ ആയുധമാക്കി? ആ മരയുരുപ്പടികൊണ്ട് അവനവളെ തുരുതുരെ അടിച്ചിട്ടുണ്ടാകും.”

“അതിനുപക്ഷേ, അത്ര ഉറപ്പില്ല. മാത്രമല്ല ഒരുമാതിരി തലയും വാലുമില്ലാതെ, ആകെക്കൂടി ഒരു ബഹളമയം.”

ഡാൽഗ്ലിഷ് ഒട്ടും തൃപ്തനായിരുന്നില്ല.

“പക്ഷേ, ചായം തേക്കുന്ന കത്തി അത് ആത്മവിശ്വാസത്തോടെ ഉപയോഗിക്കാനറിയാവുന്നവരുടെ കൈയിൽ സുരക്ഷിതമായിരിക്കും. മാത്രമല്ല, അത് ‘അവന്റെ കൈകൾക്ക് ഉതകിയതാണ്’ എന്ന് മറ്റുള്ളവർ പറയുകയും ചെയ്യും. ഉദാഹരണത്തിന്, ഡോ. സ്റ്റെയ്നർക്ക് അങ്ങനെയൊന്നും ഒരിക്കലും ചെയ്യാനാവില്ല. ചുറ്റിക വളയാതെ ഒരു ആണി പോലും നേരെചൊവ്വേ തറയ്ക്കാനറിയാത്ത ആളാണ് സ്റ്റെയ്നർ.”

ഡോ. സ്റ്റെയ്നർ നിഷ്കളങ്കനാണെന്ന വാദത്തോട് ഡാൽഗ്ലിഷിനും ഒരു ചായ്വുണ്ടായിരുന്നു. ഏതെങ്കിലും ഉപകരണങ്ങൾ ഉപയോഗിക്കുമ്പോഴുള്ള അയാളുടെ പിടിപ്പുകേടിനെക്കുറിച്ച് ക്ലിനിക്കിലെ ഒന്നിലേറെ ജീവനക്കാർ മൊഴി കൊടുത്തിട്ടുമുണ്ട്. എങ്കിലും ചായം പുരട്ടുന്ന കത്തി എവിടെയാണിരിക്കുന്നതെന്ന് അറിയില്ല എന്നൊരു കളവ് അയാൾ പറഞ്ഞിരുന്നു. കുറ്റബോധത്തേക്കാൾ ഭയം കൊണ്ടാണ് അയാൾ അങ്ങനെ പറഞ്ഞതെന്നായിരുന്നു ഡാൽഗ്ലിഷിന്റെ വിലയിരുത്തൽ. ബാർഗിയെ കാത്തിരുന്നപ്പോൾ ഉറങ്ങിപ്പോയി എന്ന സങ്കോചത്തോടെയുള്ള അയാളുടെ കുമ്പസാരത്തിനു ചുറ്റും സത്യത്തിന്റെ മുഴക്കമുണ്ടായിരുന്നു.

“നാഗലിന്റെ കത്തി ഈ കൊലപാതകത്തിലെ ഒരു സുപ്രധാന തെളിവാണ്. അക്കാരണംകൊണ്ടാണോ അയാളെ സംശയിക്കുന്നത്?”

ഡാൽഗ്ലിഷ് ചോദിച്ചു.

“ഓ, ഇല്ല! അവന് അത് ചെയ്യാൻ കഴിയില്ലെന്ന് എനിക്കറിയാം. പിന്നെ, എന്നോട് താങ്കൾ അങ്ങനെ ചോദിച്ചതുകൊണ്ട് ഞാൻ അവന്റെ പേര് പറഞ്ഞെന്നേയുള്ളൂ. ജീവനക്കാരുടെയും കൊലപാതകത്തിന്റെയും സ്വഭാവം മുൻനിർത്തിയാണ് ഞാൻ അത്തരമൊരു നിഗമനത്തിലെത്തിച്ചേർന്നത്.”

അപ്പോഴേക്കും രണ്ടുപേരുടെയും കാപ്പിക്കപ്പുകൾ കാലിയായിരുന്നു. അവളിപ്പോൾ പോകുമായിരിക്കുമെന്ന് അയാൾക്കു തോന്നി. പക്ഷേ, അവൾ ഒട്ടും തിരക്കുകൂട്ടിയില്ല. ഒരുനിമിഷത്തെ നിശ്ശബ്ദതയ്ക്കുശേഷം അവൾ പറഞ്ഞു:

"എനിക്ക് മറ്റൊരാളിന്റെ കാര്യം കൂടി പറയാനുണ്ട്. അതൊരു കുമ്പസാരമാണ്. അത് മറ്റാരുമല്ല, കല്ലിയാണ്. അതത്ര പ്രധാനപ്പെട്ട കാര്യമൊന്നുമല്ല. പക്ഷേ, അക്കാര്യം താങ്കൾ അറിയണം. താങ്കളോട് അക്കാര്യം എങ്ങനെയെങ്കിലും പറയാമെന്ന് ഞാൻ അയാൾക്ക് വാക്കുകൊടുത്തിരുന്നു. പാവം കല്ലി, ആകെ പേടിച്ചിരിക്കുകയാണ്."

"അയാൾ എന്തൊക്കെയോ എന്നിൽനിന്ന് മറച്ചുപിടിക്കുന്നതുപോലെ തോന്നിയിരുന്നു. ഹാളിലൂടെ ആരെങ്കിലും പതുങ്ങി നടക്കുന്നത് അയാൾ കണ്ടിട്ടുണ്ടാകുമെന്നാണ് തോന്നുന്നത്." ഡാൽഗ്ലിഷ് അലസമായി പറഞ്ഞു.

"ഓ, അല്ല. അത്തരം ഉപകാരപ്രദമായ കാര്യങ്ങളൊന്നുമല്ല അത്. ആർട്ട്തെറാപ്പി വിഭാഗത്തിൽ നിന്ന് നഷ്ടപ്പെട്ട റബ്ബർ ഏപ്രണെക്കുറിച്ചുള്ള വിവരമാണത്. കൊലയാളി ആ ഏപ്രൺ ധരിച്ചിട്ടുണ്ടാകുമെന്ന നിഗമനത്തിലെത്തിയിരിക്കും താങ്കളെന്നാണ് ഞാൻ കരുതുന്നത്. ആർട്ട്തെറാപ്പി വിഭാഗത്തിൽ നിന്ന് കഴിഞ്ഞ തിങ്കളാഴ്ചയാണ് കല്ലി ആ ഏപ്രൺ എടുത്തത്. അയാളുടെ അടുക്കളയ്ക്ക് പെയിന്റടിക്കുമ്പോൾ ഏപ്രൺ കെട്ടിയിരുന്നു. ഏപ്രണും കെട്ടി പെയിന്റടിച്ചാൽ സംഭവിക്കുന്നതെന്താണെന്ന് താങ്കൾക്ക് ഊഹിക്കാവുന്നതേയുള്ളൂ. ഏപ്രൺ എടുക്കുന്ന കാര്യം അയാൾ മിസ് ബോലമിനെ അറിയിച്ചിരുന്നില്ല. ബോലമിനോട് ചോദിച്ചാൽ കിട്ടുന്ന മറുപടിയെന്തെന്ന് അയാൾക്ക് അറിയാമായിരുന്നു. അസുഖമായതുകൊണ്ട് ശ്രീമതി ബാംഗർട്ടനെയും അക്കാര്യം അറിയിച്ചിരുന്നില്ല. വെള്ളിയാഴ്ച തിരികെ കൊടുക്കാമെന്നായിരുന്നു അയാൾ കരുതിയത്. പക്ഷേ, സിസ്റ്ററും താങ്കൾ നിയോഗിച്ച പൊലീസുകാരനും ചേർന്ന്, നഷ്ടപ്പെട്ട ഏപ്രൺ കണ്ടിരുന്നോ എന്നു ചോദിച്ചപ്പോൾ കല്ലി 'ഇല്ല' എന്നു പറഞ്ഞ് തലകുലുക്കുകയായിരുന്നു. ഇപ്പോൾ അയാളുടെ പേടി, അക്കാരണത്താൽ താങ്കൾ അയാളെ സംശയിക്കുമോ എന്നാണ്."

എപ്പോഴാണ് കല്ലി ഇക്കാര്യം അവളോടു പറഞ്ഞതെന്ന് ഡാൽഗ്ലിഷ് ചോദിച്ചു.

"ഏപ്രൺ അയാളുടെ കൈവശമുണ്ടെന്ന് എനിക്കറിയാമായിരുന്നു. കാരണം, അയാൾ അതെടുക്കുന്നത് ഞാൻ കണ്ടതാണ്. ആ ഏപ്രണെക്കുറിച്ചും അന്വേഷണം നടക്കുന്നതുകൊണ്ട് അയാളുടെ മാനസികാവസ്ഥ എന്താണെന്ന് എനിക്ക് ഊഹിക്കാമായിരുന്നു. ഇന്നലെ രാവിലെ ഞാൻ അയാളെ കാണാൻ പോയിരുന്നു. വയറുവേദന വല്ലാതെ അസ്വസ്ഥനാക്കിയിരുന്നതുകൊണ്ട് ആരെങ്കിലും അയാളെ ചെന്നു കാണുന്നത് നല്ലതാണല്ലോ, എന്നു കരുതി."

"ഇപ്പോൾ ആ ഏപ്രൺ എവിടെയുണ്ട്?"

ഡാൽഗ്ലിഷ് അത്യധികം ആകാംക്ഷയോടെ ചോദിച്ചു.

മിസ് സാക്സൻ അതുകേട്ട് പൊട്ടിച്ചിരിച്ചു.

"ലണ്ടനിലും പരിസരപ്രദേശങ്ങളിലുമായി, ഏതാണ്ട് അരഡസൻ മാലിന്യക്കൂടകൾ കാണാം. അതൊന്നും ഇതിനോടകം വൃത്തിയാക്കിയിട്ടില്ലെങ്കിൽ! മാലിന്യക്കൂടയിൽ നിക്ഷേപിക്കാൻ പോലും കല്ലിക്ക് ഭയമായിരുന്നു. പൊലീസുകാർ അന്വേഷിച്ചുവരുമെന്നായിരുന്നു അയാൾ കരുതിയത്. അയാൾ താമസിച്ചിരുന്നത് കൗൺസിൽ ഫ്ളാറ്റിലായിരുന്നതുകൊണ്ട് അവിടെ സ്റ്റൗ ഉണ്ടായിരുന്നില്ല. അതുകൊണ്ട് അയാൾക്ക് ഏപ്രൺ കത്തിച്ചുകളയാനും കഴിഞ്ഞില്ല. അങ്ങനെ, ഭാര്യ ഉറങ്ങുന്നതുവരെ അയാൾ കാത്തിരുന്നു. പതിനൊന്നു മണിയായപ്പോൾ എഴുന്നേറ്റ് അടുക്കളയിൽ ചെന്ന് കത്രികയെടുത്ത് ഏപ്രൺ ചെറിയ കഷണങ്ങളായി വെട്ടിനുറുക്കി. എന്നിട്ട്, അത് കുറേ പേപ്പർബാഗുകളിലേക്ക് മാറ്റി. ആ പേപ്പർബാഗുകളും കൊണ്ട് പുറത്തേക്കിറങ്ങി. 36-ാം നമ്പർ ബസ്സിൽ കയറി ഹാരോ റോഡിൽ ഇറങ്ങി. അപ്പോഴേക്കും അയാൾ വീട്ടിൽ നിന്ന് ഒരുപാട് അകലെയായിരുന്നു. പിന്നീട്, ഓരോ ബാഗുകളും ഓരോ മാലിന്യക്കൂടകളിൽ നിക്ഷേപിച്ചു. എന്നിട്ടും ഭയം വിട്ടുമാറാതെ ആ മനുഷ്യൻ വീട്ടിൽ നിന്ന് പുറത്തേക്കിറങ്ങാതെ കഴിയുകയാണ്. വയറുവേദനയുടെ ക്ഷീണം മറ്റൊരു വശത്തുമുണ്ട്. ഞാൻ ഇന്നലെ രാവിലെ വിളിക്കുമ്പോൾ അയാൾ തീർത്തും അവശനായിരുന്നു. ഇതൊരു ജീവന്മരണ പോരാട്ടമൊന്നുമല്ലെന്ന് അയാളെ പറഞ്ഞു ബോധ്യപ്പെടുത്താൻ ഞാൻ ശ്രമിച്ചു -പ്രത്യേകിച്ചും മരണത്തിന്റെ കാര്യം. അങ്ങനെയാണ് കാര്യങ്ങളെല്ലാം താങ്കളെ അറിയിക്കാമെന്ന് ഞാൻ അയാൾക്ക് വാക്കുകൊടുത്തത്."

"താങ്ക് യൂ."

ഡാൽഗ്ലിഷ് ഗൗരവത്തിൽ പറഞ്ഞു. ഗൗരവം വിടാതെ തന്നെ ചോദിച്ചു:

"ഇനി, വേറെ ആരുടെയെങ്കിലും ഏറ്റുപറച്ചിലുകളോ കുമ്പസാരങ്ങളോ എന്നോടു പറയാനുണ്ടോ? അല്ലെങ്കിൽ, മനഃസാക്ഷിക്കോടതിക്കു മുന്നിൽ കുറ്റവാളിയെന്നു കരുതാനാവാത്ത ഏതെങ്കിലും നിർഭാഗ്യവാനായ മനോരോഗിയെക്കുറിച്ച് എന്തെങ്കിലും പറയാനുണ്ടോ?"

അവൾ വീണ്ടും ചിരിച്ചു. എന്നിട്ട് കോട്ടെടുത്തിടുകയും സ്കാർഫ് നേരെയാക്കുകയും ചെയ്തു.

"ഓ, ഇല്ല! ഇതേക്കുറിച്ച് കൂടുതലായി എന്തെങ്കിലും അറിഞ്ഞാൽ ഞാൻ താങ്കളെ അറിയിക്കാം. ഞാൻ നിയമങ്ങൾക്കു കീഴടങ്ങി ജീവിക്കുന്ന ഒരാളാണ്. അതുകൊണ്ടുതന്നെ, കൊലപാതകങ്ങളോട് എനിക്ക് തീരെ താത്പര്യമില്ല. പക്ഷേ, ഇതുവരെ നമ്മൾ സംസാരിച്ചുകൊണ്ടിരുന്നത് നിയമപാലനത്തെക്കുറിച്ചാണോ എന്ന് എനിക്കറിയില്ല. അതൊക്കെ

നിങ്ങളുടെ വാക്കുകളാണ്. ഇപ്പോൾ, പേർഷ്യയെപ്പോലെ, ഞാനും ആലോചിക്കുന്നത് നീതിന്യായ വ്യവസ്ഥയിൽ നമ്മൾ ഒരിക്കലും കാണാത്ത പാപമുക്തിയെക്കുറിച്ചാണ്. പ്ലീസ്, ഇനിയും ഞാനിങ്ങനെ സംസാരിച്ചുകൊണ്ടിരുന്നാൽ കാപ്പിക്കാശ് കൂടിക്കൊണ്ടിരിക്കുമെന്നു മാത്രം."

തനിക്ക് അവളിൽ നിന്ന് കിട്ടിയ വിവരങ്ങൾക്ക് ഒരു ഷില്ലിംഗിന്റെ വിലപോലുമില്ലെന്ന് അവൾ കരുതാനിടയില്ലെന്ന് ഡാൽഗ്ലിഷിനു തോന്നി. കാപ്പിക്കാശ് അനാവശ്യചെലവായിപ്പോയെന്ന് പറയാൻ അയാൾക്കു തോന്നിയെങ്കിലും ആ പ്രലോഭനത്തെ അതിജീവിച്ചു. അവൾ പടച്ചിറക്കിയ പൊള്ളവാക്കുകൾ അപ്പോഴും ചുറ്റുമുണ്ടായിരുന്നെങ്കിലും അയാൾക്ക് അവളെ ഇഷ്ടമായി. എങ്കിലും അവൾ ഉറപ്പിച്ചു പറഞ്ഞ ചില കാര്യങ്ങൾ അയാളെ അസ്വസ്ഥനാക്കി. ഒരുപക്ഷേ, അന്നേരം അയാൾക്ക് അവളോടു തോന്നിയത് അസൂയപോലെ മറ്റെന്തെങ്കിലുമായിരിക്കാം.

അവർ കഫേയിൽ നിന്നിറങ്ങിയപ്പോൾ, സ്റ്റീൻ ക്ലിനിക്കിലേക്കാണോയെന്ന് അയാൾ അവളോടു ചോദിച്ചു.

"ഇന്ന് അവിടേക്കില്ല. തിങ്കളാഴ്ച കാലത്ത് എനിക്ക് സെഷനുകളില്ല. പക്ഷേ, നാളെ ഞാനവിടെയുണ്ടാവും."

കാപ്പിക്കും കൂടിക്കാഴ്ചയ്ക്കും അയാളോട് ഔപചാരികമായി നന്ദി പറഞ്ഞുകൊണ്ട് അവൾ നടന്നുനീങ്ങി. സ്ട്രാന്റ് ലക്ഷ്യമാക്കിയാണ് അവൾ പോയത്. അയാളാകട്ടെ, കിഴക്കോട്ട് തിരിഞ്ഞ് സ്റ്റീൻ ക്ലിനിക്കിലേക്കും പോയി. അന്നേരം അയാളുടെ മനസ്സിലുണ്ടായിരുന്നത് കല്ലിയുടെ പേടിച്ചരണ്ട മുഖമായിരുന്നു. ഫ്രെഡറിക്ക സാക്സനോട് മുഴുവൻ കാര്യങ്ങളും കല്ലി ഏറ്റുപറഞ്ഞതിൽ ഒട്ടും അദ്ഭുതപ്പെടാനില്ലെന്ന് ഡാൽഗ്ലിഷിന് തോന്നി. ഒരുപക്ഷേ, അവൾ അന്നേരം കല്ലിക്ക് ഒരുപാട് പുതിയ വിവരങ്ങളും പകർന്നുകൊടുത്തിട്ടുണ്ടാകാമെന്ന് ഡാൽഗ്ലിഷ് ചിന്തിച്ചു. എങ്കിലും ഡോ. ബാഗ്ലിക്കും തനിക്കും രക്ഷപ്പെടാൻ വേണ്ടി, കുറ്റകൃത്യം നടന്ന സമയത്ത് മറ്റൊരിടത്തായിരുന്നു എന്ന വാദം അവൾ നിരത്താത്തതെന്തെന്ന് അയാൾ അദ്ഭുതപ്പെട്ടു.

ഡോ. ഈതറീഗിന്റെ ഇരിപ്പിടത്തിന്റെ അടുത്തുതന്നെ ശ്രീമതി ബോസ്റ്റോക്ക് ഷോർട്ട്ഹാൻഡ് നോട്ട്ബുക്കുമായി തയ്യാറായി നിന്നു. മെഡിക്കൽ ഡയറക്ടറുടെ നിർദ്ദേശങ്ങൾക്കുവേണ്ടി ആ സ്ത്രീയുടെ ഫ്ളെമിംഗോ പേനയുടെ നിബ്ബ് കടലാസിൽ മുട്ടിനിന്നു.

"അല്പസമയത്തിനകം സൂപ്രണ്ട് ഡാൽഗ്ലിഷ് ഇവിടേക്ക് വരുമെന്ന് എന്നെ ഫോൺവിളിച്ച് പറഞ്ഞിരുന്നു. നമ്മുടെ ജീവനക്കാരിൽ ചിലരെ ഒന്നുകൂടി കാണണമെന്നും ഉച്ചയ്ക്കുമുമ്പ് ഞാനുമായും ഒരു കൂടിക്കാഴ്ച തരപ്പെടുത്തണമെന്നും അയാൾ ആവശ്യപ്പെട്ടു."

“ഉച്ചയ്ക്കുമുമ്പ് ഡോക്ടർക്ക് അദ്ദേഹത്തെ കാണാൻ കഴിയുമോ എന്ന കാര്യത്തിൽ എനിക്ക് സംശയമുണ്ട്. ഉച്ചയ്ക്ക് രണ്ടരയ്ക്ക് പ്രൊഫഷണൽ സ്റ്റാഫ് കമ്മിറ്റിയുണ്ട്. അതിന്റെ അജണ്ടയെന്താണെന്ന് നോക്കാൻപോലും താങ്കൾക്ക് സമയമുണ്ടാവില്ല. കൂടിക്കാഴ്ചയ്ക്കുവേണ്ടി പന്ത്രണ്ടരയ്ക്ക് സ്റ്റേറ്റ്സിൽ നിന്നുള്ള ഡോ. തൽമേജിന് സമയം കൊടുത്തിട്ടുണ്ട്. പിന്നെ, പതിനൊന്നുമണി മുതൽ താങ്കൾ പറയുന്നത് കുറിച്ചെടുക്കാനും ഉണ്ടാകുമെന്നാണ് എനിക്കു തോന്നുന്നത്.”

ഉള്ളിലുള്ളത് പുറത്തു പ്രകടിപ്പിക്കാതെ ശ്രീമതി ബോസ്റ്റോക്ക് പറഞ്ഞു.

“നമുക്ക് നോക്കാം. ബോസ്റ്റോക്കിനുള്ള സമയം സൂപ്രണ്ട് കൊണ്ടുപോകുമോ എന്നാണ് എന്റെ ഇപ്പോഴുള്ള പേടി. ക്ലിനിക്കിന്റെ പ്രവർത്തനങ്ങളും നടത്തിപ്പും സംബന്ധിച്ച ചോദ്യങ്ങളാണുള്ളതെന്നായിരുന്നു അയാൾ പറഞ്ഞത്.”

“ഡോക്ടർ പറഞ്ഞത് എനിക്ക് മനസ്സിലായിട്ടില്ല. താങ്കൾ പറഞ്ഞുവരുന്നത്, നമ്മുടെ ജനറൽ അഡ്മിനിസ്ട്രേഷൻ സംവിധാനത്തിൽ അയാൾക്ക് താത്പര്യമുണ്ടെന്നാണോ?”

അമ്പരപ്പും അനിഷ്ടവും കൃത്യമായ അനുപാതത്തിൽ കലർത്തിയ ചോദ്യമായിരുന്നു ശ്രീമതി ബോസ്റ്റോക്കിന്റേത്.

“ഒരുപക്ഷേ, അങ്ങനെയായിരിക്കും. ഈ ക്ലിനിക്കിലെ നിയമനങ്ങൾ സംബന്ധിച്ച ഡയറിയും രോഗനിർണയ സൂചികയും വരുന്നതും പോകുന്നതുമായ കത്തുകളുടെ രജിസ്റ്ററും മെഡിക്കൽ രേഖകൾ സൂക്ഷിക്കുന്ന രീതിയുമാണ് അയാൾ ആവശ്യപ്പെടുന്നത്. അയാൾക്ക് ആവശ്യമുള്ള കാര്യങ്ങൾ ബോസ്റ്റോക്ക് തന്നെ എത്തിച്ചുകൊടുക്കുന്നതാവും നല്ലത്. എനിക്ക് എന്തെങ്കിലും കുറിപ്പുകൾ തയ്യാറാക്കാനുണ്ടെങ്കിൽ ഞാൻ പ്രൈഡിയെ വിളിപ്പിക്കാം.”

“എനിക്ക് ചെയ്യാൻ കഴിയുന്ന സഹായങ്ങൾ ഞാൻ തന്നെ ചെയ്തോളാം. നമ്മുടെ ഏറ്റവും തിരക്കുപിടിച്ച ദിവസം തന്നെ അയാൾ തിരഞ്ഞെടുത്തത് കഷ്ടമായിപ്പോയി. അയാളുടെ മനസ്സിലുള്ളത് എന്താണെന്ന് അറിഞ്ഞിരുന്നെങ്കിൽ എളുപ്പം ഞാനൊരു പ്രോഗ്രാംചാർട്ട് തയ്യാറാക്കിക്കൊടുക്കുമായിരുന്നു.”

ശ്രീമതി ബോസ്റ്റോക്ക് നീരസത്തോടെ പറഞ്ഞു.

“അക്കാര്യം നമുക്കെല്ലാം അറിയുന്നതാണല്ലോ. അയാൾക്ക് എന്നോട് ചോദിക്കുന്ന ചോദ്യങ്ങൾക്കുള്ള മറുപടി ഞാൻ തന്നെ കൊടുത്തോളാം. പിന്നെ, കല്ലിയോട് കഴിയുന്നതും വേഗം എന്നെയൊന്നു വിളിക്കാൻ പറയൂ.”

മെഡിക്കൽ ഡയറക്ടർ പറഞ്ഞു.

“ശരി, ഡോക്ടർ.”

ബോസ്റ്റോക്ക് പരാജയം സമ്മതിച്ചുകൊണ്ട് പോയി.

താഴെ, ഇ.സി.ടി. മുറിയിൽ, വെളുത്ത കോട്ട് ഊരിമാറ്റാൻ ഡോ. ബാഗ്ലിയെ ബോലം നഴ്സ് സഹായിക്കുകയായിരുന്നു.

"പതിവുപോലെ ബുധനാഴ്ച ശ്രീമതി കിംഗ് എൽ.എസ്.ഡി. ചികിൽസയ്ക്കുവേണ്ടി ഇവിടെ വരും. എനിക്കു തോന്നുന്നത്, മൂന്നാം നിലയിലുള്ള പി.എസ്.ഡബ്ലിയു മുറിയിൽ വച്ച് അത് കൊടുത്താൽ, അതായിരിക്കും കൂടുതൽ നന്നാവുകയെന്നാണ്. ബുധനാഴ്ച വൈകുന്നേരങ്ങളിൽ മിസ് കെറ്റിൽ അവിടെയുണ്ടാവില്ലല്ലോ, അല്ലേ? അവളോട് ഇക്കാര്യമൊന്നു പറയണം. അതല്ലെങ്കിൽ, ശ്രീമതി കല്ലിൻസ്കിയുടെ മുറിയോ, കൂടിക്കാഴ്ചകൾക്കുവേണ്ടിയുള്ള ചെറിയ മുറിയോ ഉപയോഗിക്കാം."

"അതിന് ഒട്ടും സൗകര്യമില്ല, ഡോക്ടർ. ഞാൻ ഫോൺ ചെയ്തപ്പോൾ രണ്ടു വിമാനങ്ങൾ വരുന്നുണ്ടെന്നാണ് കേട്ടത്."

ബോലം നഴ്സ് പറഞ്ഞു.

"അതെന്നെ കൊല്ലാനൊന്നും പോകുന്നില്ല. ഞാനിപ്പോൾ ഇഴഞ്ഞു നടക്കുകയൊന്നുമല്ല, സ്വന്തം കാലിൽ തന്നെയാണ് നിൽക്കുന്നത്."

"അവിടെയാണെങ്കിൽ വേറെ കിടക്ക വേണ്ടിവരും ഡോക്ടർ. സ്ട്രെച്ചർ വേണ്ടിവന്നാൽ ഇ.സി.ടി. ക്ലിനിക്കിൽ തുരുമ്പിച്ചു കിടക്കുന്ന ഒരെണ്ണം നന്നാക്കി എടുക്കേണ്ടി വരും."

"ഏതായാലും നീ ഒറ്റയ്ക്ക് താഴേക്കെങ്ങും പോകണ്ടാ. ആ നാഗലിനെക്കൂടി വിളിച്ചോളൂ."

"ഡോ. ബാഗ്ലീ, ഞാനത്ര ഭീരുവൊന്നുമല്ല."

ഡോ. ബാഗ്ലിക്ക് ക്ഷമ നശിച്ചു.

"ദൈവത്തെയോർത്ത്, നിങ്ങളുടെ ബുദ്ധി ഉപയോഗിക്കൂ, നഴ്സ്. തീർച്ചയായും നിങ്ങൾക്കു പേടിയുണ്ട്! ഈ ക്ലിനിക്കിൽ എവിടെയോ ഒരു കൊലയാളിയുണ്ട്-അയാളൊഴികെ-മറ്റാരും ഈ സമയത്ത് ബേസ്മെന്റിലേക്ക് ഇറങ്ങിച്ചെല്ലാൻ ധൈര്യപ്പെടില്ല. ഇനി, നിങ്ങൾക്കു പേടിയില്ലെങ്കിൽ അതിനർത്ഥം നിങ്ങളെന്തോ മറയ്ക്കുന്നുണ്ടെന്നാണ്, പ്രത്യേകിച്ച് പൊലീസുകാരിൽ നിന്ന്. സിസ്റ്റർ എവിടെപ്പോയി? ജനറൽ ഓഫീസിലാണോ?"

അയാൾ റിസീവറെടുത്ത് ഒരു വിറയലോടെ ഡയൽ ചെയ്യാൻ തുടങ്ങി.

"സിസ്റ്ററല്ലേ? ബാഗ്ലിയാണ്. ഈ ആഴ്ച എൽ.എസ്.ഡിക്കു വേണ്ടി ബേസ്മെന്റിലെ മുറി ഉപയോഗിക്കുന്നതിൽ എനിക്കു തീരെ താത്പര്യമില്ലെന്ന് ഞാനിപ്പോൾ ബോലം നഴ്സിനോട് പറഞ്ഞതേയുള്ളൂ."

സിസ്റ്റർ ആംബ്രോസിന്റെ മറുപടി വ്യക്തമായിരുന്നു:

"തീർച്ചയായും ഡോക്ടറുടെ ഇഷ്ടം പോലെ തന്നെ നടക്കട്ടെ. പക്ഷേ, അടിത്തട്ടിലെ ആ മുറിയായിരുന്നു കൂടുതൽ സൗകര്യപ്രദം. ഗ്രൂപ്പിലെ ഏതെങ്കിലുമൊരു ആശുപത്രിയിൽ നിന്ന് ക്ലിനിക്കിലെ ഇ.സി.ടി. വിഭാഗത്തിലേക്ക് നമുക്കൊരു നഴ്സിനെക്കൂടി തരപ്പെടുത്താമായിരുന്നു. ബോലം നഴ്സും കൂടിയുണ്ടെങ്കിൽ ഞാനിവിടെ താഴെത്തന്നെ നിന്നോളാം. ശ്രീമതി കിംഗുണ്ടെങ്കിൽ അക്കാര്യം ഞങ്ങളേറ്റു."

എല്ലാം കേട്ടതിനുശേഷം ബാഗ്ലി ചുരുക്കിപ്പറഞ്ഞു:

"സിസ്റ്റർ പതിവുപോലെ ഇ.സി.ടി. ക്ലിനിക്കിൽ ഉണ്ടാവണം. എൽ. എസ്.ഡി. രോഗികൾ മുകളിലേക്ക് പോകട്ടെ. ഞാൻ പറഞ്ഞത് മനസ്സിലായിട്ടുണ്ടാകുമെന്നു കരുതുന്നു."

രണ്ടു മണിക്കൂറുകൾക്കു ശേഷം മെഡിക്കൽ ഡയറക്ടറുടെ മുറിയിലേക്കു കയറിച്ചെന്ന ഡാൽഗ്ലിഷ്, മൂന്ന് കറുത്ത ലോഹപ്പെട്ടികൾ ഡോ. ഈതറീഗിന്റെ മേശപ്പുറത്ത് വച്ചു. ആ പെട്ടിയിലെ വീതി കുറഞ്ഞ ഇടങ്ങളിൽ ചെറിയ ദ്വാരങ്ങൾ പഞ്ച് ചെയ്തിരുന്നു. അതിൽ തുകൽ നിറത്തിലുള്ള കാർഡുകളും കാണപ്പെട്ടു. അത് ക്ലിനിക്കിലെ രോഗ നിർണയ സൂചികയായിരുന്നു. ഡാൽഗ്ലിഷ് അതിനെത്തന്നെ നോക്കിയിട്ട് പറഞ്ഞു.

"ശ്രീമതി ബോസ്റ്റോക്ക് ഇതേക്കുറിച്ച് എന്നോട് വിശദീകരിച്ചിരുന്നു. ഞാൻ മനസ്സിലാക്കിയത് ശരിയാണെങ്കിൽ, ഈ കാർഡുകളിൽ ഓരോന്നും പ്രതിനിധീകരിക്കുന്നത് ഓരോ രോഗികളെയാണ്. രോഗത്തെക്കുറിച്ചും രോഗിയെക്കുറിച്ചുമുള്ള വിവരങ്ങൾ കോഡുരൂപത്തിലാക്കി കാർഡിൽ പഞ്ചു ചെയ്ത് സൂക്ഷിക്കും. ഒരേ നിരയിൽ ചെറു സുഷിരങ്ങളിട്ട് അതിനിടയിൽ നമ്പറുകൾ നൽകും. ഹാൻഡ് മെഷീൻ ഉപയോഗിച്ച് ഏതു നമ്പർ വേണമെങ്കിലും എനിക്ക് പഞ്ചു ചെയ്യാം. മാത്രമല്ല, തുടർച്ചയായി വരുന്ന രണ്ടു ചതുരങ്ങൾക്കിടയിലൂടെ വേഗം കാർഡ് കീറിയെടുക്കുകയും ചെയ്യാം. ഈ ലോഹവയർ ഉള്ളിലേക്ക് കടത്തിയാൽ, ഇരുപതാമത്തെ ദ്വാരം പെട്ടിക്കുപുറത്ത് വീഴും. കാർഡ് ഒന്നുകൂടി തള്ളിക്കൊടുത്താൽ, പെട്ടി കറങ്ങുമെങ്കിലും ഏതു നമ്പർ വേണമെങ്കിലും പഞ്ചുചെയ്യാം. വാസ്തവത്തിൽ, ഇന്ന് വിപണിയിൽ കിട്ടാവുന്ന ഏറ്റവും ലളിതമായ പഞ്ച്കാർഡ് സമ്പ്രദായമാണിത്."

"അതെ. ഞങ്ങളിത് രോഗനിർണയസൂചികയായും ഒപ്പം ഗവേഷണ ആവശ്യങ്ങൾക്കും ഉപയോഗിക്കാറുണ്ട്."

ഡാൽഗ്ലിഷിന്റെ താത്പര്യം കണ്ടതോടെ മെഡിക്കൽ ഡയറക്ടർ അമ്പരന്നു. സൂപ്രണ്ട് തുടർന്നു:

"ശ്രീമതി ബോസ്റ്റോക്ക് എന്നോടു പറഞ്ഞത് നിങ്ങൾ ഈ സമ്പ്രദായം തുടങ്ങിയത് 1952 ലാണെന്നാണ്. അതുവരെ ചികിൽസ പൂർത്തിയാക്കിയവരുടെ രേഖകളൊന്നും ഇവിടെ ഉണ്ടാകാനിടയില്ലെന്നും

പറഞ്ഞു. അതിനർത്ഥം, അന്നത്തെ രോഗികൾ ഇപ്പോൾ ചികിൽസി ക്കാനെത്തുന്നത് കാർഡില്ലാതെയാണെന്നാണ്- അല്ലെങ്കിൽ, മുമ്പ് അവർക്ക് അത്തരത്തിലാണ് ഇവിടെ ചികിൽസ നൽകിയതെന്നാണ്.- ചുരുക്കത്തിൽ, 1952ന് മുമ്പുള്ള രോഗികളുടെ രേഖകൾ ഇതിൽ ഉൾപ്പെ ട്ടിട്ടില്ല."

"അതെ. മുമ്പുള്ള കേസുകളും കൂടി ഉൾപ്പെടുത്തേണ്ടിയിരിക്കുന്നു. പക്ഷേ, അത്രയും ജോലി ചെയ്യാനുള്ള ജീവനക്കാരുണ്ടോ ഇവിടെ എന്ന താണ് പ്രസക്തമായ ചോദ്യം. കോഡ് രേഖപ്പെടുത്തുന്നതും പഞ്ച് ചെയ്യു ന്നതുമൊക്കെ ശ്രമകരമായ ജോലികളാണ്. പോരാത്തതിന്, ധാരാളം സമയവും വേണ്ടിവരും. ഇപ്പോൾ ഞങ്ങൾ കോഡുചെയ്യുന്നത് 1962 ഫെബ്രുവരിയിലെ ഡിസ്ചാർജുകളാണ്. അതായത്, ഞങ്ങൾ കുറേയേറെ പിന്നിലാണെന്നു ചുരുക്കം."

"പക്ഷേ, ഒരിക്കൽ രോഗിയുടെ കാർഡ് പഞ്ച് ചെയ്താൽ ഏതു രോഗ നിർണയവും നിങ്ങൾക്ക് തിരഞ്ഞെടുക്കാമല്ലോ, മാത്രമല്ല, രോഗിയെ ഏതു വിഭാഗത്തിൽ ഉൾപ്പെടുത്താമെന്നും നിങ്ങൾക്ക് തീരുമാനിക്കാ മല്ലോ?"

"അതെ. തീർച്ചയായും."

മെഡിക്കൽ ഡയറക്ടർ സാവധാനത്തിൽ പുഞ്ചിരിച്ചു.

"പെട്ടെന്നു ചോദിച്ചാൽ രോഗി സ്വദേശിയാണോ വിദേശിയാണോ എന്നും അപ്പൂപ്പനും അമ്മൂമ്മയും ഉന്നതകുലജാതരാണോ എന്നും അറിയാൻ വഴിയൊന്നുമില്ല. പക്ഷേ, കോഡുചെയ്ത എല്ലാ വിവരങ്ങളും യാതൊരു പ്രയാസവും കൂടാതെ വേർതിരിച്ചെടുക്കാൻ കഴിയും."

ഒരു ചെറിയ ഫയൽ ഡാൽഗ്ലിഷ് മേശപ്പുറത്തേക്ക് നീക്കിവച്ചു.

"ശ്രീമതി ബോസ്റ്റോക്കാണ് നിങ്ങളുടെ കോഡിംഗ് സമ്പ്രദായത്തെ ക്കുറിച്ച് എന്നോടു വിശദീകരിച്ചത്. അതിൽ പ്രായം, ലിംഗം, വൈവാഹി കാവസ്ഥ, മേൽവിലാസം, രോഗവിവരം, രോഗിയെ ചികിൽസിക്കുന്ന കൺസൾട്ടന്റിന്റെ പേര്, ആദ്യം ക്ലിനിക്കിൽ വന്ന തീയതി, തുടർന്ന് വന്ന ദിവസങ്ങൾ, രോഗലക്ഷണങ്ങൾ, ചികിൽസാപുരോഗതി എന്നിവയെല്ലാ മുണ്ട്. അതോടൊപ്പം രോഗിയുടെ സാമൂഹിക സ്ഥിതിയും കോഡു ചെയ്തിരിക്കുന്നു. അത് വളരെ വിചിത്രമായിരിക്കുന്നു."

"അത്, തീർച്ചയായും അസാധാരണമായ ഒരു കാര്യം തന്നെയാണ്. മുഖ്യമായും, അത് വിഷയാനുസരണം തന്നെയാണെന്നാണ് ഞാൻ കരു തുന്നത്. കാരണം അത് ഗവേഷണ പ്രവർത്തനങ്ങൾക്ക് ചിലപ്പോഴൊക്കെ ഉപകാരപ്പെടാറുണ്ട്. രജിസ്ട്രാർ-ജനറൽ പട്ടികപ്പെടുത്തിയിട്ടുള്ള സാമൂ ഹികസ്ഥിതികൾ തന്നെയാണ് ഞങ്ങളും പിന്തുടരുന്നത്. അക്കാര്യം താങ്കൾ ശ്രദ്ധിച്ചിട്ടുണ്ടാകുമല്ലോ. ഞങ്ങളുടെ ആവശ്യങ്ങൾക്കു വേണ്ടി യുള്ള കൃത്യതയും അതിനുണ്ട്."

ഡാൽഗ്ലിഷ് ആ നേർത്ത ലോഹദണ്ഡിൽ വിരലോടിച്ചു. "അങ്ങനെയെങ്കിൽ കാർഡ് എനിക്കും തിരഞ്ഞെടുക്കാം, തിരുത്താം. ഉദാഹരണത്തിന്, എട്ടുവർഷം മുമ്പ് ചികിൽസ തേടിയ ക്ലാസ് വൺ രോഗിയുടെ കാർഡിൽ, പിന്നീട് വിവാഹം കഴിച്ച് കുടുംബജീവിതം നയിക്കുന്ന ഒരാൾക്ക് വഴിപിഴച്ച ലൈംഗികാസക്തിയോ, അല്ലെങ്കിൽ നിയന്ത്രിക്കാനാവാത്ത മോഷണാഭിരുചിയോ, അതുമല്ലെങ്കിൽ സമൂഹം അംഗീകരിക്കാത്ത മറ്റെന്തെങ്കിലും മാനസികരോഗമോ ഉണ്ടെന്ന് ചിത്രീകരിക്കാം."

"സാധ്യതയുണ്ട്. പക്ഷേ, എനിക്കു മനസ്സിലാവാത്തത്, അതുകൊണ്ട് താങ്കൾക്കെന്താണ് മെച്ചമെന്നാണ്?"

മെഡിക്കൽ ഡയറക്ടർ ശാന്തഭാവത്തിൽ ചോദിച്ചു.

"ബ്ലാക്ക്മെയിൽ ചെയ്യാമല്ലോ, ഡോക്ടർ. ഇരയെ മാത്രം കണ്ടെത്തിയാൽ മതി. ആ നേർത്ത ലോഹദണ്ഡു കൊണ്ട് ആവശ്യമുള്ള കാർഡ് കുത്തിയെടുക്കാം. ആ കാർഡിനു മുകളിൽ വലത്തേ മൂലയിലായി ഒരു നമ്പർ കാണാം. താഴെ ബേസ്മെന്റിലെ രേഖകൾ സൂക്ഷിക്കുന്ന മുറിയിൽ ആ മെഡിക്കൽ രേഖ ഏതെങ്കിലുമൊരു ഫയലിൽ കാത്തിരിക്കുന്നുണ്ടാവും."

"അത് വെറും ഊഹാപോഹം മാത്രമാണ്. അക്കാര്യത്തിൽ തെളിവിന്റെ ഒരു തുണ്ടുപോലുമില്ല."

മെഡിക്കൽ ഡയറക്ടർ പറഞ്ഞു.

"ശരിയാണ്, തെളിവുകളൊന്നുമില്ല. പക്ഷേ, അങ്ങനെ സംഭവിക്കാൻ സാധ്യതയുണ്ട്. നടന്ന കാര്യങ്ങൾ നമുക്കൊന്നു നോക്കാം. ബുധനാഴ്ച ഉച്ചകഴിഞ്ഞ് ഹൗസ് കമ്മിറ്റി മീറ്റിംഗിനുശേഷം മിസ് ബോലം ഗ്രൂപ്പ് സെക്രട്ടറിയെ കാണുമ്പോൾ ക്ലിനിക്കിലെ കാര്യങ്ങളെല്ലാം ഭംഗിയായി നടക്കുന്നുവെന്നാണ് പറഞ്ഞത്. എന്നാൽ, വെള്ളിയാഴ്ച ഉച്ചയ്ക്ക് പന്ത്രണ്ടേകാലിന് ഗ്രൂപ്പ് സെക്രട്ടറിയെ വിളിച്ച് അത്യാവശ്യമായി ക്ലിനിക്കിലേക്ക് വരണമെന്ന് ആവശ്യപ്പെടുന്നു. എന്നിട്ട് പറയുന്നു, 'അദ്ദേഹത്തിന് അറിയാത്ത എന്തൊക്കെയോ കാര്യങ്ങൾ ഇവിടെ നടക്കുന്നു' എന്ന്. അത് അവൾ ഇവിടെ വരുന്നതിനു മുമ്പുതന്നെ തുടങ്ങിയതും ഇപ്പോഴും തുടരുന്നതുമായ ഗൗരവമുള്ള എന്തോ കാര്യമാണെന്ന സൂചനയും നമുക്കു മുന്നിലുണ്ട്. അവൾ എത്തുന്നതിനുമുമ്പ്, എന്നുവച്ചാൽ മൂന്നുകൊല്ലം മുമ്പ് തുടങ്ങിയ എന്തോ ഏർപ്പാടാണെന്നു ചുരുക്കം."

"എന്തുതന്നെയായാലും അത് മരണകാരണമാണെന്നുള്ളതിന് നമുക്കു മുന്നിൽ തെളിവൊന്നുമില്ല."

"ഇല്ല."

"വാസ്തവത്തിൽ, ലൗഡറെ കാണുന്നതിൽ നിന്ന് മിസ് ബോലമിനെ എങ്ങനെയെങ്കിലും തടയണമെന്നു മാത്രമായിരുന്നിരിക്കണം ആ കൊലയാളി കരുതിയത്. എന്നാൽ, ഒരു മണിക്കുശേഷം എപ്പോൾ

വേണമെങ്കിലും ക്ലിനിക്കിലേക്ക് എത്താൻ സാധ്യതയുള്ള ഗ്രൂപ്പ് സെക്രട്ടറിയെ തടയാൻ ആർക്കു കഴിയും?"

അന്നേരം ഡാൽഗ്ലിഷ് പറഞ്ഞു:

"വൈകുന്നേരം ജെ.സി.സി. മീറ്റിംഗ് കഴിയാതെ അയാൾക്ക് വരാൻ കഴിയില്ലെന്നാണല്ലോ അവൾ ഫോണിൽ സംസാരിക്കുന്നത് കേട്ടത്. അതുകൊണ്ടാണ് ആ ഫോൺവിളി ആരെങ്കിലും മറഞ്ഞുനിന്ന് കേട്ടോ എന്ന് ഞങ്ങൾ അന്വേഷിച്ചത്. കല്ലിക്കായിരുന്നു അന്ന് ഔദ്യോഗികമായി ഓപ്പറേറ്ററുടെ ചുമതലയുണ്ടായിരുന്നത് എങ്കിലും അയാൾക്ക് സുഖമില്ലാതിരുന്നതിനാൽ, ആ ദിവസം പലരും മാറിയും തിരിഞ്ഞുമാണ് അവിടെയുണ്ടായിരുന്നത്. നാഗലും ശ്രീമതി ബോസ്റ്റോക്കും മിസ് പ്രൈഡിയും, എന്തിനേറെ ശ്രീമതി ഷോർട്ട്ഹൗസുപോലും അയാളെ സഹായിക്കാൻ ഓപ്പറേറ്റർ ബോർഡിലെത്തിയിരുന്നു. ഉച്ചഭക്ഷണ സമയത്ത് ബിയറു കഴിക്കാൻ പോകുന്നതിന് തൊട്ടുമുമ്പ് അല്പസമയം കല്ലിക്കുവേണ്ടി നിന്നതായാണ് നാഗൽ ഓർത്തെടുക്കുന്നത്. പക്ഷേ, അക്കാര്യം അവനത്ര ഉറപ്പില്ല, കല്ലിക്കും. ആർക്കും അങ്ങനെയൊരു ഫോൺവിളിയെക്കുറിച്ച് അറിയില്ല."

"ഒരുപക്ഷേ, അവർ ഓർത്തെടുക്കാത്തതുമായിരിക്കും."ഡോ. ഈതറീഗ് പറഞ്ഞു. എന്നിട്ട് കൂട്ടിച്ചേർത്തു:

"ഓപ്പറേറ്റർ ഫോൺവിളികൾ ശ്രദ്ധിക്കാൻ പാടില്ലെന്ന് ജീവനക്കാർക്ക് കർശന നിർദ്ദേശം നൽകിയിട്ടുണ്ട്. അത്, പ്രധാനപ്പെട്ട കാര്യമാണല്ലോ. ഗ്രൂപ്പ് ഓഫീസിലേക്ക് കണക്ട് ചെയ്യാൻ മാത്രമായിരിക്കും ഒരുപക്ഷേ ബോലം പറഞ്ഞിട്ടുണ്ടാവുക. ബന്ധുക്കളെയും മരുന്നു വിതരണക്കാരെയും ഗ്രൂപ്പ് സെക്രട്ടറിയെയുമൊക്കെ ഇടയ്ക്കും മുറയ്ക്കും അവൾ വിളിക്കാറുണ്ട്. ആ വിളിക്ക് എന്തെങ്കിലും പ്രത്യേകതകളുള്ളതായി ഓപ്പറേറ്റർക്ക് തോന്നിയിട്ടുണ്ടാവില്ല. ഒരുപക്ഷേ പുറത്തേക്കുള്ള വിളി എന്നു മാത്രം പറഞ്ഞുകൊണ്ട് അവൾ തനിയെ വിളിച്ചതുമാകാം. വി.എ.ബി.എക്സ് സമ്പ്രദായമായതുകൊണ്ട്, തീർച്ചയായും അതിനു സാധ്യതയുണ്ട്."

"എങ്കിലും അവിടെയുണ്ടായിരുന്ന ആരോ ഒരാൾ ആ ഫോൺവിളി കേട്ടിരിക്കാൻ സാധ്യതയുണ്ട്."

"അവിടെയുണ്ടായിരുന്നയാൾ പ്ലഗ്ഗ് ഇൻ ചെയ്താൽ അങ്ങനെ സംഭവിച്ചേക്കാം."

ദീർഘമായി നിശ്വസിച്ചുകൊണ്ട് ഡാൽഗ്ലിഷ് പറഞ്ഞു:

"ഉച്ചകഴിഞ്ഞ് ലൗഡറെ പ്രതീക്ഷിക്കുന്നുണ്ട് എന്ന കാര്യം ബോലം കല്ലിയോടു പറഞ്ഞിരുന്നു. ഒരുപക്ഷേ, അവൾക്കുള്ള മറ്റു സന്ദർശകരെ ഒഴിവാക്കാൻ വേണ്ടിയായിരിക്കും അങ്ങനെ പറഞ്ഞത്. അക്കാര്യം നമുക്കറിയില്ല. കല്ലി ഒഴികെ മറ്റാരും അക്കാര്യം സമ്മതിക്കുന്നതുമില്ല. ഇത്തരമൊരു സാഹചര്യത്തിൽ, അതൊരുപക്ഷേ കൂടുതൽ അമ്പരപ്പിച്ചേക്കും.

ഇപ്പോൾ നമുക്ക് കൂടുതൽ വിശദാംശങ്ങൾ ലഭ്യവുമല്ല. ലൗഡറോട് എന്താണ് മിസ് ബോലമിന് പറയാനുണ്ടായിരുന്നതെന്ന് കണ്ടെത്തുക യാണ് ആദ്യം ഞാൻ ചെയ്യേണ്ടത്. അതൊരു ബ്ലാക്ക്മെയിൽ ആയിരി ക്കാനാണ് സാധ്യത. ഇപ്പോഴും തുടർന്നുകൊണ്ടിരിക്കുന്ന അത്യന്തം ഗുരു തരമായ കാര്യമെന്താണെന്ന് ദൈവത്തിനറിയാം."

മെഡിക്കൽ ഡയറക്ടർ ഒരു നിമിഷം ഒന്നും മിണ്ടിയില്ല. എതിർവാദം ഉന്നയിക്കാൻ വേണ്ടി അയാൾ ആഴത്തിൽ ആലോചിക്കുകയാണോ എന്നോർത്ത് ഡാൽഗ്ലിഷ് അമ്പരന്നു. ഒരുപക്ഷേ, അനുയോജ്യമായ വാക്കുകൾക്കുവേണ്ടി അയാൾ പരതുകയായിരിക്കുമെന്ന് ഡാൽഗ്ലിഷിന് തോന്നി. മൗനത്തിനുശേഷം മെഡിക്കൽ ഡയറക്ടർ ശാന്തനായി പറഞ്ഞു:

"തീർച്ചയായും അതൊരു ഗുരുതരപ്രശ്നം തന്നെയായിരിക്കും. അത് എത്രമാത്രം ഗൗരവതരമാണെന്ന് ചർച്ച ചെയ്ത് സമയം പാഴാ ക്കിയിട്ട് കാര്യമില്ല. തീർച്ചയായും ആ തിയറിയുടെ പിൻബലത്തിൽ, താങ്കളുടെ അന്വേഷണം തുടരാം. മറ്റേതെങ്കിലും തരത്തിലുള്ള പെരു മാറ്റം എന്റെ ജീവനക്കാരുടെ ഭാഗത്തുനിന്നുണ്ടായാൽ അത് അനീതി തന്നെയാണ്. ശരി, ഞാൻ എന്തു ചെയ്യണമെന്നാണ് താങ്കൾ ആഗ്രഹി ക്കുന്നത്?"

"ഒരു ഇരയെ കണ്ടെത്താൻ എന്നെ സഹായിക്കണം. പിന്നീട് മതി. ഒരുപക്ഷേ, ചില ഫോൺവിളികളുടെ രൂപത്തിൽ തന്നെ."

"സൂപ്രണ്ട് ആവശ്യപ്പെട്ട കാര്യം ഞാൻ അംഗീകരിക്കുന്നു. പക്ഷേ, മെഡിക്കൽ രേഖകളെല്ലാം രഹസ്യസ്വഭാവം പുലർത്തുന്നവയാണ്."

"ഏതെങ്കിലും ഒരു കേസ്‌രേഖ കാണണമെന്നല്ല ഞാൻ പറഞ്ഞത്. പക്ഷേ, അത് സാധ്യമായാൽ താങ്കൾക്കോ താങ്കളുടെ രോഗികൾക്കോ ബുദ്ധിമുട്ടേണ്ടി വരില്ല. എന്നാൽ നമുക്ക് തുടങ്ങാം? നമുക്ക് ക്ലാസ് വൺ രോഗികളെ ആദ്യം എടുക്കാം. താങ്കൾ എനിക്കുവേണ്ടി കോഡ് വായിച്ചു തന്നെങ്കിൽ നന്നായിരുന്നു."

സ്റ്റീൻ ക്ലിനിക്കിലെ രോഗികളിൽ ഭൂരിഭാഗവും ക്ലാസ് വൺ ആയി രുന്നു. 'ഉയർന്ന വിഭാഗക്കാർക്കു വേണ്ടി മാത്രമുള്ള മനോരോഗ ചികിൽസാലയം' എന്ന് ഡാൽഗ്ലിഷ് മനസ്സിൽ പറഞ്ഞു. ഒരുനിമിഷം, അയാൾ ആകെയൊന്നു കണ്ണോടിച്ചിട്ട് പറഞ്ഞു:

"ബ്ലാക്ക്മെയിലറെ അന്വേഷിച്ച് ഞാൻ എവിടെനിന്നു തുടങ്ങണം, പുരുഷനിൽ നിന്നോ സ്ത്രീയിൽ നിന്നോ? പുരുഷന്മാർ പുരുഷന്മാരിൽ നിന്നും സ്ത്രീകൾ സ്ത്രീകളിൽ നിന്നുമായിരിക്കും തുടങ്ങുക എന്ന പൊതുനിയമം പാലിക്കാം. പക്ഷേ, അവിടെ മറ്റൊരു ചോദ്യം സ്വാഭാ വികമായും ഉയർന്നവരും സ്ഥിരവരുമാനമുള്ള ക്ലാസ് വൺ പുരുഷന്മാർ ഇത്തരമൊരു ഉദ്യമത്തിന് ഇറങ്ങിത്തിരിക്കുമോ? അതുകൊണ്ട്, പുരുഷ ന്മാരെ അടുത്തതായി പരിഗണിക്കാം. ലണ്ടനു പുറത്തായിരിക്കും നമ്മുടെ

ഇര താമസിക്കുന്നതെന്നാണ് ഞാൻ കരുതുന്നത്. അത്തരമൊരു മുൻ രോഗിയെ കണ്ടെത്തി, ക്ലിനിക്കിൽ എന്താണുണ്ടായതെന്നു ചോർത്തിയെടുക്കുന്നത് ഒരു നിസ്സാരകാര്യമല്ല. ഒരു ചെറുപട്ടണത്തിലോ ഗ്രാമത്തിലോ ആയിരിക്കും ഞാൻ അന്വേഷിക്കുന്ന ആൾ താമസിക്കുന്നത്."

അതുകേട്ട മെഡിക്കൽ ഡയറക്ടർ പറഞ്ഞു:

"ലണ്ടനു പുറത്തുനിന്ന് വരുന്ന രോഗികളെ ഒരു പ്രത്യേകതരത്തിലാണ് ഞങ്ങൾ കോഡ് ചെയ്യുന്നത്. അതുകൊണ്ടുതന്നെ, ഇരുകൂട്ടരേയും വേഗം വേർതിരിച്ചറിയാം. ലണ്ടനിൽ താമസമാക്കിയ രോഗികളുടെ കാർഡുകൾ എടുത്തു മാറ്റിയാൽ എന്താണ് അവശേഷിക്കുന്നതെന്നു കാണാം."

സ്റ്റീൻക്ലിനിക്കിലേക്ക് വന്നുകൊണ്ടിരുന്ന രോഗികളിൽ അധികംപേരും ലണ്ടൻ നിവാസികളായതുകൊണ്ട് കാര്യങ്ങൾ കുറേക്കൂടി എളുപ്പമായി. എങ്കിലും ഡസൻ കണക്കിന് കാർഡുകൾ അവർക്കു മുന്നിൽ അവശേഷിച്ചു. അതിലേക്ക് നോക്കിയിട്ട് ഡാൽഗ്ലിഷ് പറഞ്ഞു:

"ഇക്കൂട്ടത്തിൽ നിന്ന് വിവാഹിതരോ ഒറ്റയോ എന്ന് വേർതിരിക്കുന്നത് ശ്രമകരമായിരിക്കും. അതുകൊണ്ട് തൽക്കാലം അത്തരമൊരു തരംതിരിവ് വേണ്ടെന്നുവയ്ക്കാം. എന്നിട്ട് രോഗനിർണയം നടത്തിയതിലൂടെ കടന്നുപോകാം. അക്കാര്യത്തിലാണ് എനിക്ക് ഡോക്ടറുടെ സഹായം അത്യാവശ്യമായിരിക്കുന്നത്. അതീവ രഹസ്യസ്വഭാവമുള്ള മെഡിക്കൽ രേഖകളാണ് ഇതൊക്കെയെന്ന് എനിക്ക് നന്നായറിയാം. ഒരു കാര്യം ചെയ്യാം, താങ്കൾ രോഗലക്ഷണത്തിന്റെയോ രോഗനിർണയത്തിന്റെയോ കോഡുകൾ വായിക്കുക. അതിൽ നിന്ന് ബ്ലാക്ക്മെയിലറെ കണ്ടെത്താനാകുമോയെന്നു നോക്കാം. രോഗികളുടെ മറ്റു വിശദാംശങ്ങൾ എനിക്ക് ആവശ്യമില്ല."

വീണ്ടും ഡോക്ടർ നിശ്ശബ്ദനായി. ലോഹദണ്ഡിൽ പിടിച്ചുകൊണ്ട് ഡാൽഗ്ലിഷ് ക്ഷമയോടെ കാത്തിരുന്നു. ഡോക്ടർ നിശ്ശബ്ദനായിരുന്നെങ്കിലും കോഡ് ബുക്ക് അയാൾക്കു മുന്നിൽ തുറക്കപ്പെട്ടു അയാൾ അത് കാണാത്ത മട്ടിൽ ഇരുന്നു. ഒരു നിമിഷം കഴിഞ്ഞ് പേജിലേക്ക് സൂക്ഷിച്ചുനോക്കിയിട്ട് ശാന്തസ്വരത്തിൽ പറഞ്ഞു:

"23, 68, 69, 71 കോഡുകൾ ഒന്നു പരിശോധിക്കൂ."

ഒടുവിൽ പതിനൊന്ന് കാർഡുകൾ മാത്രം അവശേഷിച്ചു. ഓരോ കാർഡുകളുടെയും വലതുമൂലയിലെ തുളയോടുചേർന്ന് രേഖപ്പെടുത്തിയിരിക്കുന്ന നമ്പറുകൾ പരിശോധിച്ചുകൊണ്ട് ഡാൽഗ്ലിഷ് പറഞ്ഞു:

"രോഗനിർണയ സൂചികയുടെ സഹായത്താൽ എത്തിച്ചേരാൻ കഴിയുന്ന പരമാവധി ദൂരം നമ്മൾ സഞ്ചരിച്ചു കഴിഞ്ഞു. ഇനി ആ ബ്ലാക്ക്മെയിലർ സഞ്ചരിച്ച വഴിയിലൂടെ സഞ്ചരിക്കണം, അയാൾ ചെയ്തതുപോലെ ചെയ്തുനോക്കണം. ആ മെഡിക്കൽ രേഖകൾ ഒന്നു

പരിശോധിക്കാം. അപ്പോൾ ഇരയെ ഒന്നുകൂടി അടുത്തറിയുകയും ചെയ്യാം. നമുക്ക് ബേസ്മെന്റിലേക്ക് പോയാലോ?"

മറുത്തൊരു വാക്കുപോലും പറയാതെ മെഡിക്കൽ ഡയറക്ടർ എഴുന്നേറ്റു. അവർ താഴേക്ക് ഇറങ്ങിച്ചെല്ലുമ്പോൾ മിസ് കെറ്റിൽ മുകളിലേക്ക് കയറിവരുന്നത് കണ്ടു. മെഡിക്കൽ ഡയറക്ടറെ കണ്ടപ്പോൾ ആദരസൂചകമായി അവൾ തല കുമ്പിട്ടു. ഡാൽഗ്ലിഷിന് എന്തെങ്കിലും നീരസം തോന്നുമോ എന്നു കരുതി അവൾ അയാളെ നോക്കി ചിരിക്കാൻ ശ്രമിച്ചു. പോകുന്ന വഴി ഹാളിൽ വച്ച് സിസ്റ്റർ ആംബ്രോസിനെ കണ്ടപ്പോൾ ഡോ. ബാഗ്ലിയുമായി എന്തോ സംസാരിച്ചുകൊണ്ട് നിൽക്കുന്നത് കണ്ടു. അപ്രതീക്ഷിതമായി മെഡിക്കൽ ഡയറക്ടറേയും ഡാൽഗ്ലിഷിനെയും ഒന്നിച്ച് കണ്ടതോടെ അവർ സംസാരം പെട്ടെന്ന് നിർത്തി. അന്നേരം അവരുടെ മുഖത്ത് ചിരിയുടെ ലാഞ്ഛന പോലുമുണ്ടായിരുന്നില്ല. ഡോ. ഈതറീഗും ഡാൽഗ്ലിഷും പടിക്കെട്ടുകളിറങ്ങി ബേസ്മെന്റിലേക്കു പോയി. ഹാളിന്റെ മറുതലയ്ക്കലുള്ള റിസപ്ഷൻ കേന്ദ്രത്തോടു ചേർന്ന ചില്ലിൽ കല്ലിയുടെ നരച്ച തല അവ്യക്തമായി പ്രതിഫലിക്കുന്നുണ്ടായിരുന്നു. അവർ അതുവഴി കടന്നുപോയിട്ടും അയാൾ തിരിഞ്ഞുനോക്കിയില്ല. ഒരുപക്ഷേ, മുൻവാതിലിൽ തന്നെ അയാൾ ശ്രദ്ധ കേന്ദ്രീകരിച്ചതുകൊണ്ടാകാം അങ്ങനെ സംഭവിച്ചതെന്ന് ഡാൽഗ്ലിഷിന് തോന്നി.

രേഖകൾ സൂക്ഷിക്കുന്ന മുറി പൂട്ടിയിരുന്നെങ്കിലും സീൽ ചെയ്തിട്ടുണ്ടായിരുന്നില്ല. കാവൽക്കാരുടെ വിശ്രമമുറിയിൽ നാഗൽ ഉണ്ടായിരുന്നു. ഉച്ചഭക്ഷണം നേരത്തെ കഴിക്കാനുള്ള തയ്യാറെടുപ്പിൽ, കോട്ട് ധരിക്കുകയായിരുന്നു അയാൾ. രേഖകൾ സൂക്ഷിക്കുന്ന മുറിയുടെ താക്കോൽ ബോർഡിൽ നിന്ന് എടുക്കുന്നത് കണ്ടിട്ടും മെഡിക്കൽ ഡയറക്ടറെ അയാൾ കണ്ടതായി ഭാവിച്ചില്ല. എന്നാൽ, ഒരു പ്രത്യേക താത്പര്യത്തോടെ നാഗൽ ഡാൽഗ്ലിഷിനെ നോക്കുകയും ചെയ്തു. ഡാൽഗ്ലിഷ് അക്കാര്യങ്ങളെല്ലാം കൃത്യമായി നിരീക്ഷിക്കുന്നുണ്ടായിരുന്നു. ഡാൽഗ്ലിഷ് രോഗനിർണയ സൂചിക പരിശോധിക്കുന്നുണ്ടെന്നും അതിനുശേഷം രേഖകൾ സൂക്ഷിക്കുന്ന മുറി പരിശോധിക്കാൻ താഴേക്ക് പോകുമെന്നും ക്ലിനിക്കിലെ ഉച്ചയ്ക്കു മുമ്പുതന്നെ സകലരും അറിഞ്ഞിരുന്നു. അക്കൂട്ടത്തിൽ ഒരാൾക്കുമാത്രം അതൊരു നിർണായകമായ അറിവായിരുന്നു. കൊലയാളിയിൽ അത് ഭയവും അസ്വസ്ഥതയും നിറയ്ക്കുമെന്ന് ഡാൽഗ്ലിഷിന് പ്രതീക്ഷയുണ്ടായിരുന്നു. അതേസമയം, അത് അപകടകരമാകാൻ സാധ്യതയുണ്ടെന്നും അയാൾ ഭയന്നു.

ഡോ. ഈതറീഗ് രേഖകൾ സൂക്ഷിക്കുന്ന മുറിയിലെ ലൈറ്റിട്ടു. ഫ്ളൂറസന്റ് ട്യൂബുകൾ മിന്നിമിന്നി വെള്ളയിലേക്ക് തെളിഞ്ഞു. അതോടെ ആ മുറി അവർക്കു മുന്നിൽ വെളിപ്പെട്ടു. നല്ലതും കെട്ടതുമായ ഒരുപാട് മണങ്ങൾ കൂടിക്കുഴഞ്ഞ് ഡാൽഗ്ലിഷിന്റെ മൂക്കിലേക്ക് തുളച്ചു കയറി. മുറി ഉള്ളിൽ നിന്ന് പൂട്ടി താക്കോൽ കുപ്പായക്കീശയിലേക്ക് നിക്ഷേപിക്കുന്നത് ഡാൽഗ്ലിഷ് ഭാവവ്യത്യാസം കൂടാതെ നിരീക്ഷിച്ചു.

ആ മുറിയുടെ ഉൾഭാഗം കണ്ടാൽ, ഒരു കൊലപാതകം നടന്ന മുറിയാണെന്ന് തോന്നുകയേയില്ല. കീറിയ കടലാസുകളും രേഖകളും നന്നാക്കി ഷെൽഫുകളിലേക്ക് അടുക്കി വച്ചിരിക്കുന്നു. മേശയും കസേരയും മുമ്പുണ്ടായിരുന്ന ക്രമത്തിലേക്കും മാറ്റിയിരിക്കുന്നു.

രേഖകൾ പത്തിന്റെ കെട്ടുകളാക്കി മാറ്റിയിരിക്കുന്നു. കാലപ്പഴക്കം ചെന്ന ഫയലുകൾ നനവുകൊണ്ട് പറ്റിച്ചേർന്നിരിക്കുന്നു. കടലാസുകൾ കുത്തിനിറച്ച ചില ഫയലുകളെയും കെട്ടിവച്ചിട്ടുണ്ട്. എങ്കിലും അതിനു മീതെയുള്ള പൊടി അവിടെത്തന്നെയുണ്ടായിരുന്നു. ഡാൽഗ്ലിഷ് പറഞ്ഞു:

"ഇക്കൂട്ടത്തിൽ ഏതുകെട്ടാണ് കെട്ടഴിഞ്ഞ് താഴെ ചിതറിയ നിലയിൽ കിടന്നതെന്നും പിന്നീട് തിരികെ അടുക്കി വച്ചതെന്നും പറയാൻ കഴിയുമായിരിക്കും. ഇവിടെയിരിക്കുന്ന കെട്ടുകളിൽ ചിലതൊക്കെ കണ്ടാൽ മനസ്സിലാകും ആരെങ്കിലുമൊന്ന് തൊട്ടിട്ടുതന്നെ വർഷങ്ങളായെന്ന്. അവയെ നമുക്കും ആവശ്യമില്ല. നിരുപദ്രവകരമായ രീതിയിലും പഴയ ഫയലുകളുടെ കെട്ടഴിച്ചിട്ടുണ്ടാകുമെന്ന് എനിക്കറിയാം. പക്ഷേ, അതൊന്നുമല്ല നമുക്കാവശ്യം. ഒരു വർഷം മുമ്പു മുതലുള്ള ഫയലുകൾ മാത്രം മതി നമുക്ക്. അങ്ങനെയെങ്കിൽ, എണ്ണായിരത്തിന്റെ പരിധിയിലായിരുന്നു ആ ഫയലുകളുടെ ആദ്യരണ്ടക്കങ്ങൾ. അത് മുകളിലെ ഷെൽഫിലായിരിക്കും. നമുക്കൊരു ഏണി കിട്ടുമോ?"

ആദ്യവരിയിലെ ഷെൽഫുകൾക്കു പിന്നിലേക്ക് മെഡിക്കൽ ഡയറക്ടർ അപ്രത്യക്ഷനായി. അയാൾ വീണ്ടും പ്രത്യക്ഷപ്പെട്ടപ്പോൾ കൈവശം ചെറിയൊരു പടിയേണിയും ഉണ്ടായിരുന്നു. ഇടുങ്ങിയ ഇടനാഴിയിലൂടെ അതിനെ മുന്നിലേക്കു കൊണ്ടുവരുന്നത് അത്യന്തം ശ്രമകരമായ ഒരു കാര്യമാണ്. വൈദഗ്ദ്ധ്യമുള്ളവർക്കു മാത്രമേ ഇത്ര നിസ്സാരമായി അങ്ങനെ ചെയ്യാൻ കഴിയൂ. ഡാൽഗ്ലിഷ് അയാളെത്തന്നെ നോക്കി നിൽക്കുന്നത് കണ്ടപ്പോൾ ഡോ. ഈതറീഗ് ചോദിച്ചു:

"എന്നോട് ഇത്രയും വിശ്വാസം കാണിക്കുമ്പോൾ എനിക്കു തോന്നുന്നത് സൂപ്രണ്ടേ, താങ്കളെന്നെ സംശയിക്കുന്നവരുടെ പട്ടികയിൽ നിന്ന് നീക്കം ചെയ്തുവെന്നാണ്. അത് ശരിയാണോ? ആണെങ്കിൽ, അത്തരമൊരു നിഗമനത്തിലേക്ക് താങ്കൾ എത്തിച്ചേരാനിടയായ സാഹചര്യമെന്താണെന്ന് അറിയാൻ ഒരു കൗതുകമുണ്ട്. എനിക്കൊരു കൊലപാതകം ചെയ്യാനുള്ള പ്രാപ്തിയൊന്നുമില്ലെന്ന് താങ്കൾക്കെങ്കിലും ബോധ്യമായല്ലോ? ഒരു കുറ്റാന്വേഷകനും അക്കാര്യം അംഗീകരിച്ചു തരില്ല, ഉറപ്പാണ്, ഒരു മനുഷ്യനും."

"കൊലപാതകി ഒരു സൈക്യാട്രിസ്റ്റാകാൻ തീരെ സാധ്യതയില്ല. പിന്നെ, ഒരു മനുഷ്യന് ആരെയെങ്കിലും കൊലപ്പെടുത്താൻ പ്രാപ്തിയുണ്ടോ എന്ന് ഞാൻ സ്വയം ചോദിക്കാറില്ല, പകരം ആ കൊലപാതകം ചെയ്യാൻ കഴിവുണ്ടോ എന്നു മാത്രമാണ് അന്വേഷിക്കുന്നത്. മാത്രമല്ല, താങ്കളൊരു തരംതാണ ബ്ലാക്ക്മെയിലറാണെന്നും ഞാൻ കരുതുന്നില്ല.

പക്ഷേ, എനിക്ക് മനസ്സിലാകാത്ത ഒരു കാര്യം, ലൗഡറിന്റെ സന്ദർശന വിവരം താങ്കളെങ്ങനെ മുൻകൂട്ടി അറിഞ്ഞു എന്നതു മാത്രമാണ്. അത്തരത്തിൽ കൊലപാതകത്തിലേക്കു നീങ്ങാനുള്ള മനക്കരുത്തോ കഴിവോ താങ്കൾക്കുണ്ടോ എന്നു മാത്രമാണ് ഞാൻ സംശയിച്ചത്. അവസാനമായി, എനിക്കു തോന്നുന്നത് മിസ് ബോലമിനെ ഒരു കാര്യത്തിലും കാത്തിരിപ്പിന് വിധേയമാക്കാത്ത ഒരേയൊരാൾ ഒരുപക്ഷേ താങ്കളായിരിക്കും. ഇനി യഥവാ എനിക്ക് കണക്കുകൂട്ടലുകൾ തെറ്റിയെങ്കിൽപോലും താങ്കളിപ്പോൾ എന്നോട് സഹകരിക്കുന്നതുപോലെ സഹകരിക്കില്ലായിരുന്നു, അല്ലേ?"

അയാൾ കാര്യമാത്രപ്രസക്തമായി പറഞ്ഞുനിർത്തി. അപ്പോഴും ഡാൽഗ്ലിഷിന്റെ നേർക്ക് മെഡിക്കൽ ഡയറക്ടറുടെ ആത്മവിശ്വാസത്തോടെയുള്ള നോട്ടം പതിയുന്നുണ്ടായിരുന്നു. ഏറെ നേരം അങ്ങനെ നോക്കി നിന്നശേഷം അയാൾ പറഞ്ഞു:

"മൂന്നു കൊലപാതകികളെ മാത്രമേ ഞാനിതുവരെ പരിചയപ്പെട്ടിട്ടുള്ളൂ. അവരിൽ രണ്ടുപേർ ഇപ്പോൾ മാർബിൾ ഫലകത്തിനടിയിൽ അന്ത്യവിശ്രമം കൊള്ളുകയാണ്. അവരിലൊരാൾ മാത്രമാണ് ചെയ്തതെന്താണെന്ന് മനസ്സിലാക്കിയത്. മറ്റൊരാൾ അക്കാര്യത്തെക്കുറിച്ച് ചിന്തിച്ചിട്ടുപോലുമില്ലായിരുന്നു. മൂന്നാമനെയാണ് ഇനി അറിയേണ്ടത്. എന്റെ മറുപടിയിൽ താങ്കൾ തൃപ്തനാണോ, സൂപ്രണ്ടേ?"

"സ്ഥിരബുദ്ധിയും വിവേകവുമുള്ള ആരും ചെയ്യുന്ന പണിയല്ല കൊലപാതകം. പക്ഷേ, അതിന്റെ അനന്തഫലങ്ങൾ വളരെ വലുതായിരിക്കും. ഏതായാലും ഞാനിപ്പോൾ ചെയ്യാൻ പോകുന്നത്, ആ കൊലയാളി- അത് അവനോ അവളോ ആയിക്കൊള്ളട്ടെ - മറ്റൊരു കൊലപാതകത്തിലേക്കു പോകുന്നതിനു മുമ്പ് തടയുക എന്നതാണ്."

ഡാൽഗ്ലിഷിന്റെ മറുപടി കേട്ട മെഡിക്കൽ ഡയറക്ടർ കുറേനേരത്തേക്ക് ഒന്നും മിണ്ടിയില്ല. അവർ രണ്ടുപേരും ചേർന്ന് പതിനൊന്ന് മെഡിക്കൽ രേഖകൾ തിരഞ്ഞെടുക്കുകയും അത് ഡോ. ഈതറീഗിന്റെ മുറിയിലേക്ക് കൊണ്ടുപോവുകയും ചെയ്തു. അന്വേഷണത്തിന്റെ അടുത്ത ഘട്ടത്തിലേക്ക് നീങ്ങുമ്പോൾ മെഡിക്കൽ ഡയറക്ടർ അസൗകര്യം പറയുമെന്നായിരുന്നു ഡാൽഗ്ലിഷ് കരുതിയതെങ്കിലും അയാളെ ഞെട്ടിച്ചുകൊണ്ട് ഡോ. ഈതറീഗ് അക്കാര്യം അംഗീകരിച്ചു. കൊലപാതകി ഒരു കൊലപാതകം കൊണ്ട് കാര്യങ്ങൾ അവസാനിപ്പിക്കുമെന്നു തോന്നുന്നില്ല എന്ന സൂചനയായിരുന്നു അയാളെ അന്നേരം അസ്വസ്ഥനാക്കിയത്. അതുകൊണ്ടുതന്നെ, മെഡിക്കൽ ഡയറക്ടർ എന്താണ് ചെയ്യേണ്ടതെന്ന് ഡാൽഗ്ലിഷ് വിശദീകരിച്ചപ്പോൾ അയാൾ യാതൊരു എതിർപ്പും പ്രകടിപ്പിച്ചില്ല. ഡാൽഗ്ലിഷ് മെഡിക്കൽ ഡയറക്ടറോടു പറഞ്ഞു:

"രോഗികളുടെ പേരുവിവരങ്ങളല്ല എനിക്കറിയേണ്ടത്. അവർക്ക് എന്താണു കുഴപ്പമെന്ന കാര്യത്തിലും എനിക്ക് താത്പര്യമില്ല. ആകെ

എനിക്കറിയേണ്ട കാര്യം ഈ അടുത്ത കാലത്തെങ്ങാനും പ്രത്യേകിച്ച് വെള്ളിയാഴ്ച കാലത്ത് ആരെങ്കിലും ക്ലിനിക്കിൽ നിന്ന് അവരെ ഫോൺ ചെയ്തിരുന്നോ, അല്ലെങ്കിൽ ആരെങ്കിലും ക്ലിനിക്കിലേക്ക് വിളിച്ചോ എന്നു മാത്രമാണ്. താങ്കൾ അവരെ ഫോണിൽ വിളിച്ച് അക്കാര്യം സൂത്രത്തിൽ ചോദിച്ചറിയണം. ക്ലിനിക്കിലേക്ക് ഒരാൾ വിളിച്ച ഫോൺകോളുകൾ കണ്ടെത്താനാണെന്ന് വിശദീകരിച്ചാൽ മതി. അക്കൂട്ടത്തിൽ ഏതെങ്കിലുമൊരു രോഗി അക്കാര്യം സ്ഥിരീകരിച്ചാൽ ആ രോഗിയുടെ പേരും മേൽവിലാസവും മാത്രം എനിക്കു തരണം. രോഗവിവരങ്ങളോ മറ്റ് വിശദാംശങ്ങളോ ഒന്നും എനിക്കാവശ്യമില്ല. ആ രോഗിയുടെ പേരും മേൽവിലാസവും മാത്രം."

"രോഗിയുടെയും കൂടി സമ്മതം കിട്ടിയാൽ ഞാൻ വിവരങ്ങൾ കൈമാറാം."

"ശരി. അങ്ങനെയെങ്കിൽ അങ്ങനെ. അക്കാര്യം ഞാൻ താങ്കൾക്കു വിടുന്നു. എനിക്ക് ആകെ ആവശ്യമുള്ളത് ആ വിവരങ്ങൾ മാത്രമാണ്."

ഡാൽഗ്ലിഷ് അല്പം നീരസത്തോടെ പറഞ്ഞു.

മെഡിക്കൽ ഡയറക്ടർ മുന്നോട്ടുവച്ച നിബന്ധന തികച്ചും ഔപചാരികം മാത്രമാണെന്ന് അവർക്കു രണ്ടുപേർക്കും അറിയാം. മേശപ്പുറത്തിരിക്കുന്ന പതിനൊന്നു കേസുകളിൽ ഏതോ ഒന്നിന്റെ മാത്രം വിശദാംശങ്ങൾ മാത്രമാണ് ഡാൽഗ്ലിഷിന്റെ ആവശ്യം. ഡാൽഗ്ലിഷ് ഡോ. ഈതറീഗിൽ നിന്ന് അല്പം മാറി, ഒരു വലിയ, തുകൽ വിരിപ്പിട്ട കസേരയിൽ, എല്ലാം നിരീക്ഷിച്ചുകൊണ്ട് ഇരുന്നു. മെഡിക്കൽ ഡയറക്ടർ റിസീവറെടുത്ത് പുറത്തേക്കുള്ള ലൈൻ കണക്ടുചെയ്യാൻ ആവശ്യപ്പെട്ടു. രോഗികളുടെ ഫോൺ നമ്പറുകൾ കേസ് രേഖകളുടെ പുറത്തുതന്നെ രേഖപ്പെടുത്തിയിട്ടുണ്ടായിരുന്നു. ആദ്യ രണ്ട് ഫോൺ നമ്പറുകൾ നിലവിലില്ലാത്തതുകൊണ്ട് സാധ്യത ഒമ്പതിലേക്കു ചുരുങ്ങി. മൂന്നാമത്തെ നമ്പറിൽ നിന്ന് മറുപടിയുണ്ടായി. മിസ്റ്റർ കാൽഡിക്കേറ്റുമായി സംസാരിക്കാൻ കഴിയുമോയെന്ന് മെഡിക്കൽ ഡയറക്ടർ ചോദിച്ചു. ദീർഘനേരം കാത്തിരുന്നെങ്കിലും പിന്നീട് മറുപടിയൊന്നുമുണ്ടായില്ല. മറ്റു ചില ശബ്ദങ്ങൾ മാത്രം റിസീവറിലൂടെ കേട്ടുകൊണ്ടിരുന്നു. ഒടുവിൽ, മറുതലയ്ക്കൽ നിന്ന് പ്രതീക്ഷിച്ച മറുപടി കിട്ടാതെ ഡോ. ഈതറീഗ് റിസീവർ തിരികെ വച്ചുകൊണ്ട് ഡാൽഗ്ലിഷിനോടായി പറഞ്ഞു:

"ഇല്ല. ഒരു രക്ഷയുമില്ല. അയാൾക്ക് ഇനി കേൾക്കാൻ കഴിയില്ല. ശരിക്കും എന്തൊരു കഷ്ടമാണ്, അല്ലേ? ഇല്ല, ആ വിളികൊണ്ട് ഒരു കാര്യവുമുണ്ടായില്ല. വിൽറ്റ്ഷയറിൽ നിന്ന് വണ്ടിയോടിച്ചു വരുന്ന ആ വൃദ്ധനെ, മിസ്റ്റർ കാൽഡിക്കേറ്റിനെ ഇനിയൊരിക്കലും കാണാനാവില്ലെന്നു പറഞ്ഞു. ഇല്ല. അയാളല്ല, കാൽഡിക്കേറ്റിന്റെ ഭാര്യയാണ് എന്നോട് സംസാരിച്ചത്. അയാളൊരിക്കലും ഇനി അവരെ ശല്യപ്പെടുത്തുകയില്ലെന്നും ആ സ്ത്രീ എന്നോടു പറഞ്ഞു."

"അയാൾ മരിച്ചോ?"

ഡാൽഗ്ലിഷ് ചോദിച്ചു.

"അതെ. ഏതാണ്ട് മൂന്നുവർഷം മുമ്പ്. കാൻസറായിരുന്നു. പാവം. അക്കാര്യം അയാളുടെ രേഖകളിൽ ഞാനൊന്ന് എഴുതിച്ചേർക്കട്ടെ."

അക്കാര്യം അയാൾ എഴുതിത്തീരുന്നതുവരെ ഡാൽഗ്ലീഷ് കാത്തിരുന്നു.

അടുത്ത നമ്പർ കണക്ടാകാൻ ഒരുപാട് ബുദ്ധിമുട്ടേണ്ടിവന്നു. മാത്രമല്ല, ടെലഫോൺ എക്സ്ചേഞ്ചുകാരുമായി കുറേനേരം സംസാരിക്കേണ്ടിയും വന്നു. ഒടുവിൽ, ആ നമ്പറിൽ നിന്ന് ബെല്ലടിച്ചെങ്കിലും പ്രതികരണമൊന്നുമുണ്ടായില്ല.

"ഈ ഉദ്യമത്തിൽ നമ്മൾ വിജയിക്കുമെന്നു തോന്നുന്നില്ല, സൂപ്രണ്ടേ! തികച്ചും ബുദ്ധിപരമായ ഒരു തിയറി തന്നെയായിരുന്നു അത്. പക്ഷേ, അത് സത്യത്തേക്കാൾ മുകളിലായിപ്പോയി."

"ഇനിയും എഴുപേർ ബാക്കിയുണ്ടല്ലോ, നമുക്ക് ശ്രമിച്ചുനോക്കാം."

വളരെപ്പെട്ടെന്നായിരുന്നു ഡാൽഗ്ലിഷിന്റെ മറുപടി. മെഡിക്കൽ ഡയറക്ടർ അന്നേരം ഡോ. താൽമേജിനെക്കുറിച്ചായിരുന്നു ഓർത്തത്. അയാൾ കാത്തിരിക്കാൻ തുടങ്ങിയിട്ട് ഒരുപാട് നേരമായിട്ടുണ്ടാകുമെന്ന് ഡോ. ഈതറിഗിന് അറിയാമായിരുന്നു. പിറുപിറുത്തുകൊണ്ട് അയാൾ അടുത്ത ഫയലെടുത്തു. വിളിച്ച രോഗി വീട്ടിൽ തന്നെയുണ്ടായിരുന്നു. സ്റ്റീൻ ക്ലിനിക്കിലെ മെഡിക്കൽ ഡയറക്ടറെ സംബന്ധിച്ചിടത്തോളം ആ സംഭാഷണം ആകസ്മികമായിരുന്നു. രോഗി, അയാളുടെ ഇപ്പോഴത്തെ മാനസികാവസ്ഥയെക്കുറിച്ച് വാതോരാതെ സംസാരിച്ചുകൊണ്ടിരുന്നു. ഡോ. ഈതറീഗ് അനുകമ്പയോടെയും ക്ഷമയോടെയും അയാളെ കേൾക്കുകയും ഇടയ്ക്കിടെ ചുരുങ്ങിയ വാക്കുകളിൽ എന്തൊക്കെയോ മറുപടി നൽകുകയും ചെയ്തു. ആ സംഭാഷണം ഡാൽഗ്ലിഷിൽ കൗതുകം വളർത്തി. എങ്കിലും അടുത്ത കാലത്തൊന്നും ക്ലിനിക്കിൽ നിന്ന് രോഗിയെ ആരും വിളിച്ചിട്ടുണ്ടായിരുന്നില്ല. മെഡിക്കൽ ഡയറക്ടർ റിസീവർ താഴെ വച്ചതിനുശേഷം, മെഡിക്കൽ രേഖകളിൽ എന്തൊക്കെയോ എഴുതിച്ചേർത്തു.

"അങ്ങനെ ഒരിടത്ത് നമ്മൾ വിജയിച്ചിരിക്കുന്നു. ഞാൻ ഫോൺ ചെയ്യുമെന്ന് അയാൾ തീരെ പ്രതീക്ഷിച്ചില്ല. ചികിത്സ അവസാനിച്ചതിനുശേഷവും ഡോക്ടർ രോഗികളെ വിളിക്കുന്നതും ക്ഷേമാന്വേഷണം നടത്തുന്നതും എത്രമാത്രം ഹൃദയസ്പർശിയായ കാര്യമാണെന്ന് എനിക്കിപ്പോൾ ബോധ്യമായി. പക്ഷേ, അയാളെ ഇതിനുമുമ്പ് ഇവിടെ നിന്ന് ആരും വിളിച്ചിട്ടില്ല. അയാൾ നുണ പറയുന്നതല്ലെന്ന് എനിക്കുറപ്പുണ്ട്. ഇത് ഒരുപാട് സമയമെടുക്കുന്ന ഏർപ്പാടാണ്. എങ്കിലും നമുക്ക് തുടരാമെന്നു തോന്നുന്നു. സൂപ്രണ്ടേ!"

“അതെ, ശരിയാണ്. അസൗകര്യമുണ്ടായതിൽ ഖേദമുണ്ട്. എങ്കിലും നമുക്ക് തുടരാം.”

പക്ഷേ, അടുത്ത വിളി വൻവിജയമായിരുന്നു. ആദ്യം ഒരു പരാജയ ശബ്ദമായിരുന്നെങ്കിലും ക്രമേണ അത് മാറി, ആ രോഗിയെ ഈ അടുത്ത കാലത്ത് ആശുപത്രിയിൽ കൊണ്ടുപോയിട്ടുണ്ടെന്നും ഇപ്പോൾ മെഡിക്കൽ ഡയറക്ടറോട് സംസാരിക്കുന്നത് അയാളുടെ ഭാര്യയാണെന്നും ആ സംഭാഷണത്തിൽ നിന്ന് ഡാൽഗ്ലിഷ് മനസ്സിലാക്കി. പെട്ടെന്ന് മെഡിക്കൽ ഡയറക്ടറുടെ മുഖഭാവം മാറുന്നത് ഡാൽഗ്ലിഷ് ശ്രദ്ധിച്ചു. അയാൾ മറുപടി പറഞ്ഞത് ഇങ്ങനെയായിരുന്നു:

“അതെയോ? ഇവിടെ ആരോ ഫോൺവിളിച്ചതായി ഞങ്ങളറിഞ്ഞു. അത് ആരാണെന്നു കണ്ടെത്താൻ ശ്രമിക്കുകയായിരുന്നു ഞങ്ങൾ. രണ്ടു ദിവസം മുമ്പ് ഇവിടെയുണ്ടായ അതിദാരുണമായ സംഭവത്തെക്കുറിച്ച് അറിഞ്ഞുകാണുമല്ലോ? അതെ, ഇത് അതുമായി ബന്ധപ്പെട്ട ഒരു വിളിയാണ്.”

മറുതലയ്ക്കൽ നിന്നുള്ള സംസാരം കേൾക്കുന്നതിനുവേണ്ടി ഡോ. ഈതറീഗ് നിശ്ശബ്ദനായി. അത് ഏറെ നേരം നീണ്ടുപോവുകയും ചെയ്തു. ഒടുവിൽ, ഫോൺ സംഭാഷണം അവസാനിപ്പിച്ച് കുറിപ്പുകളെഴുതുന്ന പാഡിൽ ഏന്തോ കുത്തിക്കുറിച്ചു ഡാൽഗ്ലിഷ് ഒന്നും മിണ്ടിയില്ല. എഴുതിക്കഴിഞ്ഞ് മെഡിക്കൽ ഡയറക്ടർ വിസ്മയം നിറഞ്ഞ കണ്ണുകളോടെ ഡാൽഗ്ലിഷിനെ നോക്കി.

“അത് കെന്റിലെ സ്പ്രിഗ്ഗ്സ് ഗ്രീനിലുള്ള കേണൽ ഫെൻടന്റെ ഭാര്യയായിരുന്നു. വെള്ളിയാഴ്ച ഉച്ചയ്ക്ക് അതീവ ഗുരുതരമായ ഒരു കാര്യം പറയാൻ വേണ്ടി ആ സ്ത്രീ മിസ് ബോലമിനെ വിളിച്ചിരുന്നു. അതേക്കുറിച്ച് ഫോണിൽ എന്തെങ്കിലും പറയാൻ ആ സ്ത്രീ ആഗ്രഹിക്കുന്നില്ല. അക്കാര്യത്തിന് അവരെ ബുദ്ധിമുട്ടിക്കാതിരിക്കുന്നതാണ് നല്ലതെന്ന് എനിക്കു തോന്നുന്നു. പക്ഷേ, കഴിയുന്നതും വേഗം ആ സ്ത്രീക്ക് താങ്കളെ നേരിൽ കണ്ടാൽ കൊള്ളാമെന്നുണ്ട്.

“മേൽവിലാസം ഞാൻ ഈ കടലാസിൽ എഴുതിയിട്ടുണ്ട്.”

ഡോ. ഈതറീഗ് നീട്ടിയ കടലാസ് വാങ്ങി ഡാൽഗ്ലിഷ് അയാൾക്ക് നന്ദിപറഞ്ഞു. ഡാൽഗ്ലിഷ് അന്നേരം ആശ്വാസമോ അമ്പരപ്പോ മുഖത്ത് പ്രകടിപ്പിച്ചില്ല, എങ്കിലും അയാളുടെ ഹൃദയം സന്തോഷം കൊണ്ടു നിറഞ്ഞ് അത്യുച്ചത്തിൽ പാട്ടുപാടുന്നുണ്ടായിരുന്നു. എന്തൊക്കെയാണ് തനിക്കുചുറ്റും സംഭവിക്കുന്നതെന്ന് ഒരെത്തും പിടിയും കിട്ടാതെ മെഡിക്കൽ ഡയറക്ടർ തലകുലുക്കി. എന്നിട്ട് പറഞ്ഞു:

“ഇന്ന് ഉച്ചതിരിഞ്ഞ് ചായയ്ക്കുള്ള സമയമാകുമ്പോഴേക്കും ഒപ്പം താങ്കളുണ്ടായിരുന്നെങ്കിൽ നന്നായിരുന്നുവെന്ന് ആ വൃദ്ധ ഒരാഗ്രഹം പ്രകടിപ്പിച്ചിട്ടുണ്ട്.”

നാലുമണി കഴിഞ്ഞപ്പോഴേക്കും ഡാൽഗ്ലിഷ് സ്പ്രിഗ്ഗ്സ് ഗ്രീനിലെത്തി. മെയിഡ്സ്റ്റോണിനും കാന്റർബറിക്കും ഇടയിലുള്ള ഒരു സാധാരണ ഗ്രാമമായിരുന്നു അത്. ഇതിനുമുമ്പ് എപ്പോഴെങ്കിലും അയാൾ അതുവഴി കടന്നുപോയതായി ഓർക്കുന്നുണ്ടായിരുന്നില്ല. വളരെക്കുറച്ചാളുകൾ മാത്രമേ അവിടെ താമസിക്കുന്നുണ്ടായിരുന്നുള്ളൂ. ലണ്ടനിൽ നിന്ന് ഒരുപാട് ദൂരെയായിരുന്നു ആ ഗ്രാമം. കുറഞ്ഞ ജീവിതച്ചെലവും ഉയർന്ന സ്വസ്ഥതയുമായിരുന്നു ആ സ്ഥലം തിരഞ്ഞെടുക്കാൻ സാധാരണക്കാരെ പ്രേരിപ്പിച്ചത്. അക്കൂട്ടത്തിൽ, ഉദ്യോഗത്തിൽ നിന്ന് വിരമിച്ച ദമ്പതികളും കലാകാരന്മാരും എഴുത്തുകാരുമായിരുന്നു കൂടുതൽ പേരും. മിക്കവാറും കോട്ടേജുകളിൽ താമസിച്ചിരുന്നവർ പച്ചക്കറി കൃഷിയിൽ കമ്പമുള്ളവരാണെന്നു തോന്നിപ്പിക്കുന്ന വിധം ഓരോ വീട്ടുമുറ്റത്തും പൂന്തോട്ടങ്ങളേക്കാൾ കൂടുതലുണ്ടായിരുന്നത് കാബേജുതോട്ടങ്ങളായിരുന്നു. കാബേജിന്റെ പല അവസ്ഥാന്തരങ്ങളും അവിടെ കാണപ്പെട്ടു എങ്കിലും ഇംഗ്ലണ്ടിലെ ശരത്കാലത്തിന്റെ വിശ്വാസവഞ്ചനയോട് ജനാലകൾ കൊട്ടിയടച്ചായിരുന്നു അവർ പ്രതിഷേധിച്ചത്.

വരുന്ന വഴിയിൽ, ചെസ്റ്റ്നട്ട് മരങ്ങളാൽ ചുറ്റപ്പെട്ട്, പാതിയടഞ്ഞ ചില്ലുജനാലകളും തലയെടുപ്പോടെ നിൽക്കുന്ന ഗോപുരങ്ങളും കാട്ടി ഭ്രമിപ്പിച്ച പള്ളിയുടെ കാഴ്ച ഡാൽഗ്ലിഷിന്റെ കണ്ണുകളിൽ നിന്ന് മറഞ്ഞുപോയിരുന്നില്ല. പള്ളിയുടെ പരിസരത്തിന് അത്ര വൃത്തിയുണ്ടായിരുന്നില്ലെങ്കിൽപ്പോലും അത് സുന്ദരമായിരുന്നു. കുഴിമാടങ്ങളിൽ നിന്ന് പടർന്നുകയറിയ പുല്ല്, ചരൽപ്പാതകളിലൂടെ തലങ്ങും വിലങ്ങും ഓടിനടന്ന പാടുകൾ കാണാം. ലോറൽ മരങ്ങൾ തീർത്ത വേലികടന്നാൽ വികാരിയുടെ വീടായി. ഇരുണ്ടനിറമുള്ള ഒരു വിക്ടോറിയൻ വീടായിരുന്നു അത്. ഒരു വിക്ടോറിയൻ സൈസ് കുടുംബം താമസിക്കാതിരിക്കുന്നതുകൊണ്ടുള്ള എല്ലാ കുഴപ്പങ്ങളും ആ വീടിനുണ്ട്. അതിനുശേഷമാണ് ഗ്രീൻ കോട്ടേജുകളെ കാണാനാവുന്നത്. അനാകർഷകമായ പെട്രോൾ പമ്പുകളുടെ രൂപമായിരുന്നു ആ കോട്ടേജുകൾക്ക്. ഒരുകൂട്ടം പെണ്ണുങ്ങൾ ബസ് കാത്തിരിപ്പുകേന്ദ്രത്തിൽ കൂടിനിൽക്കുന്നുണ്ടായിരുന്നു. കിംഗ്സ് ഹെഡിനു പുറത്തായിരുന്നു അത്. ഡിൽഗ്ലിഷ് അതുവഴി കടന്നുപോയപ്പോൾ താത്പര്യമില്ലാത്ത മട്ടിൽ അവർ അയാളെ ഒന്നു നോക്കി. വസന്തകാലമാകുമ്പോൾ ചെറിപ്പഴങ്ങൾ വീണ്, സ്പ്രിഗ്ഗ്സ് ഗ്രീനിന്റെ നടപ്പാതകളും നിറയുമെന്ന സൂചനകൾ നൽകിക്കൊണ്ട് ചില മരങ്ങൾ ഒളിച്ചുകളിച്ചു ഇപ്പോൾ, ആ പ്രദേശത്തെ വായുവിന് ഉത്സാഹമില്ലാത്ത തണുപ്പാണെന്ന് അയാൾക്കു തോന്നി. ആ വഴിയിൽ തന്നെ പശുക്കളെ കറക്കുന്നതും കണ്ടു. പശുക്കളെ കടന്നുപോകുമ്പോൾ അയാൾ വേഗം കുറച്ചു. ഒരിക്കൽപ്പോലും അയാൾക്ക് ആരോടും വഴി ചോദിക്കേണ്ടി വന്നില്ല.

പ്രധാന പാതയിൽ നിന്ന് അല്പം ഉള്ളിലേക്കു മാറിയായിരുന്നു ആ വീടെങ്കിലും കണ്ടെത്താൻ ഒട്ടും പ്രയാസമുണ്ടായില്ല. അസ്തമയ

സൂര്യന്റെ സുവർണ്ണ കിരണങ്ങൾ ആ വീടിന്റെ മേൽക്കൂരയെ ആകർഷക മാക്കി. ഡാൽഗ്ലിഷ്, അയാളുടെ കൂപ്പർ ബ്രിസ്റ്റോൾ പുൽത്തകിടിയിലേക്കു കയറ്റാതെ ശ്രദ്ധാപൂർവ്വം അതിന്റെ ഓരംചേർത്തു നിർത്തി. എന്നിട്ട് വെള്ള പെയിന്റടിച്ച ഗേറ്റിലൂടെ ഉള്ളിലേക്കു കടന്നു. ശരിയായ പ്ലാനില്ലാ ത്തതുകൊണ്ട്, പരസ്പരബന്ധമില്ലാതെ വശങ്ങളിലേക്ക് വളർന്ന വീടാ യിരുന്നെങ്കിലും ലാളിത്യവും വായുസഞ്ചാരവുംകൊണ്ട് സമ്പന്നമായി രുന്നു. അയാൾ ഉള്ളിലേക്കു കയറിയപ്പോൾ തന്നെ പറമ്പിന്റെ ഒരു മൂല യിൽ നിന്നിരുന്ന ഒരു സ്ത്രീ അയാളുടെ അടുത്തേക്ക് വന്നു. നന്നേ ഉയരം കുറഞ്ഞ ഒരു സ്ത്രീയായിരുന്നു അത്. അക്കാര്യം ഡാൽഗ്ലിഷിനെ ചെറുതായൊന്നുമല്ല അമ്പരിപ്പിച്ചത്. കാരണം, കേണലിന്റെ ഭാര്യ എന്നു കേട്ടപ്പോൾ തന്നെ അയാൾ മനസ്സിൽ ഒരു രൂപം വരച്ചുണ്ടാക്കിയിരുന്നു. എന്നാൽ യാഥാർത്ഥ്യം അതിൽനിന്ന് എത്രയോ അകലെയാണെന്ന കാര്യം അയാളെ വിസ്മയിപ്പിച്ചു. കട്ടിയുള്ള ഒരു സ്കർട്ടും ജാക്കറ്റുമായി രുന്നു ആ സ്ത്രീയുടെ വേഷം. തലയിൽ തൊപ്പിയുണ്ടായിരുന്നില്ല. സായാഹ്നത്തിലെ ഇളംകാറ്റിൽ ആ സ്ത്രീയുടെ വെളുത്ത മുടിയിഴകൾ പാറിക്കളിക്കുന്നുണ്ടായിരുന്നു. ആ സ്ത്രീ ധരിച്ചിരുന്ന കൈയുറകൾ അവർക്ക് ഒട്ടും പാകമായിരുന്നില്ല. കുട്ടികളുടെ കൈയിൽ മുതിർന്നവരുടെ കൈയുറകൾ ധരിക്കുന്നതുപോലെയായിരുന്നു അത്. ഡാൽഗ്ലിഷിനെ കണ്ടതോടെ ആ സ്ത്രീ വലതുകൈയിലെ കൈയുറ വലിച്ചൂരി, അയാൾക്ക് ഹസ്തദാനം നൽകി. അയാളെ കണ്ടപ്പോൾ തന്നെ ആശ്വാസമായെന്ന് ആ സ്ത്രീയുടെ കണ്ണുകൾ പറഞ്ഞു. എങ്കിലും സംസാരിച്ചു തുടങ്ങിയപ്പോൾ ആ സ്ത്രീയുടെ ശബ്ദത്തിന് വല്ലാത്ത കടുപ്പമുണ്ടായിരുന്നു.

'ഗുഡ് ആഫ്റ്റർനൂൺ. താങ്കൾ സൂപ്രണ്ട് ഡാൽഗ്ലിഷ് ആയിരിക്കും അല്ലേ? ഞാൻ ലൂയിസ് ഫെൻടൻ. താങ്കൾ കാറിലാണോ വന്നത്? ഒരു ശബ്ദം കേട്ടതുപോലെ തോന്നി."

ആരുടെയും വഴി തടസ്സപ്പെടുത്താതെ കാർ ഒരിടത്ത് പാർക്ക് ചെയ്തി ട്ടുണ്ടെന്ന് ഡാൽഗ്ലിഷ് പറഞ്ഞു. "ഓഹോ, ഇത്രയും ദൂരം കാറോടിച്ചാണോ വന്നത്? അതും ഈ ദുർഘടം പിടിച്ച വഴിയിലൂടെ! യാത്ര ഒട്ടും സുഖ കരമായിരിക്കാനിടയില്ല. തീവണ്ടിയിൽ വന്നാൽ മതിയായിരുന്നു. അതാ കുമ്പോൾ മാർഡനിൽ ഇറങ്ങാമായിരുന്നു. അവിടെനിന്ന് ഇങ്ങോട്ടു വരാൻ എന്തെങ്കിലും ഏർപ്പാടുണ്ടാക്കാമായിരുന്നു. ഞങ്ങൾക്കിവിടെ കാറില്ല,. ഞങ്ങൾക്ക് രണ്ടുപേർക്കും അതിഷ്ടമല്ല. എന്നാലും ലണ്ടനിൽ നിന്ന് ഇവിടംവരെ ഒരേ ഇരിപ്പായിരുന്നല്ലോ? വല്യ കഷ്ടമായിപ്പോയി!"

"അതായിരുന്നു എളുപ്പവഴി."

ആ സ്ത്രീ ഇരുപതാം നൂറ്റാണ്ടിൽ തന്നെയാണോ ജീവിക്കുന്ന തെന്നോർത്ത് ഡാൽഗ്ലിഷ് അദ്ഭുതപ്പെട്ടു. ഒരു നിമിഷത്തെ ആലോചന യ്ക്കു ശേഷം അയാൾ കൂട്ടിച്ചേർത്തു:

“പിന്നെ, എത്രയും വേഗം ഇവിടെ എത്തിച്ചേരണമെന്നായിരുന്നു ലക്ഷ്യം.”

അയാൾ വളരെ ബോധപൂർവമാണ് ശബ്ദത്തിൽ തിടുക്കം കലർത്തിയത്. പക്ഷേ, അതുകേട്ടതോടെ ആ സ്ത്രീയുടെ ചുമലുകൾ ആശങ്കയാൽ വലിഞ്ഞുമുറുകി.

“അതെ. അതെ, തീർച്ചയായും. അകത്തേക്ക് കയറുന്നതിനു മുമ്പ് എന്റെ ഉദ്യാനമൊന്നു ചുറ്റിനടന്ന് കാണുന്നതുകൊണ്ട് പ്രയാസമില്ലല്ലോ? വെയിൽ ചാഞ്ഞുതുടങ്ങി, എങ്കിലും നമുക്ക് ഇഷ്ടംപോലെ സമയമുണ്ടല്ലോ?”

വിസ്മയാവഹമായ എന്തെങ്കിലും സംഗതികൾ ഉദ്യാനത്തിലുണ്ടാകുമെന്നായിരുന്നു ഡാൽഗ്ലിഷ് കരുതിയത്. ഒരു നേർത്ത കിഴക്കൻ കാറ്റും അസ്തമയസൂര്യന്റെ അവസാന കിരണങ്ങളുമല്ലാതെ യാതൊരു പ്രത്യേകതയും ആ ഉദ്യാനത്തിനില്ലായിരുന്നു. പക്ഷേ, അയാൾ കൂടിക്കാഴ്ചയ്ക്ക് തിരക്കുകൂട്ടിയില്ല. ശ്രീമതി ഫെൻടനുമൊത്തുള്ള സംസാരം ബുദ്ധിമുട്ടേറിയതായിരിക്കുമെന്ന് ഡാൽഗ്ലിഷിനു തോന്നി. സ്വന്തം അക്ഷമ എങ്ങനെയാണ് ഇത്രയും നേരം മറച്ചുവയ്ക്കാൻ കഴിഞ്ഞതെന്നോർത്ത് അയാൾ അദ്ഭുതപ്പെട്ടു. കഴിഞ്ഞ രണ്ടുദിവസങ്ങളായി അസ്വസ്ഥതയും പരാജയബോധവും അയാൾക്കൊപ്പമുണ്ടായിരുന്നു. എങ്കിലും ശ്രീമതി ഫെൻടനെ കണ്ടതോടെ കേസ് ഇപ്പോഴും ചെറുപ്പമാണെന്ന് അയാൾക്ക് തോന്നിത്തുടങ്ങി. കേസിൽ പുരോഗതിയുണ്ടെന്നു തന്നെയാണ് വിവേകം അയാളോട് പറഞ്ഞത്. ഈ നിമിഷം പോലും അയാൾ ഉത്സാഹത്തിന്റെയും പ്രചോദനത്തിന്റെയും പിടിയിലാണെന്ന് അയാൾക്ക് നന്നായറിയാമായിരുന്നു. അത് ഈ കേസിനെ സംബന്ധിച്ചിടത്തോളം നിർണായകവുമായിരുന്നു. കരിയറിൽ ഇതേവരെ അയാൾ പരാജയമെന്തെന്ന് അറിഞ്ഞിരുന്നില്ല. ഈ കേസിൽ, ശ്രദ്ധയൊന്നു പാളിയാൽ പരാജയം തൊട്ടടുത്തുണ്ടെന്ന് അയാൾ ഇതിനോടകം മനസ്സിലാക്കിയിരുന്നു. ഉദ്യാനത്തിലൂടെ ചുറ്റിനടന്ന് സമയം കടന്നു പോകുന്നതിനനുസരിച്ച് അകാരണമായ ഒരു ഭീതിയും അയാളുടെയുള്ളിൽ വളരാൻ തുടങ്ങിയിരുന്നു. ഒരുപക്ഷേ ശരത്കാലമായതുകൊണ്ടാവാം. അതല്ലെങ്കിൽ, അയാൾ അതീവക്ഷീണിതനായതുകൊണ്ടുമാകാം. ചെവികളിലേക്ക് തുളച്ചുകയറുന്ന കാറ്റിനെ പ്രതിരോധിക്കാൻ അയാൾ കോട്ടിന്റെ കോളർ ഉയർത്തിവച്ചു.

പച്ചിരുമ്പുകൊണ്ടു നിർമ്മിച്ച ഒരു ഗേറ്റിലൂടെ കടന്നുപോയ അവർ ചെന്നെത്തിയത് വീടിന്റെ ഒരു വശത്തുള്ള പ്രധാന ഉദ്യാനത്തിലേക്കായിരുന്നു. അവിടെയെത്തിയപ്പോൾ ശ്രീമതി ഫെൻടൻ പറഞ്ഞു:

“എനിക്കീ ഉദ്യാനം വളരെ പ്രിയപ്പെട്ടതാണ്. പക്ഷേ, എനിക്കിതിനെ വേണ്ട രീതിയിൽ പരിപാലിക്കാൻ കഴിയുന്നില്ല. ഞാനുദ്ദേശിക്കുന്ന തരത്തിൽ കാര്യങ്ങൾ നീങ്ങുന്നതുമില്ല. എന്റെ ഭർത്താവിന് ഹരിതവിരലുകളാണ്. പക്ഷേ, അദ്ദേഹത്തെ ഹെർണിയ ഓപ്പറേഷനുവേണ്ടി

മെയിഡ്സ്റ്റോൺ ആശുപത്രിയിൽ പ്രവേശിപ്പിച്ചിരിക്കുകയാണ്. സന്തോഷ കരമായ കാര്യമെന്താണെന്നുവച്ചാൽ, ആ ഓപ്പറേഷൻ വിജയകരമായിരുന്നു. സൂപ്രണ്ടിന് ഉദ്യാനമുണ്ടോ?"

അടുത്തകാലത്ത് എസെക്സിലെ കോട്ടേജ് വിറ്റിട്ട് തേംസിലെ ഒരു ഫ്ളാറ്റിലാണ് താമസിക്കുന്നതെന്നും അത് ഒരുപാട് ഉയരത്തിലാണെന്നും ഡാൽഗ്ലിഷ് വിശദീകരിച്ചു. എന്നിട്ട് പറഞ്ഞു:

"എനിക്ക് പൂന്തോട്ടപരിപാലനത്തെക്കുറിച്ച് കാര്യമായിട്ടൊന്നും അറിയില്ല."

"എങ്കിൽ, ഞങ്ങളെപ്പോലുള്ളവരുടെ ഉദ്യാനങ്ങൾ കണ്ട് സന്തോഷിച്ചാൽ മതി."

യുക്തിസഹമായ മറുപടിയായിരുന്നില്ല ശ്രീമതി ഫെൻടൻ നൽകിയത്.

ശരത്കാലത്തിലെ ഒരു ദിവസമായിരുന്നിട്ടുപോലും അവിടെ ഒരുപാട് കാണാനുണ്ടായിരുന്നു. കേണൽ, അദ്ദേഹത്തിന്റെ ഭാവനയും സമ്പത്തും മുഴുവൻ ആ ഉദ്യാനത്തിൽ നിക്ഷേപിച്ചതുപോലെ തോന്നും അതു കണ്ടാൽ. ഒരു ചെറിയ മീൻകുളത്തിനു ചുറ്റും മനോഹരമായ പുൽത്തകിടിയും അതിലൂടെ വെള്ളാരങ്കല്ലുപാകിയ ഒരു നടപ്പാതയും അവിടെ ഒരുക്കിയിരുന്നു. അഴികൾ കൊണ്ടു സുന്ദരമാക്കിയ കമാനാകൃതിയിലുള്ള ചെറുപാതകൾ ഒരിടത്തുനിന്ന് മറ്റൊരിടത്തേക്ക് കൂട്ടിക്കൊണ്ടുപോകാൻ സദാ സന്നദ്ധരായി നിന്നു. റോസാച്ചെടികൾ കൊണ്ടു നിർമ്മിച്ച ഒരു സൂര്യഘടികാരവും അവിടെയുണ്ടായിരുന്നു. അതിന്റെ ഒടുവിലുള്ള ചില ചെടികളിലെ പൂക്കൾ മാത്രം കൊഴിഞ്ഞ് തണ്ടുമാത്രമായി വിറങ്ങലിച്ചു നിന്നു. ഉങ്ങുമരത്തിന്റെ വേലിയും മുൾച്ചെടിപ്പടർപ്പുകളും ഹരിതാഭയോടെ നിൽക്കുന്നു. പശ്ചാത്തലത്തിൽ സുവർണകാന്തി പരത്തിക്കൊണ്ട് ക്രിസാന്തിമങ്ങളും കാണാം. പൂന്തോട്ടത്തിന്റെ താഴെ ചെറിയ അരുവി, മീതെ മരപ്പാലം. കേണലിന്റെ അഭിരുചി അതല്ലെങ്കിൽപോലും അത്തരം കാര്യങ്ങളിലെല്ലാം കേണലിന്റെ ഇടപെടൽ വ്യക്തമായിരുന്നു. രൂപകല്പനയിലെ മികവ് എല്ലായിടങ്ങളിലും പ്രകടമായിരുന്നു. മരപ്പാലങ്ങളിൽ ഒന്നിന്റെ പുറത്തുകയറിയപ്പോൾ അവർ ഒരുനിമിഷം അവിടെത്തന്നെ നിന്നു. പാലത്തിന്റെ കൈവരികൾ മെനഞ്ഞെടുത്തതിൽ കേണലിന്റെ കരവിരുത് പ്രകടമായിരുന്നു. പാലത്തിനടിയിലൂടെ ഒഴുകുന്ന അരുവിയിൽ വീണ ആദ്യ ഇലകൾ ചിട്ടപ്പെടുത്തിയ സംഗീതം ദുഃഖസാന്ദ്രമായിരുന്നു. പെട്ടെന്ന് ശ്രീമതി ഫെൻടൻ പറഞ്ഞുതുടങ്ങി:

"അപ്പോൾ അങ്ങനെയൊക്കെയാണ് കാര്യങ്ങൾ. ആരോ അവളെ കൊലപ്പെടുത്തി. അവൾ ചെയ്ത കാര്യങ്ങൾ ഓർക്കുമ്പോൾ എനിക്കും അവളോട് സഹതാപം തോന്നേണ്ടതാണ്. പക്ഷേ എനിക്കങ്ങനെ തോന്നുന്നില്ല. എന്നുവച്ചാൽ, ഇതുവരെ തോന്നിയിട്ടില്ല. മാത്യു മാത്രമാണ് ഒരേയൊരു ഇരയെന്നും എനിക്കു തോന്നുന്നില്ല. അത്തരമാളുകൾ

ഒരു ഇരയെക്കൊണ്ട് തൃപ്തരാകുന്നവരല്ല, ശരിയല്ലേ? പക്ഷേ, ഒരാൾക്കും എല്ലാക്കാലത്തും അങ്ങനെ തുടരാൻ കഴിയില്ലെന്നാണ് എനിക്കു തോന്നുന്നത്. എങ്കിലും ഇതൊരല്പം കടന്ന കൈയായിപ്പോയി, എനിക്കത് മനസ്സിലാകുന്നുണ്ട്. മെഡിക്കൽ ഡയറക്ടർ വിളിക്കുന്നതിനു മുമ്പ്, കാര്യങ്ങളൊക്കെ ഞാൻ പത്രങ്ങളിൽ നിന്ന് വായിച്ചറിഞ്ഞിട്ടുണ്ട്. നിങ്ങൾക്കറിയാമോ സൂപ്രണ്ടേ, ആ ഒരു നിമിഷം ഞാൻ എത്രമാത്രം സന്തോഷിച്ചെന്ന്? അക്കാര്യം പറയാൻ എനിക്ക് പ്രയാസമുണ്ട്, എങ്കിലും അതാണ് സത്യം. അവൾ മരണപ്പെട്ടതിലും എനിക്ക് സന്തോഷമുണ്ട്. കാരണം, മാത്യുവിന് ഇനിമേൽ വിഷമിക്കേണ്ടി വരില്ലെന്നാണ് എനിക്കു തോന്നുന്നത്."

എല്ലാം നിശ്ശബ്ദനായി കേട്ടുനിന്നശേഷം ഡാൽഗ്ലിഷ് സൗമ്യമായി പറഞ്ഞു:

"നിങ്ങളുടെ ഭർത്താവിനെ ബ്ലാക്ക്മെയിൽ ചെയ്തുകൊണ്ടിരുന്നത് മിസ് ബോലമാണെന്ന് ഞങ്ങൾ കരുതുന്നില്ല. അവളെ സംശയിക്കാനുള്ള എല്ലാ സാഹചര്യങ്ങളുമുണ്ടെങ്കിലും അങ്ങനെ സംഭവിക്കാൻ സാധ്യതയില്ല. അവൾ കൊല്ലപ്പെട്ടതുതന്നെ ഇക്കാര്യം കണ്ടുപിടിക്കുകയും അത് തടയാൻ ശ്രമിക്കുകയും ചെയ്തതുകൊണ്ടാണ്. അതുകൊണ്ടു തന്നെയാണ് ഈ കൂടിക്കാഴ്ചയ്ക്ക് ഞാൻ ഇത്രമാത്രം പ്രാധാന്യം കല്പിച്ചിരിക്കുന്നതും."

ശ്രീമതി ഫെൻടന്റെ മുഖം അസാധാരണമാം വിധം വിളറി. പാലത്തിന്റെ കൈവരിയിൽ പിടിച്ചിരുന്ന ആ സ്ത്രീയുടെ കൈകൾ വിറയ്ക്കാൻ തുടങ്ങി. പെട്ടെന്ന് ശ്രീമതി ഫെൻടൻ പറഞ്ഞു:

"ഞാൻ കബളിപ്പിക്കപ്പെട്ടിരിക്കുന്നു. ഇനി ഒരു നിമിഷംപോലും പാഴാക്കരുത്. തണുക്കുന്നുണ്ട്, അല്ലേ? എന്നാൽ, നമുക്ക് ഉള്ളിലേക്കു പോയാലോ? "

അവർ തിരിഞ്ഞ് വീട്ടിലേക്കു നടന്നു, അതിനിടയിൽ രണ്ടുപേരും ഒന്നും മിണ്ടിയില്ല. ഒപ്പമുള്ള കുറിയ രൂപത്തോടൊപ്പമെത്താൻ ഡാൽഗ്ലിഷ് വേഗം കുറച്ചു. നടക്കുന്നതിനിടയിൽ അയാൾ ആകാംക്ഷയോടെ ആ സ്ത്രീയെ നോക്കി. ആ സ്ത്രീയുടെ മുഖം വല്ലാതെ വിളറിയിരിക്കുന്നതായും ചുണ്ടുകൾ ശബ്ദരഹിതമായി ചലിക്കുന്നതുപോലെയും അയാൾക്കു തോന്നി. എങ്കിലും ഉറച്ച കാൽവയ്പുകളോടെയാണ് ആ സ്ത്രീ നടന്നത്. തിരക്കുകൂട്ടേണ്ട കാര്യമില്ലെന്ന് അയാൾ സ്വയം പറഞ്ഞു. ഏതാണ്ട് അരമണിക്കൂറിനുള്ളിൽ, അല്ലെങ്കിൽ അതിലും താഴെ സമയത്തിനുള്ളിൽ, കൊലപാതകത്തിലേക്കു നയിച്ച യഥാർത്ഥ കാരണം ഒരു ബോംബിനെപ്പോലെ കരഗതമാകാൻ പോകുകയാണ്. അതൊന്നു പൊട്ടിത്തെറിച്ചാൽ മതി കേസ് മലർക്കെ തുറക്കാൻ. എങ്കിലും അതുവരെ ക്ഷമാപൂർവം കാത്തിരുന്നേ മതിയാകൂ. പരാജയത്തെക്കുറിച്ച് നന്നായി അറിയാമായിരുന്ന ഹൃദയം വിജയത്തിന്റെ ലാഞ്ഛനകണ്ട് തുള്ളിച്ചാടി.

സന്ധ്യയായി. എവിടെനിന്നോ ഉയർന്നുവന്ന ആസിഡ് പുകയുടെ ഗന്ധം അയാളുടെ നാസാരന്ധ്രങ്ങളെ കശക്കിയെറിഞ്ഞു. കാൽക്കീഴിലെ പുൽമെത്ത നനഞ്ഞ സ്പോഞ്ചുപോലെ അയാൾക്ക് അനുഭവപ്പെട്ടു.

ഇളം ചൂടും വീട്ടിലുണ്ടാക്കുന്ന ബ്രെഡിന്റെ മണവും കൊണ്ട് ആ വീട് അയാളെ സ്വാഗതം ചെയ്തു. ശ്രീമതി ഫെൻടൻ ഹാളിന്റെ അറ്റത്തുള്ള ഒരു മുറിയിലേക്കു ചെന്ന് ഉള്ളിലേക്ക് തലയിട്ട് ചായയ്ക്കു പറയാനായിരിക്കുമെന്ന് അയാൾ കരുതി. പിന്നീട്, അയാളെ സ്വീകരണമുറിയിലേക്ക് കൂട്ടിക്കൊണ്ടുപോയി. അവിടെയുണ്ടായിരുന്ന നെരിപ്പോടിന്റെ ഊഷ്മളതയും കാർപെറ്റിന്റെയും സോഫയുടെയും കരുതലും അയാളെ കൂടുതൽ ഉന്മേഷവാനാക്കി. ആ സ്ത്രീ ലൈറ്റ് തെളിയിക്കുകയും ജനാലകളിലെ കർട്ടനുകൾ വലിച്ചിടുകയും ചെയ്തു. അതിനിടയിൽ, പരിചാരിക ചായയുമായെത്തി. ശ്രീമതി ഫെൻടനോളം തന്നെ പ്രായമുണ്ടായിരുന്നു ആ സ്ത്രീക്കും. ചായപ്പാത്രം ടീപ്പോയിൽ വയ്ക്കുന്നതിനിടയിൽ ഡാൽഗ്ലിഷിന്റെ മുഖത്തു നോക്കാതിരിക്കാൻ ആ സ്ത്രീ അതീവശ്രദ്ധ പുലർത്തി. ഗംഭീരമായിരുന്നു ആ ചായസൽക്കാരം. ആവശ്യത്തിലധികം ഭക്ഷണ പദാർത്ഥങ്ങൾ ചായയോടൊപ്പം എത്തിയിരുന്നു. ആവി പറക്കുന്ന ഒരപ്പം, രണ്ടുതരം സാൻഡ്‌വിച്ചുകൾ, വീട്ടിലുണ്ടാക്കിയ കേക്ക്, ഐസ് ചെയ്ത പതുപതുത്ത മധുരയപ്പം എന്നിവയൊക്കെ അക്കൂട്ടത്തിലുണ്ടായിരുന്നു. ആകെക്കൂടി കണ്ടാൽ, സ്കൂൾ കുട്ടികൾ നടത്തുന്ന ചായക്കടയാണെന്നേ തോന്നൂ. വരുമെന്ന് ഒട്ടും ഉറപ്പില്ലാതിരുന്നിട്ടും അപരിചിതനായ സന്ദർശകനു വേണ്ടി ആ സ്ത്രീകൾ ഒരുക്കിയ വിരുന്ന് കണ്ടാലറിയാം അവരുടെ ഉള്ളിൽ കിടന്ന് തിളയ്ക്കുന്നത് എന്തായിരുന്നുവെന്ന്. മുൻപരിചയമില്ലാത്ത, ഉത്കണ്ഠാകുലയായ വീട്ടമ്മയെപ്പോലുള്ള അവരുടെ പ്രകടനം കണ്ടാൽ എന്തോ മറച്ചുപിടിക്കുന്നതുപോലെ തോന്നുമായിരുന്നു. എന്നാൽ ഡാൽഗ്ലിഷ് ചായയും സാൻഡ്‌വിച്ചും എടുത്തതോടെ ആ സ്ത്രീ വീണ്ടും കൊലപാതകത്തെക്കുറിച്ച് സംസാരിച്ചു തുടങ്ങി.

"എന്റെ ഭർത്താവ് സ്റ്റീൻ ക്ലിനിക്കിൽ പോയത് കേവലം നാലുമാസം മാത്രമാണ്. അതും പത്തുവർഷങ്ങൾക്കു മുമ്പ്. പട്ടാളത്തിൽ നിന്ന് വിരമിച്ചതിനുശേഷമായിരുന്നു അത്. അദ്ദേഹം അന്ന് ലണ്ടനിലായിരുന്നു താമസിച്ചിരുന്നത്. ഞാൻ, ഗർഭിണിയായ മരുമകളോടൊപ്പം നെയ്റോബിയിലായിരുന്നു. ഒരാഴ്ച മുമ്പ് എന്നോട് ഇക്കാര്യം പറയുന്നതുവരെ ഭർത്താവിന്റെ ചികിത്സയെക്കുറിച്ച് എനിക്ക് ഒന്നുമറിയില്ലായിരുന്നു."

ആ സ്ത്രീ അല്പനേരം നിശ്ശബ്ദയായപ്പോൾ ഡാൽഗ്ലിഷ് പറഞ്ഞു:

"ഞാൻ ആണയിട്ടു പറയുന്നു, ഇപ്പോഴും അതേക്കുറിച്ച് ഞങ്ങൾക്ക് ഒന്നുമറിയില്ല. മാത്രമല്ല കേണൽ ഫെൻടൻ എന്തിനായിരുന്നു സ്റ്റീൻ ക്ലിനിക്കിൽ പോയിരുന്നതെന്നറിയാൻ ഒരു താത്പര്യവുമില്ല. അത് തീർത്തും സ്വകാര്യമായ ഒരു മെഡിക്കൽ മാറ്റർ മാത്രമാണ്. അതേക്കുറിച്ച്

പൊലീസിന് അന്വേഷിക്കേണ്ട കാര്യവുമില്ല. അത്തരം കാര്യങ്ങളെക്കുറിച്ച് ഞാൻ ഡോ. ഈതറീഗിനോടും ഒന്നും ചോദിച്ചിട്ടില്ല. അഥവാ, ചോദിച്ചിരുന്നെങ്കിലും ചികിത്സ സംബന്ധിച്ച കാര്യങ്ങൾ അയാൾ വെളിപ്പെടുത്തുമായിരുന്നുവെന്നും എനിക്കു തോന്നുന്നില്ല. നിങ്ങളുടെ ഭർത്താവിനെ ആരോ ബ്ലാക്ക്മെയിൽ ചെയ്തിരുന്നു. അക്കാര്യം മാത്രമാണ് പുറത്തുവരേണ്ടത്-അതങ്ങനെ ഒഴിവാക്കേണ്ട കാര്യമാണെന്ന് ഞാൻ കരുതുന്നില്ല-ക്ലിനിക്കിൽ പോയിരുന്നു എന്ന കാരണം കൊണ്ട് ചികിത്സയുടെ വിശദാംശങ്ങൾ പരിശോധിക്കേണ്ട കാര്യം ആർക്കുമില്ല. അത് നിങ്ങളുടെ ഭർത്താവിന്റെയും നിങ്ങളുടെയും സ്വകാര്യ ഏർപ്പാടു മാത്രമാണ്."

ശ്രീമതി ഫെൻടൻ അതീവശ്രദ്ധയോടെ കാപ്പിക്കപ്പ് ട്രേയിൽ വച്ചു. എന്നിട്ട് നെരിപ്പോടിലേക്ക് നോക്കി പറഞ്ഞു:

"ശരിക്കും അത് എന്റെ സ്വകാര്യ ഏർപ്പാടാണെന്ന് എനിക്കു തോന്നുന്നില്ല. എനിക്ക് യാതൊരു പ്രയാസവും ഉണ്ടായിരുന്നില്ല, കാരണം അദ്ദേഹം അക്കാര്യം എന്നോട് പറഞ്ഞിരുന്നില്ല. ഇപ്പോൾ എനിക്ക് നിസ്സാരമായി പറയാൻ കഴിയും അക്കാര്യം എന്നോടു പറഞ്ഞിരുന്നെങ്കിൽ എനിക്ക് സഹായിക്കാൻ കഴിയുമായിരുന്നു. പക്ഷേ, അക്കാര്യമോർത്ത് ഞാനിപ്പോൾ അദ്ഭുതപ്പെടുകയാണ്. അദ്ദേഹം എന്നോടു പറയാതിരുന്നത് ബുദ്ധിപരമായ ഒരു നീക്കമായിരുന്നു. കാരണം, വിവാഹശേഷം ജീവിതപങ്കാളിയെ വേദനിപ്പിക്കുമെന്ന് ഉറപ്പുള്ള കാര്യങ്ങൾ പറയാതിരിക്കുകയാണ് യുക്തിസഹമായ കാര്യം. അതുമാത്രമാണ് അദ്ദേഹം ചെയ്തത്. അതുകൊണ്ടുതന്നെയാണ് ബ്ലാക്ക്മെയിലിംഗിന്റെ കാര്യവും മാത്യു എന്നിൽ നിന്ന് മറച്ചുവച്ചത്. പിന്നീട്, അദ്ദേഹത്തിന് സഹായം കൂടിയേ തീരൂ എന്ന അവസ്ഥയുണ്ടായി. അത്തരമൊരു ശ്വാസംമുട്ടൽ അതിജീവിക്കാനായിരിക്കണം എന്നോടുപോലും അക്കാര്യം പങ്കുവച്ചത്."

എങ്ങനെയായിരുന്നു ഇതിന്റെ ആരംഭമെന്ന് ഡാൽഗ്ലിഷ് ചോദിച്ചു.

"രണ്ടുവർഷം മുമ്പാണെന്നാണ് മാത്യു എന്നോടു പറഞ്ഞത്. അദ്ദേഹത്തെ ആരോ ഫോണിൽ വിളിച്ചു. സ്റ്റീൻ ക്ലിനിക്കിൽ നടത്തിയ ചികിത്സയെ സംബന്ധിക്കുന്ന വിശദാംശങ്ങളും മാത്യു സൈക്യാട്രിസ്റ്റിനോടു പറഞ്ഞ അതീവ രഹസ്യസ്വഭാവമുള്ള കാര്യങ്ങളും ഉദ്ധരിച്ചുകൊണ്ടായിരുന്നു ഫോൺ വിളിച്ച വ്യക്തി സംസാരിച്ചത്. എന്നിട്ട്, സമാനമായ വിഷമതകൾ അനുഭവിക്കുന്ന രോഗികളെ മാത്യു സഹായിക്കണമെന്ന് നിർദ്ദേശിച്ചു. അതല്ലെങ്കിൽ മാത്യുവിന് ഉണ്ടാകാൻ പോകുന്ന ഭീകരമായ സാമൂഹികപ്രത്യാഘാതങ്ങളെക്കുറിച്ചും ആ ശബ്ദം ദീർഘനേരം സംസാരിച്ചു. പിന്നീടാണ് ആ ശബ്ദത്തിനുടമയുടെ തനിനിറം വെളിപ്പെടുന്നത്. എന്താണ് തന്നിൽനിന്ന് പ്രതീക്ഷിക്കുന്നതെന്ന് മാത്യു ചോദിച്ചു. എല്ലാമാസവും ആദ്യ പ്രവൃത്തിദിവസം ആദ്യ തപാലായി എത്തുന്ന വിധത്തിൽ പതിനഞ്ച് പൗണ്ട് കറൻസിയായി ക്ലിനിക്കിലേക്ക് അയയ്ക്കണമെന്നായിരുന്നു ആ ശബ്ദം ആവശ്യപ്പെട്ടത്. ഒന്നാം തീയതി

ശനിയോ ഞായറോ ആണെങ്കിൽ, കവറിനു പുറത്ത് പച്ചമഷികൊണ്ട് മേൽവിലാസമെഴുതണം. കത്ത് തിങ്കളാഴ്ച കിട്ടിയിരിക്കണം. അഡ്മിനിസ്ട്രേറ്റീവ് സെക്രട്ടറിയുടെ പേരിൽ അയയ്ക്കുന്ന കവറിനുള്ളിൽ 'കൃതജ്ഞതാപൂർവം ഒരു രോഗി' എന്ന കുറിപ്പും ഉണ്ടായിരിക്കണം. എന്നിങ്ങനെയായിരുന്നു മറ്റു നിർദ്ദേശങ്ങൾ. ആ പണം ആരുടെ കൈകളിലാണോ എത്തിച്ചേരേണ്ടത് അവിടെത്തന്നെ എത്തിച്ചേരും എന്നും ആ ശബ്ദം കൂട്ടിച്ചേർത്തു."

"തികച്ചും ബുദ്ധിപരമായ ആസൂത്രണം തന്നെയാണ് നടന്നിരിക്കുന്നത്. ഇത്രയും ചെറിയ തുകയായതുകൊണ്ട് ബ്ലാക്ക്മെയിൽ തെളിയിക്കാൻ പോലും പ്രയാസമാണ്. ഒരു വലിയ തുകയായിരുന്നു ആവശ്യപ്പെട്ടിരുന്നതെങ്കിൽ, ഒരുപക്ഷേ, നിങ്ങളുടെ ഭർത്താവ് മറ്റൊരു തീരുമാനമെടുക്കാൻ നിർബന്ധിതനാകുമായിരുന്നുവെന്നാണ് എനിക്കു തോന്നുന്നത്."

"ഓ, അതിനു സാധ്യതയുണ്ട്! ഞങ്ങൾ മുടിഞ്ഞുപോകുന്ന മട്ടിൽ മാത്യു ഒരിക്കലും തീരുമാനമെടുക്കില്ല. പക്ഷേ, നോക്കൂ, ഇതിപ്പോൾ ശരിക്കും ഒരു ചെറിയ തുക മാത്രമാണ്. എങ്കിലും മാസംതോറും പതിനഞ്ച് പൗണ്ടുവീതം നഷ്ടപ്പെടുത്തുന്നത് ഒരു ചെറിയ കാര്യമല്ല. എനിക്ക് സംശയം തോന്നാത്ത വിധത്തിൽ മാത്യു സ്വന്തം ചെലവുകൾ വെട്ടിച്ചുരുക്കിയാവണം ആ പണം കണ്ടെത്തിയിരുന്നത്. പതിനഞ്ച് പൗണ്ട് എന്ന ആവശ്യം ഒരിക്കലും ഉയർന്നിട്ടുമില്ല. അതാണ് ഏറ്റവും വിചിത്രമായ കാര്യം. മാത്യു പറയുന്നതനുസരിച്ചാണെങ്കിൽ, സാധാരണ ബ്ലാക്ക്മെയിൽ ചെയ്യുന്നവർ തുക കൂട്ടിക്കൊണ്ടിരിക്കും. ഇരയുടെ കൈയിൽ ഒരു പെനിപോലും കൊടുക്കാനില്ലാതെ ഞെരുങ്ങുന്നതുവരെ അത് തുടരും. പക്ഷേ, ഇത് അങ്ങനെയൊന്നുമായിരുന്നില്ല. ഓരോ തവണയും മാസത്തിലെ ആദ്യദിവസം പണം ക്ലിനിക്കിലെത്തിയാലുടൻ, സംഭാവനയ്ക്ക് നന്ദി പറഞ്ഞുകൊണ്ട് ഫോൺവിളി വരും. എങ്കിലും പതിനഞ്ച് എന്ന സംഖ്യ ഒരിക്കലും കൂട്ടിച്ചോദിച്ചിട്ടേയില്ല. പതിനഞ്ചു പൗണ്ടിൽ കൂടുതൽ അയാൾ പ്രതീക്ഷിക്കുന്നില്ല എന്നു വ്യക്തമാണ്. ഒരിക്കൽ ആ ശബ്ദം സംസാരിച്ചത് ത്യാഗം തുല്യമായി പങ്കുവയ്ക്കുന്നതിനെക്കുറിച്ചായിരുന്നു. ഈ ഏർപ്പാട് വിശ്വസനീയമായി തോന്നുന്നില്ലെന്നായിരുന്നു ഒരിക്കൽ മാത്യു പറഞ്ഞത്. ഏതാണ്ട് ആറുമാസങ്ങൾക്കു മുമ്പ് അദ്ദേഹം ഒരു തവണ പണം മുടക്കി നോക്കി, എന്താണ് സംഭവിക്കുന്നതെന്നറിയാൻ. എന്നാൽ, അതിന്റെ പ്രതികരണം അത്ര സുഖകരമായിരുന്നില്ല. അതിനുശേഷം മറ്റൊരു ഫോൺവിളി വന്നു. യാതൊരുതെറ്റും വരുത്താതെ ഉപദ്രവം ആവർത്തിച്ചു. സാമൂഹികഭ്രഷ്ടിൽ നിന്ന് രോഗികളെ സംരക്ഷിക്കേണ്ടതുണ്ടെന്നും സ്പ്രിഗ്ഗ്സ് ഗ്രീനിലെ അസ്വസ്ഥരായ ആളുകൾ ഇക്കാര്യമറിയുമ്പോൾ എങ്ങനെയാവും പ്രതികരിക്കുകയെന്ന് ഊഹിക്കാൻ പോലും കഴിയില്ലെന്നും ആ ശബ്ദം ഓർമ്മിപ്പിച്ചു. അതോടെ എന്റെ ഭർത്താവ് സംഭാവന നൽകുന്നത് തുടരാൻ തീരുമാനിച്ചു. ഈ

പ്രദേശത്തെ ആളുകൾ ഇക്കാര്യം അറിയുക എന്നതിന്റെ അർത്ഥം ഞങ്ങൾ ഇവിടം വിട്ടുപോവുകയെന്നതാണ്. എന്റെ കുടുംബം ഇവിടെ താമസിക്കാൻ തുടങ്ങിയിട്ട് ഇരുന്നൂറു വർഷമെങ്കിലും ആയിട്ടുണ്ടാവും. ഞങ്ങൾക്കും ഇവിടം ഇഷ്ടമാണ്. ഈ പൂന്തോട്ടം വിട്ടുപോകണമെന്നു പറഞ്ഞാൽ മാത്യുവിന്റെ ഹൃദയം തകരും. അതുപോലെ തന്നെയായിരിക്കും ഈ ഗ്രാമം ഉപേക്ഷിക്കണമെന്നു പറഞ്ഞാലും സംഭവിക്കുക. ഈ ഗ്രാമത്തിന്റെ സൗന്ദര്യം ഒരുപക്ഷേ, താങ്കൾക്ക് പൂർണമായും ആസ്വദിക്കാനോ ഉൾക്കൊള്ളാനോ കഴിഞ്ഞിട്ടുണ്ടാവില്ല. ഏതായാലും ഇവിടം ഞങ്ങൾക്ക് അത്രമാത്രം ഇഷ്ടമാണ്. എന്റെ ഭർത്താവ് ഇവിടത്തെ പള്ളിക്കമ്മറ്റിയിൽ സ്ഥാനം വഹിക്കുന്ന ആളാണ്. റോഡപകടത്തിൽ കൊല്ലപ്പെട്ട ഞങ്ങളുടെ ഇളയ മകനെ അടക്കിയിരിക്കുന്നതും ഇവിടെത്തന്നെ. ഈ എഴുപതാം വയസ്സിൽ ഞങ്ങളുടെ വേരുകൾ അറുത്തു മാറ്റി ഇവിടം വിട്ടുപോകുന്നതിനെക്കുറിച്ച് ചിന്തിക്കാനേ വയ്യ!"

ഇല്ല, അതൊരിക്കലും അത്ര എളുപ്പമല്ല. ആ കണ്ടെത്തലിന്റെ അർത്ഥം ഇവിടം വിട്ടുപോവുകയാണ് എന്ന ആലോചന ശരിയാണോ എന്ന് ഡാൽഗ്ലിഷ് ആ സ്ത്രീയോട് ചോദിച്ചില്ല. അത്തരമൊരു പബ്ലിസിറ്റിയിൽ താത്പര്യമില്ലാത്ത ദമ്പതികളിലൊരാളാണ് മുന്നിൽ നിൽക്കുന്നതെന്ന കാര്യം പെട്ടെന്ന് അയാൾ തിരിച്ചറിഞ്ഞു. പരിചയക്കാരും ബന്ധുക്കളും മനോരോഗിയെന്ന നിലയിൽ സഹതാപം പ്രകടിപ്പിക്കുന്ന അവസ്ഥ അവർക്ക് താങ്ങാവുന്നതിലും അപ്പുറമായിരുന്നു. രക്ഷപ്പെടാനുള്ള എളുപ്പവഴിയല്ല സഹതാപം പിടിച്ചുപറ്റുകയെന്നത്. മിക്ക ഇരകളെയും പിന്നോട്ടടിക്കുന്നത് സഹതാപം എന്ന ഭയമാണ്. അക്കാര്യം അറിഞ്ഞപ്പോൾ എന്താണ് മനസ്സിൽ തോന്നിയതെന്ന് ഡാൽഗ്ലിഷ് ചോദിച്ചു അന്നേരം ശ്രീമതി ഫെൻടൻ പറഞ്ഞു:

"ശരിക്കും, രണ്ടു കാര്യങ്ങളുണ്ട്. ഒന്നാമത്തെ കാര്യം ഞങ്ങൾക്ക് കുറച്ചുകൂടി പണം ആവശ്യമായി വന്നു. ഒരു മാസം മാസം മുമ്പ് എന്റെ ഭർത്താവിന്റെ ഇളയസഹോദരൻ അപ്രതീക്ഷിതമായി മരിച്ചു. അദ്ദേഹത്തിന്റെ വിധവയായ ഭാര്യയുടെ കാര്യം മഹാകഷ്ടമാണ്. ഏറിയാൽ, ഒന്നോ രണ്ടോ വർഷം കൂടിയേ ആ പാവം ജിവിച്ചിരിക്കൂ. ആ സ്ത്രീ ഇപ്പോഴുള്ളത് നോർവിച്ചിലെ ഒരു നഴ്സിംഗ് ഹോമിലാണ്. ഒരുപക്ഷേ, ജീവിതം അവസാനിക്കുന്നതും അവിടെത്തന്നെയാവും. അവിടെ താമസിക്കുന്നതിന്റെ ചെലവ് ഒരു ചോദ്യചിഹ്നമായി മുന്നിലുണ്ട്. ആഴ്ചയിൽ ഏകദേശം അഞ്ചു പൗണ്ട് ആവശ്യമായി വരുന്നതിനെക്കുറിച്ച് മാത്യു എന്തുകൊണ്ടാണ് വേവലാതിപ്പെടുന്നതെന്ന് എനിക്ക് അന്നേരം മനസ്സിലായില്ല. നന്നായി ആസൂത്രണം ചെയ്താൽ മറികടക്കാവുന്ന പ്രശ്നമേയുള്ളൂ. പക്ഷേ, അദ്ദേഹത്തിന് അറിയാമായിരുന്നു അത് സാധ്യമല്ലെന്ന്. സ്റ്റീൻ ക്ലിനിക്കിലേക്കുള്ള പതിനഞ്ച് പൗണ്ടായിരുന്നു അതിന് തടസ്സമായി നിന്നത്. അതിനിടയിലാണ് അദ്ദേഹത്തിന് ഓപ്പറേഷൻ വേണ്ടിവന്നത്. അതത്ര ഗുരുതരമൊന്നുമായിരുന്നില്ല, എങ്കിലും

എനിക്കറിയാം, എഴുപതുകളിൽ അതൊരു റിസ്ക് തന്നെയാണ്. അന്നേരം മരിച്ചുപോകുമോ എന്ന ഭയം അദ്ദേഹത്തിനുണ്ടായി. അതോടെ, ആരും നിർബന്ധിക്കാതെ മുഴുവൻ കഥകളും പുറത്തുവന്നു. എല്ലാക്കാര്യങ്ങളും വള്ളിപുള്ളി തെറ്റാതെ എന്നോടു പറഞ്ഞു. അങ്ങനെ പറഞ്ഞതിൽ എനിക്ക് സന്തോഷമേയുള്ളൂ. അദ്ദേഹം പരിപൂർണ്ണ സംതൃപ്തിയോടെയും സമാധാനത്തോടെയുമാണ് ആശുപത്രിയിലേക്കു പോയത്. ഓപ്പറേഷൻ വിജയകരമാകുകയും ചെയ്തു. ശരിക്കും സന്തോഷം തന്നെ. സൂപ്രണ്ടിന് ലേശം ചായകൂടി തരട്ടേ?"

കാര്യങ്ങൾ മനസ്സിലാക്കിയശേഷം എന്തു നടപടിയാണ് സ്വീകരിച്ചതെന്നു ചോദിച്ചുകൊണ്ട് ഡാൽഗ്ലിഷ് കപ്പ് കൈമാറി. അങ്ങനെ അവർ കഥയുടെ മർമ്മപ്രധാനമായ ഭാഗത്തേക്ക് എത്തിച്ചേർന്നു. എങ്കിലും തിരക്കുകൂട്ടാനോ, കേട്ട കഥയിൽ അമിത ഉത്കണ്ഠ പ്രകടിപ്പിക്കാനോ അയാൾ ശ്രമിച്ചില്ല. ഉച്ചകഴിഞ്ഞ് വീട്ടിലെത്തുന്ന സാധാരണ അതിഥികൾ നടത്തുന്ന കുശലാന്വേഷണങ്ങളുടെയും വിശേഷംപറച്ചിലിന്റെയും വഴിയിലൂടെയാണ് അയാളും സഞ്ചരിച്ചത്. ആ കൂടിക്കാഴ്ചയെ ഔപചാരിക ചോദ്യം ചെയ്യൽ ശൈലിയിലേക്ക് കൊണ്ടുപോകാൻ അയാൾ ശ്രമിച്ചതേയില്ല. അടുത്തകാലത്ത് പിരിമുറുക്കങ്ങളും അതുകൊണ്ടുണ്ടായ ക്ലേശങ്ങളും ഒരുപാട് അനുഭവിക്കേണ്ടിവന്ന ആ വൃദ്ധയോട് അയാൾ ആദരവോടെയാണ് പെരുമാറിയത്. ഒരിക്കലും ഒരു അപരിചിതനോടെന്ന പോലെ ആ സ്ത്രീ സംസാരിക്കാനിടവരരുത് എന്ന കാര്യത്തിൽ അയാൾക്ക് നിർബന്ധമുണ്ടായിരുന്നു. സഹതാപത്തേക്കാളധികം ആ സ്ത്രീ പ്രതീക്ഷിക്കുന്നത് മാനസികമായ പിന്തുണയാണെന്ന് ആദ്യം തന്നെ അയാൾക്ക് തോന്നിയിരുന്നു.

"ഞാൻ എന്തുചെയ്യാനാണ് തീരുമാനിച്ചതെന്നോ? സത്യത്തിൽ, അതുതന്നെയായിരുന്നു ഏറ്റവും വലിയ പ്രശ്നം. ബ്ലാക്ക്മെയിലിംഗ് എങ്ങനെയെങ്കിലും നിർത്തണമെന്ന് എനിക്ക് ആഗ്രഹമുണ്ടായിരുന്നു. അതേസമയം, ഞങ്ങൾക്ക് അതുകൊണ്ട് പിന്നീട് പ്രശ്നങ്ങളൊന്നും ഉണ്ടാവുകയും ചെയ്യരുത്. ഞാനത്ര ബുദ്ധിസാമർത്ഥ്യമുള്ള സ്ത്രീയൊന്നുമല്ല- താങ്കൾ നിഷേധാർത്ഥത്തിൽ തലകുലുക്കിയിട്ട് കാര്യമൊന്നുമില്ല, ഞാനായിരുന്നെങ്കിൽ ആ കൊലപാതകം നടക്കുമായിരുന്നില്ല- പക്ഷേ, ഞാൻ അക്കാര്യത്തെക്കുറിച്ച് വളരെ കരുതലോടെ ചിന്തിച്ചു. സ്റ്റീൻ ക്ലിനിക്കിൽ ചെന്ന് അധികാരസ്ഥാനത്തിരിക്കുന്ന ഏതെങ്കിലുമൊരാളെ കാണുകയെന്നതായിരുന്നു ചെയ്യേണ്ടിയിരുന്നത്. എന്റെ പേരുപോലും വെളിപ്പെടുത്താതെ, സംഭവിച്ചുകൊണ്ടിരിക്കുന്നത് എന്താണെന്നു വിശദീകരിക്കുകയും സ്വന്തം നിലയ്ക്ക് അന്വേഷണം നടത്തി ബ്ലാക്ക്മെയിൽ അവസാനിപ്പിക്കാൻ നടപടികൾ സ്വീകരിക്കാൻ ആവശ്യപ്പെടുകയും ചെയ്യണമായിരുന്നു. പക്ഷേ, ഞാൻ അവിടെ ചെന്നാൽ എന്റെ ഭർത്താവ് ആരാണെന്നും അദ്ദേഹത്തിന്റെ കുഴപ്പമെന്തെന്നും അവർ മനസ്സിലാക്കും. ആ രഹസ്യം വെളിപ്പെടുത്തുന്നതിൽ എനിക്ക് ഒട്ടും

താത്പര്യമില്ല. അത്തരമൊരു പബ്ലിസിറ്റി ഞാൻ ആഗ്രഹിക്കുന്നില്ല. അത്തരമൊരു കാര്യം ക്ലിനിക്കിൽനിന്ന് പുറത്തു വരുന്നതും അത്ര നല്ല കാര്യമല്ല. ആണോ? അവർക്കാണെങ്കിൽ വലിയ പ്രയാസമൊന്നും കൂടാതെ ആരാണ് ഈ സംഭവത്തിനു പിന്നിലെന്ന് കണ്ടെത്തുകയും ചെയ്യാം. സൈക്യാട്രിസ്റ്റുകൾക്ക് മനുഷ്യരുടെ സ്വഭാവം വേഗം മനസ്സിലാക്കാൻ കഴിയും. എങ്കിലും എന്റെ ഭർത്താവ് ക്ലിനിക്കിലുണ്ടായിരുന്ന കാലത്ത് അവിടെയുണ്ടായിരുന്ന ആരോ ഒരാളാണ് ഇതിനു പിന്നിലെന്ന് ഞാൻ ബലമായി സംശയിക്കുന്നു. പിന്നെ, അതൊരു സ്ത്രീയാണെന്നുള്ളത് കാര്യങ്ങൾ കുറേക്കൂടി എളുപ്പമാക്കുന്നു."

"ബ്ലാക്ക്മെയിൽ ചെയ്തിരുന്നത് ഒരു സ്ത്രീയായിരുന്നെന്നാണോ നിങ്ങൾ പറഞ്ഞുവരുന്നത്?"

ഡാൽഗ്ലിഷ് അദ്ഭുതത്തോടെ ചോദിച്ചു.

"ഓ, അതെ. എന്റെ ഭർത്താവ് പറഞ്ഞതനുസരിച്ച്, ചുരുങ്ങിയപക്ഷം ഫോണിൽ കേട്ട ശബ്ദമെങ്കിലും ഒരു സ്ത്രീയുടേതാണ്."

"അക്കാര്യം ഉറപ്പാണോ?"

"അക്കാര്യത്തിൽ അദ്ദേഹം സംശയമൊന്നും പ്രകടിപ്പിച്ചിരുന്നില്ല. പിന്നെ അത് വെറുതെ ഒരു ശബ്ദം മാത്രമായിരുന്നില്ല. മറ്റു ചില കാര്യങ്ങളും അവൾ പറഞ്ഞിരുന്നു. അസുഖബാധിതനായി കഴിഞ്ഞപ്പോൾ എന്റെ ഭർത്താവ് ചെയ്തുകൂട്ടിയ ലൈംഗിക പരാക്രമങ്ങളെക്കുറിച്ചായിരുന്നു അത്. ഒരു പെണ്ണിന്റെ വായിൽ നിന്ന് അത്തരം കാര്യങ്ങൾ കേൾക്കേണ്ടിവരുന്ന അവസ്ഥ ഒന്നോർത്തുനോക്കൂ. എന്റെ ഭർത്താവിന് ഫോൺ സംഭാഷണങ്ങളെല്ലാം കൃത്യമായി ഓർമ്മയുണ്ട്. എന്തെങ്കിലും ആവശ്യമുണ്ടെങ്കിൽ അദ്ദേഹത്തെ സമീപിച്ചാൽ മതി. കഴിയുന്നതുംവേഗം അദ്ദേഹത്തെക്കൂടി കാണുന്നത് നന്നായിരിക്കുമെന്നാണ് എനിക്ക് തോന്നുന്നത്. അതിന് കഴിയുമോ താങ്കൾക്ക്?"

ആ സ്ത്രീയുടെ ശബ്ദം ഉയർത്തിയ ആകാംക്ഷയിൽ തൊട്ടുകൊണ്ടു തന്നെ അയാൾ മറുപടി കൊടുത്തു:

"കേണൽ ഫെൻടൻ ഒരു ലഘുസംഭാഷണത്തിന് സജ്ജനാണെന്ന് അദ്ദേഹത്തിന്റെ ഡോക്ടർ സമ്മതിച്ചാൽ ഇന്നു രാത്രി ലണ്ടനിലേക്കുള്ള മടക്കയാത്രയിൽ ഞാൻ അദ്ദേഹത്തെ കണ്ടിരിക്കും. ഒന്നുരണ്ടു കാര്യങ്ങൾ മാത്രമേയുള്ളൂ - ഒന്നാമത്തെക്കാര്യം ബ്ലാക്ക്മെയിലർ പുരുഷനോ സ്ത്രീയോ എന്നത് - അതുതന്നെയാണ് ഏറ്റവും വലിയ സഹായം. ആവശ്യമില്ലാതെ ഞാൻ അദ്ദേഹത്തെ ശല്യപ്പെടുത്തുകയില്ല, അക്കാര്യം ഉറപ്പ്."

"അദ്ദേഹത്തിന് താങ്കളെ കാണാൻ കഴിയുമെന്ന് എനിക്കുറപ്പുണ്ട്. അദ്ദേഹം സ്വന്തം നിലയിൽ ഒരു ചെറിയ മുറിയൊക്കെ എടുത്തിട്ടുണ്ട്- പൊതുജനങ്ങൾക്കുവേണ്ടി ഏർപ്പെടുത്തിയ ചെലവു കുറഞ്ഞ കിടക്ക

എന്നോ മറ്റോ ആണ് അവരതിന് കൊടുത്തിരിക്കുന്ന പേര്- ഇന്ന് താങ്കൾ ഇവിടെ വരുന്നുണ്ടെന്ന കാര്യം ഞാൻ അറിയിച്ചിരുന്നു. അതുകൊണ്ട് താങ്കളെ കാണുമ്പോൾ അദ്ദേഹം ഒട്ടും അദ്ഭുതപ്പെടില്ല. മറ്റൊന്നും കരുതരുത്, ഞാൻ താങ്കളോടൊപ്പം അവിടേക്ക് വരുന്നില്ല. അദ്ദേഹം താങ്കളെ ഒറ്റയ്ക്കു കാണുന്നതാണ് നല്ലത്. ഞാൻ ഒരു കുറിപ്പ് തന്നുവിടാം."

ഡാൽഗ്ലിഷ് നന്ദിസൂചകമായി ചിരിച്ചുകൊണ്ട് പറഞ്ഞു:

"അതൊരു സ്ത്രീയാണെന്ന് നിങ്ങളുടെ ഭർത്താവ് പറഞ്ഞത് വളരെ കൗതുകകരമായിരിക്കുന്നു. ഒരുപക്ഷേ, അദ്ദേഹം പറഞ്ഞത് ശരിയായിരിക്കാം. അല്ലെങ്കിൽ, അത് ബ്ലാക്ക്മെയിലറുടെ അതിബുദ്ധിയും ആയിരിക്കാം. ഒരിക്കലും തെളിയിക്കാൻ കഴിയാത്ത, അഴിച്ചെടുക്കാൻ കഴിയാത്ത ഒരു കുരുക്കാകാനും സാധ്യതയുണ്ട്. ചില പുരുഷന്മാർക്ക് സ്ത്രീശബ്ദം അനായാസം വഴങ്ങും. വിശ്വസനീയമായ രീതിയിൽ ലൈംഗികത ശബ്ദത്തിലൂടെ പ്രകടിപ്പിക്കാനും അനുകരിക്കാനും കഴിയും. കേണലിനെ കോടതിയിൽ ഹാജരാക്കുകയും കുറ്റാരോപിതനെ വിചാരണ ചെയ്യുകയും ചെയ്യുന്ന അവസരത്തിൽ, അങ്ങനെ വേണ്ടി വന്നാൽ, ശക്തമായ തെളിവുകളുടെ അഭാവത്തിൽ കേസ് തള്ളിപ്പോകാനും സാധ്യതയുണ്ട്. എന്റെ കാഴ്ചപ്പാടിൽ ഈ തെളിവിന് നിലനില്പു തന്നെയില്ല. ബ്ലാക്ക്മെയിൽ ചെയ്തയാൾ ആണോ പെണ്ണോ എന്നചോദ്യം അതുകൊണ്ടുതന്നെ വളരെയധികം പ്രസക്തവുമാണ്. എങ്കിലും ഞാൻ ഇടയ്ക്കുകയറി സംസാരിച്ചതിൽ ക്ഷമിക്കണം."

"അത് തെളിയിക്കപ്പെടേണ്ട കാര്യം തന്നെയാണ്, അല്ലേ? അക്കാര്യത്തിൽ എന്റെ ഭർത്താവിന് താങ്കളെ സഹായിക്കാൻ കഴിയുമെന്നാണ് എന്റെ പ്രതീക്ഷ. പിന്നെ, ഞാൻ പറഞ്ഞുവന്നത്, ക്ലിനിക്കിലേക്കു നേരിട്ടു ചെല്ലാമെന്നു തന്നെയാണ് ഞാൻ തീരുമാനിച്ചത്, അതായിരുന്നു ഏറ്റവും മികച്ച നീക്കവും. പുലർച്ചെയുള്ള തീവണ്ടിയിൽ കയറി, കഴിഞ്ഞ വെള്ളിയാഴ്ച രാവിലെ തന്നെ ഞാൻ ലണ്ടനിൽ എത്തിയതുമാണ്. അവിടെ എനിക്ക് പാദചികിത്സകനെ കാണണമായിരുന്നു. ഒപ്പം മാത്യുവിന് ആശുപത്രിയിലേക്ക് ആവശ്യമുള്ള ഒന്നുരണ്ട് സാധനങ്ങൾ വാങ്ങാനുമുണ്ടായിരുന്നു. ആദ്യം സാധനങ്ങൾ വാങ്ങാമെന്നു തീരുമാനിച്ചു. പക്ഷേ, ആദ്യം ഞാൻ നേരെ ക്ലിനിക്കിലേക്കു പോയാൽ മതിയായിരുന്നു. അതായിരുന്നു മറ്റൊരു തെറ്റ്. ഒരുപക്ഷേ, അതൊരു ഭീരുത്വമായിരിക്കാം. അന്നേരം, എനിക്ക് അക്കാര്യം അത്ര പ്രസക്തമായ ഒന്നല്ലെന്നു തോന്നി. സാധനങ്ങൾ വാങ്ങുന്നതിനും പാദചികിത്സകനെ കാണുന്നതിനും ഇടയിലുള്ള സമയം മതിയായിരുന്നു ക്ലിനിക്കിൽ വെറുതെ ഒരു സന്ദർശനം നടത്താൻ. എന്തായാലും ഞാനവിടെ പോയില്ല. അതിനുപകരം ഞാൻ ഫോൺ ചെയ്തു. നോക്കൂ, നേരത്തേ ഞാൻ പറഞ്ഞിരുന്നില്ലേ, എനിക്കത്ര ബുദ്ധിസാമർത്ഥ്യമൊന്നുമില്ലെന്ന്."

എന്തുകൊണ്ടാണ് ആ തീരുമാനം മാറ്റിയതെന്ന് ഡാൽഗ്ലിഷ് ചോദിച്ചു.

“ഓക്സ്ഫോർഡ് സ്ട്രീറ്റിൽ വച്ചായിരുന്നു അങ്ങനെ തോന്നിയത്. കേൾക്കുമ്പോൾ പൊട്ടത്തരമെന്നു തോന്നുമെങ്കിലും ശരിക്കും അതാണുണ്ടായത്. ഞാൻ ഒറ്റയ്ക്ക് ലണ്ടനിൽ വന്നിട്ട് ഒരുപാട് കാലമായിരുന്നു. ഇപ്പോൾ ലണ്ടൻ ഭയങ്കരമാംവിധം മാറിപ്പോയിരിക്കുന്നു. ഞാനൊരു ചെറിയ പെൺകുട്ടിയായിരിക്കുമ്പോൾ ലണ്ടൻ നഗരത്തോട് വല്ലാത്ത ഭ്രമമായിരുന്നു. ആകാശഗോപുരങ്ങൾ കൊണ്ടുനിറഞ്ഞ ലണ്ടൻ നഗരം തലയെടുപ്പോടെ നിൽക്കുകയാണ്. ഓരോ ഇടവഴികളും ഫ്രീക്കൻമാരെയും വിദേശികളെയും കൊണ്ട് നിറഞ്ഞിരിക്കുന്നു. ആർക്കും അവരോട് യാതൊരു നീരസവുമില്ല. അന്നേരം അവർക്കിടയിൽ ഞാനൊരു പരദേശിയാണെന്ന് തോന്നി. പിന്നെ, തലങ്ങും വിലങ്ങും കുതിച്ചുപായുന്ന കാറുകൾ. ഓക്സ്ഫോർഡ് സ്ട്രീറ്റ് മുറിച്ചുകടക്കാൻ ഞാനും ഒറ്റപ്പെട്ട ഒരു തുരുത്തായി അവർക്കൊപ്പം ചേർന്നു. അവിടെ മനുഷ്യരെ തട്ടാതെയും മുട്ടാതെയും വഴിനടക്കാനാവില്ല. ചിലനേരം ആർക്കും നിന്നയിടത്തുനിന്ന് ചലിക്കാൻ പോലുമാകില്ല. ചിലർക്കൊക്കെ അസഹ്യമായ നാറ്റമായിരുന്നു. ഞാൻ തൂവാലയെടുത്ത് മൂക്കുപൊത്തിയില്ലായിരുന്നെങ്കിൽ തലകറങ്ങി അവിടെയെങ്ങാനും വീഴുമായിരുന്നു. കാൽനടയാത്രികർക്കുള്ള പാതയിലേക്ക് വല്ലവിധേനയും എത്തിപ്പെട്ടതോടെ, എങ്ങനെയെങ്കിലും സ്ത്രീകളുടെ ഒരു വിശ്രമമുറി കണ്ടെത്താനായിരുന്നു എന്റെ ശ്രമം. അങ്ങനെ കണ്ടെത്തിയ വിശ്രമമുറി ഒരു കടയുടെ അഞ്ചാം നിലയിലായിരുന്നു. അവിടേക്ക് പോകാൻ ലിഫ്റ്റ് കാത്ത് ഒത്തിരിനേരം നിൽക്കേണ്ടിവന്നു. ഓരോ തവണയും ലിഫ്റ്റിൽ കയറിപ്പറ്റാൻ മനുഷ്യനെ കശക്കിയെറിഞ്ഞുകൊണ്ടാണ് ജനക്കൂട്ടം ഇടിച്ചു കയറുന്നത്. വിശ്രമമുറിയിലെത്തിയപ്പോൾ, ഒരൊറ്റ കസേരപോലും അവിടെ ഒഴിവില്ലായിരുന്നു. ടെലിഫോൺ ബൂത്തിനടുത്തു കണ്ട വരി പോലെ നീണ്ടതാകുമോ ഉച്ചഭക്ഷണത്തിനുമെന്നോർത്ത് വിശ്രമമുറിയിലെ ചുമരിനഭിമുഖമായി നിന്നു. അങ്ങനെ നിന്നപ്പോഴാണ് ക്ലിനിക്കിലേക്ക് ഫോൺ ചെയ്യാമെന്ന ആശയം മനസ്സിലുദിച്ചത്. യാത്രാക്ഷീണവും മുഖാമുഖം സംസാരിക്കേണ്ടി വരുമ്പോഴുണ്ടാകുന്ന മുഷിച്ചിലും മാറ്റാൻ അതുതന്നെയാണ് പോംവഴിയെന്ന് എനിക്കു തോന്നി. ഫോൺ ചെയ്താൽ, ഞാൻ ആരാണെന്നുള്ള വിവരം വെളിപ്പെടുകയില്ലെന്നും എനിക്ക് മുഴുവൻ കാര്യങ്ങളും വിശദീകരിക്കാൻ കഴിയുമെന്നും കണക്കുകൂട്ടി. ഇനി, ഏതെങ്കിലും കാരണവശാൽ സംഭാഷണം തുടരാൻ കഴിയാതെ വന്നാൽ, എപ്പോൾ വേണമെങ്കിലും ഫോൺ കട്ട് ചെയ്ത് അത് അവസാനിപ്പിക്കുകയും ചെയ്യാം. നോക്കൂ, അന്നേരം ഞാൻ ശരിക്കുമൊരു ഭീരുവായി മാറിക്കഴിഞ്ഞിരുന്നു. സങ്കല്പിക്കാൻ കഴിയുന്നതിലും അപ്പുറമുള്ള ക്ഷീണമുണ്ടായിരുന്നുവെന്ന ഒറ്റക്കാരണം മാത്രമേ ഒഴിവുകഴിവായി എനിക്ക് പറയാനുള്ളൂ. നേരെ പൊലീസിനെ സമീപിക്കണമായിരുന്നു, സ്കോട്ട്ലാന്റ് യാർഡിലേക്ക് ചെല്ലണമായിരുന്നു എന്നായിരിക്കും താങ്കളിപ്പോൾ പറയാൻ പോകുന്നത്. പക്ഷേ, കുറ്റാന്വേഷണ കഥകളും

കൊലപാതകങ്ങളുമായി ബന്ധപ്പെടുത്തിയാണ് സ്കോട്ട്ലാന്റ് യാർഡ് എന്ന പേര് ഞാൻ കേട്ടിട്ടുള്ളത്. അവിടെപ്പോയി എന്റെ കഥ പറയാൻ എനിക്കെന്തോ സങ്കോചം തോന്നി. മാത്രമല്ല, ഇക്കാര്യത്തിൽ ഏതെങ്കിലും തരത്തിലുള്ള പബ്ലിസിറ്റി ഞാൻ ആഗ്രഹിക്കുന്നില്ല. സഹായം ആവശ്യമുള്ളവരെ പൊലീസുകാർ സഹായിക്കാതിരിക്കുകയൊന്നുമില്ല, പക്ഷേ, എന്റെ കഥ മുഴുവൻ കേൾക്കാൻ അവർ സഹകരിക്കുമോ എന്ന കാര്യം സംശയമാണ്. താങ്കൾക്കറിയാമല്ലോ, അപ്പോഴും ഇപ്പോഴും എന്റെ ആവശ്യം എങ്ങനെയെങ്കിലും ആ ബ്ലാക്ക്മെയിലിംഗ് നിർത്തിക്കിട്ടുക എന്നതാണ്. അത് പൊതുജന താത്പര്യമുള്ള വിഷയമൊന്നുമല്ലല്ലോ, അല്ലേ?"

"അക്കാര്യം മനസ്സിലാക്കാവുന്നതേയുള്ളൂ. അപ്പോൾ അതായിരുന്നു മിസ് ബോലമിനു വന്ന മുന്നറിയിപ്പ് സ്വരത്തിലുള്ള ഫോൺവിളി. എന്തായിരുന്നു അന്നേരം അവളോടു പറഞ്ഞതെന്ന് ഓർക്കുന്നുണ്ടോ?"

ഡാൽഗ്ലിഷ് സൗമ്യമായി ചോദിച്ചു.

"കൃത്യമായി ഓർക്കുന്നില്ല. ശരിക്കും അന്നേരം ഞാൻ ഭയന്നിരുന്നു. നാലു പെനിയും സംഘടിപ്പിച്ച് ഡയറക്ടറിയിൽ നോക്കി ഫോൺ നമ്പർ കണ്ടെത്തുന്നതിനിടയിൽ, ഞാൻ ആലോചിച്ചുകൊണ്ടിരുന്നത്, ക്ലിനിക്കിലേക്കു വിളിച്ച് ഞാൻ എന്താണ് പറയാൻ പോകുന്നത് എന്നായിരുന്നു. ആദ്യം ഫോണെടുത്തത് ഒരു പുരുഷനായിരുന്നു. ഞാൻ അയാളോട് അഡ്മിനിസ്ട്രേറ്റീവ് സെക്രട്ടറിയെ ഫോണിൽ കിട്ടണമെന്ന് ആവശ്യപ്പെട്ടു. അതിനുശേഷം കേട്ടത് ഒരു സ്ത്രീശബ്ദമായിരുന്നു. "അഡ്മിനിസ്ട്രേറ്റീവ് ഓഫീസറാണ് സംസാരിക്കുന്നത്" എന്നായിരുന്നു ആ ശബ്ദം. ഞാനൊരിക്കലും അന്നേരം ഒരു സ്ത്രീശബ്ദത്തെ പ്രതീക്ഷിച്ചിരുന്നില്ല. പെട്ടെന്ന് ഞാൻ സംസാരിക്കുന്നത് ബ്ലാക്ക്മെയിലറോടാണോ എന്നുപോലും തോന്നിപ്പോയി. ആണെങ്കിലെന്ത്? എന്തുംവരട്ടെയെന്നു കരുതി ഞാൻ കാര്യമവതരിപ്പിച്ചു. 'ക്ലിനിക്കിൽ നിന്ന് ആരോ ഒരാൾ, അതൊരു സ്ത്രീയാകാനാണ് സാധ്യത, എന്റെ ഭർത്താവിനെ വിളിച്ച് ബ്ലാക്ക്മെയിൽ ചെയ്യുന്നു. ഇനി ഒരു പെനിപോലും തരാൻ ഞങ്ങൾ ഒരുക്കമല്ല, അഥവാ, ഈ പേരും പറഞ്ഞ് ഇനി ആരെങ്കിലും ഫോൺ ചെയ്താൽ ഞങ്ങൾ പൊലീസിനെ അറിയിക്കും എന്നു പറയാനാണ് ഞാനിപ്പോൾ നിങ്ങളെ വിളിച്ചത്' എന്നു ഞാൻ പറഞ്ഞു. വളരെ ചുരുങ്ങിയ സമയം കൊണ്ടാണ് ഇത്രയും കാര്യങ്ങൾ പറഞ്ഞൊപ്പിച്ചത്. അന്നേരം എന്റെ ശരീരമാസകലം വിറയ്ക്കുന്നുണ്ടായിരുന്നു.

മറിഞ്ഞുവീഴാതിരിക്കാൻ ഞാൻ ടെലിഫോൺ ബൂത്തിലെ പെട്ടിയെ താങ്ങിനിന്നു. അപസ്മാരരോഗിയെപ്പോലെയായിരുന്നു അന്നേരം എന്റെ ശബ്ദം. ചെറിയൊരു നിശ്ശബ്ദതയ്ക്കുശേഷം ഞാൻ എപ്പോഴാണ് അവിടെ രോഗിയായിരുന്നതെന്നും ആരായിരുന്നു കൺസൾട്ടിംഗ് ഡോക്ടറെന്നും അവൾ എന്നോടു ചോദിച്ചു. ഒരുപക്ഷേ, ഞാൻ അന്നേരം മനസ്സു

വിട്ട് സംസാരിക്കുകയാണെന്ന് അവൾക്കു തോന്നിയിട്ടുണ്ടാവും. ഞാൻ ഒരിക്കലും ക്ലിനിക്കിൽ വന്നിട്ടില്ലെന്നും എന്തെങ്കിലും കാരണവശാൽ അത്തരമൊരു അവസ്ഥ എനിക്കുണ്ടായാൽ? അങ്ങനെ സംഭവിക്കാൻ ദൈവം ഇടവരുത്താതിരിക്കട്ടെ.

രോഗികളുടെ സ്വകാര്യത ചൂഷണം ചെയ്ത് അവരുടെ സകല സന്തോഷവും സമാധാനവും കെടുത്തിക്കളയുന്ന, എപ്പോൾ വേണമെങ്കിലും ബ്ലാക്ക്മെയിൽ ചെയ്യപ്പെടാനിടയുള്ള, സ്റ്റീൻ ക്ലിനിക്കിനെപ്പോലുള്ള ഒരു സ്ഥാപനത്തിൽ, ഞാനൊരിക്കലും ചികിൽസ തേടിയെത്തില്ല എന്ന് ഞാൻ മറുപടി കൊടുത്തു. എനിക്കു തോന്നുന്നത്, ഞാനാ സംഭാഷണം അവസാനിപ്പിച്ചത്, ഒരു സ്ത്രീ അക്കാര്യത്തിൽ ഇടപെട്ടിട്ടുണ്ടെന്നും ആ സ്ത്രീ ഏതാണ്ട് പത്തുവർഷത്തോളമായി ക്ലിനിക്കിലെ ജീവനക്കാരിയാണെന്നും ആ വ്യക്തി അഡ്മിനിസ്ട്രേറ്റീവ് ഓഫീസറല്ലെങ്കിൽ, തീർച്ചയായും, അതാരാണെന്ന് കണ്ടുപിടിക്കാനുള്ള ഉത്തരവാദിത്വം അഡ്മിനിസ്ട്രേറ്റീവ് ഓഫീസർക്കാണെന്നുമായിരുന്നു. നേരിൽ കാണണമെന്നും അല്ലെങ്കിൽ പേരെങ്കിലും വെളിപ്പെടുത്തണമെന്നും അവൾ എന്നോട് ആവശ്യപ്പെട്ടെങ്കിലും ഞാൻ പെട്ടെന്ന് ഫോൺ കട്ട് ചെയ്തു."

"എങ്ങനെയാണ് ബ്ലാക്ക്മെയിൽ നടത്തിയിരുന്നത് എന്നതിന്റെ എന്തെങ്കിലും വിശദാംശങ്ങൾ അവൾക്കു കൊടുത്തിരുന്നോ?"

"പച്ചമഷികൊണ്ട് മേൽവിലാസമെഴുതിയ ഒരു കവറിലിട്ട് എല്ലാമാസവും എന്റെ ഭർത്താവ് ക്ലിനിക്കിലേക്ക് പതിനഞ്ച് പൗണ്ടുവീതം അയയ്ക്കുന്നുണ്ടായിരുന്നെന്ന് ഞാൻ അവളോടു പറഞ്ഞു. അപ്പോഴാണ് അത്യധികം ആകാംക്ഷയോടെ, ക്ലിനിക്കിലേക്ക് വരണമെന്നും അല്ലാത്തപക്ഷം പേരെങ്കിലും വെളിപ്പെടുത്തണമെന്നും എന്നോടാവശ്യപ്പെട്ടത്. വളരെ പരുഷമായിട്ടാണ് അന്നേരം ഞാൻ അവളോട് പെരുമാറിയത്. ഫോൺ സംഭാഷണം പാതിവഴിയിൽ മുറിച്ചുകൊണ്ട് എല്ലാം അവസാനിപ്പിക്കേണ്ടിയിരുന്നില്ല. എങ്കിലും എനിക്കന്നേരം വല്ലാത്ത പേടി തോന്നി. എന്തുകൊണ്ടാണെന്ന് എനിക്കറിയില്ല. എന്നാലും പറയാനുള്ളത് മുഴുവൻ ഞാൻ അവളോട് പറഞ്ഞിരുന്നു. വിശ്രമമുറിയിലെ ഒരു കസേര അപ്പോഴേക്കും ഒഴിഞ്ഞുകിട്ടി. ഏതാണ്ട് അരമണിക്കൂറോളം ഞാൻ അവിടെത്തന്നെ ഇരുന്നു. ശരീരവും മനസ്സും തെളിഞ്ഞുകിട്ടിയപ്പോൾ നേരെ ചാരിംഗ് ക്രോസിലേക്ക് പോയി. കാപ്പിയും സാൻഡ്വിച്ചും കഴിച്ച്, എന്റെ തീവണ്ടി വരുന്നതും കാത്തിരുന്നു. ശനിയാഴ്ചത്തെ പത്രത്തിൽ നിന്നാണ് ഞാൻ കൊലപാതകവാർത്ത അറിയുന്നത്. മറ്റേതോ ഒരു ഇര- വേറെയും ഇരകളുണ്ടാകുമെന്ന കാര്യം തീർച്ചയാണ്- പണി പറ്റിച്ചിരിക്കുന്നുവെന്ന് എനിക്ക് മനസ്സിലായി.

എന്റെ ഫോൺവിളിയെ കൊലപാതകവുമായി ബന്ധിപ്പിക്കാൻ ആദ്യമൊന്നും ഞാൻ ശ്രമിച്ചിരുന്നില്ല. പിന്നീട് എനിക്കുതോന്നി, ആ കുഴപ്പം

പിടിച്ച സ്ഥലത്തെക്കുറിച്ച് പൊലീസിനെ അറിയിക്കേണ്ട ചുമതല എനിക്കുണ്ടെന്ന്. ഇന്നലെ ഞാൻ ഭർത്താവുമായി സംസാരിച്ചിരുന്നു, അക്കാര്യത്തിൽ തിടുക്കം കൂട്ടേണ്ട എന്ന തീരുമാനത്തിൽ ഞങ്ങൾ എത്തിച്ചേർന്നത് അങ്ങനെയാണ്. ബ്ലാക്ക്മെയിലറിൽ നിന്ന് ഇനിയും വിളിയുണ്ടാകുമോ എന്നറിയാൻ കാത്തിരിക്കാമെന്നു കരുതി. ഞങ്ങളുടെ കുറ്റകരമായ നിശ്ശബ്ദതയെക്കുറിച്ച് എനിക്കത്ര മതിപ്പൊന്നുമില്ല. പിന്നീട്, കൊലപാതകത്തെക്കുറിച്ച് അധികം വിശദാംശങ്ങളൊന്നും പത്രങ്ങളിൽ കണ്ടില്ല. ശരിക്കും എന്താണ് സംഭവിച്ചതെന്ന് എനിക്കറിയില്ല. പക്ഷേ, ബ്ലാക്ക്മെയിലിന് ഏതൊക്കെയോ വിധത്തിൽ ഈ കൊലപാതകവുമായി ബന്ധമുണ്ടെന്നും പൊലീസുകാർ അക്കാര്യം അന്വേഷിച്ചു കണ്ടെത്തുമെന്നും എനിക്കു തോന്നിയിരുന്നു. ഡോ. ഈതറീഗ് ഫോൺ വിളിച്ചപ്പോഴും എനിക്കറിയില്ലായിരുന്നു എന്താണ് ചെയ്യേണ്ടതെന്ന്. ബാക്കിയുള്ള കാര്യങ്ങൾ താങ്കൾക്കറിയാമല്ലോ. താങ്കൾ എങ്ങനെയാണ് എന്നിലേക്കെത്തിയതെന്ന കാര്യമാണ് എന്നെ ഇപ്പോഴും അദ്ഭുതപ്പെടുത്തുന്നത്."

"ക്ലിനിക്കിലെ മെഡിക്കൽ രേഖകളും രോഗനിർണയ സൂചികയും ഉപയോഗിച്ചുകൊണ്ട് ബ്ലാക്ക്മെയിലർ എങ്ങനെയാണോ കേണൽ ഫെൻടനെ കണ്ടെത്തിയത്, അതേ വഴിയിലൂടെ, സഞ്ചരിച്ചാണ് ഞങ്ങളും നിങ്ങളിലേക്കെത്തിയത്. സ്റ്റീൻ ക്ലിനിക്കിലെ സ്വകാര്യ മെഡിക്കൽ രേഖകൾ അവർ അലക്ഷ്യമായാണ് കൈകാര്യം ചെയ്യുന്നതെന്ന് നിങ്ങൾ കരുതരുത്. ഈ ബ്ലാക്ക്മെയിലിന്റെ കാര്യത്തിൽ ഡോ. ഈതറീഗ് വല്ലാതെ അസ്വസ്ഥനാണ്. ബോധപൂർവം നുഴഞ്ഞുകയറി തകർക്കാൻ ശ്രമിക്കുന്ന വക്രബുദ്ധിക്കു മുന്നിൽ ഒരു സിസ്റ്റത്തിനും പിടിച്ചുനിൽക്കാൻ കഴിയില്ല."

"താങ്കൾക്ക് അവനെ കണ്ടെത്താൻ കഴിയില്ലേ? താങ്കൾ അവനെ കണ്ടെത്തില്ലേ?"

ആ സ്ത്രീ ആവേശത്തോടെ ചോദിച്ചു.

"നന്ദിയുണ്ട്. നമുക്കതിന് കഴിയുമെന്നു തന്നെയാണ് ഞാൻ കരുതുന്നത്" എന്നു പറഞ്ഞുകൊണ്ട് ഡാൽഗ്ലിഷ് അവിടെ നിന്ന് ഇറങ്ങാൻ തുടങ്ങുമ്പോൾ ആ സ്ത്രീ പെട്ടെന്ന് ചോദിച്ചു: "സൂപ്രണ്ടേ, അവൾ കാഴ്ചയിൽ എങ്ങനെയായിരുന്നു?"ഞാനുദ്ദേശിച്ചത് ആ കൊല്ലപ്പെട്ട പെണ്ണിന്റെ കാര്യമാണ്. മിസ് ബോലമിനെക്കുറിച്ചു തന്നെ."

ഒരു നിമിഷം നിശ്ശബ്ദമായി നിന്നതിനുശേഷം ഡാൽഗ്ലിഷ് പറഞ്ഞു:

"അവൾക്ക് നാല്പത്തിയൊന്ന് വയസ്സുണ്ടായിരുന്നു. അവിവാഹിത. ഞാനൊരിക്കലും ജീവനോടെ അവളെ കണ്ടിട്ടില്ല, പക്ഷേ, ഇളം തവിട്ടു നിറമുള്ളമുടിയും നീലക്കണ്ണുകളുമായിരുന്നു അവൾക്ക്. അധികം വണ്ണമില്ലെങ്കിലും സാമാന്യം ശരീരമുണ്ടായിരുന്നു. കട്ടിയുള്ള പുരികങ്ങളും

തീരെച്ചെറിയ വായയും. മരണപ്പെട്ട രക്ഷിതാക്കളുടെ ഒരേയൊരു കുട്ടിയായിരുന്നു അവൾ. ഒറ്റപ്പെട്ട ജീവിതമായിരുന്നെങ്കിലും പള്ളിക്കാര്യങ്ങളിൽ സജീവമായിരുന്നു അവൾ. ഗൈഡ് ക്യാപ്ടനായിരുന്നു. കുട്ടികളെയും പൂക്കളെയും ഒരുപോലെ ഇഷ്ടപ്പെട്ടിരുന്നു. മനസ്സാക്ഷിയെ അനുസരിച്ച് പ്രവർത്തിക്കുന്ന കാര്യപ്രാപ്തിയുള്ള സ്ത്രീയായിരുന്നെങ്കിലും മറ്റുള്ളവരെ നന്നായി മനസ്സിലാക്കാൻ കഴിഞ്ഞിട്ടില്ല. അവർ കുഴപ്പങ്ങളിൽ ചെന്നുചാടുമ്പോഴൊക്കെ അവൾ സഹായഹസ്തം നീട്ടിയിട്ടുണ്ടെങ്കിലും അവരുടെ വിചാരം അവൾ പിടിവാശിക്കാരിയും കുറ്റംചുമത്തി ആക്ഷേപിക്കുന്നവളുമാണെന്നായിരുന്നു. ഒരുപക്ഷേ അവരുടെ ഭാഗത്തും ശരിയുണ്ടായിരിക്കാമെന്നാണ് എനിക്കു തോന്നുന്നത്. കാരണം, ഏറ്റെടുക്കുന്ന ജോലികളോട് അവൾ അത്രമാത്രം ആഭിമുഖ്യം പുലർത്തിയിരുന്നു."

"അവളുടെ മരണത്തിന് ഞാനും ഉത്തരവാദിയാണ്. അക്കാര്യം ഞാൻ അംഗീകരിക്കുന്നു."

ആ സ്ത്രീയുടെ വൈകാരികമായ ഏറ്റുപറച്ചിൽ കേട്ട ഡാൽഗ്ലിഷ് സൗമ്യമായി പറഞ്ഞു:

"അത് ശുദ്ധ അസംബന്ധമാണ്. അവളുടെ മരണത്തിനുത്തരവാദി ഒരേയൊരാൾ മാത്രമാണ്. നമുക്കവനെ എത്രയും വേഗം അകത്താക്കാം."

ആ സ്ത്രീ തലകുലുക്കി.

"ഫോൺ ചെയ്യുന്നതിനു പകരം ഞാൻ നിങ്ങളുടെ അടുത്തേക്ക് വന്നിരുന്നെങ്കിലോ, അല്ലെങ്കിൽ ക്ലിനിക്കിലേക്ക് നേരിട്ട് ചെന്നിരുന്നെങ്കിലോ അവളിപ്പോഴും ജീവനോടെ ഉണ്ടാകുമായിരുന്നു."

കുറേക്കൂടി നല്ല പ്രയോഗങ്ങൾ ലൂയിസ് ഫെൻടന് തിരഞ്ഞെടുക്കാമായിരുന്നെന്ന് ഡാൽഗ്ലിഷിന് തോന്നി. ഇപ്പോൾ അയാൾ എന്തെങ്കിലും മറുപടി നൽകിയില്ലെങ്കിൽ ആ സ്ത്രീക്ക് കുറേക്കാലത്തേക്ക് സ്വസ്ഥതയുണ്ടാവുകയുമില്ല. അതുകൊണ്ടുതന്നെ, അയാൾ അത്തരമൊരു മറുപടിയാണ് നൽകിയത്:

"അത് ശരിയാണെന്ന് എനിക്കും തോന്നുന്നു. പക്ഷേ, അതുമാത്രമല്ല, വേറെയും കുറേ 'എങ്കിലുകൾ' കൂടിയുണ്ട്. ഗ്രൂപ്പ് സെക്രട്ടറി മീറ്റിംഗ് റദ്ദാക്കിക്കൊണ്ട് വേഗം ക്ലിനിക്കിലേക്ക് വന്നിരുന്നുവെങ്കിലോ, അവൾ തന്നെ ഒരിക്കൽക്കൂടി അയാളെ കാണാൻ പോയിരുന്നെങ്കിലോ, ആ വയസ്സൻ കാവൽക്കാരന് വയറുവേദന വന്നില്ലായിരുന്നെങ്കിലോ ഒക്കെ അവൾ ഇപ്പോഴും ജീവിച്ചിരുന്നേനെ. അന്നേരം ശരിയെന്നു തോന്നിയത് നിങ്ങൾ ചെയ്തു. ആരായാലും അങ്ങനെ തന്നെയേ ചെയ്യൂ."

"അവളും അങ്ങനെ തന്നെയാണ് ചെയ്തത്. പാവം പെണ്ണ്. എന്നിട്ട്, അതവളെ എവിടേക്കാണ് നയിച്ചതെന്നു കണ്ടോ?"

അതു പറയുമ്പോൾ ആ സ്ത്രീ കരച്ചിലിന്റെ വക്കത്തായിരുന്നു. എങ്കിലും ഡാൽഗ്ലിഷിന്റെ ചുമലിൽ പതിയെ തട്ടി.

"ഞാൻ താങ്കളെ കൂടുതൽ മുഷിപ്പിക്കുന്നില്ല. എന്നോട് ക്ഷമിക്കൂ. താങ്കൾ മാന്യനും ദയാലുവുമാണ്. ഞാൻ ഒരു കാര്യം കൂടി ചോദിച്ചോട്ടേ, താങ്കൾ എന്നോട് നന്ദി പറഞ്ഞു, ഒക്കെ ശരിതന്നെ. ആരാണ് കൊലയാളിയെന്ന് ശരിക്കും താങ്കൾക്ക് മനസ്സിലായോ?"

"അതെ. അതാരാണെന്ന് ഇപ്പോൾ എനിക്കറിയാമെന്നു തോന്നുന്നു."

ഏഴ്

രണ്ടു മണിക്കൂറുകൾക്കുശേഷം സ്കോട്ട്ലാന്റ് യാർഡിലെ ഓഫീസിൽ കേസ് സംബന്ധമായ വിഷയങ്ങളെക്കുറിച്ച് സർജന്റ് മാർട്ടിനുമായി സംസാരിക്കുകയായിരുന്നു ഡാൽഗ്ലിഷ്. കേസ് ഫയൽ മേശപ്പുറത്തു തന്നെ തുറന്നു കിടക്കുന്നുണ്ടായിരുന്നു.

"ശ്രീമതി ഫെൻടൻ പറഞ്ഞ കഥകളെല്ലാം ശരിയാണെന്നതിന് എന്തെങ്കിലും സ്ഥിരീകരണം കിട്ടിയോ, സർ?"

"തീർച്ചയായും. ആ കേണൽ പൂർണമായും സഹകരിച്ചു. ഇപ്പോൾ ഇരട്ട അഗ്നിപരീക്ഷകളെയാണ് അയാൾ അനായാസം അതിജീവിച്ചിരിക്കുന്നത്; ഓപ്പറേഷനും ഭാര്യയോടുള്ള കുമ്പസാരവും. പണം ആവശ്യപ്പെട്ടതിനോട് അയാൾക്ക് നീരസമൊന്നുമില്ലെന്നും, അതൊരു നല്ല കാര്യത്തിന് ചെലവഴിക്കുന്നതിൽ സന്തോഷമേ ഉണ്ടായിരുന്നുള്ളൂ എന്നും അയാൾ പറഞ്ഞു. അക്കാരണത്താൽ ഒരു സ്ത്രീ കൊല്ലപ്പെടാനിടയായ സാഹചര്യമുണ്ടായി എന്നു ഞാൻ ഓർമ്മിപ്പിച്ചപ്പോൾ അയാൾ കഥ മുഴുവൻ പറഞ്ഞു. ശ്രീമതി ഫെൻടൻ എന്നോടു പറഞ്ഞ കഥയിൽ നിന്ന് ഒരൊറ്റ കാര്യം മാത്രമാണ് അയാൾ കൂട്ടിച്ചേർത്തത്. അതെന്താണെന്ന് ഊഹിക്കാമോ? ഞാൻ മൂന്ന് അവസരങ്ങൾ തരാം."

"ക്ലിനിക്കിൽ നടന്ന മോഷണക്കാര്യമാണോ? അത് ഫെൻടൻ ആയിരുന്നെന്നാണ് എനിക്കു തോന്നുന്നത്?"

"ഹൊ! ഈ മാർട്ടിന്റെയൊരു കാര്യം. ചിലനേരം താങ്കളെന്നെ വല്ലാതെ ഞെട്ടിച്ചുകളയുന്നു. അതെ. അത് കേണലായിരുന്നു. പക്ഷേ, അയാൾ ആ പതിനഞ്ച് പൗണ്ട് എടുത്തിട്ടില്ല. അഥവാ എടുത്താലും ഞാൻ അയാളെ കുറ്റപ്പെടുത്തില്ല. കാരണം, ആ പണം അയാളുടേതു തന്നെയാണല്ലോ. ആ പണം കണ്ടിരുന്നെങ്കിൽ തീർച്ചയായും അത് എടുക്കുമായിരുന്നുവെന്ന കാര്യം അയാൾ സമ്മതിച്ചിട്ടുണ്ട്. പക്ഷേ, അയാൾക്ക് ആ പണം കണ്ടെത്താനായില്ല. ക്ലിനിക്കിൽ കയറിയതിനു പിന്നിൽ അയാൾക്ക് മറ്റൊരു ലക്ഷ്യം കൂടിയുണ്ടായിരുന്നു. ആ മെഡിക്കൽ രേഖകൾ കണ്ടെടുക്കുക എന്നതായിരുന്നു അത്. അയാൾ സ്റ്റീൻ ക്ലിനിക്കിലെ രോഗിയായിരുന്നു എന്നതിന്റെ ആധികാരിക രേഖയാണ്

അതെന്ന് അയാൾക്ക് ഉത്തമബോധ്യമുണ്ടായിരുന്നു. ആ മോഷണശ്രമത്തിനുവേണ്ടി അയാൾ വീട്ടിലെ ഗ്രീൻഹൗസിൽ ജനാലച്ചില്ലുകൾ വെട്ടി പരിശീലിക്കുകപോലും ചെയ്തു. അത്തരമൊരു ശ്രമം ക്ലിനിക്കിൽ നടത്തുമ്പോഴായിരുന്നു നാഗലും കല്ലിയും മടങ്ങിയെത്തിയ ശബ്ദം കേട്ടത്. അയാൾക്ക് ആവശ്യമുള്ള രേഖകളുടെ അടുത്തെങ്ങുമായിരുന്നില്ല അയാൾ. ജനറൽ ഓഫീസിലായിരിക്കും ഫയലുകൾ സൂക്ഷിക്കുന്നതെന്നായിരുന്നു അയാൾ കരുതിയത്. അവിടെയുണ്ടായിരുന്ന കുറേ ഫയലുകൾ പരിശോധിച്ചപ്പോഴാണ് അയാൾക്കു മനസ്സിലായത് രേഖകളെല്ലാം നമ്പറിട്ടാണ് സൂക്ഷിക്കുന്നതെന്ന്. അതോടെ, ലക്ഷ്യം വിദൂരമാണെന്ന് അയാൾ തിരിച്ചറിഞ്ഞു. മാത്രമല്ല, സ്വന്തം ഫയലിന്റെ നമ്പർ അയാൾ എന്നേ മറന്നിരുന്നു. രോഗം ഭേദമായി ക്ലിനിക്ക് വിട്ടപ്പോൾ തന്നെ അതൊക്കെ അയാൾ മനസ്സിൽ നിന്ന് നീക്കം ചെയ്തിരിക്കാനാണ് സാധ്യത."

"എതായാലും ക്ലിനിക്ക് അയാൾക്കുവേണ്ടി അത്രയുമൊക്കെ ചെയ്തു."

"അക്കാര്യം അയാൾ സമ്മതിച്ചില്ല. ഒരുപക്ഷേ, ഒരിക്കൽ മനോരോഗികളായവർക്കുള്ള ഒരു പൊതുസ്വഭാവമായിരിക്കും അത്. അതൊരുപക്ഷേ സൈക്യാട്രിസ്റ്റുകൾക്ക് ഹൃദയഭേദകമായിരിക്കും. ഇല്ല, കേണലിനെ സംബന്ധിച്ചിടത്തോളം അയാളുടെ രോഗം മാറ്റിയ ഇടമാണ് സ്റ്റീൻ ക്ലിനിക്ക്. എങ്കിലും, അതിന്റെ ഉപകാരസ്മരണയൊന്നും അയാളുടെ മനസ്സിൽ ഇടം പിടിച്ചിട്ടില്ല. നാലുമാസം കൊണ്ട് മനോരോഗിയായ ഒരാളെ സുഖപ്പെടുത്തിയതിന്റെ പേരിൽ ഡോ. ഈതറീഗുപോലും അവകാശവാദം ഉന്നയിക്കാൻ സാധ്യതയില്ല. അത്രയും കാലം മാത്രമാണ് ഫെൻടനും ക്ലിനിക്കിൽ ചെലവഴിച്ചത്. അയാളുടെ അസുഖവും ഭേദമാകലും- അങ്ങനെ വിളിക്കാമെങ്കിൽ- ഒരുപക്ഷേ, പട്ടാളത്തിൽ നിന്ന് രക്ഷപ്പെടാനുള്ള സൂത്രപ്പണിയാകാനും സാധ്യതയുണ്ട്. അതുകൊണ്ട്, രോഗം വന്നത് അയാൾക്ക് നേട്ടമായിരുന്നോ നഷ്ടമായിരുന്നോ എന്ന് ഇപ്പോൾ തീർപ്പുകല്പ്പിക്കാൻ പ്രയാസമാണ്. എന്തായാലും അമേച്വർ സൈക്കോളജിസ്റ്റുകളാകാനുള്ള പ്രലോഭനത്തെ നമ്മൾ പ്രതിരോധിക്കുകതന്നെ വേണം."

"ആ കേണൽ എങ്ങനെയുള്ള ആളാണ്, സർ?"

"ഒരു ചെറിയ മനുഷ്യൻ. ഒരുപക്ഷേ, അയാളുടെ രോഗാവസ്ഥ കൊണ്ട് അങ്ങനെ തോന്നുന്നതുമാകാം. മണലിന്റെ നിറമുള്ള തലമുടി, രോമാവൃതമായ പുരികങ്ങൾ. ആകെക്കൂടി നോക്കിയാൽ ഒരു ഭീകരജന്തു അതിന്റെ മാളത്തിൽ നിന്ന് പുറത്തുവരാൻ ശ്രമിക്കുന്നതുപോലെ തോന്നും. ഭാര്യയുടേതിനേക്കാൾ ദുർബലമായ ശരീരപ്രകൃതിയായിരുന്നു അയാളുടേത്. അല്ലെങ്കിലും ആശുപത്രിയിൽ പോയി ഒരാളെ കാണുന്നത് ബുദ്ധിമുട്ടേറിയ കാര്യമാണ്. ആശുപത്രിക്കിടക്കയിലെ വരയൻ

പുതപ്പും കൂടുതൽ സംസാരിപ്പിച്ച് ബുദ്ധിമുട്ടിപ്പിക്കരുതെന്ന സിസ്റ്ററുടെ നിർദ്ദേശങ്ങളും ആശുപത്രിയിലെ അന്തരീക്ഷം അസുഖകരമാക്കും. ഫോൺ സംഭാഷണത്തിൽ കേട്ട ശബ്ദത്തെക്കുറിച്ചുള്ള അയാളുടെ അഭിപ്രായം ഒട്ടും സഹായകരമായിരുന്നില്ല. ആ ശബ്ദം ഒരു പെണ്ണിന്റേതുതന്നെയെന്നും മറിച്ചാകാൻ യാതൊരു സാധ്യതയുമില്ലെന്നും അയാൾ തറപ്പിച്ചു പറഞ്ഞു. സമർത്ഥനായ ഒരു പുരുഷന് സ്ത്രീശബ്ദം അനായാസം അനുകരിക്കാവുന്നതേയുള്ളൂ എന്നു പറഞ്ഞപ്പോൾ അയാൾ ഒട്ടും അദ്ഭുതപ്പെട്ടില്ല. അയാൾ നേരും നെറിയുമുള്ള ആളായിരുന്നെങ്കിലും, അതിനപ്പുറം എന്തെങ്കിലും വിവരം നൽകാൻ അയാൾക്ക് കഴിഞ്ഞില്ല. അതിനപ്പുറം അയാൾക്ക് ഒന്നുമറിയില്ലായിരുന്നു എന്നതാണ് വാസ്തവം. കൊലപാതകത്തിലേക്കു നയിച്ച കാരണമെന്താണെന്ന് വ്യക്തമായിക്കഴിഞ്ഞു. കൊലപാതകിയിലേക്ക് എത്തുന്നതിനു മുമ്പ് കൊലപാതകത്തിനുള്ള കാരണമെന്തെന്ന് തിരിച്ചറിഞ്ഞ അപൂർവം കേസുകളിലൊന്നാണ് ഇത്."

"വാറണ്ടിന് അപേക്ഷിച്ചോ?"

"ഇതുവരെയില്ല. നമ്മൾ അതിന് തയ്യാറെടുത്തിട്ടില്ല. നമ്മൾ ശ്രദ്ധാപൂർവം നീങ്ങിയില്ലെങ്കിൽ ഏതു നിമിഷവും കൈവിട്ടു പോകാവുന്ന കേസാണിത്."

വീണ്ടും ചില അശുഭചിന്തകൾ അയാളെ വന്നുമൂടി. എത്രയോ മുമ്പു തന്നെ പരാജയം സമ്മതിച്ച ഒരാളെപ്പോലെയാണ് അന്നേരം അയാൾ സ്വയം വിലയിരുത്താൻ ശ്രമിച്ചത്. എവിടെയാണ് പിഴവ് സംഭവിച്ചത്? ക്ലിനിക്കിലെ രോഗനിർണയ സൂചിക മെഡിക്കൽ ഡയറക്ടറുടെ മുറിയിൽ വച്ച് ഒന്നും ഒളിക്കാനില്ലെന്ന മട്ടിൽ പരിശോധിച്ചത് കൊലയാളിക്ക് ഗുണം ചെയ്തിട്ടുണ്ടോ? ആ വാർത്ത ക്ലിനിക്ക് മുഴുവൻ അതിവേഗം പടർന്നുപിടിച്ചിരുന്നു. അയാൾ അത് ആഗ്രഹിച്ചിരുന്നു. കൊലയാളിയെ ഭയപ്പെടുത്താമെന്നായിരുന്നു ലക്ഷ്യം. എന്നാൽ ആരും ഭയന്നില്ലെന്നു മാത്രമല്ല, കൊലയാളിക്ക് ഭയം സമർത്ഥമായി ഒളിപ്പിക്കാനും കഴിഞ്ഞു. അത്രയും പരസ്യമായുള്ള നീക്കം കുറ്റാന്വേഷകന്റെ വീഴ്ചയെ ആണോ സൂചിപ്പിക്കുന്നത്? പെട്ടെന്നാണ്, നിർദ്ദേശങ്ങൾക്കുവേണ്ടി അസ്വസ്ഥതയോടെ കാത്തുനിൽക്കുന്ന മാർട്ടിന്റെ തെളിഞ്ഞ മുഖം അയാൾ കാണുന്നത്. ഡാൽഗ്ലിഷ് മാർട്ടിനോടു ചോദിച്ചു:

"മാർട്ടിൻ, പ്രൈഡി താമസിക്കുന്ന സ്ഥലത്ത് പോയിട്ടുണ്ടാകുമെന്നു കരുതുന്നു. അവിടെ പോയിട്ട് എന്തെങ്കിലും കിട്ടിയോ? ആ പെൺകുട്ടി വിവാഹിതയാണെന്നു തോന്നുന്നു, അല്ലേ?"

"അക്കാര്യത്തിൽ സംശയമൊന്നുമില്ല, സർ. ഇന്ന് ഉച്ചതിരിഞ്ഞ് ഞാൻ അവിടെപ്പോയി അവളുടെ രക്ഷിതാക്കളുമായി സംസാരിച്ചിരുന്നു. ഭാഗ്യത്തിന്, പ്രൈഡി അത്താഴത്തിന് മീനോ മറ്റോ വാങ്ങാൻ പുറത്തുപോയിരിക്കുകയായിരുന്നു. അവർ വളരെ മോശം ചുറ്റുപാടിലാണ് കഴിയുന്നത്."

“അതുകൊണ്ട് വലിയ കുഴപ്പമൊന്നുമില്ല. ഏതായാലും ബാക്കികൂടി പറയൂ.”

“അങ്ങനെ കൂടുതലൊന്നും റിപ്പോർട്ട് ചെയ്യാനില്ല. ബൽഹാമിലെ സതേൺ റെയിൽവേ ലൈനിലേക്ക് പോകും വഴിയുള്ള ഒരു ടെറസ്സ് വീട്ടിലാണ് അവർ താമസിക്കുന്നത്. വീട്ടിൽ വൃത്തിയും വെടിപ്പുമൊക്കെ യുണ്ടെങ്കിലും ടെലിവിഷനോ അതുപോലെയുള്ള സൗകര്യങ്ങളോ അവിടെയില്ല. അവരുടെ മതം അതിന് എതിരാണെന്നാണ് എനിക്കു തോന്നുന്നത്. പ്രൈഡിയുടെ മാതാപിതാക്കൾക്ക് ഏതായാലും അറുപ തിനുമേൽ പ്രായമുണ്ടാകും. ജെനിഫറാണ് അവരുടെ ഏകമകൾ. അവൾ ജനിക്കുമ്പോൾ അവളുടെ അമ്മയ്ക്ക് നാല്പതിനുമേൽ പ്രായമുണ്ടായി രുന്നു. അവർ വിവാഹിതരായ കഥയിൽ അസാധാരണമായി ഒന്നുമുണ്ടാ യിരുന്നില്ലെങ്കിലും അക്കാര്യം എന്നോടു പറഞ്ഞത് എനിക്കൊരു ഞെട്ടലാ യിരുന്നു. അയാൾ ഒരു ഗോഡൗൺ ജീവനക്കാരനായിരുന്നു. ഒപ്പം ജോലി ചെയ്തിരുന്ന പെൺകുട്ടി എന്നും വൈകിയാണ് പൊയ്ക്കൊണ്ടിരുന്നത്. അതിനിടയിൽ അവർക്കൊരു കുഞ്ഞു ജനിച്ചു. അങ്ങനെ അവർ വിവാഹി തരാവുകയും ചെയ്തു.”

“സാധാരണ സംഭവിക്കാവുന്ന ദയനീയാവസ്ഥയാണത്. ലൈംഗികത എന്താണെന്നും എന്തിനാണെന്നും അറിയാത്ത തലമുറയിലൊന്നു മല്ലല്ലോ ആ സ്ത്രീ ജനിച്ചത്. അടിസ്ഥാനവിവരങ്ങളെക്കുറിച്ചെങ്കിലും ധാരണയുണ്ടായിരിക്കുമല്ലോ. എന്തായാലും ഇന്നത്തെക്കാലത്തായിരു ന്നെങ്കിൽ ഇതുപോലൊന്നും സംഭവിക്കില്ലായിരുന്നു.”

സ്വന്തം ശബ്ദത്തിലെ കയ്പ് നുണഞ്ഞിറക്കിയ ഡാൽഗ്ലിഷ് അമ്പ രന്നു. ശരിക്കും എന്താണിപ്പോൾ മുന്നിലുള്ള ആവശ്യം? ഇത്തരം ചെറിയ ദുരന്തങ്ങൾക്ക് തടയിടണമെന്നാണോ? എന്താണ് അയാൾക്ക് സംഭവി ക്കുന്നത്? മാർട്ടിൻ അയാളെ വീണ്ടും വിഷയത്തിലേക്ക് മടക്കിക്കൊണ്ടു വന്നു:

“പ്രൈഡികളെപ്പോലെയുള്ളവർക്ക് അക്കാര്യത്തിൽ വിഷമമുണ്ടായി. അതുകൊണ്ടുതന്നെ, തങ്ങളാൽ കഴിയുന്ന ഏറ്റവും നല്ലകാര്യം അവർ ചെയ്തു. ഇന്നത്തെ തലമുറയ്ക്ക് ഇത്തരം കാര്യങ്ങളിൽ എന്തെങ്കിലും ചൂടും വേവുമുണ്ടോ എന്നു സംശയമാണ്. അവർ ചെയ്തതുപോലെ അവരുടെ കുട്ടികളും വിവാഹിതരാകണമെന്ന് പഴയ തലമുറയിൽപ്പെട്ടവർ കരുതുന്നു. അവിടെ അധികം മുറികളൊന്നുമില്ലായിരുന്നെങ്കിലും ഫ്ളാറ്റിന്റെ ഒന്നാം നില അവർ യുവദമ്പതികൾക്കു മാത്രമായി വിട്ടു കൊടുത്തു. അതൊരു നല്ല കാര്യമായിട്ടാണ് എനിക്കു തോന്നുന്നത്. അവർ അതെന്നെ കാണിച്ചു തരികയും ചെയ്തു.”

‘യുവദമ്പതികൾ’ എന്ന പ്രയോഗം ഡാൽഗ്ലിഷിനെ ചൊടിപ്പിച്ചു. സുഖ കരമായ ആ മഞ്ഞുകട്ട ഉരുകിക്കഴിഞ്ഞാൽ തെളിയുന്ന മോഹമുക്തി യുടെ പ്രതിധ്വനി വ്യക്തിപരമായി താങ്ങാൻ പലർക്കും കഴിഞ്ഞെന്നു വരില്ല.

"ചെറിയ സന്ദർശനമായിരുന്നെങ്കിലും പ്രശംസ പിടിച്ചുപറ്റിയെന്നു തോന്നുന്നു, അല്ലേ?"

ഡാൽഗ്ലിഷ് ചോദിച്ചു.

"എനിക്കവരെ ഇഷ്ടപ്പെട്ടു, സർ. അവർ നല്ലവരാണ്. എങ്കിലും ആ വിവാഹബന്ധം അധികകാലം നീണ്ടുനിന്നില്ല. ആ രക്ഷിതാക്കൾ എന്തു കൊണ്ടാണ് വിവാഹബന്ധത്തിന് ഇത്രമാത്രം വില കല്പിക്കുന്നതെന്ന കാര്യം ബോധ്യമാകുമല്ലോ. ആ ചെക്കൻ ബൽഹാം വിട്ടുപോയിട്ട് രണ്ടു വർഷം കഴിഞ്ഞു. അവനിപ്പോൾ എവിടെയാണെന്നുപോലും അവർക്കറിയില്ല. അവരെന്നോട് അവന്റെ പേരു പറഞ്ഞു. ഒരു ഫോട്ടോഗ്രാഫ് കാണിക്കുകയും ചെയ്തു. അവൻ സ്റ്റീൻ ക്ലിനിക്കിൽ വന്ന് എന്തെങ്കിലും ചെയ്യുമെന്നു തോന്നുന്നില്ല, സർ."

"അവനായിരിക്കുമെന്ന് എനിക്കും തോന്നുന്നില്ല. ജനിഫർ പ്രൈഡിയായിരിക്കും ശ്രീമതി ഹെൻറി ഈതറീഗ് ആയിരുന്നത് എന്ന നേരിയ പ്രതീക്ഷ നമുക്കുണ്ടായിരുന്നു. അവളുടെ രക്ഷിതാക്കൾക്കോ ഭർത്താവിനോ ഈ കൊലപാതകവുമായി എന്തെങ്കിലും ബന്ധമുണ്ടെന്നും തോന്നുന്നില്ല."

ജീവിച്ചിരിക്കുന്നവരുമായി ബന്ധമുള്ളത് ജീവനുമാത്രമാണ്, മരണത്തിലേക്കെത്തുന്നതുവരെ അത് കൂടെയുണ്ടാകും. എല്ലാ കൊലപാതകക്കേസുകളും അത്തരം ചില മനുഷ്യരെ സൃഷ്ടിക്കാറുണ്ട്. കൊലപാതകവുമായി ബന്ധപ്പെട്ടവരെന്നു തോന്നിയ സകലർക്കുമൊപ്പം പൊലീസ് സ്റ്റേഷനിലും പബ്ബിലും സ്വീകരണമുറിയിലും എന്തിനേറെ കിടപ്പുമുറിയിൽ വരെ ഡാൽഗ്ലിഷ് സമയം ചെലവഴിച്ചിട്ടുണ്ട്. ചിതൽപ്പുറ്റുകളെ തട്ടിത്തെറിപ്പിക്കുന്നതുപോലെയാണ് പല ദാരുണമായ കൊലപാതകങ്ങളും നടന്നിട്ടുള്ളത്. ലണ്ടനിലെ ആൾക്കൂട്ടത്തിനിടയിൽ, തിരിച്ചറിയപ്പെടാത്ത എത്രയോ ആൺ പെൺ ജീവിതങ്ങൾ രഹസ്യ ജീവിതം നയിക്കുന്നവരാണ്. ആത്മാവിനെ നഷ്ടപ്പെടുംവരെ ഒരാൾക്ക് എങ്ങനെ വിരക്ത ജീവിതം നയിക്കാൻ കഴിയും? അയാൾ അദ്ഭുതപ്പെട്ടു.

"ആ കുട്ടിക്ക് എന്തു സംഭവിച്ചു?"

അയാൾ പെട്ടെന്ന് ചോദിച്ചു.

"അവളുടെ ഗർഭം അലസിപ്പോയി, സർ"

മാർട്ടിൻ പറഞ്ഞു.

"അതെ, ശരിയാണ്."

ഒന്നും പ്രൈഡികുടുംബത്തിന് അനുകൂലമായല്ല സംഭവിക്കുന്നതെന്ന് ഡാൽഗ്ലിഷിന് തോന്നി. ഈ രാത്രിയിൽ, അയാളെയും അവരുടെ നിർഭാഗ്യം പിന്തുടരുന്നു. മിസ് ബോലമിന്റെ കാര്യത്തിൽ മാർട്ടിൻ എന്താണ് മനസ്സിലാക്കിയതെന്ന് അയാൾ ചോദിച്ചു.

“അങ്ങനെ കാര്യമായിട്ടൊന്നുമില്ല. മാത്രമല്ല, ഇപ്പോൾ ഒന്നും പറയാറായിട്ടുമില്ല. ജനിഫർ പ്രൈഡിയും മിസ് ബോലമും ഒരേ പള്ളിയിലായിരുന്നു പൊയ്ക്കൊണ്ടിരുന്നത്. ബോലമിന്റെ കമ്പനിയിലെ ഒരു ഗൈഡായിരുന്നു പ്രൈഡി. അവളുടെ രക്ഷിതാക്കൾ ബോലമിനെക്കുറിച്ച് ആദരവോടെയാണ് സംസാരിച്ചത്. കുഞ്ഞിനെ നഷ്ടപ്പെട്ട സമയത്ത് ബോലം അവരെ സഹായിച്ചിട്ടുണ്ട്. വീട് പുതുക്കിപ്പണിയുന്നതിനും ബോലം അവരെ സഹായിച്ചിട്ടുണ്ടെന്നാണ് എനിക്കു തോന്നുന്നത്- വിവാഹജീവിതം തകർന്നപ്പോൾ പ്രൈഡിയെ സ്റ്റീൻ ക്ലിനിക്കിലേക്ക് കൂട്ടിക്കൊണ്ടുപോയി ജോലി തരപ്പെടുത്തിക്കൊടുത്തത് ബോലമായിരുന്നു. അവിടെയാകുമ്പോൾ അറിയാവുന്ന ആരുടെയെങ്കിലും ഒരു കണ്ണ് അവർക്കുമേൽ പതിയുമല്ലോ എന്ന് വൃദ്ധമാതാപിതാക്കൾക്ക് തോന്നി. ബോലമിന്റെ സ്വകാര്യജീവിതത്തെക്കുറിച്ച് അവർ കൂടുതലൊന്നും പറഞ്ഞില്ല, നമുക്കിനി കൂടുതലായി അറിയാനും ഒന്നുമുണ്ടായിരുന്നില്ല. പിന്നെ, വിചിത്രമായ ഒരു സംഗതി അവിടെയുണ്ടായി. അത്, ആ പെൺകുട്ടി അത്താഴവുമായി മടങ്ങിവന്നപ്പോഴായിരുന്നു. ശ്രീമതി പ്രൈഡി എന്നെ അത്താഴത്തിന് ക്ഷണിച്ചു. പക്ഷേ, എനിക്ക് വേഗം മടങ്ങിപ്പോകേണ്ടതുണ്ടെന്ന് ഞാൻ പറഞ്ഞു. മീനും റൊട്ടിയുമായിരുന്നു അത്താഴമെന്ന് അറിയാമല്ലോ? ആവശ്യത്തിനുള്ള ഭക്ഷണം മാത്രമേ വാങ്ങാനിടയുള്ളൂ. അധികം വാങ്ങേണ്ട കാര്യവുമില്ല. ഏതായാലും ഞാൻ യാത്ര പറഞ്ഞ് ഇറങ്ങാൻ തുടങ്ങുമ്പോൾ എന്നോട് ‘ഗുഡ്ബൈ’ പറയാൻ വേണ്ടി അവർ അടുക്കളയിൽ നിന്ന് അവളെയും കൂട്ടി വന്നു. അന്നേരം അവൾ മരിച്ചവരെപ്പോലെ വിളറി വെളുത്തിരുന്നു. അധികനേരം അവൾ അവിടെ നിന്നതുമില്ല. വൃദ്ധദമ്പതികൾ അതൊന്നും ശ്രദ്ധിക്കുന്നുണ്ടായിരുന്നില്ല. പക്ഷേ, ഞാൻ അക്കാര്യം ശ്രദ്ധിച്ചു. എന്തോ ആ കുട്ടിയെ ഭയപ്പെടുത്തിയിട്ടുണ്ട്, തീർച്ച.”

“ഒരുപക്ഷേ, മാർട്ടിനെ അവിടെ കണ്ടതുകൊണ്ടാകാം. അല്ലെങ്കിൽ, നാഗലുമായുള്ള ബന്ധത്തെക്കുറിച്ച് മാർട്ടിൻ എന്തെങ്കിലും വീട്ടുകാരോട് പറഞ്ഞിട്ടുണ്ടാകുമെന്ന് അവൾ കരുതിക്കാണും.”

“അതുകൊണ്ടാണെന്നു തോന്നുന്നില്ല, സർ. അവൾ അത്താഴവും വാങ്ങി വന്നുകയറിയപ്പോൾ, സ്വീകരണമുറിയിലിരുന്ന എന്നെനോക്കി ഒരു മുടിയിഴപോലും ചുളിയാതെ, ‘ഗുഡ് ഈവനിംഗ്’ എന്നു പറഞ്ഞുകൊണ്ട് ഉള്ളിലേക്കു കയറിപ്പോയതാണ്. കുടുംബസുഹൃത്തായിരുന്ന മിസ് ബോലമിന്റെ സ്വകാര്യജീവിതവുമായി ബന്ധപ്പെട്ട എന്തെങ്കിലും കാര്യങ്ങൾ അറിയാമോ എന്ന് രക്ഷിതാക്കളോട് ചോദിച്ചറിയുകയായിരുന്നുവെന്ന് അന്നേരം ഞാൻ അവളോട് വിശദീകരിച്ചിരുന്നു. അക്കാര്യം അവളെ ആധി പിടിപ്പിച്ചതേയില്ലായിരുന്നു. അതിനുശേഷം, ഏകദേശം അഞ്ചുമിനിട്ട് കഴിഞ്ഞപ്പോഴായിരുന്നു അസാധാരണമാംവിധം അവൾ പുറത്തേക്കു വന്നത്.”

“അന്നേരം അവിടേക്ക് ആരെങ്കിലും വരികയോ ഫോൺ വിളിക്കുകയോ ചെയ്തോ?”

“ഇല്ല. ആരും വന്നത് കണ്ടതുമില്ല, ആരും വിളിച്ചത് കേട്ടതുമില്ല. അവൾ അടുക്കളയിൽ തനിച്ചായിരുന്നപ്പോൾ സംഭവിച്ച എന്തോ കാര്യം അതിനു പിന്നിലുണ്ടെന്നാണ് എനിക്കു തോന്നുന്നത്. അതെന്താണെന്ന് അവളോട് ചോദിക്കാനും കഴിഞ്ഞില്ല. ഞാൻ പുറത്തേക്ക് ഇറങ്ങാൻ തുടങ്ങുകയായിരുന്നതുകൊണ്ട്, പിന്നെയും നാക്കുകൊണ്ട് തൂങ്ങിക്കിടക്കാൻ കഴിഞ്ഞില്ല. കേസുമായി ബന്ധപ്പെട്ട് സഹായകരമെന്നു തോന്നുന്ന എന്തെങ്കിലും കാര്യങ്ങൾ പിന്നീട് ഓർമ്മ വന്നാൽ അക്കാര്യം ഉടനെ ഞങ്ങളെ അറിയിക്കണമെന്നു പറഞ്ഞാണ് ഞാൻ അവിടെ നിന്നിറങ്ങിയത്.”

“നമുക്ക് ഒന്നുകൂടി അവളെയൊന്നു പോയി കാണണം, എത്രയും പെട്ടെന്ന്. എന്നിട്ട് കുറ്റകൃത്യം നടന്ന സമയത്ത് പ്രതി മറ്റൊരിടത്തായിരുന്നുവെന്ന വാദം പൊളിക്കണം. അവൾക്കു മാത്രമേ അതിനു കഴിയൂ. അവൾ ബോധപൂർവം നുണ പറയുകയാണെന്നോ, അല്ലെങ്കിൽ കരുതിക്കൂട്ടി തെളിവുകൾ നൽകാതിരിക്കുകയാണെന്നോ ഞാൻ കരുതുന്നില്ല. സത്യമെന്താണെന്ന് ഇതുവരെ അവളറിഞ്ഞിട്ടില്ല.”

“ഞാനും അറിഞ്ഞിട്ടില്ല, സർ. ശരിയായ പ്രേരണ കണ്ടെത്തുംവരെ താങ്കളെന്താണ് ചെയ്യാൻ പോകുന്നത്? അവൻ അല്പം കൂടി വിയർക്കട്ടെ എന്നാണോ?”

“അതിനുള്ള ധൈര്യം എനിക്കില്ല, മാർട്ടിൻ. മാത്രമല്ല, അത് അപകടകരവുമായിരിക്കും. നമുക്ക് മുന്നോട്ടുതന്നെ പോകാം. ഇപ്പോൾ നമുക്ക് പോയി നാഗലിനെ ഒന്നു കാണാം. അല്പം ചിലതുകൂടി അറിയാനുണ്ട്.”

ഇരുപത് മിനിട്ടുകൾക്കു ശേഷം അവർ പിംലികോയിലെ നാഗലിന്റെ വീട്ടിലെത്തുമ്പോൾ അത് പൂട്ടിക്കിടക്കുകയായിരുന്നു. വാതിലിന്റെ കൈപിടിയിൽ ഒരു കടലാസുകഷണം ചുരുട്ടി വച്ചിരിക്കുന്നത് കണ്ടു. ഡാൽഗ്ലിഷ് അതെടുത്ത് ഉറക്കെ വായിച്ചു:

‘ഡാർലിംഗ്, സോറി. ഐ മിസ് യു. എനിക്ക് നിന്നോട് സംസാരിക്കണം, സംസാരിച്ചേ തീരൂ. ഇന്നു രാത്രി നിന്നെ കാണാൻ കഴിഞ്ഞില്ലെങ്കിൽ നാളെ നേരത്തേ ക്ലിനിക്കിലെത്തും.

സ്നേഹപൂർവം ജെനി.’

“ഇനി അവനെ കാത്തുനിൽക്കേണ്ട കാര്യമുണ്ടോ, സർ?”

“എനിക്ക് സംശയമുണ്ട്. അവനിപ്പോൾ എവിടെയുണ്ടാകുമെന്ന് എനിക്ക് ഊഹിക്കാവുന്നതേയുള്ളൂ. ഇന്നു രാവിലെ നമ്മൾ ഫോൺ ചെയ്യുമ്പോൾ കല്ലിയായിരുന്നു ഫോൺ ബോർഡിലുണ്ടായിരുന്നത്.

അല്ലെങ്കിൽ, അങ്ങനെയാണ് സ്റ്റീൻ ക്ലിനിക്കിലെ സകലരും കരുതിയിരിക്കുന്നത്. എന്നാൽ വാസ്തവം അതല്ല. അന്നേരം അവിടെയുണ്ടായിരുന്നത് നാഗലാണെന്ന കാര്യം എനിക്കുറപ്പാണ്. മെഡിക്കൽ രേഖകളുടെ കാര്യത്തിൽ എനിക്ക് താത്പര്യമുണ്ടെന്ന് അവനറിഞ്ഞത് അങ്ങനെയാണ്. ഞാൻ പോയിക്കഴിഞ്ഞതിനു ശേഷം മെഡിക്കൽ രേഖകൾ തിരികെ വയ്ക്കാൻ ഡോ. ഈതറീഗിനോടു പറഞ്ഞിരുന്നു. ഒന്നുരണ്ട് സായാഹ്നങ്ങളിൽ, ആർട്ട്തെറാപ്പി വിഭാഗത്തിലെ ചൂളയും ബോയിലറും പ്രവർത്തിക്കുന്നുണ്ടോ എന്നു നോക്കാനെന്ന മട്ടിൽ അവൻ അവിടെ പോയിരുന്നു. എന്റെ ഊഹം ശരിയാണെങ്കിൽ, ഇന്നു രാത്രി അവൻ സ്റ്റീൻ ക്ലിനിക്കിലുണ്ടാകും. ഏതൊക്കെ മെഡിക്കൽ രേഖകളാണ് ഞാൻ പരിശോധിച്ചതെന്നറിയാൻ. അത് നമുക്കൊന്നറിയണം."

കാർ വടക്കുഭാഗത്തേക്ക് തിരിഞ്ഞപ്പോൾ മാർട്ടിൻ പറഞ്ഞു:

"അവന് പണത്തിന് ആവശ്യമുണ്ടായിരുന്നുവെന്ന കാര്യത്തിൽ തർക്കമില്ല. വെറുമൊരു കാവൽജോലിയുടെ പിൻബലത്തിൽ അതുപോലൊരു ഫ്ളാറ്റിന് വാടകകൊടുക്കാൻ പോലും തികയില്ല. പിന്നെ, അവന്റെ പെയിന്റിംഗ് സാമഗ്രികൾ വാങ്ങാനും പണം കൂടിയേ തീരൂ."

"അതെ. ആ പെയിന്റിംഗ് സ്റ്റുഡിയോ കണ്ടാലറിയാം, ഗംഭീരമാണത്. മാർട്ടിൻ ഏതായാലും അത് കാണാതിരുന്നത് നന്നായി. പ്രശസ്ത ചിത്രകാരൻ സഗ്ഗിന്റെ ചില ഉപദേശങ്ങളും അവന് കിട്ടിയിട്ടുണ്ട്. യാതൊരു പ്രതിഫലവും കൂടാതെ സഗ്ഗ് എന്തെങ്കിലും പഠിപ്പിച്ചുകൊടുത്തു എന്നു വിശ്വസിക്കാൻ തന്നെ പ്രയാസമാണ്. ബ്ലാക്ക്മെയിലിംഗ് അത്ര ലാഭകരമായ ഏർപ്പാടാണെന്ന് എനിക്ക് തോന്നുന്നില്ല. അതുകൊണ്ടുതന്നെ, ഒന്നിലേറെ ഇരകളുണ്ടെന്ന് വ്യക്തമാണ്. മാസംതോറും പതിനഞ്ച് മുതൽ മുപ്പതുവരെ പൗണ്ട് പലരിൽനിന്നായി നികുതിയില്ലാതെ കൈയിൽ വന്നുചേരുന്നത് ചില്ലറക്കാര്യമല്ല. ബോലിംഗർ സ്കോളർഷിപ്പ് കിട്ടുന്നതുവരെ കഴിഞ്ഞുകൂടാൻ അതുതന്നെ ധാരാളം."

"അവൻ അത്രയ്ക്ക് മിടുക്കനാണോ?"

സർജന്റ് മാർട്ടിൻ ചോദിച്ചു. അത്തരം വിഷയങ്ങളിൽ പ്രത്യേകിച്ച് അഭിപ്രായം പറയാത്ത ആളാണ് മാർട്ടിൻ. പക്ഷേ, ഒരു വിദഗ്ദ്ധനെന്ന മട്ടിലായിരുന്നു അന്നേരം ഡാൽഗ്ലിഷിനോട് സംസാരിച്ചത്.

"ബോലിംഗർ ട്രസ്റ്റിലെ ട്രസ്റ്റികളും അവനെക്കുറിച്ച് അങ്ങനെയാണ് കരുതുന്നത്."

"അക്കാര്യത്തിൽ സംശയമൊന്നുമില്ലേ, സർ?"

അന്നേരം മാർട്ടിൻ പരാമർശിച്ചത് നാഗലിന്റെ പ്രതിഭയെ ആയിരുന്നില്ല. എങ്കിലും ഡാൽഗ്ലിഷ് അസ്വസ്ഥനായി:

"തീർച്ചയായും സംശയങ്ങളുണ്ട്. പ്രത്യേകിച്ചും അന്വേഷണത്തിന്റെ ഈ ഘട്ടത്തിൽ. പക്ഷേ, ഇപ്പോൾ നമുക്ക് ബോധ്യമുള്ള കാര്യങ്ങൾക്ക്

മുൻഗണന നൽകുകയാണ് ഉചിതം. ബ്ലാക്ക്മെയിലർ നിർദ്ദേശിച്ചത് ഒരു പ്രത്യേകരീതിയിൽ മേൽവിലാസമെഴുതിയ കവറിൽ പണം അയയ്ക്കാനാണ്. മറ്റുള്ള തപാൽ ഉരുപ്പടികൾ തുറക്കുന്നതിനു മുമ്പ് അത് കണ്ടെത്തി, മാറ്റിവയ്ക്കാനുള്ള കുറുക്കുവഴിയായിരുന്നു അത്. ക്ലിനിക്കിൽ ആദ്യമെത്തി, തപാൽ ഉരുപ്പടികൾ തരംതിരിച്ച് വിതരണം നടത്തേണ്ട ചുമതല നാഗലിനായിരുന്നു. കേണൽ ഫെൻടനോടാവശ്യപ്പെട്ടത് മാസാദ്യം പണമയയ്ക്കാനായിരുന്നു. അതുകൊണ്ടാണ് അസുഖം കൂടുതലായിരുന്നിട്ടും മെയ് ഒന്നാം തീയതി അവൻ ക്ലിനിക്കിലെത്തിയതും പിന്നീട് രോഗം വഷളായപ്പോൾ വീട്ടിലേക്കു പോയതും. ഡ്യൂക്കിന്റെ സന്ദർശനം കൊണ്ടുള്ള അമിത ഉത്കണ്ഠകൊണ്ടാണ് ഡ്യൂട്ടി ഇല്ലാതിരുന്നിട്ടും ഒരിക്കൽ അവനെത്തിയതെന്നും ഞാൻ കരുതുന്നില്ല. അവൻ വരാൻ വൈകിയ മാസാദ്യ ദിനത്തിലാണ് ആ കവർ മിസ് ബോലമിന്റെ കൈകളിലെത്തുന്നത്. 'അജ്ഞാതരോഗിയുടെ ഉപകാരസ്മരണ' അവൾ അമ്പരപ്പോടെ കൈപ്പറ്റുകയും ചെയ്തു.

ഇനി നമുക്ക് കൊലപാതകത്തിലേക്കു വരാം. ഇപ്പോൾ തിയറിക്കു പകരം വസ്തുതകൾ നിരത്തേണ്ട സമയമാണ്. വയറുവേദനകൊണ്ടു വലഞ്ഞ കല്ലിയെ അന്നു രാവിലെ സഹായിച്ചത് നാഗലായിരുന്നു. ടെലിഫോൺ സ്വിച്ചിംഗിനിടയിലാണ് ശ്രീമതി ഫെൻടന്റെ ഫോൺവിളി അവൻ കേൾക്കുന്നത്. ബോലമിന്റെ പ്രതികരണം എന്തായിരിക്കുമെന്ന് അവന് ഊഹിക്കാവുന്നതേയുള്ളൂ. അപ്പോഴാണ് ഗ്രൂപ്പ് ഓഫീസിലേക്ക് ഫോൺ കണക്ട് ചെയ്യാൻ അവൾ ആവശ്യപ്പെട്ടത്. ആ ഫോൺ സംഭാഷണവും അവൻ കേട്ടു. ജെ.സി.സി. മീറ്റിംഗിനു ശേഷം ലൗഡർ സ്റ്റീൻ ക്ലിനിക്കിലെത്തുമെന്ന കാര്യം അവനെ അങ്കലാപ്പിലാക്കി. അല്പനേരം കൂടി കഴിഞ്ഞാൽ മിസ് ബോലം മരിച്ചേ മതിയാകൂ എന്ന് അവൻ മനസ്സിലുറപ്പിച്ചു. പക്ഷേ, എങ്ങനെ? എന്തെങ്കിലും കാരണം പറഞ്ഞ് ബോലമിനെ ക്ലിനിക്കിൽ നിന്ന് അകറ്റി നിർത്തുകയെന്നത് തീർത്തും അസാധ്യമായ കാര്യമാണ്. മാത്രമല്ല, പുറത്തെവിടെയെങ്കിലും കൊണ്ടുപോയി കൊലപ്പെടുത്തിയാൽ അസാന്നിധ്യം കൊണ്ടുതന്നെ അവൻ പിടിക്കപ്പെടും. നിരപരാധിയാണെന്നു വരുത്തിത്തീർക്കണമെങ്കിൽ ക്ലിനിക്കിനുള്ളിൽ തന്നെ ബോലം കൊല്ലപ്പെടണം. അങ്ങനെയൊരു അവസരം ഒത്തുകിട്ടിയാൽ മറ്റു ചില നേട്ടങ്ങളുമുണ്ട്. അഡ്മിനിസ്ട്രേറ്റീവ് ഓഫീസറോട് വിദ്വേഷം വച്ചുപുലർത്തുന്ന ഒരുപാടുപേർ ക്ലിനിക്കിൽ തന്നെയുണ്ട്. പൊലീസു വരുമ്പോൾ സംശയിക്കപ്പെടുന്നവരുടെ പട്ടികയിൽ ഒരുപാടുപേർ ഇടം പിടിക്കും. ഭാഗ്യവശാൽ, അക്കൂട്ടത്തിൽ പലരും ബോലം മരിക്കണമെന്ന് ആഗ്രഹിക്കുന്നവരുമാണ്.

അതുകൊണ്ട് അവൻ അങ്ങനെതന്നെ ആസൂത്രണം ചെയ്തു. പിന്നെ, ബോലമിനെ ബേസ്മെന്റിലേക്കു വരാൻ ആവശ്യപ്പെട്ടുകൊണ്ടു ഫോൺ വിളിച്ചത് അവിടെ നിന്നു തന്നെയാകണമെന്ന് നിർബന്ധമില്ല.

ഏതാണ്ടെല്ലാ മുറികളിലും ഫോണുണ്ട്. പക്ഷേ, കൊലയാളി രേഖകൾ സൂക്ഷിക്കുന്ന മുറിയുടെ അടുത്ത് കാത്തുനിൽക്കുന്നില്ലെങ്കിൽ, പിന്നെ അവൾ എങ്ങനെയാവും അവൻ വരുന്നതുവരെ ആ മുറിയിൽ തങ്ങിനിന്നത്? അതിനുവേണ്ടിയാണ് നാഗൽ രേഖകൾ നിലത്ത് ചിതറിയിട്ടത്. ആ കാഴ്ച കണ്ടാൽ കടലാസുകൾ പെറുക്കിയെടുത്ത് ഷെൽഫിൽ അടുക്കി വയ്ക്കുന്നതുവരെ ബോലമിന് സ്വസ്ഥതയുണ്ടാവില്ലെന്ന് അവന് നന്നായി അറിയാമായിരുന്നു. അത്തരമൊരു കാഴ്ച കണ്ടാൽ നാഗലിനെ സഹായത്തിനു വിളിക്കുകയാവും അവളുടെ ആദ്യപ്രതികരണമെന്നായിരുന്നു ഡോ. ബാഗ്ലി പറഞ്ഞത്. എന്നാൽ അവൾ അങ്ങനെ ചെയ്തില്ല. ഏതു നിമിഷവും അവൻ അവിടെ എത്തിച്ചേരുമെന്ന പ്രതീക്ഷ അവൾക്കുണ്ടായിരുന്നു. അതുകൊണ്ടാണ് അവൾ തന്നാലാവുംവിധം ജോലി തുടങ്ങിവച്ചത്. തുടങ്ങിവച്ചതുകൊണ്ടുതന്നെ, ഏറിയാൽ രണ്ടുമൂന്ന് മിനിട്ടുമതി അവന് പണി തീർക്കാനെന്ന് അവൾ കരുതിയിട്ടുണ്ടാവും.

ഇങ്ങനെയാണ് സംഭവം നടന്നതെന്നാണ് ഞാൻ കരുതുന്നത്. ഏതാണ്ട് ആറുമണികഴിഞ്ഞ് പത്തുമിനിട്ടായപ്പോഴാണ് അവൻ താഴേക്ക് ഇറങ്ങിച്ചെന്ന് കാവൽക്കാരുടെ വിശ്രമമുറിയിൽ നിന്ന് പുറത്തേക്കു പോകാനുള്ള കോട്ടെടുത്ത് ധരിക്കുന്നത്. എന്നിട്ട് രേഖകൾ സൂക്ഷിക്കുന്ന മുറി തുറന്ന് ഫയലുകൾ നിലത്ത് ചിതറിയിട്ടശേഷം പുറത്തിറങ്ങി വാതിൽ പൂട്ടാതെ ചാരിയിട്ടു. ഉള്ളിലെ വെളിച്ചം കെടുത്തിയതുമില്ല. അതിനുശേഷം പിന്നിലൂടെ അകത്തേക്കു കയറാൻ കഴിയുന്ന വാതിലിന്റെ കൊളുത്ത് ഉള്ളിൽ നിന്ന് നീക്കി. എന്നിട്ട് പതിവുപോലെ ജനറൽ ഓഫീസിലെത്തി. അയയ്ക്കാനുള്ള കത്തുകൾ ശേഖരിച്ചു. വല്ലപ്പോഴുമൊക്കെ തൊട്ടടുത്തു തന്നെയുള്ള ഫയലുകൾ സൂക്ഷിക്കുന്ന മുറിയിൽ പോയി വരാറുള്ള പ്രൈഡിയും അവിടെയുണ്ടായിരുന്നു.

മിസ് ബോലമിനെ വിളിക്കാൻ അരമിനിട്ടിൽ താഴെ സമയം മതി. രേഖകൾ സൂക്ഷിക്കുന്ന മുറിയിലേക്ക് വന്നാൽ അതീവഗുരുതരമായ ഒരു സംഗതി കാട്ടിത്തരാം എന്നുമാത്രം അവളോട് പറഞ്ഞാൽ മതിയല്ലോ. ആ സന്ദേശത്തോട് അവളെങ്ങനെയാണ് പ്രതികരിച്ചതെന്ന് നമുക്കറിയാം. നാഗൽ റിസീവർ താഴെ വയ്ക്കുന്നതിനു മുമ്പ് ജനിഫർ പ്രൈഡി മടങ്ങിവന്നു. യാതൊരു ഭാവമാറ്റവും കൂടാതെ, ബോലം നഴ്സ് അലക്കുതുണികളുടെ കാര്യം പറയാൻ വേണ്ടി വിളിച്ചതാണെന്ന് അവൻ നടിച്ചു പിന്നീട്, ഒട്ടും സമയം കളയാതെ അവൻ കത്തുകളുമായി പുറത്തേക്കു പോയി. റോഡ് മുറിച്ചുകടന്ന്, തപാൽ പെട്ടിയിൽ കത്തുകൾ നിക്ഷേപിച്ച അവൻ, അതിവേഗം ക്ലിനിക്കിനു പിന്നിലെ കുറ്റിക്കാട്ടിലൂടെ അടിത്തട്ടിലെത്തി. തുറന്നു കിടന്ന പിൻവാതിലിലൂടെ ഉള്ളിലേക്കു കടന്ന അവൻ, ചായം തേക്കുന്ന കത്തിയും തിപ്പെറ്റിന്റെ മരയുരുപ്പടിയും കൈക്കലാക്കി രേഖകൾ സൂക്ഷിക്കുന്ന മുറിയിലേക്കു കടന്നു. അവൻ പ്രതീക്ഷിച്ചതുപോലെ മിസ് ബോലം അവിടെത്തന്നെയുണ്ടായിരുന്നു. നിലത്ത്

ചിതറിക്കിടന്ന ഫയലുകൾ കുനിഞ്ഞിരുന്ന് അടുക്കിപ്പെറുക്കുകയായിരുന്ന അവൾ, അവനെ കണ്ടപ്പോൾ എവിടെയായിരുന്നുവെന്ന് ചോദിച്ചിട്ടുണ്ടാവണം. പക്ഷേ, ആ ചോദ്യം പൂർത്തിയാകും മുമ്പ് അവളുടെ തലയിൽ ആദ്യ അടി പതിഞ്ഞിട്ടുണ്ടാവും. അവളുടെ ബോധം നഷ്ടപ്പെട്ടതോടെ കത്തി കുത്തിയിറക്കാൻ യഥേഷ്ടം സമയവും ലഭിച്ചിട്ടുണ്ടാവും. അക്കാര്യത്തിൽ യാതൊരു പിഴവും വരുത്തരുതെന്ന് അവൻ തീർച്ചപ്പെടുത്തിയിരുന്നു. നഗ്നചിത്രങ്ങൾ വരച്ചിരുന്നതുകൊണ്ട് സൈക്കാട്രിസ്റ്റുകളെപ്പോലെ തന്നെ മനുഷ്യശരീരത്തിന്റെ ഘടനയിൽ അവന് കൃത്യമായ ധാരണയുണ്ട്. മാത്രമല്ല, ചായം തേക്കുന്ന കത്തി എങ്ങനെ കൈകാര്യം ചെയ്യണമെന്നും അവന് നന്നായറിയാം. ഈ സുപ്രധാന ജോലിക്കു വേണ്ടിയും അവൻ തിരഞ്ഞെടുത്ത് ഏറ്റവും ആത്മവിശ്വാസമുള്ളതും കൈയിൽ വഴങ്ങുന്നതുമായ ആയുധം തന്നെയാണ്."

ഡാൽഗ്ലിഷിന്റെ നിഗമനങ്ങൾ കേട്ടു നിന്ന മാർട്ടിൻ കൂട്ടിച്ചേർത്തു:

"ബീഫ്സ്റ്റീക്ക് സ്ട്രീറ്റിലെ പതിവ് നടത്തവും 'സ്റ്റാൻഡേർഡ്' പത്രം വായനയുമുണ്ടായിരുന്നെങ്കിൽ അന്ന് ബേസ്മെന്റിലേക്ക് സമയത്തു തന്നെ എത്താൻ അവന് കഴിയുമായിരുന്നില്ല. പക്ഷേ, അവനെ കണ്ടില്ലെന്ന് തറപ്പിച്ചു പറയാൻ ആ പത്രക്കാരൻ ചെക്കൻ തയ്യാറായിട്ടില്ല. കത്തുകൾ അയച്ചതിനുശേഷം സ്റ്റീൻ ക്ലിനിക്കിലേക്ക് മടങ്ങിവന്നപ്പോൾ അവന്റെ കുപ്പായക്കീശയിലുണ്ടായിരുന്ന പത്രം, ഉച്ചഭക്ഷണസമയത്ത് വാങ്ങി ഒളിപ്പിച്ചു വച്ചതായിരുന്നു."

"അങ്ങനെയാണ് എനിക്കും തോന്നുന്നത്. അതുകൊണ്ടുതന്നെയാണ് റേസിംഗ് ഫലങ്ങൾ നോക്കാൻ കല്ലിയുടെ കൈയിൽ പത്രം കൊടുക്കാതിരുന്നതും. മധ്യാഹ്ന എഡിഷനിലാണ് സാധാരണ അത്തരം വാർത്തകൾ കാണുന്നത്. പിന്നീട് ആ പത്രക്കടലാസുകൾ ഉപയോഗിച്ചാണ് പൂച്ചയുടെ ഭക്ഷണം പൊതിഞ്ഞത്. പിന്നീട് അവൻ കുറേനേരത്തേക്ക് ഒറ്റയ്ക്ക് അടിത്തട്ടിലേക്ക് പോയിരുന്നില്ല. പിന്നീട്, ജനിഫർ പ്രൈഡിയുടെ വിശ്വാസം പിടിച്ചുപറ്റാനാണ് താഴെ ചെന്നപ്പോൾ ബോലം നഴ്സിനോട് അലക്കുതുണിയെക്കുറിച്ച് അന്വേഷിച്ചത്. അതിനിടയിൽ പിൻവാതിൽ അടച്ചുകുറ്റിയിടാനുള്ള സമയവും കിട്ടി. പ്രൈഡി താഴേക്ക് ഇറങ്ങിവന്നതുകൊണ്ടാണ് അവന് അങ്ങനെ ചെയ്യേണ്ടിവന്നത്. മാത്രമല്ല, ഒരു നിമിഷംപോലും അവളെ അവിടെ നിർത്താൻ അവന് താത്പര്യവുമുണ്ടായിരുന്നില്ല. ഏതായാലും കത്തുകൾ പോസ്റ്റു ചെയ്യാൻ പുറത്തു പോകുന്ന സമയം തന്നെയാണ് നാഗൽ കൊലപാതകത്തിനുവേണ്ടി തിരഞ്ഞെടുത്തത്.'

ഡാൽഗ്ലിഷ് മാർട്ടിനെ നോക്കി.

"കൊലപാതകത്തിനുശേഷം എന്തുകൊണ്ടായിരിക്കും അവൻ പിൻവാതിൽ അടച്ചു കുറ്റിയിട്ടതെന്നു ഞാൻ ആലോചിച്ചുനോക്കി. അത്

തുറന്നുകിടന്നിരുന്നെങ്കിൽ, പുറത്തുനിന്നുള്ള ആരെങ്കിലുമാണ് കൊല പാതകിയെന്ന് ഒറ്റനോട്ടത്തിൽ തോന്നിക്കുമായിരുന്നു. അവിടെയാണ് നാഗലിന്റെ അതിബുദ്ധി വെളിപ്പെടുന്നത്. പുറത്തുനിന്നുള്ള ആളാ ണെങ്കിൽ, 'അത് നാഗലുമാകാം' എന്ന് മറ്റുള്ളവർ ചിന്തിക്കാനിടയുണ്ട്. കേണൽ ഫെൻടൻ ക്ലിനിക്കിൽ അതിക്രമിച്ചു കയറിയതിനു ശേഷം പതിനഞ്ചു പൗണ്ട് മോഷ്ടിച്ചത് നാഗൽ തന്നെ. പണമിരിക്കുന്നത് എവിടെ യാണെന്ന് നല്ല കള്ളന്മാർക്ക് നന്നായറിയാം. മാത്രമല്ല, ആ പണമെടു ക്കാൻ അവകാശമുണ്ടെന്നുപോലും അവന് തോന്നിക്കാണും."

"അന്നത്തെ മോഷണശ്രമം അവനൊരു മറയാക്കുകയും, അങ്ങനെ അതൊരു സാധാരണ മോഷണമാവുകയും ചെയ്തു. അപരിചിതനായ കള്ളൻ എന്തിനായിരിക്കും മെഡിക്കൽ രേഖകൾ പരതിയതെന്ന കാര്യത്തിൽ പൊലീസുകാർക്ക് അദ്ഭുതം തോന്നിയിട്ടുണ്ടാവും. മാത്ര മല്ല പതിനഞ്ചു പൗണ്ടുമാത്രം എടുത്തത്- നാഗലിനു മാത്രമേ അങ്ങനെ ചെയ്യാൻ കഴിയൂ-കൂടുതൽ ആശയക്കുഴപ്പമുണ്ടാക്കിക്കാണും. ആ ലിഫ്റ്റിന്റെ കാര്യത്തിലും അതുതന്നെയാവും സംഭവിച്ചത്. അതൊരു കടുപ്പമുള്ള പിടിയായിരുന്നു. ഏതാണ്ട് ഒരുമിനിട്ട് വേണ്ടിവരും ആ ശബ്ദം രണ്ടാം നിലയിലേക്കെത്താൻ. അതിനിടയിൽ ആരെങ്കിലുമൊക്കെ ആ ശബ്ദം കേൾക്കാനും ഓർത്തിരിക്കാനുമുള്ള സാധ്യത വളരെയധി കമാണ്."

കുരുക്കുകളെല്ലാം അഴിച്ചെടുക്കാൻ സാധിക്കുന്നുണ്ടെന്ന് മാർട്ടിന് തോന്നി. എങ്കിലും കോടതിയിൽ ഇതൊക്കെ തെളിയിക്കണമെങ്കിൽ ഒരു ചെകുത്താനെ കൂട്ടുപിടിക്കേണ്ടിവരും. പെട്ടെന്ന് ഡാൽഗ്ലിഷ് മാർട്ടിനെ നോക്കി പറഞ്ഞു:

"അതുകൊണ്ടാണ് ഞാനിന്നലെ ക്ലിനിക്കിൽ അങ്ങനെയൊക്കെ പെരു മാറിയത്. അവനെയൊന്നു വട്ടം കറക്കണമായിരുന്നു. അതുകൊണ്ടു തന്നെയാണ് സ്റ്റീൻ ക്ലിനിക്കിലെ ഈ രാത്രി അവിസ്മരണീയമായിരി ക്കുമെന്ന് ഞാൻ പറഞ്ഞതും. ഇപ്പോൾ അവിടെയുണ്ടെങ്കിൽ നമുക്ക വനെ ഒന്നുകൂടി പിഴിയാം. ചുരുങ്ങിയപക്ഷം, നമ്മൾ എവിടേക്കാണ് പോകുന്നതെന്നെങ്കിലും നമുക്കറിയാം."

അരമണിക്കൂർ മുമ്പ് ഡാൽഗ്ലിഷും മാർട്ടിനും പിംലികോ ഫ്ളാറ്റിനു മുന്നിൽനിന്ന് പീറ്റർ നാഗലിനെ വിളിക്കുമ്പോൾ, അവൻ സ്റ്റീൻ ക്ലിനി ക്കിന്റെ മുൻവാതിലിലൂടെ അകത്തേക്ക് കയറുകയായിരുന്നു. അവനു പിന്നിൽ ആ വാതിലടഞ്ഞു. ക്ലിനിക്കിലെ ലൈറ്റുകളൊന്നും തെളിക്കാതെ ഒരു വലിയ ടോർച്ചും തെളിച്ചുകൊണ്ടാണ് അവൻ അടിത്തട്ടിലേക്ക് ഇറങ്ങിപ്പോയത്. അവിടെ പ്രത്യേകിച്ചൊന്നും ചെയ്യാനുണ്ടായിരുന്നില്ല. ചൂളയും ബോയിലറും സ്വന്തം നിലയ്ക്ക് പരിശോധിച്ചുകൊണ്ട്, രേഖ കൾ സൂക്ഷിക്കുന്ന മുറിയിലേക്കു കയറി. അവിടെയുണ്ടായിരുന്ന മരണ ത്തിന്റെ മാറ്റൊലി അവനെ ഭയപ്പെടുത്തിയില്ല. മരിച്ചവർ മരിച്ചു.

അവസാനിച്ചു. സകലശക്തിയും അധികാരവും നഷ്ടപ്പെട്ട് എന്നെന്നേക്കുമായി നിശ്ശബ്ദരാക്കപ്പെട്ടിരിക്കുന്നു. ലോകത്ത് അതിവേഗം വളർന്നുകൊണ്ടിരിക്കുന്ന അസ്ഥിരതയ്ക്കു മാത്രമാണ് സ്ഥിരതയുള്ളത്. കൊലപാതകം ചെയ്യാൻ മനക്കട്ടിയുള്ള ഒരാൾക്ക് മരിച്ചവരെ പേടിക്കേണ്ട കാര്യമില്ല.

അപ്രതീക്ഷിതമായി, മുൻവാതിലിൽ ആരോ ബെല്ലടിക്കുന്ന ശബ്ദം കേട്ടു. അകത്ത് ആളുണ്ടോ എന്നറിയാൻ പരീക്ഷിക്കുന്നതുപോലെ, അറച്ചറച്ചായിരുന്നു ബെല്ലടിച്ചതെങ്കിലും ആ ശബ്ദം അസാധാരണമാം വിധം ക്ലിനിക്കിലെ നിശ്ശബ്ദതയിൽ മുഴങ്ങിക്കേട്ടു. അവൻ വാതിൽ തുറന്നപ്പോൾ അരണ്ട വെളിച്ചത്തിൽ കണ്ട രൂപം ജനിയുടേതായിരുന്നു. ഇരുളും മൂടൽമഞ്ഞും മെനഞ്ഞെടുത്ത വിസ്മയകരമായ പശ്ചാത്തലത്തിൽ, വ്രണിതഹൃദയമുള്ള യക്ഷിയെപ്പോലെ തോന്നിച്ച അവളുടെ മെലിഞ്ഞ ശരീരം ക്ലിനിക്കിലേക്ക് നൂഴ്ന്നു കയറി. അവൾ ശ്വാസമെടുക്കാനാവാതെ കിതയ്ക്കുന്നുണ്ടായിരുന്നു.

"എന്നോട് ക്ഷമിക്കൂ ഡാർലിംഗ്, നിന്നെ കണ്ടേ പറ്റൂ എന്ന അവസ്ഥയിലായിരുന്നു ഞാൻ. സ്റ്റുഡിയോയിൽ കാണാതിരുന്നപ്പോഴേ എനിക്കു തോന്നി നീ ഇവിടെത്തന്നെ കാണുമെന്ന്."

"എന്നിട്ട്, സ്റ്റുഡിയോയിൽ വച്ച് നിന്നെ ആരെങ്കിലും കണ്ടോ?" ആ ചോദ്യത്തിന്റെ പ്രാധാന്യമെന്തെന്ന് അവന് നന്നായി അറിയാമായിരുന്നു.

അവൾ ഒന്നും മനസ്സിലാകാത്തതുപോലെ അവനെ നോക്കി.

"ഇല്ല. വീട്ടിൽ ആരുമുണ്ടായിരുന്നില്ല. ഞാനാരെയും കണ്ടില്ല. എന്താ കാര്യം?"

"ഒന്നുമില്ല. അതൊന്നും കാര്യമാക്കണ്ടാ. നീ താഴേക്ക് ഇറങ്ങിവാ. ഞാൻ സ്റ്റൗ കത്തിക്കാം. നീ വിറയ്ക്കുന്നുണ്ടല്ലോ."

അവരൊന്നിച്ച് അടിത്തട്ടിലേക്ക് ഇറങ്ങി. അവരുടെ കാൽപ്പെരുമാറ്റം അവിടമാകെ പ്രതിധ്വനിച്ചു. നാളെ രാവിലെ ശബ്ദങ്ങളും അനക്കങ്ങളും കൂടിക്കുഴയുന്നതുവരെ ക്ലിനിക്ക് ഈ വിധത്തിൽ നിശ്ശബ്ദതയുടെ ഭീകര താഴ്വരയായി നിലകൊള്ളും. ശബ്ദം ഒറ്റിക്കൊടുക്കാതിരിക്കാൻ അവൾ കാൽപ്പെരുമാറ്റവും സംസാരവും കഴിയുന്നത്ര പതുക്കെയാക്കി. ആദ്യപടിയിൽ കാലെടുത്തു വച്ചപ്പോൾതന്നെ അവളുടെ കൈകാലുകൾ വിറയ്ക്കുന്നുണ്ടായിരുന്നു. പാതിവഴിയിലെത്തിയപ്പോൾ കേട്ട അപ്രതീക്ഷിത ശബ്ദം അവളെ നിശ്ചലമാക്കി. അവൾ പെട്ടെന്ന് അവന്റെ കൈകളിൽ കടന്നുപിടിച്ചു.

"എന്താ അത്? എന്താ ആ ശബ്ദം?"

"ഓ, ഒന്നുമില്ല. ടൈഗർ എന്തിലോ മാന്തുന്നതാണെന്നു തോന്നുന്നു."

അവർ ബേസ്മെന്റിലെ കാവൽക്കാരുടെ വിശ്രമമുറിയിലെത്തിയപ്പോൾ, അവൻ സ്റ്റൗവിൽ തീ കൊളുത്തിയ ശേഷം ഒരു കസേരയിൽ

ചെന്നിരുന്ന് അവളെനോക്കി ചിരിച്ചു. അന്നേരം അവളൊരു ശല്യമായി ട്ടാണ് അവനു തോന്നിയതെങ്കിലും അതൊന്നും പുറമേക്ക് പ്രകടിപ്പിച്ചില്ല. ഏതു വിധേനയും, എത്രയും പെട്ടെന്ന് അവളെ അവിടെനിന്ന് പറഞ്ഞു വിടണമെന്ന് മാത്രമായിരുന്നു അവന്റെ ചിന്ത. പത്തുമണിയാകും മുമ്പ് എന്തായാലും ക്ലിനിക്കിൽ നിന്ന് അവളെ പുറത്താക്കണം.

"എന്നിട്ട്?"

സംസാരം തുടങ്ങി വയ്ക്കാൻവേണ്ടി അവൻ വെറുതെ ഒരു ചോദ്യ മെറിഞ്ഞു.

പെട്ടെന്ന് അവൾ എഴുന്നേറ്റു വന്ന് അവനോട് കൂടുതൽ ചേർന്നു നിന്നു. അവളുടെ വിളറിയ കണ്ണുകൾ അവനിൽ നിന്ന് എന്തോ ആവശ്യ പ്പെടുന്നുണ്ടായിരുന്നു.

"ഡാർലിംഗ്, എനിക്കതെന്താണെന്ന് അറിയണം! മുമ്പ് നീ എന്നോട് ഇങ്ങനെയൊന്നും കാണിച്ചിട്ടില്ല. നിന്നെ അത്രമാത്രം സ്നേഹിക്കുന്നതു കൊണ്ട് ചോദിക്കുകയാണ്, ഞാൻ എങ്ങനെയാണ് നിന്നെ സഹായി ക്കേണ്ടത്? എന്തെങ്കിലും കുഴപ്പത്തിൽ ചെന്നു ചാടിയിട്ടുണ്ടെങ്കിൽ അക്കാര്യം നീ എന്നോടെങ്കിലും ഒന്നു പറയൂ."

അവൻ ഭയപ്പെട്ടതിനേക്കാൾ മോശമായിരുന്നു ആ വാക്കുകൾ. അവൾ എങ്ങനെയോ, എന്തൊക്കെയോ അറിഞ്ഞിട്ടുണ്ട്. പക്ഷേ, എങ്ങനെ എന്താണറിഞ്ഞത്? കഴിയുന്നത്ര പതിഞ്ഞ ശബ്ദത്തിൽ അവൻ ചോദിച്ചു:

എന്തു കുഴപ്പമുണ്ടാക്കിയെന്നാണ് നീ പറഞ്ഞുവരുന്നത്? നീ പറയു ന്നത് കേട്ടാൽ തോന്നുമല്ലോ ഞാനാണ് അവളെ കൊന്നതെന്ന്. ദൈവത്തെയോർത്ത് നിന്റെ മനസ്സിലെന്താണെന്നെങ്കിലും പറയൂ."

"ഓ, പീറ്റർ, നിന്റെ തമാശയൊന്ന് നിർത്തൂ! എന്റെ വിഷമം എനിക്കു മാത്രമല്ലേ അറിയൂ. ഇവിടെ എന്തോ കുഴപ്പമുണ്ട്. എനിക്കറിയാം എന്തോ പ്രശ്നമുണ്ടെന്ന്. ആ പണമാണോ വിഷയം? നീയാണോ ആ പതിനഞ്ച് പൗണ്ട് എടുത്തത്?"

അവൻ ആശ്വാസത്തോടെ പൊട്ടിച്ചിരിച്ചു. പെട്ടെന്ന്, എന്തു ചെയ്യണ മെന്നറിയാതെ അവൻ അവളെയെടുത്ത് വട്ടം കറക്കി. എന്നിട്ട് അവളുടെ മുടിയിഴകളിലൂടെ അടക്കിപ്പിടിച്ച ശബ്ദത്തിൽ ചോദിച്ചു:

"എന്റെ പൊട്ടിപ്പെണ്ണേ, നിന്റെയൊരു കാര്യം. വെറും പതിനഞ്ചു പൗണ്ടൊക്കെ മോഷ്ടിക്കേണ്ട കാര്യം എനിക്കുണ്ടോ? നീ എന്തൊക്കെ വിവരക്കേടുകളാണ് വിളിച്ചു പറയുന്നത്?" "ഞാനും അതുതന്നെയാണ് ഇത്രയും നേരം സ്വയം ചോദിച്ചു കൊണ്ടിരുന്നത്. നീ എന്തിന് അതെ ടുത്തു? ഡാർലിംഗ്, എന്നോടു ദേഷ്യം തോന്നരുത്. എനിക്ക് നല്ല വിഷമ മുണ്ട്. നീ കണ്ടോ, ദേ, ഇതാണ് ആ പത്രം."

"ഏതു പത്രം, ദൈവത്തെയോർത്ത് നീ അതെങ്കിലും ഒന്നു പറയൂ!"

എന്നു പറഞ്ഞുകൊണ്ട് അവളെ പിടിച്ചുകുലുക്കാൻ മാത്രമേ അന്നേരം അവന് കഴിയുമായിരുന്നുള്ളൂ. അവൾ മുഖത്ത് നോക്കാതിരുന്നതുകൊണ്ട് അവൻ സന്തോഷിക്കുകയും ചെയ്തു. അത്രയും നേരം അവളുടെ കണ്ണുകളിൽനിന്ന് ഒഴിവാകുമല്ലോ എന്നാണ് അവൻ കരുതിയത്. 'ദൈവത്തെയോർത്ത്' അവൾ എന്തായിരിക്കും പറയാൻ ശ്രമിക്കുന്നത്?

" 'സ്റ്റാൻഡേർഡ്' പത്രം തന്നെ. ഇന്നു വൈകീട്ട് സർജന്റ് ഞങ്ങളെ കാണാൻ വീട്ടിൽ വന്നിരുന്നു. അന്നേരം, ഞാൻ അത്താഴത്തിനുള്ള മീനും മറ്റും വാങ്ങാൻ പോയിരിക്കുകയായിരുന്നു. തിരികെ വീട്ടിലെത്തി, അടുക്കളയിൽ വച്ച് പൊതിയഴിച്ചു. അത് വെള്ളിയാഴ്ചത്തെ 'സ്റ്റാൻഡേർഡ്' പത്രം കൊണ്ടായിരുന്നു പൊതിഞ്ഞിരുന്നത്. അതിന്റെ മുൻപേജിൽ ഒരു വിമാനാപകടത്തിന്റെ വലിയ ചിത്രമായിരുന്നു. അപ്പോഴാണ്, കഴിഞ്ഞ വെള്ളിയാഴ്ച നമ്മൾ ടൈഗറിന്റെ ആഹാരം പൊതിഞ്ഞെടുത്ത മുൻപേജ് വേറൊന്നായിരുന്നല്ലോ എന്ന് ഞാനോർത്തത്. ആ ചിത്രം ഞാൻ മുമ്പ് കണ്ടിട്ടേയില്ല."

അവളെ ഒന്നുകൂടി മുറുകെപ്പിടിച്ചിട്ട് അവൻ ശാന്തസ്വരത്തിൽ ചോദിച്ചു:

"ഇക്കാര്യമെങ്ങാനും നീ പൊലീസിനോട് പറഞ്ഞിരുന്നോ?"

"ഇല്ല. ഞാനങ്ങനെ പറഞ്ഞിട്ടില്ല, ഡാർലിംഗ്! അങ്ങനെ പറഞ്ഞാൽ അവർ നിന്നെയും സംശയിക്കുമായിരുന്നു! ഞാൻ ആരോടും ഒന്നും പറഞ്ഞിട്ടില്ല; പക്ഷേ, എനിക്ക് നിന്നെ അത്യാവശ്യമായി കാണണമായിരുന്നു. ആ പതിനഞ്ച് പൗണ്ടിനെക്കുറിച്ച് എനിക്കൊന്നും അറിയണമെന്നില്ല. അടിത്തട്ടിൽവച്ച് നീ അവളെ കണ്ടിരുന്നോ എന്നതും എനിക്കറിയേണ്ട കാര്യമില്ല. നീ അവളെ കൊല്ലുകയില്ലെന്ന് എനിക്കറിയാം. ഇപ്പോൾ നീ എന്നെയൊന്നു വിശ്വസിച്ചാൽ മതി. എന്തു പ്രശ്നമുണ്ടെങ്കിലും എന്നോടു പറയൂ, ഞാൻ നിന്നെ സഹായിക്കാം. പക്ഷേ, നീയിങ്ങനെ എന്നിൽ നിന്ന് കാര്യങ്ങൾ മറച്ചുവയ്ക്കുന്നത് എനിക്ക് സഹിക്കാനാവുന്നില്ല."

പുരുഷന്റെ ഉള്ളറിയാൻ ലക്ഷത്തിലൊരാൾക്കുപോലും കഴിയില്ലെന്നു പറയുന്നത് സത്യമാണ്. എല്ലാ കഥകളും അവളോടു വെട്ടിത്തുറന്ന് പറഞ്ഞാലോ എന്ന് തോന്നിയെങ്കിലും അടുത്തനിമിഷം ആ പ്രലോഭനത്തെ അവൻ അതിജീവിച്ചു. ദാരുണമായ കൊലപാതകത്തിന്റെ കഥയെങ്ങാനും അവളറിഞ്ഞാൽ അതോടെ കഴിഞ്ഞു എല്ലാം. സ്നേഹം തുളുമ്പുന്ന വാക്കിനും നോക്കിനും പകരം വെറുപ്പും ശകാരവുമായിരിക്കും തിരികെ വരുന്നത്. ബോലമിനെക്കുറിച്ച് പറയുന്നത് അവൾക്ക് താങ്ങാനായേക്കും. പക്ഷേ, ബ്ലാക്ക്മെയിലിംഗിനെക്കുറിച്ചോ, അവളോട് പ്രേമം നടിക്കുകയായിരുന്നെന്നോ പറഞ്ഞാൽ അവൾ സഹിക്കില്ല. അവന് അവളെ വിവാഹം കഴിക്കണമെന്നുണ്ട്. അത് വേണ്ടിവരുമെന്നും അവനറിയാം. അവനെതിരേ സാക്ഷി പറയാതിരിക്കണമെങ്കിൽ അവളുടെ

നാവിനെ പിടിച്ചുകെട്ടാതെ മറ്റുവഴികളില്ലെന്നും അവനറിയാം. പക്ഷേ, വളരെക്കുറച്ച് സമയം മാത്രമേ മുന്നിലുള്ളൂ. ഈ വാരാന്ത്യത്തിൽ എങ്ങനെയെങ്കിലും പാരീസിലെത്തുകയെന്നതാണ് അവന്റെ ലക്ഷ്യം. ഇപ്പോഴത്തെ അവസ്ഥ വച്ചുനോക്കുകയാണെങ്കിൽ, അവന് തനിച്ചു പോകാൻ കഴിയുമെന്നു തോന്നുന്നില്ല. ആലോചിച്ചിട്ട് അവന് ഒരെത്തും പിടിയും കിട്ടിയില്ല. അപ്പോഴും അവൾ കസേരക്കൈയിൽ കൈയൂന്നി അവനെയും നോക്കി കുനിഞ്ഞ് നിൽക്കുകയായിരുന്നു. അന്നേരം അവളുടെ കവിളുകളിലേക്കു നോക്കി അവൻ മന്ത്രിച്ചു:

"നോക്കൂ, ഡാർലിംഗ്. നീ അറിയേണ്ട ചില കാര്യങ്ങളുണ്ട്. നിന്നെ വിഷമിപ്പിക്കണ്ടാ എന്നു കരുതി ഞാൻ നേരത്തേ പറയാതിരുന്നതാണ്. ആ പതിനഞ്ച് പൗണ്ട് എടുത്തത് ഞാനാണ്. അതൊരു ആനമണ്ടത്തരമായിപ്പോയെന്ന് പിന്നീടാണ് മനസ്സിലായത്. അതുകൊണ്ടുതന്നെയാണ് നിന്നെ വിഷമിപ്പിക്കാതിരുന്നത്. മിസ് ബോലമിനും അത് മനസ്സിലായിക്കാണുമെന്നാണ് എനിക്കു തോന്നുന്നത്. കൃത്യമായി എനിക്കറിയില്ല. അവൾ അതേക്കുറിച്ച് എന്നോടൊന്നും പറഞ്ഞില്ല. പക്ഷേ, അവളെ ഫോൺ വിളിച്ചത് ഞാനല്ല. മാത്രമല്ല, അവൾ കൊല്ലപ്പെട്ടതിനുശേഷമാണ് ഞാൻ ബേസ്മെന്റിലെത്തിയത്. ആ മണ്ടൻ കല്ലി എന്നെ വല്ലാതെ ബുദ്ധിമുട്ടിച്ച ദിവസമായിരുന്നു അത്. എന്നെ കണ്ടാലുടൻ അയാൾക്ക് വയറുവേദന തുടങ്ങും, ചെകുത്താൻ. മാത്രമല്ല, ഞാൻ പോയി വന്നാലുടനെ പത്രവും ചോദിച്ച് എന്റെ പിന്നാലെ കൂടും; റേസിംഗ് വാർത്തകളറിയാൻ. അയാളെ ഒന്നു പറ്റിക്കാമെന്നു കരുതിയാണ് അന്നു ഞാനങ്ങനെ ചെയ്തത്. അടിത്തട്ടിലെ പുറത്തേക്കുള്ള വാതിൽ വഴിയാണ് അന്ന് ഞാൻ പുറത്തുപോയതും തിരികെ വന്നതും.

പത്രം വായിക്കണമെന്നുണ്ടെങ്കിൽ, അയാൾക്കെന്താ സ്വന്തമായി ഒരെണ്ണം വാങ്ങിയാൽ? തിരികെ വന്നപ്പോൾ അയാളെ ഒരിക്കൽക്കൂടി പറ്റിച്ചല്ലോ എന്ന സന്തോഷമായിരുന്നു എന്റെ മനസ്സിൽ. പക്ഷേ, ഞാൻ തിരികെ വന്നു കയറിയപ്പോൾ, രേഖകൾ സൂക്ഷിക്കുന്ന മുറിയിൽ വെളിച്ചം കണ്ടു. വാതിൽ ചാരിയിട്ടേ ഉണ്ടായിരുന്നുള്ളൂ. അങ്ങനെ, ഞാൻ അവിടേക്കു ചെന്നുനോക്കി. സത്യത്തിൽ, അന്നേരമാണ് ഞാൻ ബോലമിന്റെ മൃതദേഹം ആദ്യമായി കാണുന്നത്. അന്നേരം എന്നെ തനിച്ച് ആരെങ്കലും അവിടെ കാണുന്നത് പന്തിയല്ലെന്ന് എനിക്കു തോന്നി. പ്രത്യേകിച്ച്, ആ പതിനഞ്ച് പൗണ്ടിന്റെ കാര്യം കൂടി അവർ കണ്ടെത്തിയാൽ, പിന്നെ, എനിക്കൊന്നും പറയാനില്ല. ഉടൻ തന്നെ ഞാൻ പിൻവാതിലിലൂടെ കടന്നു കളഞ്ഞു എന്നിട്ട്, ഒന്നുമറിയാത്തതുപോലെ, മുൻവാതിലിലൂടെ വന്നു. ഇക്കാര്യം ഞാൻ ഇതേവരെ ആരോടും പറഞ്ഞിട്ടില്ല. പൊലീസ് എന്നെ സംശയിക്കാൻ തുടങ്ങിയാൽ എന്റെ ബോലിംഗർ സ്കോളർഷിപ്പിന്റെ കാര്യവും അവതാളത്തിലാകും. ഈ വാരാന്ത്യത്തിൽ അന്തിമ തീരുമാനമെടുത്തേ പറ്റൂ. ഇപ്പോൾ എനിക്കു

പോകാൻ കഴിഞ്ഞില്ലെങ്കിൽ, പിന്നെ ജീവിതത്തിലൊരിക്കലും എനിക്ക് അത്തരമൊരു അവസരം കിട്ടുകയില്ല."

ചുരുങ്ങിയപക്ഷം അതെങ്കിലും സത്യമായിരുന്നു. അവന് പോയേ പറ്റൂ. അക്കാര്യത്തിൽ അവന്റെ കമ്പം അത്രയ്ക്കുണ്ടായിരുന്നു. പണം മാത്രമായിരുന്നില്ല അതിന്റെ അടിസ്ഥാന കാരണം. സ്വാതന്ത്ര്യം, ആഘോഷം, നിറങ്ങൾ എല്ലാം അതിൽ ഉൾപ്പെട്ടിരുന്നു. വർഷങ്ങളായി സഹിച്ചുകൊണ്ടിരുന്ന ആക്ഷേപങ്ങളുടെയും വിളർച്ചകളുടെയും മറുപടിയായിരുന്നു, അവനെ സംബന്ധിച്ചിടത്തോളം ബോലിംഗർ. മറ്റുള്ള ചിത്രകാരന്മാർ ഇത്തരം സാഹചര്യങ്ങളിൽ പരാജയപ്പെടും. എന്നാൽ അവന് അങ്ങനെയാകാൻ കഴിയില്ല.

പക്ഷേ, ഇപ്പോൾപോലും അവൻ പരാജയപ്പെടാനാണ് സാധ്യത. കാരണം, അതൊരു ദുർബലമായ കഥയാണ്. അവൻ കുടുങ്ങും. അതിൽനിന്ന് രക്ഷപ്പെടാൻ സാഹചര്യത്തെളിവുകൾ അവനെ അനുവദിക്കില്ല. ഇക്കാര്യങ്ങളൊക്കെ അവന് എങ്ങനെ തെളിയിക്കാൻ കഴിയും? അവൾ അതിനുവേണ്ടി ശ്രമിക്കുമോ? പക്ഷേ, അവളുടെ പ്രതികരണം അമ്പരപ്പിക്കുന്നതായിരുന്നു.

"ഈ വാരാന്ത്യത്തിലോ? എന്നുവച്ചാൽ, നീ പാരീസിലേക്കു പോകാൻ തന്നെ തീരുമാനിച്ചോ? അപ്പോൾ, ക്ലിനിക്കിലെ കാര്യങ്ങൾ... നിന്റെ ജോലി?"

"ദൈവത്തെയോർത്ത്, ജനീ, നീ അത്തരം കാര്യങ്ങളോർത്ത് എന്തിനാ തല പുണ്ണാക്കുന്നത്? ക്ലിനിക്കിൽ മുൻകൂട്ടി അറിയിക്കാതെയാണ് ഞാൻ പോകുന്നത്. അതുകൊണ്ടുതന്നെ, അവർ മറ്റാരെയെങ്കിലും കണ്ടെത്തിക്കൊള്ളും. പിന്നെ, ഇവിടെ ഞാനില്ലെങ്കിലും കാര്യങ്ങളൊക്കെ മുറപോലെ നടന്നുകൊള്ളും."

"അപ്പോൾ എന്റെ കാര്യമോ?"

"നീ എന്നോടൊപ്പം വരുന്നു, അക്കാര്യത്തിൽ സംശയമില്ല. ഞാൻ എപ്പോഴും അക്കാര്യം പറയുമായിരുന്നല്ലോ, നിനക്കും അറിയാമല്ലോ അത്, പിന്നെന്താ?"

"ഇല്ല. അക്കാര്യം എനിക്കറിയില്ലായിരുന്നു."

പക്ഷേ, അതു പറയുമ്പോൾ അവളുടെ ശബ്ദത്തിൽ വിഷാദം കലർന്നിരുന്നു.

ആത്മവിശ്വാസം ധ്വനിപ്പിക്കുന്ന മട്ടിൽ അവളെ ചെറുതായി കുറ്റപ്പെടുത്തുന്ന സ്വരത്തിലാണ് അവൻ സംസാരിച്ചത്.

"ശരിയാണ്. ഞാനിക്കാര്യം ഇതേവരെ നിന്നോടു പറഞ്ഞിട്ടില്ലായിരുന്നു. അതിന്റെ ആവശ്യമുണ്ടെന്നു തോന്നിയില്ല. കാരണം, ചില കാര്യങ്ങൾ അങ്ങനെ ചർച്ചചെയ്തു തീരുമാനിക്കേണ്ടതല്ലല്ലോ. വളരെകുറച്ച് സമയമേ ഇനി മുന്നിലുള്ളൂ എന്ന് എനിക്കറിയാം. എന്തായാലും

നിനക്കിനി വീട്ടിൽ വെറുതെ ചുറ്റിത്തിരിയേണ്ട കാര്യമില്ല. നിനക്ക് പാസ്പോർട്ടുണ്ടോ? ഈസ്റ്ററിന് ഗൈഡുകൾക്കൊപ്പം നീ ഫ്രാൻസിലോ മറ്റോ പോയിട്ടുണ്ടോ? എത്രയും വേഗം വിവാഹത്തിനുള്ള പ്രത്യേക ലൈസൻസ് എടുക്കണമെന്നാണ് എന്റെ അഭിപ്രായം -ഏതായാലും നമ്മുടെ കൈവശം ഇപ്പോൾ ധാരാളം പണമുണ്ടല്ലോ-നമ്മൾ പാരീസി ലെത്തിയാലുടൻ നിന്റെ വീട്ടിലേക്ക് കത്തെഴുതണം. നീ വരുന്നില്ലേ, എന്താ ജനീ?"

പെട്ടെന്ന് അവളുടെ കൈകൾ വിറച്ചു കണ്ണീരൊഴുകിയിറങ്ങിയ നനവ് കൈകളിൽ തട്ടിയതോടെ അവൻ കൈകൾ പിൻവലിച്ചു.

"ഞാൻ കരുതി നീ എന്നെക്കൂടാതെ പൊയ്ക്കളയുമെന്ന്. ഇത്രയും ദിവസമായിട്ടും അക്കാര്യം നീ എന്നോട് സൂചിപ്പിച്ചതുപോലുമില്ലായി രുന്നു. തീർച്ചയായും, ഞാനും വരുന്നുണ്ട്.

നമ്മളൊന്നിച്ചാൽ എന്തായിരിക്കും അനന്തരഫലമെന്നൊന്നും ഞാനി പ്പോൾ ആലോചിക്കുന്നതേയില്ല. പക്ഷേ, നമുക്ക് വിവാഹിതരാകാൻ കഴി യില്ല. നീ എന്നെക്കുറിച്ച് കൂടുതലൊന്നും ചോദിക്കാതിരുന്നതുകൊണ്ടാണ് ഞാനും ഒന്നും പറയാതിരുന്നത്. മാത്രമല്ല, അതൊക്കെ പറഞ്ഞാൽ നീ ദേഷ്യപ്പെടുമോ എന്നുപോലും എനിക്ക് പേടിയായിരുന്നു, എനിക്കിപ്പോൾ വിവാഹം കഴിക്കാൻ കഴിയില്ല, കാരണം ഞാൻ വിവാഹിതയാണ്."

വോക്സ്ഹാൾ ബ്രിഡ്ജ് റോഡിലേക്ക് കാർ തിരിഞ്ഞതോടെ ഗതാ ഗതക്കുരുക്ക് മുറുകി. അതോടെ, അവർ പ്രതീക്ഷിച്ച സമയത്ത് എത്തുക യില്ലെന്ന് ഉറപ്പായി. ഒരു ദിവസം മുഴുവൻ മുന്നിലുള്ളതുപോലെ ഡാൽഗ്ലിഷ് കാറിന്റെ സീറ്റിലേക്ക് അലസമായി ചാരിക്കിടന്നു. എങ്കിലും, മുഖത്ത് വളർന്നുകൊണ്ടിരിക്കുന്ന ഉത്കണ്ഠ മറയ്ക്കാൻ അയാൾക്ക് കഴിഞ്ഞില്ല. അക്ഷമയുടെ കാരണം യുക്തിസഹമായി കണ്ടുപിടിക്കാ നുള്ള ശ്രമങ്ങളും പരാജയപ്പെട്ടു. ഒരുപക്ഷേ, നാഗലിപ്പോൾ പിംലികോ യിലെ ഏതെങ്കിലുമൊരു പബ്ബിൽ വൈകുന്നേരങ്ങളിലെ പതിവ് പൈന്റും കഴിച്ച് ഇരിക്കുന്നുണ്ടാവാം. തൊട്ടടുത്ത വളവിൽ ട്രാഫിക്ക് ലൈറ്റുകൾ അവർക്കെതിരായിരുന്നു. നൂറു മീറ്ററിനുള്ളിൽ ഇത് മൂന്നാം തവണയാണ് കാർ നിർത്തിയിടേണ്ടിവന്നത്. പെട്ടെന്ന് മാർട്ടിൻ പറഞ്ഞു:

"ബോലമിനെ കൊല്ലുന്നതിനുപോലും അവന് കൂടുതൽ സമയം വേണ്ടിവന്നിട്ടില്ല. അധികം വൈകാതെ ശ്രീമതി ഫെൻടൻ-അല്ലെങ്കിൽ മറ്റൊരു ഇര-സ്റ്റീൻ ക്ലിനിക്കിനെതിരേ തിരിയും."

"പക്ഷേ, ബോലിംഗർ കൈയിലെത്തുന്നതുവരെ അവൻ ഇവിടെ ത്തന്നെ തുടരും. അവൻ ഇവിടം വിട്ടുപോകുന്നതിനുമുമ്പ് ബ്ലാക്ക്മെയി ലിംഗ് വെളിച്ചത്തു വന്നാൽ പോലും-അത് നമ്മൾ എങ്ങനെ തെളി യിക്കും? നമ്മളിപ്പോൾ എന്താണ് തെളിയിക്കേണ്ടത്, അക്കാര്യത്തിലേക്ക് വരൂ. ബോലം കൊല്ലപ്പെട്ടതു കൊണ്ടുതന്നെ ജൂറി സംശയാതീതമായി

ചോദിക്കും, അവൾ തന്നെയല്ലേ യഥാർത്ഥ ബ്ലാക്ക്മെയിലറെന്ന്? അഡ്മിനിസ്ട്രേറ്റീവ് ഓഫീസർക്കുള്ള കത്തുകളിൽ പച്ചമഷിയിൽ മേൽവിലാസമെഴുതിയ കത്തുകൾ കണ്ടതായി ഓർക്കുന്നുവെന്ന് നാഗലും പറയും. ഫോൺവിളിച്ചത് ഒരു സ്ത്രീയായിരുന്നെന്ന് ഫെൻടനും ഉറപ്പിച്ചു പറയും. ബ്ലാക്ക്മെയിലർമാരുടെ അന്ത്യം മിക്കവാറും ദാരുണ വുമായിരിക്കും. ശ്രീമതി ഫെൻടന്റെ ഫോൺ വിളിക്കു പുറകെ പോകേണ്ട കാര്യം നാഗലിനില്ല. അവന്റെ കേസിലും അത് സഹായകമാകും. ബോലം മരണപ്പെട്ടതോടെ ബ്ലാക്ക്മെയിലിംഗും അവസാനിച്ചു. ഓ, എനിക്കു തോന്നുന്നത് എല്ലാ വാദങ്ങളും നമുക്കെതിരാണെന്നാണ്! പക്ഷേ, നമുക്ക് ഏതെങ്കിലും ഒന്നെങ്കിലും തെളിയിക്കാൻ കഴിയുമോ?"

ഡാൽഗ്ലിഷ് നിരാശ കലർന്ന ശബ്ദത്തിൽ ചോദിച്ചു. പക്ഷേ, മാർട്ടിൻ അന്നേരം ഉറപ്പോടെയാണ് മറുപടി പറഞ്ഞത്:

"അതിബുദ്ധിമാനാകാനുള്ള ശ്രമമാണ് അവന്റേത്. ഇതുവരെ അങ്ങനെയായിരുന്നു എന്നത് വാസ്തവം. ആ പാവം പെൺകുട്ടിയും ഇപ്പോൾ അവന്റെ ചൊൽപ്പടിയിലുണ്ട്. അവൾ സ്വന്തം കഥ പറഞ്ഞിട്ടു ണ്ടെങ്കിൽ, അവനവിടെ തനിച്ചാകാനിടയില്ല..."

"അവൾ അവിടെയുണ്ടാകും, സർജന്റ്."

"ആ ഭർത്താവിനെക്കുറിച്ച് അവനൊരു ചുക്കും അറിയില്ലെന്ന കാര്യം എനിക്ക് ഉറപ്പുണ്ട്. അവൾ ഒരുപക്ഷേ, അപകടകരമാംവിധം പെരുമാറി യാൽ, അവളുടെ വായടപ്പിക്കാനെങ്കിലും അവൻ അവളെ വിവാഹം കഴി ച്ചേക്കും."

"അവന് കണ്ടെത്താൻ കഴിയാത്ത ആ രേഖയിലേക്ക് ചെന്നെത്തും മുമ്പ്, അവനെ പിടിച്ച് അകത്തിടണം."

ഡാൽഗ്ലിഷ് ശാന്തനായി പറഞ്ഞു.

സ്റ്റീൻ ക്ലിനിക്കിലെ കാവൽക്കാരുടെ മുറിയിൽ നാഗൽ അന്നേരം ഒരു കത്തെഴുതുകയായിരുന്നു. അവൻ അനായാസം എഴുതി. സുഗമവും സുന്ദരവുമായ വരികൾ വിസ്മയകരമാംവിധം കടലാസിലേക്ക് പ്രവഹിച്ചു അത്തരമൊരു കത്തെഴുതിയില്ലെങ്കിൽ മരിച്ചുപോകുമെന്നുപോലും അവന് തോന്നിപ്പോയി. വൈകാരികമായ ഈ അസംബന്ധപ്രവാഹം കാണുന്ന ഒരാൾക്കുപോലും അതെഴുതിയത് നാഗലാണെന്ന് തിരിച്ചറിയാൻ കഴി യുമായിരുന്നില്ല. പക്ഷേ, ആ കത്ത് ജനിയല്ലാതെ മറ്റൊരാളും വായിക്കാ നിടയില്ലായിരുന്നു. അവളുടെ വിശ്വാസം പിടിച്ചുപറ്റാനുള്ള അഭ്യാസം മാത്രമായിരുന്നു അത്. മുപ്പതു മിനിട്ടിനുള്ളിൽ ആ കത്ത് ബോയില റിൽ വീഴും. ഉദ്ദേശ്യം പൂർത്തിയാക്കിയ കത്ത് അതോടെ ഓർമ്മയാകും. ജനിക്ക് പറയാനുള്ളതെന്തെന്ന് ഊഹിക്കാവുന്നതേയുള്ളൂ. അവൻ കട ലാസ് മറിച്ച് എഴുതി:

'നീ ഇതുവായിക്കുമ്പോൾ നമ്മളൊന്നിച്ച് ഫ്രാൻസിലായിരിക്കും. എനിക്കറിയാം, ഇത് നിനക്ക് എത്രമാത്രം വിഷമം വരുത്തിവച്ചെന്ന്. എങ്കിലും, എന്നെ വിശ്വസിക്കൂ, നമ്മളൊന്നിച്ചല്ലാതെ നമുക്ക് ജീവിക്കാൻ കഴിയുമോ? എനിക്കറിയാം, എന്നെങ്കിലുമൊരിക്കൽ വിവാഹിതരാകാൻ മാത്രം നമ്മൾ സ്വതന്ത്രരാകും. അതുവരെ ജനി എനിക്കൊപ്പം സുരക്ഷിതയായി കഴിയും. ജനിയുടെ ജീവിതത്തിലെ സന്തോഷങ്ങൾ കാണാൻ മാത്രമുള്ളതാണ് എന്റെ ശേഷിക്കുന്ന ജീവിതം. ദയവുചെയ്ത് എന്നെ മനസ്സിലാക്കി എന്നോട് പൊറുക്കൂ!'

അവസാന വാചകം നന്നായിട്ടുണ്ടെന്ന് അവന് തോന്നി. അതിലെ ദൈന്യത എന്തായാലും ജനിയെ ആകർഷിക്കും. മറ്റാരും ആ കുറിപ്പ് കാണാനും പോകുന്നില്ല. അവൻ അവളെ അടുത്തേക്കു വിളിച്ചു. എന്നിട്ട് മേശപ്പുറത്തിരുന്ന ആ കടലാസ് അവളുടെ അരികിലേക്ക് നീക്കിവച്ചു.

"ഇങ്ങനെയൊക്കെ സംഭവിക്കുമോ?"

അവൾ നിശ്ശബ്ദമായി വായിച്ചു.

"സാധ്യതയുണ്ട്."

"നാശം പിടിക്കാൻ, ഇതിനെന്താ കുഴപ്പം?"

കരുതലോടെ ചെയ്ത പരിശ്രമം വേണ്ടത്ര നന്നായില്ല എന്നറിഞ്ഞതോടെ, ദേഷ്യം അവന്റെയുള്ളിൽ തിളച്ചുമറിഞ്ഞു. അതുവായിക്കുമ്പോൾ അവൾ സന്തോഷം കൊണ്ട് മതിമറക്കുമെന്നായിരുന്നു അവൻ പ്രതീക്ഷിച്ചത്. പക്ഷേ, അവളുടെ പ്രതികരണം മറ്റൊരു തരത്തിലായിരുന്നു.

"ഇല്ല. പ്രത്യേകിച്ച് കുഴപ്പമൊന്നുമില്ല."

"എങ്കിൽ നീയൊരു കാര്യം ചെയ്യ്, നിന്റെ മനസ്സിലുള്ളത് നീയും എഴുതൂ. അതിന്റെ അടിയിലല്ല, വേറൊരു കടലാസിൽ."

അവളുടെ കണ്ണുകളിലേക്ക് നോക്കാതെ ഒളിപ്പിച്ചു കടത്തുന്ന മട്ടിൽ അവൻ ഒരു കടലാസുകഷണം അവളുടെ അരികിലേക്ക് നീക്കിവച്ചു. പക്ഷേ, അതിന് ഒരുപാട് സമയമെടുത്തു. അതിന് എത്ര സമയം വേണ്ടിവരുമെന്ന് അവന് യാതൊരു ഉറപ്പുമില്ലായിരുന്നു.

"ചുരുക്കി എഴുതുന്നതാണ് നല്ലത്."

അവന്റെ നിർദ്ദേശം കേട്ടപ്പോൾ അവൾ പേന കൈയിലെടുത്തു. എങ്കിലും എന്തെങ്കിലും എഴുതാനുള്ള മാനസികാവസ്ഥയിലായിരുന്നില്ല അവൾ.

"എന്താണ് പറയേണ്ടതെന്ന് എനിക്കറിയില്ല."

"ഒരുപാടൊന്നും വേണമെന്നില്ല. എല്ലാം ഞാൻ പറഞ്ഞു കഴിഞ്ഞല്ലോ?"

"ശരിയാണ്, നീ എല്ലാം പറഞ്ഞുകഴിഞ്ഞു."

അവളുടെ വാക്കുകളിൽ കടുത്ത വിഷാദം തളംകെട്ടി നിന്നു.

ഉള്ളിലെ അസ്വസ്ഥത മുഴുവൻ പ്രകടിപ്പിക്കുന്ന തരത്തിലായിരുന്നു അവന്റെ വാക്കുകൾ:

"അവരുടെ ദുഃഖത്തിന് കാരണക്കാരിയായതിൽ ക്ഷമിക്കണമെന്നും പക്ഷേ, നീ നിസ്സഹായയയാണെന്നും അങ്ങനെയെന്തെങ്കിലും എഴുതിയാൽ മതി. നാശം പിടിക്കാൻ, നീ ലോകാവസാനം വരെ ജീവിക്കാനൊന്നും പോകുന്നില്ല. ഇത് അവർക്കു വേണ്ടി മാത്രമാണ്. അവർക്ക് നിന്നെ കാണണമെന്നുണ്ടെങ്കിൽ ഞാൻ തടയില്ല. അക്കാര്യമോർത്ത് നീ എന്നോട് മുഖം ചുളിക്കേണ്ട. ഞാൻ, മുകളിലുള്ള മിസ് സാക്സന്റെ മുറിവരെ പോയി വരാം. തിരികെ വരുമ്പോൾ നമ്മൾ ആഘോഷിക്കാൻ പോവുകയാണ്. ബിയർ മാത്രമേ ഉണ്ടാകൂ. പക്ഷേ, ഇന്ന് നീയും ബിയർ കുടിക്കണം. ഡാർലിംഗ്, എനിക്കുവേണ്ടി നീയത് ചെയ്യണം. നിനക്കത് ഇഷ്ടപ്പെടും, തീർച്ച."

അവൾ മറുത്തെന്തെങ്കിലും പറയുന്നതിനു മുമ്പ്, ഉപകരണങ്ങൾ സൂക്ഷിക്കുന്ന പെട്ടിയിൽ നിന്ന് ഒരു സ്ക്രൂഡ്രൈവറുമെടുത്ത് അവൻ വേഗം പുറത്തേക്കു പോയി. പേടിച്ചരണ്ട അവളുടെ നോട്ടം അവനെ പിന്തുടരുന്നുണ്ടായിരുന്നു. പക്ഷേ, അവൾ പിൻവിളിക്ക് മുതിർന്നില്ല.

മിസ് സാക്സന്റെ മുറിയിലെ അലമാര തുറക്കാൻ അവന് ഒരു നിമിഷം മതിയായിരുന്നു. അപകടകരമായ മരുന്നുകൾ സൂക്ഷിച്ചിരുന്ന അലമാരയിൽ നിന്ന് ഞൊടിയിടയിൽ അവനാവശ്യമുള്ളത് കൈയിലെ റബ്ബർ കൈയുറയിലേക്ക് വന്നുവീണു. അലമാര തുറന്നപ്പോഴുണ്ടായ ഭയാനകശബ്ദം കേട്ട് ഒരുനിമിഷം അവൻ മരവിച്ചുനിന്നു. അന്നേരം അവളുടെ നിലവിളിശബ്ദം പ്രതീക്ഷിച്ചെങ്കിലും അതുണ്ടായില്ല. ഏതാണ്ട് ആറുമാസങ്ങൾക്കു മുമ്പ് ഡോ. ബാഗ്ലിയുടെ രോഗികളിലൊരാൾ പെട്ടെന്ന് വയലന്റായത് അവന്റെ ഓർമ്മയിൽ തെളിഞ്ഞു നാഗൽ അയാളെ അടക്കിനിർത്താൻ ശ്രമിച്ചപ്പോൾ, ബാഗ്ലി സിസ്റ്ററോട് ആവശ്യപ്പെട്ടത് പാരാൽഡീഹൈഡ് കൊണ്ടുവരാനായിരുന്നു. ഡോക്ടറുടെ വാക്കുകൾ അവൻ വീണ്ടും കേട്ടു:

"നമുക്കിത് ബിയറിൽ ചേർത്ത് കൊടുക്കാം. ബിയറിലാകുമ്പോൾ പെട്ടെന്ന് അതിന്റെ ചവർപ്പ് വേർതിരിച്ചറിയാൻ കഴിയില്ല. സിസ്റ്റർ 2 സി.സി. എടുക്കൂ."

ജനിക്ക് ബിയർ ഇഷ്ടമില്ലായിരുന്നെന്നു മാത്രമല്ല, അതിന്റെ രുചി പോലും അറിയില്ലായിരുന്നു.

പെട്ടെന്നുതന്നെ പാരാൽഡീഹൈഡിന്റെ ചെറിയ നീലക്കുപ്പിയും കൈക്കലാക്കി അവൻ അവിടെനിന്നു മടങ്ങി. കൈയിലുണ്ടായിരുന്ന ടോർച്ചുവെളിച്ചത്തിലാണ് നീങ്ങിയതെങ്കിലും വെളിച്ചം കൂടുതൽ

ഇടങ്ങളിലേക്ക് പരക്കാതിരിക്കാൻ അവൻ പരമാവധി ശ്രമിച്ചു. അനിശ്ചിതത്വം നിറഞ്ഞ അരമണിക്കൂർ കൂടി അവന് ആവശ്യമുണ്ടായിരുന്നു.

അവൻ പെട്ടെന്നുതന്നെ മടങ്ങിവന്നതുകണ്ട് അവൾ തെല്ലൊന്ന മ്പരന്നു. അവളുടെ പിൻകഴുത്തിൽ ചുംബിച്ചുകൊണ്ടാണ് അവൻ വന്നു കയറിയത്.

“എന്നോട് ക്ഷമിക്കൂ ചക്കരേ, നിന്നെ തനിച്ചാക്കി ഞാൻ എവിടേക്കും പോകാൻ പാടില്ലായിരുന്നു. നീ മാനസികമായി തളർന്നിരിക്കുകയാണെന്ന കാര്യംപോലും ഞാൻ ഒരുനിമിഷം മറന്നുപോയി. ആ പൂട്ടിന് കൂടുതൽ നേരം എന്നെ കാത്തിരിക്കാൻ കഴിയില്ലായിരുന്നു. അതൊക്കെ പോട്ടെ, എഴുത്ത് എവിടെവരെയായി?”

അവളത് അവന്റെയടുത്തേക്ക് നീക്കിവച്ചു ബോധപൂർവം അടിവരെയിട്ട് ചില പദങ്ങളെ അവൻ ശ്രദ്ധാപൂർവം ആവർത്തിച്ചു വായിച്ചു. ഏതു ദുർമരണ വിചാരണക്കോടതിക്കും ഉത്തമബോധ്യമാകുന്ന മട്ടിലുള്ള വ്യക്തമായ ആത്മഹത്യാക്കുറിപ്പായിരുന്നു അത്. അവൾ എഴുതിയതിൽ കൂട്ടിച്ചേർക്കേണ്ടതോ ഒഴിവാക്കേണ്ടതോ ആയ ഒരു വാക്കുപോലുമില്ലായിരുന്നു. മികച്ച ഒരു പെയ്ന്റിംഗ് പൂർത്തിയാക്കിയ ആഹ്ളാദത്തിലായിരുന്നു അവൻ. ഇനി സമയം പാഴാക്കാനില്ല. ജനിയുടെ കുറിപ്പ് അവൻ ഒരാവർത്തിക്കൂടി വായിച്ചു.

> *‘ഞാൻ ചെയ്തുപോയതിനെയോർത്ത് ക്ഷമ ചോദിക്കുന്നില്ല. എനിക്ക് മറ്റു മാർഗങ്ങളില്ലായിരുന്നു. ഞാൻ നിങ്ങളെ ഉപദ്രവിക്കുകയായിരുന്നുവെന്ന് അറിഞ്ഞിരുന്നില്ലെങ്കിൽ, എല്ലാം നല്ലരീതിയിൽ കലാശിക്കുമായിരുന്നു. പക്ഷേ, എനിക്ക് ചെയ്യാൻ കഴിയുന്ന ഒരേയൊരു നല്ലകാര്യം ഇതുമാത്രമാണ്. ദയവുചെയ്ത് എന്നെ എപ്പോഴെങ്കിലും മനസ്സിലാക്കണം. ഞാൻ നിങ്ങളെ ഒരുപാട് സ്നേഹിക്കുന്നു.’*
>
> *- ജനി*

അവൻ കത്ത് തിരികെ മേശപ്പുറത്തുതന്നെ വച്ചിട്ട് ഗ്ലാസ്സുകളിലേക്ക് ബിയർ പകരാൻ തുടങ്ങി. അലമാരയുടെ തുറന്നുകിടന്ന വാതിലിന്റെ മറവിലായിരുന്നു അവന്റെ ചെയ്തികളെല്ലാം. ദൈവമേ, പെട്ടെന്ന് ഇതൊന്ന് അലിഞ്ഞില്ലാതായെങ്കിൽ! എന്ന് അവനാഗ്രഹിച്ചു പെട്ടെന്ന്, സമർത്ഥമായൊരു നീക്കത്തിലൂടെ ഒരു വിളക്കിനെ അവൻ പുകവിളക്കു പോലെയാക്കി മാറ്റി. എന്നിട്ട് അവളെ അവിടേക്ക് വിളിച്ചു.

“സന്തോഷമായില്ലേ, നിനക്ക്?”

“എന്റെ കാര്യം നിനക്കറിയാമല്ലോ?”

“എന്നാൽ, ഇത് കുടിക്ക്. ഇത് നമുക്കുവേണ്ടിയുള്ളതാണ്, ഡാർലിംഗ്.”

“അതെ. നമുക്കു വേണ്ടി.”

ആ ദ്രാവകം ചുണ്ടിൽ തട്ടിയപ്പോൾ അവൾ മുഖം ചുളിച്ചു. അവൻ അതുകണ്ട് ചിരിച്ചു.

"ഇപ്പോൾ നിന്റെ മുഖം കണ്ടാൽ, നീ വിഷമാണ് കുടിക്കുന്നതെന്നു തോന്നും. ഒറ്റവലിക്ക് അകത്താക്ക് പെണ്ണേ, ദേ, ഇതുപോലെ!"

അവൻ വായ തുറന്ന് ബിയർ തൊണ്ടക്കുഴിയിലേക്ക് ഒഴിച്ചു. ചിരിക്കാൻ ശ്രമിച്ചുകൊണ്ട് അവളും അതുപോലെ ചെയ്തു. കാലിയായ ഗ്ലാസ് അവളുടെ കൈയിൽ നിന്ന് വാങ്ങിയ ശേഷം അവൻ അവളെ മുറുകെ പിടിച്ചു. അവൾ അവനോടു ചേർന്നുനിന്നു. അവളുടെ കൈകളിലെ അപാരമായ തണുപ്പ് അവന്റെ പിൻകഴുത്തിനെ പൊള്ളിച്ചു. അവളുടെ കൈകളിൽ നിന്ന് തന്ത്രപരമായി കുതറിമാറിയ അവൻ കസേരയിൽ ഇരുന്നു. എന്നിട്ട്, ഗ്യാസടുപ്പിനോട് കൂടുതൽ ചേർന്നിരിക്കാൻ അവളെ നിർബന്ധിച്ചു. അവൻ പെട്ടെന്ന് ലൈറ്റ് ഓഫ് ചെയ്തതോടെ, തീ വെളിച്ചത്തിൽ അവളുടെ മുഖം കൂടുതൽ തിളങ്ങി. അന്നേരം അവർക്കിടയിലെ നിശ്ശബ്ദതയെ ഭേദിച്ചിരുന്നത് ഗ്യാസടുപ്പിൽ നിന്നുയരുന്ന നേരിയ ശബ്ദം മാത്രമായിരുന്നു.

സോഫയിൽ നിന്ന് ഒരു കുഷ്യനെടുത്ത് അവളുടെ തലക്കീഴിൽ വച്ചുകൊടുത്തു; ഒരെണ്ണം മാത്രം. മറ്റേത് അവൻ വിട്ടുകൊടുത്തില്ല. ഗ്യാസ് സ്റ്റൗവിന്റെ അടിയിൽ അപ്പോഴും അത് വിശ്രമിക്കുന്നുണ്ടായിരുന്നു. അബോധത്തിനും മരണത്തിനുമിടയിൽ കിട്ടുന്ന സ്വസ്ഥമായ ഉറക്കത്തിൽ നിന്ന് അവളിനി ഉണരുമെന്നു തോന്നുന്നില്ല. അവൻ ഇടംകൈകൊണ്ട് അവളെ ചുറ്റിപ്പിടിച്ചിരുന്നതുകൊണ്ട് അവർക്കിടയിൽ സംസാരമൊന്നും നടന്നില്ല. പെട്ടെന്ന് അവൾ അവനുനേരെ നോക്കി. അവൾ എന്തോ പറയാൻ ശ്രമിച്ചെങ്കിലും നാവ് പുഴമത്സ്യത്തെപ്പോലെ വഴുതിക്കളിച്ചു. ഒടുവിൽ അത് പല്ലുകൾക്കിടയിൽ കുടുങ്ങി. അവളുടെ കണ്ണുകൾ കുഴിയിലേക്ക് ഇറങ്ങിപ്പോയതുപോലെ കാണപ്പെട്ടെങ്കിലും, അഭിനിവേശത്തിന്റെ അവസാന തുടിപ്പുകൾ അവസാനിച്ചിരുന്നില്ല. "ഡാർലിംഗ്" , അവൾ മെല്ലെ ചുണ്ടനക്കി. ഈ അവസ്ഥയിൽ എങ്ങനെയാണ് സ്നേഹം പ്രകടിപ്പിക്കുകയെന്നറിയാതെ അവൻ ദൈവത്തെ വിളിച്ചു. അവളോട് അടങ്ങിയിരിക്കാൻ ആവശ്യപ്പെട്ടെങ്കിലും അതിനു കഴിഞ്ഞില്ല. ഇപ്പോൾ അങ്ങനെ സംഭവിക്കാൻ പാടില്ല. ലൈംഗികബന്ധം പുലർത്തിയ കാര്യം പൊലീസ് പാത്തോളജിസ്റ്റ് ഉറപ്പായും കണ്ടുപിടിക്കും. ആദ്യമായിട്ടായിരുന്നു അവന് അത്തരമൊരു സാഹചര്യം അഭിമുഖീകരിക്കേണ്ടിവന്നത്. വല്ലവിധേനയും അവൻ അവളോടു പറഞ്ഞു:

"ഇപ്പോൾ വേണ്ടാ, ഡാർലിംഗ്. എനിക്കതിന് കഴിയുമെന്നു തോന്നുന്നില്ല. അതൊരു സാഹസം തന്നെയായിരിക്കും."

അവൾ അവനെ നോക്കി അവ്യക്തമായി എന്തോ പറഞ്ഞുകൊണ്ട്, ഇടതുകാൽ അവന്റെ തുടമേൽ കയറ്റിവച്ചു. ആ കാൽ അവിടെത്തന്നെ

ഇരുന്നു. അതേക്കുറിച്ച് എന്തെങ്കിലും സംസാരിക്കാനോ, കാൽ അവിടെ നിന്ന് മാറ്റാനോ അവൻ ധൈര്യപ്പെട്ടില്ല. അവളുടെ അബോധത്തിലേക്കുള്ള വഴിയിൽ തടസ്സങ്ങൾ നിരത്താൻ അവന് താത്പ്പര്യമില്ലായിരുന്നു. അവൾ ശ്വാസമെടുക്കാൻ വല്ലാതെ ബുദ്ധിമുട്ടുന്നുണ്ടായിരുന്നു. അവളുടെ ചൂട് നിശ്വാസം ഇടതുചെവിയെ അസ്വസ്ഥമാക്കിയെങ്കിലും അതൊന്നും അവൻ കാര്യമാക്കിയില്ല. എത്രനേരം അത് തുടരുമെന്ന കാര്യം ദൈവത്തിനു മാത്രമേ അറിയൂ! അവൻ ശ്വാസമടക്കിപ്പിടിച്ച് അവളെത്തന്നെ നോക്കി. പെട്ടെന്ന്, കൂട്ടിലിട്ട മൃഗത്തെപ്പോലെ അവൾ മുരണ്ടു. അവളുടെ ശ്വാസഗതി മാറുന്നത് അവൻ ചങ്കിടിപ്പോടെ ശ്രദ്ധിച്ചു. പിരിമുറുക്കങ്ങളെല്ലാം അവസാനിപ്പിച്ച് അവളുടെ വിശ്രാന്തിയിലേക്ക് ചാഞ്ഞു അവൾ ഉറക്കത്തിലേക്ക് വീണു.

അവൾക്ക് അല്പസമയംകൂടി കൊടുക്കാമെന്ന് അവനു തോന്നി. കൂടുതൽ സമയം മുന്നിലില്ലെങ്കിലും തിരക്ക്കൂട്ടേണ്ടന്ന് അവൻ തീരുമാനിച്ചു. അവളുടെ ശരീരത്തിൽ പരിക്കുകളില്ലാതിരിക്കുകയെന്ന് എത്രമാത്രം പ്രധാനപ്പെട്ട കാര്യമാണെന്ന് അവനറിയാമായിരുന്നു. ഇപ്പോഴെങ്ങാനും അവൾ എഴുന്നേൽക്കുകയും അവനോടു ചെറുത്തു നിൽക്കുകയും ചെയ്താൽ പരുക്കിനുള്ള സാധ്യത കൂടുതലാണ്. കാര്യങ്ങൾ ഇത്രയും കൊണ്ടെത്തിച്ചശേഷം ഇനി പിന്തിരിയുന്നതിൽ അർത്ഥമില്ല.

അതുകൊണ്ട് അവൻ കാത്തിരുന്നു. ആലിംഗനബദ്ധരായി കിടക്കുന്ന മൃതദേഹങ്ങളെപ്പോലെ - നിശ്ചലമായിരുന്നു അന്നേരം അവരുടെ ശരീരങ്ങൾ. അല്പനേരം കഴിഞ്ഞ് അവൻ വലതുകൈമുട്ട് ഉയർത്തി അവളെ ആകാംക്ഷയോടെ നോക്കി. അവളുടെ മുഖം വിളറിയിരുന്നു. പല്ലുകൾ പുറത്തു കാണുന്ന വിധം പാതി തുറന്ന നിലയിലായിരുന്നു വായ. അവളുടെ മൂക്കിൽനിന്ന് പാരാൽഡീഹൈഡിന്റെ രൂക്ഷഗന്ധം പുറത്തേക്കു വന്നു. മുകളിലേക്ക് അല്പം മാത്രം ചരിഞ്ഞ പുരികങ്ങളും കവിളിലെ നേരിയ നിറവ്യത്യാസവും അവൻ ഒരുനിമിഷം നോക്കിനിന്നു. ഇതിനു മുമ്പ്, അവളുടെ മുഖം വരയ്ക്കുമ്പോഴൊന്നും അക്കാര്യം ശ്രദ്ധിച്ചിരുന്നില്ലെന്ന കാര്യം അവന് വിചിത്രമായി തോന്നി, പക്ഷേ, ഇനി അതേക്കുറിച്ച് ചിന്തിച്ചിട്ട് കാര്യമില്ല.

അവൻ എന്തൊക്കെയോ പിറുപിറുത്തുകൊണ്ട് അവളെയും താങ്ങിയെടുത്ത് ഗ്യാസടുപ്പിന്റെ കരിപുരണ്ട മുഖത്തിനടുത്തേക്ക് ചെന്നു.

"സാരമില്ല, ജനി ഡാർലിംഗ്. ഞാനിവിടെത്തന്നെയുണ്ട്. ഞാൻ നിന്നെ നോക്കിക്കൊള്ളാം. എല്ലാം ശരിയാവും, ഡാർലിംഗ് നീ കേൾക്കുന്നുണ്ടോ?"

കാര്യങ്ങൾ ഒന്നുകൂടി ഉറപ്പുവരുത്താനായിരുന്നു അവൻ അങ്ങനെ ചോദിച്ചത്.

വലിയ, പഴയ ഫാഷനിലുള്ള ഗ്യാസടുപ്പിൽ കുഷ്യൻ ഉൾപ്പടെ കയറിപ്പോകാൻ ആവശ്യത്തിന് സ്ഥലമുണ്ടായിരുന്നു. തറയിൽ നിന്ന് ഏതാനും

ഇഞ്ചുകൾ മാത്രം ഉയർന്നിരിക്കുകയായിരുന്നു അടുപ്പ്. എത്രമാത്രം ഉള്ളിലേക്ക് തിരുകിക്കയറ്റാൻ ശ്രമിച്ചിട്ടും അവളുടെ ചുമലുകൾ ഉള്ളിലേക്കു കടത്താൻ അവന് കഴിഞ്ഞില്ല. കുഷ്യനുംകൂടി ഉള്ളിലേക്കു കടത്തിയാൽ ഗ്യാസ് പമ്പു ചെയ്യുന്ന കുഴലുകൾക്ക് എന്തെങ്കിലും തടസ്സമുണ്ടാകുമോ എന്ന് അവൻ പരിശോധിച്ചു. പാതിതുറന്ന വായും പാതിയടഞ്ഞ കണ്ണുകളും കണ്ടാൽ വീണ്ടും മരണം നുകരാൻ കാത്തുകിടക്കുന്ന കുട്ടിയാണെന്നേ തോന്നൂ. ശരീരത്തിനടിയിൽ പെട്ടുപോയ അവളുടെ കൈകൾ വിടർത്തിമാറ്റിയത് കൂടുതൽ സുഖകരമായെന്ന മട്ടിൽ ഒരു ചെറിയ ദീർഘനിശ്വാസം അവളിൽ നിന്ന് ഉണ്ടായതുപോലെ തോന്നി.

അവൻ അവസാനമായി അവളെയൊന്നു നോക്കിയിട്ട് സ്വന്തം കൈവേലയിൽ സംതൃപ്തി പ്രകടിപ്പിച്ചു.

ഇനി ഒട്ടും സമയം കളയാനില്ല. അതിശയിപ്പിക്കുന്ന വേഗത്തിൽ നീങ്ങിക്കൊണ്ടിരുന്ന അവന്റെ ശ്വാസോച്ഛ്വാസ ശബ്ദം മാത്രം അവിടമാകെ നിറഞ്ഞു. അതിനിടയിൽ, കുപ്പായക്കീശയിൽ റബ്ബർ കൈയുറകൾ തടഞ്ഞു ആത്മഹത്യാക്കുറിപ്പ് മേശപ്പുറത്തുണ്ടായിരുന്നു. അവൻ സ്ക്രൂഡ്രൈവറെടുത്ത് അവളുടെ കൈയിൽ വച്ചുകൊണ്ട് കൈത്തലം അമർത്തി. വലതുകൈവിരലുകൾ അതിന്റെ തിളക്കമുള്ള ഭാഗത്തും പതിപ്പിച്ചു. അങ്ങനെ അവൾ അതുപയോഗിച്ചതിന് തെളിവുണ്ടായി. എന്നിട്ട്, സ്ക്രൂഡ്രൈവറെടുത്ത് ആത്മഹത്യാക്കുറിപ്പിന്റെ മീതെ വച്ചു.

അവൻ കുടിച്ച ഗ്ലാസ്സെടുത്ത് നന്നായി കഴുകി അലമാരയിൽ തന്നെ തിരികെവച്ചു. മേശത്തുണിയിൽ കണ്ടെത്താനിടയുള്ള പൊടി ഒഴിവാക്കാൻ അത് ഗ്ലാസിലെ തീയിലേക്ക് കാണിച്ചു. എന്നിട്ട് തീ അണച്ചു. ഇവിടെ നിന്ന് വിരലടയാളം കണ്ടെത്തിയാലും കുഴപ്പമില്ല. അവസാനമായി പതിപ്പിച്ച വിരലടയാളം കണ്ടെത്താനാവില്ല. പാരാൽഡീഹൈഡിന്റെ കുപ്പിയും ജനി കുടിച്ച ഗ്ലാസും എന്തുചെയ്യണമെന്ന് അവൻ ഒരു നിമിഷം ആലോചിച്ചു. എന്നിട്ട് അത് സ്ക്രൂഡ്രൈവറിനൊപ്പം മേശപ്പുറത്തുതന്നെ വയ്ക്കാൻ തീരുമാനിച്ചു. മേശയിലിരുന്ന് മദ്യപിക്കുകയും അതിനുശേഷം സ്റ്റൗവിനടുത്തേക്ക് പോയെന്നും ആർക്കു വേണമെങ്കിലും ഉറപ്പിക്കാം. പടിക്കെട്ടുകളിറങ്ങി താഴേക്കു വന്നപ്പോഴുള്ള വിരലടയാളങ്ങളും ലഭ്യമാകും. മരുന്നുകുപ്പിയിൽ നിന്ന് സ്വന്തം വിരലടയാളങ്ങൾ അവൻ മായ്ച്ചു കളഞ്ഞു. എന്നിട്ട് അവളുടെ കൈയിൽവച്ചു കറക്കുകയും കുപ്പിയുടെ അടപ്പിൽ അവളുടെ തള്ളവിരലിന്റെ അടയാളം പതിപ്പിക്കുകയും ചെയ്തു. ഉണരാനാവാത്ത വിധം ഉറങ്ങുകയായിരുന്നെങ്കിലും അവളെ സ്പർശിക്കാൻ അവൻ ഭയന്നു. എന്നാലും, തൊട്ടുനോക്കിയപ്പോൾ അവളുടെ കൈകളിൽ എല്ലില്ലാത്തതുപോലെ അനുഭവപ്പെട്ടു. കുറേനേരം അവളെ ചുറ്റിപ്പറ്റി നിന്നെങ്കിലും അവർക്കിടയിൽ ഏതെങ്കിലും തരത്തിലുള്ള ആശയവിനിമയങ്ങളോ ആസക്തിയുടെ

പതിവ് കൈമാറ്റങ്ങളോ നടന്നില്ല. ബിയർ കുപ്പിയിലും ഗ്ലാസ്സിലും അവളുടെ വിരലടയാളം പതിപ്പിച്ചപ്പോൾ മാത്രമാണ് ഒരിക്കൽക്കൂടി അവളെ സ്പർശിക്കേണ്ടി വന്നത്.

ഒടുവിൽ, ഫ്രെഡിക്കെഴുതിയ കത്തും കൈയുറകളും അവൻ ബോയിലറിലേക്കിട്ടു. എന്നിട്ട് ഗ്യാസ് ഓൺ ചെയ്തു. സ്റ്റൗവിന്റെ തൊട്ടടുത്ത് അവളുടെ വലതുകൈ ഉണ്ടായിരുന്നു. അവൻ ആ കൈ പൊക്കിയെടുത്ത്, അവളുടെ ചൂണ്ടുവിരലും തള്ളവിരലും ഗ്യാസിന്റെ ടാപ്പിൽ പതിപ്പിച്ചു. ഗ്യാസിന്റെ ശബ്ദം മാത്രം വീണ്ടും ഉയർന്നു. ഇനി, എല്ലാം കൂടി എത്രനേരം പിടിക്കും? ഒരു പിടിയുമില്ല. എങ്കിലും ഒരുപാട് നേരം വേണ്ടിവരില്ലെന്ന് ഉറപ്പാണ്. ഒരുപക്ഷേ, ചില മിനിട്ടുകൾകൊണ്ട് എല്ലാം കഴിയും. അവൻ ലൈറ്റ് കെടുത്തി, മുറി വിട്ടിറങ്ങി. അവനു പിന്നിൽ മുറിയുടെ വാതിലടഞ്ഞു.

അപ്പോഴാണ് മുൻവാതിലിന്റെ താക്കോലുകളുടെ കാര്യം അവന് ഓർമ്മ വന്നത്. അതിലും അവളുടെ വിരലടയാളം പതിയേണ്ടതുണ്ട്. അവന്റെ ഹൃദയം ശക്തിയായി മിടിച്ചു. ആ ചെറിയ തെറ്റുമതിയായിരുന്നു എല്ലാം തലകീഴ്മേൽ മറിയാൻ. ടോർച്ചുവെളിച്ചത്തിൽ അവൻ വീണ്ടും ആ മുറിയിലേക്ക് പാഞ്ഞു കയറി. പോക്കറ്റിൽ നിന്ന് താക്കോലെടുത്ത് അവളുടെ ഇടതുകൈയിൽ പിടിപ്പിച്ചു. ക്രമരഹിതമായ ശ്വാസഗതിയിൽ ഗ്യാസ് കെട്ടുപോകാതിരിക്കാൻ അവൻ പരമാവധി ശ്രമിച്ചു. മുറിയിലെ ഇരുട്ടിൽ നിന്ന് ടൈഗറിന്റെ കരച്ചിൽ കേൾക്കുന്നതിനു മുമ്പ് അവൻ വാതിലിനടുത്തെത്തി. അലമാരയുടെ അടിയിൽ കിടന്ന് ഉറങ്ങുകയായിരുന്നു ആ പൂച്ച. അത് മെല്ലെ നടന്നുവന്ന് അവളുടെ ശരീരത്തിനടുത്ത് ചുറ്റിപ്പറ്റി നിന്നു.. അവളിൽ നിന്ന് പ്രതികരണമൊന്നുമില്ലാതെ വന്നപ്പോൾ പൂച്ച അവളുടെ കാലുകളിൽ തട്ടിനോക്കി. ഒരിക്കൽക്കൂടി അവളുടെ അരികിലേക്ക് ചെല്ലാൻ നാഗലിന് കഴിഞ്ഞില്ല.

"ഇവിടെ വാ ടൈഗർ, ഇങ്ങോട്ടു വാടാ."

അവൻ പതിഞ്ഞ ശബ്ദത്തിൽ ടൈഗറിനെ വിളിച്ചു.

പൂച്ച, അവന്റെ വിളികേട്ട് തിരിഞ്ഞുനോക്കിയെങ്കിലും ആവശ്യം പിന്നീട് പരിഗണിക്കാമെന്ന മട്ടിൽ നിസ്സംഗതയോടെ നിന്നതേയുള്ളൂ. അല്പനേരം കഴിഞ്ഞ് ടൈഗർ ഒന്നുമറിയാത്ത ഭാവത്തിൽ വാതിലിനടുത്തേക്ക് മെല്ലെ അസാധാരണമായ ഒരു നീക്കത്തിലൂടെ ഇടതുകാൽ കൊളുത്തു പോലെയാക്കി ടൈഗറിന്റെ പതുപതുത്ത വയറിനടിയിലൂടെ വളച്ച് നാഗൽ അതിനെ മുകളിലേക്ക് പൊക്കിയെടുത്തു.

"ഇവിടെക്കിടന്നു ചത്തുപോകേണ്ടെങ്കിൽ, എവിടെക്കെങ്കിലും ഓടി രക്ഷപ്പെടാൻ നോക്ക്, മണ്ടച്ചാരേ!"

അവൻ വാതിലടച്ചു. പെട്ടെന്ന്, കാര്യം മനസ്സിലാക്കിയെന്നപോലെ, പൂച്ച ഇരുളിലേക്ക് ഇറങ്ങിയോടി.

നാഗൽ വെളിച്ചമില്ലാതെ തന്നെ പിൻവാതിലിന് അടുത്തേക്ക് നീങ്ങി. കുറ്റിയെടുത്ത് പുറത്തിറങ്ങുന്നതിനു മുമ്പ്, പുറത്തെ കുറ്റിക്കാടും പരിസരവും നിരീക്ഷിച്ചു. ആരുമില്ലെന്ന് ഉറപ്പുവരുത്തിയ ശേഷം പുറത്തേക്കിറങ്ങി. അന്നേരം ക്ഷീണത്തിന്റെ ലക്ഷണങ്ങൾ അവനിൽ കണ്ടുതുടങ്ങി. അവന്റെ കൈകാലുകളും നെറ്റിത്തടവും വല്ലാതെ വിയർക്കുകയും, ശ്വാസമെടുക്കാൻ ബുദ്ധിമുട്ടുകയും ചെയ്തു. കിതപ്പോടെ അവൻ രാത്രിത്തണുപ്പിലേക്ക് ഇറങ്ങി നടന്നു. മൂടൽമഞ്ഞിന് കടുപ്പമില്ലാതിരുന്നതുകൊണ്ട്, അധികം ദൂരെയല്ലാതെ ഒരു തെരുവ് വിളക്ക് കത്തിക്കിടക്കുന്നത് അവൻ കണ്ടു. ഇരുളിനെ ഭേദിച്ചുവരുന്ന ആ മഞ്ഞവെളിച്ചം അവനെ സന്തോഷിപ്പിച്ചു. ആരുടെയും കണ്ണിൽപ്പെടാതെ, നാല്പതു വാരയെങ്കിലും അകലെയെത്തിയാൽ ഈ കുറ്റിക്കാട്ടിൽ നിന്ന് രക്ഷപ്പെടാമെന്ന് അവന് പ്രതീക്ഷയുണ്ടായിരുന്നു. എങ്കിലും അവിടെയെത്താൻ കഠിനപരിശ്രമം തന്നെ വേണ്ടി വരും. കാലുകളുടെ കരുത്ത് ചോർന്നുപ്പോയിരിക്കുന്നു. ഇരുളിന്റെ മറപ്പറ്റി പതുങ്ങി നീങ്ങുകയായിരുന്ന അവനെ പിന്നിൽ നിന്ന് ആരോ പിടിച്ചുനിർത്തിയതുപോലെ തോന്നി. പരിഭ്രാന്തിയോടെ തിരിഞ്ഞുനോക്കിയപ്പോൾ അതൊരു മരച്ചില്ലയാണെന്നു മനസ്സിലായി. അതോടെ, ഒട്ടും തിരക്കു കൂട്ടേണ്ടതില്ലെന്ന് അവൻ തീരുമാനിച്ചു. ഒടുവിൽ, വല്ലവിധേനയും കുറ്റിക്കാടിനു പുറത്തുവന്നു. ഇനി ഒരിക്കൽക്കൂടി മുൻവാതിലിന്റെ അടുത്തെത്തണം. എന്നിട്ട്, ഏതെങ്കിലുമൊരു വഴിപോക്കൻ കാണുന്നതുവരെ വാതിലിൽ ശക്തിയായി മുട്ടണം. അന്നേരം പറയാനുള്ള വാചകങ്ങളും അവൻ തയ്യാറാക്കിയിരുന്നു.

"അവൾ എന്റെ പെണ്ണാണ്. അവൾ ഇവിടെത്തന്നെയുണ്ടെന്ന് എനിക്കറിയാം, പക്ഷേ, എത്ര വിളിച്ചിട്ടും വാതിൽ തുറക്കുന്നില്ല. ഇന്നു വൈകുന്നേരവും അവൾ എന്നോടൊപ്പമുണ്ടായിരുന്നതാണ്. അവൾ പോയതിനു ശേഷം നോക്കിയപ്പോൾ ക്ലിനിക്കിന്റെ താക്കോൽക്കൂട്ടവും നഷ്ടപ്പെട്ടിട്ടുണ്ടെന്ന് മനസ്സിലായി. അവളുടെ മാനസികനില മോശമായിരുന്നു. ഒരു വടിയോ മറ്റോ കിട്ടിയിരുന്നെങ്കിൽ, ഈ ജനാലച്ചില്ല് പൊട്ടിക്കാമായിരുന്നു."

പിന്നീട് കേൾക്കുന്നത് ജനാലച്ചില്ലു പൊട്ടുന്ന ശബ്ദവും കാണുന്നത്, അവൻ അടിത്തട്ടിലേക്ക് പാഞ്ഞുപോകുന്നതുമായിരിക്കും. പിന്നാലെ ഓടിയെത്തുന്നവർ അവിടേക്ക് എത്തിച്ചേരുന്നതിനു മുമ്പുതന്നെ പുറത്തേക്കുള്ള വാതിലിന്റെ കുറ്റി അകത്തു നിന്ന് ഇടണം, എന്നിട്ട് ഒന്നും സംഭവിക്കാത്ത മട്ടിൽ നിൽക്കണം. ഏറ്റവും പ്രധാനപ്പെട്ട കൃത്യം നിർവഹിച്ചുകഴിഞ്ഞു. ഇനിയുള്ള കാര്യങ്ങളെല്ലാം നിസ്സാരമാണ്. പത്തുമണിയാകുമ്പോഴേക്ക് മൃതദേഹം അവിടെ നിന്നു മാറ്റി ക്ലിനിക്ക് കാലിയാക്കണം. അവസാന രംഗത്തിന് തിരശ്ശീല ഉയരുന്നതും കാത്ത് - ഒരു വഴിപോക്കനെയും കാത്ത് - അവൻ അവിടെത്തന്നെ നിന്നു. ഒന്നും കഴിഞ്ഞിട്ടില്ല. വരാനുള്ളത് വഴിയിൽ തങ്ങുകയുമില്ല.

അണകെട്ടിയതുപോലെ ചലനമില്ലാതെ നിന്ന ഗതാഗതക്കുരുക്കിന് നേരിയ ശമനമുണ്ടായപ്പോൾ ഡാൽഗ്ലിഷ് പെട്ടെന്ന് മാർട്ടിനോട് ചോദിച്ചു:

"ഇപ്പോൾ ക്ലിനിക്കിൽ പാറാവുകാർ ആരെങ്കിലുമുണ്ടാകുമോ?"

"ഇല്ല, സർ. രാവിലെ അക്കാര്യം ഞാൻ സൂചിപ്പിച്ചപ്പോൾ വേണ്ടെന്ന് പറഞ്ഞിരുന്നു. സാർ ഓർക്കുന്നുണ്ടോ?"

"ഓർക്കുന്നുണ്ട്."

"പിന്നെ, സർ, അതിന്റെ ആവശ്യമുണ്ടെന്നു തോന്നുന്നില്ല. നമ്മൾ അവിടമാകെ അരിച്ചുപെറുക്കിയിരുന്നതുമാണല്ലോ?"

"എനിക്കതറിയാം, മാർട്ടിൻ. പക്ഷേ, എന്തുകൊണ്ടാണെന്നറിയില്ല, ആ തീരുമാനം തെറ്റായിപ്പോയി എന്ന് എനിക്കിപ്പോൾ തോന്നുന്നു."

കാർ ഒരിക്കൽക്കൂടി നിന്നു, നിര തെറ്റിച്ച് കാറോടിക്കുന്ന ചിലരെ ക്കണ്ട് ഡാൽഗ്ലിഷ് ക്ഷുഭിതനായി തല പുറത്തേക്കിട്ടുകൊണ്ട് ആരോടെ ന്നില്ലാതെ ചോദിച്ചു:

"അവന്മാര് എന്താ ഈ കാണിക്കുന്നത്?"

"അവർക്ക് ശരിയെന്നു തോന്നുന്നത്, അവർ ചെയ്യുന്നു, സർ."

"അതുതന്നെയാണ് എന്നെയും അസ്വസ്ഥനാക്കുന്നത്. വരൂ, സെർജന്റ്! നമുക്ക് പുറത്തിറങ്ങാം. എന്നിട്ട് ബാക്കി ദൂരം നടന്നുപോകാം. ഒരുപക്ഷേ, നമ്മൾ ചെയ്യുന്നത് മണ്ടത്തരമായിരിക്കും. എന്നാലും മറ്റു മാർഗ്ഗമില്ല. പിന്നെ, ക്ലിനിക്കിലെത്തിയാൽ രണ്ട് വാതിലുകളും കവർ ചെയ്യണം. താങ്കൾ പിൻവാതിലിനടുത്തുണ്ടാവണം."

അതുകേട്ട് മാർട്ടിൻ അമ്പരന്നെങ്കിലും അയാൾ അത് പുറത്തുകാട്ടി യില്ല. എന്തോ ഉപായം ഡാൽഗ്ലിഷിന്റെ തലയിൽ ഉദിച്ചിട്ടുണ്ടെന്നു മാത്രം അയാൾക്ക് മനസ്സിലായി. രണ്ടു മണ്ടന്മാർ ക്ലിനിക്കിലെത്തുമ്പോഴേക്കും നാഗൽ തിരികെ അവന്റെ ഫ്ളാറ്റിലെത്തിയിട്ടുണ്ടാവും. ഏതായാലും രണ്ടിലൊന്ന് ഉടനെ അറിയാം. അയാൾ സൂപ്രണ്ടിന്റെ നിർദ്ദേശങ്ങളെ പിന്തുടർന്നു.

ഇത്രയും നേരം ക്ലിനിക്കിന്റെ വാതിൽപ്പടിയിൽ കാത്തുനിൽക്കേണ്ടി വരു മെന്ന് നാഗൽ പ്രതീക്ഷിച്ചില്ല. അന്നേരം, ഓടിത്തളർന്ന മൃഗത്തെപ്പോലെ കിതയ്ക്കുകയായിരുന്നെങ്കിലും ക്രമേണ അവന്റെ കാലുകളിലെ മരവിപ്പ് മാറി. പ്രത്യേകിച്ച് ഒന്നും ചെയ്യാനില്ലാത്തതുകൊണ്ട് അവൻ മുറ്റത്തി റങ്ങി, കൈകൾ പിന്നിൽ കെട്ടി കണ്ണുകളടച്ച് യാന്ത്രികമായി അങ്ങോട്ടു മിങ്ങോട്ടും നടക്കാൻ തുടങ്ങി. പെട്ടെന്ന്, ഒരു കാൽപ്പെരുമാറ്റം കേട്ട് അവൻ കണ്ണുതുറന്നു, പരിചിതമായ ഒരു മനുഷ്യരൂപം പുകമഞ്ഞിലൂടെ അടുത്തേക്ക് മെല്ലെ നടന്നുവരുന്നത് അവൻ തെരുവ് വിളക്കിന്റെ വെളിച്ച ത്തിൽ കണ്ടു. അവന്റെ ഹൃദയം വാരിയെല്ലിൽ വന്നു മുട്ടി, അപ്പോഴു ണ്ടായ വിറയൽ ശരീരം മുഴുവൻ വ്യാപിച്ചു. ഒരുനിമിഷംകൊണ്ട് അവന്റെ

കാലുകൾ മരണത്തെപ്പോലെ മരവിച്ചു. ഓടി രക്ഷപ്പെടാനുള്ള ശ്രമം അതോടെ ഇല്ലാതായി. മനസ്സിൽ മറ്റൊരുപായം കയറിപ്പറ്റിയതുമില്ല. എങ്കിലും, ഇപ്പോഴും പ്രതീക്ഷയ്ക്കു വകയുണ്ടെന്ന് അവനു തോന്നി. ഭാഗ്യത്തിന്, ഇതേവരെ ക്ലിനിക്കിനുള്ളിൽ കയറുന്നതിനെക്കുറിച്ച് അവർ ആലോചിച്ചിട്ടുപോലുമില്ല. എങ്കിലും എന്തിനായിരിക്കും അവരിപ്പോൾ വന്നത്? അവളിപ്പോൾ മരിച്ചുകാണുമെന്ന് ഉറപ്പാണ്! ജനിയുടെ മരണ കാരണമായി അവർക്കിഷ്ടമുള്ളത് സങ്കല്പിച്ചുണ്ടാക്കാം. പക്ഷേ, ഒന്നും തെളിയിക്കാൻ അവർക്ക് കഴിയില്ല.

ടോർച്ചിന്റെ വെളിച്ചം അവന്റെ മുഖത്തേക്ക് വീണു. പതിഞ്ഞ മട്ടിലുള്ളതെങ്കിലും പരുഷമായ ശബ്ദം അവനോട് ചോദിച്ചു:

"ഗുഡ് ഈവനിംഗ്, ചങ്ങാതീ. നിന്നെയൊന്നു കാണണമെന്ന് കരുതിയിരിക്കുകയായിരുന്നു ഞങ്ങൾ. അകത്തേക്കു പോവുകയാണോ അതോ പുറത്തേക്കിറങ്ങുകയാണോ?"

നാഗൽ മറുത്തൊന്നും പറഞ്ഞില്ല. അവൻ മുഖത്ത് ചിരിവരുത്താൻ ശ്രമിച്ചു. തീക്ഷ്ണമായ പ്രകാശത്തിനു നേർക്ക് നോക്കാൻ അവനു കഴിഞ്ഞില്ല. എങ്കിലും അതിനു പിന്നിൽ വാ പൊളിച്ചു നിന്ന് ഭയപ്പെടുത്തുന്നത് മരണമാണെന്ന് അവനു തോന്നി.

നിന്ന നിൽപ്പിൽ മരവിച്ചുപോയ കാലുകളെ അവൻ കൂട്ടിത്തിരുമ്മി. അവർക്കിടയിലേക്കു വന്ന പൂച്ചയെ പൊലീസുകാരൻ കോരിയെടുത്തു. ആ കൈകളിലെ ചൂടിന്റെ സുരക്ഷിതത്വം തിരിച്ചറിഞ്ഞ പൂച്ച, സന്തോഷ സൂചകമായി മുരണ്ടു.

"ഓഹോ, ടൈഗറും ഇവിടെയുണ്ട്. ഈ പൂച്ചയെ പുറത്തേക്കു കൊണ്ടു വന്നതാണോ? അതോ നിങ്ങൾ ഒന്നിച്ചാണോ പുറത്തേക്കു വന്നത്?"

പെട്ടെന്ന്, എന്തോ കാര്യം തിരിച്ചറിഞ്ഞതുപോലെ അവരുടെ കണ്ണുകൾ കൂട്ടിമുട്ടി. പൂച്ചയുടെ, എഴുന്നേറ്റുനിന്ന രോമങ്ങൾക്കിടയിൽ നിന്ന്, നേർത്തതെങ്കിലും സ്പഷ്ടമായി ഗ്യാസിന്റെ ഗന്ധം ഉയർന്നപ്പോഴായിരുന്നു അത്.

തൊട്ടടുത്ത അരമണിക്കൂർ നാഗലിനെ സംബന്ധിച്ചിടത്തോളം നിർണായകമായിരുന്നു. ജീവിതകാലം മുഴുവൻ ഓർത്തിരിക്കാൻ കഴിയുന്ന അസാധാരണ അനുഭവങ്ങളായിരുന്നു അത്. പരിചിതവും അപരിചിതവുമായ ശബ്ദങ്ങളും കാഴ്ചകളും കുഴഞ്ഞുമറിഞ്ഞ് അയാളിലൂടെ കടന്നുപോയി. സർജന്റ് എന്തിനായിരുന്നു മുൻവാതിലിനടുത്തുള്ള പടിക്കെട്ടുകളിൽ നിന്ന് വലിച്ചിഴച്ച് കൊണ്ടുപോയതെന്ന് അവന് വ്യക്തമായ ഓർമ്മയില്ലായിരുന്നു. ഓർമ്മ തെളിയുമ്പോൾ മാർട്ടിന്റെ നിശ്വാസം അവന്റെ ചെവിയിൽ തട്ടുന്നുണ്ടായിരുന്നു. എവിടെയൊക്കെയോ ചില്ലുകൾ പൊട്ടുന്ന ശബ്ദം കേട്ടു കാവൽക്കാരുടെ മുറിയിലെ ജനാലച്ചില്ല്

പൊട്ടുന്ന ശബ്ദം, ചൂളംവിളിപോലെ ചെവിയിൽ തറച്ചുകയറി. ക്ലിനിക്കിലെ പടികളിൽ ആരൊക്കെയോ തിടുക്കത്തിൽ കയറിയിറങ്ങുന്ന ശബ്ദം കാതുകളിലേക്ക് ഓടിക്കയറി. കണ്ണുകളിൽ പതിച്ച തീക്ഷ്ണമായ വെളിച്ചത്തിനു പിന്നാലെ സകലതും മാഞ്ഞുപോയി.

ആ പെണ്ണിന്റെ ശരീരം അടുപ്പിൽ നിന്ന് വലിച്ചു പുറത്തേക്കിട്ട് കൃത്രിമശ്വാസം നൽകാൻ ഡാൽഗ്ലിഷ് ശ്രമിച്ചു. അവൾ മരിച്ചെന്നു തിരിച്ചറിഞ്ഞെങ്കിലും നാഗൽ ഒന്നും മിണ്ടിയില്ല. അവൻ ചിന്തകൾക്കും അപ്പുറത്തായിരുന്നു. യാതൊരു ഭാവമാറ്റവുമില്ലാതെ ഡാൽഗ്ലിഷിന്റെ ചെയ്തികളെ അവൻ നോക്കിനിന്നു. ഇടയ്ക്കെപ്പോഴോ ഡാൽഗ്ലിഷിന്റെ കണ്ണുകളിൽ നിന്ന് കണ്ണീരുവന്നതുപോലെയും അവനുതോന്നി. എനിഡ് ബോലം മരിച്ചു, ജനി മരിച്ചു, അവനിപ്പോൾ അതീവ ക്ഷീണിതനുമാണ്. അവളെ കൊല്ലണമെന്ന് അവന് ആഗ്രഹമുണ്ടായിരുന്നില്ല. എല്ലാ കുഴപ്പങ്ങളിലേക്കും നാശത്തിലേക്കും അവനെ തള്ളിവിട്ടത് ബോലവും അവളുടെ മരണവുമാണ്. അവൾക്കും ജനിക്കുമിടയിൽ അവന് മറ്റു മാർഗ്ഗമുണ്ടായിരുന്നില്ല. അവനിപ്പോൾ ജനിയെയും നഷ്ടപ്പെട്ടിരിക്കുന്നു. ജനി മരിച്ചു. ആത്മനിന്ദ അവന്റെ കണ്ണുകളിലൂടെ ഒഴുകിയിറങ്ങി.

പെട്ടെന്ന്, യൂണിഫോമിലുള്ളവരെക്കൊണ്ട് ആ മുറി നിറഞ്ഞു. അക്കൂട്ടത്തിൽ ഒരാൾ ഹോൾബിയനെപ്പോലെ പൊണ്ണത്തടിയനായിരുന്നു. അപ്പോഴേക്കും ഓക്സിജന്റെ ശബ്ദവും കൺസൾട്ടിംഗ് ശബ്ദങ്ങളും കേട്ടുതുടങ്ങി. എന്നിട്ട്, അവരെല്ലാം കൂടി ചുവന്ന ബ്ലാങ്കറ്റിൽ പൊതിഞ്ഞ ഒരു രൂപത്തെ സ്ട്രെക്ച്ചറിൽ അതീവശ്രദ്ധയോടെ കിടത്തി മുകളിലേക്ക് കൊണ്ടുപോയി, എന്തായിരിക്കും അവർ ഇത്രമാത്രം ശ്രദ്ധയോടെ കൊണ്ടുപോയത്? ഒരുപക്ഷേ, പെട്ടെന്നുള്ള ഇളക്കം അതിജീവിക്കാനായിരിക്കും അങ്ങനെ ചെയ്തത്.

ജനിയെ അവിടെനിന്ന് കൊണ്ടുപോകുന്നതുവരെ ഡാൽഗ്ലിഷ് ഒന്നും മിണ്ടിയില്ല. ജനിയുടെ ശരീരം കണ്ണിൽ നിന്ന് മറഞ്ഞതിനുശേഷം നാഗലിനെ നോക്കാതെ പറഞ്ഞു:

“ശരി, സർജന്റ്. അവനെ സ്റ്റേഷനിലേക്ക് കൊണ്ടു വരൂ. അവനു പറയാനുള്ളത് നമുക്ക് അവിടെയിരുന്ന് കേൾക്കാം.”

നാഗൽ ചുണ്ടുകൾ ചെറുതായൊന്നു ചലിപ്പിച്ചു. ഉണങ്ങി വരണ്ട് പൊട്ടിയിരുന്നു അവന്റെ ചുണ്ടുകൾ. എങ്കിലും സ്റ്റേഷനിലെത്തുംമുമ്പ്, അവൻ ശ്രദ്ധാപൂർവം റിഹേഴ്സൽ ചെയ്തുവച്ച കഥ പറഞ്ഞുതുടങ്ങി:

“പ്രത്യേകിച്ചങ്ങനെ പറയാനൊന്നുമില്ല. അവൾ ഇന്നു വൈകീട്ട് എന്നെ കാണാൻ ഫ്ളാറ്റിൽ വന്നിരുന്നു. ഞങ്ങളൊന്നിച്ച് അവിടെ നേരം പോക്കി. അവളെക്കൂടാതെ ഒറ്റയ്ക്ക് പാരീസിലേക്ക് പോകേണ്ടിവരുമെന്ന് ഞാനവളോട് പറഞ്ഞു. അത് അവൾക്ക് ഇഷ്ടപ്പെട്ടില്ല. അവൾ അവിടെനിന്ന് പോയിക്കഴിഞ്ഞപ്പോഴാണ് എനിക്കു മനസ്സിലായത്, ക്ലിനിക്കിന്റെ താക്കോലുമായിട്ടാണ് അവൾ പോയിരിക്കുന്നതെന്ന്. അവളുടെ

മാനസികാവസ്ഥ വളരെ മോശമായിരുന്നെന്ന് എനിക്കറിയാവുന്നതു കൊണ്ട് അവളെ പിന്തുടർന്ന് ഞാനിവിടെയെത്തി. ഇവിടെ, മേശപ്പുറത്ത് ഞാനൊരു കുറിപ്പ് കണ്ടു. അത് അവളുടേതായിരുന്നു. അവൾ മരണപ്പെട്ടുവെന്നറിഞ്ഞതോടെ, ഇനി സംഭവസ്ഥലത്ത് നിൽക്കുന്നത് പന്തിയല്ലെന്നു തോന്നി. എല്ലാം കൂടി കൂട്ടിക്കുഴയ്ക്കാൻ എനിക്കു താത്പര്യമില്ല. അന്നേരം ബോലിംഗറിനെക്കുറിച്ചായിരുന്നു എന്റെ ആശങ്ക. അതിനെ ഈ ആത്മഹത്യയുമായി കൂട്ടിക്കെട്ടുന്നത് ബുദ്ധിയല്ലെന്ന് എനിക്കു തോന്നി."

ഒട്ടും ആത്മാർത്ഥതയില്ലാത്ത, പൊള്ളവാക്കുകൾ അത്രയും നേരം കേട്ടിരുന്ന ശേഷം ഡാൽഗ്ലിഷ് പറഞ്ഞു:

"നീ ഇപ്പോൾ ഇതിൽക്കൂടുതൽ എന്തെങ്കിലും പറയാതിരിക്കുന്നതാണ് നല്ലത്. പക്ഷേ, നിനക്ക് ഇതിൽക്കൂടുതൽ എന്തെങ്കിലുമൊക്കെ ഇനിയും ചെയ്യാൻ സാധിച്ചേക്കും. പിന്നെ, അവൾ ഞങ്ങളോടു പറഞ്ഞത് ഇതു മാത്രമല്ല. എന്നുവച്ചാൽ ആ മേശപ്പുറത്തിരുന്ന കുറിപ്പുമാത്രമല്ല അവൾ അവശേഷിപ്പിച്ചു പോയത് എന്നു ചുരുക്കം."

ഡാൽഗ്ലിഷ് കോട്ടിനുള്ളിലെ ചെറിയ പോക്കറ്റിൽനിന്ന് ശ്രദ്ധാപൂർവം ഒരു കടലാസ് പുറത്തെടുത്ത് നാഗലിനെ നിവർത്തിക്കാണിച്ചു. അവന്റെ കണ്ണുകളിലെ അവിശ്വസനീയത ഡാൽഗ്ലിഷ് വായിച്ചെടുത്തു. എന്നിട്ട് അതിനുള്ള മറുപടിയെന്നോണം ചോദിച്ചു:

"ഇന്നു വൈകീട്ട് നിങ്ങൾ രണ്ടുപേരും ഫ്ളാറ്റിലുണ്ടായിരുന്നെങ്കിൽ, ഞങ്ങൾക്കെങ്ങനെ നിന്റെ അടഞ്ഞുകിടന്ന ഫ്ളാറ്റിന്റെ വാതിൽപ്പടിയിൽ നിന്ന് അവളെഴുതിയ ഈ കുറിപ്പ് കിട്ടും?"

മരണപ്പെട്ടിട്ടും അവൾ തനിക്കെതിരേ സാക്ഷി പറയുകയാണെന്ന് നാഗൽ തിരിച്ചറിഞ്ഞു. സ്വാഭാവിക പ്രതികരണമെന്ന നിലയിൽ, അവന്റെ കൈ കടലാസിലേക്കു നീണ്ടെങ്കിലും പാതി വഴിയിൽ പിന്തിരിഞ്ഞു ഡാൽഗ്ലിഷ് ആ കടലാസ് മടക്കി പോക്കറ്റിലിട്ടു എന്നിട്ട്, നാഗലിനെ തറപ്പിച്ച് നോക്കിയിട്ട് പറഞ്ഞു:

"അവളുടെ സുരക്ഷയെ കരുതിയാണ് നീ ഈ രാത്രിതന്നെ ഇവിടെ പാഞ്ഞെത്തിയത് എന്നാണല്ലോ പറഞ്ഞത്? മനസ്സലിയിക്കുന്ന പ്രവൃത്തി ത്തന്നെ! എന്നാൽ, നിന്റെ മനസ്സിനെ ആശ്വസിപ്പിക്കുന്ന ഒരു വാർത്ത ഞാൻ പറയാം. അവൾ ജീവിതത്തിലേക്ക് മടങ്ങിവന്നിരിക്കുന്നു!"

"അവൾ മരിച്ചു. അവൾ സ്വയം ജീവനൊടുക്കി."

നാഗൽ നിരാശയോടെ പറഞ്ഞു.

"അവളെ ഇവിടെനിന്ന് കൊണ്ടുപോകുമ്പോൾ, അവൾക്ക് ശ്വാസം നിലച്ചിരുന്നില്ല. എല്ലാം നല്ല രീതിയിൽ നടന്നാൽ, എന്താണിവിടെ ശരിക്കും സംഭവിച്ചതെന്ന് അവൾ നാളെ ഞങ്ങളോടു പറയും. ഇന്നു രാത്രി നടന്ന കാര്യങ്ങൾ മാത്രമല്ല. മിസ് ബോലമിന്റെ കൊലപാതകത്തെക്കുറിച്ചും

ചില കാര്യങ്ങൾ ഞങ്ങൾക്ക് അവളോടു ചോദിക്കാനുണ്ട്." അതുകേട്ട് നാഗൽ പൊട്ടിച്ചിരിച്ചു.

"ബോലമിന്റെ കൊലപാതകം! അക്കാര്യത്തിൽ നിങ്ങൾക്ക് എന്നെ കുടുക്കാൻ കഴിയില്ല! നിങ്ങളിത്ര ബുദ്ധിയില്ലാത്തവരാണെന്ന് എനിക്കറിയില്ലായിരുന്നു. എന്താണെന്നു വച്ചാൽ, ഞാനല്ല ബോലമിനെ കൊന്നത്! ബുദ്ധിയില്ലാത്തവരാണ് നിങ്ങളെന്ന് സ്വയം തെളിയിക്കാനാണെങ്കിൽ ആയിക്കോളൂ. ആർക്കും നിങ്ങളെ തടയാനാവില്ല. പക്ഷേ, ഒരുകാര്യം ഞാൻ മുൻകൂട്ടി പറഞ്ഞേക്കാം, ബോലമിന്റെ കൊലപാതകവുമായി ബന്ധപ്പെട്ട് എന്നെ അറസ്റ്റു ചെയ്യാനാണ് ഭാവമെങ്കിൽ, അക്കാര്യം ഈ രാജ്യത്തെ സകല പത്രങ്ങളോടും വിളിച്ചുപറഞ്ഞ് ഞാൻ നിങ്ങളെ നാണംകെടുത്തും."

അവൻ വെല്ലുവിളിയുടെ ശബ്ദത്തിൽ ഡാൽഗ്ലിഷിനു നേർക്ക് കൈത്തണ്ട നീട്ടി.

"കമോൺ, സൂപ്രണ്ടേ! എന്നെ വേഗം അറസ്റ്റ് ചെയ്യൂ. അതിൽനിന്ന് താങ്കളെ തടയുന്നതെന്താണ്? വളരെ ബുദ്ധിപരമായിട്ടായിരുന്നല്ലോ, താങ്കളുടെ ഓരോ നീക്കവും? അഹങ്കാരം തലയ്ക്കുപിടിച്ചതുകൊണ്ട് ഇത്തവണ ബുദ്ധിയുടെ പകുതി മാത്രമാണ് ഉപയോഗിച്ചത്, അല്ലേ?"

"പ്രതിയാക്കാനോ അറസ്റ്റ് ചെയ്യാനോ അല്ല ഞാൻ നിന്നെ ഹെഡ് ക്വാർട്ടേഴ്സിലേക്ക് വിളിപ്പിച്ചത്. ചില കാര്യങ്ങൾ കൂടി ചോദിച്ചറിയാനും അത് രേഖപ്പെടുത്താനും വേണ്ടിയാണ്. നിനക്ക് വക്കീലിനെ ആവശ്യമുണ്ടെങ്കിൽ വിളിക്കാം."

"എനിക്കൊരു വക്കീലുണ്ട്. പക്ഷേ, ഇപ്പോൾ അതിന്റെ ആവശ്യമുണ്ടെന്നു തോന്നുന്നില്ല. ഞാനല്പം തിരക്കിലാണ്. സൂപ്രണ്ടേ. ഞാനിപ്പോൾ ഒരാളെ കാത്തിരിക്കുകയാണ്. പത്തുമണിക്ക് ഇവിടെവച്ചു കാണാമെന്നായിരുന്നു പറഞ്ഞിരുന്നത്. സമയമായിവരുന്നു. സ്വകാര്യതയ്ക്കു വേണ്ടിയാണ് ഞങ്ങൾ ഈ സ്ഥലംതന്നെ തിരഞ്ഞെടുത്തത്. താങ്കളുടെ സാന്നിധ്യം എന്നെ കാണാൻ വരുന്നയാൾക്ക് തീർച്ചയായും ഇഷ്ടപ്പെടില്ല. പക്ഷേ, മിസ് ബോലമിന്റെ കൊലയാളിയെ നിങ്ങൾക്ക് കാണണമെങ്കിൽ ഇവിടെ എവിടെയെങ്കിലും ചുറ്റിപ്പറ്റി നിന്നാൽ മതി. അധികസമയം വേണ്ടിവരില്ല. ഞാൻ പ്രതീക്ഷിക്കുന്നയാൾ കൃത്യസമയത്തു തന്നെ തീവണ്ടിയിൽ കയറിയിട്ടുണ്ട്."

പെട്ടെന്ന് അവന്റെ ഭയമെല്ലാം അവനെ വിട്ടുപോയതുപോലെ തോന്നി. അവന്റെ വലിയ തവിട്ടുനിറമുള്ള കണ്ണുകളിലേക്ക് നിർവികാരത മടങ്ങിയെത്തി. മാർട്ടിൻ അപ്പോഴും നാഗലിന്റെ കൈകളിലെ പിടിത്തം വിട്ടിരുന്നില്ല. അവന്റെ പേശികൾക്ക് അല്പം അയവു വന്നതുപോലെ മാർട്ടിന് തോന്നി. ആരെങ്കിലും എന്തെങ്കിലും സംസാരിച്ചു തുടങ്ങും മുമ്പ്, എല്ലാവരുടെയും കാതുകളിൽ ഒരു കാൽപ്പെരുമാറ്റം വന്നുവീണു.

അടിത്തട്ടിലേക്കുള്ള വാതിൽ തുറന്ന് ആരോ ഒരാൾ പടിക്കെട്ടുകളിറങ്ങി താഴേക്കു വരുന്നു.

ശബ്ദരഹിതമായ ഒരു നീക്കത്തിലൂടെ ഡാൽഗ്ലിഷ് വാതിലിനടുത്തെത്തി. കരുതലോടെ നിലയുറപ്പിച്ചു ശങ്കയോടെയുള്ള കാൽപ്പെരുമാറ്റം വാതിലിനു പുറത്ത് അവസാനിച്ചു. ആദ്യം വലത്തേക്കും പിന്നെ ഇടത്തേക്കും തിരിഞ്ഞ വാതിൽപ്പടിയെ മൂന്നു ജോടി കണ്ണുകൾ സസൂക്ഷ്മം നിരീക്ഷിക്കുന്നുണ്ടായിരുന്നു. വാതിലിനു വെളിയിൽ ഒരു പതിഞ്ഞ സ്വരം കേട്ടു:

"നാഗൽ! നാഗലുണ്ടോ അവിടെ! നാഗൽ, വാതിൽ തുറക്കൂ!"

സമർത്ഥമായൊരു നീക്കത്തിലൂടെ ഡാൽഗ്ലിഷ് അതിവേഗം വാതിൽ തുറന്നു. പുറത്തുനിന്ന അവ്യക്തരൂപം ആവേശത്തോടെ അകത്തേക്ക് കയറി. ഫ്ളൂറസന്റ് വെളിച്ചത്തിൽ കണ്ണുകൾ തുറന്നതോടെ എല്ലാ മുഖങ്ങളും പരസ്പരം കണ്ടു. നാഗലിന്റെ സന്ദർശക പ്രതിരോധമെന്ന പോലെ ഹാൻഡ് ബാഗ് മാറോടു ചേർത്തു. മാർട്ടിന്റെ പിടിയിൽ നിന്ന് കുതറിമാറിയ നാഗൽ, അപ്രതീക്ഷിതമായൊരു നീക്കത്തിലൂടെ ആ സ്ത്രീയുടെ ബാഗ് തട്ടിയെടുത്ത് ഡാൽഗ്ലിഷിന്റെ കൈകളിലേക്ക് എറിഞ്ഞുകൊടുത്തു. അത് കൃത്യമായി അയാളുടെ കൈകളിലെത്തി. നാഗൽ ശബ്ദമുയർത്താതെ, എന്നാൽ വിജയിയുടെ ഭാവത്തിൽ വിളിച്ചു പറഞ്ഞു:

"തുറന്നു നോക്കണം, സൂപ്രണ്ടേ, എല്ലാം അതിലുണ്ട്. എന്താണ് അതിൽനിന്ന് കണ്ടെടുക്കേണ്ടതെന്ന് ഞാൻ പറയാം. എനിഡ് ബോലമിന്റെ കൊലപാതകം സംബന്ധിച്ച കുമ്പസാരക്കുറിപ്പ്. അതിന്റെ അടിയിൽ കൈയൊപ്പുണ്ടാകും. പിന്നെ, എന്റെ വായടപ്പിക്കാനുള്ള ആദ്യ ഗഡുവായി നൂറ് പൗണ്ടിന്റെ കറൻസിയും."

അവൻ സന്ദർശകർക്കു നേരെ തിരിഞ്ഞു.

"ക്ഷമിക്കണം. ഇതൊന്നും ഞാൻ പ്ലാൻ ചെയ്തതല്ല. ഇങ്ങനെയൊക്കെ സംഭവിക്കുമെന്നും ഞാൻ കരുതിയില്ല. കണ്ട കാര്യങ്ങൾ ആരോടും പറയാതിരിക്കാൻ ഞാൻ ഒരുക്കവുമായിരുന്നു. പക്ഷേ, വെള്ളിയാഴ്ച രാത്രി കഴിഞ്ഞപ്പോൾ കാര്യങ്ങൾ ആകെ മാറിമറിഞ്ഞു. എനിക്ക് എന്റേതായി ഒരുപാട് പ്രശ്നങ്ങൾ നേരിടേണ്ടിവന്നു. മാത്രമല്ല, ഇപ്പോഴറിയുന്നു എനിക്കെതിരേ ആരും കേസ് ചാർജ്ജ് ചെയ്യില്ലെന്ന്. അതോടെ, നമ്മുടെ ക്രമീകരണങ്ങളും ധാരണകളും ഞാൻ വേണ്ടെന്നുവച്ചു.

പക്ഷേ, അപ്പോഴേക്കും മാരിയോൺ ബോലം ബോധരഹിതയായി നിലം പതിച്ചിരുന്നു."

രണ്ടു മാസങ്ങൾക്കു ശേഷം കസിന്റെ കൊലപാതകം സംബന്ധിച്ച വിചാരണയ്ക്കുവേണ്ടി മാരിയോൺ ഗ്രേസ് ബോലമിനെ മജിസ്ട്രേറ്റ് കോടതി മുമ്പാകെ ഹാജരാക്കി. അപ്പോഴേക്കും ശരത്കാലം മഞ്ഞുകാലത്തിന്

വഴിമാറിയിരുന്നു. ആകാശത്തിന്റെ ചാരനിറത്തിലുള്ള ബ്ലാങ്കറ്റിനു കീഴി ലൂടെ ഡാൽഗ്ലിഷ് ഹെഡ്ക്വാർട്ടേഴ്സ് ലക്ഷ്യമാക്കി തനിച്ച് നടന്നു. അയാ ളുടെ മുഖത്തേക്ക് ആകാശം മഞ്ഞുപൊരികൾ പൊഴിച്ചു. അയാളുടെ ചീഫിന്റെ ഓഫീസിൽ അപ്പോഴും വെളിച്ചമുണ്ടായിരുന്നു. തണുപ്പുള്ള ആ സായാഹ്നത്തിൽ, അങ്ങിങ്ങായി കാണുന്ന ചെറു വെളിച്ചങ്ങൾ കൂടി ച്ചേർന്ന് നദിയിൽ നെക്ലേസ് പതിപ്പിച്ചതുപോലെ തോന്നി. ചീഫിനു മുന്നിൽ ഡാൽഗ്ലിഷ് സംക്ഷിപ്തമായി റിപ്പോർട്ട് അവതരിപ്പിച്ചു. എല്ലാം കേട്ടിരുന്ന ശേഷം അസിസ്റ്റന്റ് കമ്മീഷണർ ചോദിച്ചു:

“അവരിപ്പോൾ ഉത്തരവാദിത്വങ്ങൾ ചുരുക്കാൻ ശ്രമിക്കുകയാ ണെന്നു തോന്നുന്നു. അതിരിക്കട്ടെ, ആ പെണ്ണിന് ഇപ്പോൾ എങ്ങനെ യുണ്ട്?”

“തികച്ചും ശാന്തയാണ്. മുതിർന്നവർ നിരന്തരം ശ്രദ്ധിക്കുന്നുണ്ട് എന്നറിയുമ്പോൾ വികൃതിക്കുട്ടികൾ നല്ല സ്വഭാവത്തിൽ പെരുമാറുന്നതു പോലെ തന്നെ. അവൾക്കങ്ങനെ പ്രത്യേകിച്ച് കുറ്റബോധമൊന്നും ഉള്ള തായി തോന്നുന്നില്ല. എന്നുവച്ചാൽ, സാധാരണ സ്ത്രീകൾ പ്രകടിപ്പി ക്കുന്ന കുറ്റബോധത്തിന്റെ ലക്ഷണങ്ങളൊന്നും അവൾ പ്രകടിപ്പിക്കു ന്നില്ല.”

“അതൊരു നേരേവാ നേരേപോ കേസായിരുന്നു. സംശയിക്കപ്പെട്ട ആളുടെ കാര്യത്തിലും കൊലപാതകത്തിലേക്കു നയിച്ച കാരണത്തിലും വ്യക്തതയുണ്ടായിരുന്നു, അല്ലേ?”

അസിസ്റ്റന്റ് കമ്മീഷണർ ചോദിച്ചു:

“എനിക്കും അങ്ങനെ തന്നെയാണ് തോന്നിയത്.”

ഡാൽഗ്ലിഷ് നാവിനടിയിൽ നിന്ന് കയ്പുരസം തുപ്പിക്കളയും പോലെ യാണ് അത്രയും പറഞ്ഞത്. എന്നിട്ട് തുടർന്നു:

“ഈ കേസ് എന്റെ അഹന്തയെ ശമിപ്പിച്ചില്ലായിരുന്നെങ്കിൽ, ഒന്നും സംഭവിക്കുകയില്ലായിരുന്നു. ബി.ബി.സി. ചാനൽ ഓരോ ദിവസവും ടെലി വിഷൻ സംപ്രേക്ഷണം അവസാനിപ്പിക്കുന്ന പതിനൊന്നു മണിയായിട്ടും റെറ്റിംഗർ സ്ട്രീറ്റിലെ വീട്ടിലേക്ക് അവൾ എത്താതിരുന്നത് എന്തു കൊണ്ടായിരിക്കുമെന്ന ചോദ്യത്തിനു പിന്നാലെ ഞാൻ സഞ്ചരിച്ചില്ലാ യിരുന്നെങ്കിൽ ഞാൻ എവിടെയും എത്തുമായിരുന്നില്ല. ബ്ലാക്ക്മെയിൽ ഇടപാടുകൾ ക്രമീകരിക്കുന്നതിനും ധാരണയാക്കുന്നതിനും വേണ്ടി അവൾ നാഗലിനൊപ്പമുണ്ടായിരുന്നു എന്നകാര്യം ഉറപ്പാണ്. അവർ കണ്ടു മുട്ടിയത് മിക്കവാറും സെന്റ് ജയിംസ് പാർക്കിലായിരിക്കും. അവൻ രേഖ കൾ സൂക്ഷിക്കുന്ന മുറിയിലെത്തിയപ്പോൾ കണ്ട കാഴ്ചയാണ് അത്തര മൊരു അവസരം അവനുണ്ടാക്കിക്കൊടുത്തത്. കസിന്റെ ശരീരത്തിലേക്ക് കുനിഞ്ഞുകിടക്കുന്ന അവളുടെ രൂപം മായ്ച്ചുകളയാനായിരുന്നു ധാരണ. ശബ്ദം കേൾക്കുന്നതിനു മുമ്പ് അവൻ അവിടെ എത്തിയിട്ടുണ്ടാവും.”

അവിടെ നിന്ന് സ്വതസിദ്ധമായ സാമർത്ഥ്യത്തോടെ അവൻ കാര്യങ്ങൾ ഏറ്റെടുത്തു. ആ മരയുരുപ്പടി കൃത്യമായി വച്ചത് അവൻ തന്നെയാണ്. അത് എന്നെ കുറേ വഴിതെറ്റിച്ചതാണ്. ഏതായാലും മരിയൻ ബോലം ഒടുവിൽ പ്രകടിപ്പിച്ച വെറുപ്പും നിന്ദയും കലർന്ന ചേഷ്ട കാണാൻ എനിക്ക് കഴിഞ്ഞില്ല. എങ്കിലും അതൊരു ആസൂത്രിതമായ കൊലപാതകം തന്നെയാണ്. അത് ഒളിപ്പിക്കാൻ അവൾ പരമാവധി ശ്രമിച്ചു എന്നുമാത്രം. യൂണിഫോം പോക്കറ്റിൽ നിന്ന് പുറത്തേക്ക് തള്ളി നിന്ന റബ്ബർ കൈയുറകൾ പോലെയായിരുന്നു അത്. കൈയെത്തും ദൂരത്ത് കിട്ടാവുന്ന ആയുധങ്ങൾ മാത്രമാണ് അവൾ തിരഞ്ഞെടുത്തത്. മറ്റാരുടെയെങ്കിലും മേൽ കുറ്റം ചുമത്താൻ അവൾ ശ്രമിച്ചിട്ടില്ല. അത്ര മാത്രം ബുദ്ധിയൊന്നും അവൾക്കുണ്ടായിരുന്നില്ല.

ഏതാണ്ട് ആറ് പന്ത്രണ്ടായപ്പോൾ ജനറൽ ഓഫീസിലേക്കു ഫോൺ ചെയ്ത് നാഗൽ ഇതുവരെ അലക്കുതുണി എടുക്കാൻ വരാത്തത് എന്തു കൊണ്ടാണെന്നു ചോദിച്ചു. ആ ഫോൺവിളിയെക്കുറിച്ച് ചോദിച്ചപ്പോൾ എന്തെങ്കിലും നുണപറഞ്ഞ് പ്രതിരോധിക്കാനൊന്നും അവൻ ശ്രമിച്ചില്ല. അതോടെ, പെട്ടെന്ന് വിവരിക്കാൻ പ്രയാസമുള്ള ചില കാര്യങ്ങൾ കൂടി മനസ്സിലാക്കാൻ എനിക്ക് അവസരം കിട്ടി. നാഗലിനെ വിളിച്ചതിനു ശേഷമാണ് അവൾ കസിനെ വിളിച്ചത്. എങ്കിലും എനിഡ് ഒറ്റയ്ക്ക് താഴേക്കു വരുമെന്ന കാര്യത്തിൽ അവൾക്കത്ര ഉറപ്പില്ലായിരുന്നു. അതുകൊണ്ടാണ് അവൾ മെഡിക്കൽ രേഖകൾ നിലത്ത് ചിതറിയിട്ടത്. എന്നിട്ട്, രേഖകൾ സൂക്ഷിക്കുന്ന മുറിയിൽ അവൾ ഇരയെ കാത്തിരുന്നു. അന്നേരം അവളുടെ കൈയിൽ മരയുരുപ്പടിയും യൂണിഫോമിന്റെ പോക്കറ്റിൽ ചായം തേക്കുന്ന കത്തിയും ഉണ്ടായിരുന്നു. കത്തുകൾ പോസ്റ്റുചെയ്തതിനു ശേഷം നാഗൽ രഹസ്യവഴിയിലൂടെ ക്ലിനിക്കിൽ വന്നുകയറിയത് അവൾക്ക് തിരിച്ചടിയായി. മറ്റൊരു ലക്ഷ്യവുമായിട്ടാണ് നാഗൽ അവിടെ ച്ചെന്നത്. മിസ് ബോലം ഗ്രൂപ്പ്സെക്രട്ടറിയോട് ഫോണിൽ സംസാരിക്കുന്നത് നാഗൽ കേട്ടിരുന്നു. അതുകൊണ്ടുതന്നെ, എത്രയും വേഗം ഫെൻടന്റെ മെഡിക്കൽ രേഖകൾ കണ്ടെത്തി കരിച്ചുകളയാമെന്നു കരുതിയാണ് അവൻ രഹസ്യമായി അടിത്തട്ടിൽ എത്തിയത്. കൊലപാതകം നടന്നതോടെ ആ പദ്ധതി മാറ്റിവയ്ക്കാൻ അവൻ നിർബന്ധിതനായി. മെഡിക്കൽ രേഖകൾ സൂക്ഷിക്കുന്ന മുറി പൂട്ടി സീലു വച്ചതോടെ, അവനു മുന്നിലുള്ള എല്ലാ അവസരങ്ങളും അടഞ്ഞു. ബോലം നഴ്സിനു മുന്നിലും മറ്റു വഴികളുണ്ടായിരുന്നില്ല. എനിഡ് വിൽപ്പത്രം മാറ്റിയെഴുതുന്ന വിവരം അവളുടെ ചെവിയിലെത്തുന്നത് ബുധനാഴ്ച രാത്രിയാണ്. പിന്നീട്, ലൈസർജിക് ആസിഡ് ചികിൽസയുമായി ബന്ധപ്പെട്ട് അടിത്തട്ടിലെത്താനുള്ള ഏറ്റവും ആദ്യത്തെ അവസരം അവൾക്കുള്ളത് വെള്ളിയാഴ്ചയായിരുന്നു. അതിനുമുമ്പ് എന്തെങ്കിലും ചെയ്യാൻ അവൾക്ക് കഴിയുമായിരുന്നില്ല; അതിനുശേഷം എന്തെങ്കിലും ചെയ്യാൻ ധൈര്യമുണ്ടായിരുന്നതുമില്ല.”

“ആ കൊലപാതകം കൊണ്ട് ഏറ്റവും കൂടുതൽ ഗുണമുണ്ടായത് നാഗലിനാണ്. അവനെ കേന്ദ്രീകരിച്ച് അന്വേഷണം മുന്നോട്ടു കൊണ്ടുപോയതിൽ കുറ്റംപറയാനാവില്ല. എങ്കിലും താങ്കൾ ആത്മാനുകമ്പയിൽ മുഴുകുന്നത് നേരമ്പോക്കിനാണെങ്കിൽ ഞാനതിനെ നശിപ്പിക്കുന്നില്ല.”

“ഒരുപക്ഷേ, ഗുണംചെയ്തിട്ടുണ്ടാവും. എങ്കിലും അവന് അതിന്റെ ആവശ്യമുണ്ടായിരുന്നില്ല. അവൻ ബോലമിനെ എന്തിന് കൊല്ലണം? എളുപ്പം പണമുണ്ടാക്കുക എന്നതിലുപരി അവന്റെ പ്രധാനലക്ഷ്യം, എങ്ങനെയെങ്കിലും ബോലിംഗർ സംഘടിപ്പിക്കുക, യാതൊരു അല്ലലുമില്ലാതെ യൂറോപ്പിലേക്ക് പറക്കുക എന്നതായിരുന്നു. ഗ്രൂപ്പ്സെക്രട്ടറി വന്ന് പൊലീസിനെ വിളിച്ചാൽ പോലും ബ്ലാക്ക്മെയിൽ കേസിൽ കുടുങ്ങാനും മാത്രമുള്ള തെളിവുകൾ അവനെതിരെ ഇല്ലെന്ന് അവനുറപ്പുണ്ടായിരുന്നു. വാസ്തവത്തിൽ, ഇപ്പോഴും ആ കേസിൽ അവനെ അറസ്റ്റുചെയ്യാൻ മാത്രമുള്ള തെളിവുകൾ നമ്മുടെ പക്കലില്ല. പക്ഷേ, കൊലപാതകക്കേസ് വ്യത്യസ്തമാണ്.

കൊലപാതകവുമായി ബന്ധപ്പെട്ട, അവനുൾപ്പടെയുള്ള എല്ലാവർക്കും സ്വകാര്യ താത്പര്യങ്ങളുംഉണ്ടായിരുന്നു. നിരപരാധികളെന്നു കരുതുന്നവർക്കുപോലും അക്കാര്യത്തിൽ പൊടിയും തട്ടി എഴുന്നേറ്റു പോകാൻ കഴിയില്ല. ബോലമിനെ കൊല്ലുക എന്നത് അവനെ സംബന്ധിച്ചിടത്തോളം അപകടകരമായിരുന്നു. പക്ഷേ, ഫ്രെഡിയെ കൊലപ്പെടുത്തുകയെന്നത് മറ്റൊരു വിഷയമാണ്. ഒറ്റയടിക്ക് അവളെ ഒഴിവാക്കുകയും ഒപ്പം നിരപരാധിത്വം തെളിയിക്കാൻ വഴിപോക്കരെ കാത്തുനിൽക്കുകയും ഏതാണ്ട് മുപ്പതിനായിരം പൗണ്ട് ആസ്തിയുള്ള ഒരുവളെ വിവാഹം കഴിക്കുകയും ചെയ്യുക എന്നത് അസാമാന്യബുദ്ധിയാണ്, സംശയമില്ല. ഫ്രെഡിയുമൊത്തുള്ള രഹസ്യജീവിതത്തെക്കുറിച്ച് മാരിയോൺ ബോലം അറിയാനിട വന്നാൽ അതോടെ സകല കണക്കുകൂട്ടലുകളും തകരുമെന്ന് അവനറിയാമായിരുന്നു. അവൾ എനിഡ് ബോലമിന്റെ കസിനല്ലാതെ മറ്റൊന്നുമായിരുന്നില്ല.”

ഡാൽഗ്ലിഷിന്റെ സംസാരം കേട്ടിരുന്ന ശേഷം അസിസ്റ്റന്റ് കമ്മീഷണർ പറഞ്ഞു:

“കുറ്റകൃത്യത്തിൽ ഏർപ്പെട്ട കൂട്ടുപ്രതി എന്ന നിലയിൽ നമ്മൾ ഇതിനോടകം അവനെ ഉള്ളിൽ തട്ടിയിട്ടുണ്ട്. എങ്കിലും ബ്ലാക്ക്മെയിൽ കേസിൽ തെളിവു നൽകുന്നതിൽ നിന്ന് ഫെൻടെൻ കുടുംബം പിന്മാറിയതിൽ എനിക്ക് വിഷമമുണ്ട്. അതുപോലെ, കൊലപാതകശ്രമത്തിനുള്ള കേസ് നിലനിൽക്കുമോ എന്ന കാര്യത്തിലാണ് എനിക്കിപ്പോൾ സംശയം- ഫ്രെഡി അവളുടെ മനസ്സു മാറ്റിയില്ലെങ്കിൽ. അവൻ പറഞ്ഞ കഥയിൽ തന്നെ അവളും ഉറച്ചു നിൽക്കുകയാണെങ്കിൽ, ആ കേസിലും അവൻ രക്ഷപ്പെടും.”

"അവൾ അങ്ങനെയൊന്നും മനസ്സു മാറ്റുകയില്ല, സർ. നാഗലിന് അവളെ കാണാൻ താത്പര്യമില്ലെന്നു പറഞ്ഞെങ്കിലും അതു കൊണ്ടൊന്നും ഒരു വ്യത്യാസവും ഉണ്ടാകില്ല. അവൻ പുറത്തിറങ്ങിയിട്ട്. ഒന്നിച്ചു ജീവിക്കാമെന്നാണ് അവൾ കരുതുന്നത്. അവനും കൂടി അങ്ങനെ തോന്നാൻ ദൈവം കനിയണം."

ഡാൽഗ്ലിഷ് നീരസത്തോടെ പറഞ്ഞു.

അസിസ്റ്റന്റ് കമ്മീഷണർ കസേരയിൽ ഒന്നുകൂടെ അമർന്നിരുന്നു. എന്നിട്ട് ഫയലടച്ച് ഡാൽഗ്ലിഷിനടുത്തേക്ക് നീക്കിവച്ചു.

"ഈ കേസിൽ താങ്കൾക്കോ മറ്റാർക്കുമെങ്കിലോ ഇതിൽക്കൂടുതൽ എന്തെങ്കിലും ചെയ്യാൻ കഴിയുമെന്ന് എനിക്കു തോന്നുന്നില്ല. സ്വന്തം നാശത്തിനു പിന്നാലെ ഓടിയ ഒരു സ്ത്രീയാണ് അവൾ. വേറൊരു കാര്യം പറയാൻ മറന്നു, വിഖ്യാത ചിത്രകാരൻ സഗ്ഗ് എന്നെ വന്നു കണ്ടിരുന്നു. നീതിന്യായ വ്യവസ്ഥിതിയെക്കുറിച്ച് ഈ മനുഷ്യരൊക്കെ എന്താണ് ധരിച്ച് വച്ചിരിക്കുന്നത്? ആ കേസിൽ ഇനി ഞങ്ങൾക്കൊന്നും ചെയ്യാനില്ലെന്നും കേസ് കോടതിയുടെ പരിഗണനയിലാണെന്നും ഞാൻ അയാളോടു പറഞ്ഞു. നാഗലിനു വേണ്ടി വാദിക്കാൻ എത്ര പണം വേണമെങ്കിലും മുടക്കാൻ തയ്യാറാണെന്നും എങ്ങനെയെങ്കിലും സഹായിക്കണമെന്നും അയാൾ പറഞ്ഞു! ലോകത്തിന് ഒരു പ്രതിഭയെ നഷ്ടപ്പെടുത്തുന്ന വഴി നമ്മൾ വലിയൊരു തെറ്റാണ് ചെയ്യുന്നതെന്നും അയാൾ കൂട്ടിച്ചേർത്തു."

"അത് ഏതായാലും നഷ്ടപ്പെടും."

ഡാൽഗ്ലിഷിന്റെ മറുപടി പെട്ടെന്നായിരുന്നെങ്കിലും അയാൾ അല്പ നേരം ആലോചനയിൽ മുഴുകി, എന്നിട്ട് തുടർന്നു:

"നാഗലിനെപ്പോലെ കുറ്റവാളിയായ ഒരാളെ വിട്ടയച്ചതുകൊണ്ട് പിന്നീട് ലോകപ്രശസ്തനായ വിഖ്യാത ചിത്രകാരന്മാർ ആരെങ്കിലുമുണ്ടോ എന്നാണ് ഞാനിപ്പോൾ ആലോചിക്കുന്നത്. മൈക്കലാഞ്ചലോയോ വെലാസ്ക്വസോറംബ്രാന്റോ ആ ഗണത്തിൽ പെടുന്നവരാണോ?"

"ഓ, അത്തരം ചില ചോദ്യങ്ങൾ ഇടയ്ക്കിടെ സ്വയം ചോദിച്ചുകൊണ്ടിരുന്നില്ലെങ്കിൽ പിന്നെ നമ്മൾ പൊലീസുകാരാണോ?"

അസിസ്റ്റന്റ് കമ്മീഷണർ തമാശരൂപേണ ഡാൽഗ്ലിഷിനോട് ചോദിച്ചു.

ഡാൽഗ്ലിഷിന്റെ ഓഫീസിൽ, കേസ് സംബന്ധമായ ചില കടലാസുകൾ അടുക്കിവച്ചതിനുശേഷം, സർജന്റ് മാർട്ടിൻ അറ്റൻഷനായി നിന്ന് കടുപ്പത്തിൽ, 'ഗുഡ് നൈറ്റ്, സർ' എന്നു പറഞ്ഞുകൊണ്ട് പുറത്തേക്ക് ഇറങ്ങി. അയാൾക്കു പിന്നിൽ വാതിലടഞ്ഞപ്പോൾ ഡാൽഗ്ലിഷിന്റെ മേശപ്പുറത്തിരുന്ന ഫോൺ ബെല്ലടിച്ചു. അത് ശ്രീമതി ഷോർട്ട്ഹൗസ് ആയിരുന്നു.

“ഹലോ! താങ്കളെ ഇന്ന് കോടതിയിൽ വച്ച് കണ്ടിരുന്നു. താങ്കൾ മുഖേന ഒരു പണി കിട്ടിയതുകൊണ്ട് എനിക്ക് കോടതിയിൽ വരാതിരിക്കാൻ കഴിയില്ലല്ലോ? താങ്കളെന്നെ ശ്രദ്ധിച്ചിട്ടുണ്ടാവില്ലെന്നു തോന്നുന്നു, അല്ലേ?”

“വിളിച്ചതിന് നന്ദി, ശ്രീമതി ഷോർട്ട്ഹൗസ്.”

സംഭാഷണം വേഗം അവസാനിപ്പിക്കാൻ ഡാൽഗ്ലിഷ് ശ്രമിച്ചെങ്കിലും നടന്നില്ല.

“വീണ്ടും കണ്ടുമുട്ടുമെന്ന് പ്രതീക്ഷിച്ചില്ല. അതുകൊണ്ട് താങ്കളെ വിളിച്ച് വിശേഷങ്ങൾ പങ്കുവയ്ക്കാമെന്നു കരുതി. അങ്ങനെ വിളിച്ചതാണ്. ആ സംഭവത്തിനുശേഷം ക്ലിനിക്കിൽ ഒരുപാട് മാറ്റങ്ങളുണ്ടായി. മിസ് സാക്സൻ ഇവിടെ നിന്നുപോയി എന്നതാണ് ഒരു മാറ്റം. വടക്ക് എവിടെയോ ഉള്ള ഒരു വീട്ടിൽ കഴിയുന്ന മാനസികപ്രശ്നമുള്ള കുഞ്ഞിനെ നോക്കാൻ പോയിരിക്കുകയാണ് അവൾ. ഒരു കോൺവെന്റിൽ ജോലിചെയ്യാനുള്ള അവസരമുണ്ടായിട്ടും അവിടെ അവൾ പോയില്ല എന്നതാണ് രസകരമായ കാര്യം! സ്റ്റീൻ ക്ലിനിക്കിലുള്ള ആരും അത്തരമൊരു കാര്യം ഇതിനുമുമ്പ് ചെയ്തിട്ടില്ല.” അക്കാര്യം വിശ്വസനീയമാണെന്നായിരുന്നു ഡാൽഗ്ലിഷിന്റെ മറുപടി.

“മിസ് പ്രൈഡിയെ ഗ്രൂപ്പിന്റെ കീഴിലുള്ള ഒരു ചെസ്റ്റ് ക്ലിനിക്കിലേക്ക് സ്ഥലംമാറ്റി. മാറ്റം അവൾക്കു ഗുണം ചെയ്യുമെന്നാണ് ലൗഡർ കരുതുന്നത്. വേണ്ടപ്പെട്ടവർക്കൊപ്പം ദുരിതകാലമായിരുന്നു അവൾക്ക്. ഇപ്പോൾ കിൽബേണിലുള്ള ശയ്യാവലംബിയായ ഒരു രോഗിക്കൊപ്പം തനിച്ചു കഴിയുകയാണ് അവൾ. പക്ഷേ, അക്കാര്യമൊക്കെ താങ്കൾക്ക് അറിയുമായിരിക്കും, സംശയമില്ല. ശ്രീമതി ബോലം, വർത്തിംഗിനടുത്തുള്ള ചെലവേറിയ ഒരു നഴ്സിംഗ് ഹോമിലേക്കു മാറി. എനിഡിന്റെ സമ്പാദ്യത്തിന്റെ ഓഹരി മുന്നിൽക്കണ്ടുകൊണ്ടാണ് ആ നീക്കം. പാവം തള്ള. ആ പണത്തിൽ നിന്ന് ഒരു പെനിയെങ്കിലും അവർക്കു തൊട്ടുനോക്കാൻ കഴിയുമെന്ന് എനിക്കു തോന്നുന്നില്ല.”

ആ വാക്കുകൾ ഡാൽഗ്ലിഷിനെ ഒട്ടും അദ്ഭുതപ്പെടുത്തിയില്ല. എങ്കിലും അയാൾ അങ്ങനെ പറഞ്ഞില്ല. ശ്രീമതി ഷോർട്ട്ഹൗസ് തുടർന്നു:

“പിന്നെ, ഡോ. സ്റ്റെയ്നർ, അയാളുടെ ഭാര്യയെ തന്നെ വിവാഹം കഴിച്ചു.”

“എന്താ പറഞ്ഞത്?”

“അതായത്, അവർ വീണ്ടും വിവാഹം കഴിച്ചു. എല്ലാം വളരെപ്പെട്ടെന്നായിരുന്നു. നേരത്തെ അവർ വിവാഹമോചിതരായിരുന്നെങ്കിലും ഇപ്പോൾ പുനർവിവാഹിതരായി. കേട്ടിട്ട്, താങ്കൾക്കെന്തു തോന്നുന്നു?”

ഡോ. സ്റ്റെയ്നർക്ക് എന്തുതോന്നി എന്നതാണ് പ്രസക്തമായ ചോദ്യമെന്ന് ഡാൽഗ്ലിഷ് മറുപടി കൊടുത്തു.

“ഓ, എന്തു തോന്നാൻ? പുതിയ കോളർ കിട്ടിയ നായയെപ്പോലെ അയാൾ സന്തോഷിച്ചിട്ടുണ്ടാവും. പിന്നെ, ക്ലിനിക്ക് അടച്ചിടാൻ പോവുകയാണെന്നും ഒരു വാർത്ത പരക്കുന്നുണ്ട്. ജീവനക്കാരെ റീജിയണൽ ബോർഡിനു കീഴിലുള്ള ഏതെങ്കിലും ഔട്ട്-പേഷ്യന്റ് ആശുപത്രിയിലേക്കു മാറ്റുമെന്നാണ് കേൾക്കുന്നത്. ആദ്യം മോഷണം, പിന്നെ കൊലപാതകം, വീണ്ടും കൊലപാതകശ്രമം, അദ്ഭുതപ്പെടേണ്ട കാര്യമില്ല! ക്ലിനിക്കിൽ നിന്ന് സമീപകാലത്തായി കേൾക്കുന്നതൊന്നും നല്ല വാർത്തകളല്ല. അക്കാര്യം രോഗികളെ ആശങ്കാകുലരാക്കിയിട്ടുണ്ടെന്നാണ് ഡോ. ഈതറീഗ് പറയുന്നത്. ഒക്ടോബറിനുശേഷം രോഗികളുടെ എണ്ണം പകുതിയായി കുറഞ്ഞു. അതിനുമുമ്പ് ബോലമിന്റെ മിടുക്കായിരുന്നു രോഗികൾ കുറയാതിരുന്നത്. അവൾക്ക് എല്ലായ്പ്പോഴും രോഗികളുടെ എണ്ണത്തെക്കുറിച്ച് ആശങ്കയുണ്ടായിരുന്നു. ആദ്യമേ തന്നെ താങ്കൾ യഥാർത്ഥ പ്രതിയെ അറസ്റ്റു ചെയ്തിരുന്നെങ്കിൽ, നാഗലും പ്രൈഡിയും തമ്മിലുള്ള പ്രശ്നം ഉണ്ടാവുകയില്ലായിരുന്നു എന്ന മട്ടിലുള്ള ഒരു സംസാരം ഞങ്ങൾക്കിടയിലുണ്ട്. ഒരുകണക്കിന് അതൊരു ശരിയായ നിരീക്ഷണവുമാണ്. പക്ഷേ, താങ്കളുടെ കഴിവിന്റെ പരമാവധി അക്കാര്യത്തിൽ ചെയ്തുവെന്നാണ് ഞാൻ കരുതുന്നത്. പിന്നെ, പറയുന്നവർക്ക് എന്തും പറയാമല്ലോ?”

‘പറയുന്നവർക്ക് എന്തും പറയാമല്ലോ’ എന്ന വാചകം ഡാൽഗ്ലിഷിന്റെ നെഞ്ചിൽ കൊണ്ടു. റിസീവർ തിരികെ വച്ചതിനുശേഷം അയാൾ അതേക്കുറിച്ചു തന്നെ കുറച്ചുനേരം ആലോചിച്ചു. സംഭാഷണത്തിനിടയിൽ അസിസ്റ്റന്റ് കമ്മീഷണർ സൂചിപ്പിച്ച ആത്മാനുകമ്പയും മാർട്ടിന്റെ തന്ത്രങ്ങളും, അമി ഷോർട്ട്ഹൗസിന്റെ ആശ്വാസവാക്കുകളും എല്ലാം കൂടിച്ചേരുന്നതാണ് ഈ കേസിന്റെ ആകെത്തുക. ഇപ്പോഴും അസ്വസ്ഥതയും വിഷാദവും പരത്തുന്ന ഈ കൊലപാതകത്തിന്റെ മ്ലാനതയിൽ നിന്ന് എങ്ങനെയെങ്കിലും രക്ഷപ്പെടണം. ബ്ലാക്ക്മെയിലിംഗിനെക്കുറിച്ചോ കൊലപാതകത്തെക്കുറിച്ചോ ഓർക്കാതെ അല്പനേരമെങ്കിലും സ്വതന്ത്രനായി നടക്കണം. ഡെബോറ റിസ്കോയുമൊന്നിച്ചുള്ള അത്താഴമാണ് ഏറ്റവും നല്ല പോംവഴി. ചുരുങ്ങിയ പക്ഷം ഇപ്പോൾ അനുഭവിച്ചുകൊണ്ടിരിക്കുന്ന ദുരിതങ്ങളിൽ നിന്ന് മാറി, മറ്റുചില ദുരിതങ്ങളെങ്കിലും ഏറ്റെടുക്കാമല്ലോ. അയാൾ റിസീവറിലേക്ക് കൈനീട്ടിയെങ്കിലും പെട്ടെന്ന് പിൻവലിച്ചു. അനിശ്ചിതത്വം തന്നെയാണ് ഇപ്പോഴും ജീവിതത്തെ മുന്നോട്ടു നയിക്കുന്നത്.

ഹേൺ ആന്റ് ഇല്ലിംഗ്വർത്തിലെ ഓഫീസ് ഫോണിൽ അവൾ സംസാരിക്കുമെന്ന് അയാൾക്ക് യാതൊരു ഉറപ്പും ഉണ്ടായിരുന്നില്ല. എങ്കിലും തമ്മിൽ അവസാനമായി കണ്ടുമുട്ടിയപ്പോഴുള്ള അവളുടെ

വശ്യമായ നോട്ടത്തെക്കുറിച്ച് ഓർത്തപ്പോൾ അയാൾ വീണ്ടും റിസീവറിനടുത്തേക്ക് കൈ നീട്ടി. സുന്ദരിയായ ഒരു പെണ്ണിനൊപ്പം അത്താഴം കഴിക്കുന്നതിന് ഇത്രയും മുന്നൊരുക്കം നടത്തേണ്ട കാര്യമുണ്ടോ എന്ന് അയാൾക്കു തോന്നി. അന്നത്തെ അത്താഴവിരുന്നിലേക്ക് ക്ഷണിക്കപ്പെട്ടതുകൊണ്ടാണല്ലോ അവളെ കണ്ടുമുട്ടാനിടയായതെന്നും അയാൾ ഓർത്തു. അതുകൊണ്ടുതന്നെ, എന്തായാലും അവളെ വിളിക്കാൻ തീരുമാനിച്ചു. ഒരാൾ, സ്വന്തം പ്രസാധകനെ ഫോൺ വിളിക്കുന്നതുകൊണ്ട് തെറ്റൊന്നുമില്ല.

■

www.ingramcontent.com/pod-product-compliance
Lightning Source LLC
LaVergne TN
LVHW060551051026
849519LV00002B/371
* 9 7 8 9 3 8 7 3 3 1 5 4 9 *